AF659258

मराठी नाटक आणि रंगभूमी
विसावे शतक

वसंत आबाजी डहाके यांचे प्रकाशित साहित्य

कविता
योगभ्रष्ट (१९७२)
शुभवर्तमान (१९८७)
शुन:शेप (१९९६)
चित्रलिपी (२००६)
अस्वस्थ शतकाची कविता (२०११)
रूपान्तर (२०१६)
वाचाभंग (२०१७)
सहा दीर्घकविता (२०१८)
कर्कवृत्त (२०२०)
वसंत आबाजी डहाके :
निवडक कविता (२०२२)

अन्य भाषांमध्ये कवितांचे अनुवाद
योगभ्रष्ट (१९९२)
चित्रलिपी (२०१५)
शुन:शेप (२०२३)

कादंबरी
अधोलोक (१९७५)
'प्रतिबद्ध' आणि 'मर्त्य' (१९८१)

ललित लेखन
यात्राअंतर्यात्रा (१९९९)
मालटेकडीवरून (२००९)
गोष्ट : न सांगता
येण्याविषयीची (२०१२)

नाटक/एकांक
इकडे सर्व ठीक आहे.
काळजी नसावी (२०२३)

समीक्षा
कविता म्हणजे काय (१९९१)
समकालीन साहित्य (१९९२)
उपयोजित समीक्षा (१९९२)
कवितेविषयी (१९९९)
मराठी साहित्य : इतिहास आणि
संस्कृती (२००५)
मराठी समीक्षेची सद्य:स्थिती (२०११)
मराठीतील कथनरूपे (२०१२)
काव्यप्रतीती (२०१३)
दृश्यकला आणि साहित्य (२०१३)
मराठी नाटक व रंगभूमी
विसावे शतक (२०१९)
समांतर (२०२४)
समकाल (२०२४)

संपादित
निवडक सदानंद रेगे (१९९६)
शालेय मराठी शब्दकोश (१९९७)
संक्षिप्त मराठी वाङ्मयकोश
खंड १ व २ (१९९८, २००४)
कविता विसाव्या शतकाची (२०००)
वाङ्मयीन संज्ञा संकल्पना
कोश (२००१)
डॉ. बाबासाहेब आंबेडकर :
छायाचित्रात्मक चरित्र (२००७)

मराठी नाटक आणि रंगभूमी :
विसावे शतक
(म-११७०)
पॉप्युलर प्रकाशन
ISBN 978-81-7991-981-1

MARATHI NATAK
ANI RANGABHUMI :
VISAVE SHATAK
(Marathi : Criticism)
Vasant Abaji Dahake

पहिली आवृत्ती : २०१९ / १९४१
पुनर्मुद्रण : २०२२ / १९४४
दुसरे पुनर्मुद्रण : २०२४/१९४६

मुखपृष्ठ : वसंत आबाजी डहाके

प्रकाशक
अस्मिता मोहिते
पॉप्युलर प्रकाशन प्रा. लि.
३०१, महालक्ष्मी चेंबर्स
२२, भुलाभाई देसाई रोड
मुंबई ४०० ०२६

अक्षरजुळणी
संतोष गायकवाड
पिंपळे गुरव
पुणे ४११ ०६१

मुद्रक
ट्रिनिटी अकॅडमी फॉर कॉर्पोरेट ट्रेनिंग लि.
पुणे

मराठी नाटक आणि रंगभूमी
विसावे शतक

वसंत आबाजी डहाके

पॉप्युलर प्रकाशन, मुंबई

नाटक आणि रंगभूमी समजून घेण्यासाठी प्रयोगशाळा ठरलेल्या नाट्यधर्मी, अमरावती (आता अस्तंगत) या हौशी नाटकमंडळींस

प्रास्ताविक

मराठी नाटक आणि रंगभूमी : विसावे शतक या ग्रंथात नाटक आणि रंगभूमी या संदर्भात वेळोवेळी लिहिल्या गेलेल्या लेखांचे संकलन केलेले आहे. ते मुख्यत: चर्चासत्रे व व्याख्याने या निमित्ताने लिहिले गेले. सर्वच लेख आशय (दिवाळी अंक), समाज प्रबोधन पत्रिका, अनुष्टुभ्, श्रीवाणी इत्यादी नियतकालिकांमधून प्रकाशित झालेले आहेत.

अमरावतीमध्ये असताना एम. ए. ला मराठी नाटक हा एक अभ्यासविषय होता. त्यात दहा नाटकांचा समावेश होता. हा विषय मी शिकवत असे. पुढे १९७५-७६ मध्ये नाट्यधर्मी नावाची हौशी नाटकमंडळी आम्ही सुरू केली होती. नाटक आणि रंगभूमी यांत रस असलेल्या तत्कालीन तरुण मुलांचा समावेश या मंडळीत होता. अनंत पाठक, संजय कुळकर्णी, रवी जोशी, श्रीकांत देशपांडे, अलका बेंद्रे, शुभांगी बेंद्रे, कल्पना आळशी, मिता जामदार, राजू दखने, इत्यादी युवक-युवतींच्या सहभागाने विविध प्रयोगशील स्वरूपाची नाटके नाट्यधर्मीने सादर केली.' 'हयवदन' (गिरीश कार्नाड), 'राजा ईडिपस' (सदानंद रेगे) यासारख्या नाटकांबरोबरच 'इतिहास आमच्या बाजूला आहे' (विलास सारंग), 'यात्रिक' (जी. ए. कुलकर्णी) या कथांवर आधारित दीर्घांकही केले. या मंडळींसाठी मीही काही लघु व दीर्घ एकांक लिहिले होते. नाटक व रंगभूमी या साहित्याखेरीजच्या कलाक्षेत्रात काही काळ गुंतत असताना या विषयासंबंधीचे वाचन होत गेले. रंगभूमी व नाटक यांविषयीचे मर्मज्ञ अभ्यासक प्रा. माणिक कानेड यांचेही मोलाचे सहकार्य लाभले गेले. चित्रा पालेकर यांनी जे नाट्यविषयक शिबिर घेतले होते त्याचा खोल ठसा आम्हां सर्वांवरच उमटला. प्रभा गणोरकर यांनी आल्बेर कामू यांच्या *क्रॉस पर्पज*

या नाटकाचे व मी पीटर वाईस यांच्या *मारा/साद* या नाटकाचे भाषांतर केले होते. ही दोन्ही भाषांतरित नाटके रंगमंचावर येऊ शकली नाहीत. परंतु यांसारख्या नाटकांच्या वाचनामुळे नाटक या गोष्टीचे आकलन होत गेले. अमरावतीमध्ये येत असलेली व मुंबईत असताना नाटके पाहणेही सुरूच होते. 'सूर्यास्त', 'सखाराम बाइंडर', 'बॅरिस्टर', 'महानिर्वाण', 'वेटिंग फॉर गोडो', 'घाशीराम कोतवाल', 'आधेअधुरे', 'गांधी विरुद्ध गांधी' इत्यादी नाटकांच्या प्रयोगांचे स्मरण अद्यापही आहे.

मुंबईत आल्यानंतर रंगभूमी व नाटकांचे सादरीकरण यांच्याशी प्रत्यक्ष संबंध राहिला नाही. तथापि नाटकांचे व नाट्यविषयक ग्रंथांचे वाचन सुरूच राहिले. छबिलदास शाळेत आणि एनसीपीए येथे होत असलेली नाटके पाहता आली.

नाटक हा एक साहित्यप्रकार आहे. साहित्यप्रकार म्हणून त्याचा अभ्यास केला जातो. नाटक ही एक कलाही आहे. रंगभूमीवरील सादरीकरणातून ही कला प्रकट होते. तेथे नाटकाची लिखित संहिता अनेक घटकांपैकी एक घटक असते. लेखक, नट, दिग्दर्शक, प्रकाशयोजक, नेपथ्यकार हे सर्वच घटक सादरीकरणाच्या संदर्भात महत्त्वाचे घटक असतात. या सर्वच घटकांच्या परिप्रेक्ष्यातून रंगभूमीवरील नाट्य-सादरीकरणाचा अभ्यास करता येतो. कधी एखाद्या घटकाला प्राधान्य दिलेले आढळते. कधी लेखकाला, कधी दिग्दर्शकाला, तर कधी नटाला महत्त्व दिले गेलेले दिसते, त्या अंगाने लिहिले गेलेले आपल्या वाचनात येते. तथापि नाटक ही एक समग्र, एकसंध कलाकृती बनते ती या सर्वच घटकांच्या सहभागातून यात संदेह नाही.

मराठी समीक्षेची सद्य:स्थिती आणि *मराठीतील कथनरूपे* या ग्रंथांनंतर प्रकाशित होत असलेल्या प्रस्तुत ग्रंथाच्या निर्मितीत सहभागी असलेले हर्ष भटकळ, अस्मिता मोहिते, मेघा भगत यांचे आणि इतर सहकाऱ्यांचे मनापासून आभार.

दि. १ ऑक्टोबर २०१८ — **वसंत आबाजी डहाके**

अमरावती

अनुक्रम

नाट्यगत शब्द

नाटककार संहिता तयार करतो. दिग्दर्शक संहितेच्या वाचनातून प्रयोगाची कल्पना आणि आखणी करतो. तो नटांना भूमिका वाटतो, नेपथ्य कसे असावे ते ठरवतो, प्रकाशयोजना कशी असावी ते सांगतो, नटांकडून तालमी करवून घेतो, शब्दांचा उच्चार आणि शरीराच्या हालचाली घटवून घेतो, आवश्यकतेनुसार पार्श्वसंगीत कुठे व कसे योजायचे ते ठरवतो. या सर्व गोष्टींमधून जात असताना तो नाटककाराशी, नटांशी, नेपथ्यकार व प्रकाशयोजक यांच्याशी चर्चा करतो, संगीत–नृत्यादी बाबतींत सहकार्य करणाऱ्या कलावंतांशी विचारविनिमय करतो. मग रंगमंचावर संहितेवर आधारित नाट्यप्रयोग सादर करण्यात येतो. नाटककार, दिग्दर्शक, नट, संगीतकार, नर्तक, नेपथ्यकार, प्रकाशयोजक हे सर्वच त्या नाट्यप्रयोगाच्या निर्मितीसाठी कारण असणारे घटक असतात.

नाटककार संहिता तयार करतो म्हणजे नटासाठी, दिग्दर्शकासाठी, नेपथ्यकार इत्यादींसाठी विविध सूचनांचे लेखन करतो. याशिवाय रंगमंचावर वावरणाऱ्या नटांना उच्चारण्यासाठी वाक्ये तो देतो. संवाद, स्वगते, निवेदने, भाष्ये, रंगपटातले उद्‌गार एवढाच 'भाषिक' भाग प्रत्यक्ष नाट्य प्रयोगात शिल्लक राहतो. बाकीच्या सर्व सूचना कृतिरूप असतात. नाटककाराच्या सूचनांनुरूप, संवादरूप शब्दांच्या पलीकडे बराच भाग रंगमंचावर आकाराला येतो. नाटकाचे कथानक, पात्रांचे स्वभाव, घटनांचा क्रम, प्रसंगांची मांडणी ही सर्व नाटककाराची निर्मिती असते. अभिनयापासून प्रकाशयोजनेपर्यंतच्या गोष्टींसाठी एक सूत्र निर्माण केलेले असते. रंगमंचावर प्रयोग होत असताना त्यावेळी तिथे

नाटककाराच्या शब्दांचे केवळ अनुसरण नसते. नाटककाराने निर्मिलेली अक्षरे कृतींत, आविर्भावांत रूपांतरित होतात. ती एक मूर्त निर्मिती असते. शुभ्र कागदावर काळ्या शाईतला मुद्रित मजकूर वाचक जेव्हा 'वाचतो' तेव्हा त्या मजकुराचे कवितेत रूपांतर होते, तसेच रंगमंचावरील प्रयोगात संहितेचे रूपांतर 'नाटका'त होते. नाटककाराची भाषा रंगभूमीच्या भाषेत विलीन होऊन जाते.

नाट्यप्रयोगाच्या वेळी रंगमंचावर नाटककार, दिग्दर्शक, संगीतकार, नर्तक, नेपथ्यकार, प्रकाशयोजक यांपैकी कोणीही उपस्थित असत नाही, मात्र नट सशरीर उपस्थित असतो. त्याच्याशिवाय सर्व गोष्टी असल्या तरी ते 'नाटक' होत नाही. नटामुळेच नाट्यप्रयोग शक्य होतो. नाटक नटातूनच आकार घेते. नटाचे शरीर, त्याच्या हालचाली, आविर्भाव, मुद्रा, शब्दोच्चार, आवाजातले चढउतार, आक्रोश, किंकाळ्या, चेहरा, हात, पाय यांच्यातील परस्परसंबंध यांनी रंगमंचाचा अवकाश भरून जातो. नाटक दिसू लागते, ऐकू येऊ लागते. नाट्यप्रयोगात नटावरच प्रेक्षकांचे लक्ष केंद्रित झालेले असते.

नाट्यप्रयोगाच्या वेळी ऐकावयाचा जो भाग असतो, त्यात नाटककाराचे शब्द, नटांनी उच्चारावयाचे शब्द, हाही एक घटक असतो. तेच 'नाट्यगत शब्द' होत. नाटककाराने लिहिलेले व नटांनी उच्चारलेले शब्द ऐकणे म्हणजे नाटक अनुभवणे असते काय, असा प्रश्न येथे उपस्थित करता येईल.

भाषा निवेदनासाठी आणि संवादासाठी वापरली जाते. ती दुसऱ्या व्यक्तीच्या उपस्थितीत कार्य करू लागते. व्यक्ती एकटी असताना भाषा असते, पण 'बोलणे' नसते. 'बोलणे' या क्रियेत दुसऱ्या व्यक्तीची अपेक्षा आहे, ती 'ऐकण्या'च्या संदर्भात. भाषा आणि बोलणे या दोन परस्परपूरक पण वेगवेगळ्या गोष्टी आहेत. बोलणे ही शारीरिक व समाजसापेक्ष कृती आहे, रंगमंचावर 'बोलणे' असते.

रंगमंचावर दुसऱ्या व्यक्ती उपस्थित असतात. नटांनी दुसऱ्या व्यक्तींच्या भूमिका घेतलेल्या असतात. रंगमंचावर वावरणारा नट आपले नटत्व न टाकता 'पात्र' बनतो. रंगमंचाच्या मर्यादेत त्यावेळी एका विवक्षित कथानकाच्या अवकाशात ते पात्र काही एक कृती करीत असते. त्या कृती इतर पात्रांच्या उपस्थितीशी, प्रसंगांशी निगडित असतात. त्यांतून जे बोलणे घडते ते नाटककाराने लिहिलेले असते. नाटककाराने पात्रांचा स्वभाव कल्पिलेला असतो, त्यांची क्षमता निश्चित केलेली असते. त्यानुसार तो त्यांना बोलणे देतो. हे बोलणे काव्यात्म, आलंकारिक, भावनोत्कट, गद्य, विचारजड, कसेही

असू शकते. नाटकाच्या कथानकाच्या काळानुसार, प्रकृतीनुसार, आकृतिबंधानुसार बोलणे ठरते. पुराकथेवर आधारित, ऐतिहासिक, वास्तववादी, उपहासात्मक या भेदांनुसार बोलणे काव्यात्म, डौलदार, गद्यात्मक, अतिशयोक्त, विडंबनात्मक असे असू शकेल. शोकात्मिका, सुखात्मिका, प्रहसन, मेलोड्रामा, म्युझिकल कॉमेडी, ऑपेरा या प्रकारभेदानुसार त्यातल्या पात्रांचे बोलणे ठरते. रंगमंचावरील पात्रांच्या बोलण्यातूनच नाटककाराची भाषा जाणवत असते.

रंगमंचावरचे बोलणे हे जरी इतर पात्रांच्या उपस्थितीमुळे घडत असले, (कधीकधी पात्रांचे स्वगत बोलणेही असते.) तरी ते निव्वळ रंगमंचावरील पात्रांसाठी नसते. व्यावहारिक व दैनंदिन जीवनातील भाषेची आदानप्रदानात्मकता आणि कृतिप्रवणता रंगमंचावरील बोलण्याच्या संदर्भात अप्रस्तुत असते. पात्रांचे बोलणे प्रेक्षकांच्या उपस्थितीत अर्थपूर्ण ठरते. याच न्यायाने दोन वाक्यांमधील शांतता अथवा पात्रांची स्तब्धतादेखील अर्थपूर्ण असते. नाटककार बोलणे योजतो, तसाच तो स्तब्धताही योजतो. याप्रमाणे पात्राचे बोलणे, बोलणे आणि न बोलणे यांनी मिळून बनलेले असते.

निव्वळ हे बोलणे हीच महत्त्वाची गोष्ट आहे असे मानून त्याचसाठी नाट्यकृतीची रचना केलेली असणे, विशिष्ट स्थितीमध्ये मनुष्य काय वागतो आणि काय बोलतो हे दाखवण्यासाठी नाटकाची रचना झालेली असणे आणि निव्वळ स्थिती आणि त्यात मनुष्याचे वागणे महत्त्वाचे मानून बोलण्याला अजिबात महत्त्व न देणे अशा प्रकारची नाटके आढळतात. वाङ्मयीन कृती म्हणून जी नाटके वाचली जातात त्यांत पात्रांच्या बोलण्याला महत्त्व दिलेले असते. अशी नाटके कवितेचीच, कथात्म वाङ्मयाचे घटक असलेली, रूपे असतात. (खरे वाङ्मयप्रकार दोनच. एक, कविता आणि दोन, कथा.) म्हणजेच वाङ्मयीन दृष्टीने महत्त्वाच्या नाटकांचा कविता या वाङ्मयप्रकारात समावेश करता येईल. ही शब्दांच्या साह्याने लिहिलेली कविताच रंगमंचावर आविर्भावांच्या साह्याने साकार होते आणि ती इतरही साह्यभूत गोष्टींमुळे, ''नाटक'' ठरते. कवितेत शब्दांचे जे कार्य असते तेच या वाङ्मयीन नाट्यसंहितेतही असते. ते म्हणजे, प्रतीयमान अर्थाची अभिव्यक्ती करणे.

एखाद्या नाटककाराने नाटकातल्या पात्राचे बोलणे म्हणून, पात्रांची नावे न लिहिता, एकाखाली एक अशी वाक्ये लिहून काढली तर ती अनेक भागांतील

एक दीर्घकविता म्हणून वाचता येईल. रंगमंचाच्या सापेक्षतेत ते वेगवेगळ्या पात्रांचे बोलणे ठरते. एरवी ती एक वाङ्मयीन कलाकृती असते.

नाटककार मुख्य पात्रांच्या बोलण्यातून जीवनविषयक अनुभव, विचार व्यक्त करतो. या बोलण्याची मांडणी सर्वसाधारणपणे विरोधात्मक असते. वैचारिक संघर्ष किंवा ताण तेथे असतो. कधी संवादात्मक, विरोधात्मक अशीही मांडणी असते.

अलीकडच्या नाटकांत, भाषा हे संवादाच्या दृष्टीने कसे निरर्थक साधन आहे हे जाणवते. त्या नाटकांतील संवादांवरून भाषेची संवादहीनता आपल्याला प्रतीत होते. नाटकांत संवाद असतात, पण नाटकांतले संवाद म्हणून ते निरर्थक असतात आणि निरर्थकतेचा प्रत्यय ते देत असतात. पात्रांच्या मनातले भाव अथवा विचार या संवादांतून व्यक्त होत नाहीत, पण नाटककाराची जीवनदृष्टी मात्र व्यक्त होते. कविता तथाकथित काव्यात्मतेकडून अ-काव्यात्मतेकडे प्रवास करते आहे. शब्दाच्या मूळ रूपाकडे आणि अर्थाकडेच ती जाते आहे. या नाट्यसंहितेतील शब्दांचे स्वरूप मूळ अर्थाकडे नेणारे असते. म्हणूनच त्यांतून वाच्यार्थाच्या पलीकडचा प्रतीयमान अर्थ साक्षात होत राहतो.

वाङ्मयदृष्ट्या महत्त्वाच्या संहितांनी रंगमंचावर वर्चस्व गाजवायचे की नाही आणि रंगमंचावरून शब्दांचे संपूर्ण उच्चाटन करायचे की नाही हा संपूर्ण स्वतंत्र भाग आहे. आजवरच्या इतिहासात भाषा-प्रभूंनी रंगभूमी राबवली आहे हे स्पष्ट दिसून येते. रंगभूमी हेदेखील भाषेतले भाषेत बद्ध झालेले काही ऐकवण्याचे एक मोठे साधन आहे, एकाचवेळी असंख्यांना ऐकवण्याचे प्रभावी माध्यम आहे याच दृष्टीने पाहिले गेले. नाटककाराची भाषेवर पकड असणे महत्त्वाचे ठरले. नाटककाराने लिहिलेले शब्द पोचविण्यासाठी इतर सगळ्यांचे परिश्रम खर्ची पडले. शेक्सपियरपासून सॅम्युएल बेकेटपर्यंत साऱ्या नाटककारांनी कविता लिहिल्या आणि असंख्य नटांनी श्रोत्यांपर्यंत पोचवल्या.

नाटकाला शब्दांची जोड केव्हापासून मिळाली असावी, या प्रश्नाचे उत्तर शोधताना नाटकाच्या मूळ रूपांकडे जावे लागते. विधिनाट्य आणि पुतळ्यांचे नाटक या दोन्ही ठिकाणी शब्दांचा उच्चार आहे. विधिनाट्यात निवेदन किंवा संवाद नाही, संबोधन आहे. तर पुतळ्यांच्या नाटकात निवेदन आणि भाष्य आहे. गोष्ट सांगण्याचे एक साधन म्हणून पुतळ्यांच्या नाटकाची निर्मिती झाली असावी. कालांतराने या पुतळ्यांना 'व्यक्तिमत्त्व' लाभले, स्वत:चा 'स्वभाव' लाभला आणि स्वत:चे 'बोलणे' ही प्राप्त झाले. नाटकाला काही

गोष्ट असणे ही गोष्ट आजही पूर्णत: टाकता आलेली नाही. एकदा गोष्टीची चौकट तयार झाली की मग नाटककार गद्यात किंवा पद्यात मुक्तछंदात कविता लिहितो. तेच पात्रांचे बोलणे होय. गोष्ट कृतींतून, प्रसंगांतून, घटनांतून व्यक्त होते आणि पात्रांच्या बोलण्यांतून त्या गोष्टीतल्या मानवी आयुष्यांच्या भावना व्यक्त होतात, त्यांचे विचार व्यक्त होतात, जीवनाविषयीच्या कल्पना व्यक्त होतात.

बोलणे टाळूनही नाटक शक्य आहे. खरे म्हणजे नुसते नट आणि प्रेक्षक असले की नाटक शक्य आहे. मग तिथे नाटककार, दिग्दर्शक, नेपथ्यकार यांपैकी कोणी नसला तरी, परंतु ज्या नाटकांत बोलणे आहे आणि अशीच नाटके अधिक आहेत, त्यांतल्या बोलण्याचे कार्य काय असते? तर मुख्य कार्य गोष्ट सांगणे हेच. इतर कार्यामध्ये पात्रांच्या स्वभावांना प्रकट करणे, त्यांच्या स्थितीची कल्पना देणे, जीवनभाष्य करणे इथपासून तो संवादाच्या दृष्टीने भाषा निरर्थक कशी आहे हे पटवून देण्यापर्यंत गोष्टींचा समावेश होतो. या बोलण्याचे आपले आकलन नेहमीच वाङ्मयीन स्वरूपाचे असते. रंगमंचीय अवकाशात उच्चारली गेलेली ही वाक्ये नाटकाचा एक घटक असतात, एकमेव नव्हे. रंगभूमीची भाषा वेगळी असते. ती नट उच्चारीत असतो, नाटककार, दिग्दर्शक यांनी ती कल्पिलेली असते, नेपथ्यकार, प्रकाशयोजक यांनी त्यात सहकार्य केलेले असते. रंगभूमीची भाषा आविर्भावांची, रंगांची आणि ध्वनींची असते. ध्वनींतला एक भाग कळणाऱ्या शब्दांचा असतो. सध्या तरी या शब्दांनाच अत्यधिक महत्त्व मिळालेले दिसते. आणि कधीकधी या शब्दांच्या वर्चस्वाविरुद्धचा झगडाही दिसतो. काव्यात्म नसलेली, नाटकात न वापरली जाणारी भाषा एखादा नाटककार योजतो तेव्हा तो तथाकथित 'नाट्यभाषे'ला विरोधच करीत असतो. तथापि नाटकातल्या शब्दाला महत्त्व देणाऱ्या थोर नाटककारांची परंपरा जागतिक रंगभूमीवर सॉफक्लीझपासून अगदी आजच्या पिंटर, स्टॉपर्डपर्यंत आढळते. त्याचबरोबर, शब्दांचे वर्चस्व झुगारून देणारे आर्तो, गार्डन क्रेग, ग्रोटोवस्की, पिटर ब्रुक असे रंगकर्मशील विचारवंतही आढळतात. हॅपनिंग्ज, पर्फॉर्‌मन्सेस, नृत्यनाटके, मूकाभिनय यांतून शब्दांच्या पकडीतून नाटकाला सोडविण्याचे प्रयत्न दिसतात. विधिनाटकांच्या, पुतळ्यांच्या नाटकाच्या जवळ आजचे नाटक जाऊ पाहते आहे. लोकतत्त्वांचा शोध घेतला जात आहे, प्राचीन अपरिष्कृत नाट्यपरंपरेचा मागोवा घेतला जात आहे. मनुष्याच्या शरीराच्या हालचालींच्या शक्यता पडताळून पाहिल्या जात आहेत. पानेच्या पाने संवाद उच्चारण्याऐवजी

नेमक्या वाक्यांनी आणि त्यांच्या सोबतच्या आविर्भावांनी नाट्यार्थ पोचवण्याची किमया साधली जाते आहे. रंगभूमीवर उभ्या असलेल्या नटाने यांत्रिकपणे नाटककाराने लिहिलेले शब्द उच्चारण्याऐवजी त्याचे 'स्वत:चे म्हणणे' सहजपणे उच्चारावे हे पाहिले जात आहे. अंतिमत: नाटक तर त्याच्यामुळेच शक्य आहे आणि आमच्यामुळे.

□□□

संज्ञापन आणि रंगभूमी

१

संज्ञापन हा शब्द अर्थाची निष्पत्ती करणाऱ्या विविध वर्तनांच्या, प्रक्रियांच्या आणि तंत्रज्ञानाच्या संदर्भात वापरला जातो. संज्ञापनात माणसांच्या एकमेकांशी बोलण्याचा, भाषेचा, हावभावांचा, कर्मकांडांचा, विधींचा, पशुपक्ष्यांच्या प्रणयाराधनांचा, कलाकृतीच्या भावनात्मक प्रभावाचा, माहितीच्या हस्तांतरणाचा, माहितीच्या प्रसाराचा अथवा अफवांच्या फैलावाचा, वाङ्मयकृतीचा, वाङ्मयीन समीक्षेचा, जाहिरातींचा, रेडिओ आणि टेलिव्हिजनचा, रहदारीच्या चिन्हांचा समावेश होतो. यांत अर्थनिष्पत्ती करणाऱ्या आणखीही अनेक गोष्टींचा समावेश करता येईल. फक्त मनुष्य केंद्रात ठेवून विचार केला तरी संज्ञापन ही गोष्ट एकंदरीत मानवी आयुष्यात अत्यंत महत्त्वाची आहे असे लक्षात येते. संज्ञापन म्हटले की प्रथम बोलणे, ते ऐकणे आणि समजून घेणे या तीन गोष्टी ध्यानात येतात. हे बोलणे, ऐकणे, समजून घेणे हे विविध प्रक्रियांमधून होते आणि विविध प्रकारांमधूनही होते. मात्र कोणतेही संज्ञापन पोकळीत होत नसते. बोलणारा व ऐकणारा या दोन गोष्टी जशा आवश्यक असतात, तशाच (बोलणे समजून घेण्यासाठीही) आणखी काही गोष्टींची (म्हणजे संदर्भांची, संकेतांची) आवश्यकता असते. बोलणारा व ऐकणारा हे ज्या समाजाचे घटक असतात त्या समाजाच्या वर्तनपद्धतीने, संस्कृतीने काही संदर्भ, संकेत निर्माण केलेले असतात. ते

बोलण्या-ऐकण्यात अध्याहृत असतात. मनुष्याच्या शाब्द आणि अशाब्द वर्तनामागे त्या त्या समाजाच्या वर्तनपद्धतींचा संदर्भ आणि संकेत असतो. संदर्भ आणि संकेत यांच्याशी परिचित असल्याशिवाय संज्ञापनाची क्रिया घडत नाही. मानवी जीवनाच्या सर्वच क्षेत्रांसंबंधी आणि त्यांविषयीच्या विशिष्ट समाजातील संकेतांविषयी परिचित असणे ही संज्ञापनासाठी एक अपरिहार्य अशी अट आहे. 'समाज' नावाच्या गोष्टीशीच संज्ञापनाचा मूलभूत संबंध आहे. संज्ञापनाशिवाय आंतरक्रिया नाही आणि आंतरक्रियांशिवाय समाज नाही. समाजातल्या प्रत्येक व्यक्तीचे बोलणे (शाब्द वर्तन) आणि वागणे (अशाब्द वर्तन) यांतून सामाजिक आंतरक्रिया घडत असतात आणि समाज म्हणून काहीएक अस्तित्व तयार होते. अर्थात या गोष्टी एकानंतर एक अशा पद्धतीने दाखवता येत नाहीत. संज्ञापनातून समाज अस्तित्वात आला की समाज अस्तित्वात आल्यानंतर संज्ञापनाच्या क्रियेला सुरुवात झाली, हे सांगता येत नाही. दोन्ही गोष्टी एकाचवेळी सुरू झाल्या असणे शक्य आहे. संज्ञापनक्रियेत भाषिक अथवा अभाषिक चिन्हांचा महत्त्वाचा सहभाग असतो.

मानवी संज्ञापनाचा अभ्यास करणारी संज्ञापनविद्या ही एक आंतरविद्याशाखीय अभ्यासपद्धती आहे. सर्वच संज्ञापक चिन्हांचा आणि संकेतावलींचा संज्ञापनात समावेश होतो. चिन्हे स्वत:विषयी नव्हे तर अन्य कोणत्याही गोष्टीविषयी बोलत असतात. ती चिन्हार्थक रचिते असतात. संकेतावली ही एक पद्धती असते. तीत चिन्हे संघटित केली जातात आणि तीच चिन्हांचा परस्परसंबंधही निर्धारित करते. चिन्हांच्या वापरामधून संज्ञापन घडते आणि सामाजिक संबंध अस्तित्वात येतात. हे संज्ञापन नकारात्मक अथवा सकारात्मक, कसेही असू शकते. मानवी संस्कृतीत संज्ञापनाचे स्थान केंद्रीय असते. संज्ञापनाशिवाय संस्कृती अस्तित्वात येतच नाही आणि संकृतीशिवाय समाज. त्यामुळेच संज्ञापनाचा अभ्यास करताना समाजाचा आणि संस्कृतीचा विचार करावा लागतो. अर्थनिष्पत्ती करणाऱ्या बोलण्या-वागण्यातूनच सामाजिक जीवन अस्तित्वात येते आणि या बोलण्या-वागण्याला संदर्भयुक्त चौकट पुरवण्याचे काम संस्कृती करीत असते.

संज्ञापनविद्येत दोन प्रमुख संप्रदाय आहेत. पहिल्या संप्रदायाच्या मते, संज्ञापन म्हणजे संदेशांचे प्रेषण. पाठवणारे कोणते संकेत वापरतात आणि ग्रहण करणारे

अर्थ कसा लावत असतात, याचा हा संप्रदाय मुख्यत: विचार करतो. हा संप्रदाय संज्ञापनाकडे एक प्रक्रिया म्हणून पाहतो. एक व्यक्ती दुसऱ्या व्यक्तीच्या मन:स्थितीवर अथवा वर्तनावर कशाप्रकारे परिणाम घडवते याचा विचार हा संप्रदाय करतो. हा 'प्रक्रिया' संप्रदाय होय.

दुसरा संप्रदाय संज्ञापनाकडे अर्थांची निर्मिती आणि विनिमय या दृष्टीने पाहतो. संदेशांमधून अथवा संहितांमधून अर्थांची निर्मिती कशी होत असते, हे या संप्रदायात पाहिले जाते; संहितांचे एखाद्या संस्कृतीत काय स्थान असते हे इथे पाहिले जाते. या संप्रदायाच्या मते, संज्ञापनाचा अभ्यास म्हणजे संहितांचा आणि संस्कृतीचा अभ्यास; असा अभ्यास करण्याची पद्धती म्हणजे चिन्हमीमांसा अथवा चिन्हार्थशास्त्र हे होय.

प्रक्रिया-संप्रदाय सामाजिक शास्त्रांमधून, विशेषत: मानसशास्त्र आणि समाजशास्त्र यांमधून, आपली आधारतत्त्वे घेतो आणि संज्ञापनाच्या 'क्रियां'-वर आपले लक्ष केंद्रित करतो; तर चिन्ह-संप्रदाय भाषाविज्ञान आणि कलामीमांसा यांमधून आपली तत्त्वे घेतो आणि संज्ञापनाच्या 'कृतीं' वर आपले लक्ष केंद्रित करतो. दोन्ही संप्रदाय संज्ञापनाकडे संदेशवहनातून होणारी सामाजिक आंतरक्रिया म्हणूनच पाहतात. मात्र पहिला संप्रदाय सामाजिक आंतरक्रियेकडे, एक व्यक्ती दुसऱ्या व्यक्तीशी आपला संबंध कसा प्रस्थापित करते, दुसऱ्या व्यक्तीच्या वर्तनावर, मन:स्थितीवर कसा परिणाम घडवून आणते अथवा दुसऱ्या व्यक्तीला कशाप्रकारे भावनात्मक प्रतिसाद देते, या दृष्टींनी पाहतो. दुसरा संप्रदाय सामाजिक आंतरक्रियेकडे, व्यक्तीची एखाद्या समाजाचा व संस्कृतीचा घटक म्हणून घडण करणारी गोष्ट म्हणून पाहतो. 'संदेश' (मेसेज) या संदर्भातही या दोन संप्रदायांच्या धारणांत भिन्नता आहे. संवाद प्रक्रियेतून ज्याचे वहन होते तो संदेश असे प्रक्रिया-संप्रदाय मानतो, तर चिन्हांची रचना म्हणजे संदेश असे चिन्ह-संप्रदाय मानतो. प्रेषकाला, संदेशाचे प्रेषण करणाऱ्याला येथे महत्त्व नसून संदेशाला आणि तो कसा 'वाचला' जातो याला येथे महत्त्व दिले जाते. वाचन ही अर्थशोधनाची एक प्रक्रिया आहे. संहितेचा अर्थ लावताना, संहितेतील संकेतावली आणि चिन्हे उलगडताना वाचकाला त्याचा सांस्कृतिक अनुभव उपयोगी पडतो. त्यामुळे भिन्नभिन्न समाजांतल्या किंवा संस्कृतींतल्या व्यक्तींना एकाच संहितेत वेगवेगळे अर्थ सापडण्याची शक्यता असते. या संप्रदायात, संहितेची निर्मिती आणि तिचे वाचन या दोन समांतर क्रिया मानल्या जातात.

२

प्रक्रिया-संप्रदाय आणि चिन्ह-संप्रदाय यांचा समन्वय करणारे दुहेरी नमुनारूप (मॉडेल) रोमन याकोबसन यांनी मांडले आहे. बोलण्याच्या कोणत्याही कृतीमधल्या अथवा शब्द संज्ञापनामधल्या रचनात्मक घटकांचा त्यांनी विचार केलेला आहे. त्यांच्या मते, संज्ञापनासाठी सहा घटकांची आवश्यकता असते. प्रेषक (अथवा वक्ता) ग्राहकाकडे (अथवा श्रोत्याकडे) संदेश (अथवा उक्ती) पाठवतो. हा संदेश स्वत:व्यतिरिक्त अन्य कशाचा तरी निर्देश करणारा असला पाहिजे. याला त्यांनी 'संदर्भ' म्हटले आहे. संदेशाच्या ग्रहणासाठी प्रेषक आणि ग्राहक या दोघांनाही अवगत अशी 'संकेतप्रणाली' आवश्यक असते. त्याचप्रमाणे संज्ञापनक्रियेत दोघांचाही सहभाग असण्यासाठी शारीरिक-भौतिक संपर्क अथवा मानसिक संबंध असणे आवश्यक असते. याला त्यांनी 'संपर्क' असे म्हटले आहे. या सहाही घटकांचा समावेश असलेले नमुनारूप त्यांनी पुढीलप्रमाणे मांडले आहे:

	संदर्भ	
प्रेषक	संदेश	ग्राहक
	संपर्क	
	संकेतावली	

या नमुनारूपातील प्रत्येक घटक त्याचे भिन्न भिन्न कार्य निश्चित करणारा असतो. ही कार्ये दर्शवणारे नमुनारूप त्यांनी पुढीलप्रमाणे मांडले आहे:

	निर्देशात्मक	
भावनात्मक	काव्यात्मक	क्रियाप्रवर्तक
	सौहार्दयोगी	
	अतिभाषात्म	

भाषेच्या भावनात्मक कार्य या घटकाची योजना प्रेषकाच्या अथवा वक्त्याच्या ठिकाणी केलेली आहे. वक्ता जे काही बोलत असतो त्या बोलण्याविषयीचा त्याचा रोख काय आहे आणि त्याची अभिव्यक्ती तो कसा करतो हे या घटकात गृहीत आहे. या घटकामुळे संदेशाबरोबर वक्त्याचा भाव,

कल, दर्जा, वर्ग इत्यादी गोष्टींची अभिव्यक्ती होत असते. एखादा वाक्यांश अथवा एखादे वाक्य वेगवेगळ्या भावनात्मक स्थितींत वेगवेगळ्या प्रकारे उच्चारले जाऊ शकते. ('या सायंकाळी' हा लहानसा तुकडा पन्नास प्रकारे कसा उच्चारला गेला होता याची माहिती याकोबसन यांनी दिली आहे.) प्रेमकवितेत भावनात्मक घटक महत्त्वाचा असतो, तर वृत्तकथनात तो असत नाही.दुसऱ्या टोकाला क्रियाप्रवर्तक या घटकाची योजना केलेली आहे. संदेशाच्या अथवा व्यक्तीच्या ग्राहकावर, श्रोत्यावर होणाऱ्या परिणामाचा निर्देश या घटकाने केलेला आहे. आज्ञांमध्ये अथवा प्रचारामध्ये या घटकाला विशेष महत्त्व असते. वस्तुनिष्ठ, घटितनिष्ठ संज्ञापनात भाषा निर्देशात्मक कार्य करते. भाषेच्या सौहार्दयोगी कार्यामुळे संज्ञापन शक्य होते, सुरू राहते आणि खंड पडला तरी पुन्हा जोडले जाते. भाषेचे हे कार्य संपर्क या घटकाशी संबंधित आहे. भाषेच्या अतिभाषात्म कार्यात संकेतावलीविषयीचा निर्देश असतो. वक्ता आणि श्रोता हे दोघेही एकाच संकेतावलीचा उपयोग करीत आहेत की नाही याविषयी खात्री करून घेतात तेव्हा उक्ती अथवा संदेश संकेतावलीवर केंद्रित झालेला असतो. एखादा मजकूर कविता आहे अथवा बातमी आहे असे आपण म्हणतो त्या वेळी भाषेचा अतिभाषात्म घटक कार्य करीत असतो. भाषेचे काव्यात्म कार्य हा घटक संदेशावर केंद्रित झालेला असतो. या घटकातून उक्तीचे स्वत:शी असलेले नाते सुचवले जाते. भाषेचे काव्यात्म कार्य केवळ कवितेपुरते सीमित नसते. त्याचप्रमाणे शब्दकलेचा तो एक प्रभावी घटक असतो, एकमात्र घटक नसतो. अन्य भाषिक कृतींमध्येही हा घटक आढळतो. भाषेची ही सहाही कार्ये एखाद्या उक्तीच्या संदर्भात दाखवता येतात. ललित साहित्यकृतीतही भाषा सहा प्रकारे कार्य करीत असते. अर्थात तेथे काही कार्ये अधिक प्रभावी असतील, तर काही कमी प्रभावी असतील किंवा त्यांचे अस्तित्व अल्प प्रमाणात असेल.

याकोबसनचे नमुनारूप आधारास घेऊन साहित्यकृतीच्या संदर्भातले एक नमुनारूप रॉबर्ट स्कोल्स यांनी दिलेले आहे; ते असे :

	संदर्भ	
लेखक	संहिता	वाचक
	माध्यम	
	संकेतावली	

संज्ञापनाच्या दृष्टीने या नमुनारूपाचा विचार करताना लेखक, संहिता आणि वाचक या तीन घटकांपैकी प्रत्येक घटकाला महत्त्व देऊन वेगवेगळा विचार शक्य आहे, तसेच संहितेच्या संदर्भात लेखकाची भूमिका, रोख, कल इत्यादींचा संहितेच्या वाचकावर होणारा परिणाम आणि संहितेचा वस्तुनिष्ठ, एक स्वायत्त अस्तित्व म्हणून विचारही शक्य आहे. संहिता शब्दरूप असल्याने भाषेची कोणती कार्ये तिच्यात अधिक प्रभावी आहेत, हेही पाहता येते. नाटकाच्या संहितेच्या बाबतीत वरील सूत्र जसेच्या तसे वापरता येईल. मात्र नाट्यप्रयोग अथवा रंगभूमीच्या संदर्भात हे सूत्र वापरताना लेखकाच्या ठिकाणी लेखक, दिग्दर्शक, नट, नेपथ्यकार, प्रकाशयोजक, संगीतरचनाकार इत्यादींचा निर्देश आवश्यक आहे. कारण हे सगळे प्रेषक असून प्रेक्षकांकडे संदेश पाठवीत असतात. रंगभूमीच्या संदर्भातली संहिता ही केवळ शाब्दच नव्हे तर अशाब्द कृतींनीही युक्त असते. एखादा नाट्यप्रयोग हीच संहिता मानली तर तेथे कृतींखेरीज कृतींशी निगडित अशाही गोष्टींचा समावेश करावा लागतो.

याकोबसनचे पहिले नमुनारूप आणि स्कोल्सचे नमुनारूप यांचा समन्वय केल्यास 'रंगभूमीवरील नाट्यप्रयोग' या संहितेचा विचार करता येईल. नाटककाराचे बोलणे (म्हणजे संहितालेखन), दिग्दर्शक, नट, प्रकाशयोजक, इत्यादींचे बोलणे (म्हणजे संहितेचे सादरीकरण) आणि नाटकाच्या लिखित संहितेतील रंगभूमीवर उच्चारले जाणारे पात्रांचे बोलणे (म्हणजे पात्रांचे संवाद) अशा तिहेरी भाषिक व अभाषिक वर्तनाचा विचार करावा लागतो. रंगभूमीवर भाषिक व अभाषिक वर्तनाखेरीज इतर जे घटक असतात ते पात्रांच्या उक्ति-कृतींना प्रभावित करणारे असतात आणि काही घटक संहितेला (मूळ लिखित व रंगसंहिता अशा दोन्ही संहितांना) प्रभावित करणारे असतात. त्यांचा अभाषिक वर्तनात समावेश करता येईल. रंगभूमीवरील नाट्यप्रयोग ही एक उक्ती असते. ती अनेक उक्तींनी मिळून बनलेली असते. या उक्ती शाब्द आणि अशाब्द अशा दोन्ही प्रकारच्या असतात. नाटक (म्हणजे नाट्यसंहिता) हे लिहिलेले असते. भाषा हेच रूपक वापरायचे झाल्यास प्रयोगात ते रंगभूमीच्या भाषेत लिहिले जाते. प्रेक्षक ते 'वाचतो'. त्याच्या वाचनासाठी त्याला संदर्भ, संपर्क अथवा माध्यम आणि संकेतावली उपलब्ध असते. म्हणजे 'नाटक', 'रंगभूमी', 'कला', 'कलाकृती', 'सुखात्मिका', 'शोकात्मिका' इत्यादी गोष्टींप्रमाणेच 'मराठी नाटक व रंगभूमी', 'मराठी लोकांची संस्कृती' इत्यादी गोष्टींशी प्रेषक आणि ग्राहक हे दोघेही परिचित असतात. त्यामुळे संज्ञापन शक्य होते. कोणत्याही

भाषिक वर्तनात 'निवड' आणि 'जुळणी' या दोन गोष्टी असतात. 'रंगभूमी' या भाषिक-अभाषिक वर्तनातही या गोष्टी कार्य करीत असतात. रंगभूमी हे विशेष प्रकारचे भाषिक-अभाषिक वर्तन असल्यामुळे तेथे भाषेचे व भाषेतर गोष्टींचे काव्यात्म कार्य प्रभावी असते. निवड ही सममूल्यता, साधर्म्य, वैधर्म्य यांवर आधारित असते; तर जुळणी, विशिष्ट क्रमातून उत्पन्न झालेली असल्याने, सान्निध्यतत्त्वावर आधारलेली असते. रंगभूमीची भाषा ही कल्पना केल्यास त्या भाषेतील एका किंवा अनेक वाक्यांमध्ये निवड आणि जुळणी ही तत्त्वे कार्यरत असतात.

ग्रोटोवस्की यांची रंगभूमिविषयक विचारसरणी लक्षात घेऊन याकोबसन यांच्या नमुनारूपाची मांडणी करता येईल. ग्रोटोवस्की यांनी रंगभूमीच्या संदर्भात 'नट-प्रेक्षक संबंध' मध्यवर्ती मानलेला आहे. त्यांच्या मते रंगभूषा, वेषभूषा, नेपथ्य, रंगमंच, प्रकाशयोजना, ध्वनियोजना यांच्याशिवाय रंगभूमी (संहिता + प्रयोग) शक्य आहे परंतु, नट आणि प्रेक्षकाशिवाय ती अस्तित्वातच येत नाही. त्यांनी वाङ्मय, शिल्पकला, चित्रकला, स्थापत्य, प्रकाशयोजना, अभिनय, यांच्या संश्लेषणातून आकारास येणाऱ्या रंगभूमीला नाकारले आहे. त्यांची ही भूमिका लक्षात घेऊन घेऊन पुढील नमुनारूप मांडता येईल :

	संदर्भ	
नट	संहिता	प्रेक्षक
	संपर्क	
	संकेतावली	

	संदर्भ	
प्रेक्षक	संहिता	नट
	संपर्क	
	संकेतावली	

ग्रोटोवस्की यांच्या भूमिकेत रंगमंच आणि प्रेक्षागृह यांतील द्वंद्वाचा निरास, उभयपक्षी संज्ञापन अभिप्रेत आहे. मुद्रित ग्रंथ, वृत्तपत्र, रेडिओ, टेलिव्हिजन, सिनेमा अथवा संश्लेषित नाट्यप्रयोग हे एकतर्फी संज्ञापन असते. तिथे 'प्रेषक'

आणि 'ग्राहक' यांची स्थाने निश्चित झालेली असतात. प्रेषक आणि ग्राहक हे दोघेही, विशेषत: समुदाय संज्ञापनात, अव्यक्तिविशिष्ट असतात. प्रेषक नामरूपयुक्त असला तरी ग्राहक नामरूपहीन असा वाचक-श्रोता-प्रेक्षक असतो. अशा संज्ञापनाचे समाजशास्त्र मांडले गेले आहे. ब्रेश्टच्या अलिप्तता सिद्धान्तानुसार नट आणि प्रेक्षक या दोघांनीही संहितेकडे चिकित्सक दृष्टीने पाहायचे आहे. ब्रेश्टच्या विचारात प्रेषकाइतके ग्राहकालाही महत्त्व आहे. किंबहुना ब्रेश्टच्या विचारात एकूणच संज्ञापनाविषयी, त्यामागच्या सांस्कृतिक संकेतावलीविषयी प्रश्न उपस्थित केलेले आहेत.

३

संज्ञापन अभ्यासातला दुसरा संप्रदाय हा चिन्ह संप्रदाय होय. तो अर्थांची निर्मिती कशी होत असते याविषयी विचार करतो. 'चिन्ह' हे या संप्रदायाच्या दृष्टीने केंद्रस्थानी आहे. चिन्हांचा अभ्यास करणारे ते चिन्हार्थशास्त्र अथवा चिन्हमीमांसा होय. चिन्ह, वेगवेगळ्या प्रकारची चिन्हे, त्यांची अर्थनिष्पत्ती, चिन्हे संघटित करणारी संकेतावली, चिन्हे आणि संकेतावली ज्या संस्कृतीत व्यवहार करतात ती संस्कृती हे चिन्हमीमांसेचे अभ्यासक्षेत्र आहे. चिन्हमीमांसा संहितेवर लक्ष केंद्रित करते. चिन्हमीमांसेच्या दृष्टीने ग्राहक अथवा वाचक महत्त्वाचा असतो. वाचक हा अर्थनिर्मितीत सहभागी होत असतो. चिन्ह, ते चिन्ह ज्या कशाचा निर्देश करते ते, आणि चिन्हांचा उपयोग कोण करतो या तीन गोष्टी येथे विचारात घेतल्या जातात.

चिन्ह ही एक भौतिक, आपल्या इंद्रियसंवेदनांना जाणवणारी अशी काही गोष्ट असते. चिन्हे दुसऱ्या कशाचा तरी निर्देश करीत असतात. अर्थात वापर करणाऱ्याला ते चिन्ह आहे हे कळले असले पाहिजे. माझी मान खाली गेलेली आहे आणि माझे खांदे फक्त थरथरताहेत; मला पाठमोरे पाहणाऱ्या प्रेक्षकांना मी शोक करतो आहे हे कळले तर तेथे संज्ञापन झाले आहे.

तत्त्वज्ञ सी. एस. पीअर्स आणि भाषावैज्ञानिक फर्दिनां द सोस्यूर हे या शास्त्राचे आद्य प्रवर्तक होत. चिन्ह, ते ज्याचा निर्देश करते ते, आणि चिन्हांचा उपयोग करणारा, असे एका त्रिकोणाचे तीन बिंदू पीअर्स यांनी मानलेले आहेत. सोस्यूर यांना चिन्हाचे भौतिक रूप आणि त्याने सूचित केलेली संकल्पना अभिप्रेत आहे. चिन्हाचे वास्तवाशी जे नाते जोडले जाते ते ती चिन्हे

वापरणाऱ्या लोकांच्या संकल्पनांमधून. 'आंबा' या कागदावरील अक्षरांशी अथवा उच्चाराशी एक मानसिक कल्पना जोडलेली असते. माझ्याप्रमाणे इतरांनाही माझ्या लेखनातून अथवा उच्चारातून एकाच संकल्पनेचा बोध होतो. म्हणजे मी आंबा शब्द उच्चारल्यानंतर माझ्या चिन्हव्यवस्थेशी परिचित असलेल्या व्यक्तीला कलिंगड असा बोध होणे अशक्य असते.

पीअर्स यांच्या विचारात 'चिन्ह', 'अर्थनिर्णयक' आणि 'उद्देश्य' (साईन, इंटरप्रिटन्ट आणि ऑब्जेक्ट) या तीन गोष्टींना स्थान आहे. चिन्ह हे कुणा व्यक्तीच्या संदर्भात कोणती तरी गोष्ट सुचवणारे असते. चिन्ह त्या व्यक्तीच्या मनात समरूप अथवा अधिक विकसित चिन्हाची निर्मिती करते. हे जे निर्माण होणारे चिन्ह असते त्याला पीअर्स यांनी अर्थनिर्णयक म्हटले आहे. चिन्ह हे विवक्षित उद्देश्याचा बोध करते. अर्थनिर्णयक म्हणजे चिन्हाचा उपयोग करणारा नव्हे; चिन्ह आणि उद्देश्याचा अनुभव यांतून निर्माण झालेली ती मानसिक संकल्पना असते. सोस्यूर यांनी चिन्ह हे चिन्हक आणि चिन्हार्थ यांनी युक्त असते असे म्हटले आहे. कागदावरची अक्षरे अथवा वर्णांचा उच्चार हे चिन्हक (अथवा चिन्हाची प्रतिमा) होय. चिन्हार्थ ही (त्या प्रतिमेने निर्दिष्ट केलेली) मानसिक संकल्पना असते. त्या संस्कृतीतल्या व ती भाषा बोलणाऱ्या लोकांना त्या संकल्पनेचा बोध तत्काळ होतो. रंगभूमीवर 'भिंतीवर खुंटीला अडकवलेला चाबूक' पाहिल्यानंतर तो चाबूक आहे, त्याने फटके मारले जातात इत्यादींचा बोध होतो; त्याचप्रमाणे हे घर काहीएक सत्ता असलेल्या माणसाचे आहे हाही बोध होतो. भिंतीवर अडकवलेला चाबूक हे चिन्हक आणि सत्ता असलेला माणूस अथवा सत्ता हा चिन्हार्थ होय. चिन्हके आणि चिन्हार्थ ही संस्कृतीची निर्मिती असते.

चिन्हमीमांसेच्या दृष्टीने संज्ञापन म्हणजे संदेशापासून होणारी अर्थनिष्पत्ती. कोणताही संदेश हा चिन्हांनी बनलेला असतो. पीअर्स आणि सोस्यूर यांनी चिन्हे अर्थाची निष्पत्ती कशी करतात ते सांगितले आहे. पीअर्स यांनी प्रतिरूप, दर्शक आणि प्रतीक असे चिन्हांचे तीन प्रकार सांगितलेले आहेत. एखादे छायाचित्र हे प्रतिरूप चिन्ह आहे. धूर हे अग्नीचे दर्शक चिन्ह आहे. तर शब्द हे प्रतीक चिन्ह आहे. प्रतिरूप चिन्ह हे उद्देश्याशी साम्य दाखवणारे असते; छायाचित्र, नकाशा, स्वच्छतागृहांवरची स्त्री-पुरुष निदर्शक चित्रे ही प्रतिरूपात्मक असतात. रंगभूमीवरील नेपथ्य (वाडा, राजमहाल, चाळीतील खोली, झोपडपट्टी इत्यादी गोष्ट दर्शवणारे,) बहुधा प्रतिरूपात्मक असते. पुढे काय घडू शकेल असे

सुचवणारी वाक्ये अथवा प्रसंग रंगभूमीवर दर्शक चिन्हांप्रमाणे कार्य करतात. रंगमंचावर कार दिसत नसताना हॉर्नच्या आवाजावरून कार आलेली आहे, त्या आवाजाच्या सातत्यावरून बाहेर कुणी वाट पाहत थांबले आहे याचा निर्देश होतो. बहुतेक प्रतीके परंपरेने चालत आलेली असतात. नाटककार अथवा दिग्दर्शक नव्या प्रतीकांची निर्मिती करतो तेव्हा ती प्रतीके त्या विशिष्ट संहितेच्या संदर्भात अर्थपूर्ण ठरतात. ही प्रतीके जड, वस्तुरूपच असतात असे नाही; प्रतीकात्मक नेपथ्य, प्रकाशयोजना, संगीत असू शकते. पात्रांच्या संवादांतून प्रतीकांची अभिव्यक्ती होत असते, त्याचप्रमाणे नटांच्या अभिनयातूनही. 'शांतता, कोर्ट चालू आहे' हे प्रतीकात्मक शीर्षक असलेल्या नाटकातून विविध पातळ्यांवर 'न्यायालय' हे प्रतीक आलेले आहे. 'न्यायालय' या प्रतीक चिन्हाचीही अर्थाभिव्यक्ती विविध पातळ्यांवर होताना दिसते. प्रतिरूप, दर्शक आणि प्रतीक असे चिन्हांचे तीन प्रकार केलेले असले तरी ते एकमेकांपासून संपूर्णतया वेगळे अथवा भिन्न असतात असे नाही. एकाच चिन्हात ते तीनही प्रकार सामावलेले असू शकतात. 'सुलतान' या एकांकिकेमधले वाघाचे ओरडणे हे प्रतिरूपात्मक आहे, तसेच ते प्रतीकात्मकही आहे. 'सखाराम बाईंडर' मधल्या सखारामचे मृदंग वाजवणे हे प्रतीकात्मक असूनही नाटकाच्या कालावधीत त्याला दर्शक चिन्हाचे रूप प्राप्त होते. आधी पाहिलेले चाबूक हे चिन्ह प्रतीकात्मक आहे, त्याचे दर्शक चिन्हातही रूपांतर होऊ शकते. 'षड्ज' मध्ये राहुलने, 'बेबी' मध्ये बेबीने कुत्र्यासारखे वागणे हे प्रतिरूपात्मक आहे, तसेच प्रतीकात्मकही आहे.

सोस्यूर यांनी समाजातल्या चिन्हांचा अभ्यास करणाऱ्या चिन्हार्थशास्त्राची कल्पना केली होती. भाषाविज्ञान हे त्या शास्त्राचा एक भाग आहे हेही त्यांना समजले होते. सोस्यूरनंतर पिएर ग्विराद, रोलां बार्थस्, उंबेर्तो एको इत्यादींनी या शास्त्रात लेखन केलेले आहे.

सोस्यूर यांनी चिन्हांची संकेतावलीत संघटना कशी होत असते हेही सांगितले आहे. ती चिन्हगणपर आणि चिन्हक्रमपर अशी असते. चिन्हगणपर म्हणजे चिन्हसंचातून एकाची निवड; चिन्हक्रमपर म्हणजे निवडलेल्या चिन्हांची मांडणी. शब्दसंग्रह हा चिन्हगण आहे तर वाक्य हा चिन्हक्रम आहे. संकेतावलीने चिन्हे संघटित केलेली असतात. संकेतावली विविध प्रकारच्या असू शकतात. सर्व संकेतावली अर्थाची अभिव्यक्ती करतात. सर्व संकेतावलींच्या मागे सांस्कृतिक चौकट असते. संकेतावली आणि संस्कृती यांत

अंत:संबंध असतात. सर्व संकेतावली समाजघटकांना कळतील अशी सामाजिक अथवा संज्ञापनात्मक कार्ये करतात. संकेतावली उपस्थापनात्मक (प्रेझेंटेशनल) आणि प्रतिरूपणात्मक (रिप्रेझेंटेशनल) अशा दोन प्रकारच्या असतात. अशाब्द संज्ञापन उपस्थापन संकेतावलीच्या माध्यमातून चालते. उदाहरणार्थ, हावभाव, डोळ्यांच्या हालचाली, स्वरातले फेरबदल. या संकेतावलीतून होणारे संदेशवहन आत्ता आणि इथे होते. प्रेषकाच्या बोलण्याचा स्वर त्यांची आत्ता प्रत्यक्ष बोलत असतानाची मन:स्थिती दर्शवणारा असतो. प्रेषक आणि ग्राहक दोन्ही समोरासमोर उपस्थित असतात तेव्हाच उपस्थापन संकेतावली कार्य करते. प्रतिरूपणात्मक संकेतावली संहितांमध्ये कार्य करते. संहिता प्रतिरूपात्मक आणि प्रतीकात्मक चिन्हांनी बनलेली असते. मानवी शरीर हे उपस्थापनात्मक संकेतावली पाठवणारे मुख्य यंत्र असते. स्पर्श, सान्निध्य, कल, दिसणे (केस, कपडे, त्वचा, प्रसाधने, अलंकार, उंची वगैरे), डोके हलवणे, चेहऱ्यावरचे भाव (भिवया, डोळे, तोंड, नाक यांच्या हालचाली), हावभाव (हात, पाय, डोके यांच्या हालचाली), ढब (बसणे, उठणे, उभे राहणे), डोळ्यांच्या हालचाली आणि नजरानजर, स्वराघात व स्वरातील चढउतार या सगळ्यांचा उपस्थापनात्मक संकेतावलीत समावेश होतो. यांतले कोणतेही चिन्ह संदेशाचे वहन करीत असते.

नाट्यप्रयोगात उपस्थापनात्मक संकेतावलीचे प्रतिरूपणात्मक संकेतावलीत रूपांतर होत असते. तादेयुश कौजान यांनी रंगभूमीवरील प्रस्तुतीकरणात वापरल्या जाणाऱ्या तेरा चिन्हसरणी सांगितल्या आहेत, त्या अशा : १. शब्द, २. शब्दसंहितेचे उच्चारण, ३. चेहऱ्यावरील भाव, ४. हावभाव, ५. नटांच्या नाट्यावकाशात होणाऱ्या हालचाली, ६. रंगभूषा, ७. केशभूषा, ८. वेशभूषा, ९. रंगमंचावरील सामग्री, १०. नेपथ्य, ११. प्रकाशयोजना, १२. संगीत, १३. ध्वनि योजना. कौजान यांच्या मते, या चिन्हसरणीतील पहिल्या दोन शब्द संहितेशी निगडित आहेत; ३ ते ५ या नटाच्या शरीराचा आविष्काररूप उपयोग दर्शवणाऱ्या आहेत; ६ ते ८ या नटाच्या दिसण्याशी निगडित आहेत, ९ ते ११ या रंगमंचावरील दृश्य भागाशी तर शेवटच्या दोन ध्वनीशी निगडित आहेत.

मार्टिन एस्लिन यांनी नाट्य माध्यमाशी निगडित चिन्हसरणीची पाच भागांत विभागणी केलेली आहे, ती अशी : १. नाटकाच्या बाहेरच्या गोष्टी– नाट्यप्रयोगाचे स्थळ, रंगमंचाचे स्वरूप, नाटकाचे नाव, नाटकाचा आरंभ

इत्यादी. २. नटाशी निगडित चिन्हसरणी-व्यक्तिमत्त्व, पात्रानुसार निवड, संवादांचा उच्चार, चेहऱ्यावरचे भाव, हावभाव, शरीराची अभिव्यक्ती, रंगावकाशातील चलनवलन, रंगभूषा, केशरचना, पोशाख इत्यादी. ३. दृश्यात्मक चिन्हसरणी-रंगावकाशाची रचना, घटनास्थलाची दृश्य प्रस्तुती, रंगयोजना, रंगमंच साहित्य, प्रकाशयोजना, इत्यादी. ४. संहिता-संहितेतील शब्दांचे वेगवेगळ्या स्तरांवरील अर्थ, शैली, व्यक्तिरेखाटन, नाटकाची एकूण रचना, लय, कालबद्धता, संवादाव्यतिरिक्त असे कंसातले सूचनावजा लेखन. ५. श्राव्य चिन्हसरणी-संगीत, संगीताशिवायचे इतर ध्वनी.

या सर्व चिन्हसरणी नाट्यार्थाचे संज्ञापन करणाऱ्या आहेत.

सोस्यूर यांची चिन्हमीमांसा (चिन्ह-चिन्हक आणि चिन्हार्थ) वापरली तर रंगमंचावर आपण चिन्हके पाहतो व ऐकतो आणि या चिन्हकांनी निर्माण केलेला अर्थ अनुभवतो. शब्द, नटाचे शरीर आणि दृश्य व श्राव्य सामग्री विविध चिन्हसरणींत रूपांतरित होते आणि एकात्म चिन्हार्थ व्यक्त करते. जिवंत, हालचाल करणाऱ्या व्यक्ती आणि जड वस्तू यांचे चिन्हांत रूपांतर होताना त्यांची स्थानेही बदलतात. म्हणजे जिवंत व्यक्ती जड वस्तुवत बनतात आणि जड वस्तू जिवंत होतात, असे यिरी वेलत्रुस्की या प्रागसंप्रदायातल्या नाट्यविचारवंतांचे मत आहे. परंतु चिन्ह ही संकल्पना स्वीकारल्यानंतर जिवंत आणि जड असा भेद करण्याचे कारण आहे. त्यांनीच म्हटल्याप्रमाणे रंगमंचावरल्या सगळ्याच गोष्टी चिन्हरूप असतात.

रंगभूमीवरील नाट्यप्रयोग पाहत असताना दुहेरी चिन्हसरणीचा प्रत्यय येत असतो. एक, नाटक व रंगभूमीची (कला आणि 'नाटक' ही विशिष्ट कला) आणि दोन, विशिष्ट संस्कृतीची. नाटक-रंगभूमीची चिन्हसरणी उलगडण्यासाठी, आकलनासाठी संस्कृतीच्या चिन्हसरणीचा उपयोग होतो. या दुहेरी चिन्हसरणीतून जो चिन्हार्थ व्यक्त होतो, त्यात काही एक विचारप्रणाली निहित असते. ही विचारप्रणाली समाजातल्या अग्रभागी असणाऱ्या वर्गाची, किंवा एखाद्या समूहाची, किंवा नाटककार-दिग्दर्शकाची असू शकेल. लेखक, दिग्दर्शक किंवा नट यांपैकी जो कोणी (किंवा सगळे मिळून) चिन्हांची निवड आणि जुळणी करतो, तो त्या चिन्हांतून विचारप्रणालीची अभिव्यक्ती करतो. वाचक- प्रेक्षक आपल्या विचारप्रणालीच्या चौकटीत चिन्हार्थ ग्रहण करतो. प्रेषकाची विचारप्रणाली ग्राहकांना प्रभावित करणारी असू शकते अथवा ग्राहकाच्या मनात विवाद उत्पन्न करणारी असू शकते. रंगभूमीची संकेतप्रणाली, चिन्हसरणी यांचा

उपयोग करून संस्कृतीच्या चिन्हसरणीविषयी, त्या चिन्हसरणीतून व्यक्त होणाऱ्या चिन्हार्थाविषयी, त्या चिन्हार्थात निहित विचारप्रणालीविषयी प्रश्न उपस्थित केले जाऊ शकतात. अशा संज्ञापनात प्रेषक आणि ग्राहक या दोघांचाही सहभाग असतो.

४

सर्वसामान्यपणे लेखकाने लिहिलेल्या संहितेच्या आधारावरच नाट्यप्रयोग साकार केला जातो असे व्यवहारात दिसते. या संहितेचे स्वरूप दुहेरी असते. रोमन इनगार्दन यांचे शब्द वापरायचे तर कोणत्याही संहितेत एक प्रधान संहिता असते आणि दुसरी गौण संहिता असते. प्रधान संहितेत पात्रांच्या संवादांचा आणि गौण संहितेत पार्श्वसूचनांचा समावेश होतो. संहितेत संवाद म्हणून लिहिलेले शब्द रंगमंचावर उच्चारले जातात. स्थिती-मन:स्थितीनुसार स्वरांमध्ये भिन्नता उत्पन्न केली जाते. स्थळ, प्रसंग, इतर पात्रे हा संदर्भ असतो. संवाद उच्चारणारे पात्र कुठे उभे आहे, कुणाशी आणि कशाविषयी बोलते आहे, उपस्थित पात्रांकडे कसे पाहते आहे, उच्चारताना कोणती कृती करते आहे हा सगळा विचार प्रयोगाच्या संदर्भात केला जातो. गौण संहितेतल्या गोष्टी रंगमंचावर दिसतात अगर ऐकू येतात. प्रत्येक मुख्य संहितेच्या शेजारी गौण संहिता लिखित अथवा अलिखित स्वरूपात असतेच. गौण संहितेचे लेखन मुख्य संहिता लिहिणारा करतोच असे नाही, दिग्दर्शक, नट, प्रकाशयोजक, इत्यादी लोकही तिच्या लेखनात सहभागी असतात.

रंगमंचावर उच्चारला जाणारा शब्द प्रतिरूपणात्मक, आविष्कारात्मक, संज्ञापनात्मक आणि प्रभावात्मक अशी चार प्रकारची नाट्यकार्ये करतो असे रोमन इनगार्दन यांनी म्हटले आहे. उच्चारित शब्दांतून व्यक्तींचे, वस्तूंचे, घटना-प्रसंगांचे चित्रण केले जाते. पात्रे आपल्या भावनांचा, विचारांचा, मन:स्थितीचा आविष्कार करतात. पात्रे संवादातून आपल्या भावना-विचारांचे आदान-प्रदान करतात. इतर पात्रांवर प्रभाव पाडण्याच्या हेतूने संवादातील शब्दांची निवड केलेली असते.

उच्चारला जाणारा शब्द हा रंगभूमीवरचा एक महत्त्वाचा घटक आहे. या शब्दांतून नाटककार आपली जीवनदृष्टी, विचारप्रणाली, अथवा आपली सामाजिक-राजकीय भूमिका व्यक्त करतो.

या उच्चारित शब्दांच्या भोवतीचा सगळा परिसर काही नाटककार तपशीलवार देत असतात. या पार्श्वसूचनांचे रंगमंचावरील हावभावांत, चलनवलनांत, प्रकाशयोजनेत, नेपथ्यात, रंगमंच सामग्रीत रूपांतर होते. नाट्यार्थाची अभिव्यक्ती मुख्य आणि गौण संहिता या दोन्हींच्या समन्वयातून होते. एस्लिन यांच्या मते, प्रत्यक्ष प्रयोगाच्या दृष्टीने मुख्य संहितेहून गौण संहिता अधिक महत्त्वाची ठरते.

'रंगभूमी', 'रंगस्थल', 'नाटक' इत्यादी शब्दांच्या उच्चारापासूनच आपण चिन्हसरणीचा स्वीकार केलेला असतो. वर्तमानपत्राच्या जुनाट कागदावर टाकून दिलेले सिगरेटचे रिकामे पाकीट ही तशी बिनमहत्त्वाची गोष्ट होय. परंतु जर ते पाकीट त्या कागदावर चिकटवले आणि त्याला चौकट, काच, इत्यादी बसवून भिंतीवर टांगले की ते 'चित्र' बनते. ही चौकट अति-भाषात्म कार्य करते; वर्तमानपत्राच्या जुनाट कागदाच्या तुकड्याकडे आणि सिगरेटच्या रिकाम्या पाकिटाकडे कलेच्या संकेतावलीसह पाहायला लावते. चौकटीमुळे जुनाट कागदाचे व सिगरेटच्या पाकिटाचे एका 'संदेशा' त अथवा 'उक्ती' त रूपांतर झालेले असते. 'रंगमंच' ही अशी चौकट आहे. ते 'अभिनयक्षेत्र' आहे, मग ते पक्क्या बांधलेल्या इमारतीमधला विशिष्ट रंगमंच असो की रस्त्यावरची मोकळी केलेली जागा असो. तिचे रूपांतर नाट्य-अवकाशात झालेले असते. त्या अवकाशात, जागेत घडणाऱ्या गोष्टी, उच्चारली जाणारी वाक्ये नाटकातली आहेत याची जाणीव प्रेक्षकांना झालेली असते. त्यामुळे एरवीच्या चौकाने आता रंगक्षेत्र या चिन्हाचे रूप घेतलेले असते. तो अवकाश रंगचिन्हांनी भारला जातो. काही नाटकांत (उदाहरणार्थ, 'शांतता! कोर्ट चालू आहे' किंवा 'एक शून्य बाजीराव') ही चौकटदेखील प्रतिरूपणात्मक रितीने येते. तेथे 'नाटक', 'रंगभूमी' या गोष्टी आरंभी प्रतिरूपात्मक चिन्हे व नंतर नाट्यावकाशात प्रतीकात्मक चिन्हे बनतात. येथे नाट्यकलेच्या संकेतावलीचे सांस्कृतिक संकेतावलीत रूपांतर झालेले असते. जे काही दाखवले जात आहे ते एखादे 'काल्पनिक' व 'नाटक' नव्हे, तर आपल्या परिचयाचे असे खरेखुरे जगच येथे आहे, हे चौकटीच्या चिन्हात्मक उपयोगाने सुचवलेले असते. 'महानिर्वाण' मध्ये 'पडदा टाका', 'विंगेत जातो' असे उल्लेख पात्र करते तेव्हा हे नाटक आहे, प्रत्यक्षातल्या जगाशी येथे साधर्म्य आढळत असले तरी हे नाटक आहे, हे अधोरेखित करायचे असते. दोन्ही ठिकाणी सान्निध्यतत्त्वावर आधारित लक्षणेचा (मेटॉनिमी) उपयोग केलेला

आहे. 'शांतता' मध्ये सुरुवातीलाच प्रेक्षकांना दिसलेला लाकडी, आरोपीचा पिंजरा न्यायालयाची सूचना देणारा आहे. येथेही सान्निध्यतत्त्व कार्य करीत आहे.

पाहणे आणि ऐकणे यांना महत्त्व असलेल्या रंगभूमीवरील प्रयोगात रूपकतत्त्वाची उदाहरणे कमी आढळतात, सान्निध्यतत्त्वाची अधिक आढळतात. नाट्यप्रयोगात प्रतिरूपात्मक, दर्शक आणि प्रतीकात्मक अशी तीनही चिन्हे काम करीत असतात. ही तीनही चिन्हे रूपकात्मक अथवा सान्निध्यात्मक कार्ये करीत असतात. श्याम मनोहर यांच्या 'प्रेमाची गोष्ट' या नाटकात तात्या पाटीलच्या हातात रद्दीतला एक तुकडा येतो. त्यावर एकच अक्षर असते: 'ज्ञ'. पाटीलच्या संदर्भात 'ज्ञ' हे दर्शक चिन्ह बनते. 'मराठी मुळाक्षरातलं शेवटचं अक्षर' म्हणजे 'शेवट आला'. 'ज्ञ' म्हणजे ज्ञान यातही दर्शक चिन्हच कार्य करीत आहे. मीनाला एक कागद सापडतो. त्यावर लिहिलेले असते : 'म्हणजे काय?' हे प्रतीकात्मक चिन्ह आहे.

रंगमंचावर प्रवेश करणारा नट हा प्रतिरूपात्मक चिन्ह असतो. एरवी तो नट ही वास्तवातली एक व्यक्ती असते. परंतु रंगक्षेत्रात प्रवेश केल्यानंतर तिचे चिन्हात रूपांतर झालेले असते. (एरवीच्या सुलभा देशपांडे यांचे 'लीला बेणारे' त रूपांतर झालेले असते; पुढे भाषिक व अभाषिक चिन्हव्यस्थेच्या आधारे लीला बेणारे या व्यक्तीचे हिंस्र श्वापदाची वृत्ती प्रकट करणाऱ्या माणसांच्या कोंडाळ्यात अडकलेल्या असहाय मनुष्यात रूपांतर होत जाते.) सुरुवातीला रंगमंच सामग्री म्हणून आणलेल्या पिंजऱ्याचे प्रतिरूपात्मक चिन्हातून दर्शक चिन्हात व अंतिमत: प्रतीकात्मक चिन्हात रूपांतर होते. 'एक शून्य बाजीराव' मध्ये असाच लाकडी पिंजरा नेताना पाहून आप्पाराव दचकतो. तेथे प्रतिरूपात्मक चिन्हाचे प्रतीकात्मक चिन्हात रूपांतर झालेले असते. शब्दोच्चार, मुद्राभिनय, चलनवलन ही सर्व संज्ञापन करणारी चिन्हे असतात. रंगावकाशात, छायाप्रकाशाच्या योजनेत, विशिष्ट पात्राच्या पोशाखात, चेहऱ्यावरील भावांसह, शरीराच्या हालचालींसह, शब्दाचा उच्चार केला जातो. त्या वेळी तो शब्दोच्चार हा विविध रंगचिन्हांप्रमाणेच एक रंगचिन्ह असतो. अर्थाच्या अभिव्यक्तीच्या दृष्टीने ती सर्व रंगचिन्हे कार्य करीत असतात.

रंगभूमीवरील प्रयोग ही सर्व घटक मिळून बनलेली एक संहिताच आहे अशी कल्पना केली तर 'प्रेषक-संहिता-ग्राहक' हे संज्ञापनसूत्र अर्थपूर्ण बनते. परंतु रंगभूमीवरच्या नाट्यप्रयोगाच्या संदर्भात एकच एक प्रेषक असतो असे

म्हणता येत नाही. अनेक प्रेषक असतात. एका व्यापक संहितेत सामावलेल्या अनेक संहिता असतात, त्या संहितांमध्ये विविध चिन्हसरणी असतात. त्यामुळे रंगभूमीवरील प्रयोग ही एकच एक संज्ञापन-कृती आहे आणि तिच्या द्वारा एकच एक संदेश अथवा उक्ती प्रेषित केली जाते, असे म्हणता येत नाही. नाटककार, दिग्दर्शक, नट, प्रकाशयोजक इत्यादी सगळेच प्रेषक असू शकतात, इतकेच नव्हे, तर लेखकाने निर्मिलेली व नटांनी साकारलेली पात्रेही प्रेषक असू शकतात. त्यांनी योजिलेली चिन्हे उलगडून आपण (ग्राहक-वाचक, श्रोता, प्रेक्षक) अर्थ ग्रहण करीत असतो. त्यासाठी आपल्याजवळ सामाजिक-राजकीय, सांस्कृतिक, कलाविषयक संकेतावली असतात.

□□□

कादंबरी, नाटक आणि चित्रपट

'शीतयुद्ध सदानंद' या कादंबरीची सुरुवातीची वाक्ये अशी आहेत: 'प्रेतयात्रा चालली होती. छोटीशीच होती. गरीब होती. सर्वांत पुढे तरुण होता, त्याच्या दोन्ही हातांत जमिनीला समांतर तोलून धरलेलं छोटंसं प्रेत होतं, कोऱ्या पांढऱ्या नव्या फडक्यात गुंडाळलेलं. वर गुलाल हळदकुंकू उधळलेलं होतं आणि फुलांची छोटीशी माळ. तरुण बापाच्या अंगावरचे कपडे मळकट होते, गरिबीचे होते. तरुण बापाला चिकटून मागून एक गरीब म्हातारा अडखळत चालला होता. त्याला एकच डोळा होता, उजवा. आणि डावा डोळा पूर्ण बंद. एक डोळावाला गरीब म्हातारा अडखळत चालताना पूर्ण मान फिरवून सारखा इकडेतिकडे बघायचा. त्याच्या मागून दहा बाप्ये चालत होते. त्यांच्या अंगावरचे कपडेही मळकट, गरिबीचे होते. प्रेतयात्रेच्या शेवटून दोन तरुण इसम चालत होते. त्यांच्या अंगावरचे झब्बे लेंगे भट्टीचे इस्त्रीचे होते, पण साताठ दिवसांपासून वापरात होते. भट्टीची रया गेली होती. इस्त्रीच्या रेघा उरल्या होत्या.'

या परिच्छेदाचे नाटकात आणि / किंवा चित्रपटात रूपांतर करायचे की नाही, करायचे झाल्यास कोणत्या प्रक्रियेतून जावे लागेल, जसेचे तसे रूपांतर शक्य आहे का, कादंबरीतल्या शब्दांची जागा नाटकातल्या, चित्रपटातल्या दृश्यांना घेता येईल का इत्यादी प्रश्न संभवतात.

परिच्छेदातले तिसरे वाक्य 'गरीब होती' हे आहे. अनुसंधानाने 'प्रेतयात्रा गरीब होती' हे कळते. गरीब होती म्हणजे ती प्रेतयात्रा गरिबांची होती अथवा

त्या प्रेतयात्रेत गरीब लोक समाविष्ट झालेले होते असा एकच अर्थ न घेता 'केविलवाणी, मलूल, आरडाओरड न करणारी, मूक' अशा विविध अर्थांकडे आपण जातो. 'गरीब' या शब्दातून कथन करणाऱ्याचे प्रेतयात्रेकडे पाहणेही जाणवते. याच परिच्छेदात गरीब हा शब्द आणखीही अनेकदा आलेला आहे. गरिबीचे कपडे, गरीब म्हातारा. 'गरिबीचे कपडे' या शब्दांतून आर्थिक स्तर तर 'गरीब म्हातारा' मधून असहायता, निरुपद्रवीपणा सूचित होतो. नंतर येणाऱ्या या शब्दांनी वरचा गरीब हा शब्द प्रतिध्वनित होत राहतो.

'प्रेतयात्रा चालली होती' असे म्हटले आहे, पण चालण्याच्या गतीचे वर्णन नाही, भरभर की हळूहळू हे सांगितलेले नाही. गरीब म्हातारा अडखळत चालत होता, याचा दोनदा उल्लेख आहे. त्याचे अडखळत चालणे अधोरेखित केलेले आहे. प्रेतयात्रेच्या गतीला अडखळत चालण्याची जोड आहे. प्रेतयात्रेत तरुण होते, बाप्ये होते, म्हातारा होता. बाकीच्या इसमांच्या शारीर विशेषांचे वर्णन केलेले नाही. कपड्यांचे केलेले आहे. म्हाताऱ्याच्या संदर्भात, त्याला एकच डोळा होता आणि तो मान फिरवून इकडेतिकडे बघायचा, असे सांगितले आहे. प्रेतयात्रा 'चालली' होती, तर म्हातारा 'अडखळत' चालत होता, 'मान फिरवून' इकडेतिकडे बघत होता. या गोष्टींमुळे प्रेतयात्रेच्या गतीचा बोध वाचकांना होतो. तसेच या प्रेतयात्रेला एक विशिष्ट असे व्यक्तिमत्त्व दिलेले आहे, हेही जाणवते.

शब्दांतून अर्थ आणि संकल्पनांचा बोध होतो, त्यांना सामाजिक, सांस्कृतिक विचारप्रणाली इत्यादी संदर्भ असतात. शब्दांचे वाच्य अर्थ कळतात, तसेच ध्वनित अर्थांचाही बोध होतो. वर दिलेल्या परिच्छेदातून पाहणाराही जाणवतो. तो त्या प्रेतयात्रेला सुरुवातीपासून शेवटपर्यंत पाहतो. प्रेतयात्रा त्याच्या जवळून जाते. काही स्पष्ट तपशिलांची तो नोंद घेतो. मात्र ही प्रेतयात्रा कुठून कुठे चाललेली आहे, अवतीभवती काय आहे याचा उल्लेख करीत नाही. अचानक दृष्टीच्या अवकाशात ही प्रेतयात्रा येते आणि बाकीचे पुसून गेलेले असते. निवेदक अथवा कथन करणारा जेवढे सांगतो तेवढेच आपण ऐकतो. अधिक नेमकेपणाने लिहायचे झाल्यास, जेवढे लिहिलेले असते तेवढेच आपण वाचतो. मात्र जे लिहिलेले असते ते अनेक अर्थ व्यक्त करणारे असते. शब्द, शब्दांच्या जुळणीतून तयार झालेले एक वास्तवसदृश जग आपल्या मनात आकारते.

नाटकात हे कसे आणता येईल? नाटकात हे यायला पाहिजे. याचे कारण

प्रेतयात्रा, त्या प्रेतयात्रेत स्कूटरने घुसणे, सदानंदने बेशुद्ध पडणे इत्यादी घटना कादंबरीतील जगात महत्त्वाच्या आहेत. रंगमंचावर प्रेतयात्रा चालली आहे हे दृश्य दाखवले की वरील परिच्छेदात व्यक्त होणाऱ्या सर्व गोष्टी येतील का? 'प्रेतयात्रा गरीब होती' हे कसे दाखवणार? कादंबरीचे 'अक्षरश:' नाट्यांतर करणे म्हणजे कादंबरीचे नाटक ठरेल का? कादंबरी आणि नाटक यांत साहित्यप्रकार आणि कलाप्रकार म्हणून कोणते भेद आहेत? इत्यादी प्रश्न येथे उपस्थित होतात. कादंबरीनुसार प्रत्येक वाक्यागणिक चालायचे म्हटले, तर वरील परिच्छेदानंतरच्या परिच्छेदाचे काय करायचे? या पुढच्या परिच्छेदात म्हटले आहे: 'प्रेतयात्रा एका छोट्या बोळात शिरली. बोळाच्या दुतर्फा बंगल्यांच्या, वाड्यांच्या मागच्या बाजू होत्या. क्वचित एखाददुसऱ्या घराची पुढची बाजू होती, त्याची दारं बंद होती. दुपारी दोनची वेळ होती. ऊन होतं....' इत्यादी.

अवकाशात प्रेतयात्रेचे अचानक येणे आणि नंतर तिला 'स्थळ', 'काळ' लाभणे हे कादंबरीत शक्य झालेले आहे. या दोन परिच्छेदांमध्ये लौकिक घड्याळी काळाचीही जाणीव आहे.

नाटकात प्रेतयात्रा बराच काळ चालली आहे, असा आभास निर्माण करून मग ती जणू काही बोळात शिरली आहे आणि त्याच वेळी सदानंदाची स्कूटर प्रेतयात्रेत घुसते, अशी स्थिती निर्माण करावी लागेल. 'दुपारी दोनची वेळ', 'ऊन' इत्यादी गोष्टी लुप्त होतील. रंगमंचावर काहीतरी 'हालचाल' / 'कृती', 'ॲक्शन', असेल, बोळाचा, घरांचा सगळा तपशील नसेल. थोडक्यात, कादंबरीचे शब्दश: नाट्यरूपांतर अशक्य आहे, असे दिसते.

कादंबरीतील शब्द आणि वाक्ये यांतून व्यक्त होणाऱ्या आशयाचे दृश्य वास्तवात रूपांतर शक्य आहे. पण रंगमंचाच्या मर्यादित जागेत अवकाशाचा विस्तार आणि त्यातला पसारा फारसा दाखवता येत नाही, नेपथ्य प्रतीकात्मक अंशाने पूर्ण रूप सुचवणारे असे असू शकते.

सुरुवातीच्या परिच्छेदाचे चित्रपटात रूपांतर कसे होऊ शकेल? प्रेक्षकाच्या नजरेच्या पातळीवर प्रेतयात्रा दिसू लागते. दूरची प्रेतयात्रा जवळ येऊ लागते. येत असलेल्या आकृती अधिकाधिक वाढत जातात, प्रेतयात्रेत सामील झालेल्यांचे तपशिलासह दर्शन होते, गतीचा बोध होतो – असे चित्रण शक्य आहे. प्रेतयात्रा कुठून चालते आहे, म्हणजे रस्ता, घरे, दुकाने, इतर व्यक्ती, वाहने दिसतील. प्रेतयात्रेतल्या व्यक्तींचे चेहरे, हात, पाय, इस्त्रीच्या रेघा, जमिनीला समांतर तोलून धरलेले प्रेत, एक डोळावाला गरीब म्हातारा, त्याचा

एक उघडा डोळा, एक बंद डोळा, त्याचे मान फिरवणे, अडखळत चालणे – सगळे 'दृश्य' करता येईल. परंतु एकाच चौकटीत या सगळ्या गोष्टी एकाच वेळी येणार नाहीत. चौकटी सरकत राहतील आणि सगळ्या चौकटी मिळून एक किंवा अनेक दृश्ये आकारतील. आकाश, तळपणारा सूर्य, ऊन, सामसूमपणा इत्यादीही दाखविता येईल.

कादंबरी आणि नाटक व चित्रपट यांतला मोठा फरक म्हणजे कादंबरीत 'प्रेतयात्रा चालली होती' असे वाक्य असते. नाटकात, चित्रपटात 'प्रेतयात्रा चाललेली असताना' आपण पाहत असतो. निवेदनाचा काळ बदलतो. चित्रपटाच्या निवेदकाने ही प्रेतयात्रा पाहण्याची काहीएक जागा निश्चित केलेली असते, तिथून ती आपल्याला दिसते. ती आपल्या डोळ्यांच्या पातळीवरून, खालून किंवा वरून दाखवता येते. दुरून प्रेतयात्रा येते आहे, अगदी जवळ आलेली आहे, तरुण बापाचा चेहरा फार समीप आलेला आहे वगैरे. त्याचबरोबर सरळ रेषेसारखी एकेक गोष्ट समोर आली पाहिजे, असेही नाही. दोन वेगवेगळी दृश्ये जोडून तिसरे दृश्य दाखवता येते. एक डोळावाला म्हातारा इकडेतिकडे पाहतो. तो काय पाहतो तेही पाहता येईल. समोर असलेला तरुण काय पाहतो, मागे असलेले तरुण काय पाहतात, रस्त्यावर जर कुणी माणसे आली तर ती, किंवा त्यांतील प्रत्येक व्यक्ती काय पाहते, हेही. मात्र 'सगळं सामसूम होतं. गरीबपणे प्रेतयात्रा चालली होती,' हे स्थापित व्हायला पाहिजे, म्हणजे ती कादंबरीतल्यासारखी वाटेल. तरीही कादंबरीतल्या निवेदनाच्या पलीकडच्या बऱ्याच गोष्टी चित्रपटात आलेल्या असतील.

चित्रपटात अनेक दृष्टिकोण उपलब्ध असतात. एकच निवेदक अनेक कोनांतून विविध गोष्टींकडे पाहू शकतो. प्रत्यक्षसदृश अथवा तसा भ्रम निर्माण करणारे चित्रण केले जाऊ शकते. अवकाशाची विस्तृतता, व्यक्तींची अथवा वस्तूंची समीपता शक्य असते. चित्रपटातले कथन अनेक प्रतिमांच्या साहाय्याने केले जाते. मात्र 'दुपारी दोनची वेळ होती' हे कादंबरीतले वाक्य एखादे घड्याळ दाखवून अमलात आणायची गरज नसते.

प्रेतयात्रेत स्कूटर घुसल्यानंतरच्या विविध प्रतिक्रिया कादंबरीकाराने नोंदवलेल्या आहेत. 'प्रेत पडताना तरुण बापानं प्रेत न पडावं म्हणून प्रतिक्षिप्त क्रिया केली होती, प्रेत पडल्यावर तरुण बापानं प्रतिक्षिप्त क्रियेनं प्रेत रस्त्यावरनं चटकन उचलून घेतलं. एक डोळावाल्या गरीब म्हाताऱ्याची प्रतिक्षिप्त क्रियेने गडबड उडाली. त्यानं धावून जाऊन प्रेतावरची फुलाची माळ नीट केली' हा

परिच्छेद रंगमंचावर ढोबळपणे साकार होईल, तर चित्रपटात मंदगतिचित्रणाच्या साहाय्यानं तपशिलासह दाखवता येईल. रंगमंचावर हे दृश्य अचूकपणे आणि उत्स्फूर्तपणे साकार झाले, तरी तपशील प्रेक्षकांच्या ध्यानात येणार नाही. काही सेकंदांत घडणारा हा प्रसंग असेल. चित्रपटात पाहण्याचा काळ लांबवता येईल. मंदगतिचित्रणाचा अत्यंत कलात्मक उपयोग अलीकडच्या काही गीतांच्या दृक्श्राव्यचित्रणात दिसतो.

चित्रपटाचे कथन हे कादंबरीच्या कथनाच्या जवळपास जाणारे आहे, या जाणिवेतून दृश्यांश म्हणजे शब्द, दृश्य म्हणजे वाक्य आणि दृश्यक्रम म्हणजे परिच्छेद अशी चित्रपटाच्या भाषेच्या संदर्भात मांडणी करण्यात आली. परंतु अधिक विश्लेषणानंतर ही मांडणी पर्याप्त नसल्याचे लक्षात आले. एक शब्द म्हणजे एक दृश्यांश अशी कल्पना केली, तरी एका दृश्यांशामध्ये अनेक प्रतिमा असतात, प्रत्येक चौकटीत विपुल दृश्यात्मक माहिती असते, त्याशिवाय दृश्यांशाशी, प्रतिमेशी, चौकटीशी निगडित ध्वनीही असतात. विविध दृश्यांशांनी बनलेल्या दृश्यांच्या क्रमातून अनंत अर्थांची शक्यता निर्माण होत राहते. नाटकातील दृश्यबंधाचा महत्त्वाचा घटक व्यक्तींच्या हालचाली, आविर्भाव. त्यांच्या संयोजनातून दृश्यबंध तयार होतो. रंगमंचावरील कृती म्हणजे शब्द, त्या कृतींचा क्रम म्हणजे वाक्य अशी सादृश्यकल्पना वापरली जात असते.

कादंबरी हा साहित्याचा एक प्रकार आहे. साहित्य, नाटक आणि चित्रपट हे कलाप्रकार आहेत. कादंबरीप्रमाणेच नाट्यसंहिता आणि पटकथा हे साहित्यप्रकार आहेत. कादंबरी, नाट्यसंहिता आणि पटकथा या भषिक कृती असतात. शब्दांना, त्यांच्या अर्थांना, त्यांतून सूचित होणाऱ्या संकल्पनांना, शब्दांच्या जुळणीतून तयार होणाऱ्या वाक्यांच्या आशयाला भाषिक कृतींमध्ये महत्त्वाचे स्थान असते. नाट्यसंहिता ही रंगमंचसापेक्ष असते, तर पटकथा चित्रीकरणसापेक्ष असते. कादंबरी ही स्वायत्त असते, ती स्वत:तच परिपूर्ण असते, तशी नाट्यसंहिता किंवा पटकथा नसते.

कोणताही साहित्यप्रकार अथवा कलाप्रकार स्थिर आणि साचेबंद नसतो, तो सतत उत्क्रांत होत असतो. कादंबरी, नाटक आणि चित्रपट यांत अशी उत्क्रांती झालेली दिसते. तथापि, कादंबरी म्हणजे नाटक म्हणजे चित्रपट असे समीकरण आपण करीत नाही, तोवर या तीन कलाप्रकारांमध्ये काहीएक भेद आहे, हे आपण गृहीत धरतो.

कादंबरी ही मूलत: भाषिक कृती आहे आणि ती संपूर्णपणे भाषिक कृतीच

आहे. कादंबरीत कथन, निवेदन, वर्णन असते, स्थळ-काळ-पात्रे कथनातून आकार घेतात. पात्रांचे संवाद, त्यांच्या संदर्भात घडणाऱ्या घटना, त्यांचे स्वभाव, विशिष्ट स्थितीच्या अगर मन:स्थितीच्या पार्श्वभूमीवरचे त्यांचे वागणे- या सगळ्या गोष्टी शब्दांनी सांगितलेल्या असतात. कादंबरीत निवेदक असतो, त्याचा दृष्टिकोण असतो, त्याचे पात्रांकडे आणि वस्तूंकडे पाहणे असते. हे सगळे कादंबरीतील शब्द आणि त्या शब्दांनी मिळून बनलेली वाक्ये यांतूनच घडत असते. कादंबरीत प्रत्यक्षाचे, वास्तवाचे जसेचे तसे वर्णन असेल; अथवा अद्‌भुतरम्य, कल्पनाशील वर्णन असेल. कादंबरीकाराने योजिलेल्या शब्दांतून, त्या शब्दांच्या विविध अर्थच्छटांतूनच ते साकार होत जाते.

कादंबरीत आपल्याला पात्रांचे बोलणे ऐकू येत नाही, पात्रांच्या पोषाखांचे अथवा निसर्गातले रंग दिसत नाहीत. फुलांचे अथवा मसाल्यांचे गंध येत नाहीत. या सर्व गोष्टींचे वर्णन कादंबरीत असते. पात्रे, त्यांचे चेहरे आणि हालचाली, त्यांच्या मनातील खळबळ, भावनांचे आंदोलन, ठसठसणारे दु:ख यांपैकीही काही दिसत नाही. कादंबरीच्या कथनांतून ते कळते. कादंबरीत शब्दांच्या साहाय्याने एक जग निर्माण केलेले असते. हे जग प्रत्यक्षसदृश असू शकते, अथवा विश्ववास्तवात्मक, किंवा संपूर्णपणे काल्पनिक. कादंबरीत प्रत्यक्षाचे सादृश्यचित्रण असू शकते, अथवा प्रतीकात्मक. कादंबरीत भौतिक वास्तवाचे वर्णन असते, तसेच मनुष्याच्या मनात चालत असलेल्या उलथापालथींचेही. कादंबरीत हे सगळे अर्थसंकल्पनायुक्त शब्दांनी घडते.

नाटक रंगमंचावर घडते. पात्रांच्या बोलण्याखेरीज अन्य शब्द नसतो. प्रकाश, रंग, ध्वनी, संगीत, आविर्भाव, हालचाली, नेपथ्य या गोष्टी असतात. रंगमंचाच्या मर्यादित अवकाशात पात्रांच्या बोलण्याखेरीज त्यांच्या संदर्भातले विविध प्रसंग घडतात. रंगमंचावर पात्रांच्या हालचालींच्या, प्रकाशाच्या, संगीताच्या, नेपथ्याच्या अनेक शक्यता संभवतात. रंगभूमीवरील उत्क्रांतीत विविध प्रयोग झालेले आहेत. त्यांत शब्दांशिवाय नाटकही शक्य झालेले आहे. पात्रांचे हावभाव आणि त्यांच्या हालचाली हे रंगमंचाचे मुख्य द्रव्य होय. लिखित संहितेचीही नाटकाला गरज नसते. रंगमंचाच्या अवकाशात पात्रांच्या हालचाली हे नाटकाचे अभिन्न अंग आहे. कादंबरीत शब्दांच्या साहाय्याने अवकाशाची निर्मिती केली जाते, रंगमंचावर नेपथ्य आणि प्रकाशयोजनेच्या साहाय्याने ती होते. पात्रांच्या आविर्भावांनी, हालचालींनी रंगमंचावरील मोकळ्या जागेला अवकाशाची मिती प्राप्त होते. नाट्यसंहितेचे रंगमंचावर

नाटकात रूपांतर होते. शाब्द्य गोष्टी दृश्यमान होतात, श्राव्य होतात.

कादंबरीचे नाटकात रूपांतर शक्य आहे. तेव्हा भाषिक चिन्हांचे रंगचिन्हांत रूपांतर करावे लागते. कादंबरीचे वाचन→आकलन→अर्थनिर्णयन→भाषिक चिन्हांच्या रंगचिन्हांतील रूपांतराविषयीच्या नोंदी→नाट्यसंहिता→नाटक अशी ही प्रक्रिया असते.

कादंबरीतील कथनाचे दृश्यात्म निवेदनात रूपांतर केल्याशिवाय नाटक सिद्ध होत नाही. उदाहरणार्थ, 'शीतयुद्ध सदानंद' या कादंबरीतील सुरुवातीची वाक्ये: 'प्रेतयात्रा चालली होती. छोटीशीच होती. गरीब होती. सर्वांत पुढे तरुण होता, त्याच्या दोन्ही हातांत जमिनीला समांतर तोलून धरलेलं छोटंसं प्रेत होतं. कोऱ्या पांढऱ्या नव्या फडक्यात गुंडाळलेलं.' – या वाक्यसमुच्चयात केवळ एका प्रेतयात्रेचे 'वर्णन' नाही, त्यात निवेदकाचे पाहाणेही मिसळलेले आहे. 'गरीब होती' या वाक्यातून निवेदकाची जाणीव स्पष्ट होते नाट्यरूपांतरात वृंद म्हणतो:

'प्रेतयात्रा चालली आहे
गरीब गरीब गरीब'

इथे सांगणे आहे, दिसणे किंवा दाखवणे नाही. शाब्द्य गोष्टींचे रूपांतरही शाब्द्यच झालेले आहे.

'लिमिटेड माणुसकी' मध्ये कचऱ्याच्या ढिगाजवळून नाकाला रुमाल लावून चाललेल्या मुली हे दृश्य प्रथम येते. त्यानंतर वाहनाला वाट करून देण्यासाठी त्याच कचऱ्याच्या ढिगावर चढलेले जोडपे येते. त्यानंतर जमावाचा पायांचा भाग दाखवला जातो. वरून खाली उतरत असलेली लहानशी प्रेतयात्रा दिसते.

ही प्रेतयात्रा कुठे आहे, कुठून चाललेली आहे, हे चित्रपटकार प्रथम स्थापित करतो. कचऱ्याचा ढीग आपल्या जीवनाचा एक भाग आहे, आपण नाकाला रुमाल लावून जावे, असे मानणाऱ्या मुली किंवा कचऱ्याचा ढीग टाळता न आल्याने वाहनचालकाला शिव्या देणारा म्हातारा दाखवून चित्रपटकाराने काहीएक विचारप्रणाली सूचित केलेली आहे. दृश्यांशांचे दृश्यांत आणि दृश्यांचे दृश्यक्रमांत सतत रूपांतर होत राहते. कादंबरीत स्थळकाळाचा संदर्भ नसताना अचानक आणि एकाएकी प्रेतयात्रा येते; चित्रपटात विशिष्ट अशा शहरी वास्तवात प्रेतयात्रा चाललेली आहे, असे आपण पाहतो. स्कूटर घुसण्याच्या आधीचे प्रेतयात्रेचे दृश्य आपण वरून पाहतो. प्रेतयात्रा अगदीच किरटी किंवा किरकोळ आहे, असे समजते. तिचे 'गरीबपण' लक्षात येते.

आतापर्यंत आपण कादंबरी जशीच्या तशी नाटकात अथवा चित्रपटात रूपांतरित करण्याच्या अनुषंगाने माध्यमांच्या काही शक्यता शोधत होतो.

कादंबरी, नाटक आणि चित्रपट या तीनही कलाप्रकारांचा व्यवस्थित विचार केल्यास त्यांच्या 'भाषा' वेगवेगळ्या आहेत, हे लक्षात येते. त्याचप्रमाणे या तीनही कलाप्रकारांतल्या कलाकृतींनी वेगवेगळ्या कलाप्रकारांतील कलाकृतींकडून प्रेरणा घेतलेल्या आहेत, त्या अंशत: अथवा बऱ्याच अंशी प्रभावित झालेल्या आहेत, हेही दिसून येते. नाट्य आणि चित्रपटकलांनी साहित्य, नृत्य, संगीत, चित्र, शिल्प, स्थापत्य इत्यादी कलांचे संस्कार आत्मसात केलेले आहेत. नेपथ्य, क्षितिजसमांतर रंगमंच, प्रकाशित अवकाश आणि हालचाल करणारा नट यांविषयी विविध नाट्यचिंतकांनी केलेल्या विचारांवर इतर कलांमधील प्रेरणांचा प्रभाव दिसून येतो. रंगभूमीची म्हणून काहीएक भाषा आहे आणि ती बोलण्या-लिहिण्याच्या भाषेहून निराळी आहे, यावर या चिंतकांनी भर दिलेला आहे.

भरताच्या नाट्यांग संग्रहात रस, भाव अभिनय, धर्मी, वृत्ती, प्रवृत्ती, सिद्धी, स्वर, आतोद्य, गान आणि रंग एवढ्या गोष्टींचा समावेश आहे. यांतली 'रस' ही गोष्ट सोडल्यास बाकी सगळी रंगचिन्हे होत. त्या चिन्हांच्या कलात्म जुळणीतून रसानुभव येतो.

चित्रपट ही भाषिक कृती नव्हे; पण चित्रपटाची संरचना भाषिक संरचनेसारखी असते, असा एक विचार आहे. चित्रपटसमीक्षेत चिन्हमीमांसेचे उपयोजन होऊ लागले आणि चित्रपटाचा एक कलाप्रकार म्हणून अधिक गांभीर्याने विचार होऊ लागला. चिन्हमीमांसेतील 'चिन्ह' ही संकल्पना - 'चिन्हक' आणि 'चिन्हित' या दोन्ही अंगांसह - चित्रपटसमीक्षेतही वापरात आली. चित्रपटातील 'चिन्हक' आणि 'चिन्हित' यांचा संबंध यादृच्छिक नसतो, तर ती दोन्ही अंगे समरूपच असतात. 'पुस्तक' हा शब्द उच्चारणे व 'पुस्तक' या संकल्पनेचा बोध होणे असे येथे नसते. पुस्तक 'दिसत' असते. अर्थात चित्रपटातील पुस्तकाला केवळ पुस्तक एवढाच वाच्यार्थ असतो, असे नाही. चित्रपटातील प्रतिमा किंवा ध्वनी यांना वाच्यार्थाप्रमाणेच व्यंग्यार्थही असतो. चित्रपटातील दृश्यांगांची, दृश्यांची, दृश्यक्रमांची मांडणी 'निवड' आणि 'जुळणी' या दोन तत्त्वांनुसार होत असते. आपण चित्रपट पाहत असताना दाखविल्या जाणाऱ्या दृश्यांशांहून, दृश्यांहून, दृश्यक्रमांहून वेगळे दृश्यांश, दृश्य, दृश्यक्रम असू शकतात; ते आपल्या स्मृतीत, जाणिवेत असतात. हा गणनिष्ठ संबंध

असतो, तर एका दृश्यानंतर दुसरे दृश्य हा अन्वयनिष्ठ संबंध होय. चित्रपटाची जुळणी अन्वयनिष्ठ संबंधावर आधारलेली असते. नुसत्या शब्दाला जसा केवळ वाच्यार्थ असतो तसाच नुसत्या दृश्यांशालाही; परंतु त्यांची जुळणी झाली, की सबंध वाक्याला व्यंग्यार्थ प्राप्त व्हावा, तसेच येथेही होते. एखादे दृश्य कसे घ्यायचे (गणनिष्ठ) आणि कसे दाखवायचे (अन्वयनिष्ठ) या दोन तत्त्वांवर चित्रपट आधारलेला असतो.

चिन्हमीमांसकांनी चिन्हांची प्रतिकृती, दर्शक आणि प्रतीक अशी वर्गवारी केलेली आहे. प्रतिकृती हे चित्रपटाचे महत्त्वाचे वैशिष्ट्य आहे. प्रतीकांचाही वापर चित्रपटात होतो, दर्शकचिन्हाचा मात्र क्वचितच उपयोग केला जातो. रोमन याकोबसन यांनी उपयोजिलेल्या 'रूपक' (Metaphor) आणि 'लक्षणा' (Metonymy) या संज्ञांचाही चित्रपटसमीक्षेत स्वीकार झालेला दिसतो. चित्रपटात कालक्रमिक सान्निध्यनिष्ठ दृश्यक्रमांची अन्वयनिष्ठ जुळणी असते, तशीच एककालिक साधर्म्यनिष्ठ दृश्यक्रमांची गणनिष्ठ जुळणीही असते. ही जुळणी काल आणि अवकाशात एकाच वेळी होत असते. चित्रपटातील दृश्यक्रम नजरेसमोरून सरकत असताना मनात शब्द उमटत नाहीत. चित्रपटातील प्रतिमांनी शब्दातीत असे काही जाणवत राहते.

चित्रपटात दृश्यक्रमांची जुळणी होत असते. ती भाषेसारखी असली, तरी भाषिक नसते. चित्रपटासाठी एखाद्या कथेचा, कादंबरीचा उपयोग केला जात असतो. मात्र आधीच अस्तित्वात असलेल्या एखाद्या संहितेचे चित्रपटात रूपांतर असे त्याचे स्वरूप नसते. चित्रपट आणि साहित्य या दोन्ही गोष्टी सारख्याच नव्हेत, असे इंगमार बर्गमन यांनी म्हटलेले आहे. लिहिलेला शब्द वाचला जातो आणि नंतर तो जाणिवेत प्रवेश करतो, कल्पनाशक्ती अथवा भावनेला स्पर्श करतो. ही प्रक्रिया मंदपणे होत असते. चित्रपट पाहत असताना एक भ्रामक विश्व आपण पाहतो आहोत, याची जाणीव आधीच असते आणि ती आपण स्वीकारलेली असते. चित्रपटातील दृश्यक्रमांचा सरळसरळ भावनांशी संबंध असतो. बर्गमन यांच्या मते, आधीच अस्तित्वात असलेल्या साहित्याचा चित्रपटासाठी उपयोग करू नये. कुठल्याही साहित्यकृतीचा गाभा म्हणजे एक अतार्किक अशी पातळी असते, ती रूपांतराच्या दृष्टीने अवघड असते. एखाद्या चित्रपटकृतीकडे साहित्यकृती म्हणून पाहायचे आणि तिचे परीक्षण करायचे, हे बर्गमन यांना मान्य नाही.

एखाद्या कादंबरीवर आधारलेल्या चित्रपटाच्या संदर्भात प्रेक्षक मूळ कादंबरी

कुठे दिसते आणि कुठे दिसत नाही, याचा शोध घेत असतात. एका अर्थी ते कादंबरीतल्या शब्दांचे आणि वाक्यांचे चित्रपटीय रूप बघत असतात आणि त्याच वेळी त्याचे ते भाषेत भाषांतर करतात.

पिएर पावलो पासोलिनी यांना भाषिक चिन्हव्यवस्थेवर आधारित चित्रपटमीमांसा मान्य नाही. त्यांच्या मते, चित्रपटकृती आणि साहित्यकृती या संपूर्ण वेगळ्या गोष्टी आहेत. त्यांच्या मते, चित्रपटाची भाषा प्रतिमा-चिन्हांची असते. या प्रतिमा अनंत असतात. चित्रपटाची भाषा कवितेची भाषा असते. अर्थातच कविता आणि चित्रपट या दोन वेगवेगळ्या गोष्टी आहेत. बेला बालाझ यांच्या मते, जीवनाकडे एखादा मनुष्य कादंबरीकाराच्या दृष्टीतून बघतो तर एखादा नाटककाराच्या, तसेच कधीतरी चित्रपटकाराच्या दृष्टीनेही बघितले जाईल. द्रव्य तेच असेल, पण कलाप्रकार वेगवेगळे असतील. एकाच कादंबरीचे नाटक आणि चित्रपटात रूपांतर करता येईल, तरीही त्या तीन स्वतंत्र कृतीच असतील.

'शीतयुद्ध सदानंद' ही कादंबरी, 'शीतयुद्ध सदानंद' हे नाटक आणि 'लिमिटेड माणुसकी' हा चित्रपट या तीन स्वतंत्र कलाकृती म्हणून पाहिल्या पाहिजेत. परंतु त्यांच्याकडे पूर्णपणे स्वतंत्र कलाकृती म्हणून पाहिले जात नाही; कारण कादंबरी आधीच अस्तित्वात असते. नाटकात किंवा चित्रपटात रूपांतर हे 'कलांतर' मानले जाते. एखाद्या भाषेतून दुसऱ्या भाषेत एकाद्या कृतीचे 'भाषांतर' व्हावे तशीच ही प्रक्रिया असते का, याचाही विचार व्हायला पाहिजे. पहिली गोष्ट म्हणजे इंग्रजीतून मराठीत भाषांतर म्हटले तर दोन्ही भाषाच असतात, तसे नाटक किंवा चित्रपटाच्या बाबतीत म्हणता येत नाही. आपण 'नाटकाची भाषा', 'चित्रपटाची भाषा' असे म्हणतो ते लाक्षणिक अर्थाने. मूळ कृती आणि भाषांतरित कृती या समरूप असतात, असाव्यात अशी अपेक्षा असते. भाषांतराच्या संदर्भात भाषेप्रमाणेच संस्कृतीचाही मुद्दा महत्त्वाचा असतो, तसे 'कलांतरा'च्या बाबतीत असते का? एखाद्या भाषेतून त्या भाषक समाजाची संस्कृती आणि त्या विशिष्ट लेखकाची विचारप्रणाली व्यक्त होत असते. भाषांतराच्या बाबतीत हा मुद्दा अत्यंत महत्त्वाचा ठरतो. तसे कलांतराच्या संदर्भात सहसा घडत नाही. म्हणजे एकाच भाषक समाजातील कादंबरीचे चित्रपटात रूपांतर होत असते. मात्र विचारप्रणालीचा प्रश्न उद्भवू शकतो. कादंबरीकाराची विचारप्रणाली आणि चित्रपटकाराची विचारप्रणाली यांत अंतर असू शकते. कादंबरीकारच पटकथालेखक असला

तरी हे अंतर निर्माण होत असते. कारण, कसे मांडायचे, कसे सांगायचे हे आता चित्रपटकार ठरवत असतो. त्यामुळे मूळ कादंबरीचे चित्रपटरूप बदललेले दिसते. 'शीतयुद्ध सदानंद'-'श्याम मनोहर' आणि 'लिमिटेड माणुसकी' - श्याम मनोहर अधिक नचिकेत पटवर्धन यांतला जो काही भेद आहे, तो कलामाध्यम बदलल्यामुळे आहेच; त्याचप्रमाणे दोन वेगवेगळे सर्जक कलावंत या निर्मितीच्या मागे आहेत, त्यामुळेही.

या दोन कलाकृतींची परस्परतुलना करून पाहताना एक मजेशीर गोष्ट लक्षात आली. श्याम मनोहर सतत शाब्द्य गोष्टींचे दृश्य गोष्टींत रूपांतर करू पाहतात, तर नचिकेत पटवर्धन दृश्य गोष्टींचे शाब्द्य रूपांतर करू पाहतात. म्हणजे लेखक 'व्हिज्युअल्स' करू पाहतो, तर दिग्दर्शक 'व्हर्बल्स' करू पाहतो. घराच्या छपरावरचा केबलवाला, शेवटच्या दृश्यात श्रीरंग, गोविंद यांनी सदानंदचे मुके घेणे या ढोबळ गोष्टी झाल्या; सदानंदचे कल्पनारम्य स्वप्न, पैलवानांचे पाणी घे म्हणणे आणि बेशुद्ध सदानंदवर पाण्याचा शिडकावा करण्याऐवजी स्वत:च पिऊन टाकणे इत्यादीही.

सदानंद हिशोब करतो आहे आणि सदानंदची बायको त्याला नटवते आहे हे दृश्य. आधी तिचे पाय, पावलं म्हणा, नंतर सदानंद पूर्ण गर्क असताना त्याला काजळकुंकू इत्यादी. हे सगळे 'शाब्द्य' जातीचे आहे. त्याआधीचा सोनाराकडचा प्रसंगही.

नचिकेत पटवर्धन यांनी श्याम मनोहर या कादंबरीकाराचे 'दृश्या'कडे जाणे फिरवून 'शाब्द्या'कडे जाणे का स्वीकारले असावे?

कारण, या कादंबरीचा गाभा - 'अतार्किक आशयसूत्र; पण तार्किक संरचना.' सदानंद आणि श्रीरंग, गोविंद हे एका विशिष्ट समाजाच्या 'नॉर्म'च्या दडपणाखाली आहेत. दोन रट्टे लगावून घेणे हे एकाच्या प्रकृतीत बसत नाही, तर दोन रट्टे लगावल्याशिवाय चैन मिळणे अशक्य, हे दुसऱ्याच्या.

चित्रपटात अगदी सुरुवातीलाच कचऱ्याच्या ढिगाजवळून जाणाऱ्या मुली आणि कचऱ्याच्या ढिगावर चढलेले जोडपे आपण पाहतो. हा कोणता समाज आहे, कोणत्या समाजात आपण काम करतो आहोत हे ओळखणे चित्रपटकाराला फार महत्त्वाचे वाटते. तो सूक्ष्म आणि काही वेळा ढोबळ गोष्टींतून याचा शोध घेताना दिसतो. पुष्कळदा या समाजाकडे पाहताना त्याला हसू येते, तो त्याची टरही उडवतो. कधी खिन्न होतो आणि सगळे चांगले होईल अशी कल्पनाही करतो. कादंबरीत किंवा चित्रपटात कुणी व्यक्ती दुष्ट

आहे, काहीतरी कावा करते आहे, दुसऱ्याशी अप्रामाणिक आहे, लबाड आहे असे काहीही नाही. ते सगळे लोक एक सर्वसामान्य जगणे जगताहेत. त्यात दुस्वास नाही, हेवा नाही, पश्चात्ताप नाही. अतुल पेठेकृत नाटकात मात्र घरमालक 'खलनायकी' वाटतो; पण नुसता खलनायक माणूस वाटत नाही. अचानक अंतराळातून शापवाणी ऐकू यावी, तशी काहीएक रचना तिथे केलेली आहे. रंगमंचावर मध्यावर जरा उंचावरची एक खिडकी उघडली जाते आणि घरमालकाचा दुर्बोध चेहरा डोकावतो. हे बऱ्याच अंशी 'काफ्काएस्क' झालेले आहे. 'शीतयुद्ध सदानंद'ला तसे वळण देता येईल आणि तो रंगमंचावरला अद्‌भुत अनुभव असू शकेल. नचिकेत पटवर्धन यांनी 'काफ्काएस्क'होणे टाळलेले आहे. शोकात्म-प्रहसनात्मक-सुखात्मिकेकडे जाणारी रचना त्यांनी केलेली आहे.

(इथे 'काफ्काएस्क' असा शब्द वापरलेला आहे, त्याचा अर्थ, श्याम मनोहर यांच्या कादंबरीवर अथवा नाटकावर अथवा चित्रपटावर काफ्काचा काहीतरी परिणाम आहे, असा नाही, हे सांगितले पाहिजे! 'ट्रायल' मधला के. आणि सदानंद यांच्यात थोडेसे साम्य आहे. सदानंद पैलवानांच्या भीतीच्या छायेखाली वावरत आहे, एवढेच.)

कादंबरीचे 'नाट्यरूपांतर', 'चित्रपटरूपांतर' हे मला तत्त्वत: मान्य नाही. नाटकासाठी अथवा चित्रपटासाठी एकाद्या साहित्यकृतीचा 'कॅटॅलिस्ट'सारखा उपयोग होतो. त्या कादंबरीतच असे काही असते की, नाटक किंवा चित्रपटरूपात ते बदललेले दिसते. ते माध्यमबदलामुळे, हे जितके खरे आहे, तितकेच दुसऱ्या कृतीच्या सर्जकाच्या विचारप्रणालीमुळे, हेही खरे आहे.

'शीतयुद्ध सदानंद' हे नाटक आणि 'लिमिटेड माणुसकी' हा चित्रपट यांच्याकडे स्वतंत्र कलाकृती म्हणूनच पाहणे योग्य. मग त्या दोन्ही कलाकृती मूळ कादंबरीकाराने रचलेल्या असोत, की अन्य कुणी.

आपल्याकडे लिहिलेल्या शब्दाची एवढी अधिसत्ता आहे की, आपण नाटक पाहिले काय किंवा चित्रपट पाहिला काय, त्यांचे रूपांतर लिहिलेल्या शब्दांत करून टाकतो. त्यामुळे नाटकात, चित्रपटात संवादांना, कथानकांना अतोनात महत्त्व देण्यात येते. चित्रपटाची म्हणून काही चिन्ह-भाषा असते हे लक्षात घेतले जात नाही. चित्रपटात कादंबरी आणि नाटक यांच्याहून अवकाश आणि काल यांच्या अनंत शक्यतांचा शोध संभवतो; पण आपण बहुतेक वेळी शब्दांना चिकटून असल्याने ते लक्षात घेत नाही.

लुई ब्यूनूएलने दाखवलेला एक तळहात आणि त्यावरच्या मुंग्या हे दृश्य चित्रपटातच शक्य आहे. ती चित्रपटाची भाषा आहे. एखाद्या कादंबरीचे चित्रपटरूप आपण पाहतो तेव्हा कादंबरी वाचीत नसतो, चित्रपट पाहत असतो. 'बनगरवाडी' या चित्रपटात आपल्या अगदी जवळ नागप्रतिमा आणि दूरपर्यंतचा उघडाबोडका माळ हे दृश्य पुन्हापुन्हा येते. ते 'वाचता' आले पाहिजे.

भाषांतरित कृतीच्या संदर्भात मूळ लेखकाचे स्थान पहिले असते, भाषांतरकाराचे दुसरे असते. तसे कलांतराच्या बाबतीत नसते. येथे दुसऱ्या कलेचे नियम लागू करूनच त्या कृतीचे मूल्यमापन करणे योग्य ठरेल.

□□□

संदर्भ:

Bill Nichols : *Movies and Methods*, Volumes I, II.

James Monaco : *How to read a film.*

Gerald Mast, Marshall Cohen : *Film theory and criticism*

पाश्चात्त्य आणि भारतीय नाट्यसिद्धान्त

ललितकलांमध्ये चित्र, शिल्प, स्थापत्य, संगीत, नृत्य या कलांबरोबर नाट्य या कलेचाही समावेश होतो. नाट्य ही कला स्वतंत्र असूनही तिचा अन्य कलांशी जवळचा संबंध आहे. त्यातल्या त्यात साहित्य या कलेचा नाट्य या कलेशी असलेला संबंध अधिकच जवळचा आहे. नाटककरांनी लिहिलेली नाटके प्रयोगरूपाने सादर केली जातात. नाटककाराच्या संहितेशिवाय नाट्यप्रयोग अशक्य असल्याचे सांगितले जाते. नाटकाची संहिता आणि नाटकाचा प्रयोग अशा संज्ञा वापरल्या जातात. संहिता महत्त्वाची की प्रयोग महत्त्वाचा, असे द्वंद्वही उभे केले जाते. साहित्य या कलेचे नाट्य या कलेशी असलेले नाते प्राचीन काळापासूनचे असून ते फार दृढ आहे, असे मानले जाते.

नाटक लिहिले जाते आणि ते प्रयोगरूपाने सादर केले जाते. त्यामुळे नाटक या गोष्टीचा विचार करताना एक साहित्यकृती म्हणून संहितेचा विचार, नाट्यस्थल आणि नेपथ्य, प्रकाश, संगीत इत्यादी घटकांचा विचार आणि प्रत्यक्ष सादरीकरणाचा, नाट्याभिनयाचा विचार नेहमीच असा तिहेरी अंगांनी केला जातो. नाट्यसंहिता, रंगभूमी, प्रयोग किंवा सादरीकरण या माध्यमांतून अनेक स्तर असलेले नाटक आकार घेत असते.

नाटक हा एक साहित्यप्रकारदेखील आहे. नाटकाची संहिता नाटककार सिद्ध करतो. संहितेत पार्श्वसूचना असतात आणि संवाद असतात. पार्श्वसूचना ह्या नट, दिग्दर्शक, नेपथ्यकार, संगीतकार इत्यादींसाठी असतात आणि नटांनी उच्चारण्यासाठी संवाद असतात. प्रत्येक नाट्यसंहितेत संवादाची मुख्य संहिता

आणि पार्श्वसूचनांची उपसंहिता असते. पार्श्वसूचना आणि संवाद यांतून नाटककाराने नाटकाचे कथानक रचलेले असते आणि त्याची विशिष्ट पद्धतीने रचना केलेली असते. तात्पर्य, प्रत्येक शब्द नाटककाराचा असतो. संवादांतून पात्रांचे विचार आणि भावना तो व्यक्त करतो आणि पार्श्वसूचनांमधून स्थल, काल, अवकाश यांची रचना करतो. काही नाटककार पात्रांच्या आगमन-गमनाविषयी, त्यांच्या हालचालींविषयी, पोषाखांविषयी, पात्रांच्या संवादांच्या उच्चारणाविषयी तपशील पुरवतात. काही नाटककार रंगभूमीवर लिखित संहितेचे प्रयोगरूप कसे साकार व्हावे, याचा आराखडा रेखाटत असतात. एक साहित्यकृती म्हणून नाट्यसंहितेला स्वतंत्र महत्त्व आहे, असा एक दृष्टिकोण आहे.

नाटकाची संहिता, एक साहित्यकृती म्हणून वाचनीय, अभ्यसनीय असते. नाट्यसंहिता ही लिखित, मुद्रित स्वरूपात उपलब्ध असते. प्रयोगनिरपेक्ष असा तिचा आस्वाद शक्य असतो. सार्त्र, काम्यू, बेकेट, आयनेस्को, वाइस, ड्यूरेनमॅट, ब्रेश्ट, ऑस्बर्न, पिंटर, स्टॉपर्ड इत्यादी पाश्चात्त्य आणि गिरीश कार्नाड, मोहन राकेश, विजय तेंडुलकर, महेश एलकुंचवार, गोविंद पुरुषोत्तम देशपांडे इत्यादी भारतीय नाटककारांच्या नाट्यसंहितांना प्रयोगनिरपेक्ष वाचनमूल्य आहे. नाट्यसंहितेच्या आणि प्रयोगाच्या संदर्भात 'शब्द' या घटकाला विशेष महत्त्व देणारा एक पक्ष आहे. संहितेशिवाय नाट्यप्रयोग अशक्यच आहे, ही धारणा प्रेक्षकांच्याही मनात असते. पात्रनिर्मिती, प्रसंगरचना, संवाद इत्यादी गोष्टी नाटककाराने दिल्याशिवाय नाटकाचा प्रयोग होऊ शकत नाही, नाट्यप्रयोग हा नाटककाराच्या संहितेवर अधिष्ठित असतो अशी ही धारणा असते.

नाटककारांनी लिहिलेल्या संहितांना साहित्यमूल्य असते. साहित्यकृती म्हणून त्यांचा विचार केला जात असतो. कथा-कादंबरी अथवा कविता यांहून नाटकाची संहिता वेगळी असते, कथा-कादंबरीतले कथन-निवेदन नाट्यसंहितेत पार्श्वसूचनांच्या रूपाने येते. पात्रांचे संवाद काव्यात्म, कवितेसारखे-मुक्तछंदातील रचनेसारखे असू शकतात. मात्र पात्रांच्या मनातील आंदोलने कादंबरीत निवेदनाच्या रूपाने येतात. तशी नाट्यसंहितेत येत नसतात. कथात्मता हा समान घटक कथा-कादंबरीत आणि नाटकाच्या संहितेत असतो; मात्र त्यांचा आविष्कार वेगवेगळा असतो. तेच काव्यात्मतेविषयी म्हणता येईल. नाट्यसंहितेतील संवादांची रचना कवितेसारखी

केलेली असली, तरी ते संवाद असतात आणि नाट्यसंहितेतील पात्राशी अगर स्थितीशी ते निगडित असतात, हे विसरता येत नाही. पात्रवर्णन, प्रसंगरेखाटन, मानसिक आंदोलनांचे चित्रण इत्यादी गोष्टी कादंबरीत निवेदनाच्या द्वारे करता येतात, नाट्यसंहितेत तेवढा अवकाश नसतो. पार्श्वसूचना आणि पात्रांचे संवाद या दोन गोष्टींतूनच तेथे कथन केले जाते. नाट्यसंहितेचे कथन खऱ्या अर्थाने प्रयोगात आकार घेते.

संहिता हा नाटकाच्या प्रयोगातला एक महत्त्वाचा भाग असतो, हे मान्य केलेच पाहिजे; मग ती नाटककाराने लिहिलेली असो, की अन्य कुणी. संहिता लिहिलेलीच पाहिजे असेही नाही, ती मौखिक असू शकते आणि नाट्यप्रयोगाशी संबंधित व्यक्तींना ती ज्ञात असू शकते. नाट्यसंहिता ही केवळ वाचनासाठी नसते तर ती सादरीकरणासाठी असते, असे मानले जाते. लिहिलेली संहिता ही सादरीकरणातील विविध घटकांपैकी एक घटक असते. तो महत्त्वाचा घटक आहे; पण एक घटक आहे हे लक्षात घेतले पाहिजे.

नाट्यकला आणि साहित्यकला या दोन भिन्न कला आहेत. साहित्याच्या वेगवेगळ्या प्रकारांपैकी नाटक हा एक प्रकार आहे. नाट्य या कलेत नटाचा अभिनय, नेपथ्य, संगीत, प्रकाशयोजना, पात्रांची वेशभूषा-केशभूषा, रंगभूमी इत्यादी घटकांचा समावेश होतो. हे नाट्यप्रयोगाचे घटक असतात. नट अभिनय करतो, नाटककाराने लिहिलेले शब्द उच्चारतो. लेखक नाट्यसंहिता लिहितो, त्याचप्रमाणे दिग्दर्शक, नट, संगीतसंयोजक, नेपथ्यकार, प्रकाशयोजनाकार हेही प्रयोगाच्या दृष्टीने संहितेची रचना करतात. रंगमंचीय अवकाशात वावरणारा, अभिनय करणारा, शब्दोच्चार करणारा नट नाट्यसंहितेची अभिव्यक्ती करतो. नाट्यप्रयोगात लेखकनिर्मित संहितेचे दृक्‌श्राव्य संहितेत रूपांतर झालेले असते.

नाट्यसंहितेचा आणि नाट्यप्रयोगाचा विचार प्राचीन काळापासून होत आलेला आहे. ॲरिस्टॉटलचे 'काव्यशास्त्र' आणि भरतमुनीचे 'नाट्यशास्त्र' हे आदिग्रंथ आहेत. त्यांत नाट्यसंहिता आणि नाट्यप्रयोग यांच्या संदर्भात सूक्ष्म विचार केलेला आहे.

ॲरिस्टॉटलने 'काव्यशास्त्र' या ग्रंथात, भिन्न भिन्न कला या अनुकृतीच्या पद्धती आहेत आणि त्यांची भिन्नता अनुकृतीचे माध्यम, अनुकृतीचे विषय आणि अनुकृतीच्या पद्धती यांमुळे निश्चित होते, असे म्हटले आहे. भाषेच्या साहाय्याने अनुकृती करणाऱ्या कलेत त्याने काव्याचा (आणि काव्यांतर्गत नाट्याचा) समावेश केला आहे. कवी निवेदनाच्या साहाय्याने अनुकृती करू

शकेल किंवा तो आपल्यासमोर जिवंत व चालतीबोलती पात्रे उभी करील. काहींच्या मते, नाट्य हे अभिधान कृती दाखविणाऱ्या काव्याला दिलेले आहे, असे तो सांगतो. शोकांतिकेच्या संदर्भात तो म्हणतो : ती नाट्यरूप असते, निवेदनात्मक नसते. पुढे त्याने म्हटले आहे : ज्या अर्थी शोकान्त अनुकृतीमध्ये नाट्य वठविणाऱ्या व्यक्तींचा अंतर्भाव होतो, त्या अर्थी अनिवार्यपणेच पहिल्याप्रथम दृश्य साधने हे शोकांतिकेचे एक अंग ठरते. दृश्य साधने या अंगामध्ये रंगभूमीवरील देखाव्यांप्रमाणेच पात्रे, पात्रांचे पोशाख वगैरे गोष्टींचाही अंतर्भाव होतो. पुढे शोकांतिकेची सहा अंगे सांगितलेली आहेत, ती अशी: कथानक, स्वभाव, शब्दयोजना, विचार, दृश्य व गीत. पुढे तो म्हणतो : वस्तुस्थिती अशी आहे, की प्रत्येक नाटकात दृश्यात्मक घटक असतात आणि त्याप्रमाणे स्वभाव, कथानक, शब्दयोजना, गीत व विचार हेही असतात. हे नाटकाचे घटक आहेत, की नाट्यकलेचे घटक आहेत, याविषयी मतभेद आहे. सुखांतिका आणि शोकांतिका हे प्रयोगसापेक्ष कलाप्रकार आहेत याची जाणीव ॲरिस्टॉटलला असली, तरी त्याने सुखांतिका आणि शोकांतिका यांचा प्रयोगाच्या अथवा सादरीकरणाच्या दृष्टीने विचार केलेला नाही, असे मानले जाते. ॲरिस्टॉटलने म्हटले आहे : दृश्यांना अर्थातच एक स्वत:चे असे भावनात्मक आकर्षण आहे; परंतु सर्व अंगांमध्ये ते किमान कलात्मक आणि काव्यकलेशी कमीत कमी संलग्न आहे. कारण आमची खात्री आहे, की शोकांतिकेचा प्रभाव प्रयोग व नट यांच्या व्यतिरिक्तही जाणवतो. शिवाय, दृश्यात्मक परिणामांची निर्मिती कवीच्या कलेपेक्षा बव्हंशी नेपथ्यविशारदाच्या कलेवरच अवलंबून असते. गो.वि. करंदीकरांनी ॲरिस्टॉटलचे 'काव्यशास्त्र' आणि भरतमुनीचे 'नाट्यशास्त्र' यांची तुलना करताना म्हटले आहे: भरताच्या दृष्टिकोनात दृश्य परिणामाला महत्त्वाचे स्थान आहे आणि त्यामुळे दृश्यात्मक साधनांचा सूक्ष्म व काटेकोर विचार नाट्यशास्त्रामध्ये केलेला आहे. ॲरिस्टॉटल हा नाट्याच्या कल्पनाजन्य स्वरूपाचे विश्लेषण करीत आहे; म्हणून दृश्यात्मक साधनांच्या विचाराला त्याने डावललेले दिसते. याचा अर्थ असा, की ॲरिस्टॉटलने पाठ्याचा, संहितेचा विचार केला; प्रयोगाचा अथवा सादरीकरणाचा नाही. शोकांतिकेच्या संदर्भात त्याने म्हटले आहे: भीती व करुणा दृश्यात्मक साधनांनीही निर्माण होऊ शकतील; पण ती त्या लिखाणाच्या अंतर्गत रचनेचाही परिपाक असू शकतात, आणि ही पद्धती अधिक चांगली असून श्रेष्ठ कवीला शोभणारी आहे.

ॲरिस्टॉटलच्या शोकांतिकाविचारात कथानकाला, कथारचनेला अनन्यसाधारण स्थान आहे. कथानक हेच आद्यतत्त्व असून तो शोकांतिकेचा आत्मा होय, असे त्याने म्हटले आहे. कथानकात रचनात्मक ऐक्य असले पाहिजे. कथानके साधी असतात किंवा संमिश्र असतात. संमिश्र म्हणजे परावृत्ती आणि अभिज्ञान यांनी युक्त असलेले कथानक. कथानकाच्या प्रवाहाची गती ज्या वेळी विरुद्ध दिशेला वळते तेव्हा घटनेची परावृत्ती घडून येते. एखाद्या घटनेचा एकदम उलगडा होणे, त्यातील न कळलेल्या अर्थाचे एकदम ज्ञान होणे म्हणजे अभिज्ञान होय. ॲरिस्टॉटलच्या मते, शोकांतिका ही करुणा व भीती यांच्या साहाय्याने त्या भावनांचे योग्य ते विरेचन घडवून आणते. 'शोकांतिका ही नुसत्या स्वयंपूर्ण कर्माची अनुकृती असते असे नव्हे, तर ती भीती व करुणा उत्स्फूर्त करणाऱ्या घटनांची अनुकृती असते', असे ॲरिस्टॉटलने म्हटले आहे. कथानक हे परिणामाच्या दृष्टीने एकेरी असावे, अवस्थांतर असावे ते चांगल्याकडून वाइटाकडे; हे घडून यावे ते दुर्गुणाचा परिपाक म्हणून नव्हे, तर एखाद्या महान प्रमादामुळे. कथानकाची रचना अशी असली पाहिजे, की डोळ्यांच्या मदतीशिवायसुद्धा कथा ऐकणारा मनुष्य घडणाऱ्या गोष्टींमुळे भीतीने थरारेल आणि दयेने विरघळून जाईल. ॲरिस्टॉटलच्या या विवेचनावरून तो केवळ पाठ्याचा, संहितेचा विचार करीत आहे, हे स्पष्ट होते. 'काव्यशास्त्रा'च्या शेवटच्या भागात म्हटले आहे, 'महाकाव्याप्रमाणे शोकांतिकासुद्धा अभिनयावाचून परिणामकारक होऊ शकते. केवळ वाचनानेसुद्धा तिला आपली शक्ती प्रकट करता येते.'

भरतमुनीच्या 'नाट्यशास्त्रा'त संहिता आणि प्रयोग या दोन्ही अंगांचा विचार आहे. अकरा नाट्यांगांचे आणि दहा रूपकांचे त्याने विवरण केलेले आहे. रूपकांचे (म्हणजे आजच्या अर्थाने नाट्यसंहितांचे) दहा प्रकार भरताने सांगितलेले आहेत, ते असे : नाटक, प्रकरण, अंक, व्यायोग, भाण, समवकार, वीथी, प्रहसन, डिम, ईहामृग. भरताने नाट्यकथारचनेचा विचार केलेला आहे. कथानकाच्या पाच अवस्था सांगितल्या आहेत, त्या अशा : आरंभ, प्रयत्न, प्राप्तिसंभव, नियत फलप्राप्ती, फलयोग. पाच अर्थप्रकृती सांगितल्या आहेत : बीज, बिंदू, पताका , प्रकरी, कार्य. पाच सन्धी आहेत : मुख, प्रतिमुख, गर्भ, विमर्श, निर्वहण. कथानक अथवा इतिवृत्त हे नाट्याचे शरीर होय. त्याचे दोन प्रकार आहेत : आधिकारिक आणि प्रासंगिक. कथानकाच्या विकासाचे दर्शन क्रमशः आरंभ, प्रयत्न, प्राप्तिसंभव, नियत

फलप्राप्ती आणि फलयोग या पाच अवस्थांच्या द्वारा व्हावे. कथानकात पाच अर्थप्रकृतींची योजना केली पाहिजे. कथानकाला सुरुवात होते ती मूलभूत घटना आणि शेवटी होणारी कार्यसिद्धी हे जिचे अंतिम फल, ती घटना म्हणजे बीज. कथानकाचा सांधा पुन्हा जोडणारी घटना किंवा उक्ती म्हणजे बिंदू. मुख्य उद्दिष्टाची कल्पना स्पष्ट होते ती पताका. मुख्य कथानकाला उपकारक घटना म्हणजे प्रकरी. कथानकातील अंतिम साध्य-सिद्धीसाठी होणाऱ्या सर्व प्रयत्नांना कार्य असे नाव आहे.

कथानकाच्या रचनेच्या संदर्भात 'पताकास्थानक' असा शब्दप्रयोग केला जातो, त्याचा अर्थ असा: अचानक घडून येणारी घटना अतिशयोक्तियुक्त वचन, भिन्नार्थ वचनांची एकत्र योजना, श्लेषयुक्त वचन - यांतून संभाव्य घटनेचे सूचन केले जाते.

भरताने सांगितलेल्या पाच संधींचे विवरण पुढीलप्रमाणे : मुख - नाना अर्थांच्या, रसांच्या प्रयोगासाठी कथानकाच्या बीजाची उत्पत्ती. प्रतिमुख - बीजाची अभिव्यक्ती-दृश्य, अदृश्य स्वरूपात. गर्भ-बीजाचा उद्भव कधी प्राप्ती, कधी अप्राप्ती तर कधी अन्वेषण या रूपांत. विमर्श : बीजातून फल बाहेर येईल, की नाही अशा शंका. निर्वहण : - मुख्य लक्ष्यात्मक तत्त्वांना समन्वित करून नाना भावांची स्थिती प्रकट होऊ लागते. डिम आणि समवकार या रूपकप्रकारांत विमर्शसंधी नसते. व्यायोग आणि ईहामृग या प्रकारांत गर्भ, विमर्श या संधी नसतात. प्रहसन, वीथी, भाण, अंक या प्रकारांत केवळ मुख आणि निर्वहण या संधी असतात. नाटक आणि प्रकरण या रूपकांत सर्व संधी असतात.

कथानकात पाच अर्थप्रकृतींमुळे पाच अवस्था निमार्ण होतात. हे कथानक ज्या क्रमाने विकसित होत जाते, त्या कथाक्रमात पाच संधी असतात.

भरताने 'दशरूप' असा शब्द वापरलेला असून त्याचे नाटक, प्रकरण, अंक, व्यायोग, भाण, समवकार, वीथी, प्रहसन, डिम, ईहामृग असे दहा भेद सांगितलेले आहेत. हे रूपभेद वृत्तिभेदांमुळे निर्माण होतात. वृत्ती म्हणजे व्यापार-वाचेचा, मनाचा, शरीराचा व्यापार. भारती, सात्वती, कैशिकी, आरभटी अशा चार वृत्ती आहेत. नाटक आणि प्रकरण यांत सर्व वृत्ती असतात. वीथी, समवकार, ईहामृग, अंक, व्यायोग, भाण, प्रहसन आणि डिम यांत कैशिकीवृत्ती नसते. डिममध्ये सात्वती आणि आरभटी या वृत्ती असतात. अंकामध्ये केवळ भारतीवृत्ती असते.

नाट्याच्या पाठ्यात, मुख्यतः प्रयोगात वृत्तींचा अवलंब केलेला असतो. संस्कृत पाठ्य, गान आणि प्राकृत पाठ्य यांनी भारतीचा निर्देश होतो. अत्यंत हर्षवाणीने युक्त ती सात्वती वृत्ती होय. हीत शोकरस नसतो. शृंगार व करुणरसाच्या परिपोषासाठी हिचा उपयोग होत नाही. ज्यात निरनिराळे सुंदर सुंदर वेश, नृत्य, गायन, शृंगाररस इत्यादी गोष्टी असतात, त्या व्यापारास कैशिकीवृत्ती म्हणतात. आरभटीवृत्तीत साहसी माणसे आणि त्यांची साहसी कृत्ये येतात.

पाठ्यापेक्षाही प्रयोगाच्या दृष्टीने वृत्तींना महत्त्व आहे. शृंगाररसाच्या प्रत्ययासाठी कैशिकी, शांतरसासाठी सात्वती, रौद्र आणि वीररसासाठी आरभटी आणि सर्व रसांसाठी भारतीवृत्तीचा आश्रय घेतला जातो. भरताच्या नाट्यशास्त्रात पाठ्य आणि प्रयोग यांचा विचार एकाच वेळी केला जातो. नाटक ही वस्तू केवळ वाचण्याची नसून पाहण्याची आहे, असे त्याने गृहीत धरले आहे.

भरताने अकरा नाट्यांगांचे विवरण केलेले आहे -

१. रस, २.भाव, ३. अभिनय, ४. धर्मी, ५. वृत्ती, ६. प्रवृत्ती, ७. सिद्धी, ८. स्वर, ९. आतोद्य, १०. गान, ११. रंग.

भरताची नाट्यमीमांसा नाट्यप्रयोगकेंद्री आहे. संहितेचा आणि त्या संहितेच्या मंचावरील अभिव्यक्तीचा परिपूर्ण विचार भरताने केलेला आहे.

नाट्याच्या अकरा अंगांचे विवरण पुढीलप्रमाणे ह्र

१. रस : शृंगार, हास्य, करुण, रौद्र, वीर, भयानक, बीभत्स, अद्‌भुत. (अभिनवगुप्ताने 'शांत' या रसाची जोड दिलेली आहे.)

२. भाव : स्थायी, संचारी, सात्त्विक

अ. स्थायिभाव : रती, हास, शोक, क्रोध, उत्साह, भय, जुगुप्सा, विस्मय (आणि निर्वेद).

आ. संचारी/व्यभिचारी भाव : निर्वेद, ग्लानी, शंका, असूया, मद, श्रम, आलस्य, दैन्य, चिंता, मोह, स्मृती, धृती, व्रीहा, चपलता, हर्ष, आवेग, जडता, गर्व, विषाद, औत्सुक्य, निद्रा, अपस्मार, स्वप्न, विबोध, अनर्थ, अवहित्थ, उग्रता, मती, व्याधी, उन्माद, मरण, त्रास, वितर्क.

इ. सात्त्विक भाव : स्तम्भ, स्वेद, रोमांच, स्वरभंग, वेपथु, वैवर्ण्य, अश्रू, प्रलय.

नाट्यप्रयोगाच्या, नाट्यसंहितेच्या रंगमंचावरील अभिव्यक्तीच्या संदर्भात हे विवेचन आहे, यात काही संशय नाही.

नाट्यप्रयोगातच प्रेक्षकांना स्थायींचे, संचारींचे आणि सात्त्विक भावांचे आकलन शक्य आहे.

हा प्रत्यय देण्यासाठी भरताने 'अभिनया' चा विचार केलेला आहे.

३. अभिनय : भरताने आंगिक, वाचिक, आहार्य आणि सात्त्विक असे अभिनयाचे चार प्रकार केलेले आहेत. आणि त्यांचे सूक्ष्म विवचेन केलेले आहे.

शरीर, मुख आणि हावभावांनी अर्थाची अभिव्यक्ती करणे म्हणजे आंगिक अभिनय. आंगिक अभिनयाचे भरताने तीन प्रकार सांगितलेले आहेत : १. शरीरज, २. मुखज, ३. चेष्टाकृत. आंगिक अभिनयात संपूर्ण शरीर अभिप्रेत आहे.

वाचिक अभिनयात रंगमंचावरच्या नटाच्या बोलण्याच्या क्रियेचा समावेश होतो. शब्दांचे उच्चारण, स्वरांचे नियमन येथे गृहीत आहे. आहार्य अभिनयात नेपथ्य, पोशाख, मुखसज्जा, रूपसज्जा यांचा समावेश होतो.

सात्त्विक अभिनयात स्तंभ, स्वेद, रोमांच, स्वरभंग, वेपथू, वैवर्ण्य, अश्रू आणि प्रलय या आठ सात्त्विक भावांची अभिव्यक्ती अभिप्रेत आहे. त्यासाठी नटांच्या ठिकाणी 'सत्त्व' आवश्यक. ज्या पात्राची भूमिका करावयाची आहे त्याचे स्वभाव-वैशिष्ट्य आत्मसात करणे, पात्राशी एकरूप होणे, स्वत:च्या भावांचा त्याग, पात्राच्या भावनांचा स्वीकार येथे अभिप्रेत आहे.

भरताच्या मते, अभिनय हा वाणी, अंग आणि सत्त्व यांनी समन्वित असला पाहिजे. सत्त्वयुक्त अभिनय श्रेष्ठ असतो. सत्त्व अव्यक्त असते. ते भावाच्या द्वारा रसाभिव्यक्ती करीत असते.

अभिनयाच्या अलंकारांमुळे बाह्य आणि आंतरगुणांची अभिव्यक्ती होत असते. रस आणि भाव यांचा विस्तार करणारे तीन प्रकारचे अलंकार आहेत.: १. तीन अंगज, २. दहा स्वाभाविक आणि ३. सात अयत्नज.

तीन अंगज अलंकारांमध्ये भाव, हाव आणि हेला यांचा समावेश होतो. देहात सत्त्व स्थापित असते. सत्त्वातून 'भाव', भावातून 'हाव' आणि हावांमधून 'हेला' उत्पन्न होतात. कवीच्या हृदयात भावरूपाने जी अनुभूती असते तिला 'भाव' म्हणतात. भाव व्यक्त होऊ पाहतो तेव्हा नेत्र, भृकुटी, अन्य अंगांच्या आविर्भावांतून भावना प्रकट होते. मानेची हालचाल सुरू झाली, की 'हाव' उत्पन्न होतात. शृंगाररसाश्रित हाव जेव्हा कमनीय रूप धारण करतात, तेव्हा त्यांना 'हेला' म्हटले जाते. दहा स्वाभाविक गुणांमध्ये लीला, विलास, विच्छित, ललित आणि विहृत यांचा समावेश होतो.

सात अयत्नज अलंकारांमध्ये शोभा, कांती, दीप्ती, माधुर्य, धैर्य, प्रगल्भ आणि औदार्य यांचा समावेश होतो.

नाट्यप्रयोगाच्या सादरीकरणाच्या स्वरूपाविषयी भरताने 'धर्मी' हा शब्द वापरलेला असून लोकधर्मी आणि नाट्यधर्मी असे दोन भेद केलेले आहेत. देशकालस्थितीनुसार भाषण, पोशाख, रीती आणि वर्तन यांच्या संदर्भात आवन्ती, दाक्षिणात्या, औड्रमागधी आणि पांचालमाध्यमा या चार प्रवृत्ती सांगितल्या आहेत. मानुषी आणि दैविकी या दोन सिद्धी सांगितल्या आहेत. भाषण, भाववृत्ती आणि हावभाव यांच्याविषयी हे विवेचन आहे. रंगभूमीवरील नटाच्या वाणीतून आणि शरीरातून भाववृत्तींची अभिव्यक्ती होत असते. भरताने स्वरांचा, वाद्यांचा, गायनाचा आणि रंगगृहाचाही सविस्तर विचार केलेला आहे. विकृष्ट, चतुरस्र आणि त्र्यस्र अशा तीन प्रकारच्या नाट्यगृहांचे त्याने विवरण केले आहे.

नाट्यप्रयोगाच्या सादरीकरणाच्या वेगवेगळ्या पायऱ्या त्याने दिलेल्या आहेत. प्रत्येक नाट्यप्रयोगाचा प्रारंभ पूर्वरंगाने होतो. या पूर्वरंगात वाद्ये रंगभूमीवर आणणे, वादकांनी जागा घेणे, गायकांचा समावेश होणे इथपासून नांदीपर्यंतचा समावेश होतो. पूर्वरंगानंतर स्थापक येतो, तो नाटकाच्या प्रयोगापूर्वी प्रस्तावना करतो. त्यानंतर नाटकाचा प्रयोग सुरू होतो.

भरताने नाट्यसंहितेचा आणि नाट्यप्रयोगाचा संपूर्ण विचार केला आहे. वाणी, उच्चारलेले शब्द, कण्ठ्य आणि वाद्यसंगीत, हावभाव, मूकाभिनय, नेपथ्य, पोषाख, नटांच्या भावावस्था आणि नाट्यगृह या सर्वांचा विचार नाट्यशास्त्रात आहे. ग्रीक नाट्यगृहे डोंगराच्या पायथ्याचा उपयोग करून बांधलेली असत. डोंगराच्या उताराचा प्रेक्षकांना बसण्यासाठी उपयोग होत असे. समोरच्या मोकळ्या जागेत नटांचा अभिनयव्यापार चालत असे. कालांतराने दृश्यांसाठी मंडप बांधला गेला. अर्धवर्तुळाकार प्रेक्षागृहात चौदा हजार प्रेक्षक बसू शकत. ग्रीक नाट्यप्रयोगात बोलणारा नट आरंभी असे. पुढे तीन नट आले. प्रयोगात संगीत आणि नृत्य यांचा समावेश असे. ग्रीक शोकांतिकेतील सर्व नट मुखवटे घालत. स्त्रियांच्या भूमिका पुरुषनटच करीत. ग्रीक शोकांतिकेत वृंदाला महत्त्व असे. त्यात पंधरा लोक

असत. रोमन साम्राज्यकाळात पक्के नाट्यगृह बांधले गेले. रोमनांनी डोंगराच्या उताराचा उपयोग केला नाही. प्रेक्षागृह आणि रंगगृह यांची पातळी एकच असे. मात्र रंगमंचाची पातळी उंचावलेली असे. मागे पक्के बांधकाम केलेले असे. मागच्या भिंतीत कमीत कमी तीन दारे असत. मागचे बांधकाम दोन -तीन मजल्यांचे असे. तेथे स्तंभ, पुतळे, सज्जे असत. ग्रीक आणि रोमन रंगभूमी एक हजार वर्षे अस्तित्वात होती.

रोमन साम्राज्याच्या पतनानंतर काही काळ रंगभूमीच्या दृष्टीने काळा कालखंड होता. त्यानंतर धर्मपीठाने रंगभूमीचा उपयोग करून घेतला. मोठ्या आकाराच्या प्रार्थनामंदिरांत आणि मठांत धार्मिक स्वरूपाच्या नाटकांचे प्रयोग होऊ लागले. १३५० ते १५५० हा मध्ययुगीन रंगभूमीच्या बहराचा काळ होता. रेनेसानंतर पश्चिम युरोपातील नाटक व रंगभूमी यांत आमूलाग्र बदल झाला. १५५० ते १६५० हा काळ इंग्लंडमधील रंगभूमीच्या दृष्टीने अत्यंत बहराचा काळ होता.

१५७० मध्ये इंग्लंडमध्ये नाटकात काम करणे हा कायदेशीर व्यवसाय समजला गेला. व्यापारीवर्ग रंगभूमी आणि नाटक यांच्या विरोधात होता. त्यामुळे शहराबाहेर नाट्यगृहे बांधण्यात आली. तथापि, नाटकाचा प्रेक्षक वाढत होता आणि नाट्यमंडळींना प्रोत्साहन मिळत होते. या काळात पक्की नाट्यगृहे बांधली गेली. खुली आणि बंदिस्त अशा दोन्ही प्रकारची ती होती. विल्यम शेक्सपिअर या नाटककाराचा हा काळ होता. दोन ते तीन हजार प्रेक्षक बसतील अशी ही नाट्यगृहे असत. १५९० मध्ये विल्यम शेक्सपिअर लंडनमध्ये स्थिरावला आणि १५९९ मध्ये त्याने स्वतःचे ग्लोब थिएटर बांधले. नाट्यगृहाच्या मालकीबरोबरच तो नट, दिग्दर्शक आणि नाटककारही होता. तो या काळातला (आणि नंतरच्याही काळातला) महान नाटककार होता, त्याचप्रमाणे उत्कृष्ट सादरीकरण करणाराही होता. त्याने प्रयोग करण्यासाठीच नाटके लिहिली.

पंधराव्या-सोळाव्या शतकात इटलीतही रंगभूमी आणि नाटक यांच्या संकल्पनांत बदल होत गेला. कमानी रंगमंच, देखावे, नाट्यप्रयोगाविषयीच्या नव्या संकल्पना अस्तित्वात आल्या. नाट्यगृहाच्या बांधणीत लक्षणीय प्रयोग झाले. १६२५-५० या काळात फ्रेंच रंगभूमीवरही बरेच बदल झाले. या काळात नवअभिजाततावादाचा रंगभूमीवर प्रभाव होता. दृश्ये वस्तुनिष्ठ असावीत, संहिता शोकात्मिका किंवा सुखात्मिकेच्याच असाव्यात, पाच अंक

असावेत, कृती-काळ-स्थळ यांत एकात्मता असावी - ही गृहीते होती.

अठराव्या शतकात नाटकाच्या रूपांमध्ये काही बदल झाले. ऑपेरा, बर्लेस्क, पॅन्टोमाईम हे प्रकार आले. याच काळात भावुक सुखात्मिका आणि कौटुंबिक शोकात्मिका लिहिल्या गेल्या. रंगभूमीविषयीची संकल्पना या काळात बदलत गेलेली दिसते. वस्तुस्थितिनिदर्शक नेपथ्य असावे, असा एक आग्रह या काळात दिसतो. या काळात युरोपातील सर्वच देशांमध्ये कमानी रंगमंच स्वीकारला गेला. रंगमंचावर नाट्यसंहितेस अनुसरून देखावे अथवा नेपथ्य यांची रचना झालेली दिसते. हळूहळू कृत्रिम अथवा उच्चभ्रू भाषेकडून नाटककार सर्वसामान्य भाषेकडे वळले आणि नटही त्या संवादांचा उच्चार शैलीदारपणे न करता सहज बोलल्याप्रमाणे करू लागले.

आता पाश्चात्त्य रंगभूमीची आणि काही विचारवंताच्या रंगभूमीविषयीच्या विचारांची थोडक्यात ओळख करून घेऊ.

एकोणिसाव्या शतकात अभिजाततावाद मागे पडून रोमँटिसिझम आला. या काळात मेलोड्रामा हे लोकप्रिय नाट्यरूप होते; पण त्याच वेळी नेपथ्य, पोशाख, अभिनय अधिक वास्तवदर्शी होत गेला. हॅरिएट बीचर स्टो यांच्या 'अंकल टॉम्स केबिन' या कादंबरीवर आधारित नाटक हा एकोणिसाव्या शतकातील लोकप्रिय मेलोड्रामा होता.

एकोणिसाव्या शतकातच रंगभूमी वास्तववादाकडे वळू लागलेली होती. ऐतिहासिक वस्तुनिष्ठा आणि वास्तवदर्शन हे या रंगभूमीचे विशेष होते. १८६० मध्येच फ्रान्समध्ये वास्तववादाची चळवळ सुरू झालेली होती. नॉर्वेजिअन लेखक हेन्रिक इब्सेन याने १८७९ पासून लिहिलेल्या नाटकांमध्ये वास्तववादाचा स्वीकार केलेला आहे. रशियन नाटककार अंतोन चेकॉव्ह यानेही वास्तववादी-यथार्थवादी नाटके लिहायला सुरुवात केली होती. याच काळात 'दिग्दर्शका' चा उदय झाला. वास्तववादानंतर प्रतीकवाद आला. संहितेत आणि प्रयोगात वास्तववाद आणि प्रतीकवाद अंतर्भूत झाला. युरोपात नाटककारांनी लिहिलेल्या संहितांनुसार नाट्यप्रयोगाच्या संकल्पनेत बदल होत गेलेला दिसतो. 'रंगभूमी' संबंधी स्वतंत्र विचार करणारे विचारवंत एकोणिसाव्या शतकाच्या उत्तरार्धात आणि विसाव्या शतकाच्या पूर्वार्धात उदयास आले. त्यांना भरताच्या नाट्यशास्त्राची माहिती होती आणि भारतातील लोकरूपके समजल्या जाणाऱ्या सादरीकरणांचीही माहिती होती.

एकोणिसाव्या शतकात रिचर्ड वॅग्नर (१८१३-८३) यांनी वास्तववादाच्या

विरोधात बंड पुकारले आणि 'संगीत नाटक' ही नवी संकल्पना प्रसृत केली. त्यांच्या मते उत्तम नाटकासाठी संगीत ही अत्यावश्यक गोष्ट आहे. संगीतामुळे प्रत्यक्ष जीवनापासून अंतर राखता येते. वास्तववादाच्या मार्गाने महान सत्ये गवसत नसतात, असेही त्यांचे मत होते. प्रेक्षकांना दैनंदिन जीवनातून काढून वेगळ्या उंचीवर नेले पाहिजे. नाटकात कवितेची अत्यधिक क्षमता व्यक्त झाली पाहिजे आणि संगीतातील सर्वोच्च क्षमतेचा उपयोग नाट्यात्म कृतीच्या सखोल प्रत्ययासाठी झाला पाहिजे. नाटककार आणि नट यांच्यातील सनातन संबंधांचाही उल्लेख वॅग्नरने केला आहे. रंगभूमीपासून दूर असलेली, साहित्य म्हणून लिहिली जाणारी नाटके चेतनाहीन असतात, असे त्याचे मत होते.

अॅडॉल्फ आप्पिया (१८६२-१९२८) हा वॅग्नरने प्रभावित झालेला रंगकर्मी होता. नेपथ्य आणि प्रकाशयोजना या दोन क्षेत्रांत तो काम करीत होता. त्याची रंगमंचाविषयीची कल्पना अतिशय व्यापक होती. त्याला त्रिमितियुक्त रंगमंच हवा होता. अतिशय रुंद आणि खोल असा रंगमंच. तिथे तो एखाद्या स्थापत्यविशारदाप्रमाणे मांडणी करतो. रूढ, वास्तवदर्शी आकार तो वापरतोच असे नाही. नाटकाचा जो काही आशय असेल, त्यानुसार त्याने नेपथ्याची मांडणी केलेली असे.

प्रकाशयोजना हा घटकही त्याच्या दृष्टीने अतिशय महत्त्वाचा होता. नाट्यकृतीप्रमाणे, भावस्थितीप्रमाणे प्रकाशात बदल झाला पाहिजे. एखाद्या पेंटिंगमध्ये जशी छायाप्रकाशाची योजना असते, ती त्याला अभिप्रेत होती. नाट्यात्म कृती, संगीत आणि प्रकाशयोजना यांच्यात एकरूपता असावी, अशी त्याची अपेक्षा होती. प्रकाश हा दृश्यामध्ये रंग भरणारा घटक असतो. रंगमंचावर वावरणाऱ्या पात्रांच्या आविर्भावांप्रमाणे भावस्थिती निर्माण करणारा तो घटक आहे, असे त्याचे म्हणणे होते. केवळ प्रकाश आणि संगीत माणसाच्या आतल्या, खोल आतल्या भावना व्यक्त करणारे घटक आहेत.

शब्द हा घटक त्याच्या दृष्टीने विशेष महत्त्वाचा नाही. प्रकाशयोजनेतून दृश्याचा भावार्थ आपल्याला उमगतो. प्रकाश आणि संगीत या घटकांमुळे रंगमंचाचे अमर्याद अवकाशात रूपांतर होते. हा नाट्यात्म अवकाश असतो. आप्पिया हा आधुनिक रंगमंचाचे सौंदर्यशास्त्र सांगणारा कलावंत आणि नाट्यचिंतक होता. 'दिग्दर्शक' या संकल्पनेलाही त्याने विशेष महत्त्व दिलेले आहे.

सर्व घटकांचे योग्य ते संयोजन करण्याची क्षमता दिग्दर्शकात असली

पाहिजे. तो प्रयोगशील असला पाहिजे आणि कलावंतही असला पाहिजे. रंगभूमीवरच्या प्रयोगात अनेक घटक असले, तरी त्यांचे संयोजन दिग्दर्शकाने करायचे असते. नेपथ्य, प्रकाश, संगीत, दिग्दर्शक या संदर्भात आप्पियाने जे विचार मांडले, त्यांचा रंगभूमीवर प्रभाव पडला आहे.

दुसरा महत्त्वाचा नाट्यविचारवंत म्हणजे गॉर्डन क्रेग (१८७२-१९६६) हा होय. अभिनय, लिखित संहिता, दृश्य, नृत्य यांपैकी कोणतीही एक गोष्ट म्हणजे नाटक नव्हे, तर यांच्यामधल्या मूळ घटकांचे संयोजन म्हणजे नाटक होय. नाट्यात्म कृती, शब्द, रेषा, रंग, लय यांपैकी प्रत्येक घटक महत्त्वाचा असतो. नाट्यात्म कृती हा सर्वांत महत्त्वाचा घटक होय यात शंका नाही. नाट्यात्म कृती, हालचाल, नृत्य यांतून नाट्यकला उदयास आलेली आहे, अशा प्रकारचे विचार क्रेग याने मांडलेले आहेत. लिखित संहिता आणि प्रयोग यांत त्याने भेद केलेला आहे. लिखित संहिता वाचायची वस्तू आहे, तर प्रयोग पाहायची वस्तू आहे. येथे हावभाव महत्त्वाचे असतात. नाटक, कृती, शब्द, रेषा, रंग, लय यांतूनच आकार घेते. आपले डोळे आणि कान यांचा तो विषय आहे. आप्पियाप्रमाणे क्रेगनेही 'दिग्दर्शक' महत्त्वाचा मानलेला आहे. नाटककाराने लिहिलेल्या नाटकाचा तो अर्थ लावतो आणि दृश्ये कशी बसवायची हेही तो ठरवतो. नटापासून नेपथ्यापर्यंत सर्व घटकांचा तो विचार करतो आणि नाट्याची निर्मिती करतो. नाट्यप्रयोगाच्या प्रत्येक घटकाचा तो विचार करतो. त्यातून एक कलाकृती साकार होते. नाट्यात्म कृती (ॲक्शन), दृश्य (सीन) आणि स्वर (व्हॉईस) यांतून उद्याची रंगभूमी महत्त्वाच्या कृतींची निर्मिती करील, असे तो म्हणतो.

काँस्तान्तिन स्तानिस्लावस्की (१८६३-१९३८) हा एक अत्यंत महत्त्वाचा विचारवंत मानला जातो. रंगभूमीवरील महत्त्वाचा घटक - नट हा त्याने आपल्या विचाराचा विषय मानला. नट आणि त्याचा अभिनय. रंगभूमीवर उभ्या असलेल्या नटाने ज्या पात्राची तो भूमिका करतो आहे, ते पात्र सर्वार्थाने साकार केले पाहिजे. तो नट वाटता कामा नये, पात्रच वाटायला पाहिजे. नटाने स्वत:चे अस्तित्व मिटवून पात्राचे अस्तित्व साकार करायचे आहे. त्याच्या हावभावांतून, हालचालींतून पात्राचा स्वभाव, वृत्ती, मनोविकार व्यक्त व्हायला पाहिजेत. त्याचे दिसणे, रूप, लकबी, पोशाख, बोलण्याची, हावभाव करण्याची विशिष्ट पद्धती स्पष्ट झाली पाहिजे. रंगमंचावर अमुक एक नट नव्हे, तर विशिष्ट पात्र उभे आहे असा प्रत्यय प्रेक्षकांना आला पाहिजे, यावर

स्तानिस्लावस्कीचा कटाक्ष होता. नटाचा हा एक प्रकारचा पुनर्जन्म असतो. यासाठी नटाला साधना करावी लागते. नाट्यसंहिता सूक्ष्मपणे समजावून घ्यावी लागते. संहितेच्या आतली संहिता त्याला वाचता आली पाहिजे. समग्र नाटकाची गतिलय नटांना समजली पाहिजे. ही नाट्यांतर्गत गतिलय नट, नेपथ्यकार, प्रकाशयोजक, संगीतरचनाकार या सर्वांनाच उमगली पाहिजे, तरच प्रेक्षकांना तिचा प्रत्यय येईल. नाटक ही विविध घटकांनी आणि व्यक्तींनी बनलेली कृती असते. त्या सर्वांच्या साहचर्यातून, कृतींच्या संयोजनातून नाटक साकार होत असते. स्तानिस्लावस्कीचा विचार प्रयोगकेंद्री आहे. संहिता ही प्रयोगातील एक घटक आहे, आणि प्रत्येक संहितेचे वेगवेगळे वाचन, अर्थप्रकटीकरण शक्य आहे, असे स्तानिस्लावस्कीचे मत होते.

अंतोनी आर्तो (१८९६-१९४८) हा 'क्रौर्यनाट्य' (द थिएटर ऑव्ह क्रूएल्टी) या विचाराचा प्रवर्तक मानला जातो. संहितानिष्ठ, शब्दांना अतिशय महत्त्व देणाऱ्या व दैनंदिन जीवनातील वास्तवतेची मानसिक चिकित्सा करणाऱ्या तत्कालीन पाश्चात्त्य रंगभूमीविषयीच्या असमाधानातून आर्तोचा नवा विचार जन्मला. रंगभूमी ही परिवर्तनाचे, वेदनेतून मुक्ती मिळवण्याचे एक साधन आहे. त्यासाठी रंगभूमीवरील प्रत्येक दृश्यबंधाच्या मुळाशी क्रौर्याचा घटक असला पाहिजे, असे तो म्हणतो. वैश्विक दृढता, अचल व्यग्रता, निर्णय, आत्मसंयम आणि जीवनाची अभिलाषा म्हणजे क्रौर्य अशी आर्तोची कल्पना आहे. रंगभूमी म्हणजे वधस्थान, खंदक किंवा क्रौर्य असे सांगून आर्तोने दृश्यबंध, वेशभूषा, प्रकाशयोजना, संगीत व संहिता या सर्व घटकांचा विचार या दृष्टिकोनातून केला आहे. क्रौर्यनाट्यात संवादांना वा संहितेला फार महत्त्व नाही. आर्तो रंगभूमीच्या नव्या भाषेच्या शोधात होता. आविर्भाव, ध्वनी, शब्द, चीत्कार, प्रकाश, काळोख, रंग यांच्या वापरातून तो संवेदनांचे अराजक निर्माण करू इच्छीत होता.

बर्टोल्ट ब्रेश्ट (१८९८-१९५६) यांनी एपिक थिएटर ही संकल्पना मांडली. स्तानिस्लावस्की पद्धतीची वास्तवनिष्ठा ब्रेश्ट यांना मान्य नव्हती. त्याप्रमाणे जादूसदृश करामती, हिप्नॉटिक परिणामांचा वापर, प्रेक्षकांच्या भावना उद्दीपित करून त्यांना हेलावून टाकणे, आपल्या अभिनयाने प्रेक्षकांना भावनेच्या प्रवाहात वाहवत नेणे हेही त्यांना मान्य नव्हते. ब्रेश्ट यांचा अभिनेता रंगमंचावर आपण सादर करीत असलेल्या पात्रात आपले पूर्ण रूपांतर होणार नाही, याची काळजी घेत असतो. अभिनेता पात्रात तादात्म्य पावत नसल्याने पात्राच्या

संदर्भात निश्चित स्वरूपाचा दृष्टिकोन घेतो, तो पात्राकडे चिकित्सक दृष्टीने पाहतो. नेहमीच्या परिचयाच्या गोष्टींवरचे साधेपणाचे आवरण काढून टाकले पाहिजे, त्यांचे अपरिचितीकरण केले पाहिजे असे ब्रेश्ट यांचे मत होते.

ग्रोटोवस्की (१९३३) याच्या नाट्यविचारात नटाला अतिशय महत्त्व आहे. ग्रोटोवस्कीने विचारले आहे, की वेशभूषा आणि नेपथ्य यांच्याशिवाय रंगभूमी अस्तित्वात येते की नाही? उत्तर आहे, होय. संगीताशिवाय असू शकते, की नाही? होय. प्रकाशयोजनेची आवश्यकता आहे काय? अर्थातच नाही. संहितेशिवाय नाटक होऊ शकते, की नाही? होय. रंगभूमीचा इतिहास पाहिला, तर लिखित नाटकाची आवश्यकता होती, असे दिसत नाही. नाट्यकलेच्या विकासात लिखित नाटक हा मागाहून जोडलेला घटक आहे. अभिनेत्यांशिवाय रंगभूमी अस्तित्वात येऊ शकते काय? प्रेक्षकांशिवाय रंगभूमी अस्तित्वात येऊ शकते काय? या दोन्ही प्रश्नांचे 'नाही' हेच एक उत्तर आहे. प्रेक्षक आणि नट यांच्यामध्ये जे घडते, त्याला रंगभूमी हे नाव आहे.

ग्रोटोवस्कीच्या दृष्टीने नट हाच एकमेव आणि अत्यंत महत्त्वाचा घटक आहे. नट आपल्या शरीराच्या माध्यमातून काम करतो. कवी ज्याप्रमाणे स्वत:ची भाषा निर्माण करतो त्याप्रमाणे नटालाही ध्वनी आणि हावभाव यांची भाषा निर्माण करावी लागते. नाटकाच्या संहितांकडे ग्रोटोवस्की साहित्य म्हणून पाहतो. रंगभूमीवरचे नाटक त्यावर अवलंबून नसते. परंतु नाट्यसाहित्याचा काही उपयोग होत नाही, असेही नाही. आपल्याला उघडण्यासाठी त्याचा सुरीसारखा उपयोग होऊ शकतो. आपल्या आत काय दडलेले आहे, हे त्याच्या साहाय्याने शोधता येते. परंतु रंगभूमीवर जे आकार घेत असते, ते नटाच्या शरीरातून येते. तो त्याला पाहिजे असेल तेवढ्या शब्दांचा उपयोग करतो. शरीरामधूनच त्याला आपल्या आंतरिक अवस्था प्रक्षेपित करायच्या असतात. नट स्वत:ला भेदत जातो. आपल्या आत खोलवर जातो आणि ध्वनीच्या आणि हावभावांच्या भाषेत स्वत:ला व्यक्त करतो.

ग्रोटोवस्कीने नटाला रंगभूमीचे केंद्र मानले आहे

नाटककाराने लिहिलेली नाट्यसंहिता, दिग्दर्शक, नट, नेपथ्य, प्रकाशयोजना, संगीत या एकेका घटकाला मध्यवर्ती मानून वेगवेगळ्या नाट्यविचारवंतांनी विचार केलेला आहे. रंगभूमीवरच्या प्रयोगाचा मूलस्रोत आणि माध्यम नटाचे शरीर हेच आहे, ते मान्य करावे लागते. भारतीय लोकरूपकांकडे पाहिल्यास नटाचे शरीर हाच महत्त्वाचा घटक मानला गेल्याचे दिसते. नटाचे आविर्भाव,

हालचाली, मुद्रा, चीत्कार यांतून नाट्य साकार होते. त्याच्या जोडीला वेशभूषा, रंगभूषा, नेपथ्य, संगीत, नृत्य हे घटक येतात.

नाटककारांनी लिहिलेले शब्दही स्वरांमध्ये, हावभावांमध्ये वेगवेगळे बदल करून नट उच्चारत असतो. मग हे शब्द नटाच्या आतूनच आले, तर लिखित संवादांची, ते पाठ करण्याची गरज राहणार नाही. विविध घटकांचे योग्य ते संयोजन करण्यासाठी आणि स्वतःच्या प्रतिभेनुसार संपूर्ण प्रयोगाला सौंदर्यरूप देण्यासाठी प्रतिभासंपन्न दिग्दर्शकाची गरज असते. रंगभूमीशी निगडित सगळेच कलावंत नवनिर्मितिक्षम असतील तर प्रत्येक घटकच सौंदर्यनिर्मिती करणारा ठरत असतो. एखाद्या प्रयोगातील प्रकाशयोजना म्हणजे नुसते काव्य आहे असे म्हणत असतो, ते त्या प्रयोगातील तो सौंदर्यनिर्मिती करणारा घटक आहे म्हणून. नाटककाराजवळ शब्द असतात. त्यांच्या माध्यमातून तो नाट्यकाव्य निर्माण करतो. नटाजवळ त्याचे शरीर आहे. त्या माध्यमातून तो नाट्यकाव्यच निर्माण करतो. त्या नाट्यकाव्याला उठाव देणारे इतर घटक असतात. ग्रोटोवस्कीच्या विचारांवर पाश्चात्त्य प्रयोगशील नाट्यविचारकांप्रमाणे भारतीय लोकरूपकांचेही संस्कार आहेत.

आतापर्यंतच्या विवेचनावरून नाटककारांची रंगभूमी, दिग्दर्शकांची रंगभूमी आणि नटांची रंगभूमी अशा तीन शक्यता दिसतात. भरताच्या रंगभूमीत आणि भारतीय लोकरंगभूमीत या तीनही घटकांचे योग्य ते संयोजन आहे.

आतापर्यंतचे विवेचन ध्यानात घेऊन एक रूपरेषा आखता येते. नाट्यकलेचा, रंगभूमीचा मध्यवर्ती घटक नट आहे. नट आपल्या शरीराच्या माध्यमातून अभिव्यक्ती करतो. लेखक ज्याप्रमाणे शब्दांच्या साहाय्याने आपला जीवनानुभव, चिंतन, विचार व्यक्त करतो, त्याप्रमाणे नटही आपल्या जीवनानुभवाची, चिंतनाची, विचाराची अभिव्यक्ती करतो. नाटककार घटना, प्रसंग, व्यक्तिरेखा निर्माण करतो आणि शब्दांमधून कथानक सांगतो, स्वभावदर्शन घडवतो आणि जीवनविषयक दृष्टिकोण व्यक्त करतो. नट या सर्वांचा आपल्याला पाहिजे तसा आणि तेवढा उपयोग करून व्यामिश्र कलानुभव देतो. त्याला प्रकाशयोजक, नेपथ्यकार, संगीतसंयोजक साहाय्य करतातच, त्याबरोबर तेही आपल्या कलामाध्यमातून आपली जीवनदृष्टी व्यक्त करतात.

अशा भिन्न भिन्न कलावंतांच्या जीवनदृष्टीचे संयोजन दिग्दर्शक करतो. तो केवळ नाटककाराने लिहिलेल्या संहितेचा अर्थ लावत नाही, तर नटाच्या

हालचालींचा, आविर्भावांचा, प्रकाशयोजकाच्या प्रकाशाचा, काळोखाचा, रंगाचा अर्थ लावतो. तसेच तो नेपथ्यकाराच्या रंगमंचपरिकल्पनेचा आणि संगीतकाराच्या स्वरयोजनेचा, वाद्यध्वनीचा अर्थ लावतो. या सर्वांच्या अभिव्यक्तींचे संयोजन करताना तो स्वत:चीही अभिव्यक्ती करतो. त्याला सर्वच कलावंतांच्या अभिव्यक्तीचे साहाय्य होते. त्या सर्वांच्या कलात्मक आविष्कारातून तो एक कलाकृती घडवतो. नट रंगमंचावर सशरीर उपस्थित असतो, बाकी कलावंतांची कलाभिव्यक्ती रंगमंचावर असते. नटाला स्वत:च्या लौकिक व्यक्तिमत्त्वातून बाहेर येऊन केवळ एखादे पात्र साकार करायचे नसते; तर विविध वृत्ति-प्रवृत्ति, विचार-विकार, जाणिवा-नेणिवा व्यक्त करायच्या असतात. रंगमंचावर वावरणाऱ्या विविध नटांच्या आविर्भावांतून, हालचालींतून, चीत्कारांतून कलात्मक प्रत्यय घडवायचा असतो. एखादा प्रतिभावंत नाटककार या सर्वांचा आराखडा काढू शकतो. ती साहित्यकृती असते, नाट्यकलाकृती नसते.

□□□

रंगभूमी आणि नाटक

नाट्य ही एक रंगमंचीय कला आहे. म्हणजे नाट्यकलाकृतीच्या आविष्कारासाठी रंगमंचाची आवश्यकता असते. रस्ता, मोकळे, मैदान, छप्पर असलेली पण भिंती नसलेली जागा, गॅरेज, गोठा, पक्के बांधलेले नाट्यगृह यांपैकी कोणत्याही ठिकाणी नाटकाचा प्रयोग होऊ शकतो. त्यासाठी रंगमंच उभारला पाहिजे असेही नाही. नटांना वावरण्यासाठी आणि प्रेक्षकांना उभे राहण्यासाठी अथवा बसण्यासाठी जागा असली की तेथे नाटकाचा खेळ होऊ शकतो. नाटक करणारे कलाकार आणि ते पाहणारे प्रेक्षक असले की नाटकाचा खेळ करता येतो. नटांना उभे राहण्यासाठी, वावरण्यासाठी, हालचाली करण्यासाठी जी जागा नेमून दिलेली असते तिलाच रंगमंच असे म्हटले जाते. जी जागा चौकोनी, अर्धवर्तुळाकार अथवा वर्तुळाकार अशी कोणत्याही प्रकाराची असू शकते. पूर्वी छोट्या शहरांमध्ये माकडवाले, अस्वलवाले, हात की सफाईवाले, जादूगार, डोंबारी येत असत. ते असेच कुठेतरी रस्त्यावर, दोनतीन घरांच्या मधल्या मोकळ्या जागेत अथवा पटांगणात खेळ करीत असत. म्हणजे खेळ करण्यासाठी आवश्यक ती 'जागा' ते स्वत:च आखून घेत. अजूनही ग्रामीण परिसरात होणारे दशावताराचे, ललितांचे किंवा तमाशांचे खेळ कच्च्या किंवा पक्क्या बांधलेल्या रंगमंचावर केले जातात. थोडक्यात, नाट्य अथवा अन्य रंगमंचीय कलांसाठी एक 'अवकाश' (स्पेस) हवा असतो. 'थिएटर' या इंग्रजी शब्दाचे मूळ 'पाहणे' या अर्थाच्या व 'पाहण्याची जागा' या अर्थाच्या ग्रीक शब्दामध्ये असल्याचे सांगितले जाते. त्यामुळे प्राचीन काळापासून प्रेक्षागृहाची व नाट्यगृहाची संकल्पना

आढळते असे म्हणता येईल. भारतात प्राचीन काळापासून नाटकाची सलग परंपरा आढळते. नाटकाचा लिखित संहिता आणि रंगमंचीय प्रयोग अशा दोन अंगांनी विचार करावा लागतो.

नाट्यकलेतील विविध स्थित्यंतरे

ग्रीक आणि भारत या दोन्ही प्राचीन देशांमध्ये नाटके होत असत आणि त्यासाठी खुली अथवा बंदिस्त नाट्यगृहे बांधलेली असत. ग्रीक नाट्यगृहे डोंगराच्या पायथ्याशी बांधलेली असत. वीस-पंचवीस हजार प्रेक्षक बसू शकतील अशी व्यवस्था त्यात केलेली असल्याने ती उघडीच असत. त्यांचा आकार अर्धवर्तुळाकार असे. प्रेक्षकांना बसण्यासाठी वरवर चढत गेलेल्या पायऱ्या असत. नटांना उभे राहण्यासाठी व बोलण्यासाठी उंच चौथरा बांधलेला असे. रोमनांनी ग्रीकांपासून रंगमंचाची कल्पना घेतली, मात्र त्यासाठी त्यांना डोंगराच्या पायथ्याची गरज वाटली नाही. प्रबोधनकाळात (रेनेसा) इंग्लंडमध्ये पक्की बांधलेली नाट्यगृहे आली. भरताच्या नाट्यशास्त्रात (इसवी सनापूर्वी दोन शतकांपासून इसवी सनाच्या दुसऱ्या शतकापर्यंतच्या काळात लिहिल्या गेलेल्या,) नाट्यगृहाचे विकृष्ट, चतुरस्त्र, आणि त्र्यस्त्र असे तीन प्रकार सांगितले आहेत.

चतुरस्त्र नाट्यगृह

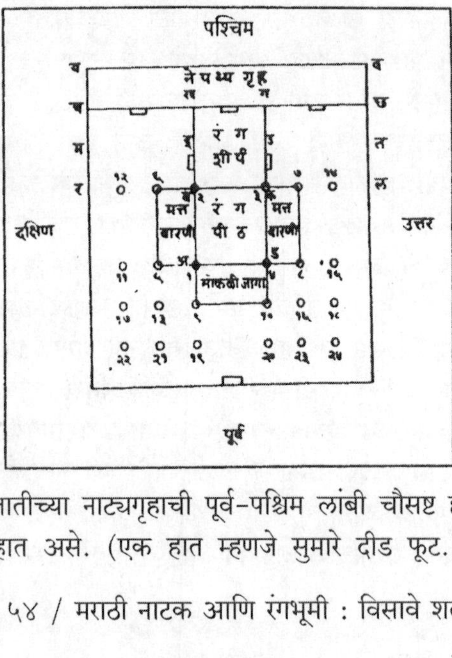

विकृष्ट जातीच्या नाट्यगृहाची पूर्व-पश्चिम लांबी चौसष्ट हात व दक्षिणोत्तर रुंदी बत्तीस हात असे. (एक हात म्हणजे सुमारे दीड फूट.) त्याचा आकार

आयतासारखा असे. या सबंध क्षेत्राचे पूर्व-पश्चिम दोन भाग करीत. पूर्वेकडील चौरस भागाचा प्रेक्षागृह म्हणून वापर करीत. पश्चिमेकडील भागात नेपथ्यभूमी असे. या जागेचा उपयोग पात्रांच्या वेषभूषेसाठी केला जात असे. नेपथ्यभूमी व प्रेक्षागृह यांच्या मधल्या जागेचे दोन भाग करीत. नेपथ्यगृहाला लागून 'रंगशीर्ष' आणि त्यानंतर 'रंगपीठ', रंगपीठाच्या उत्तर-दक्षिण या दोन्ही भागांत मत्तवारणी, नंतर मोकळी जागा व त्यानंतर प्रेक्षागृह अशी ही रचना असते. रंगशीर्ष ही जागा गायक-वादकांना बसण्यासाठी आणि रंगपीठ ही जागा नटांना वावरण्यासाठी, हालचाली करण्यासाठी असे. दोन्ही बाजूंच्या मत्तवारणी भागाचा उपयोग काही अधिक दृश्यांच्या सादरीकरणासाठी केला जात असे. विकृष्ट नाट्यगृहाचे ज्येष्ठ, मध्यम आणि कनिष्ठ असे तीन प्रकार त्यांच्या लांबीवरून केले जात.

विकृष्ट नाट्यगृह

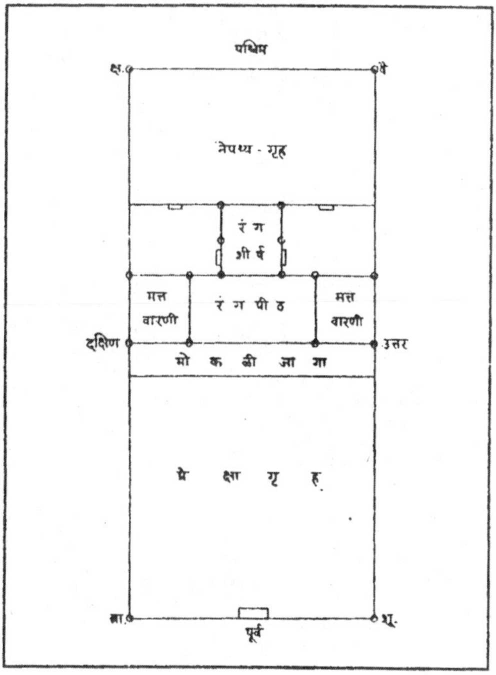

चतुरस्र नाट्यगृहाचेही असेच तीन प्रकार सांगितले आहेत. बत्तीस हात लांब व बत्तीस हात रुंद असा जमिनीचा एक चौकोनी भाग घेऊन त्यांचे लांबीत

व रुंदीत आठ भाग पाडले तर चार हात लांबीचे व चार रुंदीचे चौसष्ट तुकडे होतात. ह्यांपैकी अगदी मध्यभागी असलेला आठ हात लांब व आठ हात रुंद तुकडा म्हणजे रंगपीठ; रंगपीठाच्या दोन्ही बाजूंना मत्तवारणी, रंगपीठाच्या मागे रंगशीर्ष आणि त्यामागे नेपथ्यगृह; रंगपीठाच्या समोर मोकळी जागा आणि त्यानंतर प्रेक्षागृह अशी ही रचना होती.

त्र्यस्र नाट्यगृह

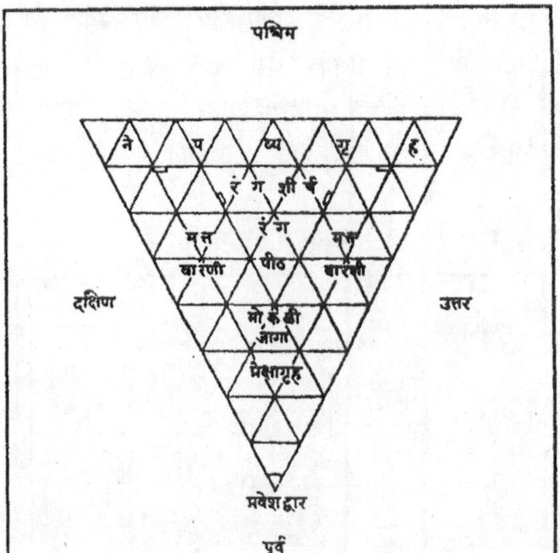

त्र्यस्र नाट्यगृह हे समभुज त्रिकोणाच्या आकाराचे असे. या त्रिकोणाचे सारखे चौसष्ट समभुज त्रिकोण करून मध्यभागी असलेल्या चार त्रिकोणांचे रंगपीठ, त्याच्या मागे पाच त्रिकोणाचे रंगशीर्ष आणि त्यामागे पंधरा त्रिकोणांचे नेपथ्यगृह, रंगपीठाच्या दोन्ही बाजूंना मत्तवारणी अशी या नाट्यगृहाची रचना असे.

आधुनिक काळात पक्क्या बांधलेल्या नाट्यगृहात रंगमंचासाठी चौथरा तयार केलेला असतो. रंगमंच झाकण्यासाठी दर्शनी पडदा असतो. पडदा उघडल्यानंतर रंगमंचावर प्रेक्षकांच्या डाव्या व उजव्या बाजूंनी 'विंग्ज' असलेल्या दिसतात. त्यांतून नटवर्ग प्रवेश करतो अथवा आत जातो. मागे एक पडदा असतो. पूर्वी नाटकाच्या आवश्यकतेनुसार दृश्ये चित्रित केलेले पडदे असत. आता 'सेट' उभारला जातो. या रंगमंचाला 'कमानी' (प्रोसेनिअम आर्च) रंगमंच

म्हणतात. रंगमंचविषयक बदलत्या कल्पनांनुसार काही ठिकाणी अर्धवर्तुळाकार रंगमंच बांधलेला असतो. त्याच्या तिन्ही बाजूंकडून प्रेक्षक नाट्यप्रयोग पाहू शकतात. केवळ समोरून नाट्यप्रयोग पाहता येणे इथपासून भोवताली बसून अथवा उभे राहून नाट्यप्रयोग पाहणे अशा शक्यता आज उत्पन्न झाल्या आहेत. पक्के, कच्चे किंवा कोणत्याही प्रकारचे नाट्यगृह असले तरी नटांना नाट्यप्रयोग करण्यासाठी एक 'रिकामी जागा' हवी असते. या रिकाम्या जागेला रंगमंच असे म्हणतात. नाट्यकृतीच्या आविष्कारासाठी आवश्यक असलेली रिकामी जागा म्हणजेच रंगमंच. या जागेवर उभे राहून सादरीकरण केले जाते; त्यामुळे रंगमंचाशी निगडित कलांना सादरीकरणाच्या कला (पर्फॉर्मिंग आर्ट्स) असेही म्हटले जाते. सादरीकरणाशी निगडित इतरही कला आहेत; उदाहरणार्थ, वादन, गायन, नृत्य इत्यादी. आपल्याला येथे नाट्यसदृश आविष्कारांचे स्वरूप पाहायचे आहे.

भारतीय रंगभूमी

प्राचीन काळापासून भारतात नाटकाचे प्रयोग होत असत. आज आपण ज्याला पारंपरिक रंगभूमी किंवा लोकनाटक व लोकरंगभूमी म्हणतो ती प्राचीन काळापासून अस्तित्वात होती. पतंजलीच्या 'महाभाष्या'त (इसवी सनापूर्वी १४०) अभिनयक्रियेचा (ॲक्शनचा) उल्लेख असून तिचा आविष्कार मूकाभिनय, पठण, गायन वा नृत्य यांपैकी कोणत्याही माध्यमातून करता येईल असे म्हटले आहे. संस्कृत नाटकांची व त्यापूर्वीच्या लोकनाटकांची, पारंपरिक रंगभूमीची उत्पत्ती कशी झाली असावी याविषयी विविध तर्क केलेले आहेत. नाट्यशास्त्रातच एक कल्पना मांडली आहे. चार वेद हे ब्राह्मण, क्षत्रिय आणि वैश्य या तीन वर्णांसाठीच होते; तेव्हा शूद्रांसहित सर्व वर्णांना उपयुक्त ठरेल आणि जो दृश्य आणि श्राव्य असून लोकांचे मनोरंजन करील असा एक नवीन वेद ब्रह्मदेवाने निर्माण केला, तोच हा पाचवा नाट्यवेद आहे. ऋग्वेदातून पाठ्य, सामवेदातून गीत, यजुर्वेदातून अभिनय आणि अथर्ववेदातून रस याप्रमाणे चार वेदांमधून अंश घेऊन त्यांचे एकत्रीकरण केले व हा नाट्यवेद निर्माण झाला. त्याचा प्रयोग करण्याचे काम ब्रह्मदेवाने भरतावर सोपवले. नाट्याच्या निर्मितीची ही कथा म्हणजे दंतकथाच आहे, त्यात वास्तविक तथ्य नाही. परंतु वेदांमध्ये आलेल्या वेगवेगळ्या कथांमध्ये आणि संवादांमध्ये नाटकाचे मूळ असणे शक्य आहे. तसे काही पाश्चात्त्य विद्वानांनी म्हटलेलेही

आहे. काही विद्वानांनी प्राचीन धर्मविधींमध्ये नाटकाचा शोध घेतलेला आहे. विधींमध्ये क्रिया आणि मंत्रोच्चार यांची सांगड घातलेली असते. पतंजलीच्या महाभाष्याच्या आधारे काही विद्वानांनी एक निष्कर्ष काढला आहे. तो हा की, पतंजलीच्या काळापर्यंत नाट्य हे मूकनाट्याच्या अथवा छायानाट्याच्या स्वरूपाचे होते. संस्कृत नाटकांपूर्वी, तसेच भरताच्या नाट्यशास्त्रापूर्वी लोकनाटके अस्तित्वात होती असे म्हणणाराही एक पक्ष आहे. या सर्व तर्कांचे तात्पर्य असे की, वैदिक युगात कोणत्या तरी स्वरूपात नाट्य उपलब्ध होते; उत्सव, यात्रा, इत्यादींच्या निमित्ताने नाट्याचे प्रयोग होत असत. संस्कृत नाटके आल्यानंतरही ही पारंपरिक रंगभूमी आपले अस्तित्व टिकवून होती. गायनातून कथानिवेदन, नृत्यातून भावदर्शन आणि वेगवेगळ्या रंगांचा व पोषाखांचा उपयोग करून पात्रनिदर्शन असे या आरंभीच्या नाटकाचे स्वरूप असावे. वेगवेगळ्या प्रदेशांतील नाट्यवैशिष्ट्यांचे निरीक्षण करून भरताने आपले नाट्यशास्त्र सिद्ध केले असावे, असाही तर्क करता येईल.

इसवी सनाच्या पहिल्या शतकापासून दहाव्या शतकापर्यंत संस्कृतमध्ये नाटके लिहिली गेली, तर काही संशोधकांच्या मते, इसवीसनपूर्व दुसरे शतक हा संस्कृत नाटकाचा उदयाचा काळ होता. त्यापूर्वी प्राकृत भाषेत नाटके लिहिली जात होती असे काही संशोधकांचे म्हणणे आहे. ती उपलब्ध नसल्याने त्याकाळी प्राकृतात नाटके लिहिली जात होती किंवा नाही हे सिद्ध करता येत नाही; मात्र लोकनाट्ये होती आणि त्यांचे काही पाठ्य लिखित अथवा मौखिक रूपात उपलब्ध असणे शक्य आहे. भास, शूद्रक, कालिदास, भवभूती असे महत्त्वाचे संस्कृत नाटककार सुरुवातीच्या दहा शतकांत होऊन गेले. संस्कृत नाटकांची परंपरा खंडित झाली असली तरी प्रादेशिक भाषांतील पारंपरिक रंगभूमी अस्तित्वात होती. भारतातल्या वेगवेगळ्या प्रदेशांत विशिष्ट नाट्यप्रकार रूढ होते. उदाहरणार्थ, आसामात अंकिया नाट, ओरिसात बंदी नाट, छाऊ, तामिळनाडूत भागवतमेळा, आंध्र प्रदेशात भाभाकलामप, बुर्राकथा, काश्मिरात भांड जश्न, बिहारमध्ये बिदेसिया, केरळात कुटियाट्टम, कथाकली, कोकणात दशावतार, कर्नाटकात गोम्बेयाट्टा, यक्षगान, बंगालमध्ये यात्रा, हिमाचल प्रदेशात कारियाला, राजस्थानात कठपुतली, उत्तर प्रदेशात ख्याल, तंजावरमध्ये कुरवंजी, उत्तर प्रदेश, बिहार, राजस्थान येथे नौटंकी, महाराष्ट्रात तमाशा, गुजरातमध्ये भवई. या उदाहरणांवरून भारताच्या वेगवेगळ्या प्रदेशांत किती निरनिराळ्या रूपांत रंगभूमी अस्तित्वात होती आणि नाटकांचे खेळ चालत हे लक्षात येते.

महाराष्ट्रात बाराव्या शतकापासूनचे लिखित साहित्य आढळते. मात्र त्यात लिखित नाटकांचा अभाव आहे. संतांनी अभिनयास अनुकूल अशी भारुडे लिहिली, विविध लोकरूपकांचाही उपयोग केला. परंतु संवाद व गीते असलेले नाटक लिहिले नाही. त्यानंतरच्या काळात महाभारत, रामायण, भागवत या ग्रंथांवर आधारित आख्यानांची रचना झाली. या आख्यानांमध्ये नाट्यात्म प्रसंग आहेत, नाट्यमय वर्णनेही आहेत. परंतु नाटकाची लिखित संहिता कोणी सिद्ध केली नाही. पेशवाईच्या काळात लावणी आणि पोवाडा हे सादरीकरणाशी निगडित, गायन व नृत्यासह सादर होणारे रचनाप्रकार आले. १८१८ नंतर इंग्रजी राजवटीत संस्कृत आणि इंग्रजी नाटकांच्या भाषांतराच्या रूपाने लिखित नाटके आली. त्या वेळी व त्यापूर्वीही लोकनाट्ये होतीच. सादरीकरणाशी संबंधित अशी गोंधळ, जागरण, भराड, लळित, भारूड, दंडार इत्यादी लोकनाट्यरूपे होती; परंतु सुशिक्षितांच्या करमणुकीसाठी म्हणून व इंग्रजी नाटकांच्या प्रभावातून मराठीत लिखित नाटके आली व एक नवी रंगभूमी अस्तित्वात आली. तेव्हापासून साहित्याच्या अंगाने मराठी नाटकांचा विचार सुरू झाला. नाटकाची संहिता हा साहित्यकलेचा विषय तर त्या संहितेचा प्रयोग (सादरीकरण) हा नाट्यकलेचा विषय अशी विभागणीही झाली.

नाट्यांगे

एकंदरीत प्राचीन काळापासून आजतागायतच्या नाट्यकलेच्या विविध स्थित्यंतरांचा विचार केल्यास, काही एक संहिता होती, असे म्हणता येते. लिहिलेले नाटक व त्याचा प्रयोग ही गोष्ट अलीकडची आहे; पण त्यापूर्वी गाणी, कथानकाचा आराखडा, कृतींची रूपरेषा, नटांचे हावभाव, पात्रांची वेशभूषा, इत्यादी गोष्टी होत्याच. याचा अर्थ, लिहिलेला व ज्याचा उच्चार करायचा आहे असा शब्द हा एकूण सादरीकरणातला एक घटक होता, अत्यंत महत्त्वाचा अथवा मध्यवर्ती घटक नव्हता. भरताने आपल्या काळात उपलब्ध असलेल्या विविध नाट्यरूपांचे निरीक्षण करून नाट्याची अंगे निश्चित केली, ती अशी : रस, भाव, अभिनय, धर्मी, वृत्ती, प्रवृत्ती, सिद्धी, स्वर, आतोद्य, गान आणि रंग. त्याप्रमाणे नाटकाचे दहा प्रकारही त्याने सांगितले. नाट्यांगांचे व नाटकाच्या दहा प्रकारांचे थोडक्यात विवरण पुढीलप्रमाणे :

रस : श्रृंगार, हास्य, करुण, रौद्र, वीर, भयानक, बीभत्स, अद्‌भुत

भाव : स्थायी, संचारी, सात्त्विक

स्थायी : रती, हास, शोक, क्रोध, उत्साह, भय, जुगुप्सा, विस्मय
संचारी (व्यभिचारी) : निर्वेद, ग्लानी, शंका, असूया, मद, श्रम, आलस्य, दैन्य, चिंता, मोह, स्मृती, धृती, व्रीडा, चपलता, हर्ष, आवेग, जडता, गर्व, विषाद, औत्सुक्य, निद्रा, अपस्मार, स्वप्न, विबोध, अमर्ष, अवहित्थ, उग्रता, मती, व्याधी, उन्माद, मरण, त्रास, वितर्क
सात्त्विक : स्तम्भ, स्वेद, रोमांच, स्वरभंग, वेपथू, वैवर्ण्य, अश्रू, प्रलय
अभिनय : आंगिक, वाचिक, आहार्य, सात्त्विक
धर्मी : लोकधर्मी, नाट्यधर्मी
वृत्ती : भारती, सात्वती, कैशिकी, आरभटी
प्रवृत्ती : आवन्ती, दाक्षिणात्या, औड्रमागधी, पांचालमाध्यमा
सिद्धी : दैवी, मानुषी
स्वर : षड्ज, ऋषभ, गांधार, मध्यम, पंचम, धैवत, निषाद
आतोद्य (वाद्य) : तंत, अवनद्ध, घन, सुषिर
गान : प्रवेश, आक्षेप व निष्क्रमण ह्यांच्या संबंधी, तसेच प्रासादिक आणि आन्तर असे पाच प्रकारचे, ध्रुवांनी युक्त गान
रंग (रंगभूमी) : चौरस, आयताकार, त्रिभुज
भरताने सांगितलेल्या या नाट्यांगांत शब्द, अभिनय, नेपथ्य, वेशभूषा, संगीत या सगळ्यांचा अंतर्भाव आहे.

भरताच्या नाट्यशास्त्राच्या अठराव्या अध्यायात रूपकाच्या (नाटकाच्या) दहा प्रकारांचे विवेचन केलेले आहे. नाट्यशास्त्रात 'रूप' हा शब्द दहा नाट्यप्रकारांच्या संदर्भात आलेला आहे. 'रूपक' ही संज्ञा नंतरच्या काळात प्रचारात आली. इसवी सनाच्या ९८५ च्या आसपास लिहिल्या गेलेल्या धनंजयकृत 'दशरूपक' या ग्रंथात नाट्य या शब्दाची व्याख्या करताना 'अवस्थानुकृतिर्नाट्यम्' (अवस्थेच्या अनुकृतीला नाट्य म्हणतात), 'रूपं दृश्यतयोच्यते' (या नाट्याला रूपदेखील म्हटले जाते कारण ते पाहिले जाते), 'रूपकं तत्समारोपात्' (रूपाचा आरोप केला जात असल्याने त्याला रूपक असेही म्हटले जाते) असे पर्याय दिलेले आहेत. भरताने नाट्याची व्याख्या करताना 'भावानुकीर्तन', 'अनुकरण' या संज्ञा वापरलेल्या आहेत.

१. नाटक, २. प्रकरण, ३. अंक, ४. व्यायोग, ५. भाण, ६. समवकार, ७. वीथी, ८. प्रहसन, ९. डिम आणि १०. ईहामृग अशा दहा नाट्यप्रकारांचा

निर्देश भरताने केला आहे. साहित्यदर्पणकार विश्वनाथाने १. नाटिका, २. त्रोटक, ३. गोष्ठी, ४. सट्टक, ५. नाट्यरासक, ६. प्रस्थान, ७. उल्लाप्य, ८. काव्य, ९. प्रेङ्खण, १०. रासक, ११. संलापक, १२. श्रीगदित, १३. शिल्पक, १४. विलासिका, १५. दुर्मल्लिका, १६. प्रकरणिका, १७. हल्लीश आणि १८. भाणिका अशा अठरा प्रकारच्या उपरूपकांचा निर्देश केलेला आहे.

भरत, धनंजय आणि विश्वनाथ यांनी केलेले वर्गीकरण हे नाटकाच्या लिहिलेल्या, रचलेल्या संहितेच्या व तिच्या प्रयोगाच्या संदर्भातले आहे. मात्र हे सिद्धांतकार केवळ संहितांचा काव्यकलेच्या अथवा साहित्यकलेच्या अनुषंगाने विचार करीत नाहीत. नाट्य ही एक प्रयोगसिद्ध कला आहे याचे त्यांना पक्के भान आहे. भरताने नाट्याच्या संदर्भात 'अनुकीर्तन', 'अनुकरण' या संज्ञा वापरलेल्या आहेत. ॲरिस्टॉटल या ग्रीक तत्त्वज्ञानेही 'अनुकृती' ही संज्ञा वापरलेली आहे. ॲरिस्टॉटलच्या मतानुसार सर्व ललित कला हे अनुकृतीचे प्रकार आहेत आणि अनुकृतीचे माध्यम, अनुकृतीच्या वस्तू आणि अनुकृतीची पद्धती या तीन गोष्टींमुळे त्यांच्यात भिन्नत्व निर्माण होते. सुखात्मिका आणि शोकात्मिका या नाट्यप्रकारांच्या संदर्भात 'व्यक्तींच्या कर्मांची अनुकृती' असा शब्दप्रयोग त्याने केलेला आहे.

आतापर्यंत केलेल्या विवेचनावरून एक गोष्ट लक्षात येते की, मुळात नाट्य हा कलाप्रकार होता. कालांतराने त्याला संहितेची, म्हणजे साहित्याची जोड मिळाली व साहित्याच्या अंगानेही त्याचा विचार होऊ लागला. भरताने नाट्याच्या सर्व अंगांचा विचार केलेला आहे, तर ॲरिस्टॉटलचा भर संहितेच्या विवेचनावर अधिक आहे असे दिसते. भरताने अकरा नाट्यांगाचा निर्देश केलेला आहे, हे आपण वर पाहिलेलेच आहे. आधुनिक काळात तादेयुश कौझान या युरोपीय मीमांसकाने तेरा नाट्यांगांचा निर्देश केला आहे, ती पुढीलप्रमाणे :

१. शब्द, २. शब्दसंहितेचा उच्चार, ३. चेहऱ्यावरचे भाव, ४. अभिनय, ५. नटांचे रंगमंचावरील चलनवलन, ६. नटांचे रंगलेपन, ७. केशरचना, ८. वेषभूषा, ९. रंगमंचसामग्री, १०. नाटकाचे नेपथ्य, ११. प्रकाशयोजना, १२. संगीत आणि १३. ध्वनि परिणाम.

नाट्य या रंगमंचीय कलेचा विचार करताना आपण ही अकरा किंवा तेरा नाट्यांगे लक्षात ठेवली पाहिजेत.

नाट्यकलेचे द्रव्य आणि माध्यम

'द्रव्य' (मटेरिअल) आणि 'माध्यम' (मिडियम) यांत भेद करावा की नाही याविषयी कलाविचारात चर्चा आढळते. बा. सी. मर्ढेकरांनी असा भेद केलेला आहे. कलाकृतीच्या निर्मितीसाठी उपयोगात आणलेले द्रव्य आणि तिचे माध्यम या दोन निराळ्या गोष्टी आहेत असे त्यांचे मत आहे. उदाहरणार्थ, रंग हे चित्रकलेचे द्रव्य, तर चित्रकाराला जाणवलेले वस्तुजाताचे विशिष्ट अंग हे माध्यम होय. त्यांच्या मते, शब्द हे काव्याचे द्रव्य, तर भावनात्मक अर्थ हे माध्यम होय.

रा. भा. पाटणकरांना ते मान्य नाही. त्यांच्या मते, 'केवळ दृक् संवेदना किंवा श्रुति संवेदना यांना माध्यम मानल्यामुळे माध्यमांतील अंतर्गत विविधतेवर अन्याय होतो. या विविधतेला डालवून माध्यमाचा विचार करणे तत्त्वत:च चूक आहे. कोणताही कलावंत दृक् संवेदना किंवा श्रुति संवेदना यांच्या माध्यमात काम करीत नही. तो काम करतो तैलरंग किंवा जलरंग, मानवी आवाज, ऑर्गनचे सूर व व्हायोलिनचे सूर यांच्या माध्यमात. चर्चाविषय झालेला बोझंकिट यांचा माध्यमविचार पाटणकरांनी दिलेला आहे, तो असा आहे : 'कला भिन्न असतात कारण त्यांची माध्यमे भिन्न असतात आणि अनुभवाला माध्यमात देहरूप घ्यायचे असल्याने आविष्काराच्या पद्धती वेगळ्या असतात... मातीतून आणि लोखंडातून एकच आकृती का निर्माण करता येत नाही ? या प्रश्नाचे उत्तर असे की, जे एका माध्यमात करता येते ते दुसऱ्या माध्यमात करता येत नाही. प्रत्येक माध्यमाचे स्वत:चे असे खास गुणविशेष असतात... तो जगाकडे पाहतो तोच मूळ माध्यमाच्या चष्म्यातून. प्रत्येक कलेला तिचे स्वत:चे असे माध्यम असते.'

द्रव्याचे माध्यमात रूपांतर होत असते, असे म्हणणारा एक पक्ष आहे. बेला बालाश या चित्रपटमीमांसकाने म्हटले आहे : 'उदाहरणार्थ पोर्ट्रेट घ्या. प्रत्यक्षात असलेले मॉडेल हे एक साधनद्रव्य आहे. त्याचे व्यक्तिचित्र निरनिराळ्या रंगांत काढले जाऊ शकते किंवा काळे-पांढरे असू शकते किंवा मातीचा उपयोग करून घडवले जाऊ शकते. परंतु, एखादा चित्रकार जेव्हा त्या मॉडेलकडे पाहतो तेव्हा प्रथम त्याला रंग दिसतील. रंग हा प्रभावी घटक असेल. एकदा हे घडले की रंग हे केवळ साधनद्रव्य असणार नाहीत. त्यांचे त्या चित्रकारासाठी आशयसूत्रात रूपांतर झालेले असेल, रूपबंध निश्चित करणारा तो आशय असेल, त्यांनी कलारूप धारण केलेले असेल. काळ्या-पांढऱ्या रंगाचे काम

करणारा चित्रकार त्याच मॉडेलमध्ये रेखाकृती पाहील. आता त्या साधनद्रव्यातून दुसरे आशयसूत्र निर्माण झालेले असेल. या आशयसूत्राने वेगळ्या रूपबंधाची निर्मिती केलेली असेल. म्हणजे एखादे रेखाचित्र अथवा आम्लांकन'. या विवेचनावरून चित्रकलेच्या बाबतीत तैलरंग, जलरंग, रंगीत खडू, इत्यादी गोष्टी ही केवळ साधनद्रव्ये नव्हेत, किंवा आधी असली तरी त्यांचा व्यापार करताना ती केवळ साधनद्रव्ये राहत नाहीत, त्यांचे माध्यमात रूपांतर झालेले असते.

माध्यमाविषयी विचार करताना दु. का. संत यांनी म्हटले आहे; 'माध्यम ही संकल्पना अतिशय व्यापक, व्यमिश्र आहे. ललितकलांना लावताना तर ती अधिकच व्यापक व लवचीक करून घ्यावी लागते. विविध कलाकृती म्हणजे कलावस्तू या दृश्य कलांच्या बाबतीत विविध द्रव्यांच्या बनलेल्या असतात. श्राव्य कलांच्या बाबतीत ध्वनी, अभिनय, इत्यादी घटकांना कलापद प्राप्त झालेले असते. साहित्याच्या बाबतीत शब्दाला. अशा रितीने माध्यम ही संकल्पना विविध रितींनी उपयोजावी लागते. त्याचप्रमाणे माध्यमाचा विचार करताना त्याचे केवळ साधनद्रव्य महत्त्वाचे नाही, तर या साधनद्रव्यावर कलाकार काही परिष्करणपूर्वक परिसंस्करण करून ती द्रव्ये कलाकृती, कलाभिव्यक्ती किंवा कलानिर्मिती यांना सुयोग्य अशी करत असतो. अशी निवड, परिश्रम व अभ्यास इत्यादी संस्करणांनी सिद्ध केलेली साधनद्रव्ये म्हणजे माध्यम होय. म्हणजे साधनद्रव्यांवर कलावंताचे कलाकृतीच्या निर्मितीपूर्वी विशिष्ट व्यक्तिगत संस्कार झाले म्हणजे ती द्रव्ये माध्यमरूप होतात.' माध्यमाच्या संदर्भात टी. एम. ग्रीन या कलाचिकित्सकाने साधनद्रव्ये (रॉ मटेरियल) व माध्यम (मिडियम) असे दोन प्रकार मानले असल्याचे दु. का. संत यांनी म्हटले आहे. प्राथमिक माध्यम आणि परिष्कृत माध्यम अशी नावे त्याने दिलेली आहेत. वास्तुकलेत विटा, दगड, वाळू इत्यादी वस्तू साधनरूप असतात, पण त्यांची कलावंताकडून निवड झाल्यावर त्यांचे प्राथमिकत्व जाऊन त्यांना परिष्कृतत्व प्राप्त होते व त्या परिष्कृत रूपात माध्यमरूप बनतात व त्यांवर कलासंस्कार झाल्यानंतर त्या कलाकृतिरूप बनतात.

स्थापत्य, शिल्प, चित्र, संगीत, नृत्य, नाट्य, साहित्य या वेगवेगळ्या कलांची माध्यमे वेगवेगळी आहेत. स्थापत्य, शिल्प, चित्र या दृश्यकलांची माध्यमे पार्थिव म्हणजे डोळ्यांना दिसणारी, स्पर्श करता येण्यासारखी अशी असतात. त्यांना एकंदर वस्तुजातांमध्ये स्वत:चे अस्तित्व असते. वास्तुकृती साकार करण्यासाठी दगड, विटा, लोखंड, चुना, सिमेंट, लाकूड इत्यादी

आवश्यक असतात. त्यांतून स्थापत्यकृती आकारास येते. शिल्पकलेसाठी धातू, दगड अथवा लाकूड ही साधनद्रव्ये माध्यमाचे रूप घेतात. चित्रकलेसाठी कागद, कॅनव्हास, कापड, भिंत आणि रंग आश्यक असतात. ग्राफिक कलांसाठी धातूचा पत्रा, लाकडी ठोकळे इत्यादी पदार्थ साधने म्हणून काम करतात. चित्रकार त्यांवर चित्र कोरतो. मग शाई अथवा रंग लावून त्याचे छापे घेतले जातात. कंठातून अथवा वाद्यातून निघणारे सूर हे संगीतकलेचे माध्यम होय. साहित्याचे माध्यम शब्द अथवा भावनात्मक अर्थ हे आहे. नृत्य आणि नाट्यकलेचे साधनद्रव्य मानवी शरीर आहे आणि हालचाली, मुद्रा, अभिनय हे माध्यम आहे.

आतापर्यंतच्या विवेचनावरून ध्यानात येईल की, साधनद्रव्याचे माध्यमात रूपांतर होत असते. प्रत्येक कलेचे साधनद्रव्य वेगळे असते किंवा साधनद्रव्याचा वेगळा वापर केला जातो. साधनद्रव्यांचा कलाकृतीच्या निर्मितीसाठी उपयोग करीत असतानाच त्यांचे माध्यमात रूपांतर होत असते. एरवी ती फक्त साधनद्रव्ये असतात. तथापि, साधनद्रव्यांच्या विशिष्टत्वामुळे कलाकृतीच्या निर्मितीला विशिष्ट रूप प्राप्त होते. उदाहरणार्थ, चित्रकलेत जलरंगात काढलेले चित्र आणि तैलरंगात काढलेले चित्र अथवा पेन्सिलने काढलेले चित्र यांत फरक असतो. त्याचप्रमाणे धातूच्या पत्र्यावर कोरलेले, लाकडात खोदलेले, मऊ दगडावर कोरलेले अशा चित्रांतही वेगळेपणा असतो. त्या सगळ्याच चित्रकलाकृती असल्या तरी त्यांच्या साधनद्रव्याच्या भिन्नतेमुळे त्यांची रूपे भिन्न झालेली असतात. अशा वेळी ती साधनद्रव्ये माध्यमेच झालेली असतात.

आता नाट्य या कलेचे द्रव्य आणि माध्यम काय आहे ते पाहू, मानवी देह हे साधनद्रव्य आणि अभिनय हे माध्यम असे वर म्हटले आहे ते विस्ताराने पाहू. नाट्य ही कला दृश्य आणि श्राव्य अशी दोन्ही प्रकारची आहे, किंबहुना चित्र, शिल्प, स्थापत्य या कलांचीही काही वैशिष्ट्ये या कलेत मुरवलेली आहेत असे दिसते. संगीत आणि नृत्य हाही नाट्यकलेचा अविभाज्य भाग आहे. म्हणजे नाट्यकलेत विविध कलांचा समन्वय झालेला आहे. तेव्हा तिचे द्रव्य आणि माध्यम नेमके कोणते, हा प्रश्न पडतो. नेपथ्य उभारलेले असते त्यामुळे स्थापत्यकला; कोरलेल्या आकृती असतात किंवा मनुष्यदेहांचीच शिल्पवजा मांडणी केलेली असते त्यामुळे शिल्पकला; रंगांचा आणि रेषांचा वापर नेपथ्य, वेषभूषा, पडदे, पात्रांची रंगसज्जा यांत केलेला असल्यामुळे चित्रकला; पार्श्वसंगीत अथवा गायन असते त्यामुळे संगीतकला; नृत्य अथवा नृत्यात्मक हालचाली

असल्यामुळे नृत्यकला; संवादांत शब्दांचा वापर आणि गोष्ट, कथानक, पात्ररचना, इत्यादींमुळे साहित्यकला - अशा इतर कला मिळून ही नाट्यकला उत्पन्न झाली आहे असे दिसते. त्यामुळे नाट्यकलेचे नेमके माध्यम कोणते, हा प्रश्न पडतो.

नृत्त, नृत्य आणि नाट्य

परंतु नाट्यकला ही एक संमिश्र अशी कला नव्हे. तिचे स्वत:चे असे माध्यम असते आणि नाट्यकलाकृतीचा स्व:चा असा रूपबंधही असतो. वरील सर्व कलांचा विचार करता त्यांपैकी कोणत्याही कलेत मनुष्याचा प्रत्यक्ष देह साधनद्रव्य म्हणून उपस्थित नसतो. भरताच्या नाट्यशास्त्रात नृत्त, नृत्य आणि नाट्य या तीन संज्ञा आहेत. नृत्त म्हणजे शरीराच्या हालचाली आणि नृत्यात्मक बंध-त्यांतून अर्थाची निष्पत्ती होत नाही. नृत्यात हस्तमुद्रा, चेहऱ्यावरील भाव, मूकाभिनय आणि कृती यांच्याद्वारा आशयाचे प्रक्षेपण केले जाते. नाट्यामध्ये उच्चारित शब्दाबरोबर हावभाव, मूकाभिनय, कृती, नृत्य आणि हालचाली हे नाट्यघटक असतात. थोडक्यात सांगायचे तर 'पदार्थाभिनयो नाट्यम्' म्हणजे विशिष्ट पदाचा (शब्दाचा) अथवा वाक्याचा अर्थ समजेल अशा प्रकारचा अभिनय केला जातो तेव्हा ते नाट्य असते; 'भावाश्रयं नृत्यम्' म्हणजे भाव प्रदर्शित करण्याच्या क्रियेला नृत्य म्हणतात आणि 'नृत्तं ताललयाश्रम्' म्हणजे ताल आणि लय यांच्या सोबत केल्या जाणाऱ्या अंगविक्षेपाला नृत्त असे म्हणतात. नृत्त हे नाट्याचा आणि नृत्याचाही अंगभूत घटक आहे. नृत्त-नृत्य-नाट्य असा विकासक्रम असण्याची शक्यता आहे. नाट्य या कलेला स्वतंत्र अस्तित्व प्राप्त झाले, त्याप्रमाणे नृत्य ही कला स्वतंत्ररूपाने विकसित होत गेली. प्राचीन लोकनाट्यांचे अथवा पारंपरिक नाट्यांचे निरीक्षण केल्यास त्यांवर नृत्यकलेचा अधिक प्रभाव दिसतो. उत्तरोत्तर नाट्यकलेवरचा प्रभाव कमी होत गेला, परंतु 'नृत्त' हे तत्त्व कायम राहिलेले दिसते. नटांच्या हालचाली, अंगविक्षेप, हावभाव यांतील 'अंग संचलना'च्या रूपाने ते कायम आहे.

ग्रोटोवस्कीचा विचार

नाट्यकलेच्या संदर्भात नटाचे शरीर हे साधनद्रव्य आणि नटाच्या शरीरातून अभिव्यक्त होणारा अभिनय हे माध्यम असे म्हणता येईल. नटाच्या शरीराला

आणि अभिनयाला उठाव देणारे, अधिक अर्थपूर्ण करणारे इतर घटक नाट्यप्रयोगात उपस्थित असतात. परंतु ते सहयोगी घटक असतात, मुख्य घटक 'नट' हाच असतो. ग्रोटोवस्की या पोलिश नाट्यतज्ज्ञाने म्हटले आहे : मुखसज्जा, वेषभूषा, नेपथ्य, विशिष्ट रंगमंच, प्रकाशयोजना आणि ध्वनि-परिणाम यांच्याशिवाय रंगभूमी असू शकते. परंतु अभिनेता-प्रेक्षक यांच्या इंद्रियबोधक, थेट, 'जिवंत' आदानप्रदानाशिवाय ती अस्तित्वातच येत नाही, हे प्राचीन सैद्धांतिक सत्य असल्याचे तो म्हणतो आणि रंगभूमी हे विविध सर्जनशील कलांचे (साहित्य, शिल्प, चित्र, स्थापत्य, प्रकाशयोजना, अभिनय) एक संश्लेषण आहे, हा विचार तो नाकारतो. ग्रोटोवस्कीने नटाला अत्यंत महत्त्व दिले आहे ते योग्यच आहे, परंतु रंगभूमीचा इतिहास पाहिल्यास नटाच्या शरीराच्या जोडीला इतरही घटक होते हे दिसून येते. संगीत, नृत्य आणि चित्रकला या गोष्टी तर सुरुवातीपासूनच होत्या असे दिसते. पात्रांचे संवाद ही गोष्ट उशिरा आली आणि तिथून 'नाटक' या वाङ्मयप्रकाराचा जन्म झाला. रंगीत चित्रे दाखवून अथवा लाकडाच्या बाहुल्या नाचवून कथाकथन करण्याची पद्धती होती. नृत्य आणि संगीतप्रधान नाट्यकला आणि कथाकथनप्रधान नाट्यकला स्वतंत्रपणे अस्तित्वात येऊन पुढे त्या एकमेकींत मिसळून नाट्याची सिद्ध केलेली संहिता आणि तिचा नाट्यप्रयोग ही कल्पना रूढ झाली असावी. आज संपूर्ण रंगभूमीची लिहिलेल्या नाटकाशिवाय कल्पना करू शकत नाही. त्यामुळे 'नाटक' हा शब्द नाटकाचे पुस्तक आणि नाटकाचा प्रयोग या दोन्ही बाबतींत वापरतो.

हा इतिहास लक्षात घेऊनही 'नटाचे आत्मिक आणि दृश्यात्म तंत्र हा रंगभूमीचा (नाट्यकलेचा) गाभा आहे.' (द स्पिरिच्युअल ॲण्ड सीनिक टेक्निक् ऑफ दि ॲक्टर ॲज द कोअर ऑफ थिएटर आर्ट) हे ग्रोटोवस्की यांचे वाक्य नाट्यकलेचे मर्म सांगणारे आहे यात शंका नाही.

रंगमंचीय कलेचे पाच घटक

एक संपूर्णपणे रिकाम्या जागेत एका (किंवा अनेक) मनुष्यदेहधारी व्यक्तीचा प्रवेश होतो. ती व्यक्ती आपल्या हातांच्या, पायांच्या, चेहऱ्याच्या साहाय्याने विविध हालचालींतून पूर्णपणे मूक राहून किंवा किंचाळून, ओरडून, हळुवार आवाजातून समोरच्या प्रेक्षकांकडे काही भाव, अर्थ अथवा आशय पोचवते. एकाहून अधिक व्यक्ती असल्यास त्यांच्या संगतियुक्त अथवा संगतिहीन जुळणीतून काही दृश्य आकार तयार होतो, त्यांच्या स्वरांच्या मेळातून श्राव्य

आकृती तयार होते. येथे 'नाट्यकला' असते. या व्यक्ती आपल्या आशयाला विविध स्तर देण्यासाठी एखाद्या वस्तूचा उपयोग करतील. उदाहरणार्थ, कापडाचा रंगीत तुकडा, आवश्यकतेप्रमाणे त्याचा रंग. याच दृष्टीने व्यक्तींनी रंगीत मुखवटे घातलेले असतील अथवा देह आणि चेहरे रंगवलेले असतील अथवा रंगीत पोषाख घातलेला असेल. हालचालींना व व्यक्तींच्या आवाजाला पार्श्वभूमी म्हणून संगीत असेल. असे इतर घटक नटाच्या शरीराचे सहयोगी म्हणून उपस्थित असतील. रंगमंचीय कलेचे माध्यम नटाच्या शरीरातून प्रकटणारे हावभाव हेच आहे. तथापि, एकंदरीत रंगमंचीय कलेचे आजतागायतचे स्वरूप पाहता १. नाट्यगृह व रंगमंच २. नट किंवा अभिनेता ३. दृश्य-सज्जा, आरेखन व प्रकाशयोजना ४. शब्द व नाट्यसंहिता ५. संगीत आणि ध्वनी हे पाच घटक अत्यंत महत्त्वाचे आहेत असे म्हणता येईल. यांपैकी 'अभिनेता' हा घटक केंद्रस्थानी असतो आणि बाकीचे घटक त्या केंद्राशी संबंध असलेले असे असतात. प्रास्ताविकात भरत आणि कौझान यांनी सांगितलेली नाट्यांगे दिलेली आहेत, त्या सर्व नाट्यांगांमध्ये नट आणि त्याचा अभिनय हेच अंग मध्यवर्ती आहे असे दिसेल.

नट हे नाट्यकलेचे माध्यम ठरल्यानंतर एक प्रश्न उपस्थित होतो. तो म्हणजे, हे माध्यम वापरणारा व त्याच्या साहाय्याने कलाकृती निर्माण करणारा कलावंत कोण ? इतर कलांची साधनद्रव्ये जड वस्तू असतात; येथे नटाचे शरीर हे चैतन्य असलेले साधनद्रव्य आहे. नृत्य या कलेच्या बाबतीत नृत्य करणारी व्यक्तीच कलावंत आहे असे आपण समजतो, तसेच नाट्यकलेच्या बाबतीतही म्हणता येईल काय ? नट हा कलावंत असतोच आणि नाट्यकृतीची निर्मितीही तो करीत असतो हे जमेस धरूनही नटाखेरीज आणखी एका व्यक्तीची अथवा भूमिकेची कल्पना करावी लागते. संहिताकार अथवा दिग्दर्शक. संपूर्ण रंगमंचावर वावरणारा एक नट हा स्वत: संहिताकार व दिग्दर्शक असू शकतो. अनेक नटांपैकी एखादा हे काम करू शकतो किंवा संहिताकार, दिग्दर्शक या दोन भिन्न व्यक्ती असू शकतात. परंतु अभिनयाबरोबरच आवश्यक त्या संहितेची रचना आणि ती संहिता प्रयोगरूपात उतरण्यासाठी आवश्यक ते दिग्दर्शन या दोन गोष्टी आवश्यक असतात. नाट्य ही रंगमंचीय कला नटाचे, दिग्दर्शकाचे व संहिताकाराचे माध्यम असते. या माध्यमाच्या साहाय्याने या व्यक्ती जीवनार्थाची अभिव्यक्ती करतात.

दिग्दर्शक

दिग्दर्शक हा आजच्या रंगभूमीवरचा एक अत्यंत महत्त्वाचा घटक आहे. लेखकाने लिहिलेल्या नाट्यसंहितेचे प्रयोगात रूपांतर करणे हे त्याचे कार्य असते. म्हणजे शब्द-संहितेचे रंगभूमीच्या भाषेत, नाटकाच्या रूपबंधात रूपांतर तो करतो. तो एक सर्जनशील कलावंत असतो आणि रंगभूमीचे विविध घटक (त्यांत नाट्यसंहिता हा एक घटकही समाविष्ट) वापरून रंगमंचीय कलाकृती निर्माण करतो. एका अर्थी तो लेखक, अभिनेता,नेपथ्यकार, संगीतकार, रंगभूषाकार या सगळ्यांच्या संहितांची पुनर्निर्मिती करतो किंवा या सुट्या सुट्या संहितांचे संयोजन करतो. १. लेखकाने लिहिलेल्या संहितेचे वाचन करणे व तिचा अर्थ लावणे. २. या संहितेचे सादरीकरण कसे करायचे याविषयीचा आराखडा तयार करणे. ३. भूमिकांना अनुरूप नटांची निवड करणे. ४. सादरीकरणाच्या आराखड्याबाबत इतर रंगकर्मींशी (नट, नेपथ्यकार, प्रकाशयोजक, संगीतकार इत्यादींशी) चर्चा करणे. ५. नटांची तालीम घेणे. ६. शब्द, शब्दोच्चार, हालचाली, हावभाव, प्रकाश, नेपथ्य, मुखसज्जा, वेशभूषा या सर्व घटकांचे संयोजन करणे - ही दिग्दर्शकाची महत्त्वाची कामे असतात.

विजय तेंडुलकर यांनी लिहिलेल्या 'शांतता! कोर्ट चालू आहे'या नाटकाचे उदाहरण घेऊन दिग्दर्शकाच्या या कामांची, अरविंद देशपांडे यांनी लिहिलेल्या 'दिग्दर्शकाच्या दृष्टिकोनातून' या टिपणाच्या आधारे थोडक्यात ओळख करून घेऊ.

संहितेचे वाचन, आकलन आणि अर्थनिर्णयन

दिग्दर्शकाने संहितेचे सूक्ष्म वाचन केल्यानंतर त्याला नाटकाची कथारचना (आदिमध्य-अंत), पात्ररेखाटन, विचार, संवादाची भाषा, नाट्यबंध (म्हणजे शोकात्मिका, सुखात्मिका, अतिनाट्य, प्रहसन), शैली (वास्तववादी, अतिवास्तववादी, प्रतीकात्मक) या गोष्टी समजून घ्याव्या लागतात. त्याचप्रमाणे लेखकाने नेपथ्य काय योजिलेले आहे, कोणकोणत्या रंगमंच-सामग्रीचा निर्देश केला आहे हेही ध्यानात घ्यावे लागते. नाटकाची जातकुळी कोणती आहे (म्हणजे ऐतिहासिक, सामाजिक) हेही बघावे लागते. त्यानंतर पात्रांचा प्रवेश, त्यांचे जाणे-येणे, प्रसंगांची रचना, त्यांत आवश्यक अशा कोणत्या कृतींचा अथवा हालचालींचा निर्देश केलेला आहे ते पाहावे लागते. नाटककाराने असा कोणताही निर्देश केलेला नसेल तर त्याला त्याविषयी ठरवावे

लागते. 'शांतता'बाबत देशपांडे यांचे आकलन असे होते; 'ही लीला बेणारेची शोकांतिका आहे. सबंध नाटकभर ती अतिशय विनोदी स्वरूपात मांडलेली असली तरी ह्या शोकांतिकेचा अंत:प्रवाह वेगळा आहे. ती अतिशय तरल व गंभीर आहे. सबंध नाटकाला आकार आणताना बेणारे ही व्यक्तिरेखा प्रधान ठेवून त्या व्यक्तिरेखेभोवती नाटक खेळविणे आवश्यक ठरते.' या दृष्टीने देशपांडे यांनी नाटकातल्या काही जागा हेरल्या व पहिल्या अंकाची मांडणी केली.

संहितेचे सादरीकरण : आराखडा

देशपांडे यांनी 'शांतता'च्या पहिल्या अंकातल्या पुढील जागा निवडल्या: १. बेणारे आणि सामंत यांचा पहिला प्रवेश: बोलताना बेणारे आपल्याविषयीच्या आरोपाचा आणि चौकशीचा नकळत उल्लेख करते; २. कर्णिक आणि पोंक्षे ह्यांचा तिच्याबद्दलचा संवाद; ३. सौ. काशीकर आणि रोकडे ह्यांच्या संभाषणात येणारा प्रो. दामल्यांचा उल्लेख; ४. पोंक्षे आणि बेणारे ह्यांचा मैत्रिणीबद्दलचा संवाद; ५. पूर्वकल्पना नसताना अचानक आरोपीच्या पिंजऱ्यात आल्यावर होणारी बेणारेची कुचंबणा. अशा काही जागा निवडून त्या प्रामुख्याने मांडणे हे त्यांच्या पहिल्या अंकाच्या दिग्दर्शनाचे ढोबळ सूत्र होते. या टिपणात सादरीकरणाच्या रितीबाबत काही मुद्दा मांडलेला नाही. परंतु एकंदरीत विवेचनावरून, नाटकाची सामजिक प्रकृती लक्षात घेऊन वास्तववादी पद्धतीने ते सादर करायचे ठरवले होते, असे दिसते.

पात्रांची निवड

भूमिकांना अनुरूप पात्रांची निवड करताना नटांच्या अभिनयकुशलतेबरोबरच त्यांचे 'दिसणे' लक्षात घ्यावे लागते. वय, शरीरयष्टी या बाबी अशा वेळी लक्षात घ्याव्या लागतात.

सादरीकरणाबाबत चर्चा

नाटक हे दृश्य आणि श्राव्य माध्यम असल्यामुळे पात्रांच्या भोवतीचा परिसर, नाटकातला काल या गोष्टी पाहाव्या लागतात. नाटकाच्या प्रकृतीनुसार नेपथ्य, प्रकाश, संगीत, वेषभूषा यांची योजना ठरवावी लागते. इतर रंगकर्मींशी चर्चा करून त्यांत संगती आहे की नाही याकडे लक्ष द्यावे लागते. 'शांतता' या नाटकात अभिरूप न्यायसभा आहे, त्यानुसार देशपांडे यांनी नेपथ्याची रचना

केली. आरोपीचा पिंजरा फूटलाईट्सजवळ ठेवला. आरोपीच्या पिंजऱ्याची ही जागा निश्चित झाल्यानंतर इतर पात्रांच्या हालचाली त्याप्रमाणे ठरवल्या. म्हणजे नेपथ्य ही गोष्टदेखील सादरीकरणाचा एक महत्त्वाचा घटक आहे हे यावरून लक्षात येते. याचप्रमाणे इतरही घटक, सबंध नाटकभर प्रकाशयोजना नॅचरल ठेवली, पण तिसऱ्या अंकातील बेणारेच्या स्वगताच्या वेळी 'एकटी बेणारे प्रकाशवर्तुळात दिसते.' ध्वनि-परिणामाचाही येथे प्रभावी उपयोग करून घेतला. 'दहा सेकंदांचा अवधी दाखवण्यासाठी अंधार होत असतानाच घड्याळाची टिकटिक सुरू होते आणि स्वगत सुरू असताना ती अगदी अस्पष्ट चालू राहते.'

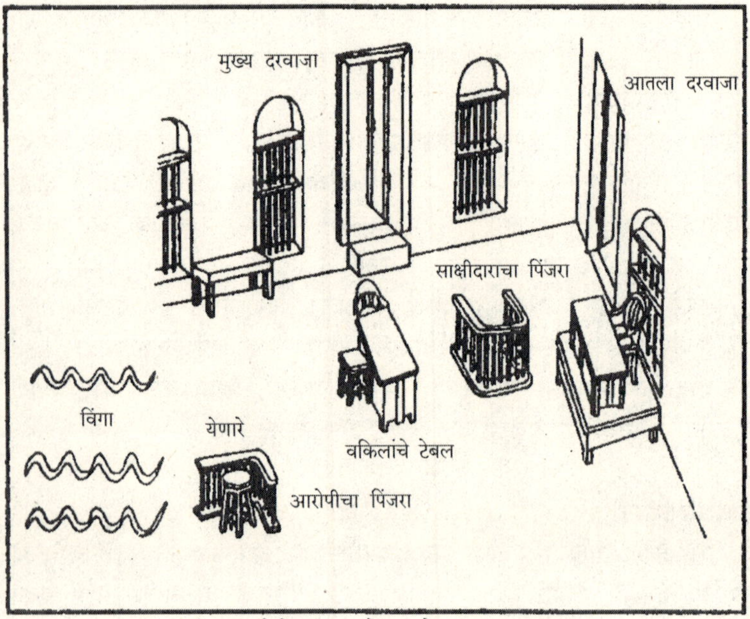

'शांतता! कोर्ट चालू आहे'च्या नेपथ्याचा आराखडा

नाटकांची तालीम घेणे

भरताच्या नाट्यशास्त्रानुसार प्राचीन काळी नाट्याचार्य असत, ते नटांकडून नाट्याभ्यास करवून घेत. आधुनिक काळात दिग्दर्शक नटांकडून हालचाल बसवून घेतात, त्याचप्रमाणे शब्दोच्चार कसा करायचा, त्या वेळी हावभाव कोणते यांविषयी सूचना दिल्या जातात. काही दिग्दर्शक नटांकडून कसून तालीम करून घेतात, तर काही नटांच्या गुणवत्तेवर भिस्त ठेवतात. दिग्दर्शकाने सांगितल्याप्रमाणे

एखादी भूमिका वठवत असताना नट स्वत:च्या प्रतिभेनुसार तिला रंग देऊ शकतो.

विविध घटकांचे संयोजन

दिग्दर्शकाचे सर्वांत महत्त्वाचे काम हेच असते. काही दिग्दर्शक नाटककाराच्या संहितेत किंचितही बदल करीत नाहीत. लेखकाने लिहिलेल्या संवादाचा प्रभावी उच्चार आणि कंसातल्या रंगसूचनांचा तंतोतंत अवलंब करण्याकडे त्यांचा कल असतो; तर काही त्यांच्या लेखकाच्या संहितेसह रंगभूमीवरील सर्वच घटकांचा स्वत:च्या प्रतिभेनुसार वापर करीत असतात. त्यामुळे एखाद्या नाटकाचे विविध दिग्दर्शकांनी बसवलेले प्रयोग सारखे नसतात. संहितेप्रमाणे दिग्दर्शकाच्या कल्पकतेवर एखाद्या नाटकाच्या निर्मितीचे यश अवलंबून असते. नाट्याच्या रूपबंधाच्या संदर्भात संहितेच्या माध्यमातून कथारचना, पात्ररेखाटन आणि विचाराभिव्यक्ती करणारा लेखक जसा महत्त्वाचा असतो, तसाच सर्व घटकांचे कल्पनाशील संयोजन करणारा दिग्दर्शक महत्त्वाचा असतो. त्यामुळे कधी 'नाटककाराची रंगभूमी' म्हटले जाते, तर कधी 'दिग्दर्शकाची रंगभूमी'. अशा वेळी नटाचे शरीर हे नाट्यकलेचे द्रव्य आणि नटाचा अभिनय हे तिचे माध्यम ठरते. परंतु स्थापत्य, चित्र, शिल्प इत्यादी कलांप्रमाणे नटाचे शरीर हे जड द्रव्य नसते, त्यामागे कल्पनाशील मानवी मन असते. नट हाही आपल्या अभिनयाच्या माध्यमातून कलाकृतीची निर्मिती करीत असतो, हेही लक्षात ठेवले पाहिजे. त्यामुळे भरताने नाट्यशास्त्रात नटाच्या अभिनयाविषयीचा विस्तृत विचार केला. भरताने सांगितलेल्या आंगिक, वाचिक आणि सात्त्विक अभिनयाचा नटाच्या शरीराशी आणि मनाशी संबंध आहे.

नाटकाची भाषा व आकृतिबंध

आपण नाट्यगृहात जातो, प्रेक्षागृहात अथवा श्रोतृगृहात बसतो आणि एक किंवा एकाहून अधिक व्यक्तींच्या कृती किंवा हालचाली पाहतो. यावरून रंगभूमीच्या तीन घटकांचा बोध होतो; दृश्यात्मकता, श्राव्यात्मकता आणि गत्यात्मकता म्हणजे रंग-दृश्य (थिएटर व्हिज्युअल), रंगश्राव्य (थिएटर ऑडिटरी) आणि रंग-गत्यात्म (थिएटर कायनेटिक) अशी रंगभूमीची त्रिविधता अनुभवतो. आपल्या डोळ्यांचा जो विषय असतो तो रंगभूमीचा दृश्य पैलू होय. प्रथम प्रकाश ही गोष्ट आवश्यक असते, त्याशिवाय आपल्याला काही पाहता

येत नाही. उघड्या रंगमंचावर नैसर्गिक उजेड असतो. दिवसांच्या बदलत्या प्रहरांप्रमाणे त्यात बदलही होत असतो. रात्रीच्या वेळी आणि बंदिस्त नाट्यगृहात दिव्यांची सोय करावी लागते. नटांच्या हालचाली दिसण्यासाठी एवढा उजेड पुरेसा असतो. परंतु आधुनिक काळातील रंगमंचावर प्रकाशाचा कलात्मक उपयोग केला जातो. त्यासाठी प्रकाशयोजकांची गरज असते. तो दृश्यसज्जाकार, वेशभूषकार अथवा दिग्दर्शकाशी विचारविनिमय करून प्रकाशयोजना ठरवतो. प्रकाशानंतर आपल्याला एक अवकाश दिसतो. हा अवकाश म्हणजे घोळक्याच्या मधली जागा असू शकेल किंवा चौकटी रंगमंचावरील दर्शनी पडदा सरकल्यानंतर दिसणारी जागा असू शकेल. हा अवकाश प्रत्येक दृश्याबरोबर, प्रत्येक सादरीकरणाबरोबर वेगवेगळे रूप घेत असतो. रंगभूमि-स्थापत्यतज्ज्ञ, दृश्यरचनाकार, नेपथ्यकार, अभिनेतागण, वेषभूषाकार, दिग्दर्शक या सर्वांच्या सहमतीने रंगमंचावरील रिकाम्या जागेला विशिष्ट आकार दिला जातो, म्हणजे सेट उभारला जातो. प्रकाशयोजकाने उजळलेल्या, नेपथ्यकाराने रचलेल्या रिकाम्या अवकाशात नट येतो. त्याचा पोषाख, रंगसज्जा आणि त्याच्या हालचाली या दृश्य गोष्टी असतात.

उच्चारलेले शब्द, संगीत, ध्वनी हे श्रवणाचे विषय असतात. शब्दांची निवड, त्यांची विशिष्ट अशी जुळणी आणि त्यांचे विशिष्ट असे उच्चारण येथे अभिप्रेत असते. नट, लेखक, संगीतकार, ध्वनि-परिणामयोजक आणि दिग्दर्शक यांचा सहकार्याने श्राव्य भागाची निर्मिती केली जाते. शब्दांच्या उच्चाराखेरीज नाट्याच्या परिणामासाठी ध्वनीची व संगीताची योजना केलेली असते. कधी नाटकात गाणी असतात आणि त्यांचे गायन केले जाते. रंगमंचावरील नाट्यप्रयोगात दृश्य भाग महत्त्वाचा असतो, तितकाच श्राव्य भागही महत्त्वाचा असतो. परंतु कधीकधी पहिल्या भागाला तर कधी दुसऱ्या भागाला प्राधान्य देण्यात येते.

गती हा रंगभूमीचा तिसरा महत्त्वाचा घटक असतो. पात्रांचे चलनवलन, त्यांचे हातवारे, बदलते हावभाव; थोडक्यात, पात्रांचे चालणे, उठणे, नाचणे, फिरणे, हात उंचावणे, खाली घेणे, चेहरा फिरवणे, डोळ्यांच्या हालचाली करणे हा सगळा गत्यात्मक भाग असतो. पात्रांमधल्या गतीमुळेच अवकाश आणि काल यांच्यात एकात्मता निर्माण होते. प्रकाशातील बदल किंवा संगीतातील बदल यांचाही या गत्यात्मतेत समावेश होतो.

रंगभूमीचे दृश्य, श्राव्य आणि गत्यात्म असे तीन घटक आपण पाहिले. प्रत्यक्षात ते वेगवेगळे राहत नाहीत. तीनही घटकांचा आपल्याला सतत

प्रत्यय येत राहतो. त्यांतला कोणताही घटक आपल्याला वगळता येत नाही. आपण आधी पाहिल्याप्रमाणे 'रिक्त अवकाशात मानवी देह' हा रंगमंचाचा गाभा आहे, हे खरेच आहे. परंतु काळाच्या ओघात विकसित होत गेलेल्या रंगमंचाकडे पाहिल्यास वर सांगितलेले इतर घटकही आता रंगभूमीचे अभिन्न असे घटक झालेले आहेत. रंगभूमीची खरी भाषा मानवी देहाचे चलनवलन हीच आहे यातही शंका नाही. नट हाच रंगभूमीचा अविभाज्य असा घटक आहे. काही नाट्यतज्ज्ञांनी नटाच्या अभिनयाहून, शब्दांच्या उच्चारांहून त्याच्या देहाच्या गतिमानतेला अधिक महत्त्व दिलेले आहे. काहींनी प्रकाशयोजनेला, तर काहींनी नेपथ्याला, तर काहींनी शब्दांना, काहींनी संगीताला अधिक महत्त्व दिलेले असते. 'रंगमंचीय कला म्हणजे केवळ अभिनय अथवा नाटक नव्हे, केवळ दृश्य किंवा नृत्य नव्हे, तर या सर्व घटकांची जुळणी असते. आविर्भाव हा अभिनयाचा आत्मा असतो, शब्द हे नाटकाचे शरीर असते; रेषा आणि रंग हे दृश्याचे हृदय असते; लय हा तर नृत्याचा गाभाच असतो' असे गॉर्डन क्रेग यांनी म्हटलेले असून 'अभिनय, शब्द, रेषा, रंग, लय हे सगळेच महत्त्वाचे घटक' असल्याचे ते स्पष्ट करतात; तरी देखील ॲक्शन-मूव्हमेंट-डान्स यांतूनच रंगमंचीय कलेचा उदय झाला असल्याचे सांगतात. सारांश, नटांचे चलनवलन, हावभाव, अभिनय यांच्याप्रमाणेच नेपथ्य, प्रकाश, संगीत हेही रंगभूमीच्या भाषेचे घटक बनतात. आर्तो या फ्रेंच नाट्यतज्ज्ञाने म्हटले आहे; 'रंगमंच व्यापून टाकणारे जे जे काही असेल, जे जे दृश्य रूपात व्यक्त करता येईल आणि ज्यांचे आव्हान मनाऐवजी संवेदनांना असेल अशा सर्व गोष्टींनी मिळून रंगमंचाची भाषा बनते. अवकाशात अभिव्यक्त होणाऱ्या या कवितेला अनेक पैलू आहेत : संगीत, नृत्य, चित्र, शिल्पकला, मूकाभिनय, विडंबन, अंगविक्षेप, स्वरभेद, स्थापत्य, प्रकाश, देखावे वगैरे. परंतु, या सर्व गोष्टी रंगभूमीवर मूर्त झाल्या पाहिजेत. त्यांची प्रत्यक्ष उपस्थिती जाणवली पाहिजे. अवकाशात आकारास येणारी ही कविता रेषा, आकार रंग यांच्याखेरीज चिन्हांच्या भाषेतून निर्माण होत असते. ही भाषा शब्दांशिवायची असते. ती मूकाभिनयाची असते, तशीच ती प्रतीकात्मक मूल्य असलेली चिन्हे, आविर्भाव, भाववृत्ती यांची असते.'

पारंपरिक रंगभूमी

पारंपरिक रंगभूमीवरील सादरीकरणातही हे घटक होते, हे आपण एक

उदाहरण घेऊन पाहूया. कर्नाटकातील लोककलापरंपरेत अग्रस्थानी असलेल्या यक्षगानाचे उदाहरण घेऊ. यक्षगान नाटकाची रंगभूमी उघड्या जागेत निर्माण करतात. ही पंधरा हात चौरस असते. चार कोपऱ्यांत चार खांब पुरतात. त्यांवर छप्पर असते त्याला लागून खाली एक पांढरी चादर बांधलेली असते. फुलापानांची तोरणे लावलेली असतात. समोरच्या खांबांजवळ दोघेजण मशाली धरून उभे राहतात. सर्वांत प्रथम भागवत, वाद्यकार साथी व पात्रे आपआपल्या साहित्यासह येतात. सूत्रधार गणपतीची पूजा करतो. नंतर सूत्रधार, भागवत, वाद्यकार रंगूमीवर येतात. ते आपापसांत हास्यविनोद करतात. सूत्रधार व त्याचे साथीदार पायांत चाळ बांधतात, अंगावर फुलापानांचा शृंगार करतात. प्रारंभिक संपल्यानंतर यक्षगान सुरू होते. भागवत कथानक सूचित करणारे गीत गातात. नंतर पात्रांचा प्रवेश होतो. दोघेजण एक तांबडा पडदा धरून उभे राहतात, आणि पडद्याच्या मागून पात्रे एकामागून एक प्रवेश करतात. पात्रे पडद्याआड काही वेळ नाचत असतात. त्यानंतर पडदा सरकवला जातो. यक्षगानात राक्षसपात्राची भूमिका प्रभावी असते. त्याचा वेष, प्रवेश करण्याची पद्धती दिपवून टाकणारी असते. त्याच्या प्रवेशाच्या वेळी मशालीवर पूड टाकून ज्वाला मोठ्या केल्या जातात. भागवत रंगभूमीच्या पृष्ठभागी उभा राहून काव्य गात असतो. पात्रे अभिनय करीत परस्परांशी संवाद करतात. भागवत गात असताना पात्रे गाण्याच्या अर्थानुरूप अभिनय करतात. यक्षगानात संगीताला आणि नृत्याला महत्त्व आहे. यक्षगानात पात्रांच्या वेषभूषेलाही अतिशय महत्त्व असते. मुखवटे, रंगवलेले चेहरे आणि आवश्यकतेनुसार रंगीत कपडे यक्षगानात वापरले जातात. यक्षगानातला हा प्रेक्षणीय भाग असतो. रंगसज्जा, वेषभूषा, शिरोवेष यांच्या साहाय्याने नटांचे अतिमानुष अशा पात्रांमध्ये रूपांतर होते. बहुतेक भारतीय पारंपरिक रंगभूमिप्रकारांत पात्रांचे चेहरे रंगवणे, त्यांचे चित्रविचित्र पोशाख या महत्त्वाच्या गोष्टी मानलेल्या आहेत. कथकली, कुडियाट्टम हे नृत्यनाट्यप्रकार त्यांच्या मुखसज्जा व वेषभूषा यांच्यासाठी प्रसिद्धच आहेत.

आधुनिक रंगभूमी

लोककलाप्रकारांतही रंगभूमीचे दृश्यात्म, श्राव्य, गत्यात्म घटक होते हे दिसून येते. आधुनिक काळातील एखादे नाटक घेऊनही आपल्याला रंगभूमीची भाषा समजावून घेता येईल.

लिखित नाट्य आणि त्याचा प्रयोग ही एक वस्तुस्थिती आहे. ती गृहीत

धरूनच नाटकाच्या (संहिता + प्रयोग) भाषेचे विविध घटक पाहता येतील. 'नाटकाचे माध्यम शब्द हे नसून, शब्दांचा उपयोग करणाऱ्या रंगमंचावर चलनवलन करणाऱ्या व्यक्ती, हे असते' हे लक्षात ठेवूनच लिखित नाटकाचा उपयोग येथे करायचा आहे. महेश एलकुंचवार यांच्या 'युगान्त' (वाडा चिरेबंदी, मग्न तळ्याकाठी आणि युगान्त) या नाट्यत्रयीचे येथे उदाहरण घेतलेले आहे.

नेपथ्य (सेटिंग) : पडदा उघडला जातो तेव्हा 'पिढीजात परंतु विपन्नावस्थेतील वाड्याची ओसरी दिसते. ओसरीच्या डावीकडे 'अ' खोली शय्यागृह, उजवीकडे 'ब' खोली. ओसरीच्या मागे दीड फूट उंचीवर माजघर. ओसरीवर जुन्या, मोडकळलेल्या, वेगवेगळ्या प्रकारच्या खुर्च्या, झोपाळा, जमिनीवर जुने जाजम, तक्के–लोड. 'अ' खोलीत नक्षीदार शिसवी, जुना पलंग, एक भव्य आरसा, माजघरात जुन्या लोखंडी ट्रंकांची उतरंड, माजघरात एक कंदील पेटलेला, समोर अंगण या गोष्टी आपल्याला दिसतात आणि त्या वाड्यात राहणाऱ्या लोकांच्या सामाजिक, आर्थिक आणि सांस्कृतिक स्थितीची कल्पना येते. 'वाडा चिरेबंदी'च्या दोन्ही अंकांत हाच सेट आहे. 'वाडा चिरेबंदी'तील सर्व पात्रांची वावरण्याची ही भूमी आहे. हा एक वाडा आहे, हे या सेटने सुचवले आहे. पुढे पात्रांच्या बोलण्यातून या वाड्याच्या दाराशी एक जुना ट्रॅक्टर पडलेला आहे हे कळते. तो प्रत्यक्ष नेपथ्याचा भाग झालेला नाही, परंतु तो तिथे असल्याचा प्रत्यय पात्रांच्या वर्तनातून येतो. हे नेपथ्य म्हणजे खराखुरा वाडा नसून वाड्याचा आभास आहे हे खरेच आहे. वास्तवदर्शी नेपथ्यामुळे खऱ्या वाड्याची कल्पना करता येते. हा या नेपथ्याचा एक पैलू आहे. दुसरा पैलू हळूहळू नाटक जसजसे पुढे सरकत जाते तसतसा प्रकट होत जातो. वाड्याप्रमाणेच ढासळलेल्या कुटुंबाचे ते चिन्ह बनते, काही काळाने ढासळत चाललेल्या समाजव्यवस्थेचे. वास्तवदर्शी नेपथ्याचे प्रतीकात रूपांतर होते. दोन्ही अंकांत या नेपथ्याचा दिवसाच्या निरनिराळ्या प्रहरी आणि व्यक्तींच्या संदर्भातल्या वेगवेगळ्या प्रसंगी उपयोग केलेला आहे.

प्रकाशयोजना

पहिल्या अंकाचा पडदा उघडल्यानंतर वाड्याचा काही भाग दिसतो. त्यात 'माजघरात एक कंदील पेटलेला' ही सूचना आहे. म्हणजे रात्रीची वेळ आहे. शिवाय कंदील आहे, विजेचा दिवा नाही. रात्रीची वेळ, वीज नसणे हे सूचित करणारी प्रकाशयोजना येथे अपेक्षित आहे. कंदील या वस्तूने

ग्रामीण परिसर आणि अभाव या गोष्टीदेखील सुचवल्या जातात. दुसऱ्या अंकात विजेचे दिवे नसण्याबाबत चर्चा आहे. या वाड्यात राहणाऱ्या भास्करला वीज घेणे परवडणारे नाही, पण वीज घेणे हे नुकसानीचे कसे आहे हे तो सांगतो. 'मग्न तळ्याकाठी'च्या पहिल्या अंकात वाडा तोच आहे, पण त्याचे स्वरूप बदलले आहे. भिंतींना गडद निळा ऑईलपेंट, नवा सोफासेट. मुख्य म्हणजे वीज आलेली आहे. सगळीकडे ट्युबलाइट्स आहेत. साहजिकच येथे प्रकाशयोजनेतही बदल होतो. वास्तवदर्शी नाटकातील नेपथ्य, प्रकाश या गोष्टी एकीकडे वास्तवाचे सूचन करतातच, त्याचबरोबर फर्निचर, दिवाबत्ती या गोष्टींतून नाटककार काही सांगतही असतो. वास्तवदर्शन हे जसे प्रकाशयोजनेचे कार्य असते, तसेच भावसूचन हेही असते. नाटकातील प्रसंगानुरूप प्रकाशाची योजना बदलत असते. 'शांतता, कोर्ट चालू आहे' या नाटकातील सर्व घटना दिवसाच्या प्रकाशात घडतात. त्यामुळे नैसर्गिक प्रकाशाची तेथे अपेक्षा आहे. परंतु नाटकातील प्रसंगाला अर्थाचे आणखी काही स्तर प्राप्त होण्याच्या दृष्टीने अनैसर्गिक प्रकाशाचा वापर केला होता. या संदर्भात अरविंद देशपांडे यांनी म्हटले आहे, 'सबंध नाटकभर प्रकाशयोजना ही नॅचरल आहे. त्यात इफेक्ट्स कुठेच नाहीत. नेमका ह्या गोष्टीचा उपयोग स्वगताच्या सुरुवातीला आम्ही करून घेतला. काशीकरांच्या शेवटच्या वाक्याबरोबर अंधार होतो आणि सबंध नाटकभर नसलेले अन्‌नॅचरल लायटिंग आता सुरू होते. एकटी बेणारे प्रकाशवर्तुळात दिसते. बाकी सर्व पात्रे आपापल्या जागी थिजलेली दिसतात.' काशीकर शिक्षा फर्मावतात त्यावेळी काशीकरांच्या मागच्या बाजूने लाल प्रकाश टाकून काशीकरांची सबंध सावली बेणारेवर दाखवली जाते.

नेपथ्य आणि प्रकाश यांचा एकत्रित विचार करून रंगमंचाला एखाद्या पेंटींगचे रूप देण्याचे प्रयोग पाश्चात्त्य रंगभूमीवर झालेले आहेत. मंचसज्जाकाराच्या रेखाटनांतच छायाप्रकाशाची योजना केलेली असते. नायकाच्या प्रकृतीप्रमाणे व त्याचा आशय अधिक सघन होण्याच्या दृष्टीने नेपथ्याची व प्रकाशाची योजना केली जात असते. पडदा उघड्याआधीच विविध वस्तूंसह सेटची मांडणी झालेली असते आणि तिच्यात अंकाप्रमाणे अथवा प्रवेशाप्रमाणे बदलही केले जातात; काही नाटकांत संपूर्ण मोकळा रंगमंच दाखवून क्रमशः तो निरनिराळे रूप घेतो. प्रतीकात्मक नेपथ्याची योजना काही नाटकांत केली जाते. उदाहरणार्थ, 'गिधाडे' या नाटकात झाडाच्या ढोलीचा आभास उत्पन्न केला होता.

वेषभूषा, रंगभूषा

पारंपरिक रंगमंचीय कलांमध्ये या दोन्ही गोष्टींना विशेष महत्त्व होते. नाटक ही गोष्ट दृश्य कला असल्यामुळे रंगांचा परिणामकारक वापर केला जात असे. वेष ही गोष्ट मानवी, अतिमानुषी व्यक्ती सुचवण्यासाठी वापरली जात असे. आधुनिक काळात व्यक्ती कोणत्या वर्गातली आहे, कोणत्या व्यवसायातली आहे हे वेषभूषेच्या साहाय्याने सुचवले जाते. रंगभूषेच्या साहाय्याने व्यक्तींचे 'वय' दाखवले जाते, त्याचप्रमाणे शारीरिक वैशिष्ट्येही दाखवली जातात. 'युगान्त'मध्ये वेषभूषेच्या, रंगभूषेच्या आधारे धरणगावकर देशपांड्यांच्या आजच्या स्थितीबरोबर सुतकाची स्थितीही सुचवलेली आहे. याच नाटकात वेषभूषेचा अर्थपूर्ण उपयोग केलेला आहे अशी दोन उदाहरणे पाहा. मुंबईहून सुधीर आणि अंजली येतात. प्रवेश करताना 'अंजलीचा पदर कशाला तरी अडकून फाटला आहे. त्याची धांदोटी सावरण्याच्या धडपडीत ती आहे' अशी रंगसूचना आहे. पुढे दारातल्या ट्रॅक्टरला अडकून तो फाटला हे कळते. प्रेक्षकांना न दिसणारी ट्रॅक्टर ही वस्तू पात्रांच्या बोलण्यातून आकार घेत जाते. दुसरे उदाहरण आहे वहिनी एकेक दागिना घालत जाते त्या प्रसंगाचे. भास्कर दागिन्यांचा लपवून ठेवलेला डबा काढतो, त्यातला एकेक दागिना तो तिला देत जातो आणि ती तो घालत जाते. नाटककाराने रंगसूचना लिहिली आहे, 'वहिनी नखशिखान्त अलंकारांनी मढलेल्या. पण आता त्यांचं व्यक्तिमत्त्व आरपार बदलल्यासारखं दिसतं. धगधगीत तेजस्वी, गंभीर, अलिप्त.' वेषभूषा, रंगभूषा, मुखसज्जा या गोष्टीदेखील नाट्याशयाशी निगडित असतात.

हावभाव

रंगमंचावर नटांचे चलनवलन असते. ते कोणती तरी कृती करीत असतात. त्याचवेळी शब्दांचा उच्चारही करीत असतात किंवा स्तब्ध असतात. लहानलहान कृतींमधून काही भाव सूचित होतात. उदाहरणार्थ, 'वाडा चिरेबंदी'मध्ये सुरुवातीच्या दृश्यात 'आई गुडघ्यावर हनुवटी टेकवून विचारमग्न' स्थितीत बसलेली असते. काही काळाने वहिनी प्रवेश करतात. त्या बेडरूममध्ये जातात, मग पायाच्या भेगांना मलम लावतात. सुधीर, अंजली आल्यानंतर वहिनी डोळ्याला पदर लावतात. दुसऱ्या अंकाच्या सुरुवातीला 'बायका शेंगा मोडीत बसल्या आहेत, पुरुष पान लावीत आहेत.' या हावभावांमधून (जेस्चर्समधून) पात्रांच्या मानसिक स्थितींचा बोध होतो.

शब्दोच्चार करताना किंवा स्तब्ध असताना चेहरा, डोळे, हात, पाय यांच्या आविर्भावांनाही महत्त्व असते.

ध्वनि-परिणाम

पात्रांच्या कृतींना, प्रसंगांना उठाव देण्याचे कार्य ध्वनि-परिणामांमुळे साधले जाते. दृश्यात्मकतेला श्राव्याची पातळी लाभते. 'वाडा चिरेबंदी'च्या सुरुवातीला 'सुन्न शांतता' असते. ती शांतता 'चिरफाडत जाणारा दादीचा आवाज' येतो. हा आवाज नाटकभर मधूनमधून येत राहतो. दुसऱ्या अंकातल्या एका दृश्यात नवव्या दिवसाचे विधिमंत्र आणि बुलडोझरचा आवाज; अंक संपताना बुलडोझरची धडधड वाढलेली असते. काही प्रसंगी संगीताचा वापर केला जातो तो ध्वनिपरिणाम साधण्यासाठी.

संवाद

पारंपरिक नाटकांत संवाद अजिबात नसत किंवा थोडे असत. आधुनिक नाटकांत संवादांना महत्त्वाचे स्थान आहे. नाटककार संहिता तयार करताना दुहेरी संहिता तयार करतो. मुख्य संहिता संवादांची असते. उपसंहिता रंगसूचनांची असते. रंगभूमीवर पात्रांनी बोलायचे संवाद नाटककाराने लिहिलेले असतात; तसेच पात्रांच्या आगमन-निर्गमनाविषयीच्या सूचना केलेल्या असतात. कंसातल्या रंगसूचना नट, दिग्दर्शक, नेपथ्यकार, संगीतकार, इत्यादींसाठी असतात. प्रत्यक्ष प्रयोगात मुख्य संहिता व उपसंहिता असा भेद राहत नाही. रंगभूमीवरील प्रयोगाच्या इतर अनेक घटकांपैकी संवाद हा एक घटक असतो. रंगभूमीच्या इतिहासात या घटकाने इतर घटकांवर मात केलेली असल्याचे दिसते. नाटककाराच्या शब्दांना अधिक महत्त्व दिलेले दिसते. प्रतिक्रिया म्हणून निःशब्द अथवा शब्दरहित रंगभूमीदेखील उदयाला आली. तथापि, रंगभूमीच्या भाषेचा एक घटक म्हणून संवादांना निःसंशय महत्त्व आहे. संवादांतून पात्रांची मनःस्थिती, त्यांचे इतरांशी असलेले संबंध या गोष्टी कळतातच; याशिवाय नाटकाच्या कथानकाचाही बोध होतो. पात्रांच्या संवादातून नाटककाराची जीवनदृष्टीही कळते. निःशब्द नाटक शक्य आहे, पण एकंदरीत प्रथा पाहिली तर शब्द असलेली नाटकेच लिहिली, केली व पाहिली जातात असे दिसते. नाट्यकलेच्या या वाङ्मयीन पैलूलाही नाट्याच्या आविष्कारात महत्त्वाचे स्थान असते. नाटकाच्या विषयानुसार, आशयसूत्रानुसार

नाटकाचे संवाद लिहिलेले असतात. वास्तवदर्शी नाटकात संवादाच्या बाबतीत व्यक्तीचे वय, वर्ग, व्यवसाय, परिसर, इत्यादींचे भान ठेवलेले असते. उदाहरणार्थ, 'वाडा चिरेबंदी'मध्ये विदर्भातील भाषेचा हेतुत: उपयोग केलेला आहे. त्यातही हे धरणगावकर देशपांडे म्हणजे ब्राह्मण कुटुंब आहे हेही संवादातून कळते. याच कुटुंबातल्या, आता मुंबईत वास्तव्य असलेल्या सुधीर-अंजलीची भाषा वेगळी असते. 'अधांतर' (जयंत पवार) या नाटकातील पात्रांची भाषा मुंबईतल्या परळ भागातील चाळीत राहणाऱ्यांची आहे. दुसरी गोष्ट म्हणजे नाटकातल्या प्रत्येक पात्राची भाषा वेगळी असते, प्रत्येकाच्या काही लकबी असतात, शब्दांची निवड आणि त्यांचा उच्चार यांत वेगळेपणा असतो. व्यक्तींचा स्वभाव, संस्कृती, दुसऱ्यांविषयीची त्यांची भावना यांचाही त्यांच्या भाषेवर परिणाम झालेला असतो. 'कन्यादान' (विजय तेंडुलकर) या नाटकात नाथ देवळालीकर आणि कुटुंबीय व अरुण आठवले यांच्या संवादाच्या भाषेतून दोन भिन्न समाज व्यक्त होतात. 'हृदय' (श्याम मनोहर) या नाटकातील उच्चभ्रू समाजातील व्यक्तींच्या मराठी भाषेत इंग्रजी शब्दांचे मिश्रण झालेले दाखवले आहे. संवादाच्या भाषेतूनच ते पात्र व्यक्त होत असल्याने नाटककार भाषेविषयी काळजी घेतो. संवादाचे उच्चारण कसे असावे हे नट आणि दिग्दर्शक ठरवतात. प्रादेशिक आणि व्यक्तिगत वैशिष्ट्यांचा मेळ उच्चारणातून आढळतो. 'तुझे आहे तुजपाशी'मधील काकाजींची इंदुरी मराठी उच्चारणाची खास लकब आहे.

पात्र आणि संविधानक

रंगमंचावर मानवी देह किंवा व्यक्ती वावरत नसतात, किंवा विशिष्ट नाव असलेले नट वावरत नसतात, तर पात्रे वावरत असतात. 'पात्र'त्व प्राप्त होण्यासाठी संवादाच्या भाषेचा, पोषाखांचा, मुखसज्जेचा, शारीरिक लकबींचा उपयोग करण्यात येतो. नंतर त्यांच्या कृतींमधून, त्यांच्या संदर्भातल्या प्रसंगांतून हे 'पात्र'त्व रचले जात असते. त्यांच्या बोलण्या-वागण्यातून त्यांची स्वभाववैशिष्ट्ये कळतात. पात्रांच्या कृतींमधून, अन्योन्य कृतींमधून (ॲक्शन-इंटरॲक्शनमधून) आणि संवादांतून संविधानकाचा बोध होतो. नाटकाचा संपूर्ण प्रयोग पाहिल्यानंतर संविधानक समग्रपणे उलगडते. संविधानक म्हणजे प्रसंगांची अर्थपूर्ण रचना. कोणत्या प्रसंगांनंतर कोणता प्रसंग यावा, एकंदरीत प्रसंगांची साखळी कशी गुंफावी यांत नाटककाराचे कौशल्य असते. ॲरिस्टॉटलने कथानकाच्या रचनेला अतिशय महत्त्व दिले होते. कारण, त्याच्या मते, कथानक

हे शोकात्मिकेचे आद्य तत्त्व होय, आत्मा होय. त्यामुळे त्याची रचना करताना विशेष अवधान दिले पाहिजे. प्रसंगानंतर प्रसंग अशा साखळीतूनच कथानक उमलत जाते. त्यामुळे प्रसंगांच्या रचनेवरच नाटककाराला लक्ष केंद्रित करावे लागते. लिखित संहितेतला हा सर्वांत महत्त्वाचा भाग असतो आणि नाटककाराचे खरे स्थान याच बाबीमध्ये असते.

आशयसूत्र

नाटकाच्या रचनेप्रमाणे त्याच्या सादरीकरणाच्या संदर्भातही हा महत्त्वाचा भाग असतो. लिखित नाटकाची रचना म्हणजे प्रसंग आणि संवाद, नटांचा अभिनय, त्यांची वेशभूषा, ध्वनि-परिणाम, संगीत, नेपथ्य, इत्यादी सर्वच गोष्टींमधून नाटकाचे आशयसूत्र फुलले पाहिजे, त्याने नाट्याशयाचा आकृतिबंध धारण केला पाहिजे. आशयसूत्र हे बीजरूपात असते, त्यातूनच नाट्याचा रूपबंध आकारास येतो. 'परंपरागत अविभक्त कुटुंबपद्धती आणि ग्रामीण सरंजामदारी समाजव्यवस्था यांचा अर्थप्रधान, आधुनिक, नागरी संस्कृतीच्या आक्रमणाखाली होणारा विध्वंस' हे 'वाडा चिरेबंदी' या नाटकाचे आशयसूत्र मानले तर वर सांगितलेल्या नाट्यभाषेच्या प्रत्येक घटकातून ते व्यक्त होत राहील अशीच त्याची योजना असली पाहिजे. आतापर्यंत पाहिलेल्या अभिनय, संवाद, नेपथ्य, प्रकाश, वेषभूषा इत्यादी घटकांच्या साहाय्याने नाट्य आकारास येते. ती एक रंगमंचीय कलाकृती असते. लिखित संहिता आणि रंगमंचीय आविष्कार या दोन गोष्टी एकात्म होऊन तिला कलाकृतीचा आकृतिबंध प्राप्त झालेला असतो. कोणत्याही कलाप्रकारातील कलाकृती असो, तिला स्वत:चा असा आकृतिबंध असतोच असे मानले जाते. कलाकृतीच्या आकृतिबंधाविषयीची आणि रंगमंचीय कलाकृतीच्या आकृतिबंधाविषयीची चर्चा आता पुढे पाहू.

आकृतिबंध

आकृतिबंध ही संकल्पना सर्वच कलांच्या विचारात महत्त्वाची मानली जाते. फॉर्म, घाट, रूपबंध, आकृतिबंध असे वेगवेगळे शब्द वापरले जात असले तरी त्या मागची संकल्पना एकच असते. भौतिक पदार्थाच्या बाबतीत 'रूप' (फॉर्म) आणि 'द्रव्य' (मॅटर) असे दोन शब्द वापरले जातात. शब्द जरी दोन असले तरी या दोन गोष्टी वेगळ्या करता येत नाहीत. द्रव्याने रूप दिलेले

असते किंवा द्रव्यातून रूप आकारलेले असते. नुसते रूप किंवा नुसता आकार नसतो. द्रव्याला आकार असतो. रूप दिसते, द्रव्य दिसत नाही. कलेच्या बाबतीत आशय म्हणजे द्रव्य आणि रूप म्हणजे अभिव्यक्ती. पण कलेतही या दोन गोष्टी वेगळ्या नसतात. त्या एकात्म असतात. म्हणजे अभिव्यक्तीतूनच आशय व्यक्त होतो. आशय व अभिव्यक्ती यांच्या एकात्मतेतून आकृतिबंध निर्माण होतो. आकृतिबंध ही निरनिराळ्या घटकांची एक संघटना असते. मूळ घटकांतील परस्परसंबंधांतून तयार होणारी एक सुसंगत आकृती, एखाद्या कलाकृतीची रचना म्हणजे आकृतिबंध.

कलाकृती म्हणजे अवकाशातला एक आकार नसते, तर अवकाशालाच आकार देत असते. वास्तवातल्या अवकाशाला निश्चित असा आकार नसतो. मग अशा अवकाशाला कलाकृतीत आकार कसा प्राप्त होत असतो? चित्रकलेच्या संदर्भात या प्रश्नाचे उत्तर देताना सुसान लँगर यांनी म्हटले आहे: 'आपण ज्या अवकाशात राहतो आणि कृती करतो त्या अवकाशाहून कलांचा अवकाश निराळा असतो. कलाकृतीमधील अवकाश हा केवळ दृष्टीचा विषय असतो. चित्रात्मक अवकाश हा रंगांनी नुसता रचलेला नसतो, तर निर्माण केलेला असतो. केवळ दृष्टीचा विषय असलेल्या अवकाशाशी आपण ज्या अवकाशात राहतो त्याचा काही संबंध नसतो. चित्रातला अवकाश हा चौकटीने बंदिस्त केलेला असतो.' संगीतकलेत एक स्वर जुळवून सांगीतिक आकृती निर्माण केली जाते. ती काळात घडणारी गोष्ट असते. चलनवलन करणाऱ्या मानवी शरीरांना गती असते, लय असते. नाट्यप्रयोगात दृश्यात्म, श्राव्य आणि गत्यात्म घटकांची संघटना असते. त्यातून नाट्यात्म आकृतिबंध आकारास येतो.

नाट्यप्रयोगाचे विश्लेषण केले तर आपल्याला त्यात दोन आकृतिबंध दिसतात. एक लिखित संहितेतून निर्माण होणारा आणि दुसरा वर सांगितलेल्या विविध घटकांतून निर्माण होणारा. अर्थातच हे दोन आकृतिबंध वेगवेगळे राहत नाहीत. ते एकमेकांत मिसळून गेलेले असतात. कृती करणाऱ्या माणसाचे प्रस्तुतीकरण किंवा कर्मे करणाऱ्या माणसांची अनुकृती अशी नाटकाची स्थूल व्याख्या करता येईल. परंतु केवळ दृश्य हालचाली म्हणजे 'कृती' नव्हे. कृतीमधून भावनांची, विचारांची अभिव्यक्तीही होत असते. ॲरिस्टॉटलने लिखित नाटकाच्या संदर्भात आदी, मध्य आणि अंत हे तीन घटक महत्त्वाचे मानले. नाट्यकृती ही संपूर्ण आणि स्वायत्त असते असे मानले. ॲरिस्टॉटलच्या

मते नाटकात कथारचना, पात्ररेखाटन आणि विचार हे तीन महत्त्वाचे घटक असतात. नाटकात 'कृती'ला (ॲक्शनला) महत्त्व असते. कृती हेतुपूर्ण आणि विविधतापूर्ण असली पाहिजे. या दृष्टीने प्रसंगांची रचना असली पाहिजे. त्यामुळे कथारचनेला (आदी, मध्य आणि अंत असलेल्या,) विशेष महत्त्व दिले. कृती ही पात्रांकडून घडत असल्याने त्या कृतींमधून पात्ररेखाटन होणे आवश्यक असते. कृती आणि संवाद या दोन घटकांमधून पात्राला एक आकार मिळतो. शरीर आणि मन या दोन घटकांचा स्पष्ट प्रत्यय आल्याशिवाय पात्रत्व लाभत नाही. कथारचना, पात्ररेखाटन यांच्याप्रमाणेच तिसरा महत्त्वाचा घटक म्हणजे विचार हा होय. नाटकाचे आशयसूत्र, संवादातून व्यक्त होणारी जीवनदृष्टी हा विचाराचा भाग होय.

कथानक, पात्र आणि विचार हे नाटकाचे मूलभूत घटक असतात. प्रेक्षकांपर्यंत या घटकांचे संक्रमण करण्यासाठी दृश्याचा आणि आवाजाचा उपयोग केला जातो. भाषा, संगीत आणि ध्वनि-परिणाम यांचा आवाजात समावेश होतो; शारीरिक चलनवलन, नृत्य, पोषाख, देखावे, रंगमंचसामग्री आणि प्रकाशयोजना यांचा दृश्यात समावेश होतो. बोलण्या-लिहिण्याची भाषा हे नाटककाराजवळचे एकमेव साधन असते. नाटकाचा प्रयोग होतो तेव्हा इतर घटकांची सांगड घातली जाते. या सर्व घटकांच्या जुळणीतून नाटकाचा आकृतिबंध तयार होतो. प्रत्येक प्रायोगिक नाटकाचा एक आकृतिबंध असतो. तसाच त्या संहितेचा एक आकृतिबंध असतो. लिखित नाट्यसंहितेच्या संदर्भात दोन प्रमुख नाट्यबंध मानले गेले आहेत; सुखात्मिका आणि शोकात्मिका. अतिरंजित नाट्य (मेलोड्रामा) आणि प्रहसन (फार्स) हे दुय्यम नाट्यबंध समजले जातात. याशिवाय सुखात्मिका आणि शोकात्मिका यांच्या मिश्रणातून 'शोक सुखात्मिका' (ट्रॅजिकॉमेडी) असाही एक नाट्यबंध कल्पिला जातो. नाट्यबंधांना (ड्रामॅटिक फॉर्म्स) स्वत:चे असे आकृतिबंध असतात.

सुखात्मिका

या नाट्यबंधाविषयी स. रा. गाडगीळ यांनी म्हटले आहे: 'नैसर्गिक आणि मानवी व्यवस्था ही मूलत: शिवस्वरूप आहे. सुसंवाद आणि सुव्यवस्था हीच तत्त्वे विश्वरचनेत स्थायी स्वरूपाची आहेत. ही श्रद्धा प्रेक्षक-वाचकांच्या ठिकाणी दृढ करण्याच्या दृष्टीने सुखात्मिकेतील घटनांची निर्मिती व रचना केली जाते. घटनांच्या हालचालींतून खेळकरपणा, निर्भयता, प्रसन्नता यांचा प्रत्यय

यावा अशीच योजना असते. सुखात्मिकेमध्ये अतिमानवी शक्ती हस्तक्षेप करतात; परंतु शोकात्मिकेप्रमाणे या शक्ती येथे अंध व क्रूर बनून येत नाहीत. गैरसमज, संशय, विरह, यातना यांनी युक्त असे प्रसंग येथेही उद्‌भवतात. पण त्यांतून विनाश व विध्वंस ओढवत नाही. शेवटी सर्व अपसमज नाहीसे होऊन सुव्यवस्था आणि माणसामाणसांमध्ये सुसंबंध प्रस्थापित होतात.' जीवनाचे विशुद्ध भान ही भावना सुखात्मिकेचे अंतर्भूत असते, असे सुसान लँगर यांनी म्हटले आहे. त्यांच्या मते, मानवी जीवन-भावना हेच सुखात्मिकेचे सार आहे. त्यामुळे जीवनोत्सवातून (वसंतोत्सव, विजय, जन्म, विवाह) सुखात्मिका या कलाबंधाचा उदय होतो. सुखात्मिकेतून विनोदाची निर्मिती होत असून त्याचे विविध प्रकार येथे आढळतात. मात्र विनोद हा सुखात्मिकेचा अंगभूत घटक नाही. सुखात्म आणि शोकात्म या दोन भिन्न जीवनदृष्टी असून सुखात्मिकेतून सुखात्म दृष्टीचा तर शोकात्मिकेतून शोकात्म जीवन दृष्टीचा प्रत्यय येत असतो, असे नॉर्थरप फ्राय यांचे म्हणणे आहे.

शोकात्मिका

शोकात्मिका ही गंभीर, स्वयंपूर्ण व विशिष्ट आकारमान असलेल्या कर्माची अनुकृती असते आणि ती करुणा आणि भीती यांच्या साहाय्याने त्या भावनांचे योग्य ते विरेचन घडवून आणते, असे ॲरिस्टॉटलने म्हटले आहे. शोकात्मिकेतून जीवनाचे शोकात्म भान व्यक्त होते, असे लँगर यांनी म्हटले आहे. शोकात्म जाणीव व्यक्त करणाऱ्या नाट्यबंधाला शोकात्मिका म्हणतात. मानवाचे भयंकर दुःख, त्याचे पतन आणि त्याचा त्या दुःख निर्माण करणाऱ्या शक्तीशी चाललेला लढा हा शोकात्मिकेचा गाभा असतो. नियती हा शोकात्मिकेमागचा एकमेव घटक नसतो. नशीब, दैव, परिस्थिती, कर्तव्य, निसर्ग, इतर माणसे ही बाह्य कारणे; तर दुबळेपणा, अविचार, वासना, गुणावगुण ही आंतरिक कारणे शोकात्मिकेमागे असतात. 'विकास-पक्वता-ऱ्हास हीच जीवनाची शोकात्म लय होय; शोकात्म लय हा वाढणाऱ्या, फुलणाऱ्या, ऱ्हास पावणाऱ्या जीवनाचाच आकृतिबंध असतो' असे लँगर यांनी म्हटले आहे.

अंतिरंजित नाटक आणि प्रहसन हे दोन नाट्यबंध सुखात्मिका आणि शोकात्मिका या नाट्यबंधांशी जवळीक दाखवणारे असले तरी त्यांतील अद्‌भुतरम्य, अतार्किक घटनाप्रसंगांनी आणि भावनातिरेकाने या नाट्यबंधांची गहनता त्यांना लाभत नाही. भावविवशता हा अति-नाट्याचा तर

अतिशयोक्ती हा प्रहसनाचा विशेष आहे. शोकात्म-सुखात्मिका (ट्रॅजिकॉमेडी), कृष्ण-सुखात्मिका (ब्लॅक कॉमेडी), शोकात्म प्रहसन (ट्रॅजिक फार्स) हे आधुनिक काळात उदयास आलेले संमिश्र नाट्यबंध होत. अति नाट्यात शोकात्मिकेतील उच्च, उदात्त स्वभावाची पात्रे आणि सुखात्मिकेतील सामान्य वर्गातील हीन स्वभावाची पात्रे यांचे मिश्रण; त्याचप्रमाणे शोकात्मिकेत असतो तसा मृत्यू असतो, पण तो अटळ ठरत नाही, प्रहसन हे मत्सर, विश्वासघात इत्यादी गोष्टींनी सुखात्मिका ठरत नाही. कृष्ण-सुखात्मिकेमध्ये मृत्यू, व्याधी, युद्ध यांसारख्या अस्वस्थ करणाऱ्या गोष्टी कडवट विनोदासाठी वापरलेल्या असतात. शोकात्म प्रहसनातील नायक अतिसामान्य अथवा प्रतिनायक असतात, त्यांच्या शोकात्म कृतींतून आणि भवितव्यातून शोकात्म भाव निर्माण होण्याऐवजी हास्य निर्माण होते आणि आपण अस्वस्थ होतो.

नाट्यप्रकार

प्रास्ताविकात आपण भरताने नाट्यशास्त्रात सांगितलेल्या चार वृत्तींचा आणि त्याने सांगितलेल्या दहा रूपक प्रकारांचा उल्लेख केलेला आहे. भारती, सात्वती, कैशिकी आणि आरभटी या चार वृत्ती असून त्यांच्यावर नाट्य अधिष्ठित असते, असे भरताने म्हटले आहे. भारती वृत्ती वाक्यप्रधान असते. पुरुषांचा संस्कृत वाक्यांमध्ये संवाद अधिक असतो. भरत म्हणजे नटलोक (नट्या नाही) ज्या रचनाशैलीचा उपयोग करतात ती भारती वृत्ती. ज्या नाटकात नायकाचा व्यवहार शोकरहित आणि सत्त्व, शौर्य, दया, त्याग आणि सरळपणा या गुणांनी युक्त असतो तिथे सात्वती वृत्ती असते. सुंदर नेपथ्य असलेली, नृत्तगीतांनी युक्त, स्त्रियांचा सहभाग आणि शृंगारप्रधान असते ती कैशिकी वृत्ती. कपट, फसवणूक, ढोंग, खोटे बोलणे यांनी युक्त असते ती आरभटी वृत्ती. वृत्तींचे दर्शन प्रयोगाच्या वेळी होते आणि त्यांना अनुलक्षून आंगिक, वाचिक, इत्यादी अभिनय केला जातो. या वृत्तींच्या अनुषंगाने नाटकाचे चार प्रकार केले जातात : १. भारती वृत्ती: संवादप्रधान नाटक, २. कैशिकी वृत्ती: संगीत-शृंगारप्रधान नाटक, ३. सात्वती वृत्ती: व्यक्तिप्रधान वा भावनाप्रधान नाटक, ४. आरभटी वृत्ती: संघर्षप्रधान नाटक.

भरताने सांगितलेल्या दहा रूपक प्रकारांचे थोडक्यात विवेचन पाहूया. भरताने नाटक, प्रकरण, अंक, व्यायोग, भाण, समवकार, वीथी, प्रहसन, डिम आणि ईहामृग असे दहा रूपक प्रकार सांगितले. सर्व वृत्तींपासून निष्पन्न झालेले

व विविध प्रकारच्या रचनांनी युक्त असे नाटक आणि प्रकरण हे दोनच रूपक प्रकार होत. अंक, व्यायोग, भाण, समवकार, वीथी, प्रहसन, डिम आणि ईहामृग हे रूपक प्रकार कैशिकी वृत्तीने विरहित असतात.

१. नाटक : ज्यात प्रसिद्ध कथानक व विषय असतात, नायक प्रसिद्ध व उदात्त असतो; ज्यात दिव्य व्यक्तींचा आश्रय घेतलेला असतो; जे विविध प्रकारच्या विभूतींनी आणि समृद्धी, विकास, आदी गुणांनी युक्त असते, अंक आणि प्रवेशक यांनी युक्त असते, नाना प्रकारचे रस, भाव व चेष्टित असलेले, पुष्कळ प्रकारे सुख, दुःख यांच्या उत्पत्तींनी घडलेले राजाचे चरित्र दाखवलेले असते ते 'नाटक' होय.

२. प्रकरण : जेव्हा कवी आपल्या प्रतिभेने कथानक, त्याची मांडणी, तसेच नायक यांची स्वतंत्र अशा स्वरूपाची निर्मिती करतो ते 'प्रकरण' होय. थोडक्यात, कथानक लौकिक आणि कविकल्पित असते. यात राजाऐवजी ब्राह्मण, वणिक, सचिव, पुरोहित, अमात्य, सार्थवाह इत्यादींचे चरित्र असते.

३. अंक किंवा उत्सृष्टिकांक : एकच अंक असतो. प्रसिद्ध, अप्रसिद्ध कथानक; साधारण पुरुष नायक असतो; करुण रसाने युक्त व स्त्रियांच्या विलापांनी भरलेला, तसेच वैराग्य उत्पन्न करणारी भाषा असते.

४. व्यायोग : एकच अंक असतो; कथावस्तू पुराणातून किंवा इतिहासातून घेतलेली असते. एका दिवसातील वृत्तांत असतो. पुरुषपात्रे पुष्कळ असतात. स्त्रीपात्रे जवळजवळ नसतातच. युद्ध, आव्हान, संघर्ष यांचे चित्रण असते.

५. भाण : कल्पित कथानक, एकच अंक आणि एकच बुद्धिमान विदूषक यात असतो.

६. समवकार : देव आणि असुर यांच्या कृत्यांवर आधारित, प्रख्यात व उदात्त नायक; यात बारा देव आणि बारा असुर नायक असतात. यात वीररसाला प्राधान्य असते. युद्ध, पूर, आग, नगराला वेढा, कपटकारस्थान इत्यादींचे चित्रण यात असते.

७. वीथी : एकच अंक असतो. एक किंवा दोन पात्रे असतात.

८. प्रहसन : हास्यजनक संवाद, धूर्त लोकांच्या संभाषणातून ढोंगांचे दर्शन घडवले जाते. पात्रे सामान्य वर्गातली असतात.

९. डिम : प्रसिद्ध कथानक आणि प्रसिद्ध उदात्त नायक. सहा रसांचा आविष्कार (शृंगार आणि हास्यविरहित). देव, गंधर्व, यक्ष, राक्षस या वर्गांतील पात्रे असतात.

१०. **ईहामृग :** दिव्य स्त्रीच्या निमित्ताने युद्धाचे प्रसंग असलेला, उत्कृष्ट मांडणी असलेल्या कथानकाने युक्त. कथानक अंशत: कविकल्पित असते.

भारताप्रमाणे अन्य देशांतही नाटकाचे विभिन्न प्रकार आढळतात. ग्रीस, रोम, चीन, जपान इत्यादी देशांमध्ये प्राचीन काळापासून भिन्न भिन्न नाट्यप्रकार आढळतात. युरोपात मध्ययुगात 'मिरॅकल प्ले' (अलौकिक चमत्कारयुक्त नाटक), 'मिस्टरी प्ले' (रहस्यमय नाटक), 'पॅशन प्ले' (भावनाप्रधान नाटक), 'मोरॅलिटी प्ले' (नैतिक नाटक) असे काही प्रकार प्रचलित होते. फ्रान्समध्ये कॉमेडी ऑफ मॅनर्स, फार्स, बर्लेस्क, वोदविल, पॅण्टोमाईम, बॅले असे काही प्रकार विकसित झाले. इटलीत कॉमीदिया देलार्ते (मुखवट्यांचे प्रहसन) हा प्रकार उदयास आला. प्रबोधनकाळात युरोपात 'ऑपेरा' हा प्रकार अस्तित्वात आला. दुसऱ्या महायुद्धानंतर युरोप-अमेरिकेत 'ॲब्सर्ड थिएटर', एपिक थिएटर या संकल्पना उदयास आल्या आणि त्या संकल्पना व्यक्त करणारी नाटके लिहिली गेली, सादरीकरणातही क्रांती झाली. वास्तववाद, यथार्थवाद, अतिवास्तववाद या प्रवृत्तींचाही नाट्यलेखनावर आणि सादरीकरणावर प्रभाव पडला. त्यातून वास्तववादी, यथार्थवादी, अतिवास्तववादी रंगभूमी व नाटके आली. विशिष्ट तत्त्वज्ञानाच्या प्रभावाचा स्वीकार करणारी नाटके लिहिली गेली. उदाहरणार्थ, मार्क्सवादी, अस्तित्ववादी. भाषेच्या उपयोगानुसार नागर किंवा ग्रामीण असेही वर्गीकरण केले जाते. याशिवाय जगात सर्वत्र पारंपरिक नाट्यप्रकारही आहेत.

रंगभूमी आणि नाटक यांचा इतिहास लक्षात घेऊन, तसेच विषय, रंगमंच, सादरीकरण, प्रभाव, रचना, उद्देश, प्रेक्षक आणि पात्रे हे घटक गृहीत धरून नाटकांचे स्थूल असे वर्गीकरण पुढीलप्रमाणे करता येईल.

विषय

पौराणिक (सौभद्र - ब. पां. किर्लोस्कर; विद्याहरण - कृ. प्र. खाडिलकर; ययाती आणि देवयानी - वि. वा. शिरवाडकर), ऐतिहासिक (भाऊबंदकी - कृ. प्र. खाडिलकर; रायगडाला जेव्हा जाग येते - वसंत कानेटकर; रणांगण - विश्वास पाटील), सामाजिक (शारदा - गो. ब. देवल; कन्यादान - विजय तेंडुलकर), राजकीय (कीचकवध - कृ. प्र. खाडिलकर; उद्ध्वस्त धर्मशाळा - गो. पु. देशपांडे), कौटुंबिक (वाहतो ही दुर्वांची जुडी - बाळ कोल्हटकर), मनोविश्लेषणात्मक (ज्योत्स्ना आणि ज्योती - गंगाधर गाडगीळ; सविता दामोदर परांजपे - शेखर ताम्हाणे), प्रतीकात्मक (एक शून्य

बाजीराव - चिं. त्र्यं. खानोलकर; वासनाकांड - महेश एलकुंचवार).

रंगमंच

उघड्या मैदानात किंवा रस्त्यावर केली जाणारी पथनाट्ये, बंदिस्त नाट्यगृहात कमानी रंगमंचावर केली जाणारी, सरकत्या-फिरत्या रंगमंचावर केली जाणारी, उघड्या नाट्यगृहात केली जाणारी.

सादरीकरणाची पद्धती

छाया नाटक, काष्ठपुतळ्यांचे नाटक, मूकाभिनय, नृत्यनाट्य, संगीत नाटक, मुखवट्यांचे नाटक, रंगभूमीचे रूढ संकेत न मानणारे ॲण्टिथिएटर, एक पात्री.

प्रभाव

शोकात्म (नटसम्राट - वि. वा. शिरवाडकर; एक शून्य बाजीराव - चिं. त्र्यं. खानोलकर; युगान्त - महेश एलकुंचवार), हास्यविनोदयुक्त (मोरूची मावशी - प्र. के. अत्रे; वस्त्रहरण - गंगाराम गवाणकर), शृंगारप्रधान, वीररसात्मक, उपदेशप्रधान, वैचारिक (उद्‌ध्वस्त धर्मशाळा - गो. पु. देशपांडे), प्रचारात्मक, उपहासउपरोधयुक्त (मुलगी झाली हो ! - ज्योती म्हापसेकर; आमदार सौभाग्यवती - रा. रं. बोराडे).

रचना

पाच अंकी, तीन अंकी, एक अंकी, एक प्रवेशी, अनेक प्रवेशी, नाट्यत्रयी, नाट्यछटात्मक, एकालापसदृश, स्वगतप्रधान.

उद्देश

समाजसुधारणा (लोककथा'७८ - रत्नाकर मतकरी), समाजभावनेची अभिव्यक्ती किंवा समाजभाष्य (अधांतर - जयंत पवार), समाजातील आचार-विचारांवर टीका (शोभायात्रा - शफाअतखान), केवळ करमणूक (वस्त्रहरण - गंगाराम गवाणकर).

प्रेक्षक

बालकांसाठी, स्त्रियांसाठी, अभिरुची पुरेशी विकसित न झालेल्या लोकांसाठी. (बालनाट्ये, प्रौढ साक्षरांसाठी लिहिलेली नाटके)

पात्र

देव, दानव, मानव, उच्चवर्गीय, निम्नवर्गीय, मध्यमवर्गीय. याशिवाय कथाप्रधान, व्यक्तिरेखाप्रधान, कृतिप्रधान, संवादप्रधान असेही वर्गीकरण करता येईल. बहुतेक नाटकांमध्ये या चार गोष्टींचा योग्य तो मेळ राखण्याचा प्रयत्न असतो. परंतु कधीकधी एखादा पैलू विशेषत्वाने अधोरेखित होतो. 'तो मी

नव्हेच' (प्र. के. अत्रे), 'थँक्यू मिस्टर ग्लाड' (अनिल बर्वे) ही व्यक्तिरेखाप्रधान नाटके आहेत; 'महानिर्वाण' (सतीश आळेकर), 'घाशीराम कोतवाल' (विजय तेंडुलकर) ही कृतिप्रधान नाटके आहेत, तर 'उद्ध्वस्त धर्मशाळा' (गो. पु. देशपांडे), 'युगान्त' (महेश एलकुंचवार) ही संवादप्रधान आहेत.

काही नाट्यप्रकार

वोदविले : गतिमान कथा असलेला, गेय द्विपदींनी परिपूर्ण, विनोदी संवादासह नृत्य आणि गीते असलेला एक नाट्यप्रकार.

मूकाभिनय (पँटोमाईम) : रंगमंचावर शब्दोच्चाररहित अभिनय असलेला, शरीर, हात, पाय, चेहरा यांच्या अभिनयाच्या साहाय्याने भावाभिव्यक्ती करणारा नाट्यप्रकार. यात संवाद किंवा बोलणे मुळीच नसते. केवळ मूक अभिनयाने इतर पात्रांचे अस्तित्व सुचवले जाते. हालचाली नृत्यात्मक असतात.

कॉमीदिया देलार्ते : सोळाव्या शतकात विकसित झालेला, चित्रविचित्र वेशभूषा आणि मुखवट्यांचा वापर असलेला, युवक-युवतींच्या प्रणयाची कथा आणि विनोद असलेला एक नाट्यप्रकार. इटलीतील छोटेछोटे गट ठिकठिकाणी जाऊन ही नाटके करीत. या नाट्यप्रकाराचा पुढे इंग्लंड आणि फ्रान्समधल्या सुखात्मिकांवर प्रभाव पडल्याचे म्हटले जाते.

उपहासिका (सटायर) : माणसातील दोषांवर टीका करणारा, हास्यास्पदता दाखवणारा, नृत्य आणि गीत यांनी युक्त नाट्यप्रकार.

ऑपेरा : सतराव्या शतकात इटलीत ऑपेरा हा नाट्यप्रकार एक कलारूप म्हणून विकसित झाला. प्राचीन ग्रीक नाटकाचे पुनरुज्जीवन करण्याचा उद्देश त्यामागे होता. ऑपेरा हा गीत-संगीत-नृत्यप्रधान नाट्यप्रकार आहे. त्यात गद्य संवाद अजिबातच नसतात. विशिष्ट कथासूत्राच्या आधारे गाणी रचलेली असतात. युरोपातील ख्यातनाम संगीतकारांनी ऑपेरासाठी संगीतरचना केल्या. ऑपेरामध्ये संगीताप्रमाणे नेपथ्यालाही अत्यंत महत्त्व असते. कर्णमधुर संगीत आणि डोळे दिपवून टाकणारे देखावे ही ऑपेराची मुख्य वैशिष्ट्ये होत.

बॅले : हा एक नृत्यसंगीतात्म नाट्यप्रकार असून संगीताच्या तालावर केलेल्या शैलीबद्ध नृत्यातून कथा सांगितली जाते किंवा अमूर्त संकल्पना विकसित केली जाते. नर्तक, मूकाभिनयकार, नृत्यरचनाकार, संगीतकार, वेषभूषाकार आणि नेपथ्यकार यांचा सहयोग 'बॅले'च्या निर्मितीमध्ये असतो. ऑपेराशी विख्यात संगीतकारांची नावे जोडली जातात, तशी बॅलेशी ख्यातनाम नर्तकांची.

अन्य रंगमंचीय आविष्कार

रूढ अर्थाने ज्या प्रकारांना 'नाटक' म्हटले जात नाही, परंतु रंगमंचाचा वापर ते करीत असतात अशा काही प्रकारांमध्ये महाराष्ट्रातील दशावतार, ललित, गोंधळ, तमाशा, लावणी व पोवाडे यांचे सादरीकरण, धनगरी सुंबरान इत्यादींचा समावेश करता येईल. या प्रकारांचा लोककलाप्रकार किंवा लोकनाट्यप्रकार म्हणूनही उल्लेख केला जातो. लोकनाट्य किंवा परंपरेने चालत आलेले असल्याने पारंपरिक म्हणून संबोधले जाणारे विविध नाट्यप्रकार भारतात आहेत :

विधिनाट्य : धार्मिक विधींशी निगडित, कथनपर आणि शुद्ध मनोरंजक असे त्यांचे तीन प्रकार करता येतील. धार्मिक विधींशी निगडित नाट्याचे विधींशी साम्य असते. ते मुळात कोणत्यातरी देवदेवतेच्या भक्तीमधूनच निर्माण झालेले असते. शब्दांचा लयबद्ध उच्चार, पुनरावृत्ती, छंदतालातली गाणी, पठण; पुराणकथा किंवा आख्यायिका, दंतकथा, ऐतिहासिक कथा यांवर आधारित कथानक; प्रतीकात्मक हावभाव, मुद्राभिनय, नृत्य, तंद्रायुक्त अभिनय; मुखवटे, मुखसज्जा, देहसज्जा, बाहुल्यांचा वापर; धार्मिक विधींमध्ये सहभाग असलेल्यांचा आणि त्या जनसमूहाचा सहभाग; विशिष्ट शुद्ध केलेल्या जागेचा रंगमंचासाठी वापर ही विधिनाट्याची वैशिष्ट्ये आहेत. केरळमधील मुडियेट्टू, तेय्यम, महाराष्ट्रातील गोंधळ ही या नाट्यप्रकाराची उदाहरणे म्हणून सांगता येतील.

गोंधळ : गोंधळ हा प्रकार देवीशी निगडित आहे. देवीची उपासना म्हणूनच गोंधळ हा प्रकार सुरू झाला असावा. 'गणदल' या शब्दावरून गोंधळ हा शब्द आला असावा असे म्हटले जाते. गोंधळाचे दोन प्रकार केले जातात. १. साधा गोंधळ किंवा मराठ्यांचा गोंधळ. यात कीर्तनाप्रमाणेच पूर्वरंग आणि उत्तररंग असतो. या गोंधळाची साधने तुणतुणे, झांज व संबळ ही असतात. २ डौरी, भुत्ये, आरादी व पोतराज यांचा गोंधळ. यांची साधने तुणतुणे, झांज व डमरू ही असतात. मराठा गोंधळात चार पात्रे असतात. मुख्य गोंधळी कथानिरूपण करतो. गोंधळात कथानिवेदन असल्यामुळे त्याचा कथनपर नाट्यातही समावेश करतात. गोंधळाच्या दुसऱ्या प्रकारात विधीचा काही भाग असतो. गोंधळाच्या वेळी पूजेसाठी नव्या कापडावर गव्हा-तांदळाचा चौक केला जातो. चौकावर तांब्या, त्यावर नारळ व तांब्यात काही पैसे व पाणी असते. तांब्याला वज्रटीक, गळसरी असे दागिने घालतात. चौकावर ज्वारीच्या पाच चिपाडांचा मांडव असतो. भोवती केळीचे खुंट असतात. चौकापाशी समई

तेवत असते. डौरीलोक काठीच्या पुढच्या टोकास चिंध्या बांधतात व भोवती कणीक लावतात. त्यावर गोडेतेल घालून ती दिवटी चौकापाशी तेवत ठेवतात. ही दिवटी तेवत राहील तोपर्यंत गोंधळ सुरू असतो. त्याला 'जागरण' असेही म्हटले जाते. गोंधळात सुरुवातीला गणेशवंदना, त्यानंतर अंबास्तवन; त्यानंतर कथा सांगितली जाते.

मुख्य कथाकथक नाईक हाच गोंधळी आणि गोंधळातील सूत्रधार आणि नट असतो.

कथनपर नाट्यप्रकार

कथनपर नाट्यात मध्यप्रदेशातील पांडवाणी, आसामातील ओजा-पाली, कर्नाटकातील ताल-मद्दले, आंध्रप्रदेशातील बुर्रा-कथा, महाराष्ट्रातील कीर्तन, पोवाडा, चित्रकथी, राजस्थानातील पाड इत्यादींचा समावेश करता येतो. कीर्तन हा एकपात्री नाट्यप्रयोग असतो. पूर्वरंगात तत्त्वविचार आणि उत्तररंगात कथाकथन असे या प्रकाराचे स्वरूप असते. गायन, वादन, नर्तन आणि कथन असे चार प्रकार कीर्तनात मिसळलेले असतात. कथाकथन करताना कीर्तनकार विविध पात्रांच्या भूमिकाही वठवतो. पोवाड्यात वीर पुरुषाची कथा असते. डफाच्या साथीने ओजस्वी शब्दांत आणि स्वरात ती कथा सांगितली जाते. चित्रकथी चित्रांच्या साहाय्याने कथा सांगतात. चित्रे दाखवत असताना कथन आणि गायन केले जाते. केवळ मनोरंजनप्रधान नाट्यप्रकारांत, नौटंकी, ख्याल, स्वांग या राजस्थान, हरियाणा, पंजाब, उत्तर प्रदेश, मध्यप्रदेश आणि बिहार या प्रदेशांत; तमाशा या महाराष्ट्रात; भवई या गुजरातमध्ये आणि जात्रा या बंगालमध्ये प्रचालित असलेल्या नाट्यप्रकाराचा उल्लेख करता येईल. तमाशामध्ये प्रथम गण म्हणजे गणपतिस्तवन, नंतर गौळण आणि त्यानंतर वग सादर केला जातो.वगात संवाद असतात. ते आधी लिहिलेले असतात. तसेच प्रत्यक्ष रंगमंचावर उत्स्फूर्त सुचलेले असेही असतात. मावशीबाई आणि सोंगाड्या ही दोन पात्रे विनोदाची निर्मिती करण्यासाठी असतात. वगातील कथा काल्पनिक असली तरी समकालीन स्थितीवर भाष्य केले जाते. तमाशात स्त्री-पुरुष प्रणय आणि शब्दनिष्ठ आणि प्रसंगनिष्ठ विनोद यांना महत्त्व असते. वगातल्या बहुतेक कृतींची सादरीकरणाची पद्धती प्रहसनासारखी असते. तमाशाचे आणखी एक वैशिष्ट्य म्हणजे नेपथ्याचा सोस अजिबात नसतो.पात्रे शब्दांनी आणि आविर्भावांनी स्थलकालातील बदल सुचवतात. □□□

विसाव्या शतकातील मराठी नाटक आणि रंगभूमी

मराठी नाटकाच्या आणि रंगभूमीच्या उगमाचा शोध घेत मागे मागे गेल्यास तंजावर येथील नाट्यपरंपरेपर्यंत जाता येते. इ. स. १६८४ पासून सुरू झालेली भोसले राजांची मराठी नाट्यपरंपरा इ. स. १८५५ पर्यंत अखंड चालू होती. ही नाटके लिखित रूपात उपलब्ध असून त्यांचे प्रयोग होत असत. त्यापूर्वीच्या मराठी साहित्यात नट, नाटक इत्यादी उल्लेख आलेले असले आणि नाट्यसदृश रचनाही काही ठिकाणी आढळत असली तरी लिखित स्वरूपातील नाटक उपलब्ध नाही. त्यामुळे शाहराज भोसले यांची १६८४ ते १७११ या काळात लिहिली गेलेली व आज उपलब्ध असलेली 'लक्ष्मीनारायणकल्याण', 'गंगाकावेरी संवाद', 'सुभद्रापरिणय' इत्यादी नाटके उपलब्ध अशी आद्य मराठी नाटके ठरतात आणि शाहराज भोसले हेच मराठी नाट्यपरंपरेचे आद्य जनक ठरतात. शाहराजे भोसले यांची नाटके दशावतारी भागवतमेळा स्वरूपाची आहेत. म्हणजे त्यांच्या नाटकांची मुळे लोकरंगभूमीत आहेत. पुढे १८४३ मध्ये 'सीतास्वयंवर'च्या प्रयोगामुळे आद्यत्वाचा मान मिळालेल्या विष्णुदास भावे यांच्या 'खेळा'चे स्वरूपही दशावतारी खेळांशी मिळतेजुळते होते. विष्णुदासांच्या समकालीन प्रशंसकांनी व टीकाकारांनी त्यांचा 'दशावतारी खेळ' असाच उल्लेख केलेला होता. दशावतारी खेळ महाराष्ट्रात तेराव्या शतकापासून परिचयाचे होते हे ज्ञानदेवांपासून पुढच्या संतांच्या रचना पाहिल्या असता दिसून येते. विष्णुदास भावे यांच्या दशावतारी खेळाचे वैशिष्ट्य हे की, त्या खेळासाठी वापरली जाणारी कविता (पदे आणि गीते) ही लिखित होती. ते स्वत: आपल्या खेळांना

'आख्यान' हा शब्द वापरत असले तरी नंतर आद्य नाटककार म्हणून ओळखले जाऊ लागले. भावे यांच्या पूर्वी १८१८ मध्ये लिहिले गेलेले, गोव्यातले रघुनाथ शेठ सावंत यांचे दशावतारी नाटक उपलब्ध झालेले असल्यामुळे आधुनिक कालखंडातील नाट्यपरंपरेचे जनकत्व सावंत यांच्याकडे जाते. तथापि, व्यावसायिक रंगभूमीचा आरंभ विष्णुदास भावे यांच्या खेळापासून झाला हे मानले पाहिजे. त्याचप्रमाणे लोकरंगभूमी आणि नागर रंगभूमी यांतली विभाजनरेषा भावे यांच्या नाटकांपासूनच पुढे स्पष्ट होत गेली हेही ध्यानात घेतले पाहिजे. १८४३-१८५३ हा भावे यांच्या रंगभूमीवरच्या कर्तृत्वाचा कालखंड होय. या काळात भावे यांच्या खेळांनी प्रभावित होऊन विविध मंडळ्या निघाल्या व त्या आपले खेळ पक्क्या बांधलेल्या नाटकगृहांतून करू लागल्या. या खेळांचा कथाभाग पौराणिक होता आणि त्याची अभिव्यक्ती करण्याची पद्धती ठरावीक अशी होती. आरंभी गायनवादनयुक्त मंगलाचरण, नंतर गणपति-सरस्वतीचे आगमन, नंतर कथाभाग. पात्रांच्या तोंडी काही भाषणे असली तरी मुख्य भर गायनावर होता. खुद्द भावे यांची 'सीतास्वयंवराख्याना'तली काही पदे रागसंगीतावर आधारित, तर काही कटाव, आर्या, ओव्या अशा कीर्तनात वापरल्या जाणाऱ्या पद्यबंधांवर आधारित होती. त्यांच्या नंतरच्या नाटकमंडळ्यांनी हाच कित्ता गिरवला होता.

दशावतारसदृश पौराणिक कथाभागावर आधारित नाटकांचे खेळ सुरू असतानाच १८५७ पासून संस्कृतमधल्या अभिजात नाटकांच्या मराठी भाषांतरांचे पर्व सुरू झाले आणि रंगभूमीवर भाषांतराचे प्रयोगही होऊ लागले. त्यांत परशुरामपंत गोडबोले यांच्या 'वेणीसंहार', 'शाकुंतल', 'मृच्छकटिक', कृष्णशास्त्री राजवाडे यांच्या 'विक्रमोर्वशीय', 'मालतीमाधव', गणेश शास्त्री लेले यांच्या 'मालविकाग्निमित्र' इत्यादी नाटकांचा समावेश होतो. ही नाटके तत्कालीन नामवंत अशा इचलकरंजीकर, सांगलीकर नाटक मंडळीकडून होत असत. या भाषांतरयुगापूर्वी एक स्वतंत्र सामाजिक मराठी नाटक लिहिले गेले. मात्र त्याचा प्रयोग झाला नाही अथवा पुस्तक रूपातही त्यावेळी ते प्रकाशित झाले नाही. ते म्हणजे महात्मा जोतीराव फुले यांचे 'तृतीय रत्न' (१८५५) हे नाटक होय. या नाटकात वर्णवर्चस्वावर आणि पुरोहितशाहीवर हल्ला केलेला आहे. मराठीतील सामाजिक नाटकाचा आरंभ या नाटकाने केला असला तरी १८६२ साली पुस्तकरूपाने प्रकाशित झालेल्या, विनायक जनार्दन कीर्तने यांच्या 'थोरले माधवराव पेशवे' या नाटकास रंगभूमीवर आलेले पहिले पुस्तकी नाटक

ठरण्याचा मान मिळाला. मात्र ते सामाजिक विषयावरचे नसून ऐतिहासिक होते. म.बा. चितळेकृत 'मनोरमा' (१८७१) हे आरंभीचे सामाजिक नाटक होय. या नाटकात बालाजरठविवाह, अननुरूप विवाहसंबंध, विधवांविषयी समाजाची अनुदार दृष्टी आणि पुनर्विवाहास संमती हे विषय आलेले आहेत. १८४१ पासून विधवांच्या पुनर्विवाहाच्या चळवळीला सुरुवात झाली होती. तिची परिणती १८५६ च्या हिंदु विधवा पुनर्विवाहाच्या कायद्यात झाली. या कायद्यामुळे अनुकूल व प्रतिकूल अशा मतमतांतरांची अभिव्यक्ती होऊ लागली होती. चितळे यांच्या नाटकातील विधवाविवाह व अन्य विषय पुढेही विविध नाटकांतून येऊ लागले.

नागर रंगभूमीच्या घडणीत आणखी महत्त्वाचा घटक कारणीभूत झाला, तो म्हणजे शेक्सपियरच्या नाटकांची भाषांतरे व रूपांतरे. १८६७ च्या महादेवशास्त्री कोल्हटकरकृत 'ऑथेल्लो' या भाषांतरापासून पुढे १९०० पर्यंत शेक्सपियरच्या नाटकांची ३०-३५ भाषांतरे/ रूपांतरे आढळतात. त्यांत शेक्सपियरच्या ऑथेल्लो, द मर्चंट ऑफ व्हेनिस, ज्युलियस सीझर, द कॉमेडी ऑफ एरर्स, सिंबेलीन, किंग लिअर, द विंटर्स टेल, रोमिओ ॲण्ड ज्युलियट, हॅम्लेट इत्यादी नाटकांचा समावेश होता. मुंबईतील ब्रिटीश रंगभूमीवर शेक्सपियरच्या नाटकांचे प्रयोग १८०८ पासून होत असत. १८५७ मध्ये विद्यापीठाची स्थापना झाल्यानंतर अभ्यासक्रमात शेक्सपियरच्या नाटकांचा अंतर्भाव होता. शेक्सपियरच्या नाटकांनी प्रेक्षकांची नाट्याभिरुची विकसित झाली. तशीच लेखकांची नाट्यजाणीव प्रगल्भ आणि सखोल बनली.

१८६० च्या आसपास मुंबईत पारसी थिएटर उदयास आले. १८५३ मध्ये मुंबइत विष्णुदास भावे यांच्या नाटकाचे प्रयोग झाले. त्याच वर्षी 'राजा गोपीचंद' या हिन्दुस्थानी भाषेतील नाटकाचा प्रयोग झाला. या नाटकात शेरोशायरी काठोकाठ भरलेली होती आणि त्याचे स्वरूप इंग्रजी ऑपेरासारखे होते. या नाटकापासून पुढे प्रणय आणि युद्धे हे विषय असलेल्या पारशी नाटकांचे प्रयोग होऊ लागले. या नाटकमंडळींचे मालक पारशी असत, बाकी दिग्दर्शकापासून वेषभूषाकारापर्यंत सगळे इंग्रज असत. केवळ नाटककार व नट मुसलमान, पारशी अथवा मराठी असत. 'द बॉम्बे पारसी ओरिजिनल ऑपेरा कंपनी' (१८९८) ही मुंबईतील पहिली पारशी व्यावसायिक नाटक मंडळी असली तरी तिच्यापूर्वी 'व्हिक्टोरिया थिएट्रिकल कंपनी', 'आल्फ्रेड थिएट्रिकल कंपनी' इत्यादी नाटकमंडळ्यांची नाटके मुंबईत होत असत. या

नाटकमंडळ्या पौराणिक कथाभागावर आधारित नाटके करीत, त्याचप्रमाणे शेक्सपियरच्या नाटकांवर आधरित नाटकेही करीत. लोकविलक्षण पात्रे, रोमांचकारक संवाद, आलंकारिक आणि डौलदार भाषा, यांत्रिक साधनांचा उपयोग करून आश्चर्यकारक दृश्यांची निर्मिती, नयनमनोहर नेपथ्य सजावट, नृत्य आणि कर्णमधुर संगीत ही पारशी नाटकांची वैशिष्ट्ये होती. पारशी नाटकातले संगीत शास्त्रीय आणि लोकसंगीतावर आधारलेले होते. तसेच त्यात ग्रीक आणि अरबी सुरावटींचा उपयोग करण्यात येत असे. डोळे आणि कान यांना चकाचौंध करून टाकणाऱ्या या नाटकांनी तत्कालीन प्रेक्षक प्रभावित झाला होता. पारश्यांनी चालवलेल्या या नाटकमंडळ्या होत्या म्हणून आरंभी त्यांना पारसी थिएटर असे नाव मिळालेले असले तरी पुढे ते वरील वैशिष्ट्यांनी युक्त असे नाटक हाच अर्थ रूढ झाला. तत्कालीन मराठी नाटक मंडळ्यांवरच नव्हे तर मराठी नाटककारांवर देखील या थिएटरचा प्रभाव पडला. १८८० मध्ये बळवंत पांडुरंग किर्लोस्कर यांनी पारशी ऑपेरा कंपनीचे 'इंद्रसभा' हे नाटक पाहिले आणि ते चटकदार गायनयुक्त नाटक पाहून अशी टूम आपल्या रंगभूमीवर असावी असे त्यांना वाटले असल्याची नोंद आहे. त्यानंतर किर्लोस्करांचे 'संगीत शाकुंतल' हे नाटक जन्मास आले.

किर्लोस्करांनी मराठी नाटकाच्या घडणीत, रंगरूपात आणि प्रयोगपद्धतीत क्रांती घडवून आणली. किर्लोस्करांनी नाटकाचा प्रयोग आणि नाटकाची संहिता या दोन्ही गोष्टींमध्ये सुसंघटितता आणली. नटी-सूत्रधाराचा प्रवेश मर्यादित केला, नाटकाची अंकांत आणि प्रवेशांत विभागणी केली आणि नाटकाचा विस्तार कमी केला, पौराणिक कथानक घेतलेले असले तरी त्याला वर्तमानकालीन जगण्याचा संदर्भ दिला आणि प्रेक्षकांची भावनात्मक पकड घेईल अशी कथानकाची रचना केली, लोकरंगभूमीतील योग्य त्या घटकांचा समंजस स्वीकार केला, नेपथ्य आणि पात्रांच्या पोशाखात कथानकाच्या दृष्टीने अनुरूपता आणली, कथाभागाचा आणि संवादाचा काही भाग गाण्यांमध्ये गुंफला, गाण्यांना मराठमोळ्या चाली दिल्या, काही ठिकाणी कानडी गाण्यांच्या तर काही ठिकाणी उत्तर हिंदुस्थानी भजनाच्या चाली दिल्या. किर्लोस्करांनी निर्मिलेल्या रंगभूमीची त्याकाळी प्रसिद्धी झाली ती तिच्यातील संगीतामुळे. मराठी संगीत नाटकाचे प्रवर्तक म्हणून किर्लोस्कर ओळखले जातात तेही त्याचमुळे. १८८२ मध्ये रंगभूमीवर आलेले त्यांचे 'सौभद्र' हे नाटक मराठीतील एक अजरामर नाटक ठरले. या नाटकाने प्रभावित होऊन मराठीत संगीत

नाटकांची परंपरा निर्माण झाली. किर्लोस्करांपासून स्फूर्ती घेऊन वासुदेव नारायण डोंगरे यांनी 'संगीत शाकुंतल'चा प्रयोग (१८८२) केला. त्यात रागबद्ध पद्यांची रचना केली होती. शाकुंतल नाटकाचा प्रयोग यशस्वी झाल्यानंतर डोंगरे यांनी 'वेणीसंहार', 'रत्नावली', 'मृच्छकटिक', 'विक्रमोर्वशीय', 'मालतीमाधव' इत्यादी संस्कृत नाटकांची संगीत नाटकांत रूपांतरे केली व त्यांचे प्रयोग केले. याच डोंगरे यांनी पारशी रंगभूमीवर गाजलेल्या 'इंद्रसभा' या नाटकाचे मराठी रूपांतर (१८९०) करून त्याचा प्रयोग केला. पांडुरंग गोपाळ यवतेश्वरकर यांनीही रागबद्ध संगीत नाटकांचे प्रयोग केले. त्यांत 'द्यूतविनोद' (१८९०) हे विशेष गाजले होते. अण्णा मार्तंड जोशीकृत 'संगीत सावित्री' (१८८८) आणि 'संगीत सौभाग्यरमा अथवा वैधव्यदुःखविमोचन' (१८९०), पुरुषोत्तम भास्कर डोंगरेकृत 'संगीत चंद्रसेना' (१८९७) ही तत्कालीन इतर प्रसिद्ध नाटके होत. १८८२ पासून पुढे संगीत नाटके बरीच आली, परंतु बहुतेक नाटकांमध्ये किर्लोस्करांच्या 'शाकुंतल', 'सौभद्र' आणि 'रामराज्यवियोग' याच नाटकांतल्या चालींचा वापर केलेला होता.

किर्लोस्करांनी प्रवर्तित केलेल्या संगीत नाटकाच्या परंपरेमुळे गद्य नाटकांचे भवितव्य धोक्यात आले होते. आर्योद्धारक (१८८०), शाहूनगरवासी (१८८१) या नाटकमंडळ्यांनी गद्य नाटक लोकप्रिय केले होते. शेक्सपियरची भाषांतरे याच नाटकमंडळ्यांनी सादर केली होती. आर्योद्धारकांचे अस्तित्व लवकरच पुसले गेले असले तरी शाहूनगरवासी टिकून राहिली होती. 'हॅम्लेट'ची 'वीरसेन' (गो. बा. कानिटकर) आणि 'विकारविलसित' (गो. ग. आगरकर) ही रूपांतरे याच नाटकमंडळीने केली होती आणि त्या नाटकमंडळीतील गणपतराव जोशी हे नट हॅम्लेटच्या भूमिकेमुळे ख्यातनाम झाले होते. याच नाटकमंडळीने १८९२ मध्ये वासुदेव रंगनाथ शिरवळकर आणि विनायक त्रिंबक मोडक लिखित 'राणा भीमदेव अथवा खरा रजपूत' या नाटकाचे प्रयोग केले. मंडळीतील गणपतराव जोशी आणि बाळाभाऊ जोग या नटांच्या भूमिकांमुळे हे नाटक 'काल प्रवर्तक' ठरले. ऐतिहासिकतेचा आभास उत्पन्न करणाऱ्या या नाटकात 'राजनिष्ठा, औदार्य, शौर्य, मित्रप्रीती, स्वदेशाभिमान इत्यादी गोष्टींचे दिग्दर्शन' करण्याचा लेखकद्वयांचा मनोदय होता. याच वर्षी माधव नारायण पाटणकरलिखित 'विक्रमशशिकला' या काल्पनिक कथा असलेल्या संगीत नाटकाच्या प्रयोगांना आरंभ झाला आणि ते लवकरच लोकप्रिय झाले. पारशी रंगभूमीची वैशिष्ट्ये मराठी रंगभूमीत मुरवण्याचे हे दोन प्रयत्न ऐतिहासिक दृष्टीने महत्त्वाचे आहेत.

१८८० साली शंकर आत्माराम पाटकर आणि गोविंद बल्लाळ देवल यांनी आर्योद्धारक नाटकमंडळीची स्थापना केली आणि 'वेणीसंहार', 'ऑथेल्लो', 'तारा', 'किंग लियर' ही नाटके एकामागून एक अशी केली. पाटकर आणि देवल हे दोघेही अभिनयाचार्य होते. मराठी नटांना नाट्याभिनय शिकवण्याचे महत्कार्य त्यांनी केले. १८८४ मध्ये आर्योद्धारक मंडळी बंद झाल्यानंतर पाटकर स्वतंत्रपणे अभिनयशिक्षणाचे काम करीत; १८९६ मध्ये ते नाट्यकलाप्रवर्तक मंडळीचे अभिनयशिक्षक झाले तर देवल किर्लोस्कर नाटकमंडळीत नाट्यशिक्षक झाले. त्यांची 'विक्रमोर्वशीय', 'फाल्गुनराव', 'शापसंभ्रम' इत्यादी भाषांतरित रूपांतरित नाटके रंगभूमीवर आली होती. परंतु नाटककार म्हणून ते आज ओळखले जातात ते त्यांच्या 'संगीत शारदा' (१८९९) या नाटकामुळे. 'शारदा' या नाटकाला चिरंतन मूल्य आहे. जरठ-कुमारी विवाह हा विषय आज कालबाह्य झालेला असला तरी त्या नाटकातून दिसणारे मानवी स्वभावदर्शन आणि मूल्यसंकल्पना यांत या नाटकाची थोरवी निहित आहे.

एकोणिसाव्या शतकाच्या अखेरच्या दोन दशकांतील 'सौभद्र', 'राणा भीमदेव', 'विक्रमशशिकला' आणि 'शारदा' ही चार नाटके पौराणिक, ऐतिहासिक, कल्पनारम्य आणि सामाजिक या चार प्रवृत्तींची निदर्शक आहेत. विसाव्या शतकाच्या पूर्वार्धात या चार प्रवृत्ती विकसित झाल्या असे दिसते.

१८४३ पासून १८९९ पर्यंत रंगभूमीतही बरीच सुधारणा झाली. पाठीमागे अलवानी सरकपडदा लावून मशालींच्या उजेडात होणाऱ्या दशावतारसदृश खेळात बदल होत गेला. १८६३ च्या सुमारास पुढचा दर्शनी पडदा आला आणि १८७३ पासून पार्श्वभागी निरनिराळे देखावे रंगवलेले पडदे वापरले जाऊ लागले. १८६७ मधल्या कालिदास एल्फिन्स्टन सोसायटीच्या 'अभिज्ञानशाकुंतल' या नाटकातील पात्रांच्या पोषाखासाठी वल्कले मागवली होती आणि पुष्पशय्येसाठी फुले आणली होती. 'थोरले माधवराव पेशवे' या नाटकाच्या प्रयोगात सती जाण्याचे कुंड उभारले होते. मशालींच्या ऐवजी पुढे हंड्याझुंबरांचा उपयोग होऊ लागला, १८७५ पासून रॉकेलचे दिवे आले. फूटलाईट्स म्हणून रॉकेलच्या चिमण्या ठेवल्या जात. पात्रांच्या अभिनयातही विकास झालेला दिसतो. हावभाव आणि मुद्राभिनय, चेहऱ्याच्या स्नायूंचा वापर, भावप्रकटन या गोष्टींना महत्त्व येऊ लागले. संस्कृत व इंग्रजी नाटकांची रूपांतरे, भाषांतरे, पारशी रंगमंचावरील दृश्यविधान आणि संगीत,

लोकरंगभूमीवरील भाषेची आणि दृश्यपरिवर्तनाची सहजता यांच्या प्रभावातून मराठी रंगभूमीला चेहरामोहरा प्राप्त होऊ लागला. प्रभावी गद्य आणि मोहक संगीत असलेली, देश आणि समाजस्थिती यांविषयीच्या भावनांना आणि विचारांना आवाहन करणारी रंगभूमी आकारास येऊ लागली.

१८५० पर्यंत मराठीत 'नाटक' हा शब्द प्रचारात आलेला नव्हता, 'खेळ' हा शब्द वापरला जात असे. १८५१ पासून संस्कृत नाटकांची भाषांतरे होऊ लागल्यानंतर हळूहळू नाटक हा शब्द उपयोगात येऊ लागला आणि भाषांतरित रूपांतरित नाटकांची व नाटकाच्या प्रयोगांची समीक्षाही उदयास आली. 'ज्ञानोदय' (१८४२), 'मराठी ज्ञानप्रसारक' (१८५०), 'शाळापत्रक' (१८६१), 'विविधज्ञानविस्तार' (१८६७), 'दंभहारक' (१८७१), 'निबंधमाला' (१८७४), 'निबंधचंद्रिका' (१८८६) इत्यादी प्रमुख नियतकालिकांतून ही नाट्यसमीक्षा प्रकाशित झाली. 'शाळापत्रका'च्या १८६५ च्या अंकात वि. ज. कीर्तने यांच्या 'थोरले माधवराव पेशवे' या नाटकाविषयीचे समीक्षात्मक विवेचन आहे. या विवेचनातून पुढील मुद्दे सापडतात : १. नाटक हे सृष्टीचे अनुकरण असून त्यात मानवी जीवनाचे वास्तव रूप दाखविलेले असते. २. मानवी जीवन सुखदु:खांनी मिश्र आहे. अत्यंत सत्प्रवृत्त माणसांनाही कधी कधी दु:खे भोगावी लागतात आणि त्यांचा अंत दारुण होतो. हा प्रत्यक्ष अनुभव असल्यामुळे दु:खपरिणामी नाटके आवश्यक आहेत. ३. या बाबतीत खबरदारी घ्यावयाची ती ही की, ज्या सत्प्रवृत्त माणसाचा दु:खद अंत दाखवावयाचा त्याच्या हातून अंतकाळी लज्जाकारक गोष्ट घडता कामा नये.

'विविधज्ञानविस्तारा'त नाटक आणि मराठी नाटक या गोष्टींचा गांभीर्याने आणि विस्ताराने विचार झाला. नाटकाचा एक कलाप्रकार म्हणून विचार, नाटकाच्या पुस्तकांची आणि प्रयोगांची परीक्षणे आणि भाषांतर व भाषांतरित कृतींची चिकित्सा यांविषयीचे लेखन या नियतकालिकाने प्रकाशित केले. 'हॅम्लेट'च्या आगरकरकृत 'विकारविलसित' आणि कानिटकरकृत 'वीरसेन' या भाषांतरांची समीक्षा करताना समीक्षकाने भाषांतरविद्येची मूलतत्त्वे सांगितलेली आहेत. मूळ नाट्यकृतीची सांस्कृतिक पार्श्वभूमी हे दोन्ही भाषांतरकार लक्षात घेत नाहीत, हा मुख्य आक्षेप घेण्यात आलेला आहे. मराठी नाटकांतील संगीताच्या अतिरिक्त वापरावर, नाटककारांच्या भाषांतर प्रवृत्तीवर, भाषेच्या निष्काळजी वापरावर, इतर पात्रे काल्पनिक असताना एखाद्या प्रत्यक्षात

वावरणाऱ्या व्यक्तीला नाटकात पात्र म्हणून सादर करण्यावर या नियतकालिकांतील समीक्षकांनी टीका केलेली आहे.

१८७२ मध्ये का. बा. मराठे यांनी 'नावल' व नाटक ह्यांविषयी निबंध लिहिला होता. या निबंधात मराठे यांनी तत्कालीन नाटकांतील वास्तववाद आणि अश्लीलता यांवर टीका केलेली आहे. नाटकातील विषयाची मांडणी, घटनांची जुळणी आणि नाटकाचे विषय यांविषयी त्यांनी विवेचन केलेले आहे 'नाटक म्हणजे हावभावांसह रंगभूमीवर म्हणून दाखविण्याजोगे रसभरित संवादमिश्रित काव्य' अशी व्याख्या करून पुढे नाटककाराला 'कवीची प्रज्वलित बुद्धी, इतिहासकाराचे इतिहासज्ञान, चित्रकाराची कला, वक्त्याची विलक्षण मनोवेधकता' इत्यादी गुण कसे आवश्यक असतात हे सांगितलेले आहे. नाट्यविषयाविषयी ते म्हणतात, 'विषय कसाही असला तरी त्याचे स्वरूप पात्रांच्या कृतीवरून स्पष्ट झाले पाहिजे. ग्रंथकर्त्याने त्याचे वर्णन देऊन उपयोग नाही. पात्रांच्या तोंडाने त्याचे फारसे वर्णन देऊनही उपयोग नाही.'

नाटकाच्या व्यवसायाविषयी तत्कालीन समाजात अपसमजुती होत्या; त्या दूर करण्याचा प्रयत्नही या समीक्षकांनी केला. 'केसरी'त (१८८१) 'नाटके करावी की करू नयेत?' हा लेख 'निबंधमाला' कार विष्णुशास्त्री चिपळूणकर यांनी लिहिला होता. नाटकशत्रूंचा खरपूस समाचार घेऊन, नाट्यकलेला उत्तेजन दिले पाहिजे, असा आपला विचार त्यात मांडला होता. नाटकांचा व नाट्यकलेचा तिरस्कार करणारी मंडळी पुढेही होती. परंतु हळूहळू समाजातील उच्चविद्याविभूषित, प्रतिष्ठित व्यक्ती नाटकाकडे वळू लागल्या तेव्हा हा तिरस्कार मावळत गेला.

इंग्रजी राजवटीमुळे येथे राष्ट्रवाद आणि व्यक्तिवाद ही दोन मूल्ये आली. केशवपन, विधवा विवाह, स्त्री शिक्षण, स्त्री-पुरुष समानता, जाती-जातींमधील समानता, दलितांवरील अन्यायाचे निर्मूलन यांच्यासाठी झालेल्या चळवळींच्या मुळाशी व्यक्तिवाद ही मूल्यकल्पना होती. तर स्वदेश, स्वभाषा, स्वसंस्कृती यांच्यासंबंधीच्या आंदोलनांच्या मुळाशी राष्ट्रवाद हे मूल्य होते. लोकहितवादी, महात्मा ज्योतिबा फुले, विष्णुबुवा ब्रह्मचारी, चिपळूणकर, गोपाळ गणेश आगरकर, लोकमान्य टिळक, इतिहासाचार्य राजवाडे इत्यादी विचारवंतांच्या लेखनातून या दोन मूल्यांना अनुसरणारा विचार व्यक्त होऊ लागलेला होता. १८७५ पासून १८९५ पर्यंतच्या काळात एकंदरीत या देशातल्या लोकांना आपल्या संस्कृतीच्या श्रेष्ठत्वाची जाणीव झालेली होती. महाराष्ट्रात

विष्णुशास्त्री चिपळूणकरांच्या 'निबंधमाले' पासून राष्ट्रीय विचारसंप्रदाय सुरू झाला. विष्णुशास्त्री चिपळूणकर (१८५०-१८८२), आगरकर (१८५६-१८९५) आणि टिळक (१८५६-१९२०), विश्वनाथ काशीनाथ राजवाडे (१८६३-१९२६) हे मराठी साहित्याप्रमाणे मराठी नाटक आणि रंगभूमी यांना प्रभावित करणारे विचारवंत होत. चिपळूणकरांच्या निधनानंतर टिळक आणि आगरकर यांच्या रूपाने राष्ट्रवाद आणि व्यक्तिवाद असे दोन पंथच महाराष्ट्रात उदयास आले. ते परस्परविरोधी नव्हते. परंतु प्राधान्याच्या मुद्द्यावरून विरोध उत्पन्न झालेला होता. आचार्य जावडेकरांनी आगरकरांच्या विचारसंप्रदायास 'विवेकनिष्ठ राष्ट्रवाद' असे नाव दिलेले आहे; टिळकांचा अर्थातच जहाल राष्ट्रवाद होता. आगरकर आणि टिळक एकाच समाजाच्या अभ्युदयाचा विचार करीत होते. टिळकांची भूमिका नकारात्मक आणि आक्रमक होती, तर आगरकरांची सकारात्मक आणि आग्रही होती. दोन्ही विचारवंत स्वसमाजाच्या, स्वराष्ट्राच्या, स्वसंस्कृतीच्या, स्वभाषेच्या बाजूनेच होते. त्याच्या विचारांत भेद असला तरी ते एकमेकांच्या विरोधात, किंवा या समाजाच्या, राष्ट्राच्या विरोधात नव्हते. आचार्य जावडेकर यांनी अत्यंत समर्पक शब्दांत म्हटले आहे, 'हिंदु संस्कृतीत गौतमबुद्ध आणि शंकराचार्य या दोन फार मोठ्या विभूती प्राचीन काळी होऊन गेल्या. त्याच प्रकारच्या आगरकर आणि टिळक या दोन विभूती महाराष्ट्रात आधुनिक काळात झाल्या, असे आमचे मत आहे.' आगरकरांच्या व्यक्तिवादाचा, विवेकवादाचा आणि टिळकांच्या राष्ट्रवादाचा प्रभाव तत्कालीन विचारक्षेत्र, इतिहाससंशोधन, समाजविचार, साहित्य यांच्याप्रमाणेच १८७६ नंतरची मराठी रंगभूमी आणि नाटक यांवरही निश्चितपणे पडलेला आहे. 'राणा भीमदेव' (१८९२) आणि 'शारदा' (१८९८) ही दोन उदाहरणे बोलकी आहेत. 'राणा भीमदेव' मधून राष्ट्रवादी, तर 'शारदा' मधून व्यक्तिवादी सुधारणावादी विचारसरणी व्यक्त झालेली आहे. रंगभूमी व नाटक आणि अन्य साहित्य यांतून पुढेही हा विचारकलह सुरूच राहिला, हे विसाव्या शतकाच्या पहिल्या दोन दशकांतील कलाकृतींवरून दिसून येते. आगरकरांचे १८९५ साली निधन झाले. १८९६-९७ नंतर टिळक अखिल भारतीय पातळीवरचे पुढारी झाले.

१८९६ ते १९०० या कालखंडात महाराष्ट्र प्लेग, दुष्काळ आणि शासनाची दडपशाही यांनी गांजलेला होता. अशा परिस्थितीत टिळकांच्या नि:शस्त्र क्रांतिकारक नेतृत्वाने आणि त्यांच्या जहाल राष्ट्रवादी विचारसरणीने महाराष्ट्रातील जनता भारावून गेलेली असल्यास त्यात आश्चर्य नाही. महाराष्ट्रातल्या

राजकारणात नेमस्तांचाही पक्ष होता आणि त्याचे नेतृत्व नामदार गोपाळ कृष्ण गोखले (१८६६-१९१५) यांच्याकडे होते. गोखले आणि टिळक यांच्या व्यक्तिमत्त्वात महदंतर होते. 'पहिल्याचा भर लोकसत्ताक उदार तत्त्वावर विशेष, तर दुसऱ्याचा भर स्वातंत्र्यप्राप्तीच्या धगधगीत राष्ट्रीय भावनेवर अधिक' असे वर्णन आचार्य जावडेकर यांनी केलेले आहे. ही दोन व्यक्तिमत्त्वे म्हणजे दोन प्रवृत्ती होत आणि या दोन्ही प्रवृत्तींचे प्रत्यंतर विसाव्या शतकाच्या पहिल्या दोन दशकांतील नाट्यकृतींवरून येते.

१८९६ ते १९२० हा कालखंड महाराष्ट्राच्या आणि एकूण देशाच्या दृष्टीनेही विशेष महत्त्वाचा असा होता. सुधारणा, विधवाविवाह, स्त्रीशिक्षण, व्यक्तिस्वातंत्र्य, विवेकवाद, राष्ट्रवाद, लोकशाही, वंगभंगविरोध इत्यादींनी हा कालखंड गजबजलेला होता. पहिल्या दशकात समाजसुधारणा की स्वदेशस्वातंत्र्य असा संघर्ष असला तरी नंतरच्या दशकात स्वातंत्र्याला अधिक महत्त्व मिळाले. या काळात समाज आणि राष्ट्र या विषयांचे जे विचारमंथन सुरू होते त्याचा मराठी साहित्यावर आणि मराठी रंगभूमीवर प्रभाव पडलेला दिसतो. नाटकांखेरीज कविता आणि कादंबरी या दोन वाङ्मयप्रकारांत आणि साहित्यसमीक्षा व इतिहाससंशोधन या क्षेत्रांतही या कालखंडात महत्त्वाचे लेखन झाले. किर्लोस्करांनी मराठी नाटकाचा आणि रंगभूमीचा नवा रूपबंध जसा घडवला होता, तसा केशवसुतांनी कवितेचा आणि हरी नारायण आपटे यांनी कादंबरीचा रूपबंध घडवला.

विसाव्या शतकाच्या पहिल्या तीन दशकांत वासुदेवशास्त्री खरे (१८५८-१९२४), वासुदेव रंगनाथ शिरवळकर (१८६५-१९२२), श्रीपाद कृष्ण कोल्हटकर (१८७१द्व१९३४), नरसिंह चिंतामण केळकर (१८७२-१९४७), कृष्णाजी प्रभाकर खाडिलकर (१८७२-१९४८), बाबाजी राणे (१८७४-१९१३), भार्गवराम विठ्ठल वरेरकर (१८८३), विनायक दामोदर सावरकर (१८८३-१९६६), राम गणेश गडकरी (१८८५-१९१९), वीर वामनराव जोशी, माधव नारायण जोशी, शंकर परशुराम जोशी, वि. ह. औंधकर इत्यादी नाटककार नाट्यलेखन करीत होते. या काळावर, कोल्हटकर, खाडिलकर आणि गडकरी या तीन नाटककारांचा ठसा उमटला आहे. तथापि, सर्वसामान्य प्रेक्षकांना रुचेल अशा प्रकारची नाटके लिहिणारे शिरवळकर, राणे, मा. ना. जोशी हेही महत्त्वाचे नाटककार ठरतात. शाहूनगरवासी, किर्लोस्कर, राजापूरकर, महाराष्ट्र, भरत, गंधर्व, बलवंत, ललितकलादर्श, नूतनसंगीत इत्यादी नाटक

मंडळ्यांनी या कालखंडातली नाटके रंगमंचावर आणली. गणपतराव जोशी, गणपतराव बोडस, नानासाहेब जोगळेकर, बालगंधर्व, केशवराव भोसले, सवाई गंधर्व, चिंतामणराव कोल्हटकर, मास्टर दीनानाथ, केशवराव दाते यांसारखे अभिनयकुशल आणि गाननिपुण असे नट या मंडळ्यांमध्ये होते. आनंदराव मेस्त्री, पु. श्री. काळे यांसारखे देखावे तयार करणारे चित्रकार होते. गोविंदराव टेंबे, भास्करबुवा बखले, मास्तर कृष्णराव यांसारखे पदांच्या चाली देणारे संगीतज्ञ होते. त्यामुळे १९३० पर्यंतचा काळ मराठी रंगभूमीच्या दृष्टीने भरभराटीचा मानला जातो.

किर्लोस्करांच्या निधनानंतर (१८८५) किर्लोस्कर नाटक मंडळीची मालकी भाऊराव कोल्हटकर, मोरोबा वाघोलीकर आणि रामभाऊ किंजवडेकर यांच्याकडे आली. कोल्हटकर आणि वाघोलीकर हे प्रतिभासंपन्न अभिनेते होते. १८९७ साली वाघोलीकर निवृत्त झाले आणि १९०१ मध्ये भाऊराव कोल्हटकर मृत्यू पावले. श्रीपाद कृष्ण कोल्हटकर यांचे 'वीरतनय' (१८९६) हे पहिले नाटक भाऊरावांच्या कारकिर्दीतच झाले. भाऊरावांच्या निधनानंतरचा १९०१ ते १९१० हा किर्लोस्कर नाटक मंडळीच्या इतिहासातला श्रीपाद कृष्ण कोल्हटकर कालखंड होता. या कालखंडात त्यांची 'मूकनायक' (१९०१), 'गुप्तमंजूष' (१९०१), 'मतिविकार' (१९०६) आणि 'प्रेमशोधन' (१९१०) ही नाटके किर्लोस्कर मंडळीने रंगभूमीवर आणली. नानासाहेब जोगळेकर, गणपतराव बोडस हे अभिनयकुशल नट मंडळीत होते. त्यांत १९०४ साली नारायण श्रीपाद राजहंस ऊर्फ बालगंधर्व यांची भर पडली. जोगळेकर, बोडस आणि बालगंधर्व या तीन नटांनी किर्लोस्कर नाटक मंडळीला पुन्हा वैभव मिळवून दिले. याच सुमारास 'महाराष्ट्र नाटक मंडळी' या गद्य नाटके करणाऱ्या मंडळीची स्थापना झाली आणि तिने १९०४ ते १९१० या कालखंडात कृष्णाजी प्रभाकर खाडिलकर यांची 'कांचनगडची मोहना' (१९०४), 'सवाई माधवराव यांचा मृत्यु' (१९०६), 'कीचकवध' (१९०७), 'बायकांचे बंड' (१९०४) आणि 'भाऊबंदकी' (१९०९), 'संगीत प्रेमध्वज' (१९१०), 'सत्त्वपरीक्षा' (१९१४) ही नाटके रंगभूमीवर आणली. या नाटकमंडळीत त्यावेळी गणपतराव भागवत, यशवंतराव टिपणीस, माधवराव टिपणीस आणि त्रिंबकराव प्रधान हे प्रमुख नट होते. खाडिलकरांची 'संगीत मानापमान' (१९११) , 'संगीत विद्याहरण' (१९१३) ही नाटके किर्लोस्कर मंडळीने केली. 'मानापमान' हे नाटक त्यातल्या संगीतामुळे अतिशय गाजले. पदांच्या चाली

गोविंदराव टेंबे यांनी दिल्या होत्या. १९१३ साली बालगंधर्व, बोडस आणि टेंबे किर्लोस्करमधून बाहेर पडले आणि गंधर्व नाटक मंडळीची स्थापना केली. खाडिलकरांची 'संगीत स्वयंवर' (१९१६), 'संगीत द्रौपदी' (१९२०), 'संगीत मेनका' (१९२६), 'संगीत सावित्री' (१९३३) ही नाटके गंधर्व नाटक मंडळीने केली. राम गणेश गडकरी यांचे 'प्रेमसंन्यास' (१९१२) हे पहिले नाटक महाराष्ट्र नाटक मंडळीने केले. त्यांचे 'संगीत पुण्यप्रभाव' (१९१६) हे किर्लोस्करने केले आणि त्यातल्या भूमिका चिंतामणराव कोल्हटकर आणि मास्तर दीनानाथ यांनी केल्या होत्या. दीनानाथांनी स्वत:च्या बलवंत संगीत मंडळीतर्फे 'भावबंधन' (१९१९) रंगभूमीवर आणले, तर एकच 'प्याला' (१९१९) गंधर्व नाटक मंडळीने. गडकऱ्यांच्या अकाली निधनामुळे 'राजसंन्यास' अपुरे राहिले. त्या अपुऱ्या नाटकाचाही १९२२ मध्ये प्रयोग झाला.

कोल्हटकर, खाडिलकर, गडकरी यांची नाटके ही तत्कालीन स्वच्छंदतावादाची अभिव्यक्ती होय. त्या त्या लेखकाच्या प्रतिभाधर्माप्रमाणे ती कमीअधिक तीव्र, मध्यम अथवा सौम्य प्रकारे झाली आहे. 'संगीत' हा तत्कालीन रंगभूमीचा केंद्रवर्ती भाग होता. रंगभूमीवरच्या त्याच्या प्रबळतेमुळे गद्य रंगभूमीचे भवितव्य झाकळून गेले होते. गद्य रंगभूमीला उत्कृष्ट अभिनयाची जोड देणाऱ्या शाहूनगरवासीला देखील अस्तित्व टिकवून ठेवण्यासाठी शिरवळकरांचे 'श्रीतुकाराम' (१९०१) बसवावे लागले. त्यानंतर काही वर्षे वेगवेगळ्या संतांवरच्या नाटकांनी रंगभूमीवर पदार्पण केले. खाडिलकरांनाही पहिली पाच गद्य नाटके लिहिल्यानंतर पुढे संगीत नाटके लिहावी लागली. १९३० पर्यंत मराठी रंगभूमीवर संगीत नाटकांचे अधिराज्य होते.

मराठी रंगभूमीचे 'संगीत' हे वैशिष्ट्य ओळखून श्रीपाद कृष्ण कोल्हटकरांनी आपली नाटके रचली. आधीच्या किर्लोस्करी वळणाच्या संगीत रंगभूमीवर त्यांनी क्रांती घडवून आणली. सूत्रधार-नटीचा प्रवेश त्यांनी काढून टाकला, पौराणिक कथानकाचा त्याग केला. त्यांनी स्वतंत्रपणे कथानके रचली. ती पुराणांवर किंवा इतिहासावर आधारित नाहीत, काल्पनिक आहेत. संस्कृत किंवा इंग्रजी नाटकांची रूपांतरे त्यांनी केली नाहीत. पारशी रंगभूमीवरील उर्दू, गुजराथी नाटकांवरून पदांच्या चाली घेतल्या, त्याचप्रमाणे त्या नाटकांमधील गुंतागुंतीची कथानकरचनाही घेतली. कोल्हटकरांच्या नाटकांतले संवाद चमत्कृतिजनक आहेत, भाषा कृत्रिम, आलंकारिक आणि बौद्धिक कसरतींची आहे.

कोल्हटकरांच्या नाटकांचा मुख्य विशेष चमत्कृती हा आहे. मग ती संवादातली असो की संविधानकाच्या रचनेतील असो. त्यांच्या नाटकांत काही विषय अंतर्भूत असतात. परंतु त्यांचा विकास ते करीत नाहीत किंवा त्या विषयांतून नाट्य निर्माण करीत नाही. विधुरविवाह (वीरतनय), मद्यपाननिषेध (मूकनायक), स्त्रीशिक्षण (गुप्तमंजूष), पुनर्विवाह पुरस्कार (मतिविकार), विषमविवाहातील दोष (प्रेमशोधन), अनिष्ट विवाहपद्धती (वधूपरीक्षा), प्रतिलोमविवाह (जन्मरहस्य), द्विभार्याप्रतिबंध (सहचारिणी) हे विषय त्यांनी आपल्या नाटकासाठी निवडलेले असले तरी या विषयांचे प्रतिपादन , खंडन अथवा मंडन ते नाटकांतून करीत नाहीत. 'मूकनायका'च्या प्रस्तावनेतून त्यांची या संदर्भातील भूमिका स्पष्ट होते. ते म्हणतात, 'नाटक म्हणजे उपदेशपर असलेच पाहिजे, अशातला काही प्रकार नाही. मनोवेधक कथानक, चटकदार प्रवेश वगैरे मुख्य सामग्री असली म्हणजे मग उपदेश नसला तरी त्यास नाटक या दृष्टीने गौणत्व येत नाही. असे आहे तरी नाटकात उपदेश गोविल्याने साखरेबरोबर कडू जिराईत दिल्याचे श्रेय घेता येत असल्यामुळे बऱ्याच नाटककर्त्यांचा उपदेशपर नाटके लिहिण्याकडे कल असतो. या संप्रदायास अनुसरून प्रस्तुत नाटकातही मद्यापासून होणाऱ्या अपायांचे थोडेसे आविष्करण करण्याचा प्रयत्न केला आहे. एखाद्या विषयाहून कोल्हटकरांना मनोवेधक कथानक आणि चटकदार प्रवेश या गोष्टी अधिक महत्त्वाच्या वाटत होत्या हे स्पष्टच दिसते. त्यांच्या नाट्यसंहितांचे आज वाचन करीत असताना संविधानक-रचना, पात्र-रेखाटन आणि संवादभाषा या दृष्टीने त्यांची नाटके, सामान्य पातळीवरची आहेत असे दिसून येते. मग कोल्हटकरांच्या नाटकांना अल्पकाळ जे यश लाभले आणि त्यांचा एक संप्रदाय निर्माण झाला, तो कसा? याचे एक उत्तर, 'चिंतोबा गुरव, गणपतराव बोडस यांच्यासारखे कसलेले नटदिग्दर्शक, नाट्याचार्य देवल, कारखानीस, टिपणीस, खाडिलकर यांच्यासारखे उच्च संस्काराचे नाटककार-दिग्दर्शक त्यांना लाभले व या दिग्दर्शकांनी आपल्या काळात अनेक नाट्यकृतींना आपल्या दिग्दर्शन कौशल्याने लोकप्रिय करून सोडले.' (द. रा. गोमकाळे) हे असू शकते; किंवा 'त्यांच्या नाटकांचे जे अभूतपूर्व स्वागत झाले त्याला कारण, ज्यावेळी ही नाटके रंगभूमीवर आली तो काळही असल्या नाटकांना योग्य होता'. (वि. पां. दांडेकर) हे असू शकते; किंवा 'मराठी नाट्यकलेला पौराणिक कथानकांच्या चाकोरीबाहेर त्यांनीच काढले. स्वतंत्र कल्पनारम्य नाटकांचे पहिले प्रभावी प्रवर्तक तेच होते. नाट्यसंवाद

म्हणजे केवळ कथा सांगण्याचे एक साधन, हा प्रेक्षकांचा समज त्यांच्या नाटकांनीच दूर केला.' (वि. स. खांडेकर) हे असू शकते; किंवा '१८९६ साली महाराष्ट्राच्या बऱ्याच भागांत दुष्काळ पडला. त्याचवर्षी प्लेग सुरू झाला. १८९७ साली लोकमान्य टिळकांवर राजद्रोहाचा खटला झाला, त्यामुळे पांढरपेशा समाजाचे मानस हलून गेले, भयभीत झाले. या सर्व परिस्थितीचा परिणाम असा झाला की, लोकसमुदायाची आस्वादन प्रवृत्ती वास्तवापासून परावृत्त होऊन ती काल्पनिकता, अद्भुतरम्यता यांच्यामध्ये गुंग होण्यास अनुकूल बनली. त्याकाळात त्रस्त झालेल्या जनमानसाला ज्यात रमता येईल अशी अद्भुतरम्य काल्पनिक सृष्टी निर्माण करून ती श्रीपादकृष्णांनी रंगभूमीच्या द्वारा पुढे मांडली.' (श्री. ना. बनहट्टी) हे असू शकते.

तत्कालीन नवशिक्षित तरुणांना कोल्हटकरांच्या नाटकांचे आकर्षण वाटण्याचे आणखी एक कारण संभवते. कोल्हटकरांच्या नाटकांत तरुण-तरुणींमधल्या प्रेमाची अभिव्यक्ती झालेली आहे. कोल्हटकरपूर्व नाटकांत असे दृश्य आढळत नाही. शिवाय या नाटकांतल्या तरुणतरुणींचे संवाद चतुर, बौद्धिक करामत असलेले आहेत. त्यांत भाषानिष्ठ विनोद आहे. कोल्हटकरांच्या नाटकांतील तरुणतरुणी धीटपणे आपल्या प्रीतीचा आविष्कार करतात. कोल्हटकरपूर्व नाटकांत प्रणय अथवा श्रृंगार होता, परंतु स्वच्छंदतावादी साहित्यातून आढळणाऱ्या प्रेमाची अभिव्यक्ती झालेली नव्हती. त्यामुळे कोल्हटकरांची कथानके तकलुपी असली, पात्रांना व्यक्तिविशिष्टता नसली, विचार भावना, मूल्य यांचा संघर्ष त्यांत नसला तरी ती तत्कालीन तरुणांना आकर्षक वाटतील अशी होती. एकत्र कुटुंबपद्धती असलेल्या, विवाहविषयक परंपरेचा नैतिक दाब असलेल्या तरुणांना त्यांच्या नाटकांनी एका स्वप्नभूमीत प्रवेश मिळवून दिला. कोल्हटकरांच्या नाटकांतील प्रेमसूत्र आणि संवादाच्या भाषेतील कोटिक्रमाचा नंतरच्या नाटककारांवर प्रभाव पडलेला दिसतो. परंतु मुळात 'नाट्यात्मता' नसलेली कोल्हटकरांची नाटके विचार-भावनांचा प्रभावी आविष्कार करणाऱ्या खाडिलकरांच्या नाटकांपुढे निष्प्रभ झाली.

कोल्हटकर हे संपूर्णपणे स्वतंत्र नाटक लिहिण्याच्या कल्पनेने झपाटलेले होते. त्यामुळे त्यांनी मराठी रंगभूमीवरील संस्कृत आणि इंग्रजी (विशेषत: शेक्सपियरच्या) नाटकांच्या प्रभावाकडे दुर्लक्ष केले. मराठी रंगभूमीला जो काही आकार आलेला होता तो संस्कृत व इंग्रजी नाटकांच्या भाषांतर रूपांतरातून

हे आपण आधी पाहिलेले आहे. कोल्हटकरांनी या परंपरेला नकार दिला आणि स्वतंत्रपणे आपली रंगभूमी घडविण्याचा प्रयत्न केला. खाडिलकरांनी मराठी रंगभूमीवरील दोन्ही प्रभाव आत्मसात केले, परंपरेशी जोडून घेतले आणि स्वत:ची रंगभूमी घडवली. सुरुवातीच्या त्यांच्या गद्य नाटकावरचा शेक्सपियरच्या नाट्यतंत्राचा प्रभाव स्पष्टच आहे. 'सवाई माधवराव यांचा मृत्यु' या आपल्या पहिल्याच नाटकाच्या रचनेविषयी विचार करताना 'हॅम्लेट' आणि 'आयागो' अशा धर्तीची दोन पात्रे एकाच नाटकात आणली तर नाटक चांगले होईल असे त्यांना वाटले होते. शेक्सपियरच्या पद्धतीची शोकात्मिका आपण लिहावी असेही त्यांना वाटले असणार. त्याचबरोबर किर्लोस्कर आणि देवल यांच्या नाटकांचाही खाडिलकरांवर प्रभाव पडला असावा. त्या नाटकांतून आढळणारी संस्कृत नाट्यसाहित्याने संपन्न केलेली नाट्यदृष्टी खाडिलकरांना प्रभावित करणारी होती. या दोन्ही संस्कारांतून खाडिलकरांची नाट्यविषयक समज तयार झाली होती.

खाडिलकरांनी सुरुवातीला गद्य नाटके लिहून संगीत नाटकाच्या चलतीच्या प्रवाहापासून स्वत:ला दूर ठेवले यातच त्यांच्या नाट्यदृष्टीचे मर्म दडलेले आहे. तत्कालीन संगीत नाटके लिहिणाऱ्यांप्रमाणे, चांगल्या चालींच्या पदांच्या अवतीभवती विणलेले कथानक आणि उभी केलेली पात्रे म्हणजे नाटक, अशी त्यांची समजूत नव्हती. खाडिलकरांनी आपल्या नाटकांसाठी पौराणिक अथवा ऐतिहासिक कथानके निवडलेली असली तरी त्यातून त्यांना समकालीन स्थितीविषयीचे भाष्य करायचे होते. असे भाष्य करता येईल असा ठोस विचार त्यांच्याजवळ होता आणि तो ज्या पात्रांच्या आणि प्रसंगाच्या द्वारा व्यक्त करायचा होता अशी पात्रे आणि प्रसंग निर्माण करण्याची क्षमता त्यांच्यात होती. खाडिलकरांच्यासारखा 'समकालीन' नाटककार त्यापूर्वी झालेला नव्हता. चिपळूणकरांच्या 'निबंधमाले'तून आणि टिळकांच्या 'केसरी'तून ज्या राष्ट्रवादी भूमिकेचे मंडन झाले होते त्याचा संस्कार पचवून शिरवळकर, मोडक यांचे 'राणा भीमदेव' हे एकमेव अपवादात्मक नाटक आले. त्याचा आधार परकीय होता आणि पारशी रंगभूमीवरील तंत्रांचा त्यात अवलंब केलेला होता, हेही लक्षात घेतले पाहिजे. परंतु त्यानंतर मराठी रंगभूमीवर कोल्हटकरकृत नाटकांच्या माध्यमातून जी स्वप्नभूमी अवतरली होती, तिच्याहून वेगळी अशी वास्तव जमीन खाडिलकरांच्या 'कीचकवध' मधून दाखवण्यात आली. पौराणिक कथानकातून समकालीनतेचा इतका जिवंत संदर्भ स्पष्ट करण्याचा हा प्रयत्न अपूर्व असा होता. खाडिलकरपूर्व नाटकांत सामाजिक संदर्भात समकालीन

समस्या आल्या होत्या, परंतु त्या सुधारणावादी अथवा सुधारणाविरोधी भूमिकांतून. राजकीय आशयाची नाट्यकृती खाडिलकरांनीच प्रथम लिहिली. त्यामुळे पौराणिक कथानकावर आधारित असे नाटक त्यावेळी जप्त करावे, त्याच्या प्रयोगांना बंदी घालावी असे ब्रिटीश सत्तेला वाटले. खाडिलकरांचे 'कीचकवध' (१९०७) रंगमंचावर आले तेव्हा त्याच्या आसपास 'संगीत चंद्रहास' (पुरुषोत्तम भास्कर डोंगरे), 'संत दामाजी' (लक्ष्मण नारायण जोशी), 'श्री ज्ञानेश्वरमहाराज' (विनायक त्रिंबक मोडक), 'श्रीनामदेव' (वा. रं. शिरवळकर), 'संगीत मतिविकार' (श्री. कृ. कोल्हटकर), 'कुंजविहारी' (भा. वि. वरेरकर), 'संगीत मनोविजय' (दा. वि. नेवाळकर) इत्यादी संतचरित्रपर अथवा कल्पनारम्य नाटके होती. 'कीचकवध' हे पौराणिक कथानकावर आधारलेले असले तरी ते एक राजकीय रूपक होते. ५ फेब्रुवारी १९१० च्या 'टाइम्स ऑफ इंडिया'त पत्र लिहून एका वाचकाने या रूपकाचा अर्थ स्पष्ट केला होता. 'कीचक म्हणजे लॉर्ड कर्झन, द्रौपदी म्हणजे भारत, युधिष्ठिर आणि भीम म्हणजे मवाळ आणि जहाल पक्ष हे नाट्यगृहातल्या प्रत्येक प्रेक्षकाला ठाऊक असते. हे नाटक रंगभूमीवर आल्यापासून सगळ्या दखखनला या पात्रांची ओळख पटलेली आहे.' असे या वाचकाने म्हटले असून नाटक पाहत असताना प्रेक्षकांच्या होणाऱ्या प्रतिक्रियांची पुढील शब्दांत नोंद केलेली आहे. 'कीचकाची संतापजनक कृत्ये पाहत असताना प्रेक्षकांचे होणारे ताणलेले, प्रक्षुब्ध चेहरे, द्रौपदीच्या विनवण्या ऐकताना ब्राह्मण स्त्रियांच्या डोळ्यात दिसणारी चमक, युधिष्ठिराच्या नेभळेपणाविषयीचा तिरस्कार, भीमाच्या आवेशपूर्ण निर्भर्त्सनांना त्यांची मिळणारी साथ आणि जुलमी कीचकाचा वध होताच उठणारा समाधानाचा हुंकार.' या नाटकाचे प्रयोग बंद पाडावेत, त्याचे पुस्तक जप्त करावे हाच पत्रलेखकाचा उद्देश होता; त्याप्रमाणे तशी बंदी घातली गेली आणि पुस्तक जप्त झाले.

खाडिलकरांचे 'कीचकवध' ही राष्ट्रवादाची उत्कट, जोरकस अभिव्यक्ती होती. तिचे गणपतराव भागवत, त्रिंबकराव प्रधान आदी नटांनी केलेले प्रस्तुतीकरण अतिशय प्रभावी असे होते. तत्कालीन समाजात १९०५ साली लॉर्ड कर्झन यांनी केलेल्या बंगालच्या फाळणीची आठवण ताजी होती. १९०५ पासूनच वंगभंगविरोधाच्या चळवळीला आरंभ झाला होता. त्या वर्षीच्या १५ ऑगस्टच्या 'केसरी'च्या अंकात लोकमान्य टिळकांनी लिहिले होते. 'शब्द नकोत, कृती पाहिजे; आणि तीही निश्चयाची कृती पाहिजे; अशी वेळ आता

येऊन ठेपली आहे. अशा वेळी आम्ही जर आपल्या कर्तव्यास चुकलो..., तर आमच्या व आमच्या मतांच्या पोचटपणास काही पारावर नाही असे राज्यकर्त्यांच्याच नव्हे, तर सर्व जगाच्या निदर्शनास येऊन चुकणार आहे'. या वाक्यांचा प्रतिध्वनी तत्कालीन प्रेक्षकांना 'कीचकवधा'तील सैरंध्री, कंकभट आणि बल्लव यांच्या संवादातून ऐकू येत असवा.

खाडिलकरांचे 'भाऊबंदकी' हे नाटक पेशवाईतील सत्तास्पर्धेवर आधारित आहे. सत्तेसाठी राघोबादादाची महत्त्वाकांक्षी पत्नी आनंदीबाई नारायणराव पेशव्यांचा खून घडवते. त्या हत्येत राघोबादादाचाही सहभाग असतो. रामशास्त्री हा पेशव्यांचा न्यायाधीश राघोबादादांना देहान्त प्रायश्चित्ताची शिक्षा सुनावतो. खाडिलकरांची ही रचना 'मॅक्बेथ' वर उभारलेली असली तरी तिला येथेही वर्तमानाचा संदर्भ दिला आहे. तत्कालीन प्रेक्षक रामशास्त्र्यांकडे लोकमान्य टिळक म्हणून पाहत असत. पेशवाईकडे स्मरणरंजनात्मक भूमिकेने न पाहता तिच्यातल्या सत्तालालसेच्या विकृतीच्या रूपाने वर्तमानातील ब्रिटिश सत्ताधाऱ्यांचीच विकृती त्यांना स्पष्ट करायची होती. खाडिलकरांच्या नाट्यकृतींना समकालीनतेचा संदर्भ असला तरी त्या विशिष्ट काळात अडकून पडलेल्या आहेत असे नाही. ऐतिहासिक, पौराणिक घटितांचा अर्थ लावणे आणि त्या घटितांना समकालीनतेचा संदर्भ देणे हा एक भाग झाला; त्यातून काही एक मूल्यदृष्टी ते सुचवत असतात हा दुसरा भाग. त्यामुळे कोल्हटकरांच्या तुलनेत खाडिलकर हे अत्यंत महत्त्वाचे नाटककार ठरतात.

'मानापमान' पासून पुढे खाडिलकरांनी संगीत नाटके लिहिली. त्यांतील 'मानापमान' 'विद्याहरण', 'स्वयंवर' ही विशषे महत्त्वाची ठरली. पहिली दोन किर्लोस्कर नाटक मंडळीने बसवली तर, 'स्वयंवर' हे गंधर्व नाटक मंडळीने. या तीनही नाटकांना जोगळेकर, बालगंधर्व, बोडस, पेठे असा चांगलाच नटसंच लाभला होता. पदांच्या चाली टेंबे, जोगळेकर, बालगंधर्व यांनी पुरवल्या होत्या. त्या भारदस्त रागदारी चालीवरच्या हिंदुस्थानी आणि कर्नाटकी पद्धतीच्या होत्या; या शिवाय ठुमरी, दादरे यांचाही अवलंब केला होता. बालगंधर्वांनी गायिलेली 'खरा तो प्रेमा', 'नाही मी बोलत', 'मला मदन भासे', 'नयने लाजवित' इत्यादी पदे आणि जोगळेकरांची 'चंद्रिका ही जणू', 'युवतिमना', 'दे हाता शरणागता', 'भाली चंद्र असे धरिला' इत्यादी पदे अतिशय लोकप्रिय झाली. 'स्वयंवर' मधल्या पदांच्या चाली भास्करबुवा बखले यांनी दिल्या होत्या. यमन, बिहाग, भूप, भीमपलास, बागेश्री, तिलककामोद, काफी, भैरवी अशा परिचित

रागरागिण्यांवर त्या आधारलेल्या होत्या. या नाटकातील 'नाथ हा माझा', 'मम आत्मा गमला', 'सुजन कसा मन', 'स्वकुलतारक', 'मम सुखाची ठेव' इत्यादी पदे अतिशय लोकप्रिय झाली. 'मानापमान' आणि 'स्वयंवर' या नाटकांनी मराठी रंगभूमीवर संगीताची एक नवी परंपरा सुरू केली. तिला 'गंधर्व परंपरा' असे म्हटले जाते. कोल्हटकरांप्रमाणे खाडिलकरांचा संप्रदाय निर्माण झालेला नसला तरी मराठी रंगभूमी व नाटक यांवर त्यांचा प्रभाव निश्चितपणे पडला.

राम गणेश गडकरी यांचे 'प्रेमसंन्यास' (१९१२) हे पहिले नाटक आणि 'पुण्यप्रभाव' (१९१६) हे त्यानंतरचे नाटक त्यांच्या हयातीत रंगभूमीवर आले. तर 'एकच प्याला', 'भावबंधन' आणि 'राजसंन्यास' ही नाटके त्यांच्या मृत्यूनंतर. एक नाटककार म्हणून त्यांना अत्यंत अल्प काळ लाभला. तथापि या मर्यादित कालावधीतील त्यांच्या नाट्यकृती अजरामर ठरल्या. व्यक्तिरेखाटन, भावप्रकटीकरण आणि संवादभाषा, काव्यात्मता आणि विनोद या नाट्यघटकांना गडकऱ्यांच्या प्रतिभेचा स्पर्श झालेला आहे. स्वच्छंदतावादाची सगळी लक्षणे गडकऱ्यांच्या नाटकातून उत्कटतेने व्यक्त झालेली आहेत. गडकऱ्यांच्या नाटकांत सामाजिकता आहे, म्हणजे सामाजिक विषयांचे सूचन त्यांत आहे; परंतु सामाजिकतेचे आविष्करण करण्यासाठी त्यांनी आपली नाटके लिहिली आहेत असे वाटत नाही. गडकऱ्यांच्या नाटकांत मानवी मनातील विविध विचारविकारांचा संघर्ष आहे. कथानकातील गुंतागुंत आणि रहस्यमयता, शाब्दिक कोट्या, अतिरंजित विनोद ही वैशिष्ट्ये त्यांच्या पहिल्या दोन नाटकांमध्ये ठळकपणे दिसतात; मात्र 'एकच प्याला' आणि 'भावबंधन' या नाटकांतून भावनांचा प्रभावी आविष्कार साधलेला आहे. गडकरी हे कोल्हटकर संप्रदायातले म्हटले गेले असले तरी कोल्हटकरांहून त्यांच्या प्रतिभेची झेप अधिक मोठी होती. गडकऱ्यांच्या नाटकांतूनच प्रथम नाटककारनिर्मित, कल्पित पात्रांना स्वत:चे असे व्यक्तिमत्त्व लाभलेले आहे. खाडिलकरांच्या पात्रांना इतिहासाचा, पुराणांचा संदर्भ होता, तसा तो येथे नाही. गडकऱ्यांच्या सुधाकर, सिंधू, तळिराम, घनश्याम, धुंडिराज या कल्पित पात्रांना वाङ्मयीन व्यक्तिमत्त्वाची प्रतिष्ठा लाभली. वरील नाटकांसाठी बालगंधर्व, बोडस, चिंतामणराव कोल्हटकर, मास्तर दीनानाथ, दिनकर ढेरे असा नटसंच लाभलेल्या तत्कालीन रंगभूमीवर ती अतिशय लोकप्रिय झाली. विशेषत: बाई सुंदराबाई यांनी संगीतबद्ध केलेली सिंधूची गाणी घराघरांतून गायिली गेली.

याच कालखंडात वासुदेवशास्त्री खरे आणि नरसिंह चिंतामण केळकर यांची नाटके आली. 'तारामंडळ' (१९१४), 'चित्रवंचना' (१९१७), 'कृष्णकांचन' (१९१७), 'शिवसंभव' (१९१९), 'उग्रमंगल' (१९२२), 'देशकंटक' (१९२२) ही खरे यांची नाटके होत. खऱ्यांची नाटके इतिहासावर अथवा इतिहासाच्या आभासावर आधारलेली आहेत. देशभक्ती, पितृभक्ती, पातिव्रत्य, राष्ट्रासाठी सर्वस्वत्याग इत्यादी गुणांचा बोध देण्यासाठी ती लिहिली गेली असतील असे वाटते. 'उग्रमंगल' या नाटकातील प्रतिपाद्य विषयावर महात्मा गांधींच्या विचारांचा प्रभाव असावा असे वाटते. या नाटकातील दुर्गावती म्हणते, 'दैहिक बल केवढेही प्रचंड असले तरी आत्मिक बलापुढे त्याचा बडिवार चालत नाही.' तिचेच आणखी एक वाक्य आहे, 'हा सत्याग्रह आहे. मी अटीला पडले ती सत्याच्या संरक्षणासाठी पडले आहे. माझा झगडा समाजात सत्याचा विजयध्वज फडकावण्याकरिता आहे.' हे नाटक दीनानाथांच्या बलवंत संगीत मंडळीने केले होते; त्यातल्या चिंतामणराव कोल्हटकर आणि दीनानाथ यांच्या भूमिकांमुळे रसिकांना आवडले होते. केळकरांची 'तोतयाचे बंड' (१९१२), 'चंद्रगुप्त' (१९१३), 'अमात्यमाधव', 'कृष्णार्जुनयुद्ध' (१९१४), 'वीरविडंबन' (१९१९) इत्यादी नाटके रंगमंचावर आली. 'तोतयाचे बंड' या ऐतिहासिक नाटकाला जे यश लाभले तसे त्यांच्या इतर नाटकांना लाभले नाही.

कोल्हटकर, खाडिलकर, गडकरी, खरे, केळकर इत्यादी नाटककारांच्या नाटकाचे प्रेक्षक शिक्षित मध्यमवर्गीय होते. याच काळात जनसामान्यांच्या अभिरुचीला प्रतिसाद देणारी नाटके काही नाटककारांनी लिहिली. त्यांत वासुदेव रंगनाथ शिरवळकर हे अग्रगण्य होते. त्यांच्या 'राणा भीमदेव'ने नाट्याची जशी एक प्रतिमा निर्माण केली, तशीच त्यांच्या 'श्रीतुकाराम' नेही केली. शिरवळकरांनी 'पानपतचा मुकाबला' (१८९३) आणि 'पन्नारत्न' (१९१३) ही ऐतिहासिक नाटके आणि 'श्रीतुकाराम' (१९०१), 'श्रीएकनाथ' (१९०३), 'श्रीनामदेव' (१९०४) ही संतचरित्रपर नाटके लिहिली. गणपतराव जोशी यांचा तुकाराम आणि बाळाभाऊ जोग यांची जिजाई या दोन भूमिका चिरस्मरणीय ठरल्या. तुकारामाच्या यशामुळे रंगभूमीवर नंतर संतचरित्रपर नाटकांची एक लाटच आली. ती १९३१ पर्यंत राहिली. या संतचरित्रपर नाटकांत बाबाजी दौलत राणे यांनी सादर केलेले 'संत तुकाराम' (१९११) हे विशेष महत्त्वाचे ठरते. 'शहरे आणि लहानमोठी गावे यांतल्या बहुजनसमाजाला रंजविणारे,

सोज्वळ आणि सात्त्विक असूनही चटकदार खमंगपणात उणे न ठरणारे, राण्यांच्या संत तुकारामासारखे नाट्य मराठी रंगभूमीवर दुसरे कोणतेही आले नाही' असे बनहट्टी यांनी म्हटले आहे. आनंद पाटील यांच्या मते, 'राण्यांनी समकालीन सामाजिक व धार्मिक चळवळींच्या आधारे तळागाळातील जनसामान्यांच्या विद्रोहाची पेरणी संपूर्ण नाटकात केल्यामुळे संत चरित्राचेच आधुनिकीकरण झाले आहे. कोल्हटकर, गडकरी पारशी रंगभूमीच्या स्पर्धेत मराठी रंगभूमीला स्वत:चा आकार देत असताना बाबाजी राणे यांनी अस्सल देशी रंगभूमीची तत्त्वे आत्मसात करून आपली समांतर रंगभूमी घडवली. स्वच्छंदतावादाच्या अतिरिक्त प्रभावाच्या या काळातच लोकपरंपरेचा वेध घेण्याचा राणे यांचा प्रयत्न लक्षणीय ठरतो.'

जनसामान्यांच्या नाट्याभिरुचीचे पोषण करणाऱ्या नाटककारांत माधव नारायण जोशी यांचे नाट्यलेखन महत्त्वाचे आहे. 'स्वत:चं पांडित्य दर्शविण्याकरिता उपयोगात आणलेले साधन म्हणजे नाटक, अशी जी नाटकाची व्याख्या होऊ घातली होती ती मला बदलायची होती. लोकांच्या डोळ्यासमोर भीमार्जुनांच्या कंठाळी कथानकांची तीच तीच शिळीपाकी, बुरसटलेली दृश्यं दाखविण्यापेक्षा नेहमीच्या आयुष्यात लोकांच्या डोळ्यासमोर जे लोक नेहमी दिसतात त्याच लोकांचं चित्रण करायचं मी ठरवलं.' ही माधवरावांची भूमिका होती. १९१० ते १९३६ या काळात त्यांनी पंचवीस नाटके लिहिली. त्यांतली दोन अपूर्ण आहेत. सुरुवातीला त्यांनी 'कर्णार्जुन', 'कृष्णविजय' अशी पौराणिक नाटके लिहिली. त्यांच्या 'विनोद' (१९१३) या सवाई गंधर्वांच्या नूतन संगीत मंडळीच्या रंगभूमीवर आलेल्या नाटकाने एक नवे नाट्ययुग सुरू केले. आंधळेपणाने पाश्चात्त्य सुधारणेच्या मागे लागलेल्या सुधारकांवर टीका, आल्हादकारक विनोदी प्रसंग, चटकदार संवाद, खाडिलकरांच्या 'मानापमान' मधील पदांची विडंबने यांमुळे हे नाटक अतिशय लोकप्रिय झाले. त्यानंतरच्या 'करमणूक' 'या नाटकातही हेच तंत्र त्यांनी वापरले होते. 'या कष्टमय संसारात प्रपंचाची चिंता वाहून थकलेल्या जीवांस आनंदात चार घटका घालविण्यास सापडल्या तर त्यांचे ओझे हलके वाटून तेवढा काळ सुखाचा गेला असे वाटल्यावाचून राहणार नाही', या शब्दांत त्यांनी आपल्या नाट्यलेखनामागची भूमिका सांगितली होती. मात्र निव्वळ करमणूक करणे हे माधवरावांचे उद्दिष्ट नव्हते हे त्यांच्या 'स्थानिक स्वराज्य', 'वऱ्हाडचा पाटील', 'गिरणीवाला', 'पैसाच पैसा' इत्यादी नाटकांवरून दिसते. मराठीतील अगदी आरंभीच्या 'तृतीय

रत्न' (१८५५, महात्मा फुले), 'व्यवहारोपयोगी नाटक' (१८५९, गोविंद नारायण), 'भोजनबंधू, पानतंबाखू' (१८६०, गोविंद नारायण) या नाटकांपासून लोकशिक्षण हे नाटकाचे महत्त्वाचे कार्य आहे असे मराठी नाटककारांनी मानलेले दिसते. माधवरावांनी लोकशिक्षण आणि करमणूक यांचा चांगला मेळ घातलेला होता. त्यांचे 'संगीत स्थानिक स्वराज्य अथवा म्युनिसिपालिटि' (१९२५) हे विशेष महत्त्वाचे नाटक मानले पाहिजे. कोल्हटकरांनी वगळलेला सूत्रधार-नटीचा प्रवेश येथे ठेवलेला आहे, पण अशा प्रवेशातील आणि अशा प्रवेशांनी सुरू होणाऱ्या नाटकातली निरर्थकता व्यक्त करण्यासाठी हा प्रवेश येथे घेतलेला आहे. रंगभूमी हा एक आरसा असून त्यात लोक आपली प्रतिबिंबे पाहतील आणि 'आपले आपल्याच हसण्यात दंग होऊन जातील' असा या नाटकाचा हेतू सांगितला आहे. वा. ल. कुळकर्णी यांच्या मते, 'स्थानिक स्वराज्य' हे मराठीतील एक अपूर्व नाटक आहे. त्यांच्या मते, 'अर्वाचीन नाट्यतंत्राने लिहिलेल्या या नाटकाला तमाशाच्या नाट्यतंत्राची डूब दिली आहे. 'स्थानिक स्वराज्य' हे एक विडंबननाट्य आहे. समकालीन समाजातील सत्तेच्या राजकारणाचे एक व्यंगचित्रच या नाटकात दाखवले जाते. मराठीतील ही पहिली राजकीय उपहासिका आहे.' 'उचित धारदार संगीत, सर्वांनी मिळून केलेला सुंदर प्रयोग. चुरचुरीत संवादाच्या गुणांवर हे नाटक असामान्य ठरले.' (केशव वामन भोळे)

शंकर परशुराम जोशी यांनीही सामाजिक विषय निवडून समाजातील कुरितींवर टीका केलेली आहे. 'खडाष्टक' (१९२७) हे त्यांचे नाटक त्यातल्या विनोदी संवादांमुळे लोकप्रिय झाले. पाश्चात्त्यांच्या अनुकरणातून तत्कालीन शिक्षितांनी स्वीकारलेल्या हास्यास्पद गोष्टींची टिंगल मा. ना. जोशी यांच्याप्रमाणे शं. प. जोशी यांनीही केली. एकीकडे पौराणिक अथवा ऐतिहासिक कथानकांच्या आधारे राष्ट्रवादाची प्रखर अभिव्यक्ती होत असताना दुसरीकडे समाजातील सुधारणावादाच्या बाजूने आणि त्याविरुद्ध अशी दोन्ही प्रकारची नाटके लिहिली जात होती. मा. ना. जोशी आणि शं. प. जोशी हे दोघेही सुधारणावादाच्या बाजूनेच होते, पण सुधारणावादाच्या नावाखाली शिरलेल्या विकृतीवर त्यांनी टीका केली.

खाडिलकरांप्रमाणे वीर वामनराव जोशी यांच्या नाटकांतून राष्ट्रवादाची अभिव्यक्ती झालेली दिसते. त्यांचे 'संगीत राक्षसी महत्त्वाकांक्षा' (१९१४) हे

नाटक पारशी रंगभूमीवरील आगा हस्र काश्मिरी यांच्या 'खूबसुरत बला' (१९०९) या नाटकावरून सुचलेले आहे, असे लेखकाने म्हटले आहे. हे नाटक केशवराव भोसले यांच्या ललितकलादर्शने रंगमंचावर आणले होते. 'जोरदार संवाद, समर प्रसंग, पकड घेणारे कथानक, नावीन्यपूर्ण देखावे व साजेशे संगीत या योगाने हे नाटक फार गाजले'. (न. वि. जोशी) या नाटकातल्या पाचसहा चाली 'मानापमाना'तून घेतलेल्या असल्या तरी बाकी ठुमरी, कवाली, जिल्हा या प्रकारांवर आधारलेल्या होत्या. राक्षसी महत्त्वाकांक्षा श्रेष्ठ की दैवी महत्त्वाकांक्षा, असा संघर्ष या नाटकात दाखविला आहे. एकीकडे सत्तालालसा आहे, तर दुसरीकडे सर्वस्वत्याग आहे. 'कीचकवधा' प्रमाणे 'राक्षसी महत्त्वाकांक्षा' हेही एक राजकीय रूपक आहे. प्रभावी संवादभाषेचे गडकरीपूर्व रूपही या नाटकांत आढळते. त्यांचे 'संगीत रणदुंदुभी' (१९२७) हे मा. दीनानाथ, चिंतामणराव कोल्हटकर यांच्या बलवंत संगीत मंडळीने बसवले होते. या नाटकात, वैयक्तिक स्वार्थी प्रेम श्रेष्ठ की राष्ट्रप्रेम श्रेष्ठ हा संघर्ष विषय आहे. त्याचप्रमाणे पारतंत्र्यापेक्षा स्वातंत्र्य कसे श्रेष्ठ आहे हे प्रभावीपणे सांगितले आहे. या नाटकातली तेजस्विनी म्हणते, 'जमिनीचा अफाट विस्तार अगर संपत्तीचा अलोट साठा म्हणजे काही राज्य नाही. राज्य म्हणजे राजाच्या ताब्यात लोकांनी आपल्या स्वातंत्र्याची ठेवलेली ठेव आहे; व तिच्यावर लोकांची मालकी आहे; राजाची मालकी नाही. राजा फक्त तिच्या संरक्षणार्थ व संवर्धनार्थ नेमलेला लोकांचा सर्वश्रेष्ठ सेवक आहे.' या नाटकातील तेजस्विनीवर टिळकांच्या व्यक्तिमत्त्वाची छाया आहे. विशेषत:, राजद्रोहाच्या आरोपाच्या संदर्भात तिने केलेल्या भाषणांवर हा प्रभाव स्पष्टच दिसतो. या नाटकाचा विशेष म्हणजे ते नायिकाप्रधान आहे. नाटकातील पदे अर्थमधुर आहेत. 'परवशता पाश दैवे ज्याच्या गळा लागला' हे यातले अतिशय लोकप्रिय झाले. त्यांच्या 'धर्मसिंहासन' या नाटकात लोकशाहीचे प्रतिपादन आहे.

वि. दा. सावरकर यांच्या 'संगीत संन्यस्त खड्ग' या नाटकात शांती, अहिंसा यांच्या विरोधात क्षात्रवृत्ती असा संघर्ष उभा केलेला आहे. यातला विक्रमसिंह म्हणतो, 'केवळ दयेने दुष्टता, केवळ कारुण्याने क्रोध, केवळ अहिंसेने हत्या, केवळ शास्त्राने शस्त्र सदोदित आणि सर्वत्र वशीभूत होत नाहीत, जिंकली जात नाहीत, नष्ट करिता येत नाहीत'. तत्कालीन गांधीवादाचा विवेकाने स्वीकार केला पाहिजे अशी भूमिका या नाटकात घेतलेली आहे. नाटकाच्या शेवटी कर्मसंन्यासी बुद्धाला निर्वाणपद मिळते, तसेच

'धर्माचे मुख्य मर्म जे मनुष्याचे अत्यंत हित, ते साधण्यासाठी सर्वस्व त्याग करून 'लोककल्याणार्थ झुंजत लोकहिंसकाचा वध' करणारा विक्रमसिंहदेखील निर्वाणपदाचा अधिकारी असतो हे स्पष्ट केलेले आहे.

मराठी नाटक आणि रंगभूमी ही मराठी समाजाची, संस्कृतीची अभिव्यक्ती आहे. या समाजातील मूल्यसंकल्पनांचा आविष्कार या नाटकांतून होणे स्वाभाविकच आहे. प्रत्येक नाटककार आपल्या परीने इतिहासाचा अर्थ लावत असतो. येथील राजकीय, सामाजिक परिवर्तनांचा आणि त्यांच्या इष्टानिष्टतेचा विचार करीत असतो. आधुनिक मराठी नाटकाचा उदय आणि विकास वसाहतीच्या काळात झालेला आहे हा संदर्भ कायमच लक्षात ठेवावा लागतो. वसाहती राष्ट्रातील समाजसुधारणांचे आणि राजकीय सत्तेचे स्वरूप आपल्या अवतीभवतीच्या लोकव्यवहाराच्या आधारे समजून घेणे आणि नव्यानेच हाती आलेल्या नाटक या माध्यमाच्या साहाय्याने ते प्रकट करणे हे या नाटककारांचे कार्य होते. त्यांच्या समोरचा त्वरित आणि मुख्य प्रश्न नाटक या माध्यमाला आपल्या विचारांचे आणि भावनांचे प्रकटीकरण करण्यासाठी उचित असा आकार देणे हा होता. त्यासाठी त्यांनी लोकनाटकाची विविध रूपे, शेक्सपियर आदी इंग्रजी नाटककारांची नाटके, पारशी रंगमंचावरच्या नाटकाची कथानके, देखावे आणि संगीत यांचा जरूर तो वापर केलेला असला तरी एक आधुनिक मराठी नाटक घडविणे हेच त्यांचे उद्दिष्ट होते, असे म्हणता येत नाही. पाश्चिमात्य संस्कृतीच्या परिचयानंतर, समाजरचनेत व समाजधारणेच्या विचारात जी क्रांती होऊ लागली तीमधील परस्परविरोधी प्रवृत्तींच्या समर्थनासाठी किंवा खंडनासाठी नाटकासाठी नाटक करण्याची प्रबल प्रेरणा असलेले काही साहित्यिक नाटकाचा त्या दृष्टीने वापर करण्यास सिद्ध झाले. नाटक हे त्यांच्या दृष्टीने मानवी भावनांच्या आविष्कारांचे ललित माध्यम नव्हते (के. नारायण काळे) त्याचप्रमाणे करमणूक अथवा मनोरंजनाचा पक्षही दुर्लक्षित करण्यासारखा नव्हता. त्यामुळे हे माध्यम कधी संगीताच्या अतिरेकाने जड झाले, कधी विनोदाच्या तारतम्यहीनतेमुळे उथळ झाले, कधी कृत्रिम कथानकांच्या हव्यासाने बालिश झाले तरी सगळेच रंगकर्मी आतून एका अस्सल शिक्षणप्रद नाटकाची आकृती कोरण्याचा प्रयत्न करीत होते, असेच म्हटले पाहिजे. त्याशिवाय नाट्यलेखनापासून त्याच्या सादरीकरणापर्यन्त जे विविध बदल होत गेले, ते झाले नसते. तथापि, नाटक ही केवळ लिहिण्याची वस्तू नाही, तिचा रंगमंचावर प्रयोग व्हायचा आहे याचे भान मराठीतील लेखकांना

आरंभापासून होते. किंबहुना प्रयोग आधी नंतर नाट्यलेखन अशीच स्थिती होती. एकोणिसाव्या शतकातल्या निबंधाचे स्थान विसाव्या शतकातल्या नाटकाला घ्यायचे होते. निबंध आणि नाटक यांतले अंतरही हळूहळू स्पष्ट होत गेले होते.

मराठी नाट्यसंहितांच्या प्रयोगमूल्यांचा विचार करताना विष्णुदास भावेपूर्व रंगभूमीपासून किर्लोस्करांच्या रंगभूमीपर्यंतचा एक टप्पा आणि संस्कृत, इंग्रजी नाटकांच्या भाषांतरांच्या व कीर्तने यांच्यासारख्यांच्या पुस्तकरूपाने अवतीर्ण झालेल्या स्वतंत्र संहितांपासून पुढे आजतागायत, असा दुसरा टप्पा आपल्याला कल्पावा लागतो. 'संहिते'चा प्रयोग ही संकल्पना रूढ झाल्यानंतर नाट्यलेखनतंत्राप्रमाणे सादरीकरणाच्या तंत्रातही बदल होत गेला. देवळातील सभामंडपात अथवा एखाद्या वाड्याच्या चौकात, अलवानीच्या पडद्यापुढे हिलालांच्या उजेडात खेळ दाखवणाऱ्या रंगभूमीवर पुढे रस्ता, देऊळ, बाग, महाल, डोंगर, नदी वगैरे दृश्य रंगविलेले पडदे आले. कालांतराने पक्की नाट्यगृहे आली. मेणबत्त्यांच्या किंवा रॉकेलच्या दिव्यांच्या ऐवजी विजेचे दिवे आले. पडद्यांवरच्या देखाव्यांच्या जागी आवश्यक त्या स्थळांची प्रतिरूपे उभी करण्यात आली. अधिक प्रकाशाच्या योजनेमुळे नटांना आपल्या मुद्राभिनयावर विशेष श्रम घ्यावे लागले. वास्तवसदृश नेपथ्यामुळे हावभावही संयत ठेवावे लागले. हळूहळू नाटक हे समाजचित्र आहे ही संकल्पना रूढ होऊ लागल्याने आरंभीच्या गणेश व सरस्वती वंदनाची, नटी, सूत्रधार संवादाची गरज वाटेनाशी झाली. पौराणिक प्रसंगाशिवाय ऐतिहासिक आणि सामाजिक प्रसंगावरही नाटक रचणे शक्य आहे हे भान आले. त्यातूनच गीतगायनाऐवजी गद्य संवादांची योजना झाली. अशा गद्य संवादांतून पात्रांना आपली मनोगते, भावना अथवा विचार व्यक्त करणे शक्य झाले. बोधप्रद अथवा आकर्षक कथानक व त्याच कथानकाची आपल्या हावभावांतून व संवादातून अभिव्यक्ती करणारी पात्रे रचणे हे जसे कौशल्याचे काम आहे, तसेच रंगमंचावर ते व्यक्त करणे हेही कौशल्याचे काम आहे याची जाणीव झाली. त्यातूनच नाट्यशिक्षक हा घटक आला. कृष्णशास्त्री चिपळूणकर, देवल, पाटकर, खाडिलकर हे असे नाट्यशिक्षक होते. लेखकाने लिहिलेले संवाद पाठ केले पाहिजेत आणि ते हावभावांसह उच्चारले पाहिजेत याची जाणीव झाल्याने नटांच्या अभिनयातही सुधारणा होऊ लागली. लेखकाने लिहिलेले नाटक आणि प्रयोगासाठी आवश्यक अशी बांधेसूद संहिता यांतला फरकही या काळात उमगला. नाटक हे पाहायचे असते, तसेच

ऐकायचेही असते. १९०१ ते १९३० पर्यंतच्या काळात 'पाहणे' या पक्षाऐवजी 'ऐकणे' हे अधिक महत्त्वाचे झाले हेही खरे. लेखकाचे ओजस्वी, भावनोत्कट अगर अलंकारप्रचुर संवाद हा ऐकण्याचा एक भाग; पात्रांच्या तोंडी असलेली पदे हा दुसरा भाग. १९०१ नंतर लिहिली गेलेली नाटके पदांच्या संख्येने वाकलेली आहेत. भाऊराव कोल्हटकर, बालगंधर्व, मास्टर दीनानाथ असे गायक नट लाभल्याने संगीत नाटक म्हणजेच नाटक अशी कल्पना रूढ झाली असल्यास नवल नाही. गद्य रंगभूमीही अस्तित्वात होती आणि तिने प्रभावी भावनांचा आणि विचारांचा आविष्कार कसा असतो हे दाखवून दिले. 'पाहणे' या संदर्भातही गैरसमज नव्हते असे नाही. पारशी रंगभूमीवर असतात तशा चित्तचक्षुचमत्कारिक दृश्यांची योजना हा एक भाग झाला; दुसरा म्हणजे, प्रेक्षकांना हसवून सोडतील अशाप्रकारच्या नटांच्या हालचाली. या हालचालींना पोषक असा लेखकनिर्मित विनोद असला की पुरे अशी समजूत बळावली.

मनोरंजक स्वरूपाच्या नाटकांची संगीत आणि विनोद यांवरच भिस्त होती; कथानक किंवा स्वभावरेखाटन किंवा भावनाविष्कार यांना तेथे फारसे स्थान नव्हते. नाटक ही समूहासाठी समूहाने संघटितपणे केलेली कृती असल्याने तडजोडीचा भाग येतो; त्याचबरोबर नाटकांचे खेळ हे आर्थिक मिळकतीचे एक साधन आहे हे लक्षात आल्याने प्रेक्षकशरणही होत गेले. १९१४ च्या आसपास पहिल्या महायुद्धामुळे चलनवाढ झाली, लोकांच्या जवळ भरपूर पैसा आला. नाटक हे एकमेव करमणुकीचे साधन असल्याने नाटकमंडळ्यांना मुबलक पैसा मिळू लागला. स्वाभाविकच प्रेक्षकांची करमणूक हेच मुख्य उद्दिष्ट ठरले. १९३० पर्यंत चहू अंगांनी वाढत गेलेली मराठी रंगभूमी १९३३-३४ च्या मंदीच्या लाटेत सापडली आणि काही काळ तिची वाताहत झाली.

भार्गवराम विठ्ठल वरेरकर यांचे 'कुंजविहारी' हे पहिले नाटक १९०८ साली रंगभूमीवर आले. त्यानंतर त्यांनी 'लंकेची पार्वती' पर्यंत (१९५५) सदतीस नाटके लिहिली. प्रथम लोकमान्य नाटक मंडळीच्या (१९१६) आणि नंतर संगीत स्वरूपात ललितकलादर्शच्या रंगभूमीवर (१९१७) आलेल्या त्यांच्या 'हाच मुलाचा बाप' या नाटकाने त्यांची नाटककार म्हणून खरी ओळख झाली. खाडिलकरांचे 'स्वयंवर' आणि गडकऱ्यांचे 'पुण्यप्रभाव' या दोन नाटकांपुढे वरेरकरांच्या या नाटकाने टिकाव धरला, इतकेच नव्हे तर ते लोकप्रियही झाले. हुंड्याच्या प्रश्नावरचे एक उपहास-उपरोधप्रधान असे हे नाटक आहे. या नाटकापासून वरेरकरांनी पुढे सामाजिक समस्या हाच आपल्या नाटकाचा विषय

बनवला. महात्मा गांधींच्या असहकारितेच्या चळवळीवर आधारित असे त्यांचे 'सत्तेचे गुलाम' (१९२२) हे नाटक महत्त्वाचे आहे. या नाटकासाठी पु. श्री. काळे यांनी प्रिन्सेस स्ट्रीटचा पडदा तयार केला होता. त्याचप्रमाणे 'बॉक्स सेट'- ही प्रथमतः या नाटकात वापरण्यात आला. पदे कमी होती आणि स्वगतांऐवजी पदे घातली होती. हा एक नवीनच प्रकार होता. वरेरकरांचे हे नाटक अतिशय लोकप्रिय झाले. दिखाऊ, बोलघेवडी, क्रियाशून्य देशभक्ती आणि आचारशील, विधायक, कार्यप्रवण देशभक्ती यांतला संघर्ष या नाटकात आहे. वरेरकरांवर साम्यवाद आणि रशियन राज्यक्रांती यांचाही प्रभाव असावा. यानंतर अनिष्ट रूढींवर टीका करणारे 'तुरुंगाच्या दारात', मिलमालक व मजूर यांच्या प्रश्नांवरचे 'सोन्याचा कळस', व्यापार कौशल्याला उत्तेजन देणारे 'जागती ज्योत', समान हक्कांप्रमाणे पतिपत्नींनी आर्थिक प्रगतीही समानतेने साधली पाहिजे असे सांगणारे 'समोरासमोर' हे नाटक; ही सारी नाटके मनोरंजनापेक्षा शिक्षणावर भर देत आहेत हे स्पष्टच आहे. 'माझ्या कलेसाठी', 'सारस्वत' या नाटकांमध्ये कला म्हणजे काय, साहित्य म्हणजे काय या प्रश्नांचा वेध त्यांनी घेतला आहे. वरेरकरांनी आपल्या विविध नाटकांतून समकालीन प्रश्न घेतलेले असले तरी त्या प्रश्नांनी होरपळणाऱ्या व्यक्ती त्यांना उभ्या करता आल्या नाहीत. नाटकाचा मतप्रचारासाठीच त्यांनी उपयोग केलेला आहे असे दिसते. त्यांच्या नाटकांचे विषय कालसापेक्ष आहेत एवढीच जमेची बाजू म्हणता येईल.

रंगभूमी वास्तवतापूर्ण व्हावी, तिला संगीत मैफलीचे रूप येऊ नये यासाठी वरेरकरांनी आपल्या नाटकांच्या द्वारा प्रयत्न केले. त्यांनी स्वगतांचे उच्चाटन केले, पदांची संख्या कमी केली, एकप्रवेशी तीन अंकांची योजना केली, पडद्यांऐवजी 'सेट' चा वापर आणला, स्त्रियांच्या भूमिका स्त्रियांनीच केल्या पाहिजेत हे मत ठसवले आणि आपल्या 'संसार' या नाटकाचे संमिश्र प्रयोग सुरू केले.

हिराबाई बडोदेकर यांनी १९२९ मध्ये नूतन संगीत विद्यालयाची नाट्यशाखा स्थापन केली. त्यांचे बंधू सुरेशबाबू, भगिनी कमलाबाई आणि सरस्वती यांनी 'संशयकल्लोळ' बसविले. त्यानंतर 'सौभद्र'; त्यात हिराबाईंनी सुभद्रेची भूमिका केली. हिराबाईंसारख्या लोकप्रिय, गुणी आणि घरंदाज गायिका नामवंत नटांबरोबर रंगभूमीवर भूमिका करू लागल्यामुळे कुलीन स्त्रियांनी रंगभूमीवर येण्याचा मार्ग मोकळा झाला. स्त्रियांनी नाटके लिहिली होती. १९२१ साली गिरिजाबाई केळकर यांनी 'आयेषा' हे नाटक लिहिले होते. १९०४

साली हिराबाई पेडणेकर यांनी 'संगीत जयद्रथविडंबन' आणि 'संगीत दामिनी' ही नाटके लिहिली होती. त्यापूर्वी १८८७ साली काशीबाई फडके यांनी 'संगीत सीताशुद्धी' ही नाटक लिहिले होते. १९०१ ते १९३० या कालखंडात पेडणेकर व केळकर या अपवादात्मक अशा स्त्रीनाटककार आहेत. त्यानंतर शकुंतला परांजपे (१९४३), कृष्णाबाई मोटे, (१९४४), उमाबाई सहस्रबुद्धे (१९४६), शैलजादेवी पंत, मालती बेडेकर (१९४७), सुधा साठे (१९४९), मुक्ताबाई दीक्षित, प्रभावती गोळे (१९५०) या स्त्रीनाटककारांची नाटके रंगमंचावर आली.

नाटकाविषयीची जी धारणा तत्कालीन समाजात प्रचलित होती, तिच्यामुळेच स्त्रीनाटककार जशा आढळत नाहीत, तशाच स्त्रियांच्या भूमिका करणाऱ्या स्त्रियाही आढळत नाहीत. नाटकात स्त्रिया अजिबातच काम करीत नसत असे नाही, त्या स्त्रिया 'कलावंतिणी'च्या वर्गातील असत आणि सभ्य-समाजातील स्त्रीपुरुष अशा नाटकांच्या प्रयोगांना जात नसत. १८६० च्या सुमारास 'विबुधजन-चित्तचातकस्वातिवर्ष पुणेकर हिंदु स्त्री नाटक मंडळी' स्थापन झाली होती. तासगावकर नाटकमंडळी, वाडकर स्त्रीसंगीत मंडळी, पडळकर संगीत मंडळी, माणिकप्रभुप्रासादिक पूर्णचंद्रोदय सांगलीकर स्त्रीमिश्रित नाटक मंडळी, बेळगावकर स्त्रीसंगीत मंडळी, सातारकर स्त्रीसंगीत मंडळी इत्यादी नाटकमंडळ्यांत स्त्रियांच्या भूमिका स्त्रियाच करीत. त्या स्त्रिया कलावंतिणीच्या वर्गातील होत्या.

मराठी नाटकाच्या व रंगभूमीच्या संदर्भात सामाजिक नीतीदेखील लक्षात घेणे आवश्यक आहे. स्त्रियांनी नाटकात काम करणे हे अशक्यप्राय असल्यानेच स्त्रियांच्या भूमिका पुरुषांनी करणे येथे रूढ झाले. पुढे बालगंधर्वांसारख्या नटाने या स्त्रीभूमिकेला एक अभिजात असा दर्जा दिला आणि मराठी स्त्रीची 'प्रतिमा' निर्माण केली.

नाटकांतून स्त्रियांनी काम करणे हा समाजनैतिक प्रश्न होता. 'मराठी रंगभूमी' (अप्पाजी विष्णू कुलकर्णी, १९३०) या पुस्तकात म्हटले आहे: 'नाटकांत स्त्रियांना घेणे हे पुष्कळ अंशी इंग्लिश नाटक कंपन्यांचे अनुकरण आहे. पण तिकडील समाजाची रचना आणि इकडील समाजाची रचना यांत पुष्कळ अंतर आहे. स्त्रीपुरुषांच्या एकत्र सहवासापासून सुपरिणाम होण्यापेक्षा कुपरिणाम होण्याचा जास्त संभव आहे. अशा स्थितीत नाटकात स्त्रिया घेऊन त्यांच्यासह पुरुषांनी अभिनय करणे अहितकारक असून त्याने कंपनीचे वर्तनही बिघडते.'

१९०७ साली किर्लोस्कर संगीत मंडळीने सुरू केलेल्या 'रंगभूमी' या मासिकातही या विषयावर चर्चा झालेली आढळते. १९११ साली झालेल्या नाट्यसंमेलनात अनंतराव बर्वे यांनी 'नाटकांतून स्त्रियांची कामे स्त्रिया करू लागतील तो सुदिन' असे मत मांडले होते. १९१२ साली झालेल्या नाट्यसंमेलनात सर मोरोपंत जोशी यांनीही 'स्त्रियांची कामे स्त्रियांनीच केली पाहिजेत' असे म्हटले होते.

१९३३ साली नाट्यमन्वन्तर या संस्थेने केलेल्या 'आंधळ्यांची शाळा' या नाटकात कुलीन, सुशिक्षित स्त्रियांनी कामे केली होती; तिथून पुढे स्त्रियांच्या भूमिका स्त्रियांनीच कराव्या ही पद्धत रूढ झाली. त्यापूर्वी १९३२ साली निघालेल्या 'रेडिओस्टार्स' या संस्थेने बसवलेल्या नाटिकांमध्ये स्त्रियांच्या भूमिका स्त्रियांनी केल्या होत्या. परंतु 'आंधळ्यांची शाळा' या नाटकात ज्योत्स्ना भोळे यांनी केलेली बिंबेची भूमिका ही मराठी रंगभूमीवरील, स्त्रीने केलेली पहिली सर्वांगसुंदर स्त्रीभूमिका होती असे मानले गेले.

१९३० च्या आसपास चित्रपटांचे रूपांतर बोलपटांत झालेले होते. रसिकांचा कल नाटकापेक्षा चित्रपटाकडे झुकू लागलेला आहे असे पाहून नाटकगृहांचे रूपांतर बोलपटगृहात होऊ लागले. १९३३ च्या सुमारास प्रमुख नाटकमंडळ्या बंद पडल्या होत्या आणि पेंढारकर, बालगंधर्व, चिंतामणराव कोल्हटकर, मास्टर दीनानाथ यांसारख्या नटांनी, निर्मात्यांनी स्वतःच्या चित्रपटसंस्था स्थापन केल्या. विष्णुपंत औंधकर, केशवराव दाते, पार्श्वनाथ आळतेकर, के. नारायण काळे, केशवराव भोळे, मास्टर कृष्णराव हे चित्रपटसंस्थांसाठी कामे करू लागले. मराठी रंगभूमीच्या दृष्टीने अभूतपूर्व असे संकट निर्माण झाले होते. याच सुमारास नाटक आणि रंगभूमी यांच्या संदर्भात नवी दृष्टी असलेली नवी पिढी उदयाला आलेली होती. शॉ, गाल्सवर्दी, बॅरी, इब्सेन, ब्यर्नसन इत्यादी पाश्चात्त्य नाटककारांच्या नाटकांचा या पिढीवर प्रभाव होता. व्यावसायिक मराठी रंगभूमीने या परिवर्तनाची दखल घेतली नाही, तेव्हा या नव्या पिढीतील आळतेकर, बेंडे, खोटे इत्यादी तरुणांनी रेडिओस्टार्सची स्थापना केली. ही संस्था एक वर्षाहून अधिक काळ टिकली नाही. तेव्हा अन्य काही तरुणांनी १९३३ मध्ये नाट्यमन्वन्तरची स्थापना केली. अनंत काणेकर, के. नारायण काळे, श्री. वि. वर्तक, ग. य. चिटणीस, केशवराव भोळे, केशवराव दाते इत्यादींचा या संस्थेच्या उभारणीत सहभाग होता. आळतेकर नट म्हणून सामील झाले.

'इब्सेनसारख्या एका श्रेष्ठ नाटककाराने समस्यापूर्ण, वास्तववादी, एकांकी, एकप्रवेशी, सामाजिक नाटके लिहिली आणि त्यांना समर्पक अशा नव्या तंत्राने नॉर्वेच्या रंगभूमीवर आणली. त्यामुळे युरोपच्या नाट्यवाङ्‌मयक्षेत्रातच नव्हे, तर तिथल्या रंगभूमीवरल्या नाट्यनिर्मितिक्षेत्रातही त्याने एका क्रांतीची मुहूर्तमेढ रोवली. त्याची क्रान्ती आम्हांला मराठी रंगभूमीवर आणायची होती.' नाट्यमन्वन्तरचे एक संस्थापक अनंत काणेकर यांनी ही भूमिका मांडलेली आहे. नाट्यमन्वन्तरचे पहिले नाटक वर्तकांनी ब्यर्नसनच्या 'अ गॉन्टलेट'च्या आधाराने लिहिलेले 'आंधळ्यांची शाळा' हे होते. यानंतर वर्तकांचे 'लपंडाव' हे नाटक आले. या दोन्ही नाटकांपूर्वी त्यांनी इब्सेनच्या एका नाटकाचे 'तक्षशिला' हे भाषांतर पूर्ण केले होते. ते म्हणतात, 'इब्सेनचे लिखाण वाचल्यामुळे माझे लक्ष रंगभूमीकडे जोराने खेचले गेले व माझ्या नाट्यविषयक कामगिरीला सुरुवातही इब्सेनच्या नाटकाच्या या भाषांतरापासून झाली. ('तक्षशिला' हे प्रामाणिक भाषांतर नसून रूपांतर आहे.) तथापि 'आंधळ्यांची शाळा' पासून मराठीत इब्सेनी पद्धतीची नाटके सुरू झाली असे मानले जाते. 'आंधळ्यांची शाळा' हे वर्तकांचे नाटक आधुनिक नाट्यपद्धतीचा एक नमुना होय. नॉर्वेजिअन नाटककार इब्सेन हा या आधुनिक नाट्यपद्धतीचा जनक होय आणि इब्सेन हा वर्तकांचा अत्यंत आवडता ग्रंथकार असल्यामुळे इब्सेनच्या नाट्यपद्धतीची थोडीफार छाया त्यांच्या 'आंधळ्यांच्या शाळे'वर पडली तर ते साहजिकच नव्हे का, असे या नाटकाच्या प्रस्तावनेत रा. कृ. लागू (१९४३) यांनी विचारले आहे. बनहट्टी यांच्या मते मराठी नाटककारांनी इब्सेनच्या नाट्यतंत्राचे केवळ बहिरंग स्वीकारले. दुसरीही एक गोष्ट त्यांनी नोंदवली आहे. ती म्हणजे इब्सेनचा लेखनकाल आणि त्याच्या लेखनाचा मराठी नाटकांवरील प्रभावाचा काल. १८६५ ते १८९५ या काळात इब्सेनने लेखन केले होते. 'मराठीत त्याचा प्रभाव दिसून येण्यास १९२५ साल उलटून गेले तर फारसा उशीर झाला असे मानावयास नको.' बंगालीत इब्सेनचा पहिला उल्लेख १९२८ सालचा आहे. जोगेशचंद्र चौधरी या त्या काळातल्या प्रमुख नाटककाराने 'इब्सेनी तंत्रा'चा उल्लेख आपल्या 'दिग्विजयी' या नाटकाच्या प्रस्तावनेत केला आहे. (अरुंधती बॅनर्जी, १९९६.) बंगालीप्रमाणे मराठीत देखील इब्सेनी नाट्य म्हणजे 'नवनाट्य' असे समीकरण आढळते.

'अभिरुचि' मासिकाच्या १९४६ च्या अंकात (मार्च ते जून) गोविंद केशव भट यांनी 'नवे नाट्य' या विषयावर लेख लिहिले. त्यांच्या मते नव्या

नाट्याचा जन्म युरोपात झाला आणि त्याचा जनक इब्सेन हा होय. या लेखांमध्ये इब्सेनच्या नाटकांचे विश्लेषण करून काही निष्कर्ष काढले आहेत. नवनाट्याच्या अंतरंगाची आणि बहिरंगाची चिकित्सा केल्यानंतर, मराठीत नवनाट्याचा आरंभ कधी आणि कोठे झाला हे ठरवणे भटांना कठीण गेलेले आहे. तथापि डोळ्यांत भरण्यासारखा नवीनपणा, वेगळेपणा मराठी नाट्यप्रयोगात कोठे अवतरला असेल तर तो नाट्यमन्वन्तर लिमिटेडच्या 'आंधळ्यांची शाळा' या नाटकात, असे त्यांना वाटलेले आहे. 'आंधळ्यांची शाळा' नाटक पाहत असताना नाटकाचे स्वरूप, त्याचा विषय, त्याची मांडणी, त्यातील स्त्रियांनी केलेल्या भूमिका, त्याचे दिग्दर्शन ह्या सर्वच बाबतींत काहीतरी अभूतपूर्व, नवीन आपण पाहत आहोत हा अनुभव पुष्कळांना आला असेल असे त्यांना वाटते. परंतु ही परंपरा टिकली नाही याचे वैषम्यही त्यांना वाटते. 'नवे नाट्य गंभीर भूमिकेवाचून यावयाचे नाही. हा गंभीरपणा आमच्याकडे अभावाने तळपतो. नवे नाट्य निर्माण न होण्याला हे एक जबरदस्त कारण आहे' असे त्यांचे म्हणणे आहे.

नाटक आणि रंगभूमीकडे गंभीरपणे पाहिले पाहिजे, तो एक कलाप्रकार आहे याची जाणीव व्यावसायिकांना नव्हती; नाटककार तर नाटक हे शिकवण्याचे अथवा करमणुकीचे साधन आहे असेच मानत होते. इब्सेनचा आंशिक प्रभाव पडला, त्याचेही कारण त्याच्या नाटकांत सामाजिक विषयाच्या संदर्भात शिक्षाप्रद असेही काही तत्त्व आहे असे लक्षात आल्याने.

शेक्सपियरच्या नाटकांप्रमाणे इब्सेनच्या नाटकांच्या संदर्भातही मराठी नाटककारांचा प्रतिसाद सारखाच आहे. म्हणजे या नाट्यकृतींची भाषांतरे केली जात नाहीत, आधार घेतला जातो किंवा रूपांतरे केली जातात. रंगभूमी अस्तंगत होता कामा नये, कोणते तरी नाटक सुरू राहिले पाहिजे, मग ते स्वतंत्र असो की रूपांतरित, आधारित, भाषांतरित असो अशीच ही काहीतरी जाणीव होती. आपला जीवनानुभव काय आहे, आपली अभिव्यक्तीची तीव्र गरज काय आहे, याकडे दुर्लक्ष झालेले दिसते. एकीकडे समाज बदलत असतो, विचारांमध्ये परिवर्तन होत असते. समाजात घुसळण होत असते. परंतु संस्कृतीच्या स्थिर कल्पनेची प्रचंड पकड असते. इथल्या समाज आणि नीतिविषयक धारणांची दृढ चौकट असल्यामुळे प्रत्यक्ष समाजात निर्माण होणाऱ्या विविध समस्यांचे आकलन नीट होत नसते आणि त्यांची अभिव्यक्तीही यथार्थ अशी होत नसते. ही स्थिती त्याचवेळी होती असे नाही. राष्ट्र, समाज आणि संस्कृतिविषयक 'काल्पनिक'

धारणांमुळे आविष्कारांवर कळत नकळत नियंत्रण येण्याची स्थिती आजतागायत आहे असे दिसून येते. या काल्पनिक धारणांना अधून मधून धक्के देण्याचे कार्यही चालत असते, यात काही शंका नाही. 'आंधळ्यांची शाळा'मध्ये पुरुषसत्ताक समाजव्यवस्थेतील एका दोषावर बोट ठेवलेले आहे. 'पुरुषाला जर कलंकित स्त्री ही पत्नी म्हणून चालत नाही तर ज्याचे पूर्वचरित्र कलंकित आहे अशा पुरुषाशी स्त्रीने विवाह का करावा', हा प्रश्न त्या नाटकात अंतर्भूत आहे. परंतु या प्रश्नाची मांडणी या नाटकात नीट होऊ शकलेली नाही.

१९३३ मध्ये रंगभूमीवर आलेल्या नाटकांत विश्राम बेडेकर यांचे 'ब्रह्मकुमारी' हे एक नाटक होते. विवाहाच्या संदर्भात स्त्रीपुरुषविषयक नीतिमत्तेच्या कसोट्या दोघांना निरनिराळ्या असाव्यात का, हा प्रश्न नाटकात आलेला आहे. हे नाटक अहिल्येच्या पौराणिक कथेवर आधारित असले तरी त्यातला नैतिक प्रश्न समकालीन होता.

१९३३ सालीच प्रल्हाद केशव अत्रे यांचे 'साष्टांग नमस्कार' हे रंगभूमीवर आले. पुढल्या दहा-पंधरा वर्षांत अत्र्यांची 'घराबाहेर', 'भ्रमाचा भोपळा', 'गुरुदक्षिणा', 'उद्याचा संसार', 'वंदे मातरम्', 'पराचा कावळा', 'मी उभा आहे', 'जग काय म्हणेल', 'पाणिग्रहण', 'कवडीचुंबक' ही नाटके आली. (१९६० नंतर पुन्हा अत्रे यांनी काही लोकप्रिय नाटके लिहिली;, त्यांत 'तो मी नव्हेच', 'मोरूची मावशी', 'बुवा तेथे बाया', 'डॉक्टर लागू' इत्यादी उल्लेखनीय आहेत.) वि. पां. दांडेकर यांनी अत्र्यांच्या नाटकांचे प्रहसनात्मक, गंभीर व अभिजात आणि प्रमेयात्मक असे वर्गीकरण केलेले आहे. मराठी रंगभूमीच्या पडत्या काळात अत्र्यांच्या नाटकांनी तिला सावरून धरले. त्याचबरोबर तत्कालीन समाजातले काही समाजनैतिक प्रश्न त्यांनी आपल्या नाटकांतून मांडले. मात्र अत्र्यांच्या नाटकांचे विषय गंभीर असले तरी त्यांच्या आविष्कारात समर्पकता नाही. त्यामुळे त्यांची विनोदी नाटके हीच खरी मराठी रंगभूमीला देणगी ठरते. नाटक हे मनोरंजनाचे साधन आहे की शिक्षणाचे, गांभीर्याने शिक्षणप्रद नाटक लिहायचे की मनोरंजक याचा निर्णय अत्रे यांनाही घेता आलेला नाही; त्याशिवाय रंगभूमीपासून प्रेक्षक दुरावत चालला होता ही वस्तुस्थिती होतीच. त्यामुळे त्याला रंगभूमीकडे खेचायचे तर मनोरंजनाचा पक्ष वरचढ होणार हेही स्वाभाविकच होते. अत्रे यांच्या 'घराबाहेर', 'उद्याचा संसार', 'जग काय म्हणेल' या नाटकांच्या संदर्भात शशिकांत देशपांडे यांनी म्हटले आहे: 'इब्सेनच्या नाट्यलेखन तंत्राची दाट छाया असणाऱ्या अत्र्यांच्या या नाटकांचे

तंत्र इब्सेनी, भाषा गडकरी वळणाची आणि प्रेरणा वरेरकरांच्या प्रचारमूलक नाटकांची वाटते'. अत्र्यांच्या प्रचारकी भूमिकेमुळे त्यांची भावगंभीर नाटके व्याजगंभीर वाटतात. मराठी सामाजिक नाटकांची शैक्षणिक भूमिका अत्रे यांच्या नाटकांत प्रचारकी थाटाची झालेली आहे. मात्र 'साष्टांग नमस्कार' या नाटकाच्या संदर्भात के. नारायण काळे यांना 'हास्यरसाच्या वापराने जीवनातील कठोर सत्यांचा वेध घेण्याची आधुनिक मराठी नाट्यलेखनातील प्रमुख प्रवृत्ती' व्यक्त झालेली आढळते.

१९४१ साली मो. ग. रांगणेकर यांनी 'नाट्यनिकेतन' या आपल्या संस्थेची स्थापना केली आणि 'आशीर्वाद' हे आपले पहिले नाटक सादर केले. त्यानंतर त्यांची 'कुलवधू', 'नंदनवन', 'कन्यादान', 'अलंकार' 'कोणे एके काळी', 'माहेर', 'रंभा', 'भाग्योदय', 'लिलाव', 'भटाला दिली ओसरी', 'धाकटी आई' इत्यादी नाटके रंगभूमीवर आली. मध्यमवर्गाला जिव्हाळ्याचे वाटणारे विषय, समकालीन समस्या, कौटुंबिक भावुकता, भावगीतसदृश सुगम चालीची गाणी, वास्तववादी नेपथ्य, अंकांची एकस्थली एकप्रवेशी मांडणी, आकर्षक संवाद आणि प्रसन्न सौम्य विनोद ही रांगणेकरांच्या नाटकांची वैशिष्ट्ये होत. त्यामुळे तत्कालीन रंगभूमीवर रांगणेकरांची नाटके यशस्वी ठरली. रांगणेकरांनी बोलपटांच्या स्पर्धेच्या काळात चांगल्या अर्थाने व्यावसायिक रंगभूमीची उभारणी केली. किर्लोस्करांपासून सुरू झालेले मराठी रंगभूमीचे नागरीकरण रांगणेकरांनी पूर्णत्वास नेले. 'शहरी मध्यमवर्गीय समाजाचे जीवनच त्यांनी आपल्या नाटकांतून रंगविले आहे. त्यांच्या विचाराचे व कल्पनेचे क्षेत्रही असेच आकुंचित आहे.'असे बनहट्टी यांनी म्हटले आहे. मध्यमवर्गाने मध्यम वर्गासाठी मध्यमवर्गीय विषय घेऊन चालवलेली रंगभूमी असे मराठी रंगभूमीचे रूप रांगणेकरांच्या नाटकांत प्रकर्षाने आढळते. या रूपबंधाचा नंतरच्या रंगभूमीवर ठसा उमटला हेही दिसून येते.

नाट्यमन्वन्तर, नाट्यनिकेतन यांच्या कालखंडात भाषांतर, रूपांतरांनाही महत्त्व आलेले होते. अनंत काणेकर, माधव मनोहर, साने गुरुजी, वि. वा. शिरवाडकर यांनी गोल्डस्मिथ, इब्सेन, मेटरलिंक, ऑस्कर वाइल्ड, कॅपेक, बॅरी, गाल्सवर्दी इत्यादी नाटककारांच्या नाटकांची भाषांतरे रूपांतरे केली. अनंत काणेकरांची 'निशिकांताची नवरी', 'घरकुल', 'फांस', 'पतंगाची दोरी', 'झुंज', माधव मनोहरांची 'आई', 'सशाची शिंगे', शिरवाडकरांची 'दूरचे दिवे', 'वैजयंती' आणि साने गुरुजी यांचे 'निळा पक्षी' ही सगळी अनुवादित रूपांतरित नाटके

होत. अनुवादाच्या संदर्भात शेक्सपियरचा प्रभाव असलेल्या मराठी रंगभूमीवर अन्य पाश्चात्त्य नाटककारांची नाटके आली. त्यानंतर पुढे शेक्सपियरचे आकर्षण कायम असले तरी अन्य युरोपीय भाषांतल्या नाटकांकडे मराठी रंगभूमीचे लक्ष गेलेले दिसते.

मुंबईतील परळ भागातील दामोदर हॉल हे कामगार रंगभूमीचे केंद्र आहे. गिरण्यांमधल्या कामगारांची मोठ्या प्रमाणात वस्ती असलेल्या या भागाला गिरणगाव असेही नाव आहे. 'परळच्या दामोदर हॉलमध्ये गिरणगावातील हौशी नाट्यसंस्था नाटकाचे प्रयोग करीत होत्या. या संस्था स्थानिक होत्या. धंदेवाईक नाटक मंडळ्यांच्या परंपरेत समावेश होण्याजोग्या होत्या. पण त्यांतील नटवर्ग मात्र कुठेतरी गिरणीत अगर एखाद्या खाजगी कंपनीत नोकरी करून नाटकात काम करीत होता. लढाईच्या घणाघातीच्या काळातदेखील याच संस्थांनी मराठी रंगभूमी जिवंत ठेवली होती. गिरणगावच्या नाट्यसंस्था म्हणजे 'स्वतंत्र वृत्तीच्या, स्वतंत्र परंपरेच्या आणि स्वत: लिहिलेली नाटकं करणाऱ्या स्वाभिमानी संस्था होत्या.' असे वरेरकरांनी लिहिलेले आहे. ('माझा नाटकी संसार' भाग: ५) कामगार रंगभूमीच्या आरंभकाळात ऐतिहासिक नाटके बरीच लिहिली गेली. ग. के. दातार, र. शां. चव्हाण, टी. एस. कावले या नाटककारांनी ऐतिहासिक, पौराणिक आणि सामाजिक विषयांवर नाटके लिहिली. सातत्याने दामोदर हॉलमध्ये नाटके बसवणारे दोन उल्लेखनीय नाटककार म्हणजे ला. कृ. आयरे आणि वसंत दुदवडकर. आयरे हे स्वत: नट आणि दिग्दर्शक होते. आयरे यांचे 'जुलूम' हे नाटक १९४४ साली रंगभूमीवर आले. त्यानंतर त्यांची 'मायेचा संसार', 'फिर्याद', 'लाखमाणूस', 'बुद्धिभेद', 'शेतकरीदादा', 'नवलाची गोष्ट', इत्यादी नाटके आली. कनिष्ठ मध्यमवर्ग आणि श्रमिकांच्या कुटुंबातील समस्या हे आयरे यांच्या नाटकांचे मुख्य सूत्र होते. भांडकुदळ जाऊ, लहरी नवरा यांचा जाच सहन करणारी गृहिणी, जमिनीच्या हक्कासाठी आपसांत भांडून नष्ट होणारे भाऊ, एकाच जातीमधल्या श्रेष्ठकनिष्ठतेच्या कल्पनांनी होणारी तरुण जीवांची कुतरओढ, शेतकरी समाजात शिरलेल्या हुंड्याच्या चालीने होणारी कुचंबणा हे विषय त्यांच्या नाटकांत असल्याने सर्वसामान्य प्रेक्षकांना रुचण्यासारखे होते. दुदवडकरांचे पहिले नाटक 'खोली पाहिजे' हे १९४८ साली रंगमंचावर आले. त्यानंतर त्यांची 'श्रीमंत', 'कुटुंब', 'संग्राम', 'सोन्याचा संसार', 'माझं लग्न', 'माझा गाव' इत्यादी नाटके आली. त्यांची नाटकेदेखील मध्यम स्थितीतील, गरीब घरांतील माणसांच्या जीवनावर आधारलेली आहेत. सामान्य आर्थिक

स्थितीतील माणसांना झटपट श्रीमंत होण्याच्या कल्पनेने लागणारा घोड्यांच्या शर्यतीचा नाद, शेतकरी कुटुंबाची कर्जापायी होणारी दुर्दशा, मदिरा आणि मदिराक्षीने होणारी संसाराची धूळधाण इत्यादी विषय त्यांच्या नाटकांत आलेले आहेत. 'गिरणगावातील पहिला विनोदी नाटककार' असे त्यांच्या बाबतीत म्हटले जाते. बाबूराव मराठे, शरद निफाडकर, जगदीश दळवी, श्रीकृष्ण साक्रीकर, वसंत जाधव, मु. गो. शिवलकर, आबासाहेब आचरेकर, प्रेमानंद तोडणकर, आत्माराम सावंत, दत्ता आयरे, पां. तु. पाटणकर हे या रंगभूमीवर आलेले अन्य नाटककार होत. या नाटककारांनी मध्यमवर्गाच्या कक्षेपलीकडचा समाज आपल्या नाटकाचा विषय केलेला होता. मध्यमवर्गीय मराठी रंगभूमी आणि लोकरंगमंच या दोन्ही रंगभूमींकडून सादरीकरणाची तत्त्वे घेऊन ही रंगभूमी आकारास आली. त्या दोन्ही रंगभूमींमधील दोषही आले. या रंगभूमीवर येणाऱ्या नाटकांचाही एक साचा तयार झाला होता, मात्र त्यांची लोकप्रियता कमी झाली नाही. या रंगभूमीवर येणाऱ्या नाटकांच्या प्रसिद्धीसाठी रामकृष्ण बुक डेपोचा उल्लेख अवश्य केला पाहिजे. सुमारे ९०० नाटके त्यांनी प्रकाशित केली असल्याचे सांगितले जाते.

मध्यमवर्गीय मराठी रंगभूमीला समांतर अशी ही एक रंगभूमी होती. या रंगभूमीवर येणाऱ्या नाटकांचे प्रयोग लहान गावांतील हौशी नाटक मंडळ्या करीत. नागर रंगभूमीसोबतच नागर अगर कामगार रंगभूमीवरील नाटकांचे प्रयोग करणारी एक हौशी रंगभूमी विदर्भात गडचिरोली आणि चंद्रपूर जिल्ह्यांत होती व अजूनही आहे. 'झाडीपट्टीची रंगभूमी' असे या रंगभूमीचे नाव असून पूर्णतया व्यावसायिक पद्धतीने ती चालवली जाते. नाटककार वगळता नट, दिग्दर्शक, संगीतयोजक, नेपथ्यकार हे तिचे स्वतःचे असे आहेत.

विदर्भातील अचलपूर येथेही १९०१ पासून स्थानिकाच्या नाट्यसंस्था 'बावीशी' आणि 'बावनएक्का' या नाट्यगृहांत नाटके करीत. मराठी रंगभूमीवरील नामवंत मंडळीही तेथे दीर्घ काळ मुक्काम करून नाटके करीत.

तत्कालीन रंगभूमीच्या अभिसरणाच्या दृष्टीने येथे एक गोष्ट नोंदवली पाहिजे; ती ही की, तत्कालीन नामवंत नाटकमंडळी प्रतिष्ठित नाटककाराच्या नव्या नाटकाचा पहिला प्रयोग लहान लहान गावांतदेखील करीत. उदाहरणार्थ, किर्लोस्कर नाटक मंडळीने कोल्हटकरांच्या 'गुप्तमंजूष'चा पहिला प्रयोग धारवाड येथे, 'मूकनायक'चा पहिला प्रयोग निपाणी येथे, 'प्रेमशोधन'चा पहिला प्रयोग अहमदनगर येथे, तर 'वधूपरीक्षा'चा पहिला प्रयोग खामगाव येथे केला होता.

महाराष्ट्र नाटक मंडळीने खाडिलकरांच्या 'सवाई माधवराव यांचा मृत्यू'चा पहिला प्रयोग इंदूर येथे, 'भाऊबंदकी'चा सोलापूर येथे, तर 'सत्त्वपरीक्षा'चा पहिला प्रयोग नागपूर येथे केला होता. पुढे ही स्थिती बदलत गेली आणि मुंबई हेच मराठी रंगभूमीचे केंद्र ठरले आणि मुंबईतल्या नाट्यसंस्थांच्या नव्या नाटकांचे पहिले प्रयोग मुंबईतच होऊ लागले. नगरे वाढत गेली, नगरांची महानगरे झाली, खेड्यातला अथवा लहान गावातला मराठी समाज नगरांमध्ये एकवटत गेला हेही त्याचे कारण संभवते.

मराठी रंगभूमीवर संपूर्ण लांबीची म्हणजे पाच अंकी, तीन अंकी नाटके होत असत. इंग्रजीतील वन ॲक्ट प्लेवरून एकांकिका हा प्रकार मराठीत आला. गडकरीकृत 'दीडपानी नाटक' आणि 'सकाळचा अभ्यास' या लेखनाचे स्वरूप एकांकिकेचे होते. नंतर वरेरकर, रांगणेकर, दत्तू बांदेकर, शा. नी. ओक, वि. मा. दी. पटवर्धन इत्यादींनी एकांकिका लिहिल्या. अनंत काणेकरांच्या एकांकिका वैशिष्ट्यपूर्ण आहेत. एकांकिकेचा असा स्वत:चा रूपबंध काणेकरांच्या एकांकिकांत दिसतो. त्यापूर्वी दिवाकर (शंकर काशीनाथ गर्गे) यांनी १९१४ ते १९१६ या काळात एकांकिका लिहिल्या होत्या. एकांकिकेचा रूपबंध दिवाकरांच्याच एकांकिकांत प्रथम प्रकटला असे म्हणता येईल. १९४३ मध्ये 'आजोबांच्या मुली' या माधव मनोहरकृत अनुवादित एकांकिकेचा प्रयोग मुंबई मराठी साहित्य संघाने केला. त्यानंतर १९४७ मध्ये नाट्यनिकेतनने रांगणेकरांच्या तीन एकांकिका केल्या. १९५० नंतर एकांकिकेला विशेष महत्त्व आले. १९५०ह्न५१ मध्ये भारतीय विद्या भवन या संस्थेच्या कलाकेंद्राने महाविद्यालयीन स्तरावर एकांकिका स्पर्धा सुरू केली. या स्पर्धांच्या निमित्ताने नाट्यविषयक नव्या जाणिवा असलेल्या नाटककारांचे लेखन सुरू झाले. या केंद्राने १९५२ पासून दरवर्षी एकांकिकांचे सादरीकरण सुरू केले. याच केंद्राने १९५५ मध्ये एकांकिका लेखनाची स्पर्धा जाहीर केली. या कलाकेंद्राच्या एकांकिकाविषयक उपक्रमांमुळे एकांकिका या नाट्यप्रकाराला स्वत:ची अशी प्रतिष्ठा लाभली. १९५० आणि ६० च्या दशकांत विजय तेंडुलकर, पु. ल. देशपांडे, गंगाधर गाडगीळ, रत्नाकर मतकरी, वसंत सबनीस, वसंत कानेटकर, वि. वा. शिरवाडकर, शं.ना. नवरे, वसुधा पाटील, पद्माकर डावरे इत्यादींनी उत्तमोत्तम एकांकिका लिहिल्या. ६० च्या आणि ७० च्या दशकांत उदयाला आलेल्या महेश एलकुंचवार, सतीश आळेकर, चंद्रकांत प्रभाकर देशपांडे इत्यादी नव्या नाटककारांनी प्रथम एकांकिका लिहिल्या असे दिसते. एकांकिका हा उप-

नाट्यप्रकार रूढ झाला आणि लोकप्रियही झाला. १९५० नंतरच्या मराठी नाटकांचा विचार करताना एकांकिकांचाही त्यांत समावेश करावा लागतो.

एकांकिकेप्रमाणे फार्स हा एक उपनाट्यप्रकार मराठीत आढळतो. १८७० च्या आसपास पौराणिक नाटके करणाऱ्या कंपन्या मुख्य नाटक संपल्यानंतर एक लहान नाटक करीत. त्याला फार्स असे म्हणत. उदा. दामाजीपंतांचे नाटक ऊर्फ फार्स', 'अफझुलखानाच्या मृत्यूचा फार्स', 'नारायणराव पेशवे यांच्या मृत्यूचा फार्स' इत्यादी. या छोट्या नाट्यकृतींचे स्वरूप गंभीर असायचे. पुढे अतिरंजित घटना, प्रसंगांची संगतिहीन जुळणी, हास्यजनक घटक इत्यादी फार्सची तत्त्वे घेऊन लिहिले गेलेले फार्स आले. उदा. 'विजोड्याचा मनोरंजक फार्स' (१८९१), 'झोपेतील राजाचा फार्स' (१८९२), 'गुलाबछकडीचा मनोरंजक फार्स' (दुसरी आवृत्ती १८९१), 'बासुंदीपुरीचा मनोरंजक फार्स' इत्यादी. १९५८ नंतर बबन प्रभू यांनी हा नाट्यप्रकार कौशल्याने हाताळलेला आहे.

दिवाकर (शंकर काशीनाथ गर्गे) यांनी १९१४ मध्ये 'कारकून' हे तीन अंकी नाटक लिहिले होते. त्याची रचना एक अंक प्रवेश अशी होती. या नाटकाचा पहिला प्रयोग महाराष्ट्र नाटक मंडळीने किर्लोस्कर नाट्यगृह, पुणे येथे १९२३ साली केला होता. मात्र तो स्वतंत्रपणे न करता 'फाल्गुनराव' नाटकानंतर त्याला जोडूनच केला. 'कारकून' लिहिले गेले आणि त्याचा प्रयोग झाला तेव्हा संगीत नाटकांची प्रथा होती. अन्यथा इब्सेनी नाट्यतंत्राचे, खऱ्या अर्थाने तेच प्रवर्तक ठरले असते. 'घरातून चालते व्हायचे! पण कोणी?', 'आय. सी. एस.' ही त्यांची इतर नाटके होत. १९५० पर्यंतच्या नाटककारांत गणेश शिवराम ऊर्फ नाना जोग हे महत्त्वाचे नाटककार होत. जोगांनी आपल्या 'चित्रशाळा' (१९४८), 'सोन्याचे देव' (१९४९) व 'भारती' (१९५२) या नाटकांतून प्रभावी विचारप्रधान नाट्याची अभिव्यक्ती केलेली आहे. 'चित्रशाळा' या नाटकात कलावंत आणि सामाजिक बांधिलकीचा विचार आहे. या नाटकात साम्यवादाचे तत्त्वज्ञान आहे, पण ते प्रचारकी पद्धतीने मांडलेले नसून संघर्षरत पात्रांच्या संदर्भात आलेले असल्याने उपरे वाटत नाही. 'सोन्याचे देव' या नाटकात गांधीवाद आणि भांडवलशाही, मानवतावाद आणि मानवद्वेष्टा सत्तावाद यांतील संघर्ष आहे. 'भारती'मध्ये विवाहसंस्थेचे रूपांतर भांडवली बाजारात कसे झालेले आहे ते दाखवले आहे. जोग यांचे कथारचनाकौशल्य आणि पात्ररेखाटनकौशल्य पाहता नाटक या प्रकाराचे त्यांचे भान प्रगल्भ होते असे म्हणावे लागते. मराठीतील 'नव्या नाट्या' चा आरंभ

जोग यांच्या नाटकांपासूनच मानला पाहिजे. कृतक सामाजिक, करमणूकप्रधान, प्रचारकी अथवा आधारित-रूपांतरित नाटकांच्या या कालखंडात जोग यांची स्वतंत्र, समाजवास्तवाचे दर्शन घडवणारी प्रखर विचारप्रधान नाटके हा नव्या रंगभूमीचा उदय समजला पाहिजे. हे खरे 'नाट्यमन्वंतर' होते.

१९५० नंतर पुढे मराठी नागर रंगभूमीचे व्यावसायिक, समांतर अथवा हौशी असे दोन स्तर स्पष्ट होऊ लागले. व्यावसायिक स्तरावर नाटके करणाऱ्या नव्या नाट्यसंस्था निघाल्या, त्याचप्रमाणे हौशी नाट्यसंस्थांचाही जन्म झाला. व्यावसायिक रंगमंचावर ज्यांची नाटके पुढे अत्यंत यशस्वी झाली अशा तीन नाटककारांची सुरुवातीची नाटके चाळीसच्या दशकाच्या उत्तरार्धातच रंगमंचावर आली होती. वि. वा. शिरवाडकर, पु. भा. भावे आणि पु. ल. देशपांडे हे ते तीन नाटककार होत. १९४६ साली वि. वा. शिरवाडकर यांचे 'दूरचे दिवे' हे पहिले नाटक मुंबई मराठी साहित्य संघाने वार्षिक नाट्योत्सवात सादर केले. ते ऑस्कर वाइल्डच्या 'आयडियल हजबंड' चे मुक्त रूपांतर होते. त्यानंतर त्यांची 'दुसरा पेशवा' (१९४७), 'वैजयंती', (१९५०) 'दिवाणी दावा' (१९५२), 'कौंतेय' (१९५३), 'राजमुकुट' (१९५४), 'ऑथेल्लो' (१९६०), 'देवाचं घर' (१९६२), 'ययाति आणि देवयानी', (१९६६), 'वीज म्हणाली धरतीला', (१९७०), 'नटसम्राट', (१९७०) ही नाटके आली. यांतली 'दिवाणी दावा' व 'ऑथेल्लो' वगळता बाकी नाटके साहित्य संघाने केली. १९४४ पासून डॉ. अ. ना. भालेराव यांच्या पुढाकाराने भव्य प्रमाणावर वार्षिक नाट्योत्सव होऊ लागले. त्यांच्याच प्रयत्नाने १९४९ मध्ये साहित्य संघाची नाट्यशाखा कार्यान्वित झाली. भालेरावांनी साहित्य संघाचे रंगमंदिर उभारण्यासाठी अतिशय कष्ट घेतले होते. 'राजमुकुट' हे (शेक्सपियरच्या मॅक्‌बेथचे रूपांतर असल्यामुळे) ब्रिटिश दिग्दर्शक हर्बर्ट मार्शल यांच्या नेतृत्वाखाली बसवले होते आणि या नाटकाचा प्रयोग शेक्सपियरकालीन पद्धतीने केला होता. फूटलाइटपुढे वाढवलेला रंगमंच, मंचावर मध्यभागी दुमजली इमारत आणि दोन बाजूंस दोन बुरुज असे नेपथ्य होते. वाढवलेला रंगमंच, मुख्य रंगमंच, किल्ल्यातील वास्तूचा तळमजला आणि वरचा मजला असे चार स्तर मिळाले. नेपथ्याप्रमाणे वेगवेगळ्या नादांची योजना केलेली होती. नाटकाच्या सादरीकरणाच्या दृष्टीने तो एक महत्त्वाकांक्षी प्रयोग होता.

१९७० नंतर शिरवाडकरांची 'बेकेट' (१९७१), 'विदूषक' (१९७३), 'एक

होती वाघीण' (१९७४), 'आनंद' (१९७५), 'मुख्यमंत्री' (१९७७), 'चंद्र जिथे उगवत नाही' (१९८१), 'महंत' (१९८६) इत्यादी नाटके आली.

शिरवाडकरांची नाटके रूपांतरित, अनुवादित, पौराणिक, ऐतिहासिक, राजकीय, सामाजिक, कल्पित अशा स्वरूपाची आहेत. गद्य रंगभूमीची सशक्त परंपरा शिरवाडकरांनी पुढे चालवली. खाडिलकर आणि गडकरी या पूर्वसूरींचा त्यांच्या नाट्यानिर्मितीवर प्रभाव आहे. त्याचप्रमाणे शेक्सपियरच्या नाट्यतंत्रानेही ते प्रभावित आहेत. शिरवाडकरांची प्रकृती गडकऱ्यांप्रमाणे स्वच्छंदतावादी कवीची आहे. त्यांच्या नाटकांत संवादभाषेला महत्त्व आहे; ही भाषा ज्या पात्रांच्या तोंडी असते ती पात्रेही तितकीच महत्त्वाची अथवा लक्षणीय असली पाहिजेत, हे त्यांनी लक्षात घेतले आहे. कथानकाची रचना, पात्ररेखाटन, भाव अथवा विचारप्रकटन या नाटकातल्या महत्त्वाच्या गोष्टी आहेत, त्याचबरोबर नाटक हे एक दृश्य माध्यम आहे याचाही त्यांनी नाट्यलेखनाच्या दृष्टीने विचार केलेला दिसतो. नाटक ही गोष्ट नेहमीच समाज व संस्कृतिसापेक्ष असते. जो समाज नाटक पाहायला येतो त्या समाजाच्या मनावर काही भव्य आणि उदात्त मूल्यांचे संस्कार व्हावेत ही खाडिलकरी धारणा शिरवाडकरांच्या ठिकाणीही दिसते. खाडिलकर हे स्वतःच्या काळाशी राजकीय संदर्भात समकालीन होते. तसे शिरवाडकर नाहीत. त्यांनी सद्यःकालीन समाजाच्या मानसिक भूमिकेशी समांतर राहावे असे ठरवले. 'नटसम्राट' या नाटकात ते नाटक आणि सद्यःकालीन समाज या संदर्भात जे विधान करतात ते अतिशय गांभीर्याने घेतले पाहिजे. मराठी समाजाच्या एकंदरीत नाट्यव्यवहारावर आणि त्या समाजाच्या मूल्यकल्पनांवर इतके जिवंत भाष्य त्यापूर्वी आणि त्यानंतरही झाले नाही. 'नटसम्राट' या नाटकातील प्रकृती अतिनाट्याकडे (मेलोड्रामाकडे) झुकते हे खरे असले तरी या नाटकातून उत्पन्न होणारे प्रश्न अतिनाट्याच्या कक्षेपलीकडचे आहेत. 'नटसम्राट' हे नाटक एखाद्या मिथसारखे मराठी रंगभूमीवर वावरत राहिले. श्रीराम लागू, दत्ता भट, मधुसूदन कोल्हटकर, राजा गोसावी इत्यादी नटांनी या नाटकातील गणपतराव बेलवलकरांची भूमिका केली आणि त्या सर्वच अभिनेत्यांना रसिक प्रेक्षकांकडून दाद मिळाली. असे दुसरे उदाहरण १९७० नंतर आढळत नाही.

शिरवाडकरांच्या नाटकांनी नाट्यव्यवसायालाही मदत केली, हेही लक्षात घेतले पाहिजे. सुरुवातीला समांतर रंगभूमीवर असणारी शिरवाडकरांची नाटके नंतरच्या काळात व्यावसायिक स्तरावर यशस्वी झाली. मराठी प्रेक्षकांच्या

नाट्याभिरुचीत बदल झाला होता आणि मराठी नाटकाच्या तंत्रात, अभिव्यक्तीत, विषयांतही बदल झाला होता. केवळ करमणूकप्रधान नाटकांहून काही वेगळा, भावनांना हात घालणारा विषय असला की मराठी रसिकांना ती नाटके वेगळी वाटत. विशेषत: उच्च, उदात्त ध्येये आणि मूल्ये यांच्या संदर्भात समर्पक अशी नाट्यात्म मांडणी झाली तर ती नाटके प्रेक्षकांना भारावून टाकत असत.

'विषकन्या' हे पुरुषोत्तम भास्कर भावे यांचे पहिले नाटक १९४४ मध्ये लिहिले गेले. या नाटकाचा पहिला प्रयोग १९४७ मध्ये झाला. त्यानंतर 'संगीत स्वामिनी' (१९५६), 'पडछाया' (१९६०), 'सौभाग्य' (१९६८), 'असंगाशी संग' (१९७०), 'महाराणी पद्मिनी' (१९७१), 'अकुलिना' (१९७५) ही नाटके रंगमंचावर आली. भावे हे मुख्यत: कथाकार आणि अंशत: कादंबरीकार होते. त्यांचा वृत्तपत्राशी संबंध असल्याने निबंध हा वाङ्मयप्रकारही हाताळलेला आहे. 'विषकन्या' ते 'अकुलिना' या नाट्यप्रवासात भावे यांनी मराठी रंगभूमीला काय दिले हा प्रश्न येथे उद्‌भवतो. भावे यांच्या नाटकांतून एका विशिष्ट (हिंदुत्ववादी) विचारसरणीचा प्रभाव जाणवतो. पण लेखक त्या विचारसरणीच्या प्रवक्त्याची भूमिका सर्वच नाट्यकृतींमधून करीत नाही, हेही दिसते. भावे हे एका दुविधेच्या अवस्थेत जरूर आहेत, परंतु त्यांनी आपल्या दुविधेचे अंकन नाटकांतून केलेले नाही, हेही तितकेच खरे आहे. हा विषय मानसशास्त्राचा आहे तसाच सामाजिक, समाज-राजकीयही आहे.

भावे यांच्या नाटकांतून व्यक्त होणारी मूल्यदृष्टी परंपरेला अनुसरणाऱ्या मध्यमवर्गीयाची आहे. आपली संस्कृती, धर्म, नीतिकल्पना यांविषयीची त्यांची दृष्टी परंपरापूजकाची आहे. या जीवनदृष्टीचा आविष्कार करण्यासाठीच त्यांनी ही नाटके लिहिलेली दिसतात. नाटक या माध्यमाचा त्यांनी यासाठी अवलंब केलेला असला तरी त्यातील श्राव्य भागावर म्हणजे संवादांवरच त्यांचा अधिक भर राहिलेला दिसतो. पारंपरिक जीवनमूल्ये विरुद्ध आधुनिक जीवनमूल्ये असा संघर्ष आपल्या नाटकांत दाखविण्यासाठी पात्रांची व प्रसंगांची रचना केलेली आहे. त्यामुळे आधुनिक स्त्रिया अथवा पुरुष हे उथळ, लंपट अथवा नीतिमूल्यहीन तर परंपराप्रिय स्त्रिया अथवा पुरुष हे गंभीर, विवेकी आणि नीतिप्रिय असतात असे दाखवण्याकडे त्यांचा कल असतो. समाजजीवनात आणि व्यक्तिजीवनात घडत असलेल्या स्थित्यंतरांची दखल भावे यांच्या नाटकांत नाही.

पुरुषोत्तम लक्ष्मण देशपांडे यांचे पहिले नाटक 'तुका म्हणे आता' (१९४८) हे असून त्यांची नंतरची 'अंमलदार' (गोगोल, १९५२), 'भाग्यवान', 'तुझे आहे तुजपाशी' आणि 'सुंदर मी होणार' ही नाटके साहित्य संघाने बसवली होती. 'सारी रात्र' हे आविष्कार या नाट्यसंस्थेने, 'ती फुलराणी' हे इंडियन नॅशनल थिएटरने, तर 'तीन पैशांचा तमाशा' हे पुण्यातील थिएटर ॲकॅडमीने; दिग्दर्शक जब्बार पटेल हे होते. 'एक झुंज वाऱ्याशी' हे एनसीपीएने केले होते आणि त्याचे दिग्दर्शन वामन केंद्रे यांनी केले होते. देशपांडे यांचे 'तुझे आहे तुजपाशी' हे नाटक सर्वाधिक चर्चाविषय झाले. या नाटकात त्यांनी काकाजी आणि आचार्य या दोन व्यक्तिरेखांच्या माध्यमातून दोन मूल्यदृष्टींचा संघर्ष उभा केला आहे. विरोधात्मतेवरच या नाटकाची संरचना आधारलेली आहे. जीवनाचा मन:पूर्वक आस्वाद घेणारे, आनंदी वृत्तीचे आणि आतून विरक्त काकाजी आणि बाह्यत: विरक्त दिसणारे, जीवनाला विविध नियमांत जखडून टाकणारे, आत्मप्रेमी आचार्य यांच्यातल्या संघर्षाचे नाट्यरूप येथे आहे. मात्र हा संघर्ष कृतक स्वरूपाचा आहे. जीवनविन्मुख दृष्टिकोनाचा निषेध आणि जीवनवादी दृष्टिकोनाचा पुरस्कार असे दृश्य बाह्यत: दिसत असले तरी नाटककाराने स्वप्नरंजनात्म असाच दृष्टिकोन व्यक्त केलेला आहे, याचा प्रत्यय येत राहतो. ज्या गांधीवादी सर्वोदयी आचार्यांना आधी हास्यास्पद आणि नंतर करुणास्पद दाखवले आहे त्या आचार्यांमागे असलेल्या गांधीवादाविषयीचे अथवा सर्वोदय मार्गाचे नाटककारांचे काही आकलन व्यक्त झालेले नाही. त्यामुळे काकाजींच्या व्यक्तिरेखेपुढे आचार्य ही व्यक्तिरेखा बरीच फिकट झालेली आहे. वाचक प्रेक्षकाला समकालीन समाजसन्मुख करण्याऐवजी हे नाटक स्मरणरंजन करणारे असल्यामुळे लोकप्रिय झाले असावे. परंपराप्रियतेचाच एक निराळा आविष्कार येथे दिसतो. देशपांडे यांची 'ती फुलराणी' व 'तीन पैशांचा तमाशा' ही रूपांतरित नाटके गीतसंगीतप्रधान आहेत. 'तीन पैशांचा तमाशा'ची संगीतयोजना भास्कर चंदावरकर, आनंद मोडक आणि नंदू भेंडे यांची होती. पारंपरिक मराठी संगीत नाटकांहून यांतले संगीत निराळे होते, तसेच नाटकही निराळे होते. नाटकातील वास्तवाची एक अभिव्यक्ती म्हणून या नाटकातील संगीताचा विचार झाला. मुंबईसारख्या महानगरी संस्कृतीत पॉप, गझल, नाट्यसंगीत, कवाली, गणगौळण, लावणी अशी सर्व प्रकारची संगीत रूपे मिसळलेली असतात. संगीतनियोजकांनी या 'बहुजनसंस्कृती' असलेल्या महानगरीच्या वास्तवाशी मेळ घालणारे संगीत निवडले.

१९५५ साली दोन महत्त्वाची नाटके रंगभूमीवर आली. कलाकार या संस्थेने तारा वनारसे यांचे 'कक्षा' हे एक आणि भारतीय विद्या भवनच्या कलाकेंद्राने केलेले विजय तेंडुलकर यांचे 'श्रीमंत' हे दुसरे. 'कक्षा' हे आत्माराम भेंडे यांनी दिग्दर्शित केलेले होते, तर 'श्रीमंत' हे विजया मेहता यांनी. भेंडे आणि मेहता हे दोन्ही नव्या पिढीतून आलेले व नव्या कल्पना असलेले दिग्दर्शक होते. माधव मनोहरकृत 'सशाची शिंगे' (१९४६) या नाटकाच्या प्रस्तुतीकरणात भेंडे यांचा सहभाग होता. त्या नाटकात त्यांनी दोन खोल्यांत घडणारे समांतर प्रसंग एकाच सेटवर, एकाच पातळीवर दाखवण्याचा प्रयोग केला होता. 'कक्षा' हे नाटक प्रायोगिक रंगभूमीवरचे होते. त्यावेळच्या व्यावसायिक करमणूकप्रधान नाटकांत ते वेगळे उमटून दिसले. या नाटकातला कथाभाग 'शनिवार संध्याकाळपासून रविवार संध्याकाळपर्यंतच्या' चोवीस तासांत घडलेला दाखवला आहे. नाटकाच्या संहितेत सविस्तर पार्श्वसूचना आहेत. केवळ संवाद म्हणजे नाटक नव्हे या जाणिवेच्या या निदर्शक होत. या नाटकातून वनारसे यांनी पारंपरिक नाट्यलेखनाहून निराळ्या, नव्या जाणिवा व्यक्त करण्याचा प्रयत्न केला. मध्यमवर्गीयांच्या मूल्यसंकल्पनेत जखडलेली उर्मिला आणि त्या मूल्यसंकल्पनेची कक्षा ओलांडू पाहणारा दिवाकर यांची कथा या नाटकात आहे. मध्यमवर्गीय स्वप्नरंजनाची कक्षाही ओलांडण्याचा येथे प्रयत्न दिसतो. हा प्रयत्न पूर्णपणे यशस्वी झाला नाही. याचे कारण ज्या नव्या मूल्यांची मांडणी लेखिकेला करायची होती त्यांच्या प्रखर अभिव्यक्तीऐवजी श्रीमंत विरुद्ध गरीब असे एक नवेच द्वंद्व येथे उभे राहिले. अण्णासाहेबांनी दिवाकरला सांभाळण्यात, शिक्षण देण्यात, खर्च करण्यात स्वत:चा स्वार्थ पाहिला. 'हुंड्यावाचून जावई मिळणार होता' असे या नाटकातला दिवाकर म्हणतो. दुसरे सगळे मार्ग बंद असल्याने आपण हा मार्ग स्वीकारला, पण त्यासाठी किंमत द्यावी लागली. दिवाकर म्हणतो, 'स्वत:ला गुलाम केलं, मनाला जोखड घातलं.' शेवटी तो बंड करतो. त्यांचा आश्रय झुगारतो.

याच वर्षी रंगभूमीवर आलेल्या 'श्रीमंत' या तेंडुलकरांच्या नाटकात जावई विकत घेतला जातो. दादासाहेब आणि मालिनीबाई यांची मथुरा ही मुलगी विवाहबाह्य संबंधातून गर्भवती होते. गर्भपाताने तिची हत्या घडण्याची शक्यता असते. कुटुंबाची प्रतिष्ठा लयाला जाण्याची ही स्थिती असते. अशा वेळी अक्षरश: रस्त्यावरच्या माणसाला मथुरेचा नवरा म्हणून विकत घेतले जाते. त्याचा या कुटुंबात प्रवेश झाल्यापासून मध्यमवर्गीय प्रतिष्ठित कुटुंबाच्या प्रतिष्ठेच्या

कल्पना किती ठिसूळ आहेत हे दिसत जाते. तारा वनारसे आणि विजय तेंडुलकर यांनी नव्या वास्तवसन्मुख अशा नाटकांचा आरंभ केला.

१९५० च्या दशकात आधीच्या पिढीतील वरेरकर, रांगणेकर यांची नाटके प्रदर्शित होत असताना गो. नी. दांडेकर, बाळ कोल्हटकर, वसंत कानेटकर, शं. गो. साठे, सरिता पदकी, बबन प्रभू, रत्नाकर मतकरी या नव्या नाटककारांची नाटके रंगभूमीवर आली. साठच्या दशकात पुरुषोत्तम दारव्हेकर, व्यंकटेश माडगूळकर, विद्याधर गोखले, श्री. ना. पेंडसे, मधुसूदन कालेलकर, शं. ना. नवरे, सुरेश खरे, चिं. त्र्यं.खानोलकर, मधुकर तोरडमल; सत्तरच्या दशकात जयवंत दळवी, रणजित देसाई, महेश एलकुंचवार, सतीश आळेकर, गोविंद पुरुषोत्तम देशपांडे, अनिल बर्वे, सई परांजपे, वामन तावडे इत्यादी नाटककारांच्या पहिल्या कृती रंगमंचावर आल्या. मुंबई मराठी साहित्य संघाच्या नाट्यशाखेनंतर पन्नासच्या, साठच्या, सत्तरच्या दशकांत कलाकार, भारतीय विद्या भवन कलाकेंद्र, प्रोग्रेसिव्ह ड्रॅमेटिक असोसिएशन, पुणे, इंडियन नॅशनल थिएटर, रंगायन, धि गोवा हिंदु असोसिएशन नाट्यशाखा, नाट्यसंपदा, अत्रे थिएटर्स, दुर्वांची जुडी थिएटर, थिएटर युनिट, चंद्रलेखा, सूत्रधार, रूपवेध, बालनाट्य, आविष्कार, अनिकेत थिएटर ॲकॅडमी इत्यादी नव्या नाट्यसंस्था निघाल्या; आत्माराम भेंडे, विजया मेहता, अरविंद देशपांडे, दामू केंकरे, नंदकुमार रावते, भालबा केळकर, माधव वाटवे, सुधा करमरकर, सुलभा देशपांडे, अमोल पालेकर, श्रीराम लागू, जयदेव हट्टंगडी, रत्नाकर मतकरी, मधुकर तोरडमल, दाजी भाटवडेकर, काशीनाथ घाणेकर, आशालता वाबगावकर, प्रभाकर पणशीकर, सतीश दुभाषी, भक्ती बर्वे, रोहिणी हट्टंगडी, सुहास जोशी, लालन सारंग, गणेश सोळंकी इत्यादी नवे नट/दिग्दर्शक आले. पु. ल. देशपांडे, जितेंद्र अभिषेकी, रामदास कामत, भास्कर चंदावरकर, आनंद मोडक, यशवंत देव, अनंत अमेंबल, वासुदेव चंद्रचूड इत्यादी संगीतनियोजक आले; द. ग. गोडसे, पांडुरंग कोठारे, रघुवीर तळाशिलकर, श्याम आडारकर, बाबा पार्सेकर इत्यादी नेपथ्यकार आणि चंदर होनावर, समर नखाते, दिलीप कोल्हटकर इत्यादी प्रकाशयोजक आले.

१९५० नंतर नाटक आणि रंगभूमीच्या क्षेत्रात एक नवी पिढी कार्यरत असल्याचे दिसते. राज्य नाट्यस्पर्धांमुळे रंगकर्मींमध्ये चैतन्य संचारले होते. व्यावसायिक, प्रायोगिक आणि हौशी या तीनही पातळ्यांवरची नाटके होऊ लागली. १९६० साली महाराष्ट्र राज्याच्या निर्मितीनंतर या वार्षिक स्पर्धा नव्या कलाकारांच्या कलागुणांच्या अभिव्यक्तीच्या दृष्टीने महत्त्वाच्या ठरल्या. या

स्पर्धांमधूनच अनेक नवे नाटककार, नट, दिग्दर्शक आणि इतर सहाय्यक कलाकार उदयाला आले. या स्पर्धांचा पुढील काळातील मराठी नाटक आणि रंगभूमीच्या विकासात निश्चितपणे सहभाग आहे. १९६० च्या सुमारास मुंबईतच नव्हे तर महाराष्ट्रातील इतर शहरांतही केवळ नाटकासाठी म्हणून एकही नाट्यगृह नव्हते. नाट्यनिकेतन, ललितकलादर्शसारख्या एखाददुसऱ्या अपवादात्मक नाट्यसंस्था होत्या आणि त्या वरेरकर, रांगणेकर, काणेकर यांसारख्या आधीच्या पिढीतील नाटककारांची नाटके करीत होत्या. मुंबई मराठी साहित्य संघ ही संस्था नाटक आणि रंगभूमीच्या दृष्टीने चौफेर कार्य करीत होती. नाट्यमहोत्सव घेणे, नाट्यशिक्षण देणे, नाट्यगृह उभारणे, नव्या कलाकारांचा शोध घेऊन त्यांना प्रोत्साहन देणे अशी ही कामे होती. सांगली येथील शतसांवत्सरिक महोत्सवानंतर १९४४ मध्ये साहित्य संघाने भव्य प्रमाणात नाट्योत्सव केला. त्यासाठी मरीन ड्राइव्हवरील मैदानात उघडे नाट्यगृह उभारले; त्यात आठ हजार प्रेक्षकांना बसण्याची सोय केली होती. नंतर साहित्य संघाने १९६३ पर्यंत दरवर्षी स्पर्धात्मक असे नाट्योत्सव घेतले. भारतीय विद्या भवन या संस्थेनेही या काळात मराठी नाटकाच्या संदर्भात मोलाचे कार्य केले. अनेक नवे रंगकर्मी भारतीय विद्या भवनाच्या कलाकेंद्राने दिले.

१९३० ते १९५० या काळात राजकीय सामाजिक स्थित्यंतरे झाली. खेड्यांत अथवा लहान गावांत राहणारा मध्यमवर्गीय समाज नगरांकडे, महानगरांकडे जाऊ लागला. वडिलोपार्जित समृद्धी व प्रतिष्ठा असलेला उच्च वर्गही शहरांकडे वळला. स्वातंत्र्यानंतर सामाजिक क्रिया-प्रतिक्रियांमध्ये परिवर्तन होऊ लागले होते. लहान गावांमध्ये असलेला धनिक आश्रयदात्यांचा वर्ग कमी होऊ लागला होता. चित्रपटाशी असलेली स्पर्धा, रसिकांचा आश्रय कमी होत चाललेला, शहरी मध्यमवर्गाची करमणूक होईल अशा तऱ्हेची चाकोरीतली नाटके, सामाजिक-राजकीय स्थित्यंतरांना समांतर नसलेले नाट्यगत समाजचित्र या कारणांमुळे रंगभूमी आणि नाटक या दोन्ही गोष्टींना आलेली मरगळ साहित्य संघाच्या आणि भारतीय विद्या भवनाच्या प्रयत्नांमुळे नाहीशी होऊ लागली. नाटक आणि रंगभूमीविषयीच्या नव्या उत्साहाने भारलेली पिढी आता या क्षेत्रात वावरू लागली.

स्वातंत्र्यप्राप्तीनंतरच्या काळात वाङ्मय आणि कलांच्या संदर्भातले जाणिवेचे क्षितिजही विस्तारले. शेक्सपियर आणि इब्सेनखेरीज अन्य पाश्चात्त्य

नाटककारांची, त्यांच्या नाटकांची आणि त्यांच्या प्रयोगांची माहिती मिळू लागली. मराठी कविता आणि कथा या वाङ्मयप्रकारात घडलेल्या बदलांनी अभिव्यक्तीच्या आणि अभिव्यक्ती विषयाच्या संदर्भात परिप्रेक्ष्ये बदलली. या सर्वांचा संकलित परिणाम होऊन मराठीत प्रायोगिक रंगभूमी उदयाला आली.

१९७५ साली तीन नाटके रंगमंचावर आली. 'तुझे आहे तुजपाशी' (पु. ल. देशपांडे), 'दुरितांचे तिमिर जावो' (बाळ कोल्हटकर) आणि 'वेड्याचं घर उन्हात' (वसंत कानेटकर). ही तीनही नाटके यशस्वी ठरली, प्रेक्षकांनी चांगली दाद दिली.

'वेड्याचं घर उन्हात' हे कानेटकरांचे पहिलेच नाटक. त्यानंतर त्यांनी सातत्याने नाटके लिहिली. मराठी रंगभूमीवर एक व्यावसायिक नाटककार म्हणून त्यांनी आपले स्थान निश्चित केले. पहिल्या नाटकानंतर त्यांची 'देवांचं मनोराज्य', 'प्रेमा तुझा रंग कसा', 'रायगडाला जेव्हा जाग येते', 'दोन ध्रुवांवर दोघे आपण', 'मत्स्यगंधा', 'मोहिनी', 'अश्रूंची झाली फुले', 'लेकुरे उदंड झाली', 'इथे ओशाळला मृत्यू', 'तुझा तू वाढवी राजा', 'अखेरचा सवाल', 'कस्तुरीमृग', 'कधीतरी कोठेतरी', 'गगनभेदी', 'गाठ आहे माझ्याशी', 'गोष्ट जन्मांतरीची', 'घरात फुलला पारिजात', 'तू तर चाफेकळी', 'प्रेमाच्या गावा जावे', 'बेईमान', 'मला काही सांगायचंय', 'मीरा मधुरा', 'वादळ माणसाळतंय', 'हिमालयाची सावली', 'विषवृक्षाची छाया', 'माणसाला डंख मातीचा' इत्यादी नाटके आली. कानेटकरांची नाट्यसृष्टी विविधतेने नटलेली आहे. मनोविश्लेषणात्मक, ऐतिहासिक, पौराणिक, सामाजिक, चरित्रात्मक, कल्पनारम्य, संगीतप्रधान अशी विविध प्रकृतींची त्यांची नाटके आहेत. त्यांत सुखात्मिका, प्रहसनवजा, अतिरंजित भावनाटचे आहेत. कानेटकरांची नाट्यतंत्रावर हुकूमत आहे. प्रसंगाप्रसंगातून नाट्य कसे फुलत राहील याची ते काळजी घेतात. त्यांच्या नाटकांत फार खोल असा भावनिक अगर वैचारिक संघर्ष नसतो; नाटकाच्या रूपबंधाची मोडतोडही नसते. एका नाट्यात्म स्थितीची ते रचना करतात आणि प्रेक्षकांच्या भावनांना हात घालतात. कानेटकरांच्या नाट्यरचनासंसारात 'वेड्याचं घर उन्हात', 'रायगडाला जेव्हा जाग येते', 'प्रेमा तुझा रंग कसा', 'लेकुरे उदंड झाली', 'अश्रूंची झाली फुले' ही काही नाटके वैशिष्ट्यपूर्ण आहेत. 'वेड्याचं घर उन्हात' मध्ये त्यांनी भासदृश्यांचा वापर करून मध्यवर्ती पात्राचे अंतरंग व्यक्त केले आहे. या नाटकाचे सूत्र व्यक्तिमनावर येणारे नैतिक दडपण आणि त्यातून व्यक्तीच्या मनाला येणारी दुभंग स्थिती हे आहे.

हा रंगमंचावरचा एक नवा प्रयोग होता. कानेटकरांनी 'रायगडाला जेव्हा जाग येते' या नाटकातही मनोविश्लेषणाचा उपयोग केलेला आहे. शिवाजी महाराज आणि संभाजी राजे यांच्या पितापुत्रसंबंधावर हे नाटक आधारलेले आहे. ऐतिहासिक व्यक्तिरेखांचे एक नवे नाट्यात्म आकलन येथे आहे. मागच्या पिढीतील नाटककारांच्या ऐतिहासिक नाटकांतून व्यक्तिरेखा भव्य उदात्त रेखाटण्याचा प्रयत्न असे. कानेटकरांनी त्यांच्याकडे 'माणूस' म्हणून पाहिले आहे. 'अश्रूंची झाली फुले' मध्ये तत्त्वनिष्ठा व सात्त्विकता आणि अनैतिक व तामसी जगाची उलटापालट दाखवून तत्त्वनिष्ठेचा विजय दाखविला आहे. 'प्रेमा तुझा रंग कसा' व 'लेकुरे उदंड झाली' या हलक्याफुलक्या सुखात्मिका आहेत. कानेटकरांच्या 'बेईमान' ला आनुईच्या 'बेकेट' चा आधार आहे. त्यात कानेटकरांनी कारखानदार व कामगार यांतील संघर्षाची योजना केली आहे. 'सूर्याची पिल्ले' या नाटकातून कानेटकर समकालीन स्थितीवर यथार्थ भाष्य करू शकले असते, परंतु त्याऐवजी त्यांनी हलक्याफुलक्या नाटकाचा साचा इथे वापरलेला आहे. या नाटकाच्या नेपथ्याचा उल्लेख केला पाहिजे. द. ग. गोडसे यांनी परंपरागत असा एक वाडाच रंगमंचावर उभा केला होता. रंग उडालेल्या भिंती, तेल खाल्लेल्या तुळ्या आणि खांब, वाड्यातले चौक आणि बिऱ्हाडे अशा या नेपथ्यातून कथावस्तूची सूचना मिळते.

कानेटकरांनी १९५० नंतरच्या व्यावसायिक रंगभूमीला आपल्या पायांवर उभे केले. आरंभी पीडीएसारख्या प्रायोगिक संस्थेसाठी नाटके लिहिणारे कानेटकर पुढे श्रीस्टार्स, धि गोवा हिंदु असोसिएशन, नाट्यसंपदा, चंद्रलेखा अशा अर्धव्यावसायिक वा पूर्ण व्यावसायिक मंडळ्यांसाठी नाटके लिहू लागले. मराठी रंगभूमीच्या क्षेत्रात या दोन प्रवृत्ती पुढे ठळक होत गेल्या. रंगभूमी आणि नाटक या माध्यमांकडे अभिव्यक्तीचे साधन म्हणून पाहणारी आणि त्यासाठी कोणतीही तडजोड न स्वीकारणारी एक प्रवृत्ती तर दुसरी, नाटकाला व्यवसायाची जोड देणारी, व्यवसाय म्हणून नाटकाकडे पाहणारी प्रवृत्ती. मराठी नाटककार या दोन प्रवृत्तींपैकी कोणत्या तरी एका बाजूला असतो अथवा त्यांचा समन्वय करण्याचा प्रयत्न करतो. कानेटकरांनी समन्वय साधला आणि ते यशस्वी नाटककार झाले.

बाळ कोल्हटकर हे सुरुवातीपासून व्यावसायिक रंगभूमीच्या बाजूलाच होते. 'दुरितांचे तिमिर जावो' या नाटकानंतर त्यांची 'आकाशगंगा' , 'वेगळं व्हायचंय मला', 'सीमेवरून परत जा', 'वाहतो ही दुर्वांची जुडी', 'वाऱ्यात मिसळले पाणी', 'लहानपण देगा देवा' इत्यादी नाटके आली. कोल्हटकरांच्या डोळ्यासमोर

खेड्यात मुळे असलेला कनिष्ठ मध्यमवर्गीय, परंपराप्रिय आणि स्मरणरंजनप्रेमी असा प्रेक्षक आहे. बदलत्या समाजजीवनाच्या संदर्भात आपली मूल्ये टिकवायची कशी असा प्रश्न पडलेल्या या समाजासमोर कोल्हटकर एक आभासचित्र ठेवत असतात. 'दुरितांचे तिमिर जावो' मध्ये कोकणातल्या एका खेड्यातल्या देवस्थानाचा वारसा आपल्याकडे यावा यासाठी खटपटी लटपटी करणाऱ्या पंताचे राजकारण दाखवले आहे. या राजकारणात न्याय्य वारसाहक्क ज्याच्याकडे आहे तो दिगू मतिमंद आहे, पण नाटकातील इतर पात्रांच्या दृष्टीने तो 'देव' आहे. दिगू इतरांच्या पापांची ओझी आपल्या माथ्यावर घेतो आणि आत्मत्याग करतो. दुसऱ्याच्या सुखासाठी आपल्या सुखांचा त्याग करणे हा आपला धर्म असल्याचे वचन त्याच्या तोंडून वदवले आहे. प्रत्यक्ष नाटकातला बराचसा भाग कटकारस्थानांमध्ये खर्च होतो. दिगूच्या देवत्वाविषयी पात्रांकडून सांगितले जाते. सगळी कटकारस्थाने उघडकीस आल्यानंतर त्या त्या व्यक्तींना शिक्षा होण्याऐवजी दिगूच आत्मत्याग करतो. निष्पाप, सत्प्रवृत्त माणसांनी सोसायचे असते असा एक 'विचार' या नाटकातून सांगितला जातो. अशा लोकांच्या त्यागातूनच गावाला, पर्यायाने समाजाला समृद्धी लाभते, असे या नाटकाचे सूत्र आहे.

बाळ कोल्हटकरांचे 'वाहतो ही दुर्वांची जुडी' (१९६४) हे नाटक विविध कारणांनी लक्षणीय मानले गेले. अल्पावधीत या नाटकाचे सातशेहून अधिक प्रयोग झाले. बाप, मुलगा आणि मुलगी असे तीन घटक असलेल्या एका कुटुंबातील ताणांचे चित्रण या नाटकात केलेले आहे. या तीनही व्यक्तिरेखांचे ठसठशीत असे स्वभावरेखाटन येथे आढळते. तसेच वेगवेगळ्या वृत्तिप्रवृत्तींच्या इतर पात्रांचेही. कारुण्य आणि विनोद यांचे रसायन असलेले हे नाटक व्यावसायिक रंगभूमीवर यशस्वी ठरले ते त्यातील नाटकी संवादांमुळे. या नाटकाची रंगभूमीवरची अभिव्यक्तीही कृतक नाट्याचीच होती. वास्तववादी नव्हे तर वास्तवभासात्मक अशा नाटकांसाठी नाट्यतंत्र आणि प्रयोगतंत्र पुरवणारे नाटक म्हणून हे महत्त्वाचे मानले पाहिजे.

बबन प्रभू हे या काळातील उल्लेखनीय असे नाटककार होत. त्यांनी मुख्यत: प्रहसनात्मक नाटके लिहिली. 'झोपी गेलेला जागा झाला' (१९५८), 'चोरावर मोर' (१९५९), 'माकड आणि पाचर' (१९६०) 'दिनूच्या सासूबाई राधाबाई' (१९६०) ही त्यांची नाटके होत. त्यांत 'झोपी गेलेला जागा झाला' हे नाटक विशेष महत्त्वाचे ठरले. १८६० ते १८७६ या काळात रंगभूमीवर प्रहसनांची विशेष चलती होती. पुढे संगीत नाटकांमुळे प्रहसने निष्प्रभ होत गेली.

प्रहसनाला आवश्यक अशा अतार्किक घटनांची निर्मिती करून पात्रे व त्यांच्या कृतींनी हास्यजनक रूप देण्यात नाटककार यशस्वी झाला आहे.

१९५० ते १९६० या कालखंडातला आणखी एक महत्त्वाचा नाटककार म्हणजे पुरुषोत्तम शिवराम रेगे. त्यांच्या 'रंगपांचालिक' आणि इतर दोन नाटकांना रंगमंच क्वचितच लाभला. त्याचे कारण मराठी रंगभूमी आणि नाटक या दोन्हींच्या संदर्भात काही संकेत दृढमूल झालेले होते हे असू शकेल. विनोदी, संगीत, अतिनाट्यात्म, मनोरंजक अशा कोणत्याही साच्यात न बसणारी ही नाटके भरतमुनिकृत नाट्यशास्त्रीय संकेत पाळणारी अशीच आहेत. तथापि 'काव्यात्म' असा शिक्का त्या नाटकांवर बसून ती रंगमंचापासून दूर राहिली. 'रंगपांचालिक आणि दोन नाटके' या संग्रहात (१९५८) इतर दोन नाटके 'कालयवन' आणि 'माधवी, एक देणे' ही आहेत. 'या तिन्ही नाटकांत एक सूत्र आहे' असे नाटककाराने म्हटले असून 'अस्तित्वाच्या वेगवेगळ्या थरांना एकदम स्पर्श करणारे व्यक्तित्व जीवनातील मूलभूत संदर्भात कसे दिसून येईल हे पाहण्याचा' या नाटकांत प्रयत्न केलेला आहे.

१९६० पर्यंतच्या नाटकांमध्ये ऐतिहासिक, पौराणिक, सामाजिक, मनोविश्लेषणात्मक, प्रहसनवजा, काव्यात्म अशी विविध प्रकृतींची नाटके आढळतात. नाटकांच्या मांडणीत आणि रंगभूमीवरील सादरीकरणातही क्रमश: बदल होत गेलेला दिसतो. नेपथ्य यथार्थवादी, प्रत्यक्षसदृश असावे, पात्रे स्वाभाविक वाटली पाहिजेत, केवळ घटनांच्या चमत्कृतीऐवजी पात्रांच्या अंतरंगात डोकावले पाहिजे, भावनिक आणि वैचारिक संघर्षाला स्थान दिले पाहिजे हे भान या काळातल्या नाटककारांना व दिग्दर्शकांना होऊ लागल्याचे दिसते. १९५५ नंतर व्यावसायिक रंगभूमी आणि प्रायोगिक रंगभूमी या दोन गोष्टी वेगवेगळ्या आहेत ही जाणीवही दृढ होत गेलेली दिसते. शेक्सपियर, इब्सेन यांच्यानंतरच्या पाश्चात्त्य नाटककारांच्या नाट्यकृती आणि रंगभूमीविषयी सिद्धान्त मांडणाऱ्या पाश्चात्त्य नाट्यसिद्धान्तकारांचे विचार यांच्याशी मराठी नाटककार व रंगकर्मी परिचित होऊ लागलेले आहेत हे आढळते.

१९६० साली मुंबईत विजया मेहता यांच्या पुढाकाराने 'रंगायन' या नाट्यसंस्थेची स्थापना झाली. पुढे दहा वर्षांच्या काळात या संस्थेने अनेक नवी नाटके आणि नव्या एकांकिका सादर केल्या आणि मराठी नाटकाच्या व रंगभूमीच्या इतिहासात स्वत:चे स्थान निर्माण केले. 'ससा आणि कासव' (शं. गो. साठे, १९६१), 'मी जिंकलो, मी हरलो', 'कावळ्यांची शाळा' (विजय

तेंडुलकर, १९६३), 'यशोदा' (श्री. ना. पेंडसे, १९६५) 'एक शून्य बाजीराव' (चिं. त्र्यं. खानोलकर, १९६८) या नाटकांखेरीज 'एक होती राणी' (रूपांतर: श्रीराम लागू), 'बाकी इतिहास' (भाषांतर : अरविंद देशपांडे), 'खुर्च्या' (भाषांतर : वृंदावन दंडवते) आणि तेंडुलकर, एलकुंचवार, दंडवते यांच्या एकांकिका ही रंगायनची निर्मिती होती. १९७१ मध्ये अरविंद देशपांडे यांनी आविष्कार ही संस्था सुरू केली. आविष्कारचे कार्य मुंबईतल्या छबिलदास हायस्कूलमध्ये चालत असे. तेथे इतरही प्रायोगिक नाट्यसंस्थांची नाटके होऊ लागल्याने 'छबिलदास रंगभूमी' असे या चळवळीला नाव मिळाले. आविष्कारने, 'शांतता, कोर्ट चालू आहे', 'पाहिजे जातीचे' (विजय तेंडुलकर), 'सारी रात' (बादल सरकार), 'प्रतिमा' (खानोलकर), 'चांगुणा' (लोर्का, रूपांतर : आरती हवालदार), 'कुलवृत्तान्त' (वृंदावन दंडवते), 'लागला तर घोडा' (अच्युत वझे), 'महाभोजन तेराव्याचे' (मन्नू भंडारी) इत्यादी नाटके केली. सत्यदेव दुबे यांच्या थिएटर युनिटने 'सोफा कम बेड' (अच्युत वझे), 'रक्तपुष्प' (एलकुंचवार), 'मिठू मिठू पोपट' (दिलीप पुरुषोत्तम चित्रे), 'यकृत', 'हृदय' (श्याम मनोहर) इत्यादी नाटके केली. अमोल पालेकरांच्या अनिकेत या संस्थेने 'आधे अधूरे' (मोहन राकेश) 'जुलूस', 'वल्लभपूरची दंतकथा', 'पगला घोडा' (बादल सरकार), 'हयवदन' (गिरीश कार्नाड), 'चल रे भोपळ्या टुणुक टुणुक' (अच्युत वझे), 'गोची' (सदानंद रेगे), 'पार्टी' (महेश एलकुंचवार) इत्यादी नाटके केली. श्रीराम लागू यांच्या रूपवेध या संस्थेने 'गार्बो' (एलकुंचवार), 'उद्‌ध्वस्त धर्मशाळा' (गोविंद पुरुषोत्तम देशपांडे), 'किरवंत' (प्रेमानंद गज्वी) इत्यादी नाटके केली. पुण्यातल्या भालबा केळकरांच्या प्रोग्रेसिव्ह ड्रामॅटिक असोसिएशनने (पीडीएने) 'पहाटेची चाहूल' (शं. गो. साठे, १९६०) 'पवनाकाठचा धोंडी' (गो. नी. दांडेकर, १९६०), 'जाणार कुठं?' (१९६०), 'बनगरवाडी' (१९६२, व्यंकटेश माडगूळकर), 'प्रेमा तुझा रंग कसा?' (१९६१), 'दोन ध्रुवावर दोघे आपण' (१९६३, वसंत कानेटकर), 'खून पहावा करून' (सरिता पदकी, १९६४), 'अशी पाखरे येती' (तेंडुलकर, १९७०) इत्यादी नाटके दिली. जब्बार पटेल, सतीश आळेकर यांच्या थिएटर ॲकॅडेमी (१९७०) या संस्थेने 'घाशीराम कोतवाल' (तेंडुलकर), 'तीन पैशांचा तमाशा' (रूपांतर : पु. ल. देशपांडे), 'पडघम' (अरुण साधू), 'महानिर्वाण', 'महापूर'', 'बेगम बर्वे' (सतीश आळेकर) इत्यादी नाटके केली. मुंबई मराठी साहित्य संघाच्या नाट्यशाखेचे कार्य या कालखंडातही सुरू होते. 'सरी गं सरी'

(तेंडुलकर), 'नाटककाराच्या शोधात सहा पात्रं' (अनुवाद : माधव वाटवे) इत्यादी नाटके या संस्थेने केली.

सत्तर आणि ऐंशीच्या दशकांत दादर येथील छबिलदास हायस्कूलमध्ये सातत्याने नाटके होत राहिली. प्रायोगिक रंगभूमी या अर्थाने छबिलदास रंगभूमी हा शब्द रूढ झाला. तेंडुलकर, खानोलकर, एलकुंचवार, दंडवते, वझे, गो. पु. देशपांडे, रत्नाकर मतकरी, सतीश आळेकर, चं. प्र, देशपांडे पुरुषोत्तम बेर्डे, शफाअत खान, जया दडकर, प्रेमानंद गज्वी, श्याम मनोहर, प्र. ल. मयेकर, राजीव नाईक, मकरंद साठे, अजित दळवी, जयंत पवार, दत्ता भगत हे या रंगभूमीवरचे नाटककार होते; आणि सत्यदेव दुबे, अरविंद देशपांडे, जयदेव हट्टंगडी, दिलीप कोल्हटकर, अमोल पालेकर, श्रीराम लागू, रत्नाकर मतकरी, प्रकाश बुद्धिसागर, अच्युत देशिंगकर, पुरुषोत्तम बेर्डे, विजय केंकरे, वामन केंद्रे, चंद्रकांत कुलकर्णी हे या रंगभूमीवरचे दिग्दर्शक होते. छबिलदास रंगभूमीवर लोर्का, टेनेसी विल्यम्स, ज्याँ अनुई, युजीन आयनेस्को, हेरॉल्ड पिंटर, लुईजी पिरांदेलो, स्लावोमीर म्रोझेक, युरिपिडीज, बर्नार्ड शॉ, ज्यां पॉल सार्त्र इत्यादी पाश्चात्त्य नाटककारांची आणि गिरीश कार्नाड, बादल सरकार, मोहित चट्टोपाध्याय, मोहन राकेश, रमेश बक्षी, आद्य रंगाचार्य, शंकर शेष, मधू राय, चंद्रशेखर कंबार, मन्नू भंडारी, ज्ञानदेव अग्निहोत्री, रवींद्रनाथ ठाकूर अशा भारतीय नाटककारांची नाटके भाषांतरांच्या, रूपांतरांच्या रूपाने सादर झाली.

छबिलदासचा रंगमंच कमी खर्चात उपलब्ध होत असे; पण ते त्यांचे वैशिष्ट्य नव्हे, किंवा मोजक्या प्रेक्षकांसाठीच ही नाटके केली जात, हेही नव्हे. नाटक आणि रंगभूमी या दोन्ही गोष्टींच्या बाबतीत हा रंगमंच वेगळा होता. मुख्य म्हणजे हा एक निकटतम रंगमंच (इंटिमेट थिएटर) होता. नाटकाची संहिता आणि त्याचा प्रयोग या दोन्ही गोष्टींकडे गांभीर्याने पाहणारे रंगकर्मी आणि प्रेक्षक इथे होते. रंगभूमीच्या आणि संहितेच्या विविध शक्यता अजमावून पाहणे, त्या संदर्भात वेगवेगळे प्रयोग करून पाहणे हे येथे शक्य होत असे. व्यावसायिक स्तरावर नाटके लिहिणे, सादर करणे हे चाललेले असतानाच रंगभूमी आणि नाटक या माध्यमांचा शोध घेण्याचा प्रयत्न छबिलदास रंगमंचावर चाललेला होता. या रंगमंचाच्या माध्यमातून अनेक नवे नाटककार, दिग्दर्शक, अभिनेते पुढे आले हे त्याचे निश्चितच महत्त्वाचे असे कार्य होय.

या काळात व्यावसायिक रंगमंचावरही बरेच नवे नाटककार आले. श्री. ना.

पेंडसे, गो. नी. दांडेकर यांच्याप्रमाणेच स्वत:च्या कादंबऱ्यांची नाट्यरूपांतरे करणारे जयवंत दळवी, जुन्या संगीत नाटकाशी धागा जोडू पाहणारे विद्याधर गोखले, रणजित देसाई, मध्यमवर्गीय मराठी माणसांचे रंजन करणारे मधुसूदन कालेलकर, शं. ना. नवरे, सुरेश खरे, प्रायोगिक रंगभूमीवरील संहितांचे आकर्षक रूपांतर करणारे मधुकर तोरडमल, हलक्याफुलक्या विनोदाचे आणि चमत्कृतिजनक प्रसंगांचे मिश्रण असलेल्या सुखांतिका सादर करणाऱ्या सई परांजपे, एकाचवेळी प्रायोगिक आणि व्यावसायिक रंगमंचावर नाटके करणारे रत्नाकर मतकरी हे या काळातले छबिलदास रंगमंचाच्या बाहेरचे व मुख्य धारेतल्या रंगभूमीवरचे नाटककार होते. यांतल्या दळवी, मतकरी, तोरडमल, परांजपे यांनी प्रायोगिकतेच्या आस्थेचा स्वीकार केलेला होता याची नोंद घेतली पाहिजे. पुढच्या काळात, म्हणजे ऐंशीच्या आणि नव्वदच्या दशकांत 'प्रायोगिक' 'व्यावसायिक' असे द्वंद्वच उरले नाही. याचे मुख्य कारण छबिलदाससारखी 'प्रयोगशाळा' नष्ट झाली हे आहे.

१९६० नंतरच्या काळातले महत्त्वाचे नाटककार विजय तेंडुलकर हे आहेत. त्यांची महत्त्वाची नाटके साठनंतर रंगभूमीवर आली. 'शांतता, कोर्ट चालू आहे', 'गिधाडे', 'सखाराम बाईंडर', 'घाशीराम कोतवाल', 'पाहिजे जातीचे', 'बेबी', 'कन्यादान', 'कमला' ही त्यांतली महत्त्वाची नाटके होत. तेंडुलकरांच्या नाटकांनी नाट्यसाहित्यातच नव्हे तर रंगभूमीच्या संकल्पनेतही बदल केला. संवादाव्यतिरिक्त विस्तृत पार्श्वसूचना हे तेंडुलकरांचे वैशिष्टच आहे नाट्यलेखनातच ते त्याच्या दृश्य स्वरूपाची कल्पना करतात. नाटक ही एक दृश्य कला आहे, संहितेचे अंतिमत: दृश्यात्मक रूपांतर म्हणजेच नाटक याविषयीची त्यांची जाणीव अतिशय प्रगल्भ अशी आहे.

तेंडुलकरांच्या 'शांतता, कोर्ट चालू आहे' च्या आधी एक नाटक मराठी रंगभूमीवर आले. ते म्हणजे चिं. त्र्यं. खानोलकर यांचे 'एक शून्य बाजीराव' (१९६६) हे होय. साठच्या दशकात विश्राम बेडेकर, श्री. ना. पेंडसे, वसंत कानेटकर, शं. गो. साठे, व्यंकटेश माडगूळकर, विद्याधर गोखले, शं. ना. नवरे, मधुसूदन कालेलकर, पुरुषोत्तम दारव्हेकर, विजय तेंडुलकर इत्यादी नाटककार मुख्यत: व्यावसायिक व गौणत: प्रायोगिक रंगमंचासाठी लिहीत असताना रंगायनने खानोलकरांचे हे नाटक रंगभूमीवर आणले आणि रंगभूमी व नाटक या दोन्हींच्या बाबतीतल्या संकल्पना बदलून टाकल्या. १९६६ सालीच प्रदर्शित झालेल्या 'अश्रूंची झाली फुले' , 'लेकुरे उदंड झाली'(कानेटकर), 'नयन

तुझे जादूगार' (दारव्हेकर) या नाटकांना व्यावसायिक यश मिळालेले असले तरी 'एक शून्य बाजीराव' चे कलात्मक यश या नाटकांना लाभले नाही.

१९६४ मध्ये रंगायनने 'एक होती राणी' (ऊगो बेट्टी, अनुवाद: श्रीराम लागू) हे नाटक सादर केले; त्यानंतर १९६६ मध्ये 'एक शून्य बाजीराव', १९६७ मध्ये 'शांतता! कोर्ट चालू आहे' ही नाटके आली. साहित्य संघाचे १९६८ मधले 'नाटककाराच्या शोधात सहा पात्रं' (लुईजी पिरांदेलो, अनुवाद माधव वाटवे), त्याच वर्षी अहमदनगर महाविद्यालयाने सादर केलेले 'काळे बेट, लाल बत्ती' (मधुकर तोरडमल) - या नाटकांनी मराठी नाटक आणि रंगभूमिविषयक विचारांत क्रांती झाली.

'शांतता! कोर्ट चालू आहे.' हे नाटक बहुस्तरीय आहे. यातली पात्रे एक अभिरूप न्यायसभा निर्माण करतात आणि आपल्यामधल्या एका पात्राला कोंडीत पकडतात. पुरुषकेंद्री समाजाची स्त्रीविषयक धारणा या नाटकात प्रकट झाली आहे. त्याप्रमाणे दुसऱ्या स्तरावर माणसात दडून असलेली हिंस्रता व्यक्त होते. संस्कृती, नैतिकता ही आवरणे असून त्यांच्याखालचा माणूस हा श्वापद आहे हे या नाटकातून प्रकट होत जाते. तेंडुलकरांच्या 'गिधाडे', 'सखाराम बाइंडर', 'बेबी', 'कन्यादान', 'कमला', 'चिरंजीव सौभाग्यकांक्षिणी' इत्यादी नाटकांतूनही पुरुषकेंद्री समाजातील पुरुषसत्ता, व्यक्तींच्या संबंधांमधील सत्तास्पर्धा व्यक्त झालेली आहे. 'श्रीमंत' या पहिल्या नाटकापासून कुटुंब हे तेंडुलकरांच्या नाटकांचे केंद्र राहिलेले आहे. या नाटकांमधून समाजातील सत्तानीती, कुटुंबातील अंतर्गत ताणतणाव तर तेंडुलकर दाखवतातच, माणसाच्या प्रकृतीचाही ते शोध घेताना दिसतात. कुटुंब हा घटक तेंडुलकरांच्या नाटकांत मध्यवर्ती असला तरी कुटुंबसंस्थेचे विघटन हा त्यांचा विषय नाही. कुटुंबाच्या माध्यमातून समकालीन वास्तवाचे चित्रण ते करतात. सामाजिक, सांस्कृतिक, आर्थिक, धार्मिक, राजकीय यांपैकी कोणत्याही स्तरावरची दमनशीलता ही व्यक्तींची व व्यक्तिसमूहांची सृजनशीलता कशी नष्ट करीत असते हे त्यांच्या नाटकांचे सूत्र आहे.

तेंडुलकरांच्या 'श्रीमंत'च्या आसपासच रत्नाकर मतकरी यांचे एकांकिका-लेखन सुरू झालेले होते. १९५९ मध्ये त्यांचे 'मधुमंजिरी' हे बालनाट्य रंगभूमीवर आले. त्यानंतर त्यांचे एकांकिकालेखन, बालनाट्यांचे लेखन, प्रायोगिक आणि व्यावसायिक रंगमंचासाठी नाट्यलेखन सातत्याने सुरू राहिले. 'बिऱ्हाड वाजलं', 'प्रेमकहाणी', 'आरण्यक', 'लोककथा ७८', 'अजून यौवनात

मी', 'अश्वमेध', 'चि. सौ. कां. चंपा गोवेकर', 'दुभंग', 'माझं काय चुकलं', 'जोडीदार', 'स्पर्श अमृताचा', 'खोल खोल पाणी', 'वटवट सावित्री', 'कर्ता करविता' अशी विविध प्रकृतींची नाटके त्यांनी लिहिली.

जयवंत दळवी यांच्या नाट्यलेखनाचा आरंभ 'सभ्य गृहस्थ हो!' या नाटकापासून झाला. दळवींनी 'सूर्यास्त', 'पुरुष', 'पर्याय' अशी राजकीय-सामाजिक जाणिवेची, 'किनारा', 'लग्न', 'दुर्गा', 'सावित्री' यांसारखी स्त्रीपुरुष संबंधांचा शोध घेणारी, 'बॅरिस्टर', 'महासागर', 'नातीगोती', 'मुक्ता', 'अपूर्णांक' अशी मानवी मनाचा वेध घेणारी, 'संध्याछाया', 'कालचक्र' अशी वार्धक्याची अवस्था चित्रित करणारी नाटके लिहिली.

विद्याधर पुंडलीक यांची 'माता द्रौपदी' (१९७२), 'चार्वाक' (१९७९) आणि 'श्रद्धा' (१९८५) ही तीनच नाटके आहेत. त्यांतले महाभारतावर आधारित 'माता द्रौपदी' हे विशेष चर्चाविषय झाले.

खानोलकरांच्या 'एक शून्य बाजीराव' मध्ये 'नाटक आणि रंगभूमी' ही गोष्टच नाट्यार्थाच्या निर्मितीसाठी वापरलेली आहे. एक नाटकमंडळी गावात आलेली असून त्या मंडळीतल्या लेखक आणि दिग्दर्शकाला आज नाटकाचा प्रयोग होईल की नाही याची धास्ती असते. गावात बाजीराव आलेला आहे हे कळल्यावर ते आजच्या प्रयोगाची सगळी जबाबदारी त्याच्यावर टाकतात. बाजीराव हा एक हरहुन्नरी कलाकार आहे, शिवाय तो लोकप्रियही आहे. त्याच्या नावावर लोक नाटक पाहायला येतील आणि प्रयोगही रंगेल अशी त्यांना खात्री असते. त्या नाटकात बाजीरावची काहीही भूमिका नसते. तो ते नाटक 'दाखवणारा' होतो.' एक शून्य बाजीराव' मध्ये दोन स्तर आहेत, एक वास्तवाचा आणि दुसरा नाटकातल्या नाटकाचा. बाजीराव हा रंगभूमीवरचा सूत्रधार असला तरी त्या गावावर सत्ता गाजवणारा आप्पाराव हा खरा सूत्रधार आहे. प्रेक्षक म्हणून नाटक पाहायचे सोडून तो नाटकात घुसतो आणि न्यायदात्याची भूमिका करतो. नाटक, रंगभूमी, वास्तव या संकल्पनांविषयी प्रश्न उत्पन्न करणारे हे नाटक आहे. खानोलकरांनी त्यानंतर 'सगेसोयरे', 'अवध्य', 'कालाय तस्मै नम:', 'श्रीमंत पतीची राणी', 'होती एक शारदा', 'प्रतिमा' इत्यादी नाटके लिहिली. त्यांचे 'अजब न्याय वर्तुळाचा' हे ब्रेश्टच्या नाटकाचे रूपांतर प्रसिद्ध आहे.

'काळे बेट, लाल बत्ती' मध्ये एका बेटावर अडकलेली माणसे आणि माणसांच्या शिकारीत आनंद घेणारा सरदार आंग्रे यांच्यातील संघर्ष दाखवलेला

आहे. मृत्यूच्या भीतीपुढे सगळ्या विचारसरणी, श्रद्धा, मूल्यकल्पना कशा अर्थहीन होत जातात, हे या नाटकात दाखवले आहे. 'आश्चर्य नं.१०', 'तरुण तुर्क म्हातारे अर्क', 'बाप बिलंदर बेटा कलंदर', 'गुडबाय डॉक्टर' ही तोरडमलांची इतर नाटके होत.

१९७० च्या दशकात नाटककारांची नवी पिढी उदयाला आली. महेश एलकुंचवार, सतीश आळेकर, गोविंद पुरुषोत्तम देशपांडे, अच्युत वझे हे या पिढीतले महत्त्वाचे नाटककार होत. एलकुंचवारांचे एकांकिकालेखन १९६७ पासून सुरू झाले होते. त्यांच्या सुरुवातीच्या या एकांकिकांचे प्रयोग रंगायनने केले होते. एलकुंचवारांचे 'रुद्रवर्षा' हे पाहिले नाटक १९६८ मध्ये रंगभूमीवर आले. त्यानंतर त्यांची 'गार्बो' (१९७३), 'वासनाकांड' (१९७४),'पार्टी' (१९७६), 'वाडा चिरेबंदी' (१९८५), 'प्रतिबिंब' (१९८७), 'आत्मकथा' (१९८८), 'युगान्त' (१९९४) ही नाटके रंगभूमीवर आली. एलकुंचवारांनी मानवी अस्तित्वाला घेरून असलेल्या विविध प्रश्नांचा वेध घेतलेला आहे. 'गार्बो' मध्ये मानवी प्रयत्नांची, आशाह्नआकांक्षांची विफलता व्यक्त झालेली आहे; 'वासनाकांड' मध्ये निखळ वासना आणि तिच्याविषयीचा सामाजिक नैतिक दृष्टिकोण, कलावंतामधली सृजनशीलता आणि त्याला ग्रासणारी संवेदनाहीनता यांतील द्वंद्वांचे चित्रण झालेले आहे; 'पार्टी' मध्ये समाज करून राहणाऱ्या, समूहात जगणाऱ्या माणसांमधल्या एकमेकांविषयीच्या आत्मीयतेचा अभाव आणि संबंधातली औपचारिकता व्यक्त झालेली आहे; 'आत्मकथा'मध्ये सत्य आणि सत्याचा आभास यांतील द्वंद्वांचा पट त्यांनी उभा केलेला आहे आणि 'युगान्त' या त्रिनाट्यधारेत विसाव्या शतकातील मराठी समाज संस्कृतीमधल्या स्थित्यंतरांचा शोध आणि भविष्याचा वेध घेतलेला आहे.

अच्युत वझे यांच्या 'एक होता मधुकर', 'षड्ज', 'चल रे भोपळ्या टुणुक टुणुक', 'सायसाखर', 'पावसाचे नाटक', 'लागला तर घोडा नाहीतर झेब्रा', 'रवी आणि शालू' इत्यादी नाटकांतून मानवी संबंध आणि त्यांतली सत्तात्मकता उघड केलेली आहे. 'षड्ज' हे राजकीय मथितार्थ असलेले गंभीर असे राजकीय रूपक आहे. यातला अविनाश हा कोयना आणि राहुल या दोघांवरही अमर्याद सत्ता गाजवतो. सत्तेखाली वाकण्याची सवय कोयना व राहुलला लागलेली असल्याने अविनाशनंतर त्याची जागा घेणाऱ्या पणशीकरला ते अविनाश समजतात. शासक आणि शासित जनता यांच्यातील संबंधाचे उग्र रूप या नाटकातून व्यक्त झालेले आहे. 'रवी आणि शालू'मध्ये व्यक्ती आणि बाह्य

विश्व यांतील संगतिहीनता दाखवलेली आहे. 'पावसाचे नाटक' मध्ये एकाधिकार शाहीविषयीचा विरोध व्यक्त झालेला आहे. सतीश आळेकर यांच्या नाट्यलेखनाचा आरंभ एकांकिकांनी झाला. त्यानंतर त्यांची 'मिकी आणि मेमसाहेब', 'महानिर्वाण', 'महापूर', 'बेगम बर्वे', 'शनिवाररविवार', 'अतिरेकी' इत्यादी नाटके आली. यांतले 'महानिर्वाण' हे नाटक विशेष महत्त्वाचे मानले गेले. कीर्तनाचा घाट आणि हिंदी चित्रपटाची शैली यांचे मिश्रण असलेले हे नाटक संवादांपेक्षा कृतींवर भर देणारे आहे. रंगमंचावरील वेगवेगळ्या दृश्यांतून नाट्याशयाची निर्मिती होते. आळेकरांनी आपल्या नाटकांत शब्द हा इतर नाट्यघटकांतील एक घटक होय असे मानलेले दिसते. त्यांच्या नाटकांत पाश्चात्त्य असंगत रंगभूमी आणि देशी लोकरंगभूमी यांच्यातील वैशिष्ट्यांचा समन्वय झालेला आहे. अच्युत वझे आणि सतीश आळेकर या दोन्ही नाटककारांनी रंगभूमीवरील शब्दाची सत्ता कमी करून रंगचिन्हव्यवस्थेची भाषा निर्माण करण्याचा प्रयत्न केलेला दिसतो.

□□□

मराठी नाटक : १९४५ ते १९७५

'अभिरुचि' मासिकाच्या १९४६ च्या मार्च, एप्रिल, मे आणि जून अशा चार अंकांतून गोविंद केशव भट यांनी 'नवे नाट्य' ह्या विषयावर लेख लिहिले. या लेखांमध्ये नवे नाट्य आणि मराठीतले नवे नाट्य ह्या विषयांवर विचार मांडलेले आहेत. त्यांच्या मते, नव्या नाट्याचा जन्म युरोपात झाला आणि त्याचा जनक हेन्रिक् इब्सेन हा होय. इब्सेनने 'अ डॉल्स हाऊस' (घरकुल) हे नाटक लिहिले. ह्या नाटकाच्या शेवटी नायिका नोरा आपल्या नवऱ्याचे घर सोडून जाते असे दाखविले आहे. नोराच्या त्या कृतीने सर्व युरोपला धक्का बसला. नोराच्या ह्या कृतीतून सहनशीलपणा, शांत विवेक आणि सत्य स्वीकारण्याचे तेजस्वी धाडस ह्या गोष्टी जाणवत होत्या. नोराच्या या कृतीच्या परिणामाचे वर्णन करताना एका लेखकाने म्हटले आहे की, नोराने घर सोडताना दार आपटल्याचा जो आवाज झाला त्या आवाजाने सारा युरोप हादरून गेला. त्या आवाजाचा 'टाहो' फोडीत नवनाट्याच्या अपत्याने जन्म घेतला, असे गो. के. भट म्हणतात. ह्या लेखात इब्सेनच्या नाटकाचे विश्लेषण करून काही निष्कर्षांची मांडणी त्यांनी केलेली आहे. ते निष्कर्ष असे.

(१) ज्याला आपण 'नवे नाट्य' म्हणून संबोधावे त्याचा पहिला विशेष असा की, ते सामाजिक स्वरूपाचे असून त्यात व्यक्तिसंसाराचे चित्र रंगविताना एका मोठ्या सामाजिक प्रश्नाला तोंड फुटलेले असते.

(२) आपल्या प्रमेयाची मांडणी करताना ह्या नव्या नाट्याने सहजच समाजावर जोराचा हल्ला चढविला. प्रतिष्ठेच्या पोकळ झग्याखाली दडलेल्या

समाजाचे ढोंगी नागडे स्वरूप उघड करून दाखविले. सामाजिक संकेतांत आणि व्यवहारात असत्य, अन्याय, नीतिबाजी यांचा कसा बुजबुजाट झाला आहे ते सांगितले. समाजाच्या प्रतिष्ठेचा बालेकिल्लाच असा जो पांढरपेशांचा वर्ग तो कसल्या भुसभुशीत, कीड लागलेल्या जमिनीवर उभा आहे हे स्पष्ट केले.

(३) समाजसंस्था ह्या ढोंगावर, दंभावर उभ्या आहेत, त्यांना अथपासून इतिपर्यंत खोटेपणाची कीड लागली आहे ही जाणीव झाली तसे नव्या नाट्याने ह्या दंभाचा स्फोट करण्याचे, ही कीड निपटून टाकण्याचे कार्य स्वतःच्या अंगावर घेतले. हे कार्य गंभीर स्वरूपाचे आहे आणि ते गंभीरपणेच केले पाहिजे. समाजातल्या लोकांना आपल्या कायद्याची, नीतीची, प्रतिष्ठेची मुळेच तपासून, जोखून घ्यायला सांगायची, तेव्हा हे कार्य गंभीरपणेच केले पाहिजे, ही नव्या नाट्याची भूमिका होती.

(४) हे ध्येय सफल करण्यासाठी नव्या नाट्याने जी साधने हाती घेतली ती बुद्धिमत्तेची, सुसंगत तर्काची, प्रमाणसिद्ध विचारप्रणालीची. नवे नाट्य बुद्धिप्रधान, प्रमेयाची तार्किक चिकित्सा करणारे आणि मानसिक क्रांतीच्या रोखाने अवतरणारे असे आहे.

(५) आपल्या कल्पना आपण बदलल्या पाहिजेत, जुन्या मुर्दाड संकेतांचे नवे जिवंत अर्थ बसवायला पाहिजेत अशी मनोमन खात्री ही नवनाट्याची खूण आहे. नवनाट्याचे अंतरंग दाखवून पुढे बहिरंगात कोणते बदल झाले, ते भटांनी सांगितले आहे. अ. पूर्वीची बहुप्रवेशी रचना जाऊन त्याजागी एकांकीएकप्रवेशी रचना नाट्यलेखनात आली. आ. स्वगते, एकमुखी लांबच लांब भाषणे, इत्यादी नाट्यसंकेतांना रजा मिळाली. इ. संवाद सोपा, सुटसुटीत आणि छोटा झाला. ई. पात्रांच्या भाषणातले भाषेचे आलंकारिक फुलोरे आणि कोट्यादिकांची आतषबाजी कमी होऊन भाषा साधी, स्वाभाविक आणि खऱ्या अर्थाने बोलभाषा झाली.

नवनाट्याच्या अंतरंगाची आणि बहिरंगाची चिकित्सा केल्यानंतर मराठीत नवनाट्याचा आरंभ कोठे झाला हे ठरविणे गो. के. भटांना कठीण गेलेले आहे. तथापि ''डोळ्यात भरण्यासारखा नवीनपणा, वेगळेपणा मराठी नाट्यप्रयोगात कोठे अवतरला असेल तर तो नाट्यमन्वंतर लिमिटेडच्या 'आंधळ्यांची शाळा' ह्या नाटकात'' असे त्यांना वाटलेले आहे. 'आंधळ्यांची शाळा' नाटक पाहत असताना नाटकाचे स्वरूप, त्याचा विषय, त्याची मांडणी, त्यातील स्त्रियांनी

केलेल्या भूमिका, त्याचे दिग्दर्शक - ह्या सर्वच बाबतींत काहीतरी अभूतपूर्व, नवीन आपण पाहत आहोत हा अनुभव पुष्कळांना आला असेल, असे ते म्हणतात. परंतु ही परंपरा टिकली नाही, याचे वैषम्यही त्यांना वाटते. मराठीत नवे नाट्य इतके तुरळक सापडावे हा खरोखर आश्चर्य वाटण्याजोगा प्रश्न आहे असे ते म्हणतात आणि त्याची गंभीरपणे चिकित्सा केल्यानंतर 'नवे नाट्य गंभीर भूमिकेवाचून यावयाचे नाही. हा गंभीरपणा आमच्याकडे अभावाने तळपतो. नवे नाट्य निर्माण न होण्याला हे एक जबरदस्त कारण आहे' हे उत्तर हाती येते.

१९३३ मध्ये नाट्यमन्वंतर लिमिटेड ही संस्था स्थापन झाली. ह्या नाट्यसंस्थेने श्रीधर विनायक वर्तक यांची 'आंधळ्यांची शाळा', 'लपंडाव', 'तक्षशिला', ही नाटके रंगभूमीवर आणली. 'आंधळ्यांची शाळा' हे नाटक महत्त्वाचे मानले जाते, कारण तोपर्यंतच्या मराठी नाटकावर आणि रंगभूमीवर शेक्सपियरच्या नाट्यतंत्राचा प्रभाव होता, 'आंधळ्यांची शाळा' ह्या रूपांतरित नाटकाने इब्सेनच्या नाट्यतंत्राची जोड करून दिली. मात्र इब्सेनच्या बाह्य तंत्राचा जेवढा स्वीकार केला गेला तेवढा इब्सेनच्या नाटकातील वैचारिक आशयाचा स्वीकार झाला नाही. त्यामुळे नाट्यमन्वंतर म्हणजे, स्त्रियांच्या भूमिका स्त्रियांनी करणे, स्वगत भाषणांची अनुपस्थिती, अंक एकप्रवेशी करणे, आवश्यक तेथेच संगीताचा उपयोग करणे, एवढेच किरकोळ बदल. मराठीत 'नवे नाट्य' खऱ्या अर्थाने आलेच नाही.

१९३३ पासून पुढे १९४५ पर्यंत रंगभूमी गाजवणारे तीन नवे नाटककार, म्हणजे प्र. के. अत्रे, अनंत काणेकर आणि मो. ग. रांगणेकर हे होत. १९३३ मध्ये अत्रे यांचे 'साष्टांग नमस्कार' हे नाटक रंगभूमीवर आले. त्यानंतर त्यांची 'घराबाहेर' (१९३४), 'भ्रमाचा भोपळा' (१९३५), 'लग्नाची बेडी' (१९३६), 'उद्याचा संसार' (१९३६), 'वंदे मातरम्'(१९३७), 'पराचा कावळा' (१९३८), 'मी उभा आहे' (१९३९), 'पाणिग्रहण' (१९४६), 'जग काय म्हणेल' (१९४६), 'कवडीचुंबक' (१९५१), 'तो मी नव्हेच' (१९६२), 'बुवा तेथे बाया' (१९६४), 'डॉक्टर' (१९६७), इत्यादी नाटके प्रकाशित झाली. अत्रे यांची बहुतेक नाटके विनोदी आहेत आणि ती त्यांनी प्रेक्षकांचे मनोरंजन व्हावे याच हेतूने लिहिलेली आहेत. 'कोणत्याही तत्त्वाचा खल करण्यासाठी अगर सामाजिक किंवा राजकीय अन्याय वेशीवर टांगण्यासाठी म्हणून मी हे नाटक लिहिलेले नाही, प्रेक्षकांचे केवळ विनोदपूर्वक मनोरंजन

करणे एवढाच हेतू मी माझ्या डोळ्यांपुढे ठेवलेला आहे' असे जे त्यांनी 'साष्टांग नमस्कार'च्या संदर्भात म्हटले आहे, ते त्यांच्या बहुतेक नाटकांना लागू पडणारे आहे. अत्रे यांच्या नाटकांत समाजातील हास्यास्पद प्रवृत्तींचे विडंबन असते, प्रसंगनिष्ठ आणि स्वभावनिष्ठ विनोद असतो. अत्रे यांच्या गंभीर प्रकृतीच्या नाटकांतून आपल्या समाजात स्त्रीच्या व्यक्तित्वाची कशी कुचंबणा होते हे दाखवून दिलेले आहे 'इब्सेनचे तंत्र मराठीत यशस्वी रितीने आत्मसात करण्याचे श्रेय ज्या थोड्याफार मराठी नाटककारांना देणे शक्य आहे त्यांत अत्र्यांचा गौरवपूर्ण निर्देश करणे आवश्यक आहे' असे डॉ. अ. ना. देशपांडे यांनी म्हटलेले आहे.

ह्या काळातले दुसरे महत्त्वाचे नाटककार अनंत काणेकर हे होत. काणेकरांची बहुतेक नाटके अनुवादित, रूपांतरित अशी आहेत. त्यांनी इब्सेनच्या 'डॉल्स हाऊस'चे 'घरकुल' ह्या नावाने रूपांतर केले. 'निशिकांताची नवरी' (१९३८), 'फास', 'पतंगाची दोरी' (१९५१), 'झुंज' ही त्यांची इतर रूपांतरित नाटके. ''नवीन मराठी नाट्याची जी वाटचाल सुरू झाली ती 'घरकुल' च्याच अनुरोधाने हे कबूल करावे लागेल' असे बापूराव नाईक यांनी म्हटलेले आहे. काणेकरांच्या रूपांतरित नाटकांनी पाश्चात्त्य रंगभूमीवरील नव्या प्रवाहांची ओळख करून दिली.

मोतीराम गजानन रांगणेकर हे ह्या काळातले तिसरे महत्त्वाचे नाटककार. १९४१ पासून १९६५ पर्यंत त्यांच्या नाटकांचे प्रयोग होत असलेले दिसतात. रांगणेकरांनी 'नाट्यनिकेतन' ह्या नावाची संस्था स्थापन केली आणि त्या संस्थेद्वारा आपली नाटके रंगमंचावर आणली. 'आशीर्वाद' (१९४१) हे त्यांचे पहिले नाटक. त्यानंतर 'कुलवधू' (१९४२), 'नंदनवन' (१९४२), 'कन्यादान' (१९४३), 'अलंकार' (१९४४), 'माझे घर' (१९४५), 'वहिनी' (१९४५), 'एक होता म्हातारा' (१९४८), 'कोणे एके काळी' (१९५०), 'माहेर' (१९५१), 'रंभा' (१९५२), 'जयजयकार' (१९५३), 'लिलाव' (१९५५), 'भटाला दिली ओसरी' (१९५६), 'धाकटी आई' (१९५६), 'भाग्योदय' (१९५७), 'अमृत' (१९५८) इत्यादी नाटके रंगमंचावर आली.

नाट्यमन्वंतर ही संस्था बंद पडल्यानंतर पाचसहा वर्षांनी नाट्यनिकेतन ही रांगणेकरांची संस्था उदयाला आली. ह्या काळात मराठी रंगभूमीवर बोलपटांचे आक्रमण झालेले होते. नाटकाचा प्रेक्षकवर्ग बोलपटाने खेचला होता. अशा वेळी त्याला परत नाट्यगृहाकडे वळविण्यासाठी आवश्यक अशी सामग्री

असलेली नाटके लिहिणे व बसवणे आवश्यक झाले होते. रांगणेकरांनी ही वस्तुस्थिती आपल्या डोळ्यांसमोर ठेवली होती. 'पाचसहा गोड गाणी, स्त्रियांच्या भूमिका स्त्रियांनी करणे, वास्तववादी नेपथ्य, प्रचलित जीवनातील लहानमोठ्या प्रश्नांशी संबंधित असलेली, एकजिनसी स्वरूपाची, कालानुरूप, अल्पविस्ताराची, विषयाचा फार मोठा तात्त्विक बडिवार नसलेली, चटकदार शैलीची, त्यातील महत्त्वाच्या मुद्द्यांच्या विवेचनाची प्रेक्षकांना सहज ओळख पटेल अशी खुबीदार नाटके आणि ह्या नाटकांना उपयुक्त होईल आणि ज्याचे नियंत्रण करता येईल असा सर्वसाधारणपणे समंजस नटवर्ग, ही रांगणेकरांच्या रंगभूमीची मुख्य सामग्री होती' ह्या शब्दांत के. नारायण काळे यांनी रांगणेकर यांच्या नाटकाचे व रंगभूमीचे मूल्यमापन केलेले आहे.

भार्गवराम विठ्ठल वरेरकर यांचे रंगभूमीवरचे कर्तृत्व १९०८ सालीच सुरू झालेले होते. तथापि १९५८ पर्यंत त्यांची नवी नाटके मराठी रंगभूमीवर आलेली आहेत. त्यामुळे १९४५ पूर्वीच्या अत्रे, काणेकर, रांगणेकर ह्या नाटककारांप्रमाणे वरेरकर यांचेही स्थान महत्त्वाचे मानले पाहिजे. १९४५ ते १९५८ ह्या काळात त्यांची 'संन्याशाचे लग्न', 'जिवाह्नशिवाची भेट', 'द्वारकेचा राजा', 'अपूर्व बंगाल', 'लंकेची पार्वती', 'भूमिकन्या सीता' ही नाटके रंगमंचावर आली. किर्लोस्कर, देवल, खाडिलकर, कोल्हटकर, गडकरी हे १९२० पर्यंतचे नाटककार आणि १९४० नंतर उदयास आलेल्या अत्रे, काणेकर, रांगणेकर ह्या नाटककारांच्या मध्ये वरेरकर हे दुव्यासारखे आहेत. वरेरकरांची बहुतांशी नाटके सामाजिक विषयांवरची आहेत. नाट्यतंत्रातही त्यांनी सुधारणा केलेली होती. १९४१ मध्ये झालेल्या नाट्योत्सवात काणेकरांच्या रूपांतरित 'घरकुल' बरोबरच 'उडती पाखरे' ह्या नाटकाचाही प्रयोग झाला होता. समकालीन सामाजिक विषयांवर नाटके लिहिणे आणि त्यांद्वारा प्रबोधन करणे हा त्यांचा हेतू असावा. मात्र लोकांना ती आवडली पाहिजेत ह्या दृष्टीने त्यांचे लेखन झालेले असल्याने पुरेशी खोल आणि गंभीर अशा प्रकृतीची नाटके त्यांनी लिहिली नाहीत.

लोकरंजन आणि लोकशिक्षण हाच हेतू समोर ठेवून नाटके लिहिणारे माधव नारायण जोशी हे एक नाटककार त्या काळात लोकप्रिय होते. त्यांचे पहिले नाटक 'विनोद' हे १९१३ साली प्रकाशित झाले होते. त्यानंतर १९४६ पर्यंत त्यांनी टवाळी, उपहास, विडंबन, विनोद, यांनी युक्त असलेली आणि त्यांद्वारा समाजजीवनातील दोष व व्यंगे दाखविणारी नाटके लिहिली.

१९४५ पूर्वीच्या महत्त्वाच्या नाटककारांच्या ह्या अल्प परिचयानंतर १९४५ ते १९६० ह्या काळातील मराठी नाट्यसृष्टीचे स्वरूप पाहावयाचे आहे.

१९४६ साली वि. वा. शिरवाडकर यांचे 'दूरचे दिवे' हे पहिले नाटक प्रसिद्ध झाले. त्यानंतर आजतागायत त्यांची अनेक नाटके रंगमंचावर आलेली आहेत. एक महत्त्वाचे नाटककार म्हणून आजही त्यांना मान्यता आहे. 'दूरचे दिवे' नंतर शिरवाडकरांनी 'दुसरा पेशवा', 'वैजयंती', 'कौंतेय', 'राजमुकुट', 'दिवाणी दावा', 'ऑथेल्लो', 'देवाचं घर', 'ययाति आणि देवयानी', 'आनंद', 'आमचं नाव बाबूराव', 'एक होती वाघीण', 'चंद्र जिथे उगवत नाही', 'नटसम्राट', 'बेकेट', 'मुख्यमंत्री', 'विदूषक', 'वीज म्हणाली धरतीला', 'महंत', इत्यादी नाटके लिहिली. शिरवाडकरांनी आपल्या नाटकांच्या द्वारा खाडिलकरगडकरी यांची परंपरा पुढे चालवली असे म्हटले जाते. याचा अर्थ, १९३५-४० च्या आसपास मराठी नाटक आणि रंगभूमीच्या क्षेत्रात इब्सेनप्रणीत नवे नाट्यमन्वंतर घडविण्याचा प्रयत्न झाला त्याचा कोणताही परिणाम शिरवाडकरांवर नाही. किर्लोस्करदेवलांपासून मराठीत संगीत रंगभूमीची एक परंपरा सुरू झालेली दिसते. ती कोल्हटकरगडकरी यांच्यापर्यंत तर होतीच, पुढेही १९५० पर्यंत ती टिकलेली दिसते. नाट्यमन्वंतर ह्या संस्थेच्या अयशस्वी प्रयत्नानंतर मराठी रंगभूमी जगविण्याचे श्रेय रांगणेकरांना दिले जाते. त्यांनीही संगीत नाटके लिहिलेली आहेत. १९५० पर्यंत मराठी रंगभूमीवर संगीत नाटकाचे वर्चस्व होते. शिरवाडकरांच्या नाटकांचे वैशिष्ट्य हे, की ती संगीत रंगभूमीला शरण गेलेली नाहीत. गद्य रंगभूमीची सशक्त परंपरा शिरवाडकरांच्या नाटकांपासून सुरू झाली असे म्हणावयास हरकत नाही. स्वाभाविकच शिरवाडकरांच्या नाटकात पात्रांच्या संवादाच्या भाषेला महत्त्व आलेले आहे. परंतु ही भाषा ज्या पात्रांच्या तोंडी असते ती पात्रेही तशीच महत्त्वाची किंवा लक्षणीय असावी लागतात, हे शिरवाडकरांनी ओळखलेले असल्याने त्यांच्या नाटकातली पात्रे, त्यांच्या व्यक्तिमत्त्वाचे चित्रण, स्वभावविशेष महत्त्वाचे ठरतात. शिरवाडकरांच्या नाटकांचा विशेष हा की, त्यांच्या नाटकात पात्रांच्या व्यक्तिमत्त्वाला प्राधान्य आहे. शेक्सपियरच्या नाटकाचा हा प्रभाव असावा. शिरवाडकरांनी 'राजमुकुट', 'ऑथेल्लो' ही शेक्सपियरची नाटके मराठीत आणलेली आहेत. त्यांनी ऐतिहासिक, पौराणिक आणि सामाजिक स्वरूपाची नाटके लिहिली. बहुतेक नाटकांमध्ये व्यक्तिरेखा ठळक केलेल्या आहेत. त्या व्यक्तींच्या संदर्भात मोजकेच उत्कट प्रसंग निर्माण केलेले आहेत आणि व्यक्ती

व परिस्थिती यांत ताण निर्माण करून नाट्यात्म स्थितीची रचना केलेली आहे. १९४५ ते १९६० ह्या काळात शिरवाडकरांची 'दूरचे दिवे', 'दुसरा पेशवा', 'वैजयंती' आणि 'राजमुकुट' ही रूपांतरित नाटके होत. 'दुसरा पेशवा' ह्या नाटकात बाजीरावाची व्यक्तिरेखा उठावदार झालेली आहे. याशिवाय ह्या नाटकातील चिमाजी, काशीबाई, शाहू, मस्तानी ह्या गौण व्यक्तिरेखांचेही चित्रण कौशल्याने केलेले आहे. 'कौंतेय' ह्या नाटकात कुंती ही आपली आई आहे याचे कर्णाला होणारे ज्ञान, ह्या सूत्रावर उभारलेले प्रसंग आहेत. पात्रांच्या मनातील भावनांचे कल्लोळ ह्या नाटकात प्रभावीपणे व्यक्त झालेले आहेत. मनुष्यस्वभाव आणि त्यातून निर्माण होणारे वैचारिक अगर भावनिक कल्लोळ हाच शिरवाडकरांच्या नंतरच्याही नाटकांचा विशेष आहे. उठावदार पात्र आणि प्रसंगांची रचना व पात्रांच्या स्वभावातील अगर परिस्थितीतील नाट्य आणि भावनिक व वैचारिक कल्लोळ प्रभावीपणे व्यक्त करणारी काव्यात्म भाषा ही त्यांच्या नाटकाची वैशिष्ट्ये होत.

गणेश शिवराम ऊर्फ नाना जोग हे ह्या काळातले दुसरे महत्त्वाचे नाटककार. त्यांची 'चित्रशाळा' (१९४८), 'सोन्याचे देव' (१९४९), 'भारती' (१९५२), 'हॅम्लेट' (१९५७) ही नाटके होत. प्रचलित समाजव्यवस्थेचे विदारक चित्रण हे जोग यांच्या नाटकांचे वैशिष्ट्य. डॉ. अ. ना. देशपांडे यांनी जोगांबद्दल पुढील गौरवोद्गार काढलेले आहेत – 'एक थोर प्रभावशाली नाटककार ही पदवी जोगांना देणे आता क्रमप्राप्त झाले आहे. उच्च वैचारिक व समाजाभिमुख भूमिकेवरून लिहिलेल्या जोगांच्या कलासंपन्न नाट्यकृतींनी मराठी नाट्यसृष्टीच्या विकासक्रमातील नव्या वैभवशाली पर्वास प्रारंभ केला आहे.'

माधव मनोहर यांची काही रूपांतरित नाटके ह्या काळात रंगमंचावर आली. 'आजोबाच्या मुली' (१९४३), 'सशाची शिंगे' (१९४७), 'आई' (१९५३) इत्यादी. मराठी नाटकावर काही नवे संस्कार घडविण्याच्या संदर्भात काणेकर, शिरवाडकर यांच्या रूपांतरित नाटकांचा जसा सहभाग आहे तसाच माधव मनोहरांच्या नाटकांचाही आहे. शेक्सपियर आणि इब्सेन यांपलीकडे असलेल्या पाश्चात्त्य नाटकाचा शोध पुढेही अनेक नाटककारांनी घेतलेला दिसतो.

पु. ल. देशपांडे यांचे 'तुका म्हणे आता' हे पहिले नाटक १९४८ मध्ये रंगभूमीवर आले. त्यानंतर 'अंमलदार' (१९५२), 'भाग्यवान' (१९५३), 'तुझे

आहे तुजपाशी' (१९५७), 'सुंदर मी होणार' (१९५८) ही नाटके रंगभूमीवर आली. त्यांच्या 'तुझे आहे तुजपाशी' ह्या नाटकाची सर्वाधिक चर्चा झाली. ते रंगभूमीवर गाजले, त्याचे असंख्य प्रयोग झाले आणि नाटककार म्हणून पु. ल. देशपांडे यांना ख्यातीही याच नाटकाने प्राप्त करून दिली. ह्या नाटकात काकाजी आणि आचार्य हे दोन वेगवेगळ्या विचारधारांचे प्रतिनिधी आहेत. त्यांच्यातील विरोध, त्यांच्यातील संघर्ष हाच ह्या नाटकाचा पाया आहे. जीवन मन:पूर्वक भोगणारे, आनंदी वृत्तीचे आणि आतून विरक्त असणारे काकाजी आणि बाह्यत: विरक्त असलेले, जीवनाला नियमात जखडून टाकणारे, आत्मप्रेमी आचार्य असा हा संघर्ष आहे. लेखकाने हास्य आणि गांभीर्य यांचे मिश्रण ह्या नाटकात केलेले आहे. विनोद निर्माण होईल अशा प्रकारचे संवाद रचलेले आहेत. तथापि भर आहे तो ह्या दोन ठळक पात्रांच्या वृत्तिविशेषांवरच. त्यातही आचार्यांना प्रथम हास्याचा विषय करून अखेरीला कारुण्याची झालर दिलेली आहे. 'या नाटकातील विविध विलोभनीय व्यक्तिरेखा, खऱ्या अर्थाने नाट्याविष्काराचे कार्य करणारे नेपथ्यसजावट, प्रेमसंवाद, विडंबन, प्रहसनात्मक प्रसंग, गतकालाची गहिरी स्मृती ह्या प्रत्येकानुसार बदलणारा संवादाचा पोत आणि मराठी वाचकप्रेक्षकाला प्रिय असणारे दोन पात्रांमधील संघर्ष यांमुळे ते नाटक समृद्ध झाले आहे' असे पुष्पा भावे यांनी म्हटलेले आहे.

तारा वनारसे यांचे 'कक्षा' हे नाटक १९५५ मध्ये रंगभूमीवर आले. हे नाटक प्रायोगिक स्वरूपाचे होते. त्या काळातील प्रायोगिक रंगभूमीच्या प्रेक्षकांना आणि समीक्षकांना ते आवडले होते. ह्या नाटकावरील अत्रे, वरेरकर, रांगणेकर आणि मराठीतील इब्सेनी तंत्राचा थोडाफार प्रभाव वगळल्यास तत्कालीन रंगभूमीवरचे हे एक वेगळ्या प्रकारचे नाटक होते असे म्हणता येईल. मध्यमवर्गीयांच्या प्रस्थापित मूल्यांनी जखडलेली उर्मिला आणि ही कक्षा ओलांडू पाहणारा दिवाकर यांची कथा ह्या नाटकात येते. आपल्या इच्छा-आकांक्षांचा बळी देणे, त्याग करणे, वचन पाळणे, स्वत:बद्दल अभिमान बाळगणे, इतरांचे उपकार न स्वीकारणे, इतरांनी केलेल्या उपकारांबद्दल कृतज्ञ राहणे, घरदार, आईबाप, नातीगोती, ह्या सर्वांसाठी सदैव त्याग करायला सिद्ध राहणे, पारंपरिक मूल्यांचे जतन करण्यासाठी आपल्या वैयक्तिकइच्छा-आकांक्षांवर, स्वप्नांवर निखारे ठेवणे हे सर्व उर्मिला करू पाहते. परंतु वेगळी जीवनसृष्टी बाळगणारा दिवाकर जेव्हा तिच्या आयुष्यात येतो तेव्हा या सर्व

पारंपरिक मूल्यांमधील अर्थशून्यता तिच्या लक्षात येते. परंतु मध्यमवर्गीय मूल्यचौकटीत ती इतकी जखडलेली आहे की तिची त्यातून सुटका होऊ शकत नाही. हीच तिची शोकान्तिका होय. एक वेगळी, नवी जाणीव देणारे हे नाटक होते.

१९५५ मध्ये विजय तेंडुलकर यांचे 'श्रीमंत' हे पहिले नाटक रंगमंचावर आले. त्यानंतर त्यांची 'माणूस नावाचे बेट' (१९५६), 'मधल्या भिंती' (१९५८), 'चिमणीचं घर होतं मेणाचं' (१९५९), 'मी जिंकलो, मी हरलो' (१९६३), 'कावळ्यांची शाळा' (१९६४), 'सरी ग सरी' (१९६४), 'एक हट्टी मुलगी' (१९६७), 'शांतता! कोर्ट चालू आहे' (१९६८), 'अशी पाखरे येती' (१९७०), 'गिधाडे' (१९७१), 'सखाराम बाइंडर' (१९७२), 'घरटे आमुचे छान' (१९७३), 'घाशीराम कोतवाल' (१९७३), 'दंबद्वीपचा मुकाबला' (१९७४), 'भल्याकाका' (१९७४), 'बेबी' (१९७५), 'भाऊ मुरारराव' (१९७५), 'पाहिजे जातीचे' (१९७६), 'कमला' (१९८२), 'मित्राची गोष्ट' (१९८२), 'कन्यादान' (१९८३), 'विठ्ठला' (१९८५), इत्यादी नाटके प्रसिद्ध झाली. नाटकांबरोबर अनेक उत्कृष्ट एकांकिकाही तेंडुलकरांनी लिहिलेल्या आहेत.

१९६० पर्यंत तेंडुलकरांची तीनचारच नाटके रंगमंचावर आली होती. परंतु एक वेगळा नाटककार म्हणून ह्या नाटकांनी त्यांची प्रतिमा निर्माण केली. 'श्रीमंत' ह्या नाटकात दादासाहेब आणि मालिनीबाई यांची यांची मुलगी मथुरा हिचा एका विवाहित पुरुषाशी संबंध येतो आणि कौटुंबिक आणि सामाजिक प्रतिष्ठेच्या दृष्टीने एक भयानक गोष्ट घडते. तिच्या पोटातल्या चार महिन्यांच्या गर्भाचे काय करावे हा सर्वांपुढे असलेला प्रश्न. ह्या पार्श्वभूमीवर एका माणसाचा प्रवेश होतो. तो रूढ सामाजिक चौकटीतल्या कुटुंबात न बसणारा व प्रतिष्ठेच्या कल्पनेत न बसणारा असा इसम आहे. त्याचे सामाजिक आणि वैयक्तिक जीवन हीन रितीचे मानावे असे आहे. श्रीधर हे त्याचे नाव. तेंडुलकरांनी नाटकात त्याच्या व्यक्तिमत्त्वाला इतर पात्रांच्या तुलनेत हळूहळू उंची कशी प्राप्त होत जाते, हे दाखविले आहे. तो त्या मध्यमवर्गीय तथाकथित प्रतिष्ठित कुटुंबातल्या प्रतिष्ठेच्या पोकळ कल्पना उघड करीत जातो. तो मथुरेशी लग्न करायला तयार होतो. पुढे दुसऱ्या अंकात ह्या कुटुंबातील तणावाचे चित्रण केलेले आहे. 'माणूस नावाचे बेट' मध्ये तीन सामान्य परिस्थितीमधले तरुण, एकाची पत्नी आणि त्यांच्यासमोर असलेली परिस्थिती,

त्या परिस्थितीशी चाललेला त्यांचा संघर्ष यांचे चित्रण आहे. राहण्याची जागा, नोकरी, दैनंदिन खर्चाची समस्या अशी ही मुळीच भव्य, उदात्त नसलेली स्थिती आणि तशीच माणसे यांचे हे नाटक आहे. मराठी रंगभूमीवर पात्रांच्या व्यक्तिमत्त्वाला नाटकी उठाव देण्याच्या व त्यांच्या तोंडी वेगळीच काव्यमय अशी भाषा असण्याच्या काळात तेंडुलकरांची सर्वसामान्यांचे जीवन चितारणारी, मध्यमवर्गीय कुटुंबातील तणावाचे चित्रण करणारी नाटके रंगमंचावर आली.

'मधल्या भिंती' मध्ये पार्वतीबाई आणि त्यांचा मुलगा सदाशिव यांच्यातील संघर्षाचे चित्रण येते. एकमेकांवर प्रेम करणाऱ्या आई आणि मुलगा यांच्यात भिंत उभी राहते. पार्वतीबाई आणि सदाशिव यांच्यातील प्रेम, नंतर दुरावा आणि शेवटी तो दुरावा नाहीसा होऊन त्यांच्यात सख्य प्रस्थापित होणे असे ह्या नाटकाचे टप्पे आहेत. मध्यमवर्गीय सामान्य व्यक्तींच्या कौटुंबिक आशा-आकांक्षांना, त्यांतून उत्पन्न होणाऱ्या रागाला आणि दु:खाला ह्या नाटकात मध्यवर्ती स्थान प्राप्त झालेले आहे. 'चिमणीचं घर होतं मेणाचं' हे नाटक त्यातल्या प्रयोगशीलतेच्या दृष्टीने महत्त्वाचे आहे. 'फँटसी' च्या वळणाचे हे नाटक आहे. 'माणसाच्या जीवनातले कुरूप, उद्वेगजनक भाग कुणीतरी मधून-मधून रंगविलेच पाहिजेत. कारण अशा कुरूप आणि उद्वेगजनक भागांतच माणसातले माणूसपणा खरोखरी खरवडले पारखले जाते. अशी नाटके पुन: पुन्हा पाहावी अशी अपेक्षा नसते. परंतु ती झाली मात्र पाहिजेत' असे तेंडुलकरांनी 'मधल्या भिंती'च्या प्रस्तावनेत म्हटले आहे. तेंडुलकरांच्या पुढील काळातल्या नाट्यलेखनाचे हे सूत्र आहे असे म्हणता येईल. 'शांतता, कोर्ट चालू आहे', 'गिधाडे', 'सखाराम बाईंडर', 'घाशीराम कोतवाल', 'बेबी', इत्यादी नाटकांतून मानवी जीवनातील कुरूपतेचे आणि क्रूरतेचेही चित्रण झालेले आहे. १९५५ ते १९८५ ह्या कालखंडातील तेंडुलकरांचा नाट्यप्रवास पाहिला तर तेंडुलकरांची नाट्यरचना आणि नाट्याशय ह्या दोन्ही बाबतींत विकसन-शीलता दिसते. 'सरी ग सरी' मध्ये तमाशाचा घाट त्यांनी नाटकाला दिलेला आहे. 'शांतता! कोर्ट चालू आहे' मध्ये न्यायालयातील खटल्याचे रूप दिलेले आहे, 'घाशीराम कोतवाल' मध्ये संगीतनृत्यात्मक आणि समूहाच्या विविध आकृतिबंधात्मक रचनेतून नाट्याची अभिव्यक्ती केलेली आहे. 'शांतता' पासूनच तेंडुलकर समूहमनाच्या हालचाली दाखवू लागले. सुरुवातीची नाटके व्यक्तीवर केंद्रित होती, तर नंतरच्या नाटकांतून समूहाला केंद्रवर्ती स्थान प्राप्त

झाले. तेंडुलकरांची नाटके वास्तवाचे चित्रण करतात, त्यातही मध्यमवर्गीय मराठी मनुष्य, त्याची समाजव्यवस्था, मूल्ये आणि अंतर्विरोध यांचे चित्रण ते करतात. बाह्यत: सौम्य दिसणाऱ्या समाजातील हिंस्रता, मूल्यांचा उद्‌घोष करणाऱ्या व्यक्तींची मूल्यहीनता. प्रतिष्ठेची प्रौढी आणि साळसूद वाटणाऱ्यांमधले दंभ असे वास्तव त्यांच्या नाटकातून येते. अशा मध्यमवर्गीय सामान्य व्यक्तींचाच हा समाज असल्याने त्यांच्या नाटकातले नायक, नायक नसून प्रतिनायक आहेत.

१९५७ साली पु. ल. देशपांडे यांचे 'तुझे आहे तुजपाशी', बाळ कोल्हटकर यांचे 'दुरितांचे तिमिर जावो', शं. गो. साठे यांचे 'स्वप्नीचे हे धन' ही नाटके रंगभूमीवर आली, त्याचवर्षी वसंत कानेटकर यांचे 'वेड्याचे घर उन्हात' हे पहिले नाटक प्रसिद्ध झाले. हे नाटक बरेच गाजले, कानेटकरांना नाटककार म्हणून प्रतिष्ठा लाभली. त्यानंतर त्यांचे नाट्यलेखन अव्याहत सुरू राहिले. 'देवांचे मनोराज्य' (१९५८), 'प्रेमा तुझा रंग कसा' (१९६१), 'रायगडाला जेव्हा जाग येते' (१९६२), 'दोन ध्रुवावर दोघे आपण' (१९६३), 'मत्स्यगंधा' (१९६४), 'मोहिनी' (१९६४), 'अश्रूंची झाली फुले' (१९६६), 'लेकुरे उदंड झाली' (१९६६), 'इथे ओशाळला मृत्यू' (१९६८), 'तुझा तू वाढवी राजा' (१९६९) अशी एका पाठोपाठ एक नाटके येत गेली. त्यांतील काही नाटके अशी 'घरात फुलला पारिजात', 'मला काही सांगायचंय', 'मीरा मधुरा', 'हिमालयाची सावली', 'बेईमान', 'अखेरचा सवाल', 'नलदमयंती', 'विषवृक्षाची छाया', 'कस्तुरीमृग', 'माणसाला डंख मातीचा', 'सूर्याची पिल्ले', 'एक रूप : अनेक रंग', 'गोष्ट जन्मांतरीची', 'गाठ आहे माझ्याशी', 'कधीतरी कोठेतरी', 'पंखांना ओढ पावलांची', 'छूमंतर', 'गगनभेदी', 'प्रेमाच्या गावा जावे', 'वादळ माणसाळतंय', 'मदनबाधा', 'सोनचाफा', 'जिथे गवतास भाले फुटतात' इत्यादी.

नाटककार कानेटकरांची नाट्यसृष्टी विविधतेने नटलेली आहे. मनोविश्लेषणात्मक, ऐतिहासिक, पौराणिक, सामाजिक विषयांवरची त्यांची नाटके आहेत. त्यांत सुखात्मिका आहेत, प्रहसनवजा नाटके, संगीतमय नाटके आहेत, तशीच अतिरंजित स्वरूपाची भावनाट्येही आहेत. कानेटकर हे एक यशस्वी नाटककार आहेत. प्रेक्षकांना काय आवडते याची त्यांना चांगली कल्पना आहे. पात्र आणि प्रसंगांची रचना नाट्य फुलत राहील अशा प्रकारची ते करतात. त्यांच्यात फार खोल अथवा व्यापक असा वैचारिक अगर भावनिक

संघर्ष नसतो. परंतु ज्या स्थितीतून नाट्यात्मकता निमार्ण होईल अशी स्थिती ते कल्पितात आणि त्या स्थितीच्या संदर्भात त्यांच्या पात्रांच्या क्रियाप्रतिक्रियांमधील नाट्य ते टिपतात. शिरवाडकरांप्रमाणे व्यक्तिमत्त्वप्राधान्य कानेटकरांच्या नाटकात विशेष आढळत नाही किंवा पात्रांच्या भाषेत काव्यात्मताही नसते. मात्र कथानकाची अतिशय नेटकी आणि बंदिस्त रचना हे कानेटकरांच्या नाटकाचे मुख्य वैशिष्ट्य मानावे लागेल. मराठी रंगभूमी प्रेक्षकशरण राहिलेली आहे आणि यापासून कानेटकरांची नाटकेही मुक्त नाहीत. या काळातल्या शिरवाडकर, देशपांडे ह्या महत्त्वाच्या नाटककारांप्रमाणेच कानेटकरही प्रेक्षकांना फारसे दुखवायचे नाही, अस्वस्थ करायचे नाही, नाटक आणि रंगभूमी ह्या संदर्भात मूलभूत नवे असे काही करायचे नाही, ह्या भूमिकेतूनच नाटके रचतात असे दिसते. नाट्यरचनेतली विविधताही प्रेक्षकांच्या अनुनयाचाच एक भाग असतो.

मराठी नाटक आणि रंगभूमीच्या क्षेत्रात दोन प्रवृत्ती दिसतात. एक नाट्यमन्वंतर प्रवृत्ती आणि दुसरी नाट्यनिकेतन प्रवृत्ती. याचा अर्थ असा की, रंगभूमी आणि नाटक ह्या प्रांतात काही नवे करू इच्छिणारी, प्रायोगिकता आणू इच्छिणारी प्रवृत्ती आणि नाटकाला व्यवसायाची जोड देऊ पाहणारी, व्यवसायदृष्ट्या हे कार्य सफल होईल हे पाहणे ही व्यावसायिक दृष्टी. श्री. वि. वर्तक, अनंत काणेकर, माधव मनोहर हे प्रायोगिक रंगभूमीसाठी लिहिणारे नाटककार होत. तर वरेरकर, अत्रे, रांगणेकर हे व्यावसयिक रंगभूमीसाठी. १९४५ नंतरही व्यावसायिक पातळीवर नाटके करणाऱ्या अनेक मंडळ्या महाराष्ट्रात होत्या, त्या तुलनेत प्रायोगिक नाटके करणाऱ्या संस्था तुरळक होत्या. त्यांत मुंबई मराठी साहित्य संघाच्या नाट्यशाखेचा समावेश करावा लागेल, त्याचप्रमाणे भारतीय विद्या भवनाचे कलाकेंद्र, इंडियन नॅशनल थिएटर, कलाकार ही आत्माराम भेंडे यांची संस्था, आधी 'रंगमंच' आणि १९६० नंतर 'रंगायन' ह्या नावाने प्रसिद्ध पावलेली विजया मेहता यांची संस्था, पुण्यातील प्रोग्रेसिव्ह ड्रॅमॅटिक असोसिएशन इत्यादी संस्थांचाही. ह्या संस्था नाटकाचा व्यवसाय करण्यासाठी निघालेल्या नव्हत्या, तर नाटक आणि रंगभूमी ह्या क्षेत्रांतही कलात्मक निर्मिती करणे शक्य आहे, मराठीतील साचलेल्या आणि कलाहीन रंगभूमीवर काही नवे घडणे आवश्यक आहे, ह्या विचारातून उदयाला आलेल्या होत्या. १९५४-५५ पासून राज्य नाट्यस्पर्धा शासनाने सुरू केली. तिच्यामुळेही अनेक नवे नाटककार व नाटके उदयाला आली. वि. वा.

शिरवाडकर यांची 'दूरचे दिवे', 'दुसरा पेशवा' ही सुरुवातीची नाटके, पु. ल. देशपांडे यांची 'भाग्यवान', 'तुझे आहे तुजपाशी' ही नाटके मुंबई मराठी साहित्य संघाने बसविली होती. वसंत कानेटकर यांचे 'वेड्याचं घर उन्हात', 'देवाचे मनोराज्य', 'प्रेमा तुझा रंग कसा' ही सुरुवातीची नाटके पुण्याच्या पीडीएने बसविलेली होती. पुढे हे नाटककार, पु. ल. देशपांडे यांचा अपवादत्यांची नाट्यनिर्मिती थोडीच आहे, व्यावसायिक रंगमंचावर यशस्वी झालेले आहेत. मुंबई मराठी साहित्य संघाच्या नाट्यशाखेचे स्वरूप प्रायोगिक अधिक व्यावसायिक, केवळ प्रायोगिक नाटकांना उत्तेजन देणे हे धोरण नव्हते. अशीच अर्धव्यावसायिक प्रकारची संस्था म्हणजे दि गोवा हिंदु असोसिएशनची नाट्यशाखा. ह्या संस्थेने कानेटकर आणि शिरवाडकर ह्या दोघांचीही ६० नंतरची नाटके बसविली. ६० नंतर एकीकडे विजया मेहता यांची 'रंगायन', अरविंद देशपांडे यांची 'आविष्कार' यांसारख्या प्रायोगिक नाटके करणाऱ्या संस्था आहेत, तशाच प्रभाकर पणशीकर यांची 'नाट्यसंपदा', मोहन वाघ यांची 'चंद्रलेखा' ह्या व्यावसायिक नाट्यसंस्थाही आहेत. पुण्यातल्या पीडीएमधून काही लोक बाहेर येऊन त्यांनी थिएटर ॲकॅडमी ही संस्था काढली. बाळ कोल्हटकर, मधुसूदन कालेलकर, शं. ना. नवरे, जयवंत दळवी असे संपूर्णपणे व्यावसायिक रंगभूमीवरील नाटककार उदयाला आले. विजय तेंडुलकर यांची बहुतेक नाटके प्रायोगिक रंगभूमीवर प्रदर्शित झाली. त्यामुळे शिरवाडकर, कानेटकर हे व्यावसायिक रंगभूमी समृद्ध करणारे नाटककार तर विजय तेंडुलकर हे प्रायोगिक रंगभूमी संपन्न करणारे नाटककार असे चित्र दिसते.

१९४५ ते १९६० ह्या काळातील इतर उल्लेखनीय नाटककार पुढीलप्रमाणे: अ. वा. वर्टी : 'राणीचा बाग' (१९४९); गो. नी. दांडेकर : 'राधामाई' (१९५४), 'देवाघरची माणसं' (१९५५), 'जगन्नाथाचा रथ' (१९६६), 'शितू' (१९५८), 'पवनाकाठचा धोंडी' (१९६०); अनंत विष्णू ऊर्फ बाबूराव गोखले : 'करायला गेलो एक' (१९५५); वसंत कामत : 'मा निषाद' (१९५६), 'फोन नंबर ३३३३३'; सरिता पदकी : 'बाधा' (१९५६), शं. गो. साठे: 'स्वप्नीचे हे धन' (१९५७), 'पहाटेची चाहूल' (१९६०), 'ससा आणि कासव' (१९६१); बाळ कोल्हटकर: 'दुरितांचे तिमिर जाओ' (१९५७), 'आकाशगंगा' (१९५८), 'वेगळं व्हायचंय मला' (१९६०); बबन प्रभू : 'झोपी गेलेला जागा झाला' (१९५८), 'चोरावर मोर' (१९५९), 'माकड आणि पाचर' (१९६०), 'दिनूच्या सासूबाई राधाबाई' (१९६०); रत्नाकर मतकरी :

'मधुमंजिरी' (बालनाट्य १९५९), 'वाऱ्यावरचा मुशाफिर' (१९५९), 'कळलाव्या कांद्याची कहाणी' (बालनाट्य १९६०); पुरुषोत्तम दारव्हेकर : 'चंद्र नभीचा ढळला' (१९६०).

यांतील बाबूराव गोखले आणि बाळ कोल्हटकर सोडल्यास बाकी प्रायोगिक रंगभूमीवरील नाटककार होत. तारा वनारसे यांचे 'कक्षा' आणि विजय तेंडुलकरांचे 'श्रीमंत' ह्या नाटकांनी प्रायोगिक रंगभूमीला दिशा दाखवली आणि नाट्यमन्वंतरचा मध्ये तुटलेला धागा जोडून घेतला. मात्र आता व्यावसायिक रंगभूमीवर शेक्सपियर आणि इब्सेन यांच्या नाट्यतंत्राचा प्रभाव असला तरी प्रायोगिक रंगभूमीवर युरोपातील 'ॲब्सर्ड रंगभूमी' म्हणून ओळखल्या जाणाऱ्या नव्या नाट्यप्रवाहाची जाण आलेली दिसते. मराठीतल्या नव्या नाट्याला १९५५ च्या आसपास आरंभ झाला असे म्हणावे लागते. कवितेत मर्ढेकर, मुक्तिबोध, कथेत गाडगीळ, गोखले, भावे, माडगूळकर यांचे जे स्थान व कार्य तेच नाटकाच्या क्षेत्रात विजय तेंडुलकर यांचे आहे.

ह्या काळातील एका महत्त्वाच्या नाटककाराचा उल्लेख केलाच पाहिजे, ते नाटककार म्हणजे पुरुषोत्तम शिवराम रेगे. त्यांचे 'रंगपांचालिक आणि दोन नाटके' हे पुस्तक १९५८ मध्ये प्रकाशित झाले. ह्या पुस्तकात 'कालयवन', 'रंगपांचालिक' आणि 'माधवी, एक देणे' अशी तीन नाटके आहेत. त्यांचे प्रयोग त्या काळात झालेले नव्हते. ती नाटके काव्यात्म स्वरूपाची आहेत. वा. ल. कुलकर्णी यांनी प्रस्तावनेत म्हटले आहे. 'काव्यात्मता म्हणजे केवळ कल्पकतेचा विलास नव्हे, तत्त्वचिंतनाचा देखावा नव्हे, अलंकारांची पखरण नव्हे, अनुप्रासांच्या पलटणी नव्हेत किंवा केवळ लयबद्ध पदरचना नव्हे... खरी काव्यात्म वृत्ती एखाद्या जीवनानुभवाचे अशा रितीने दर्शन घडविते की, आपण त्या जीवनानुभवाचे सम्यक रूप लक्षात घेत असतानाच जीवनाने निर्माण केलेल्या काही मूलभूत स्वरूपाच्या प्रश्नांचा थोड्याफार गांभीर्याने विचार करू लागतो... ही नाटके वाचीत असता हा अनुभव आल्याशिवाय राहणार नाही.' ह्या नाटकातून 'प्रेम', 'भय', 'मृत्यूचे भय', 'कलानिर्मिती', 'कलानिर्मितीचे रहस्य', इत्यादींच्या संदर्भात आपल्या मनात प्रश्न निर्माण होतात, असे वा. ल. कुलकर्णी सांगतात.

१९४५ ते १९६० ह्या काळातील महत्त्वाच्या नाटककारांचा आणि त्यांच्या कृतींचा थोडक्यात परिचय आपण आतापर्यंत करून घेतला. ह्या काळात वरेरकर, अत्रे, रांगणेकर ह्या आधीच्या पिढीतील नाटककारांची नाटके रंगभूमीवर

येत असतानाच शिरवाडकर, जोग, पु. ल. देशपांडे, तारा वनारसे, विजय तेंडुलकर, वसंत कानेटकर, पु. शि. रेगे, गो. नी. दांडेकर, शं. गो. साठे, बबन प्रभू, रत्नाकर मतकरी, इत्यादी नव्या नाटककारांची नवी नाटके प्रदर्शित झाली. रेग्यांच्या नाटकांचे प्रयोग झाले नाहीत, पण ती पुस्तकरूपाने उपलब्ध झाली. मात्र कविता, कथा यांच्याप्रमाणे नव्या नाट्याची लाट आली नाही. १९३३ मध्ये 'आंधळ्यांची शाळा'च्या रूपाने जे नवे नाट्य येऊ घातले होते ते क्षीण रूपाने अवतरत गेले. व्यावसायिक रूपाची नाटके मराठी रंगभूमीवर अधिक येत गेली. १९५५ नंतर प्रायोगिक स्वरूपाची नाटके अधिक प्रमाणात येत असलेली दिसतात. १९४५ ते १९६० ह्या काळात रंगभूमी आणि नाटक ह्या संदर्भात विकासक्रमाच्या दृष्टीने काही महत्त्वाची नाटके मिळाली यातही शंका नाही. अशा नाटकांत 'कौंतेय', 'दुसरा पेशवा', 'राणीचा बाग', 'चित्रशाळा', 'सोन्याचे देव', 'कक्षा', 'श्रीमंत', 'माणूस नावाचे बेट', 'तुझे आहे तुजपाशी', 'वेड्याचं घर उन्हात', 'भूमिकन्या सीता', 'कालयवन', 'झोपी गेलेला जागा झाला', 'चंद्र नभीचा ढळला' इत्यादी नाटकांचा समावेश करावा लागतो. ऐतिहासिक, पौराणिक, सामाजिक, मनोविश्लेषणात्मक, प्रायोगिक, प्रहसनवजा, काव्यात्म प्रकृतींची अशी विविध प्रकृतीची ही नाटके आहेत. नाटकाच्या मांडणीच्या बाबतीत क्रमशः बदल होत गेलेला दिसतो. अंक आणि प्रवेश नेटके व आटोपशीर, लांबलचक संवादांना प्राधान्य राहिलेले नाही किंवा पात्रांच्या स्वगतांनाही पूर्वीइतके स्थान राहिले नाही. नेपथ्य वास्तवदर्शी असावे अशी कल्पना रूढ झालेली दिसते, नाटकाचा विषय पौराणिक किंवा ऐतिहासिक असला तरी मानवी मनातील आंदोलने टिपली पाहिजेत, असे नाटककारांना वाटू लागले, भावनिक संघर्ष आणि पात्रांच्या व्यक्तिमत्त्वाच्या दर्शनालाही अधिक महत्त्व मिळाले. १९५५ नंतर व्यावसायिक रंगमंच आणि प्रायोगिक रंगमंच ह्या दोन वेगळ्या गोष्टी आहेत ही कल्पनाही स्पष्ट होत गेलेली दिसते. नाटक हे मनोरंजनासाठी आहे, तसेच ते जीवनदर्शनासाठीही आहे, हे समजून घेऊन मनुष्य आणि त्याच्या भोवतीची स्थिती, मनुष्य आणि समाजव्यवस्था, मनुष्य आणि त्याचे अंतर्मन यांच्यातील संबंध व संघर्ष यांचे चित्रण करण्याचा हे नवे नाटककार प्रयत्न करू लागले. वरेरकर, अत्रे, रांगणेकर यांच्यानंतर वि. वा. शिरवाडकर, वसंत कानेटकर हे व्यावसायिक रंगभूमी गाजवणारे नाटककार याच काळात उदयाला आले. श्री. वि. वर्तक, अनंत काणेकर, माधव मनोहर यांच्या प्रायोगिक प्रयत्नांना पुढे नेणारे नाना जोग, विजय तेंडुलकर, तारा

वनारसे, पु. शि. रेगे हे नाटककार याच काळातले. अर्धव्यावसायिक संस्था, प्रायोगिक नाट्यसंस्था आणि राज्य नाट्य स्पर्धा यांतून पुढे प्रायोगिक रंगमंचावर अनेक नवे नाटककार आलेले दिसतात, त्यांचा आरंभ ह्या काळात झाला. मराठी रंगभूमीवर आरंभी शेक्सपियर, नंतर इब्सेन, चेकॉव्ह यांच्या नाट्यतंत्राचा प्रभाव दिसतो. १९६० नंतर युरोपातील 'ॲब्सर्ड थिएटर' आणि 'ब्रेश्ट' यांचा प्रभाव दिसतो. तसेच भारतीय लोककलांतली रूपे आत्मसात करून नाटकाला नवी मांडणी देण्याचे प्रयत्न पुढे झाले, त्याचीही थोडी सुरुवात ह्या काळात झाली. रंगभूमी आणि नाटक यांचा संपूर्ण कायापालट ह्या काळात घडला नाही, पण असा कायापालट घडू शकेल याची चिन्हे ह्या काळात दिसतात. पुढल्या काळातल्या तीन प्रमुख नाटककारांची, म्हणजे शिरवाडकर, तेंडुलकर, कानेटकर यांची सुरुवातीची नाटके याच काळात रंगभूमीवर आली.

१९३३ मध्ये नाट्यमन्वंतरसारख्या प्रायोगिक संस्थेचा अवतार होतो आणि नव्या नाट्याची घोषणा होते. परंतु पुढल्या जवळजवळ तीस वर्षांत फारसे नवे काही घडत नाही किंवा अगदीच तुरळक रूपात घडते याचा अर्थ, रंगभूमी व नाटक ह्या संदर्भात मराठी प्रेक्षक, नाटककार आणि नट, दिग्दर्शक यांची जाणीव पुरेशी खोल नव्हती असेच म्हटले पाहिजे. त्याचबरोबर मराठी नाटकाला चित्रपटाशी सामना करून आपले अस्तित्व टिकवायचे होते हाही विचार करणे आवश्यक ठरते. तसेच नाटकाच्या संहितेबरोबरच रंगभूमीचाही विचार आवश्यक ठरतो. रंगभूमिविषयक कल्पनांत बदल झाल्याखेरीज संहितांच्या स्वरूपातही बदल होऊ शकत नाही आणि संहितांच्या स्वरूपात बदल झाल्याखेरीज रंगभूमीवरही क्रांती घडणे संभवनीय नाही. असा दुहेरी विचार त्या काळच्या नाट्यसृष्टीत अभावानेच दिसतो.

१९६० साली मुंबईत 'रंगायन' ह्या नाट्यसंस्थेची स्थापना झाली. पुढे दहा वर्षांच्या काळात ह्या संस्थेने अनेक नवी नाटके आणि नव्या एकांकिका सादर केल्या आणि मराठी नाटकाच्या व रंगभूमीच्या इतिहासात स्वत:चे स्थान निर्माण केले. 'ससा आणि कासव' : शं. गो. साठे (१९६१), 'मी जिंकलो, मी हरलो', 'कावळ्यांची शाळा' : विजय तेंडुलकर (१९६३), 'यशोदा' : श्री. ना. पेंडसे (१९६५), 'एक शून्य बाज़ीराव' : चिं. त्र्यं. खानोलकर (१९६८), 'एक होती राणी' हे श्रीराम लागूंनी केलेले रूपांतर, 'बाकी इतिहास' हे

अरविंद देशपांडे यांनी केलेले भाषांतर, 'खुर्च्या', 'अजगर आणि गंधर्व', 'मादी' 'होळी', 'बूटपॉलिश' इत्यादी एकांकिका ही रंगायनची निर्मिती होती. रंगायनच्या सूत्रधार विजया मेहता होत्या. दिग्दर्शन आणि अभिनय या दोन क्षेत्रांत पुढे त्या ख्यातनाम झाल्या. रंगायनमध्ये सुरुवातीच्या काळात अरविंद देशपांडे हे दिग्दर्शकही होते. पुढे १९७१ मध्ये त्यांनी 'आविष्कार' ही संस्था सुरू केली. आविष्कारचे कार्य मुंबईतील दादर येथील छबिलदास हायस्कूलमध्ये चालत असे. तेथे इतरही संस्थांची प्रायोगिक नाटके होऊ लागल्यामुळे प्रायोगिक नाटकांच्या चळवळीला छबिलदास रंगभूमी असे नाव मिळाले. आविष्कारने 'शांतता! कोर्ट चालू आहे', 'पाहिजे जातीचे' : विजय तेंडुलकर, 'सारी रात' : बादल सरकार, 'प्रतिमा' : खानोलकर, 'चांगुणा' : लोर्का : रूपांतर : आरती हवालदार, 'कुलवृत्तांत' : वृंदावन दंडवते, 'लागला तर घोडा, नाहीतर झेब्रा' : अच्युत वझे, 'महाभोजन तेराव्याचे' : मन्नू भंडारी इत्यादी नाटके केली. सत्यदेव दुबे यांच्या थिएटर युनिटने इंग्रजी, हिंदी, गुजराथी, मराठी अशा चारही भाषांमध्ये वेगवेगळी प्रायोगिक नाटके केली. 'सोफा कम बेड': अच्युत वझे, 'रक्तपुष्प' : महेश एलकुंचवार, 'मिठू मिठू पोपट' : दिलीप पुरुषोत्तम चित्रे, 'यकृत', 'हृदय' : श्याम मनोहर, इत्यादी उल्लेखनीय मराठी नाटके ही थिएटर युनिटची निर्मिती. अमोल पालेकर यांच्या 'अनिकेत' ह्या संस्थेने छबिलदास रंगभूमीवर महत्त्वाची नाटके सादर केली. 'आधे अधुरे' : मोहन राकेश, 'वल्लभपूरची दंतकथा' : बादल सरकार, 'हयवदन' : गिरिश कार्नाड, 'पगला घोडा' : बादल सरकार, 'जुलूस' : बादल सरकार, 'चल रे भोपळ्या टुणुक टुणुक' : अच्युत वझे, 'गोची' : रूपांतर : सदानंद रेगे, 'पार्टी': महेश एलकुंचवार, इत्यादी अनिकेतनिर्मित नाटके होत. श्रीराम लागू यांच्या 'रूपवेध' ह्या संस्थेने 'अँटिगनी', 'उद्ध्वस्त धर्मशाळा' : गो. पु. देशपांडे. 'किरवंत' : प्रेमानंद गज्वी, 'गार्बो': महेश एलकुंचवार, इत्यादी नाटके दिली.

पुण्यात भालबा केळकर यांची प्रोग्रेसिव्ह ड्रॅमॅटिक असोसिएशन (पीडीए) ही संस्था होती. ह्या संस्थेने 'पहाटेची चाहूल' : शं. गो. साठे (१९६०) , 'पवनाकाठचा धोंडी' : गो. नी. दांडेकर (१९६०), 'जाणार कुठं' : व्यंकटेश माडगूळकर (१९६०), 'प्रेमा तुझा रंग कसा?' : वसंत कानेटकर (१९६१), 'बनगरवाडी' : व्यंकटेश माडगूळकर (१९६२), 'दोन ध्रुवावर दोघे आपण' : वसंत कानेटकर (१९६३), 'खून पाहावा करून' : सरिता पदकी (१९६४),

'अशी पाखरे येती' : विजय तेंडुलकर (१९७०), इत्यादी नाटके दिली. ह्या संस्थेतून बाहेर पडून जब्बार पटेल यांनी 'थिएटर अॅकॅडमी' ह्या संस्थेची स्थापना १९७० मध्ये केली. 'घाशीराम कोतवाल' : विजय तेंडुलकर, 'तीन पैशांचा तमाशा' : पु. ल. देशपांडे, 'पडघम' : अरुण साधू, 'महानिर्वाण' : सतीश आळेकर ही ह्या संस्थेची निर्मिती लक्षणीय आहे. मुंबई मराठी साहित्य संघाच्या नाट्यशाखेचे कार्यही उल्लेखनीय आहे. ह्या संस्थेने 'सरी ग सरी' : विजय तेंडुलकर (१९६४), 'नाटककाराच्या शोधात सहा पात्रं' : अनुवाद : माधव वाटवे (१९६८), इत्यादी नाटके दिली. मुंबईपुण्याबाहेर रंजन कला मंदिर, नागपूर, आर्टिस्ट्स कंबाईन, ग्वाल्हेर, लोकहितवादी मंडळ, नाशिक, नाट्य आराधना, सोलापूर इत्यादी संस्थांनी प्रायोगिक स्वरूपाची नाटके सादर केली.

१९६० नंतरच्या नाटकांविषयी विचार करीत असताना प्रायोगिक नाटके बसवणाऱ्या ह्या संस्थांचे कार्य लक्षात घेणे आवश्यक ठरते. एकीकडे व्यावसायिक स्तरावर नाटके लिहिणाऱ्या नाटककारांची अथवा ती बसविणाऱ्या नाट्यसंस्थांची दखल घेतली जात असताना प्रायोगिक नाट्यसंस्थांचेही नाटक आणि रंगभूमीच्या संदर्भातले योगदान लक्षात घेतले पाहिजे. कारण मराठी नाटक व रंगभूमी ह्यांच्यात जो काही विकास झालेला आहे तो प्रायोगिक रंगमंचावरील वेगवेगळ्या प्रयोगांमुळेच ह्यात संदेह नाही. शिरवाडकर, कानेटकर, मधुसूदन कालेलकर, बाळ कोल्हटकर, पु. ल. देशपांडे, जयवंत दळवी, श्री. ना. पेंडसे, शं. ना. नवरे, इत्यादी व्यावसायिक रंगमंचावर यशस्वी झालेल्या नाटककारांचे लेखन आणि सादरीकरण सुरू असतानाच विजय तेंडुलकर, चिं. त्र्यं. खानोलकर, महेश एलकुंचवार, अच्युत वझे, सतीश आळेकर, इत्यादी प्रायोगिक रंगमंचाशी संबंधित नाटककारांची निर्मिती प्रयोगरूपाने साकार झाली. रंगभूमिविषयक जाणिवेचा विकास होत असतानाच नाट्यलेखनाकडेही पाहण्याच्या पारंपरिक दृष्टिकोनात बदल होऊ लागला. नाटक ही वाचनाची वस्तू नसून प्रयोगाची आहे, प्रयोगातच तिला नाट्यरूप लाभते अशा प्रकारचा विचार होऊ लागला. त्याचबरोबर नाट्यसंहिता ही वाङ्मयीन वस्तू आहे, वाङ्मयकृती म्हणून तिचा विचार शक्य आहे, हेही मत मांडले जाऊ लागले.

१९६० साली विद्याधर गोखले, पु. भा. भावे, शं. गो. साठे, बबन प्रभू, गो. नी. दांडेकर, बाळ कोल्हटकर, व्यंकटेश माडगूळकर, वि. वा. शिरवाडकर ह्या नाटककारांच्या नाटकांचे व्यावसायिक अथवा प्रायोगिक रंगमंचावर प्रयोग

झाले. त्या वर्षी पुरुषोत्तम दारव्हेकर यांचे 'चंद्र नभीचा ढळला' हे नाटक रंगमंचावर आले. ते आल्बेर काम्यू ह्या फ्रेंच नाटककाराच्या 'कॅलिग्युला' नाटकाचे रूपांतर होते. मूळ नाटक १९४५ साली रंगभूमीवर आले होते. कॅलिग्युला ह्या रोमन सम्राटाची व्यक्तिरेखा ह्या नाटकात आहे. चंद्राचा हट्ट धरणारा, नागरिकांची लूट करणारा, कसलाही मुलाहिजा न ठेवता हत्या करणारा, असंभाव्य ते प्रत्यक्षात आणू इच्छिणारा, देव आणि दैव ह्यांच्याशी स्पर्धा करणारा असा पाषाणहृदयी, वेडा, क्रूर सम्राट ह्या नाटकाचा नायक आहे. तो अस्वस्थ, अशांत आणि एकाकी असतो. चंद्र मिळाला नाही, अशक्य ते शक्य करता आले नाही, काहीच मिळाले नाही, ह्या अनुभवाने तो विद्ध होतो आणि आपण धरलेला मार्ग चुकीचा होता याची जाणीव त्याला अखेरीस होते. १९४५ च्या आसपास दुसऱ्या महायुद्धाचा डोंब विझत चाललेला होता. कॅलिग्युला आणि हिटलर यांच्यातील साम्य लोकांना जाणवले असावे. परंतु ह्या नाटकाचे महत्त्वाचे सूत्र आहे : माणसाला नष्ट करता येत नाही. 'चंद्र नभीचा ढळला' ह्या रूपांतराच्या प्रयोगाने मराठीत अस्तित्ववादी नाटकाचा आरंभ झाला. नाट्यकृती ही प्रयोगाच्या दृष्टीने अनुरूप असली पाहिजे, त्याचबरोबर ती वाङ्मयकृती म्हणून देखील उत्तम असली पाहिजे असा विचारही होऊ लागला. १९६० नंतर मराठी रंगभूमीवर शेक्सपियर, इब्सेन यांच्याप्रमाणेच चेकॉव्ह, ब्रेश्ट, आयनेस्को, बेकेट, सार्त्र, काम्यू ह्या विदेशी नाटककारांच्या नाटकांचा प्रभाव आढळतो. तसेच भारतातील इतर भाषांमधील नाटकेही भाषांतरित होऊन त्यांचे प्रयोग होऊ लागले. हिंदीतील मोहन राकेश, बंगालीतील बादल सरकार, कन्नडमधील गिरीश कार्नाड, गुजरातीतील मधू राय, इत्यादी नाटककारांची नाटके मराठी रंगमंचावर आलेली आहेत. नाट्यसंहिता आणि नाट्यप्रयोग ह्या दोन्ही दृष्टीने नाटकाचा विचार होऊ लागला तो ह्याच काळात.

१९६० नंतरच्या काळातले महत्त्वाचे नाटककार विजय तेंडुलकर हेच आहेत, हे निर्विवाद. त्यांची महत्त्वाची नाटके ह्याच काळात रंगमंचावर आली. 'शांतता, कोर्ट चालू आहे', 'गिधाडे', 'सखाराम बाईंडर', 'घाशीराम कोतवाल', 'पहिजे जातीचे', 'कमला' इत्यादी नाटके गाजली, त्यांवर चर्चा झाल्या. काहींचा निषेध झाला. अखिल भारतीय पातळीवर नाटककार म्हणून प्रतिष्ठा मिळाली. तेंडुलकरांची नाटके वाचनीय आहेत आणि प्रयोगक्षमही आहेत. त्यांच्या नाटकांनी रंगमंचाच्या अनेक शक्यता लक्षात आणून दिल्या.

तेंडुलकरांच्या नाट्यकर्तृत्वाविषयी गो. म. कुलकर्णी यांनी म्हटले आहे : 'त्यांच्या ह्या साधनेने मराठी रंगभूमी अधिक साक्षेपशील बनली. स्वप्नरंजनात्मक, कृत्रिम पातळीवर वावरणाऱ्या रंगभूमीला थेट वास्तवाचे अधिष्ठान मिळवून दिले. दैनंदिन, साध्या घटनेतील नाट्य आवर्जून समोर आणले. सामान्य, उपेक्षित व्यक्तीच्या जीवनातील हर्षशोक सहानुभूतीने उलगडून दाखविले. रूढ, नाटकी शैलीच्या ऐवजी बोली भाषेतील व्यंजनसामर्थ्यावर भर दिला. जुन्यानव्याचा समतोल साधला.'

१९६० ते ६५ ह्या काळात पेंडसे, दांडेकर, माडगूळकर, भावे इत्यादी कादंबरीकारह्नकथाकारांची नाटके रंगमंचावर आली. गंगाधर गाडगीळ यांचे 'ज्योत्स्ना आणि ज्योती' हे नाटक १९६४ मध्ये प्रकाशित झाले. रंगमंचावर न आलेला हा विषय ह्या नाटकात हाताळण्याचा प्रयत्न गाडगीळांनी केलेला आहे. ज्योत्स्ना आणि ज्योती ह्या दोन सख्ख्या बहिणी. मात्र त्यांचे व्यक्तित्व आणि मनोधर्म वेगवेगळे आहेत. ज्योत्स्ना ही आत्मलक्ष्यी, नाजूक, सुंदर, परिपूर्ण, विशुद्धतेची स्वभावत:च ओढ असलेली अशी आहे. ती जीवनप्रवाहाबरोबर निर्वेधपणे वाहत जात नाही. त्यामुळे स्वत:च्याच मनाशी एक सृष्टी रचते आणि त्यात रमते. ज्योत्स्ना तरुण आणि रूपवती आहे, परंतु एक व्यवहार म्हणून किंवा शरीरधर्म म्हणून तिला लग्न करावे असे वाटत नाही. शरीर आणि मन ह्यांच्यात एक अद्वैत साधायचे आहे, किंबहुना शरीराशिवायच दोन मनांचे मीलन घडून यावे असे तिला वाटते. परंतु असा पुरुष तिला भेटत नाही आणि दुसरे म्हणजे शरीरही स्वाभाविक गोष्टीकडे ओढ घेऊ लागते. शरीर आणि मन ह्यांच्या संदर्भात एक आंतरिक संघर्ष ती अनुभवत असते. ज्योती रक्ताची न कळणारी भाषा ऐकत ते जिकडे ओढ घेईल तिकडे जाऊ पाहत असते. तिच्या शरीराच्या कणाकणांत जगण्याचा उत्साह आहे. तिसऱ्या अंकात त्या आपापल्या भूमिकांची अदलाबदल करण्याचा प्रयत्न करतात. परंतु ते बदल त्यांना पेलत नाही, ते द्वैत नष्ट होत नाही. गाडगीळांचे हे नाटक रंगभूमीवर गाजले नाही परंतु ते एक वाङ्मयकृती म्हणून महत्त्वाचे आहे. स्वप्न आणि वास्तव ह्या दोन जगांतील द्वंद्व ह्या दोन व्यक्तिरेखांच्या रूपाने त्यांनी मांडले. मन आणि शरीर यांच्यात समतोल असला पाहिजे; अन्यथा कोणत्याही एक दिशेला गेले तर दु:ख पदरी पडते अशा ढोबळ तात्पर्याकडे जाईल अशारितीने नाटकातील पात्रे आणि प्रसंगांची रचना त्यांनी केली. मराठी नाट्यसृष्टीत हा अनोखा प्रयोग होता.

१९६४ मध्येच श्रीराम लागू यांनी अनुवादित केलेले उगो बेट्टी ह्या नाटककाराचे 'एक होती राणी' हे नाटक रंगमंचावर आलेले होते. शेतकऱ्यांची क्रांती हा ह्या नाटकाचा विषय होता.

'एक शून्य बाजीराव' (१९६६), 'शांतता, कोर्ट चालू आहे' (१९६७), 'नाटककाराच्या शोधात सहा पात्रं' (१९६८), 'काळे बेट, लाल बत्ती' (१९६९) ही नाटके रंगमंचावर आली आणि मराठी रंगभूमी आणि नाटक ह्यांत एक क्रांती झाली.

चिं. त्र्यं. खानोलकर यांच्या 'एक शून्य बाजीराव' या नाटकाने समकालीन रंगभूमी आणि नाटक यांच्याविषयीचे संकेत मोडले. नाटकाचा पडदा उघडला जातो तेव्हा न्यायमूर्ती शंकरराव खोत यांचा प्रशस्त दिवाणखाना दिसतो. नाटकाला सुरुवात होते तेव्हा काही नट पत्ते खेळताना दिसतात. एकजण झोपलेला आहे. पहिल्या अंकात सुरुवातीलाच एकदम नाटक सुरू न होता नाटकाच्या प्रयोगाच्या पूर्वतयारीत असलेले लोक दिसतात. नाटकाचा लेखक, दिग्दर्शक, गावातील सामाजिक कार्यकर्ते असे विविध लोक येतात. नाटकाचा प्रयोग होईल की नाही ही साऱ्यांना चिंता आहे. कोकणातल्या एका खेड्यात ही मंडळी नाटक करायला आलेली आहेत. त्या गावाचा खोत आप्पाराव हा लहरी इसम आहे. त्याचा कोप झाला तर नाटक होणार नाही. दुसरी गोष्ट म्हणजे नाटकात काम करणाऱ्या गौरी नावाच्या नटीला त्याने रात्री वाड्यावर येण्याचे आमंत्रण दिलेले. आणखी एक गोष्ट म्हणजे बाजीराव गावात आलेला आहे, ही बातमी. बाजीराव हा एक हरहुन्नरी कलाकार आहे. लोकप्रिय आहे, पण मनस्वी आहे. आज ज्या नाटकाचा प्रयोग व्हायचा आहे ते नाटकही मुळात बाजीरावानेच लिहिलेले, पण नाटककाराने स्वत:च्या नावावर खपवलेले आहे. बाजीरावाचे गौरीवर प्रेम आहे, पण गौरीला त्याची शिसारी येते. गौरीला नाटकातही काम करण्याचा कंटाळा येऊ लागला आहे, पण त्यापासून सुटका नाही. बाजीराव येतो तेव्हा सारे वातावरण बदलते. आजचे नाटक होणार की नाही ह्या चिंतेत असताना सारेच बाजीरावावर ही जबाबदारी टाकतात. आजच्या नाटकात सुप्रसिद्ध नट, विनोदाचे सम्राट बाजीराव काम करणार आहेत, अशी घोषणा नाटककार करतो. दुसऱ्या आणि तिसऱ्या अंकात मुळात जे नाटक व्हायचे होते त्याची दृश्ये दाखवली जातात. त्या नाटकात बाजीराव आहे, प्रेक्षक आहेत आणि प्रेक्षकांतून नाटकात घुसलेले आप्पारावही आहेत. म्हणजे 'नाटकात नाटक' आहे. नाटकाची नेहमीची रूढ चाकोरी ह्या नाटकाने

स्वीकारलेली नाही. बाजीराव हे पात्र नाटकातील नाटकात आहे आणि नाटकातील नाटकाबाहेरही आहे. तो ह्या नाटकाचा सूत्रधार आहे. ह्या नाटकाला दोन पातळ्या आहेत. एक वास्तवाची. ह्या पातळीवर नाटककार, दिग्दर्शक, गौरी दंडवते, प्रभा, बाजीराव, आप्पाराव, इत्यादी लोक आहेत. दुसरी पातळी बाजीरावाने मुळात लिहिलेल्या नाटकाच्या प्रयोगाची. त्या नाटकातील न्यायमूर्तींच्या मृत्यूनंतर त्यांच्या कुटुंबीयांनी व्यक्त केलेली मनोगते, त्यांतून घडणारे मानवी संबंधांचे दर्शन. ह्या दोन्ही पातळ्यांवरून खानोलकरांनी मानवी अस्तित्वाच्या शून्यत्वाचा, निरर्थकतेचा वेध घेतला आहे. लौकिक अर्थाने ह्या नाटकातली आणि ह्या नाटकात असलेल्या नाटकातली सर्व पात्रे अपयशी आहेत. त्यांच्या कोणत्याच कृतीला अर्थपूर्णता प्राप्त होत नाही. दुसरी गोष्ट म्हणजे व्यक्तीव्यक्तींमधील संवादाचा अभाव. ह्या जगात एक व्यक्ती दुसऱ्या व्यक्तीला समजून घेऊ शकत नाही. बाजीरावाला जीवनाची ही निरर्थकता उमगलेली असते. न्यायमूर्तींच्या जीवनावरील त्याच्या नाटकात याच अर्थशून्यतेच्या जाणिवेचा आविष्कार झालेला असतो.

बाजीराव हा 'कोसला'तल्या पांडुरंग सांगवीकरसारखा प्रतिनायक आहे. 'एक शून्य बाजीराव' हे नाटक म्हणजे मराठी रंगभूमीवरील नवनाट्याचा आरंभ आहे. खानोलकरांनी त्यानंतर 'सगेसोयरे' (१९६७), 'श्रीमंत पतीची राणी' (१९७१), 'अवध्य' (१९७२), 'कालाय तस्मै नमः' (१९७२), 'रखेली' (१९७४), 'अभोगी' (१९७६) इत्यादी नाटके लिहिली. गिरीश कार्नाड यांच्या 'हयवदन' (१९७३) आणि ब्रेश्टच्या 'कॉकेशिअन चॉक सर्कल' या नाटकांची भाषांतरे केली. ब्रेश्टचा अनुवाद 'अजब न्याय वर्तुळाचा' (१९७४) ह्या नावाने प्रसिद्ध आहे. खानोलकरांची जवळ जवळ तीस नाटके अप्रकाशित आहेत. त्यांतल्या 'असाही एक अश्वत्थामा', 'एकनाथ मुंगी', 'गुरू महाराज गुरू', 'चव्हाटा', 'देवाची आई', 'प्रतिमा', 'प्रेषित', 'माकडाला चढली भांग', 'ललित नभी चार मेघ', 'होती एक शारदा' ह्या नाटकांचे प्रयोग झाले.

विजय तेंडुलकर यांच्या 'शांतता! कोर्ट चालू आहे' ह्या नाटकात देखील रंगमंचविषयक रूढ गृहीते स्वीकारलेली नाहीत. फ्रेडरीक ड्यूरेनमाट ह्या स्विस लेखकाच्या 'द डेंजरस गेम' ह्या कृतीवरून ह्या नाटकाची कल्पना घेतलेली असली तरी तेंडुलकरांनी संपूर्णपणे एका मराठी नाटकाची रचना केलेली आहे, हे दिसते. खोटी खोटी न्यायसभा उभी करून खोटा खोटा खटला चालवला जातो, अशी ह्या नाटकातील कल्पना आहे. हळूहळू हा खेळ आहे याचे भान

जाऊन माणसातल्या मूळ वृत्तिप्रवृत्ती आविष्कृत होऊ लागतात. माणसाचा स्वभाव, माणसांचे परस्परसंबंध, माणसाचे दुबळेपण, क्षुद्रत्व प्रगट होत जाते.

इटालियन नाटककार लुईजी पिरांदेलो यांच्या नाटकाचा माधव वाटवे यांनी केलेला अनुवाद 'नाटककाराच्या शोधात सहा पात्रं' ह्या नावाने प्रसिद्ध आहे. नाटककाराने अपुरी सोडलेली सहा पात्रे जिवंत होऊन येतात अशी अभिनव कल्पना ह्या नाटकात आहे. एका नाटकाची तालीम सुरू असताना ही पात्रे येतात आणि आपल्या दुर्दैवाची कहाणी सांगतात. लेखकाने आम्हांला निर्माण केले खरे, परंतु आमची जीवनकहाणी त्याने पूर्ण न करताच आम्हांला तसेच सोडून दिले, अशी त्यांची तक्रार आहे. नाटकात एक नाटक असावे, असेच ह्या नाटकाचेही तंत्र आहे. मूळ नाटकात नसलेल्या ह्या नव्या पात्रांमध्ये एक बाप, एक आई, एक मुलगा आणि एक तरुणी, एक छोटा मुलगा, एक छोटी मुलगी एवढ्या व्यक्ती असतात. आता आलेल्या ह्या मंडळींचे वेगळेच असे एक नाटक सुरू होते. प्रत्यक्ष जीवनातला वास्तव मनुष्य, नाटककाराच्या संकल्पनेतील स्वभावचित्रे आणि नटांकडून होणारे त्यांचे मूर्तीकरण ह्या तीन पातळ्यांवर हे नाटक चालते. वास्तव जगातील 'खरी' माणसे आणि नाटककाराने निर्मिलेली 'पात्रे' यांतला विरोधी ताण ह्या नाटकात दिसतो. हे नाटक अनुवादित असले तरी प्रचलित रंगमंचावरील नाटक ह्या गोष्टीविषयीच काही मूलभूत प्रश्न विचारणारे ते असल्याने महत्त्वाचे ठरले.

मधुकर तोरडमल यांच्या 'काळे बेट, लाल बत्ती' ह्या नाटकात एका बेटावर अडकलेली माणसे आणि माणसाच्या शिकारीत आनंद मानणारा सरदार आंग्रे यांच्यातील संघर्ष आणि जीवघेणा पाठलाग यांचे चित्रण आहे. मरणाच्या भीतीपुढे सगळ्या विचारसरणी, श्रद्धा, कल्पना, मूल्ये कशी अर्थहीन होऊन जातात, हे ह्या नाटकात दाखवलेले आहे.

'एक शून्य बाजीराव', 'शांतता! कोर्ट चालू आहे.', 'नाटककाराच्या शोधात सहा पात्रं', 'काळे बेट, लाल बत्ती' ही चारही नाटके चाकोरीबाहेरचा नाट्यानुभव देणारी होती.

१९७० च्या आसपास नाटककारांची एक नवी पिढी उदयाला आली. महेश एलकुंचवार, अच्युत वझे, सतीश आळेकर, गोविंद पुरुषोत्तम देशपांडे हे ह्या पिढीतील महत्त्वाचे नाटककार होत. एलकुंचवारांनी १९६७ पासून एकांकिका लिहायला सुरुवात केली होती. 'सत्यकथा' मासिकातून प्रकाशित झालेल्या त्यांच्या पहिल्या एकांकिकांचा संग्रह 'सुलतान आणि इतर एकांकिका'

ह्या नावाने १९७१ मध्ये प्रकाशित झाला. त्यात पाच एकांकिका आहेत. ह्या एकांकिकांची रचना एखाद्या तत्त्वातून, विचारातून, कल्पनेतून झालेली आहे. हे विशिष्ट तत्त्व अथवा विचार अधोरेखित व्हावा अशाप्रकारची पात्ररचना लेखकाने केलेली आहे. 'सुलतान' मधला राजशेखर लक्षावधी रुपयांची उलाढाल करणारा, त्यासाठी भलेबुरे मार्ग हाताळणारा असतो. त्याला बेगडी जगाचा विव्हल करणारा अनुभव येतो. सुख म्हणून काही असू शकते यावरचा त्याचा विश्वास उडून जातो. ह्या एकांकिकेत सतत भुकेल्या वाघाच्या गर्जना खेळवलेल्या आहेत. राजशेखर प्रथम ह्या गर्जना बंद करतो आणि नंतर स्वत:ला नष्ट करतो. 'झुंबर' मधल्या नायकाला उच्च पारितोषिक मिळते, परंतु आता त्याला त्यात काहीही स्वारस्य वाटत नाही. 'होळी' मध्ये भंपक संस्कृती नाकारणाऱ्या नव्या पिढीचे प्रखर दर्शन होते.

एलकुंचवार यांची 'गार्बो', 'वासनाकांड', 'पार्टी', 'वाडा चिरेबंदी' 'आत्मकथा' इत्यादी नाटके रंगमंचावर आलेली आहेत. 'गार्बो' हे एक रूपक आहे. जुन्या काळात हॉलिवूडच्या चित्रपटांतून गाजलेली रूपवती नटी ग्रेटा गार्बो या नावाने ओळखली जात होती. ह्या नाटकातील नटी नावाजलेली नाही आणि गार्बो हे नावही तिने घेतलेले नाही, ते तिला लोकांनी दिलेले आहे. ह्या नाटकातली इतर पात्रे श्रीमंत, इंटलेक्च्युअल आणि पॅन्झी ह्या नावाची आहेत. ह्या चार प्रवृत्ती आहेत. चारही माणसे कंटाळलेली आहेत. गार्बो गर्भवती आहे हे कळल्याने त्यांच्यात उभारी येते. ती वाट पाहतात. परंतु एके दिवशी गर्भपात होतो, सारी उभारी कोसळते. ते गार्बोचा खून करतात. समाजातल्या सर्वच स्तरांवर जगणाऱ्यांना आलेली विफलता ह्या नाटकात व्यक्त झालेली आहे. ह्या नाटकातला इंटुक म्हणतो : 'कुठे आहे सुंदरता ? आहे? तो एक भ्रम आहे फक्त. एक इंद्रजाल. त्या सापळ्यात तडफडत राहण्याचा शीण आला आता. आपण स्वतंत्र झालोय रे. घाण! तेवढं एकच सत्य आहे'. लढण्यासाठी काही महत्त्वाची कारणे उरलेलीच नाहीत हा त्यांचा प्रत्यय आहे. एलकुंचवारांचे 'वासनाकांड' हे नाटक विशेष गाजले ते त्यातील बहीणद्दभावाच्या निषिद्ध संबंधामुळे. ह्या नाटकात मनुष्यातील निखळ वासना आणि तिच्या संदर्भातला सामाजिक-नैतिक दृष्टिकोन, शुद्ध शारीरिक इच्छा आणि उपभोग, एकाकी व्यक्ती आणि त्यांना घेरणारा मानवसमूह, कलावंतामधली निर्मितिक्षमता आणि त्याला येणारी मानसिक बधिरता यांच्यातील द्वंद्व साकार झालेले आहे. 'पार्टी' ह्या नाटकात समाजातल्या

वेगवेगळ्या स्तरांवरील माणसांचे औपचारिक वागणे आणि त्यांच्यातील आंतरिक पोकळी यांचे दर्शन होते. 'वाडा चिरेबंदी' या नाटकात माणसांचे स्वार्थ आणि त्यांच्यातील इतरांविषयीची आत्मीयता या दोन्ही गोष्टी एकाच वेळी कशा असतात, हे दाखवलेले आहे. 'आत्मकथा' हे अलीकडचे महत्त्वाचे नाटक. अनंतराव राजाध्यक्ष नावाचे ७८ वर्षे वयाचे एक गांधीवादी लेखक आत्मचरित्र लिहीत आहेत. ते लिहीत असताना त्यांनी पूर्वी लिहिलेल्या लेखनात सत्य आणि सत्याचा आभास कसा आहे हे स्पष्ट होत जाते. त्यांच्या कादंबरीतली पात्रे त्यांच्यासमोर उभी राहतात आणि सत्य वा प्रत्यक्ष काय होते आणि राजाध्यक्षांनी कादंबरीत त्याला कसे रूप दिले हे स्पष्ट करतात. एलकुंचवारांनी मूलभूत मानवी समस्यांचा विचार आपल्या नाटकांतून केलेला आहे, त्यांचा रंगमंचीय आविष्कार देखील विविधतापूर्ण आहे.

अच्युत वझे यांची 'एक होता मधुकर' (१९६९), 'षड्ज' (१९७३), 'चल रे भोपळ्या टुणुक टुणुक' (१९७४), 'सायसाखर', 'पावसाचे नाटक', 'लागला तर घोडा, नाही तर झेब्रा', 'रवी आणि शालू', इत्यादी नाटके रंगमंचावर आली. विसंगती, विसंवाद, विरूपता, आतार्किकता यांनी भरलेल्या ह्या जगात व्यक्तीव्यक्तींत संवाद नसतात, प्रत्येक माणूस आपल्या स्वत:च्याच तुरुंगात अडकलेला असतो, त्याचे वागणेह्नबोलणे संगतिहीन ठरते याचे भान वझे यांच्या नाटकांतून दिसते. उदाहरणार्थ, 'रवी आणि शालू' ह्या नाटकात हॉटेलच्या एका खोलीत उतरलेल्या जोडप्याला खऱ्या हातासारखे, पायासारखे वाटणारे पण सिमेंटचे बनवलेले हात, पाय सापडणे, एक सापडल्यानंतर दुसऱ्याच्या शोधात असणे, व्हिस्की आहे तर सोडा नाही, फोनवर पुन्हा पुन्हा सांगूनही कोणी न येणे, संभाषणाला दुसऱ्याच कुणी उत्तर देणे इत्यादी गोष्टींतून संगतिहीनता आणि अर्थशून्यता यांचा बोध होतो. वझे यांच्या संवादाची भाषा लक्षणीय आहे. एका पात्राचे बोलून झाल्यावर दुसऱ्याने त्याला उत्तर देणे अशी साधारणपणे नाटकातली संवादाची धाटणी असते. वझे यांनी ती बदलली आहे. एलकुंचवार यांची नाटके शब्दप्रधान आणि वाङ्मयीन आहेत, तर वझे यांची नाटके कृतिप्रधान आहेत. त्यामुळे संवादाला प्राधान्य नसते आणि संवादाला संगती असली पाहिजे असा आग्रहही नसतो.

सतीश आळेकर यांची 'मिकी आणि मेमसाहेब' (१९७३), 'महानिर्वाण' (१९७४), 'महापूर' (१९७५), 'बेगम बर्वे' (१९७५), 'शनिवार रविवार' (१९८२) इत्यादी नाटके आहेत. मराठी रंगभूमीच्या संदर्भात त्यांचे 'महानिर्वाण'

हे नाटक विशेष महत्त्वाचे आहे. कीर्तनाचा घाट आणि हिंदी चित्रपटांची शैली यांचे मिश्रण असलेले हे नाटक मुख्यत: कृतिप्रधान आहे. रंगमंचावरील वेगवेगळ्या दृश्यांमधून नाटकाचा आशय सुचविलेला आहे. आळेकरांच्या नाटकाची भाषा शब्दांची नसून रंगचिन्हांची आहे, शब्द हा इतर अनेक घटकांप्रमाणे एक घटक आहे. आळेकरांनी असंगत नाटक आणि लोकनाटक या दोन्हींतील घटक घेऊन आपल्या नाटकांची रचना केलेली आहे. ब्रेश्ट ह्या जर्मन नाटककाराच्या एपिक थिएटर ह्या संकल्पनेचाही प्रभाव आळेकरांवर आहे. आपण नाटक पाहतो आहोत ह्याचे भान नाटकातील पात्रेच करून देत असतात. 'महानिर्वाण'मध्ये सतत ह्या प्रकाराचे उल्लेख आहेत. वझे आणि आळेकर ह्यांची नाटके वास्तववादी आहेत, परंतु ते वास्तवाचे प्रत्यक्षाच्या पातळीवर चित्रण करीत नाहीत. आळेकरांच्या नाटकात प्रतीकात्मक पातळीवर हे चित्रण झालेले दिसते.

१९७४ मध्ये रंगमंचावर आलेले गोविंद पुरुषोत्तम देशपांडे यांचे 'उद्‌ध्वस्त धर्मशाळा' हे ह्या कालखंडातील एक महत्त्वाचे नाटक होय. एका प्राध्यापकाच्या विभागीय चौकशीच्या रूपात हे नाटक समोर येते. ही चौकशी आणि ज्याची चौकशी केली जात आहे त्याच्या मनात येणाऱ्या विविध घटनाप्रसंगांच्या स्मृती यांतून हे नाटक उभे राहते. ह्या नाटकात वेगवेगळ्या पात्रांच्या जीवनदृष्टीतील संघर्ष आहे. श्रीधर विश्वनाथ, पी. वाय., सरस्वती ही वेगवेगळ्या जीवनदृष्टीची प्रतीके असलेली पात्रे आहेत. १९४० नंतरची जागतिक कम्युनिस्ट चळवळ, तिचा भारतीय मार्क्सवाद्यांवर झालेला परिणाम, भारतातले भांडवलदारांशी हातमिळवणी करणारे धोरण इत्यादी संदर्भ ह्या नाटकात येतात. जबरदस्त भावनिक, वैचारिक संघर्ष आणि साम्यवाद्यांच्या चौकशी तंत्राचा स्वीकार यांतून हे नाटक फुलत जाते. मराठी नाटकाने चौकटी रंगमंच, अंक आणि प्रवेशांची नेटकी रचना यांपासून सुटका करून घेतली असून कधी नाटकात नाटक, कधी न्यायालयाचा खेळ, कधी कादंबरीतील पात्रांचे प्रत्यक्षात अवतरणे, कधी मृत माणसाने जिवंत होऊन स्वत:च स्वत:च्या निर्वाणाचे कीर्तन करणे तर कधी चौकशी पद्धतीचा नाटकातील संवादांसाठी उपयोग करून घेणे असे विविध प्रयोग केलेले दिसतात. नाटकाचा आकृतिबंध असा अनेक अंगांनी विकसित होत गेलेला दिसतो. त्याचबरोबर व्यावसायिक रंगमंचावरही नवे नाटककार ह्या काळात आले आणि त्यांनी बांधीव, घडीव नाटकांची निर्मिती केली.

जयवंत दळवी, विद्याधर पुंडलीक, सई परांजपे, अनिल बर्वे, रत्नाकर मतकरी, दिलीप परदेशी, प्रभाकर लक्ष्मण मयेकर, इत्यादी नाटककारांनी व्यावसायिक रंगमंचाचा देखील कायापालट केला. दळवींनी स्वत:च्या कादंबऱ्यांवरून केलेली नाट्यरूपांतरे लोकप्रिय झाली. 'महासागर', 'बॅरिस्टर', 'सूर्यास्त', 'सभ्य गृहस्थहो', 'सावित्री', 'पुरुष', 'पर्याय', 'स्पर्श', 'संध्याछाया' इत्यादी त्यांच्या नाटकांतून सामाजिकह्नराजकीय समस्यांचा वेध घेतलेला आहे. दळवींच्या नाटकाची रचना पकड घेणारी असते. मोजकी दृश्ये आणि सुटसुटीत संवाद यांचा त्यांनी भावस्थिती निर्माण होण्यासाठी कुशलतेने उपयोग करून घेतलेला आहे. विद्याधर पुंडलीक यांची 'माता द्रौपदी' आणि 'चार्वाक' ही महत्त्वाची नाटके. पुराणकथांना नवा अर्थ देण्याचा त्यांचा प्रयत्न होता. सई परांजपे यांच्या 'जास्वंदी' नाटकात मांजरे ही महत्त्वाची पात्रे आहेत. मानवी जगातील विविध घटना ही मांजरे टिपतात, त्याविषयी बोलतात. लोककथांचा हा प्रभाव आहे. अनिल बर्वे यांनी स्वत:च्या कादंबरीवरून तयार केलेले 'थँक्यू मिस्टर ग्लाड' हे नाटक गाजले. त्यातील दोन प्रमुख व्यक्तिरेखांतील द्वंद्वामुळे. 'हमीदाबाईची कोठी', 'पुत्रकामेष्टी' ही त्यांची इतर नाटके. रत्नाकर मतकरी व्यावसायिक आणि प्रायोगिक ह्या दोन्ही रंगमंचांवर वावरताना दिसतात, त्यांची 'लोककथा ७८', 'आरण्यक', 'प्रेमकहाणी', इत्यादी प्रायोगिक स्वरूपाची नाटके होत. व्यावसायिक रंगमंचावर आलेल्या नाटकांत 'माझं काय चुकलं', 'स्पर्श अमृताचा', 'खोल...खोल पाणी', 'सत्तांध', 'कार्टी प्रेमात पडली', इत्यादी नाटकांचा समावेश होतो. मधुकर तोरडमल यांनीही व्यावसायिक रंगमंचासाठी नाटके लिहिली. त्यांतील 'तरुण तुर्क, म्हातारे अर्क', 'गुडबाय डॉक्टर', 'बाप बिलंदर बेटा कलंदर' इत्यादी विशेष गाजली.

हौशी रंगमंचावरून व्यावसायिक रंगमंचावर गेलेल्या प्र. ल. मयेकरांनी 'मा अस् साबरिन', 'अथ मनूस जगन हं', 'अग्निपंख', 'पांडगो इलो रे इलो', 'रातराणी', 'दीपस्तंभ', इत्यादी नाटके लिहिलेली आहेत. आजच्या व्यावसायिक नाटककारांमध्ये ते अग्रेसर आहेत. दुसरे नाटककार अशोक पाटोळे. 'आई रिटायर होतेय', 'झोपा आता गुपचुप', 'देखणी बायको दुसऱ्याची' इत्यादी त्यांची नाटके लोकप्रिय आहेत. १९८० च्या दशकात 'घोटभर पाणी' ह्या एकांकिकेने ख्यातनाम झालेले प्रेमानंद गज्वी यांनी 'तनमाजोरी', 'देवनवरी', 'किरवंत' इत्यादी नाटके लिहिलेली आहेत. त्यांच्या 'जय जय रघुवीर समर्थ' ह्या नाटकात रामदासी संप्रदायातील दोन व्यक्ती आणि विचार यांतील संघर्षाचे

चित्रण आहे. जुन्या वारशावर भोंदूपणे जगणारे मठाधिपती आणि विचारांचा अस्सलपणा जपण्याचा प्रयत्न करणारा शिष्य यांच्यात हे द्वंद्व घडते. गज्वी यांच्या 'किरवंत' मध्ये स्मशानकर्म करणाऱ्या ब्राह्मणांना जातिबहिष्कृताची वागणूक कशी मिळत असते याचे भेदक चित्रण आहे. नव्या नाटककारांमध्ये अजित दळवी : 'शतखंड', 'डॉक्टर, तुम्ही सुद्धा', प्रशांत दळवी : 'चारचौघी', शेखर ताम्हाणे : 'सविता दामोदर परांजपे', वामन तावडे : 'छिन्न', दत्ता भगत : 'वाटा पळवाटा', इत्यादी नाटककारांचा उल्लेख आवश्यक आहे. दलित जाणिवा व्यक्त करणारी काही नाटके ह्या काळात लिहिली गेली. त्यांत 'काळोखाच्या गर्भात' : भि. शि. शिंदे, 'आम्ही देशाचे मारेकरी' : टेक्सास गायकवाड, 'साक्षीपुरम्' : रामनाथ चव्हाण इत्यादींचा समावेश होतो.

१९७५ नंतर पथनाटकांची चळवळही सुरू झाली. रस्त्यावर किंवा कुठेही हे नाटक केले जाते. चौकटी रंगमंच मान्य नसलेले कलावंत नाटक जनतेपर्यंत पोहोचवण्याचा प्रयत्न करताना दिसतात. ह्या नाटकांना तात्काळ सामाजिक संदर्भ असला तर ते मनाची पकड घेते. प्रबोधन, शिक्षण, संस्कार ह्या हेतूने पथनाट्यांचा उपयोग मुख्यत: केला जातो. अशा प्रकारच्या नाटकांत 'मुलगी झाली हो' हे विशेष गाजलेले नाटक होय.

मराठीत आज एकीकडे व्यावसायिक रंगमंच आहे, प्रायोगिक नाटके करणारे काही गट आहेत, दलित रंगभूमी आणि पथनाटकांची चळवळही आहे. कल्पनानिर्मित, रंजक कथानकापासून ज्वलंत सामाजिक समस्येला भिडण्यापर्यंत वेगवेगळ्या पातळ्या दिसतात. वाचनीय नाटक आहे तसेच प्रेक्षणीय नाटकही आहे. रंगमंचाच्या विविध शक्यता ह्या नाटकांनी दाखवून दिल्या. परंतु गुणवत्ता आणि निर्मिती यांचे प्रमाण व्यस्त आहे. कविता, कथा, कादंबरी ह्या वाङ्मयप्रकारांच्या तुलनेत नाट्यनिर्मिती तेवढी कसदार नाही असे लक्षात येते. नाटकाचे लेखन रंगभूमीसाठी आहे हे खरे असले तरी रंगभूमीच्या संदर्भातही विशेष काही बदल घडलेले आहेत, असेही दिसत नाही. शेक्सपियर, इब्सेन यांच्या प्रभावानंतर अस्तित्ववादी, संगतिशून्यतावादी नाट्य चळवळींचा व चेकॉव्ह, ब्रेश्ट, बेकेट, आयनेस्को, इत्यादी नाटककारांचा प्रभाव जाणवतो. जुन्या भारतीय नाट्यपरंपरेकडे आणि लोकपरंपरेकडेही काही नाटककार वळताना दिसतात. परंतु मुख्य भर व्यावसायिक रंगमंचावर आहे. त्यामुळे

प्रेक्षकशरणता हा दोष सध्याच्या नाटक व रंगभूमीच्या संदर्भात मोठ्या प्रमाणात जाणवतो.

१९६० नंतर एकांकिका ह्या वाङ्मयप्रकारालाही बहर आलेला दिसतो. तेंडुलकर, खानोलकर, एलकुंचवार, आळेकर, मतकरी इत्यादी नाटककारांनी उत्तम एकांकिकांचे लेखन केलेले आहे. वसुधा पाटील, माधव आचवल, चंद्रकांत प्रभाकर देशपांडे, वृंदावन दंडवते हे इतर उल्लेखनीय एकांकिकाकार होत. निरनिराळ्या स्पर्धांच्या निमित्ताने एकांकिकांचे लेखन होत असले तरी गुणवत्तेच्या दृष्टीने हा वाङ्मयप्रकार फारसा विकसित झालेला नाही, असे दिसते.

□□□

मराठी नाटक आणि प्रायोगिकता

मराठी नाटकांच्या संदर्भात 'प्रायोगिकता' हा शब्द येथे इंग्रजीतील 'एक्सपीरिमेंटल' या अर्थाने वापरलेला आहे. प्रायोगिक रंगभूमी हे शब्द मराठी नाटकाच्या बाबतीत वापरलेले जातात ते एक्सपीरिमेंटल थिएटर या अर्थाने. 'समांतर' आणि 'हौशी' रंगभूमी म्हणजे व्यावसायिक रंगभूमीहून निराळी, प्रायोगिकतेचा पुरस्कार करणारी रंगभूमी असा अर्थ आपल्याकडे प्रचलित आहे. नाटकाकडे 'व्यवसाय' म्हणून न पाहता 'कला' म्हणून पाहणे येथे अभिप्रेत आहे.

चालत आलेल्या परंपरेहून काही निराळे करू पाहणे, माध्यमाच्या शक्यता शोधणे, आशयानुरूप अभिव्यक्ती करण्याचा प्रयत्न करणे यांतून कलांमध्ये प्रायोगिकता उत्पन्न होते. ती अज्ञात प्रदेशातील वाटचाल असते. कलांमधल्या अभिव्यक्तीच्या प्रसंगानंतरच प्रायोगिकतेचे रूप कळते व यशापयश जोखता येते. नटाचा अभिनय, नेपथ्य, प्रकाशयोजना, संगीत, दिग्दर्शन आणि नाट्यसंहिता अशा विविध अंगांनी प्रायोगिकता व्यक्त होत असते. रंगभूमी-तज्ज्ञ आणि रंगकर्मी या विविध अंगांतल्या शक्यतांचा शोध घेतात. नाटककाराने लिहिलेले नाटक, अभिनयकुशल नट आणि स्थळे सुचवणारे पडदे इथपासून केवळ नट आणि प्रेक्षक असले की नाटक होते, लिखित संहितेची देखील गरज नाही- इथपर्यंत नाट्यविचार आज गेलेला दिसतो. नाट्यसंहितेतदेखील बराच बदल झालेला आढळतो.

मराठी नाटक व रंगभूमीच्या संदर्भात मुळापासूनच ते प्रायोगिक आहे असे मत काही समीक्षक मांडत असतात. उदाहरणार्थ, 'मराठी नाटक जन्मास आले तेच एक प्रयोग म्हणून' असे माधव मनोहरांनी म्हटले आहे. त्यांच्या मते जे मूलत: प्रायोगिक तेच व्यावसायिक बनण्यास, बनवण्यास वेळ लागत नाही.

प्रायोगिक रंगभूमीमुळे व्यावसायिक रंगभूमी समृद्ध होत असते हे खरे असले, तरी 'प्रायोगिक' नाटक आणि रंगभूमी 'व्यावसायिक'हून वेगळी असते हे मान्य करावे लागते. मराठी रंगभूमीवर वेळोवेळी प्रायोगिकता दिसलेली असली तरी येथे आपल्याला १९५० नंतरच्या नाटकाच्या संदर्भात प्रायोगिकतेचा विचार करायचा आहे.

१९४६ पासून मुंबईत आत्माराम भेंडे हे दिग्दर्शक आणि माधव मनोहर हे नाटककार काही नवे प्रयोग करू लागले होते. इंडियन नॅशनल थिएटर, भारतीय विद्याभवन कलाकेंद्र, भेंडे यांची कलाकार या नाट्यसंस्था अशा नाटकांचे प्रयोग करीत होत्या. १९५० च्या सुमारास इब्राहीम अल्काझी हे प्रतिभावंत दिग्दर्शक उत्तमोत्तम पाश्चात्त्य नाटकांचे प्रयोग करीत होते. १९५०-५१ च्या आसपास भारतीय विद्या भवन या संस्थेने महाविद्यालयीन स्तरावरची एकांकिका स्पर्धा सुरू केली. रंगभूमीच्या क्षेत्रात नवे काही करू इच्छिणारे नट, नाटककार, दिग्दर्शक या स्पर्धांमधून घडले. विजय तेंडुलकर, रत्नाकर मतकरी, वसंत माने, बबन प्रभू हे नाटककार, दामू केंकरे, विजया मेहता, नंदकुमार रावते, अरविंद देशपांडे, कमलाकर सारंग, सुलभा देशपांडे, माधव वाटवे इत्यादी दिग्दर्शक आणि अभिनेते या स्पर्धांशी संबंधित होते. या स्पर्धांमधील वातावरणामुळे नवी नाटके देण्यासाठी ललित कला केंद्र, रंगमंच, इंडियन अकॅडमी ऑफ ड्रॅमॅटिक आर्ट्स या संस्था निघाल्या. पुण्यात महाराष्ट्रीय कलोपासक आणि प्रोग्रेसिव्ह ड्रॅमॅटिक असोसिएशन या संस्था याच प्रकारचे कार्य करीत होत्या. भालबा केळकर, श्रीराम लागू, जयंत धर्माधिकारी इत्यादी मंडळी पीडीएशी निगडित होती, नव्या नाटकांचे, नव्या धाटणीच्या प्रयोगांचे एक वातावरण मुंबई-पुण्यात तयार होऊ लागले होते.

१९५५ साली दोन महत्त्वाची नाटके रंगभूमीवर आली. कलाकार या संस्थेचे 'कक्षा' (तारा वनारसे, दिग्दर्शन : आत्माराम भेंडे) हे एक आणि भारतीय विद्या भवन कला केंद्राचे 'श्रीमंत' (विजय तेंडुलकर, दिग्दर्शन : विजया मेहता) हे दुसरे. दोन्ही नाटकांत मध्यमवर्गीय मूल्यसंकल्पनांची

चिकित्सा होती. दृश्यांची मांडणी आणि संवाद यांत निराळेपणा होता. 'कक्षा'मधल कथाभाग शनिवार संध्याकाळपासून रविवार संध्याकाळपर्यन्तच्या चोवीस तासांत घडलेला आहे. दोन्ही नाटकांच्या संवादांची भाषा मध्यमवर्गीयांच्या दैनंदिन भाषेच्या जवळपास जाणारी आहे. ही नाटके म्हणजे १९५० नंतरच्या प्रायोगिकतेची नांदीच होय. पन्नासच्या दशकात गो. नी. दांडेकर, विजय तेंडुलकर, वसंत कानेटकर, शं. गो. साठे, सरिता पदकी, बबन प्रभू, रत्नाकर मतकरी या नाटककारांची प्रायोगिक स्वरूपाची नाटके रंगभूमीवर आली. 'माणूस नावाचे बेट' (विजय तेंडुलकर, १९५६), 'वेड्याचं घर उन्हात' (वसंत कानेटकर, १९५७), 'झोपी गेलेला जागा झाला' (बबन प्रभू, १९५८) ही या काळातील महत्त्वाची नाटके होत. प्रयोगरूपाने न आलेल्या 'रंगपांचालिक', 'कालयवन' आणि 'माधवी : एक देणे' या पुरुषोत्तम शिवराम रेगे यांच्या नाटकांचे पुस्तक १९५८ साली प्रकाशित झाले. मराठीतील रूढ नाट्यलेखनाहून अगदी वेगळा असा हा प्रयोग होता.

१९६० साली प्रायोगिकतेच्या संदर्भातील दोन महत्त्वाच्या गोष्टी झाल्या. एक म्हणजे, पुरुषोत्तम दारव्हेकर यांचे 'चंद्र नभींचा ढळला' हे रूपांतरित नाटक रंगभूमीवर आले, आणि दुसरी गोष्ट म्हणजे विजया मेहता यांनी 'रंगायन' ही नाट्यसंस्था स्थापना केली. राज्य नाट्य स्पर्धा ही तिसरी गोष्टीदेखील याच दृष्टीने महत्त्वाची ठरली. स्पर्धांच्या निमित्ताने नवी नाटके लिहिली गेली. नवे दिग्दर्शक आले. महाराष्ट्रातल्या रंगकर्मींना आपापली कला प्रदर्शित करण्याची वार्षिक संधी उपलब्ध झाली.

'चंद्र नभींचा ढळला' हे नाटक आल्बेर कामू या फ्रेंच नाटककाराच्या 'कॅलिग्युला' या नाटकाचे रूपांतर होते. हे रूपांतर समाधानकारक नसले तरी त्या निमित्ताने झालेल्या चर्चेमुळे कामूच्या नाटकांकडे रंगकर्मींचे लक्ष गेले, त्याचप्रमाणे ज्या पॉल सार्त्र, सॅम्युएल बेकेट, युजीन आयनेस्को या इतर फ्रेंच नाटककारांच्या लेखनांकडेही ते वळले. शेक्सपियर, इब्सेन या नाटककारांकडून आता अतिवास्तववादी, अस्तित्ववादी आणि निरर्थकतावादी (ॲब्सर्ड) नाटककारांकडे नाटक लिहिणारे आणि करणारे वळले असे म्हणता येईल. त्याचबरोबर युरोपातील स्तानिस्लावस्की, गॉर्डन क्रेग, मेयरहोल्ड, आर्तो अशा नाट्यविचारवंतांच्या विचारांकडूनही त्यांनी प्रेरणा घेतली. १९६० च्या दशकात रंगायन, भारतीय विद्या भवन, मुंबई मराठी साहित्य संघ इत्यादी संस्थांनी लेखन आणि निर्मिती या दोन्ही दृष्टींनी उत्कृष्ट प्रायोगिक नाटके सादर केली.

'बाधा' (सरिता पदकी), 'एक शून्य बाजीराव' (चिं. त्र्यं. खानोलकर), 'शांतता! कोर्ट चालू आहे' (विजय तेंडुलकर), 'नाटककाराच्या शोधात सहा पात्रे' (पिरांदेलो, अनुवाद : माधव वाटवे) ही याच काळातील निर्मिती होय. १९७१ साली अरविंद देशपांडे यांनी 'आविष्कार' ची स्थापना केली. नाटकांचे प्रयोग करण्यासाठी छबिलदास हायस्कूलचे सभागृह मिळाले. सत्तर आणि ऐंशीच्या दशकांत त्या सभागृहात सातत्याने प्रायोगिक स्वरूपाची नाटके झाली. त्यामुळे प्रायोगिक नाटकाच्या चळवळीला छबिलदास चळवळ असे नाव मिळाले. या चळवळीतून अनेक नव्या नाट्यसंस्था, नवे दिग्दर्शक, नट आणि नाटककार उदयास आले.

'एक शून्य बाजीराव' आणि 'शांतता! कोर्ट चालू आहे' ही साठच्या दशकातली महत्त्वाची प्रायोगिक नाटके होत. प्रयोग आणि संहिता या दोन्ही दृष्टींनी ही नाटके प्रायोगिक अशीच होती. या दोन्ही नाटकांमध्ये रंगभूमीची भाषाच बदललेली आहे. नाटककाराने लिहिलेल्या नाटकाचा रंगमंचावर प्रयोग करणे या रूढ समजुतीहून नाटक ही गोष्ट अनेक पातळ्या असलेली असते का, लिहिलेल्या नाटकातले वास्तव आणि त्या नाटकाबाहेरचे वास्तव त्यांच्यातला संबंध कसा असतो, या संदर्भात काही मूलभूत प्रश्न या नाटकांमध्ये विचारलेले आहेत. या दोन्ही नाटकांसाठी चौकटी रंगमंच वापरला आहे, पण त्यातल्या अवकाशाचाही अतिशय कल्पक असा वापर केलेला आहे. 'एक शून्य बाजीराव'साठी रंगमंचावर वेगवेगळ्या पातळ्यांची रचना केली होती. बाह्यमंच, नाटकाच्या आतल्या नाटकाचा मंच, बाजीरावासाठी सूत्रधाराची उंच बैठक, पडदा आणि त्यापुढे बसणाऱ्या प्रेक्षकांसाठी केलेली व्यवस्था अशी मंचरचना केलेली होती. 'शांतता! कोर्ट चालू आहे'साठी आरोपीचा पिंजरा, वकिलांचे टेबल, साक्षीदाराचा पिंजरा, जज्जसाहेबांचे टेबल अशी मांडणी केलेली होती.

या दोन्ही नाटकांमध्ये पडदा उघडल्याबरोबर रूढ अर्थाने नाटक सुरू होत नाही. नाटकाच्या प्रयोगाविषयीची (शांततामध्ये अभिरूप न्यायालयाविषयीची) चर्चा सुरू होते. एक शून्यमध्ये नाटकाच्या आत नाटक दाखवले जाते. तर शांततामध्ये अभिरूप न्यायालयाच्या सादरीकरणासाठी केला जाणारा सराव दाखवला जातो. खानोलकर आणि तेंडुलकर हे दोन्ही नाटककार नाटक या रूपबंधाविषयीच काही विचार करीत होते असे दिसते. ऐतिहासिक अथवा

सामाजिक, व्यक्तिरेखाप्रधान अथवा भावनाप्रधान, घटनाप्रधान, निश्चित कथा असलेल्या नाटकांहून ही नाटके निराळी उमटून दिसतात.

एक शून्यमध्ये न्यायमूर्ती शंकरराव खोत यांच्या दिवाणखान्याचा सेट मांडलेला असतो. पडदा उघडला जातो तेव्हा सेट दिसतो. परंतु त्या सेटला अनुकूल अशी पात्रे अथवा त्यांच्या कृती नाहीत. काही नट पत्ते खेळताना दिसतात. मग दिग्दर्शक, नाटककार, पात्रे, नाटकाशी संबंध नसलेली इतर माणसे तिथे येतात. हा सबंध अंकच नाटक या संकल्पनेबाबत प्रश्न उपस्थित करणारा आहे. उदा 'हा दिवाणखाना नाटकातला आहे', 'नाटक म्हणजे ते अगदी लिहिलेलंच असलं पाहिजे का', 'ठोकळ्यांचं घरच फक्त फुंकर मारून वाटेल त्याला उधळता येईल. नाटकाची गोष्टच वेगळी आहे,' 'नाटकाचंही एक सत्य म्हणून असतं', 'नाटक बाहेर बसून बघायचं असतं', 'या दारांना दरवाजेच नाहीत. नुसत्याच चौकटी', 'इथलं काहीही खरंच नाही. मयसभाच ही', 'हे विष. कुंकू टिकावं म्हणून आम्ही बायका त्यामागं मेण लावतो तसंच हे सुद्धा. हे नाटक टिकवण्यासाठी आजपासून हे बाळगणार आहे' इत्यादी. निरनिराळ्या पात्रांच्या संभाषणातल्या या वाक्यांमधून रंगमंचावर केले जाणारे नाटक आणि बाहेरचे जग, कलाकृती आणि वास्तव, कलाकृती, कलावंत आणि प्रत्यक्ष जगातील राजकीय-आर्थिक-सामाजिक सत्ता यांच्यातील द्वंद्वे उघड होत जातात. दुसऱ्या अंकात खानोलकरांनी लिहिलेल्या नाटकाच्या आत, मुळात बाजीरावाने लिहिलेल्या पण दुसऱ्याच नाटककाराने आपल्या नावावर खपवलेल्या नाटकाचा प्रयोग, ते पाहणारे प्रेक्षक, त्या नाटकाच्या बाहेर असलेला, पण अधूनमधून त्या नाटकात शिरणारा बाजीराव दिसतो. तिसऱ्या अंकात प्रेक्षक आप्पाराव नाटकातल्या नाटकात प्रवेश करतो. लिहिलेल्या नाटकाचा प्रयोग ही एक घटना घेऊन खानोलकर नाटकाचे जग आणि नाटकाच्या बाहेरचे जग यांतला संघर्ष मूर्त करतात.

शांतता! कोर्टमध्ये अभिरूप न्यायालयाचा प्रयोग करायला आलेले लोक तालीम म्हणून एक काल्पनिक खटला चालवतात. मुळात प्रेसिडेंट जॉन्सनवरच्या खटल्याचा खेळ दाखवणारे हे लोक तालमीत आपल्यातल्याच एका कुमारी बेणारेला आरोपी करतात आणि तिच्यावर भ्रूणहत्येचा आरोप ठेवतात. पुढल्या अंकात, हा आरोप खोटा आहे, हा खटला खोटा आहे हे भान नाहीसे होत जाते. सामंत नावाचे पात्र संपूर्णपणे काल्पनिक साक्ष देत असताना बेणारे म्हणते: 'बनावट आहे सगळं! खोटं आहे!' जे पूर्णपणे

मन:कल्पित आहे ते खऱ्याच्या जवळ जाणारे ठरते. 'मिस्टर सामंतांनी जे पुस्तकातलं म्हणून सांगितलं त्यात तथ्य आहे' असा निकर्ष इतर पात्रे काढतात. कल्पित आणि सत्य असे समोरासमोर उभे ठाकलेले आहे. कोणते कल्पित आणि कोणते सत्य-यांतील सीमारेषा पुसली जाते.

एक शून्य आणि शांतता या दोन्ही नाटकांमध्ये 'न्याय' ही संकल्पना आलेली आहे. हा न्याय सामाजिक-राजकीय-आर्थिक पर्यावरणातला आहे तसाच तो व्यक्तीच्या व्यक्ती म्हणून जगण्याच्या संदर्भातलाही आहे.

आशय, अभिव्यक्ती आणि प्रयोगाची उभारणी या तीनही बाबतींत ही नाटके प्रायोगिक होती. त्यांनी नाटक आणि रंगभूमी या दोहोंबाबतची आपली जाण विकसित केली.

अनेक प्रायोगिक नाटके १९७० च्या दशकात आली. 'गिधाडे' (तेंडुलकर, १९७०), 'अवध्य' (खानोलकर, १९७१), 'षड्ज' (अच्युत वझे, १९७१), 'सखाराम बाईंडर' आणि 'घाशीराम कोतवाल' (तेंडुलकर, १९७२), 'गार्बो' (महेश एलकुंचवार, १९७३), 'वासनाकांड' (एलकुंचवार, १९७४), 'उद्ध्वस्त धर्मशाळा' (गो. पु. देशपांडे, १९७४), 'महानिर्वाण' (सतीश आळेकर, १९७४), 'चल रे भोपळ्या टुणुक टुणुक' (वझे, १९७४), 'पार्टी' (एलकुंचवार, १९७६), 'लोककथा, ७८' (रत्नाकर मतकरी, १९७८), 'अलवरा डाकू' (पुरुषोत्तम बेर्डे, १९७८), 'घोटभर पाणी' (प्रेमानंद गज्वी, १९७९), 'छिन्न' (वामन तावडे, १९७९)ही त्यांतील उल्लेखनीय नाटके होत. याशिवाय छबिलदास रंगमंचावर भारतीय भाषांमधील महत्त्वाच्या नाटकांच्या अनुवादाचेही प्रयोग झाले. 'हयवदन' (गिरीश कार्नाड), 'जुलूस' (बादल सरकार), 'आणखी एक द्रोणाचार्य' (शंकर शेष) ही त्यांतील काही नाटके होत.

तेंडुलकरांची या दशकातील गिधाडे, सखाराम बाईंडर आणि घाशीराम कोतवाल ही तीनही नाटके प्रायोगिक स्वरूपाची आहेत. शांततामध्ये एका स्तरावर पुरुषकेंद्री समाजाची स्त्रीविषयक धारणा व्यक्त होते, तर दुसऱ्या स्तरावर माणसात दडून असलेली हिंस्रता प्रकट होते. गिधाडे, सखाराम आणि घाशीराममधून या हिंस्रतेच्या विविध रूपांचा आविष्कार ते करतात. कुटुंबातील ते व्यक्तींचे संबंध (गिधाडे), मराठी समाजाची विवाहविषयक नीती (सखाराम), शासन, राजकीय सत्ता आणि त्या सत्तेच्या जवळपास असलेला, उपद्रव-मूल्य

असलेला गट (घाशीराम) अशी चौकट रचून तेंडुलकर एकंदरीत समाजातीलच निर्घृणता, हिंस्रता व्यक्त करतात. प्रयोगाच्या दृष्टीनेही तिन्ही नाटकांची मांडणी वेगळी आहे. गिधाडेमध्ये झाडाची ढोली उभी केली होती. सखाराममध्ये बाहेरची खोली आणि आतली खोली दिसू शकेल अशी रचना होती. घाशीराममध्ये दृश्यमूल्यांच्या दृष्टीने विविध स्वरूपाची नवीनता आहे. दशावतार, खेळे, भारूड, लावणी, कीर्तन, अभंग, पोवाडा, भोंडला, वाघ्या-मुरळी, तमाशा अशा विविध लोककलांचा सर्जनशील वापर या नाटकात केलेला आहे. आधुनिक मराठी नाटकात अनुपस्थित असलेला सूत्रधार येथे आला. गणपती नमन आले. रूढ गद्यनाटकातून निराळी अशी संगीताची, नृत्याची लय येथल्या पात्रांना, त्यांच्या हालचालींना दिलेली आहे. रंगमंचाचा सगळा अवकाश विविध व्यक्तींच्या हालचालींनी भारून टाकला जातो. लोककलांपासून आजच्या दृश्यकलांपर्यन्तच्या विविध माध्यमांच्या शक्यता या नाटकात शोधलेल्या आहेत. त्यामुळे प्रायोगिकतेच्या दृष्टीने आशय-विषयापासून अभिव्यक्तीच्या अनेक चौकटी मोडणारे असे हे नाटक ठरले.

'षड्ज' हे अच्युत वझे यांचे नाटक विषयाच्या मांडणीच्या दृष्टीने प्रायोगिक आहे. राजकीय गर्भितार्थ असलेले गंभीर असे राजकीय रूपक म्हणून या नाटकाचे महत्त्व आहे. शासक आणि शासित यांच्यातील संबंधाचे अतिशय उग्र आणि क्रूर स्वरूप या नाटकात अभिव्यक्त झालेले आहे. प्रहसनात शक्य आहेत अशा प्रकारच्या दृश्यरचना करून माणसामाणसांतील संबंधाचे हिंस्र रूप वझे यांनी रेखाटले आहे.

मानवी अस्तित्वाला घेरून असलेल्या विविध प्रश्नांचा वेध एलकुंचवारांनी घेतलेला आहे. 'गार्बो'मध्ये मानवी प्रयत्नांची, आशा-आकांक्षांची विफलता व्यक्त झालेली आहे. 'वासनाकांड'मध्ये शुद्ध वासना आणि तिच्याविषयीचा समाज-नैतिक दृष्टिकोन-कलावंतांची सृजनशीलता आणि तिला ग्रासणारी संवेदनहीनता यांच्यातील द्वंद्वाची अभिव्यक्ती झालेली आहे. बहीण-भावातील लैंगिक भावनेचे प्रक्षेपण हाही एक स्तर या नाटकाच्या कथेत असल्याने ते चाकोरीबाहेरचे ठरले. 'पार्टी' या नाटकात मध्यमवर्गीय-उच्चमध्यमवर्गीय व्यक्तींचे मूल्यहीन जगणे विविध व्यक्तींच्या वागण्या-बोलण्यातून सहजतेने व्यक्त झालेले आहे. त्यांच्या अलीकडच्या 'युगान्त' या नाट्यत्रयीत मराठी कुटुंबपद्धती आणि समाजव्यवस्था यांच्यातील बदल, त्यांच्याजागी येत असलेली आधुनिक चंगळवादी संस्कृती, माणसाचे मूलभूत एकटेपण आणि त्याच्या वाट्याला येऊ

घातलेली भविष्याची मरुभूमी यांचे चित्रण झालेले आहे. या नाट्यत्रयीचा सलग आठ-नऊ तासांचा प्रयोग हाही एक प्रयोग होता.

गोविंद पुरुषोत्तम देशपांडे यांच्या 'उद्ध्वस्त धर्मशाळा' या नाटकात चौकशी हे रूप वापरलेले आहे. स्वातंत्र्योत्तर भारतातील तीव्र संवेदनशीलतेच्या आणि द्रष्टेपणाच्या पराभवाची मीमांसा या नाटकात केलेली आहे. देशपांडे यांच्या नाटकाचे स्वरूप विचार-नाटकाचे आहे. स्वातंत्र्योत्तर भारतातील डाव्या विचारसरणीला येत चाललेले रूप आणि प्रस्थापित व्यवस्था यांच्यातला ताण-तणाव या नाटकात आहे. चौकशी पद्धतीचा उपयोग करून लेखकाने ते ताण अधिकच तीव्र केलेले आहेत. आळेकरांच्या 'महानिर्वाण' या नाटकात कीर्तनाचा घाट आणि हिंदी चित्रपटाची शैली यांची सरमिसळ केलेली आहे. आळेकरांनी शब्द हा इतर नाट्यघटकांपैकी एक मानला आणि नाटकाचे दृश्यमूल्य वाढवले. पाश्चात्त्य असंगत रंगभूमी आणि देशी लोकरंगभूमी यांच्यातील अनेक वैशिष्ट्यांचा समन्वय या नाटकात झालेला आहे. 'लोककथा, ७८' या मतकरींच्या नाटकावर जर्मन नाटककार बर्टोल्ट ब्रेश्ट याच्या नाट्यविचारांचा प्रभाव आहे. ग्रामजीवनातील सत्ताधारी दलित जाति-जमातींचे शोषण कसे करतात याचे भेदक चित्रण या नाटकात केलेले आहे. नाटकाची अनेक दृश्यांत विभागणी असून पात्रांच्या तोंडची भाषा ग्रामीण बोली आहे. भाषेच्या श्लील-अश्लीलतेविषयीचे संकेतही मतकरींनी मोडले. दलित कवितेच्या भाषेच्या प्रभावातून या नाटकातली भाषा घडलेली आहे. मुक्त लोकनाट्याचे तंत्र वापरून ठोस सामाजिक-राजकीय आशय व्यक्त करण्याच्या दृष्टीने हे नाटक महत्त्वाचे आहे. गज्वी यांच्या 'घोटभर पाणी' या एकांकात दोनच पात्रांची योजना करून दलित जीवनातील दाहकतेचे दर्शन घडवले आहे. त्यांचे 'किरवंत' हे नाटक स्मशानकर्म करणाऱ्या ब्राह्मणांना मिळणारी जातिबहिष्कृताची वागणूक चित्रित करते.

ऐंशीच्या दशकातील श्याम मनोहर यांची 'यकृत' (१९८३), आणि 'हृदय' (१९८४) ही नाटके स्वातंत्र्योत्तर भारतीय सुखवादाची तीव्र चिकित्सा करणारी आहेत. त्यांच्या 'प्रेमाची गोष्ट?' (१९९७) या नाटकात स्वातंत्र्याच्या काळात बाढलेल्या पिढीतील आंतरिक द्वंद्वांचा आविष्कार झाला आहे. ज्ञान म्हणजे काय? हा या नाटकात विचारला गेलेला प्रश्न आहे. ज्ञानाची आच आणि आस्था नसलेला समाज हा या नाटकाचा विषय आहे. अमूर्त, तात्त्विक प्रश्नावर उभारलेले हे नाटक हा एक अनोखा प्रयोग आहे.

राजीव नाईक, मकरंद साठे, अजित दळवी, जयंत पवार, दत्ता भगत, सुरेश चिखले, प्रशांत दळवी, तुषार भद्रे, संजय पवार, चंद्रशेखर फणसळकर इत्यादी नाटकार याच काळात उदयाला आले. दत्ता भगत यांचे 'वाटापळवाटा' (१९८७) हे नाटक अभिव्यक्तीच्या दृष्टीने पारंपरिक सामाजिक नाटकासारखेच आहे. परंतु तेथे घटना-प्रसंगांच्या ऐवजी विचारांना, विचारांतील संघर्षांना अधोरेखित केले आहे. डॉ. आंबेडकरांच्या क्रांतदर्शी व्यक्तिमत्त्वाने भारावलेल्या तीन पिढ्यांच्या विचारांचे चित्रण या नाटकात आहे. विशेषत: पहिल्या दोन पिढ्या आणि तिसरी पिढी यांच्यातील वैचारिक संघर्ष हा या नाटकाचा गाभा आहे. सुरेश चिखले यांचे 'लोकमहाभारत अर्थात जांभूळ आख्यान' (१९९०) हे एक प्रयोगिक दृष्टीने महत्त्वाचे नाटक आहे. लोकपरंपरेतील जांभूळ आख्यान आणि त्याचा गोंधळ-नाट्यात्म आविष्कार असे या नाटकाचे स्वरूप आहे. संजय पवार यांनी 'कोण म्हणतं टक्का दिला' (१९९०) नाटकात पौराणिक आणि समकालीन यांचे मिश्रण केलेले आहे. तमाशाच्या वगाची धाटणी घेऊन पुराणकालीन मंडळींच्या तोंडी आजची इंग्रजी-हिंदी-मराठी अशी बोली दिलेली आहे.

१९९० च्या दशकात प्रायोगिक रंगभूमी आणि व्यावसायिक रंगभूमी यांच्यामधील रेषा पुसली गेली. अनेक नव्या नाटककारांची, प्रायोगिकतेचे गुणधर्म असलेली नाटके व्यावसायिक रंगमंचावर आली व ती कमीअधिक यशस्वी ठरली. 'चारचौघी' (प्रशांत दळवी), 'सूर्य पाहिलेला माणूस' (मकरंद साठे), 'गांधी विरुद्ध गांधी' (अजित दळवी), 'अधांतर' (जयंत पवार), 'शोभायात्रा' (शफाअत खान), 'ढोलताशे' (चंद्रकांत प्रभाकर देशपांडे) ही अशा काही नाटकांपैकी होत. शफाअत खान यांनी चित्ररथाची प्रतिमा वापरून समकालीन राजकीय स्थितीवरचे भाष्य करणारे नाटक लिहिले. 'ढोलताशे'मध्ये आजच्या सामान्य व्यक्तीवर होणाऱ्या विविध आक्रमणांच्या पुढे तो कसा हतबल, अगतिक झालेला आहे हे दाखवले आहे. 'गांधी विरुद्ध गांधी'मध्ये महात्मा गांधी आणि हरिलाल गांधी या पितापुत्रांमधील वैचारिक संघर्ष उत्कटपणे चित्रित केलेला आहे. 'चारचौघी'मध्ये आजच्या काळात विवाहसंस्थेविषयी निर्माण होणाऱ्या विविध प्रश्नांची गुंतागुंत मांडली आहे, तर 'सूर्य पाहिलेला माणूस' हे बाह्यत: सॉक्रेटिसवरचे, पण आजच्या काळातील विचार-अभिव्यक्तीच्या भयाक्रांत स्थितीचे दर्शन घडवते. 'अधांतर' या जयंत पवारांच्या नाटकात मुंबईतील गिरणगावाच्या उद्ध्वस्ततेच्या चित्रणातून

समकालीन महानगरी जीवनातील कनिष्ठ मध्यमवर्गीयांची वाताहत दाखवली आहे. एलकुंचवारांची नाट्यत्रयी आणि पवारांचे 'अधांतर' आजच्या समग्र जीवनातील मूल्यहीनतेचे आणि दिशाहीन भवितव्यतेचे चित्रण करणारी समकालीन नाटके होत.

अजूनही प्रायोगिक रंगभूमी पूर्णपणे नष्ट झालेली नाही. प्रायोगिक रंगभूमीचा अस्त म्हणजे व्यावसायिक रंगभूमीची वाढ खुंटणे असेच मानले पाहिजे. आविष्कार या नाट्यसंस्थेने गेल्या दोनतीन वर्षांत केलेली सादरीकरणे या दृष्टीने नोंदवावी अशी आहेत. रोहिणी हट्टंगडी यांची भूमिका असलेले 'अपराजिता' हे एकपात्री नाटक, 'स्वगत : कोसळत्या शतकांचे' हे वसंत आबाजी डहाके यांच्या कवितांवर आधारित व 'गोष्ट लग्नाचीच पण...' हे गंगाधर गाडगीळांच्या कथांवर आधारित गिरीश पतके यांनी केलेले सादरीकरण – हे काही प्रयत्न प्रायोगिकतेच्या दृष्टीने महत्त्वाचे आहेत.

मराठीतील प्रायोगिक नाटकाची चळवळ सुरू असताना बरीच पाश्चात्त्य नाटके अनुवादरूपाने मराठी रंगभूमीवर आली – 'बेकेट' व 'ॲन्टिगनी' (ज्यां आनुई), 'बादशहा' (युजीन ओनील), 'विकत घेतला न्याय' (फ्रेडरीश ड्युरेनमॅट), 'नाटककाराच्या शोधात सहा पात्रे' (लुईजी पिरांदेलो), 'अजब न्याय वर्तुळाचा' व 'तीन पैशांचा तमाशा' (बर्टोल्ट ब्रेश्ट), 'एक होती राणी' (उगो बेट्टी), 'चांगुणा' (लोर्का), 'राजा ईडिपस' (सॉफक्लीज), 'गौराई' (टेनेसी विल्यम्स), 'अंधाराच्या सावल्या' व 'गेला उडत' व 'टक्कल पडलेली सुंदरी' (युजीन आयनेस्को), 'जन्मदिनांक' (हॅरॉल्ड पिंटर),'मेडिआ' (युरिपीडीज), 'नो एक्झिट' (ज्यां पॉल सार्त्र), 'वेटिंग फॉर गोडो' (सॅम्युएल बेकेट), 'गोची' (तादोझ रुझिविच) इत्यादी. या नाटकांच्या प्रयोगांनी मराठीतील प्रायोगिकता संस्कारित झाली.

मराठीतील प्रायोगिक नाटकांच्या चळवळीने नाट्यसंहिता आणि प्रयोग या दोन्हींच्या बाबतीत वाचक-प्रेक्षकांचे आणि रंगकर्मींचे आकलन समृद्ध केले. नाटक (संहिता आणि प्रयोग) ही एक कलाकृती आहे, ती एक सर्जनशील कृती आहे याचे भान रसिकांना आले. याचा परिणाम नाट्यलेखनावर झाला, तसाच सादरीकरणावरही झाला. रंजनवादी-स्वच्छंदतावादी रंगभूमीकडून वास्तववादी-अतिवास्तववादी-अस्तित्ववादी-निरर्थकतावादी-कथनात्मक रंगभूमीकडे मराठी नाटकाचा व रंगभूमीचा प्रवास झालेला दिसतो. आजही रंगमंचावर येणारी बहुतांश मराठी नाटके कौटुंबिक प्रकारातील बंदिस्त-बांधेसूद

नाटके असली तरी आपण येथे पाहिलेल्या नाटकांसारखी प्रायोगिक स्वरूपाची नाटके लिहिली जातात, त्यांचे प्रयोग केले जातात. नाटक हे एक दृक्श्राव्य कलामाध्यम आहे, ते लिहिलेल्या संवादांचे अभिनयासह केलेले सादरीकरण नव्हे याची जाण प्रेक्षकांनाही झालेली आहे. लेखक-दिग्दर्शकदेखील सादरीकरणाविषयी जागरूक झालेले आहेत. आजचे बहुतेक नवे नाटककार नाट्यसंहितेत विस्तृत रंगसूचना लिहू लागलेले आहेत. नाटकाच्या अभिव्यक्तीसाठी कोणताही रूपबंध वर्ज्य नाही असे मानले जाऊ लागले. या विचारातूनच तेंडुलकरांच्या 'कोवळी उन्हे' या ललित लेखांचे सादरीकरण झाले.

शब्द, शब्दांचे उच्चारण, चेहऱ्यावरील हावभाव, अभिनय, नटांच्या रंगमंचावरच्या हालचाली, नटाचे शरीर, केशरचना, वेषभूषा, रंगमंच-सामग्री, नेपथ्य, प्रकाशयोजना, संगीत आणि ध्वनिसंयोजन या रंगभूमीच्या तेरा अंगांप्रमाणे नाटकाच्या संहितांचा विषय-आशय-अर्थ, प्रतिमा-प्रतीकांचे उपयोजन, संविधानकाची रचना यांतही प्रायोगिकतेच्या दिशेने पावले पडत आहेत असे दिसते.

□□□

तेंडुलकरांची नाटके

आपल्याजवळ तेंडुलकरांच्या नाटकांच्या संहिता आहेत. त्यांत लिहिलेले, छापलेले शब्द आहेत. ते बोलण्यासाठी, उच्चारण्यासाठी लिहिलेले आहेत. म्हणजे त्या उक्ती आहेत, ते बोलणे आहे. ते दोन प्रकारचे आहे : एक, प्रत्यक्ष उच्चारले जाणारे आणि दुसरे, कंसातले उच्चारले न जाणारे. उच्चारले जाणारे आणि न उच्चारले जाणारे हे दोन्ही प्रकारचे बोलणे परस्परपूरक असे आहे.

कोणतेही बोलणे अधांतरी, निर्वात पोकळीतले नसते. बोलणारी व्यक्ती, स्थिती, संदर्भ या गोष्टी असतातच, बोलणेदेखील विशिष्ट प्रकारे रचलेले असते. म्हणजे त्यातल्या शब्दांची निवड केलेली असते, विशिष्ट प्रकारे त्यांची जुळणी केलेली असते. आपण बोलणे ही एक संस्था असलेल्या जगातच राहतो. बोलणे महत्त्वाचे असतेच, परंतु बोलण्यातून बोलणारी व्यक्ती स्वत:ला रचते, त्याच्या असण्याची जी काही रीती असेल त्याप्रमाणे रचते, आणि त्या व्यक्तीचे असे जे काही 'जग' असेल त्यात राहून, त्याला संबोधून ते असते. ती व्यक्ती आणि त्या व्यक्तीचे बोलणे वेगळे करता येत नाही. प्रत्येकच व्यक्ती स्वत:तल्या स्तब्धतेला बोलण्यात रूपांतरित करीत असते. (मग ते बोलणे शिकत असलेले लहान मूल असो की तेंडुलकरांसारखा मोठा नाटककार असो.) व्यक्ती, स्थिती आणि संदर्भ यांनुसार स्तब्धता हे देखील 'बोलणे' च असते. अधांतरीच्या, निर्वात पोकळीतल्या बोलण्यालादेखील अधांतराचा, निर्वात पोकळीचा संदर्भ असतोच. आपल्या सगळ्यांच्या बोलण्याच्या,

बडबडीच्या म्हणा, तळाशी ती आदिम स्तब्धता असते. बोलण्याने आपण ती मोडत असतो. आजच्यासारखे बोलणे नसण्याच्या काळात माणसे हावभावांनी बोलत असावीत असे सांगतात. बोलण्याने त्या हावभावांची जागा घेतलेली आहे, पण हावभाव नाहीसे झालेले नाहीत. बोलणे असूनही ते आहेतच, बोलण्याला ते साथसंगत करतात. बोलताना नुसते बोलणेच, म्हणजे केवळ उच्चारणच असते, असे नाही; सगळे शरीरच बोलत असते. ते बोलणे जगातले असते, जगाविषयीचे असते आणि त्यात जग असते. माझी क्रुद्ध मुद्रा, माझे वेडसर हातवारे आणि आसुडाच्या फटकाऱ्यासारखे माझे शब्द माझा केवळ संताप, रागच व्यक्त करीत नाहीत; ते मला, माझ्या असण्याला व्यक्त करतात, आणि व्यक्त झालेल्या 'मी' चा, असण्याचा अर्थ जग असा असतो.

नाटकाने (संहिता आणि प्रयोग) या दोन्ही गोष्टी घेतलेल्या आहेत. उच्चारले जाणारे बोलणे आणि न उच्चारले जाणारे बोलणे. रंगभूमीने मुळातच बोलण्याची संरचना स्वीकारलेली आहे. आपण आता नाटकाकडे बोलण्याचा एक प्रकार, एक उक्ती, एक उच्चारण, एक परिभाषित म्हणून पाहतो आहोत. नाटक हे जर एक बोलणे असेल तर (नाटकातल्या पात्रांचे बोलणे वेगळे) त्यामागे एक बोलणारा आहे, त्याचे काहीएक व्यक्तिमत्त्व आहे, तो त्या संहितेतल्या पात्रांविषयी, त्यातल्या इतर गोष्टींविषयी आणि ती संहिता ज्या प्रेक्षकांसाठी असते त्या प्रेक्षकांविषयीदेखील काहीएक दृष्टिकोण बाळगून असतो. म्हणजे या संहितारूपी बोलण्यातून बोलणारा आपले व्यक्तिमत्त्व प्रस्थापित करतो. बोलण्यातून, बोलण्याच्या विशिष्ट रितीतून, बोलल्या जाणाऱ्या गोष्टीविषयी संहिताकाराचा भाव व्यक्त होत असतो. बोलण्याच्या सुरावरून ते बोलणे खेळकर आहे की गंभीर आहे हे समजते. नाटकातल्या सगळ्या पात्रांच्या बोलण्यामागे एक स्वर असतो. तो संहिताकाराचा स्वर असतो. तो थेट उच्चारला जात नाही, पण सगळ्या उच्चारांतून अथवा अनुच्चारांतून तो जाणवत असतो. त्यातून केवळ स्वरच्छटा, सूरच नव्हे तर एक मानवी उपस्थिती जाणवत असते. आपल्याला पाहिजे असलेले वाङ्मयीन व्यक्तिमत्त्व ते हेच. त्या स्वरातून संहिताकाराची उपस्थिती, त्याची मूल्यजाणीव, त्याची नैतिक धारणा, त्याची शोकात्म अथवा सुखात्म दृष्टी जाणवत असते.

आपल्याला तेंडुलकरांच्या संहितांतून त्यांचे वाङ्मयीन व्यक्तिमत्त्व शोधायचे आहे किंवा आपल्याला जे जाणवले ते सांगायचे आहे. दुसरे म्हणजे त्या व्यक्तिमत्त्वाचे समकालीनत्वही पाहायचे आहे.

आपल्या काळाशी, आपल्या काळाच्या स्थितिगतीशी नाते असलेला, आपल्या काळातील वास्तवाचा आणि त्या वास्तवातल्या माणसांच्या वस्तुनिष्ठतेचा आणि स्वप्नशीलतेचाही वेध घेणारा, आपल्या काळातल्या घटना-प्रसंगांतून व्यक्तींच्या आणि समूहाच्या वृत्तिप्रवृत्ती कशा व्यक्त होतात त्याचा शोध घेणारा लेखक म्हणजे समकालीन लेखक. अशा लेखकाचे समकालीनत्व त्याच्या संहितांतून म्हणजे बोलण्यातून व्यक्त होत असते. त्याचे समकालीनत्व हे त्याच्या वाङ्मयीन व्यक्तिमत्त्वाचाच भाग असते.

व्यक्तिमत्त्वाच्या समकालीनत्वाचा महत्त्वाचा विशेष म्हणजे आपल्या काळात त्याची मुळे पक्की रुजलेली असतात. ते भूतकालशरण अथवा स्मरणरम्य-मग्न असे नसते; आपल्या काळाने उत्पन्न केलेल्या प्रश्नांशी ते झुंजत असते. एखाद्या विशिष्ट समाजाच्या सांस्कृतिक चौकटीत राहून एकदंरीत मनुष्याच्या प्रकृतीचे आकलन करून घेण्याचा त्याचा प्रयत्न असतो. त्यामुळेच एखादे व्यक्तिमत्त्व समकालीन असूनही शाश्वत स्वरूपाच्या चिंतांनी ग्रस्त असू शकते. किंबहुना आपल्या काळातील घटितांची तपासणी करीत असताना पिढ्यान्‌पिढ्या संक्रमित होत असलेल्या मूल्यांविषयी, श्रद्धांविषयी जे प्रश्न उपस्थित होतात ते मांडले जातात. समकालीन लेखक समकालीन माणसाच्या उक्ति-कृतींतून'माणूस' म्हणजे नक्की काय, त्याला गतिशील करणाऱ्या प्रेरणा-प्रवृत्ती कोणत्या, त्याचे भूत-वर्तमान-भविष्य निर्धारित करणाऱ्या अंतर्गत अथवा बाह्य शक्ती कोणत्या हे पाहतो. मूल्यांचे, जाणिवांचे, श्रद्धांचे संच तो स्वीकारत नाही, त्यांविषयीदेखील तो शंका उपस्थित करतो. समकालीन लेखक समाजशास्त्रज्ञ असतो किंवा असला पाहिजे असे नाही; आजचा आपला समाज हा त्याचा आस्थाविषय असतो.

नाटक या माध्यमाचा सगळा रोख माणूस आणि त्याच्या कृति-उक्ती, माणसाच्या भोवतीची स्थिती आणि त्या स्थितीत असलेल्या माणसाचे वागणे-बोलणे यांवर असतो. आपण आधी म्हटल्याप्रमाणे पात्रे, त्यांचे बोलणे-वागणे, त्यांच्या कृति-क्रिया-प्रतिक्रिया हे सगळे संहिताकाराचे बोलणे असते. ते असंख्य वाक्यांचे एक विधान असते आणि ते विधान आपल्या काळाविषयीचे असते.

'अभिरुची'च्या १९४६ च्या मार्च, एप्रिल, मे आणि जून अशा चार अंकांतून गोविंद केशव भट यांनी 'नवे नाट्य' या विषयावर लेख लिहिले.

त्या लेखांतून नव्या नाट्याची जी वैशिष्ट्ये भटांनी सांगितली, ती थोडक्यात अशी : नवे नाट्य सामाजिक स्वरूपाचे असते. त्यात व्यक्तिसंसाराचे चित्र रंगविताना सामाजिक प्रश्न उपस्थित केला जातो. सामाजिक संकेतांत आणि व्यवहारात असत्य, अन्याय, अनीती यांचा कसा बुजबुजाट झालेला आहे, पांढरपेशांचा वर्ग भुसभुशीत, पोखरलेल्या जमिनीवर कसा उभा आहे, समाजसंस्था या ढोंगावर उभ्या आहेत, समाजातल्या लोकांनी कायद्याची. नीतीची, प्रतिष्ठेची मुळे तपासली, जोखली पाहिजेत हे नव्या नाट्यात दाखवलेले असते. नवे नाट्य बुद्धिप्रधान प्रमेयाची तार्किक मांडणी करणारे आणि मानसिक क्रांतीच्या रोखाने अवतरणारे असते इत्यादी.

या लेखमालेनंतर नऊ वर्षांनी अवतरलेल्या तेंडुलकरांच्या 'श्रीमंत' मध्ये ही सगळी लक्षणे आढळतात. ही संहिता म्हणजे तेंडुलकरांचे आपल्या काळाविषयीचे पहिले विधान आहे. तेंडुलकर या नाटकात, समाजाचा वरचा मानला जाणारा स्तर अंतर्विरोधांनी आतून कसा पोखरला गेला आहे ते दाखवतात. मूल्यहीन, नीतिहीन, पाप आणि ढोंग यांच्यावर उभारलेल्या या स्तरावरच्या व्यक्तींना आव्हान देणारी एक व्यक्तिरेखा या नाटकात त्यांनी उभी केलेली आहे. या नंतरच्या काळाचे भवितव्य अशाच व्यक्तिरेखांच्या हातात सुरक्षित आहे असेही त्यांनी नाटकाच्या अखेरीस सुचवलेले आहे. तेंडुलकरांचे हे पहिले विधान आज बरेचसे अपरिपक्व, अर्धेकच्चे वाटण्याची शक्यता आहे. परंतु या नाटकाच्या द्वारा, भारतीयांच्या जीवनव्यवहारात मुख्य प्रवाहाच्या बाहेर टाकला गेलेला एक वर्ग हळूहळू येतो आहे, हेही सुचवलेले आहे. अर्थात या प्रक्रियेला १९५५ च्या आधीच सुरुवात झालेली होती आणि तिचे पडसाद मराठी नाटकांतून उमटू लागलेले होते. तेंडुलकरांचे हे नाटक विरोधन्यासावर उभारलेले आहे. पुढच्या काळात तेंडुलकर विरोधन्यासाकडून अनुभवाच्या द्वंद्वात्मकतेकडे गेल्याचे दिसते. 'श्रीमंत' आणि 'कन्यादान' ही दोन नाटके समोरासमोर ठेवली की हे स्पष्ट होते. 'श्रीमंत' मधले तेंडुलकरांचे बोलणे बरेचसे ढोबळ आणि एकायामी होते. 'श्रीमंत' मधील मथुरा आणि 'कन्यादान' मधील ज्योती या दोन व्यक्तिरेखा बाह्यत: सारखेच आचरण करीत असल्यासारख्या वाटत असल्या तरी आकलनांत तफावत आहे. तो तेंडुलकरांच्या आकलनातलाच विकास आहे. त्यामुळे 'कन्यादान' मधले त्यांचे बोलणे अनेक आयामी झालेले आहे.

तेंडुलकरांनी आपले नाट्यात्म विधान करण्यासाठी 'कुटुंब' या संस्थेचे प्रामुख्याने उपयोजन केलेले आहे. 'श्रीमंत', 'माणूस नावाचे बेट', 'मधल्या भिंती', 'चिमणीचं घर होतं मेणाचं','मी जिंकलो! मी हरलो!', 'एक हट्टी मुलगी', 'अशी पाखरे येती', 'गिधाडे', 'सखाराम बाइंडर', 'बेबी', 'घरटे अमुचे छान', 'कमला', 'कन्यादान', 'चिरंजीव सौभाग्यकांक्षिणी' - तेंडुलकरांच्या या बहुतेक महत्त्वाच्या नाटकांतून कुटुंब आणि त्यातल्या व्यक्तींचे ताणतणाव व्यक्त केलेले आहेत. कुटुंब हा समाजाचा एक महत्त्वाचा एकक आहे, अशा अनेक एककांनी समाज बनलेला असतो. कोणतीही व्यक्ती ही कोणत्यातरी कुटुंबाची घटक असते. कुटुंब हा समाजाचा गाभा असतो. कुटुंब हे समाजाचेच लघुरूप असते. अनेक कुटुंबांचा समूह म्हणजे समाज. कुटुंब या संकल्पनेत संमत लैंगिक व्यवहार, वैध प्रजनन, कुटुंबाच्या घटकांविषयीची जबाबदारी आणि त्यांच्या संदर्भातला सहकार या गोष्टींचा समावेश होतो, तसेच या गोष्टींच्या संदर्भातल्या संकल्पनांचा, दृष्टिकोणांचा, विचारांचा, समजुतींचाही समावेश होतो. त्याबरोबर प्रत्येकच गोष्टीच्या संदर्भात निर्माण होणाऱ्या प्रश्नांचाही समावेश होतो. प्रत्येक कुटुंब परिपूर्ण, स्वायत्त आणि स्वयंपूर्ण असत नाही. विविध कुटुंबांना नियत करणारी काहीएक यंत्रणा असते. ती राजकीय, सामाजिक, धार्मिक अथवा सांस्कृतिक असते. कुटुंबातले घटक यंत्रणेने नियंत्रित केलेले असतात. तेंडुलकरांच्या नाटकात या नियंत्रणाच्या संदर्भातच प्रश्न उपस्थित केलेले असतात. परंतु ते प्रश्न उपस्थित करताना ते कोणतीही एक बाजू घेत नाहीत. वास्तवतांची पुष्कळता स्वीकारणे हा त्यांच्या एकंदरीत विधानांचा सारांश असतो. उदाहरणार्थ, 'बेबी' मधला शिवाप्पा बेबीला एखाद्या जनावरासारखे अथवा वारांगनेसारखे अथवा नियंत्रित बाहुल्यासारखे वागवतो; तोच शिवाप्पा स्वतःच्या बायकोच्या संदर्भात 'ती देवी होती' असे म्हणतो.

शिवाप्पाच्या या धारणेत तेंडुलकरांची 'वारांगना / देवी' अशी द्विध्रुवात्मक मांडणी आहे असे समजण्याचे काही कारण नाही. तेंडुलकर ज्या समाजाशी निगडित आहेत तेथल्या बहुतेकांच्या धारणेचाच आविष्कार ते येथे करतात असे समजले पाहिजे. 'बेबी' मधला शिवाप्पा आणि 'सखाराम बाईंडर' मधला सखाराम म्हणजे तेंडुलकर असे समजण्याचे काही कारण नाही. कारण तेंडुलकर 'बेबी' किंवा 'सखाराम बाइंडर' मधल्या प्रत्येक घटकात आहेत.

आपला आता विषय आहे तो हा की, तेंडुलकर विरोधन्यासाकडून अनुभूतीच्या द्वंद्वात्मकतेकडे कसे गेलेले आहेत.

संहितेतील पात्रांच्या तोंडी असलेले संवाद प्रयोगात उच्चारले जातात. कुठल्याही संहितांत वा प्रयोगांत पात्रांच्या बोलण्याने बराच भाग व्यापलेला असतो. ते स्वत:शी बोलणे, इतरांशी बोलणे, गृहीत अशा प्रेक्षकांशी बोलणे, संहितेबाहेर असलेल्या आस्वादकांशी बोलणे असते. मी, मी आणि तू, मी आणि आपण, मी आणि ते अशाप्रकारचा संबंध येथे प्रस्थापित केला जातो. मी किंवा मी आणि तू हा मध्यवर्ती संबंध असला तरी अनुपस्थित अशा 'ते'चाही संदर्भ सातत्याने येत असतो. संहितेतील अथवा रंगावकाशातील पात्रांची उपस्थिती सातत्याने कोणत्यातरी अनुपस्थितीचा बोध करीत असते. उदाहरणार्थ : नियती, समाजव्यवस्था, आर्थिक-राजकीय स्थिती, मूल्ये, इत्यादी. नाट्यकृती म्हणजे रंगावकाशातील उपस्थिती-अनुपस्थितीची क्रीडा असते. ही क्रीडा द्वंद्वात्मक असते. नाट्यकृतीच्या दृक्श्राव्य रूपातही द्वंद्वात्मकता असते. प्रतिरूप आणि वास्तव, संहिताकार-दिग्दर्शक-नट निर्मित विश्व आणि त्या विश्वाला सामावून घेणारे बाहेरचे विश्व यांतले ते द्वंद्व असते.

मानवी अस्तित्वाच्या आणि सामाजिक घटितांच्या तळाशी अंतर्विरोध असतात, द्वंद्वे असतात. या मूलभूत द्वंद्वांच्या आंतरक्रियांतून मानवी विश्वात बदल घडत असतात. ही द्वंद्वे सामाजिक घटितांच्या पृष्ठभागावर दिसतातच असे नाही, नाट्यकृतीत मात्र ती तळातून वर येतात. मानवाची चिवट जीवनेच्छा अथवा मानवातील सृजनतत्त्व आणि ती जीवनेच्छा अथवा सृजनतत्त्व खुडून टाकू पाहणारे विनाशतत्त्व हे मानवी अस्तित्वाच्या संदर्भातले मध्यवर्ती स्वरूपाचे द्वंद्व असते. त्यामुळे नकाराची, विरोधाची, विद्रोहाची कोणतीही कृती ही राजकीय ठरते. व्यक्तीची अथवा समूहाची स्वाभाविक स्फुरणे दडपून टाकू पाहणारी व्यवस्था अथवा यंत्रणा आणि या यंत्रणेविरुद्ध असलेली व्यक्ती अथवा समूह यांच्या द्वंद्वातून नाट्य आकारास येते.

आपल्या आजच्या आकलनाच्या दृष्टीने तेंडुलकरांची 'माणूस नावाचे बेट', 'मधल्या भिंती', 'चिमणीचं घर होतं मेणाचं', 'मी जिंकलो!मी हरलो!' ही नाटके पुष्कळशी वक्तृत्वगुणहीन, पण खरे बोलणे नसलेली किंवा अंशत: असलेली, बोलण्याचा केवळ आविर्भाव असलेली आहेत, वास्तवाचा ढोबळ उच्चार करणारी आहेत असे वाटण्याची शक्यता आहे. 'मधल्या भिंती'च्या प्रस्तावनेत तेंडुलकरांनी म्हटले आहे : 'माणसाच्या जीवनातले कुरूप, उद्वेगजनक भाग कुणीतरी मधूनमधून रंगविलेच पाहिजेत. कारण अशा कुरूप

आणि उद्वेगजनक भागांतच माणसातले माणूसपण खरोखरी खरवडले-पारखले जाते'. निर्देश केलेल्या नाटकांत हे कार्य प्रभावीपणे झालेले नाही. 'माणूस नावाचे बेट' मधील काशीनाथ, मालू, वसंता, अप्पा आणि बाहेरचे जग; 'मधल्या भिंती'तील पार्वतीबाई आणि सदाशिव आणि त्यांच्या सामान्य अशा कौटुंबिक आशाआकांक्षा; 'चिमणीचं घर होतं मेणाचं' मधील रडायची-भांडायची सक्ती असलेल्या घरात राहून हसण्यासाठी फसवणूक करणारे गोविंदा-कमल, त्यांची आभाससृष्टी मोडून-तोडून झळझळते वास्तव दाखवू पाहणारा मुनी; 'मी जिंकलो! मी हरलो!' मधील अंतर्विरोधांनी ग्रस्त असलेले माधवचे कुटुंब आणि त्या अंतर्विरोधांतून तडफडत बाहेर येऊ पाहणारा माधव. तत्कालीन वक्तृत्वगुणमंडित नाट्यसंहितांच्या तुलनेत ही नाटके काहीएक विधान करीत आहेत हे ध्यानात आल्यावाचून राहत नाही. हे विधान मानवी जीवनाच्या द्वंद्वात्मकतेचा उच्चार करणारे आहे. तेंडुलकरांना आपल्या उच्चाराची समग्रता 'एक हट्टी मुलगी' मध्ये सापडली असे म्हणता येईल अथवा तेंडुलकरांचा खरा आवाज, लेखकाचा स्व अथवा त्याचे आत्मभान या नाटकापासून अभिव्यक्त होऊ लागले असे म्हणता येईल. 'एक हट्टी मुलगी'ची रचना बाह्यत: विरोधन्यासात्मक वाटते, परंतु तेथे जीवनानुभवाच्या द्वंद्वात्मकतेची ठोस अभिव्यक्ती झालेली आहे. तेंडुलकरांच्या वाङ्मयीन व्यक्तिमत्त्वातले समकालीनत्व येथेच पहिल्यांदा जाणवते असेही म्हणता येईल.

'एक हट्टी मुलगी' या विधानात अनेक पातळ्या आहेत. साठच्या दशकातले, नेहरूयुगातले सगळे अंतर्विरोध येथे व्यक्त झालेले आहेत. सृजनतत्त्व आणि विनाशतत्त्व यांच्यातल्या युद्धात माणसाच्या वाट्याला येणारा पराभव हा तेंडुलकरांचा आस्थाविषयही याच नाटकापासून विशेष अधोरेखित होऊ लागला. चांगले काही टिकावे अशी लायकी नसलेल्या या जगात मंगला पराभूत होते. तो जीवनावरील श्रद्धेचाच पराभव असतो. अर्थात तेथे तात्यासदृश प्रवृत्तीचा विजय झाला आहे असे तेंडुलकरांना म्हणायचे नाही. तात्याही पराभूतच आहे. त्याने आपले पराभूताचे जगणे स्वीकारलेले आहे. काका बाक्रेची पराभूतता आणि तात्याची पराभूतता यांत काही अंशांचा फरक आहे. अंतिमत: सगळी माणसे पराभूताचेच जगणे जगत आहेत. आपली छोटीशी शक्ती एकवटून लढू पाहणारी मंगला पराभूत होते; 'शांतता! कोर्ट चालू आहे' मधील 'अशी एखादी लढाई असते जिचा शेवट असतो फक्त

पराभव' असे म्हणणारी लीला बेणारे अटळच ठरलेले असे काही घडायचे थांबवू शकत नाही.

'शांतता! कोर्ट चालू आहे' ही संहिता अनेक स्तर असलेली आहे. यातील पात्रे एक गोष्ट रचतात आणि त्या गोष्टीत आपल्यापैकीच पात्राला कोंडले जाते. गोष्ट ही एक रचना आहे (संरचित आहे). या गोष्टीत न्याय या संरचिताची रचना केली जाते. न्याय हे एक सामाजिक संरचित आहे. ते सगळ्या माणसांच्या कल्याणासाठी आहे असे दाखवले जात असले तरी तसे ते असतेच असे नाही. बऱ्याच प्रमाणात ते व्यवस्थेच्या बाजूचे असते. सुरुवातीलाच भ्रूणहत्येचा आरोप ठेवून नंतर भ्रूणहत्या करणे भाग पडावे अशी स्थिती निर्माण करायची, म्हणजे आरोप शाबीत व्हावा अशीच व्यवस्था उत्पन्न केली जाते. सर्वंकष स्वरूपाच्या अथवा दडपणुकीच्या समाजव्यवस्थेचे हे एक ठळक वैशिष्ट्य असते. भ्रूणहत्येच्या विरुद्ध असलेले न्यायालयच अंतिमतः भ्रूणहत्या करण्याची आज्ञा देते. न्यायदानासाठी येथल्या पात्रांनी 'मातृत्व' हे सांस्कृतिक संरचित वापरलेले आहे. पुरुषकेंद्री समाजव्यवस्थेची स्त्रीविषयीची सगळी धारणा या संरचिताच्या आधारे या नाटकात प्रकट झालेली आहे. या नाटकाला असणाऱ्या आणखी एका स्तरावर माणसात दडून असलेली हिंस्रता व्यक्त झालेली आहे. ती संरचिताच्या, मूल्यांच्या, संस्कृतीच्या उद्घोषातून व्यक्त होते, हा या नाटकाचा विशेष आहे. संस्कृती, नीतिमत्ता इत्यादी आवरणे आहेत, किंवा ती नुसती भाषाच आहे; त्यांच्याआड असलेला माणूस म्हणजे श्वापद आहे. सुखात्मे, पोंक्षे, काशीकर, सामंत इत्यादींनी खोट्याखोट्याच उभ्या केलेल्या खटल्यात बेणारेविरुद्ध बोलत असताना हळूहळू हिंस्र होत जावे, त्यांच्या जाणीवपूर्वक उच्चारलेल्या शब्दांतून त्यांच्या मानसिक विकृतींचा तळ दिसत जावा अशी या नाटकाची रचना झालेली आहे. 'पर्सनल इज पोलिटिकल' या पातळीवरचा बेणारेचा संघर्ष आहे आणि तो राजकीय आहे; बेणारेची सृजनशक्तीचा नष्ट करून टाकण्याचा घाट विनाशतत्त्वाने घातलेला आहे. या लढ्यात बेणारे पराभूत होते.

पुरुषकेंद्री समाजव्यवस्थेविषयीचे विधान 'गिधाडे', 'सखाराम बाइंडर', 'बेबी', 'कमला', 'चिरंजीव सौभाग्यकांक्षिणी' या नाटकांतूनही केलेले आहे. 'एक हट्टी मुलगी' मधली मंगला आणि तिचे कुटुंब आणि 'गिधाडे' मधील रमा आणि तिचे कुटुंब यांत बरेच अंतर आहे. ज्या मातृत्वाच्या प्रतिष्ठेविषयी 'शांतता! कोर्ट चालू आहे' मधील पात्रे बोलतात त्या मातृत्वाला 'गिधाडे'

मध्ये वेगळा संदर्भ आहे. 'गिधाडे' मधले कुटुंब हे कुटुंब नव्हेच; ती एकटी एकटी माणसे आहेत. स्वातंत्र्योत्तर काळातील चंगळवादी, सुखवादी धारणांनी माणसांमधले रक्ताचे आणि आस्थेचे नाते नष्ट केले. प्रत्येकजण प्रत्येकाचा शोषक बनलेल्या कुटुंबात कोणालाही सुख लाभणे शक्य नसते. रमेसारखी स्त्री या घरात पिचत राहते; सुटका करून घ्यावी असे तिला वाटले तरी ते तिला शक्य होत नाही. 'सखाराम बाइंडर' मधील लक्ष्मी सोशीक आहे, रमेसारखी दुबळी नाही. दुसरी कोणतीही दिशा नसलेली लक्ष्मी सखारामकडे परत येते. आयुष्याने तिचाही पराभवच केलेला आहे; पण ती सखारामहून अधिक दृढ आहे. बाहेरून कोरडे, कडक, ओबडधोबड आणि क्रूर असलेले सखाराम अथवा शिवाप्पा हे आतून पोकळच आहेत. पुरुषकेंद्री समाजाने निर्माण केलेल्या संरचिताचा घाव जसा रमाकांतवर होतो, तसाच तो सखाराम आणि शिवाप्पावरही होतो. रमेच्या गर्भातले मूल आपले नसावे असे रमाकांतला वाटणे, चंपाने दाऊदशी संबंध करून आपल्याला फसवले आहे असे सखारामला वाटणे, बेबीने आपल्याव्यतिरिक्त दुसऱ्याशी संबंध केलेला आहे असे वाटून शिवाप्पाने विकल होणे आणि सगळी सत्ताच आपल्या हातून गेलेली आहे असे वाटून या तिघांनीही नाशाला प्रवृत्त होणे : यांतून तेंडुलकर पुरुषकेंद्री समाजातील सत्तानीती, कुटुंबसंस्थेतील अंतर्गत ताण तर दाखवतातच, माणसाची प्रकृती नेमकी काय असावी याचाही शोध घेतात. कुटुंब हा घटक तेंडुलकरांच्या नाटकात मध्यवर्ती स्वरूपात येत असला तरी कुटुंबसंस्थेचे विघटन हा त्यांचा विषय नाही. शरीर, मन असलेला माणूस आणि त्याने निर्माण केलेल्या संस्था यांचा खरोखरच परस्पर असा काही संबंध आहे की नाही, मानवनिर्मित धारणाकल्पनांनी उभी केलेली माणसाची प्रतिमा आणि प्रत्यक्षातला माणूस यांत काही अनुबंध आहे की नाही याचा ते शोध घेतात. असा शोध आपले सामाजिक वास्तव रचूनच घेणे शक्य असते. त्यामुळे त्यांच्या नाटकांत वेगवेगळ्या स्तरांवरची कुटुंबे येतात. माणसे एकमेकांशी (जाणूनबुजून अथवा कळतनकळत) कसकशी वागत असतात याचा एक पटच तेंडुलकरांच्या नाटकांत आढळतो. पुष्कळदा ती दुखावलेल्या जनावरासारखी म्हणजे अधिक हिंस्र वागतात. ती कोमलपणे वागतच नसतात, असे नाही. बहुधा माणूस एकायामी नाही, त्याच्या असण्याला वेगवेगळे स्तर असतात. तेंडुलकर आपल्या पात्रांकडे एकाच दिशेकडून बघत नाहीत, त्यांना

ते आतून बाहेरून बघतात, त्या पात्रांच्या भोवतीची स्थितीही एकपदरी नसते, ती व्यामिश्र असते याचेही भान त्यांच्या नाटकांतून दिसते.

'शांतता! कोर्ट चालू आहे', 'गिधाडे', 'सखाराम बाइंडर', 'बेबी', 'घाशीराम कोतवाल', 'कमला', 'कन्यादान' या नाटकांतून समकालीन वास्तवाचे चित्रण झालेले आहे, त्याचबरोबर त्यांतून काहीएक राजकीय भानही व्यक्त झालेले आहे. सामाजिक, सांस्कृतिक, आर्थिक, धार्मिक, राजकीय यांपैकी कोणत्याही स्तरावरली दमनशीलता व्यक्तींची आणि समूहाची सृजनशीलता नष्ट करीत असते हे या नाटकांतून दिसते. एखादी व्यवस्था म्हटली की तिच्यात या सर्वच स्तरांवरच्या दमनशीलता एकवटलेल्या असतात. अशा व्यवस्थेतील माणसे स्वत:ला आणि इतरांनाही पारखी झालेली असतात. तेंडुलकरांच्या या नाटकांतून माणसाच्या जगण्याच्या या स्थितीविषयीचे बोलणे असते. सगळ्याच मान्य अथवा प्रस्थापित गोष्टींविषयी प्रश्न उपस्थित करणे, सगळ्या संरचना उलगडून पाहणे हे समकालीनत्वाचे महत्त्वाचे लक्षण आहे. ते तेंडुलकरांच्या या नाटकांतून आढळते.

कुटुंबेच्या कुटुंबे ज्या समाजाचा भाग असतात तो समाज संपूर्णपणे कसा पोखरलेला असतो हे 'घाशीराम कोतवाल' मधून दिसते. 'गिधाडे'तला पट एका कुटुंबापुरता सीमित होता. येथे एक शहरच आहे, त्या शहराला नियंत्रित करणारी व्यवस्था आहे. ही नियंत्रक व्यवस्थाच पोखरलेली असेल तर समाज अभंग राहू शकत नाही; किंवा याउलटही शक्य आहे. समाजच अभेद्य नसेल तर नियंत्रक व्यवस्था तरी सदृढ असणे शक्य नाही. परंतु बहुतेक वेळी सामान्यांची नियती राजकीय असते. हुकूमशाही स्वरूपाच्या शासनव्यवस्थेत सर्वसामान्य माणसेदेखील (भयाने अथवा लाभाच्या आशेने) शासकांच्या बाजूने असतात; राजकीय डावपेच त्यांना कळत नसल्याने आपल्या लहानमोठ्या कृतींनी प्रस्थापित व्यवस्था बळकटच करीत असतात. अशा उद्वेगजनक स्थितीत माणसाचे जे माणूसपण व्यक्त होते ते पुष्कळदा शहारे आणणारे असते. 'घाशीराम कोतवाल'मध्ये समकालीन जगातील सत्ताकारणाचे एक रूप आढळते.

'कमला'मध्येही सत्ताकारण आहे, मात्र त्याचा संदर्भ आणि रूप वेगळे आहे. 'कमला'तील सत्ताकारणात कमला हे एक प्यादे असते; एकंदरीतच पुरुषसत्ताक व्यवस्थेत स्त्रीला प्याद्याचेच स्थान असते असे भान सरिताला आलेले असते; अधिक व्यापक अशा पटावर जयसिंगचेही तेच स्थान असते.

स्वत:च्या गुलामगिरीविरुद्ध लढणारे लोक पदरी गुलाम बाळगतात; त्यांच्या मनातील गुलामगिरीची जाणीव संपूर्णपणे नष्ट होत नाही. 'कन्यादान'मध्ये पुढील वाक्ये आहेत : 'एके काळी जे अत्याचारांचे बळी होतात तेच पुढे दुसऱ्यांवर तितकेच घाणेरडे अत्याचार करू शकतात. कालचा पिळला गेलेला हा आजचा पिळवणूक करणारा होतो. माणूस अनुभवातून अधिक बरा माणूसच होईल अशी हमी नाही, तो जास्त मोठा सैतानसुद्धा होतो.' माणसाचा, समाजाचा, संस्कृतीचा खरोखरच काही विकास होत असतो का, हा प्रश्न तेंडुलकरांना पडतो. पशुत्व आणि देवत्व या कोटींची कल्पना करणे, माणसाचा प्रवास पशुत्वाकडून देवत्वाकडे व्हायचा आहे हे घट्ट धरून ठेवणे यांतच काही गफलत तर नाही ना, त्यामुळेच कदाचित माणूस नीटपणे समजून घेता आला नसावा ना अशा शंका तेंडुलकर उपस्थित करतात. त्यामुळे तेंडुलकर कोणत्याही एका पात्राच्या रूपात वावरत नाहीत अगर त्याच्या बाजूने बोलत नाहीत. विशिष्ट स्थितीत माणसे कोणता विचार करतात, कोणती कृती करतात, त्या विचार-कृतीच्या मागे केवळ सहजप्रवृत्ती असतात की संस्कृतीचे संचित असते, माणसे एकमेकांच्या सोबत जगत असली तरी ती आतून एकदुसऱ्यांना जोडलेली असतात की एकाकी, एकेकटी असतात याचा ते शोध घेतात. असा शोध घेत असताना त्यांनी पात्रांच्या उक्ती आणि कृतींमधून सत्ताकारणाचे, व्यक्तीच्या अथवा व्यक्तिसमूहाच्या जगण्याच्या तर्कशास्त्राचे प्रखर दर्शन घडवले आहे. तेंडुलकरांची व्यक्तिविषयक, समूहविषयक, समाजविषयक जाणीव या दर्शनातून व्यक्त झालेली आहे. सर्व प्रकारची महा कथने तपासून पाहण्याच्या आजच्या आपल्या काळाशी तेंडुलकरांचा अनुबंध आहे यात काही शंका नाही.

□□□

अंतोनी आर्तो आणि त्याची 'क्रौर्य–नाट्या'ची कल्पना

'मी दु:खी होतो पाहून ही सततची धूळ
मानवी हाडांची होरपळलेल्या पृथ्वीवर पडणाऱ्या.
मी तो आहे जो धास्ती नाहीशी करू शकतो
मनुष्य असण्याची आणि निघालोय मृतांमध्ये सामील व्हायला.
हे माझे शरीर नव्हे अलौकिक राख
आणि ही पृथ्वी आहे असा स्वर ज्यामधून मृत्यू बोलत असतो.'

अंतोनी आर्तो ४ मार्च १९४८ रोजी वेड्यांच्या इस्पितळातील एका खोलीत मरण पावलेला आढळला. त्यापूर्वी जवळजवळ दहा वर्षे तो विविध मनोरुग्णालयांमध्ये राहिला. १९३७ मध्ये जेव्हा त्याला पहिल्यांदा वेड्यांच्या इस्पितळात दाखल करण्यात आले होते त्यामागे नेमकी कोणती परिस्थिती होती याबाबतीत गूढच आहे. पुढे वेळोवेळी त्याला इस्पितळांतून बाहेर काढण्याचे प्रयत्नही झाले. १९४६ मध्ये अखेर त्याची सुटका झाली. १९१९ पासून आर्तो डोकेदुखीवर उपाय म्हणून अफू घेऊ लागला, त्याचे व्यसनात रूपांतर झाले. अखेरच्या वर्षात असह्य वेदनांनी तळमळत असताना तो सतत अफूसाठी याचना करीत असे. त्याला कॅन्सर झालेला होता हे नंतर समजले. १९३८ मध्ये आर्तो मनोरुग्णालयात असतानाच त्याचे ''ल तेआत्र अे सा दूब्ल'' हे रंगभूमिविषयक लेखांचे संकलन प्रकाशित झाले. त्यावेळी खुद्द लेखकाला त्याची कसलीही जाणीव नव्हती, मात्र पॅरीसमधल्या बुद्धिजीवींमध्ये

त्या पुस्तकाने लेखकाविषयी कुतूहल निर्माण केले. आर्तोच्या मृत्यूनंतर, या पुस्तकाचे इंग्रजीत भाषांतर झाल्यानंतर जागतिक रंगभूमी आर्तोच्या विचारांनी झपाटून गेलेली दिसते. आर्तो १९२१ पासून रंगभूमीवर आणि १९२४ पासून चित्रपटक्षेत्रात वावरत होता. त्याचा पहिला कवितासंग्रह १९२३ मध्ये प्रकाशित झाला. त्याने कविता लिहिल्या. गद्यकविता, पटकथा, चित्रपट–चित्रकला आणि साहित्य यांवर समीक्षात्मक लेखन, रंगभूमिविषयक निबंध, टीका आणि वादग्रस्त लेख, अनेक नाटके, प्रत्यक्षात न झालेल्या नाटकांविषयी टिपणे, असे विविध लेखन त्याने केले. जाहीरनामे काढले, आवाहने केली आणि शेकडो पत्रे लिहिली. त्याच्या संग्रहित लेखनाच्या खंडांमधून जात असताना सतत त्याचे बोलणे आपल्याला ऐकू येते. तो स्वत:च्याच मस्तकात बोलत असतो. 'स्व' चे 'अहम्' शी संभाषण चाललेले असते, एक आर्तो दुसऱ्या आर्तोशी बोलत असतो.

मार्टिन एसलिनच्या मते, आर्तो इब्सेन, स्ट्रिंडबर्ग, शॉ, नित्शे, वॅग्नर, अप्पिअ, क्रेग, राईनहार्ट, स्तानिस्लावस्की या मालिकेतील एक महत्त्वाचा दुवा आहे. आर्तो एका नव्या दृष्टिकोनाचा प्रवर्तक आणि नव्या भाषेचा उद्गाता होता. पिटर ब्रूकच्या मते, आर्तो एक प्रेषित होता. एक प्रकाशमान व्यक्तिमत्त्व. त्याने लिहिलेल्या टिपणांमधून एक ''पवित्र रंगभूमी'' आकार घेते. रॉजर ब्लिनच्या मते, आर्तो समजून घ्यायचा असेल तर त्याचे जीवन, त्याचे तत्त्वज्ञान, त्याचा भ्रमांशी चाललेला संघर्ष समजून घेतला पाहिजे. केवळ मेधावी दिग्दर्शक म्हणून त्याच्या विचारांचा उपयोग करणे म्हणजे त्याला समजून घेणे नव्हे. रॉबर्ट ब्रस्टिनने, कोणत्याही मर्यादा मान्य नसलेला रोमॅन्टिक, अतिरेकी कृतीचा आग्रह धरणारा बंडखोरीचा प्रेषित, असे आर्तोचे वर्णन केले आहे.

मेयरहोल्ड, बेश्ट, ग्रोटोवस्की–रंगभूमीकडे पाहण्याच्या दृष्टीत आमूलाग्र परिवर्तन करणाऱ्या आधुनिक नाट्यविदांच्या सूचीतून आर्तोचे नाव वगळता येत नाही. अस्तित्ववादी, अर्थशून्यवादी नाटकांपासून तो 'हॅपनिंग्ज' पर्यन्त आर्तोचा प्रभाव दिसतो. 'एका यातना भोगणाऱ्या माणसाकडे 'वेडा' म्हणून सगळ्यांनी पाहिले. तो जगासमोर वेडा म्हणूनच उभा राहिला. आणि जगाच्या वेडेपणाची प्रतिमा यातना भोगणाऱ्या माणसात साकार झालेली होती.... हा यातना भोगणारा माणूस एके दिवशी साऱ्या जगासाठी 'मान्यताप्राप्त' बनतो – आर्तोचे स्वत:विषयीचे हे उद्गार रंगभूमीच्या संदर्भात खरे ठरलेले आहेत.

११ डिसेंबर १८९६ रोजी आल्फेड जारी या तेवीस वर्षे वयाच्या कवीने पॅरीसच्या रंगभूमीवर स्वत:च्या 'राजा अुबु' या नाटकाचा एक लक्षणीय प्रयोग सादर केला. प्रयोगाच्या आरंभी खुद्द लेखक जारी आपला चेहरा पांढऱ्या रंगाने रंगवून, हातातल्या प्याल्यातले घोट घेत प्रेक्षकांसमोर येतो आणि नाटकाची पूर्वकल्पना देतो.'या नाटकातल्या घटना' त्याने घोषणा केली 'पोलंडमध्ये घडतात, म्हणजे कुठेही नाही.' पडदा वर गेल्यानंतर गळ्यात पुठ्ठ्याचे घोड्याचे तोंड अडकवलेला राजा अुबु येतो आणि पहिलाच शब्द उच्चारतो : शिट, प्रेक्षागृहात गोंधळ, निषेधाचे उद्गार, आरोळ्या. डब्ल्यू. बी. येटसने प्रयोगाचे वर्णन केले आहे : नट बाहुल्या, खेळणी, कठपुतळ्यांप्रमाणे हालचाली करीत होते, लाकडी बेडकांप्रमाणे उड्या मारीत होते आणि मुख्य पात्र जे राजा असावे, राजदंड म्हणून हातात मोरी घासण्याचा खराटा घेऊन आलेले होते.

आल्फ्रेड जारी सनातनी समाजाच्या चालीरितींचा कट्टर टीकाकार होता. विज्ञान, धर्म आणि तत्त्वज्ञान यांचे या अस्ताव्यस्त विश्वावर काही एक व्यवस्था लादण्याचे प्रयत्न जारीला अपुरे वाटत होते. जारी आपल्या लेखनातून विश्वाच्या अतार्किकतेला संवादी अशी अविवेकाची पद्धती शोधत होता. या पद्धतीला त्याने 'पॅटाफिजिक्स' असे नाव दिले होते. पुढे १९१६ च्या आसपास अपोलिनेअर आणि अतिवास्तववाद्यांनी जारीला 'शोधून काढले' आणि परंपरा झुगारणाऱ्या चित्रकार, संगीतकार, कवींचा अग्रदूत म्हणून जारीचा गौरव केला. १८९६ मध्ये जन्मलेल्या, काही काळ अतिवास्तववादी चळवळीत सामील असलेल्या अंतोनी आर्तोने रंगभूमिविषयक कार्य करण्यासाठी जी संस्था स्थापना केली तिचे नाव 'आल्फेड जारी थिएटर' हे होते.

या शतकाच्या आरंभीची वर्षे म्हणजे विविध कलांच्या क्षेत्रांत एक उन्मादाचा कालखंड म्हणून युरोपात ओळखली जातात. पाशवी भव्यता आणि नश्वर सौंदर्याच्या साक्षात्काराचा हा कालखंड. याच काळात युरोपातील निरनिराळ्या देशांत विविध चळवळी उदयास आल्या. जारीपासून प्रेरणा घेऊन इटालियन कवी मारीनेत्ती याने फ्यूचरिझम ही चळवळ सुरू केली. या चळवळीचा एक लक्षणीय विशेष म्हणजे रंगभूमीकडे पाहण्याचा 'अवास्तववादी' दृष्टिकोन. या दृष्टिकोनाचा, मायकेल किर्बी यांच्या मते, दादा, सररिॲलिझम, रशियन कन्स्ट्रक्टिविझम, थिएटर आव्ह द ॲब्सर्ड या चळवळींवरच नव्हे तर पिरांदेलो आणि वाइल्डर यांसारख्या नाटककारांवरही प्रभाव पाडला.

फ्यूचरिस्टांप्रमाणे दादाइस्टांनाही रंगभूमीचे महत्त्व कळलेले होते. 'नवसमाजाच्या निर्मितीची क्षमता फक्त रंगभूमीतच आहे,' असे ह्यूगो बालचे मत होते. १९१५ च्या सुमारास बाल लिहितो : 'आजच्या आपल्या युगात लोकांवर रोज राक्षसी गोष्टींचे आघात होतात आणि त्याच्या प्रतिक्रियाही त्यांना व्यक्त करता येत नाहीत, अशावेळी सौंदर्यवस्तूची निर्मिती ही अपरिहार्य वस्तुस्थिती बनते. पण सारी वर्तमान कला अविवेकी, आदिम, गुंतागुंतीची असेल. ती एक गुप्त भाषा बोलेल आणि आपल्यामागे ती नैतिक सुधारणेचे नव्हे तर विरोधाभासाचे लेख ठेवील.' परमतत्त्वांवरील विश्वास ढासळलेल्या जगात दादाइझमचा उदय झाला. 'झुरीचमध्ये १९१५ मध्ये, जागतिक युद्धाच्या कत्तलखान्यात रस नसलेले आम्ही कलांमध्ये स्वत:ला गुंतवून घेत होतो. जवळपास तोफा गडगडत असताना आम्ही चित्रे काढीत होतो, कविता म्हणत होतो... आम्ही एका प्राथमिक कलेचा शोध घेत होतो, जी आजच्या युगाच्या पागलपणापासून मनुष्याला वाचवू शकेल.' ज्यां आर्पच्या या उद्‌गारातून तत्कालीन युरोपच्या स्थितीचा निषेध ऐकू येतो. पहिले महायुद्ध हे युरोपच्या बौद्धिक, सांस्कृतिक आणि सामाजिक व्यवस्थेतील दिवाळखोरीचे चिन्ह आहे. धर्म, विवेकवाद, मानवी मूल्यांचा विचार यांना युरोपच्या सुधारलेल्या राष्ट्रांनी चालवलेल्या कत्तलींमुळे काही अर्थच राहिला नाही. युरोपात दुसरे महायुद्ध सुरू झाले तेव्हा अंतोनी आर्तो मनोरुग्णालयात होता. त्याने जगाच्या विनाशाची केलेली भविष्यवाणी खरी ठरलेली होती. युद्धग्रस्त परिस्थितीत अतिवास्तववाद्यांची पांगापांग झाली. १९४६ मध्ये अतिवास्तववादी चळवळीचा जनक आंद्र ब्रेताँ पॅरिसमध्ये परतला तेव्हा चळवळ नामशेष झालेली होती आणि कामू आणि सार्त्र यांनी फ्रान्समधील वैचारिकतेला वेगळेच वळण दिलेले होते. 'ल ते आत्र द ल एक्विप' या कामूने स्थापन केलेल्या नाट्यसंस्थेच्या जाहीरनाम्यात आर्तोच्या 'क्रौर्यनाट्य' विषयक लेखांतील विचारांचे प्रतिबिंब आढळते. १९३७ मागच्या पिढीशी पुढल्या पिढीने असा दुवा जोडलेला होता.

१९२१ पासून आर्तो शार्लस दुल्यां या दिग्दर्शकाच्या 'ल अतेलिअे' या संस्थेत काम करू लागला. त्याच वर्षी दुल्यांच्या कामाविषयी लिहिलेल्या टिपणात आर्तो म्हणतो : 'इंप्रोवायझेशन ही एक महत्त्वाची पद्धती आहे, ज्यामुळे नटाला आपल्या अभिनेय कृतीचा विचार करावा लागतो. ... संपूर्ण

नट म्हणजे काय हे या संस्थेतील नटांकडे पाहून कळते', 'ल अतेलिअे' विषयीच्या दुसऱ्या टिपणाची सुरुवातच आर्तोने अशी केलेली आहे : 'एखाद्या वेश्यागृहात जावे तसे काही लोक नाट्यगृहात जातात. गुप्त आनंद, त्यांच्यासाठी रंगभूमी ही क्षणिक आनंद देणारी गोष्ट आहे'. पुढे आर्तोने रंगभूमीचे दोन प्रकारांत वर्गीकरण केले आहे. एक म्हणजे, खोटी रंगभूमी, भ्रामक, सुलभ, मध्यमवर्गीय, सैनिक, व्यापारी, दारूदुकानदार, वेश्या यांच्यासाठी. याहून निराळी दुसरीही रंगभूमी असते, जी शुद्धमत मानवी इच्छांची अभिव्यक्ती म्हणून उभी केलेली असते. खरी नाट्यश्रद्धा तिथे असते. पुढे आर्तोने नटाचे लक्षण सांगताना त्याला 'जाणवले' पाहिजे, 'जगले' पाहिजे आणि 'विचार' केला पाहिजे असे म्हटले. आर्तो रंगभूमीचा सर्वांगाने विचार करू लागलेला होता.'नेपथ्याची उत्क्रांती' हा त्याचा एक महत्त्वाचा लेख आहे. तो म्हणतो, 'प्रत्येक संहितेत असंख्य शक्यता दडलेल्या असतात. विश्लेषण आणि अंतर्दृष्टी यांहून अधिक काही संहितेला समजून घेण्यासाठी हवे असते'.

आरंभीच्या काळातील या लेखात देखील आर्तोची वैचारिक झेप दिसून येते. रंगभूमीने जीवनाचे निव्वळ अनुकरण करू नये. आपल्याला नकलेशिवाय दुसरे काही येतच नाही असा याचा अर्थ होईल. आर्तोच्या मते आपल्याला काय हवे आहे, तर 'रंगभूमीचे आयुष्य', तिच्या सर्व स्वातंत्र्यासह. रंगभूमीच्या गूढतेने आर्तो इथेही झपाटलेला दिसतो. पुन्हा आपण गूढवादी बनलो पाहिजे असे आर्तो सांगतो. सारी वास्तवता, सारे तर्कशास्त्र टाकून दिले पाहिजे, जर आपल्याला या आतार्किकतेच्या शेवटी जीवनाची झलक दिसेल तर.

रंगमंच, नाट्यगृह यांच्यातदेखील बदल करावा लागेल असे आर्तो सुचवतो. त्याच्या मते, अभिनयाच्या आवश्यकतेप्रमाणे रंगमंच वापरता आला पाहिजे. नटांच्या अभिनयाच्या संदर्भात तो म्हणतो, नट जे काही करताहेत ते आपल्यालाही करता येईल असे प्रेक्षकांना वाटले पाहिजे.

ज्यां कॉक्त्यू या नाटककाराच्या संदर्भात लिहिलेल्या संक्षिप्त टिपणात 'पौराणिक कथां'च्या संदर्भाचा उल्लेख केलेला आहे. कॉक्त्यू 'ॲन्टिगनी' या नाटकात मूक उगमाकडे, मानसशास्त्रीय स्रोतांकडे, पौराणिक कथांच्या स्रोतांकडे गेलेला आहे, ज्यांतून 'खरे' नाटक उदयास येते, असे आर्तो म्हणतो. 'वाङ्मयीन स्रोतांकडे नव्हे तर मानवी स्रोतांकडे' या शब्दांत त्याने खऱ्या नाटकाचे बलस्थान सांगितलेले आहे. 'मॉरीस मेटरलिंक' या नाटककारावरच्या

लेखातही आर्तोने 'गूढा'चा उल्लेख केलेला आहे. 'मेटरलिंकने वाङ्मयात सर्वप्रथम अबोध मनाची विविधतापूर्ण समृद्धी आणली. सर्वसाधारण जागृत मनाशी त्याच्या वाङ्मयातील प्रतिमासृष्टीचा संबंध नाही' १९२३ मधील हे उद्‌गार आहेत. आर्तोच्या नाट्यविषयक विचारांची उत्क्रांती, विविध वळणे, दिशा या आरंभीच्या लेखनातून आपल्या प्रत्ययास येऊ लागतात. पिरांदेलोच्या 'नाटककाराच्या शोधात सहा पात्रे' च्या प्रयोगावर आर्तोने एक टिपण लिहिले आहे. या सहा पात्रांना जिवंत व्हायचे आहे. त्यांना एका स्वप्नात भाग घ्यायचा आहे. आर्तो दिग्दर्शकाला उद्देशून म्हणतो, ती पात्रे तुझ्यापेक्षा अधिक खरी आहेत. या नाटकातले आकाश रंगमंचावरचे आकाश आहे. इथली झाडे रंगवलेली आहेत, मग खरे काय आहे, तर ती पात्रे. ती जिवंत आहेत, ती खरी आहेत, आमचा यावर विश्वास बसावा अशी ती वागताहेत. आणि ही सहा पात्रे नटांनी साकार केली आहेत, रंगभूमीच्या बाबतीत एक प्रश्न इथे उभा राहतो असे आर्तोला वाटते. खऱ्यापेक्षा प्रतिबिंब अधिक खरे वाटणे, प्रतिबिंबाचे प्रतिबिंब खरे वाटणे. रंगभूमीच्या वस्तुनिष्ठतेविषयी काही विचार आर्तोच्या मनात आकार घेत आहेत, वाढण्यासाठी अवकाशात चाचपडत आहेत.

१९२४ च्या ऑक्टोबरात आर्तो अतिवास्तववादी चळवळीत सामील झाला आणि १९२६ च्या नोव्हेंबरात तो त्या चळवळीतून बाहेर पडला. या काळात त्याने कविता लिहिल्या, नाटकात आणि चित्रपटात कामे केली, चळवळीच्या मुखपत्रात लेखन केले. तिसऱ्या अंकाचा तर तो अतिथी संपादक होता आणि त्याने बहुतेक अंक लिहून काढला होता. याच अंकात त्याने ख्रिस्ती धर्मगुरू, युरोपातील विद्यापीठांचे कुलगुरू, दलाई लामा आणि बौद्ध सांप्रदायिकांना उद्देशून पत्रे लिहिली.

पत्रांमधून समकालीन युरोपच्या बौद्धिक, सामाजिक, राजकीय, धार्मिक स्थितीविषयी आर्तोने तिरस्कार व्यक्त केलेला आहे, मात्र त्या तिरस्कारपूर्ण भाषेतून उद्धटपणाऐवजी हृदयातील आक्रोश ऐकू येतो. युरोपीय विद्यापीठांच्या कुलगुरूंना उद्देशून लिहिलेल्या पत्रात आर्तो म्हणतो : 'पुरे झाले आता शब्दांचे खेळ, वाक्यरचनेच्या क्लृप्त्या... आता आपण हृदयाच्या महान कायद्याचा शोध घेतलाच पाहिजे.' आर्तो पुढे म्हणतो, 'प्रेषितांचा वंश आता खुंटला आहे. युरोपने कारखाने, न्यायालये, विद्यापीठे यांची चौकट आखून घेतली असून

गोठलेले मन तडकत चालले आहे.' दोन आणि दोन बरोबर चारच्या तुमच्या पद्धतीत दोष आहे, असे आर्तो सांगतो. 'पोपला लिहिलेले पत्र' अधिक कडक आहे. देव, धर्मग्रंथ यांवरची श्रद्धाच आर्तो नाकारतो. कुटुंब आणि देश यांच्या नावावर तुम्ही आत्म्यांना विकायला लावता असा दोष तो त्यांच्यावर लावतो. आणि शेवटी 'आमचे आत्मे आमच्या आत्म्यांतच राहू द्या' असे तो फर्मावतो. 'दलाई लामा' ला लिहिलेल्या पत्राची भाषा विनम्रतेची आहे. आमच्या दूषित युरोपीय मनांना समजेल अशी शहाणपणाची भाषा तुम्ही आम्हांला शिकवा, अशी विनंती तो या पत्रात करतो. प्रसंग पडला तर आमची मने बदलून टाका आणि त्या दिशेला वळवा जिथे मानवी मन दुःखांपासून अलिप्त असेल. हे पत्र म्हणजे युरोपीय अतिरेकी जडवादाची कडवट प्रतिक्रिया आहे. 'आमची मने पृथ्वीशी आणि वर्तमानाशी निगडित आहेत,' 'आमच्या पृथ्वीबद्धतेतून सुटका होईल अशी विद्या आम्हांला शिकवा' अशा शब्दांत युरोपचे संकट तो व्यक्त करतो. बौद्ध सांप्रदायिकांना लिहिलेल्या पत्रात शेवटी आर्तोने लिहिले आहे : 'या किड्यांपासून आम्हांला वाचवा.' हे किडे म्हणजे युरोपामधील लेखक, चिंतक, डॉक्टर्स, राज्यकर्ते वगैरे. मनोरुग्णालयांच्या संचालकांना लिहिलेल्या पत्रात आर्तोने लिहिले आहे : 'वेडी माणसे ही सामाजिक हुकूमशाहीची वैयक्तिक बळी आहेत.' अमली पदार्थांच्या नियंत्रकाला लिहिलेल्या पत्रात त्याने डॉक्टर्स, नर्सेस, इन्स्पेक्टर्स, न्यायाधीश या सर्वांवरील अविश्वास व्यक्त केला आहे. 'माझ्या आत काय चालले आहे ते माझे मलाच कळू शकते', कोणतीही पद्धती, व्यवस्था, नियम किंवा सूत्रे व्यक्तीला जाणून घेऊ शकत नाहीत, नुसता तर्क किंवा बुद्धी मानवी पीडेचा वेध घेऊ शकत नाहीत, असे आर्तोला म्हणायचे आहे. 'मीच माझा साक्षी आहे', तो एके ठिकाणी म्हणतो, 'मी स्वतःला जाणतो, कारण मी स्वतःला पाहतो आहे, मी अंतोनी आर्तोला न्याहळतो आहे.' अन्यत्र तो म्हणतो 'सूक्ष्मदर्शक काचेतून मी स्वतःचा अभ्यास करतो आहे.'

आल्फ्रेड जारी थिएटर या संस्थेची स्थापना १९२६ मध्ये आर्तो, रॉजर वीत्राक आणि राबेर आराँ यांनी मिळून केली. डॉ. आणि श्रीमती आयेंदी यांचाही या संस्थेत मोठा वाटा होता.

आल्फ्रेड जारी थिएटरचे जाहीरनामे आणि कार्यक्रम यांमधून आर्तोची नाटक आणि रंगभूमी विषयीची विचारसरणी प्रकट झालेली आहे. १९२६ च्या

पहिल्याच जाहीरनाम्यात आर्तोने आपण नि:संग, निरपेक्ष रंगभूमीच्या शोधात असल्याचे जाहीर केले आहे. तो म्हणतो : आम्ही प्रत्येक निर्मितीच्या द्वारे एक गंभीर खेळ खेळत आहोत आणि आमच्या प्रयत्नांचे महत्त्व या गांभीर्यातच आहे. आम्ही प्रेक्षकांच्या मनांना किंवा संवेदनांना आवाहन करीत नसून त्यांच्या संपूर्ण अस्तित्वालाच आवाहन करीत आहोत. त्यांच्या आणि आमच्याही. एखाद्या दंतवैद्याकडे किंवा शल्यविशारदाकडे जावे त्या भूमिकेने प्रेक्षक आमची नाटके पाहायला येतील.

रंगभूमीने क्षणिक पण खरे जग दिले पाहिजे, हे जग वास्तव जीवनाशी संवादी असेल. संभवनीयता किंवा असंभवनीयता यावर आभासात्मकता अवलंबून नसून अभिनयकृतीच्या वास्तवतेवर आणि संप्रेषणक्षमतेवर ती अवलंबून आहे. 'संपूर्ण एकात्म रंगभूमी हे आमचे ध्येय आहे' आणि या प्रयोगाने, त्याच्या आतल्या गतिमानतेने प्रेक्षक हलून गेले पाहिजेत, अस्वस्थ झाले पाहिजेत, अशी धारणा त्यात व्यक्त झालेली आहे.

१९२६-२७ च्या जाहीरनाम्यात याच विचारांची पुनरुक्ती झालेली आहे. संहितेबाबत इथे एक विचार व्यक्त झालेला आहे. आम्ही संहितांना घेऊनच प्रयोग करू. पण संहिता-एक वास्तव म्हणून. रंगभूमी ही एक स्वतंत्र कला आहे, जशी चित्रकला किंवा वाङ्मय, याचे भान आर्तोने इथे व्यक्त केलेले आहे. लिहिलेले नाटक आणि त्याचा त्याबरहुकूम प्रयोग यांतून आर्तोला सुटका करायची आहे. तो 'दृश्यात्मकते'ला महत्व देतो.

या जाहीरनाम्यात त्या वर्षीचा कार्यक्रम दिलेला आहे. त्यात आल्फ्रेड जारीच्या दोन नाटकांचा, स्टिंडबर्गच्या एका नाटकाचा आणि स्वत: आर्तोच्याही एका नाटकाचा समावेश केलेला आढळतो. आर्तोच्या या 'रक्ताची चिळकांडी' नावाच्या नाटकाचा प्रयोग तेव्हा होऊ शकला नाही, पुढे १९६४ मध्ये पिटर ब्रुक/मारोविज यांच्या 'थिएटर ऑव्ह क्रूएल्टी' या सत्रात तो झाला.

'नाभिगत नरक' या आर्तोच्या १९२५ मध्ये प्रकाशित झालेल्या गद्य/काव्य संकलनात 'रक्ताची चिळकांडी' समाविष्ट आहे. 'भयाची आणि दृष्टिभ्रमाची अतिवास्तववादी कृती' असे या लेखनाचे वर्णन रॉबर्ट ब्रस्टिनने केले आहे. त्याची थोडी कल्पना येथे देत आहे.

सुरुवातीला एक तरुण आणि तरुणी यांचा संवाद आहे.

'तरुण : माझं तुझ्यावर प्रेम आहे आणि सगळं काही ठीक आहे.

तरुणी : धपापत्या आवाजात : तुझं माझ्यावर प्रेम आहे आणि सगळं काही ठीक आहे.

तरुण, तरुणी पुन्हा तोच संवाद म्हणतात.

तरुण : माझं तुझ्यावर प्रेम आहे.

शांतता

तरुण : माझ्याकडे पाहा.

पुन्हा तेच 'माझं तुझ्यावर प्रेम' वगैरे. उंच आवाजात.

तरुणी : उंच आवाजात : आपलं एकमेकांवर प्रेम आहे.

तरुण : आपण फार उत्कट आहोत. अहा, किती सुघटित हे जग आहे.'

त्यानंतर शांतता. अवाढव्य चाक फिरविल्याचा आवाज, वाऱ्याचा आवाज. वादळ येतं. दोन तारे कोसळतात. नंतर एक एक अवयव कोसळू लागतो. पाय, हात, डोक्याची कातडी, मुखवटे, स्तंभ, द्वारमंडप, देवळं, अवकाशातूनच जणू काही हळूहळू कोसळताहेत. नंतर एकामागून एक विंचू, नंतर बेडूक आणि अत्यंत हळूहळू एक किडा.

तरुण किंचाळत म्हणतो: पागल झालंय आकाश...चल पळून जाऊ.

हे दृश्य इथे संपतं. तरुण-तरुणीची प्रेमविषयक आणि जगविषयक भाबडी कल्पना, त्यांच्या अभिव्यक्तीतील यांत्रिकता खरी आपत्ती समोर उभी राहते तेव्हा एकाएकी नष्ट होते. त्यानंतर सरदार आणि दाई यांचा संवाद आहे. त्यातून शारीरिक क्षुधांचे विरूप दर्शन होते.

मग तरुण येतो, त्याच्या पाठोपाठ पुजारी, चांभार, वेश्या, न्यायाधीश वगैरे.

तरुण : मी पाहिलं, मला कळलं, समजलं. हा मुख्य चौक आहे. पुजारी, चांभार, भाजीची दुकानं. प्रार्थनामंदिर, लाल दिव्यांचा प्रदेश, न्यायाचे तराजू.

पुढे तरुण म्हणतो : मी तिला हरवून बसलो.

सगळे वेगवेगळ्या आवाजांत विचारतात : कोण, कोण, कोण...

तरुण उत्तर देतो : माझी बायको.

यावर चेष्टा केली जाते. पुजारी विचारतो: तिच्या शरीराच्या कोणत्या भागाशी तुझा वारंवार संबंध आला?

उत्तर मिळत नाही, तेव्हा पुजारी आपला स्वर बदलतो आणि पुजाऱ्यासारखा बोलू लागतो. नंतर रात्र होते. ढगांचा गडगडाट, विजांचा चमचमाट. पात्रे सैरावरा पळतात.

एक अवाढव्य हात वेश्येचे केस पकडतो.

राक्षसी आवाज : कुत्री, पाहा तुझ्या शरीराकडे.

वेश्येचं नग्न आणि घृणास्पद शरीर दिसू लागतं. तिची वस्त्रं पारदर्शी झालेली आहेत.

वेश्या : देवा, मला जाऊ दे.

ती देवाच्या मनगटाला चावते. रंगमंचावर रक्ताची चिळकांडी उडते.

उजेड येतो तेव्हा सगळी पात्रे मरून पडलेली. फक्त वेश्या आणि तरुण एकमेकांकडे बुभुक्षित डोळ्यांनी पाहताहेत.

वेश्या विचारते : हे कसं घडलं, मला सांग.

तरुण आपल्या हातांच्या ओंजळीत तोंड लपवतो.

दाई मुलीला एखाद्या गाठोड्यासारखी घेऊन येते. मुलगी मेलेली आहे.

सरदार येतो आणि दाईला खाद्यपदार्थाची मागणी करतो.

दाई आपला झगा वर करते.

तरुणाला पळायचं असतं, पण बाहुल्यासारखा स्थिर उभा राहतो.

दाईच्या झग्याखालून विंचू बाहेर पडताहेत.

तरुण वेश्येबरोबर पळतो.

तरुणी म्हणते : कुमारिका ! त्याला हे हवे होते तर.'

मानसिक अवस्थेचे निदर्शक म्हणून रक्तपाताऐवजी जारी थिएटरने नेहमीच अवयविच्छेदाचा वापर केलेला आहे, असे व्हिक्टर कोर्टी यांनी म्हटले आहे. या नाटकात हात, पाय यांचे वरून कोसळणे किंवा पात्रांच्या हालचाली यांतून कठपुतळी बाहुल्यांचा खेळ पाहतो आहे असे वाटते. तसेच एक एक अवयव तुटून पडतो आहे असे वाटणे हे मानसिक विखुरलेपणाचेही लक्षण आहे. देवाच्या मनगटातून बाहेर उसळणारी रक्ताची चिळकांडी यातून मानवी जगातील अस्ताव्यस्तता व्यक्त होते. प्रेम आणि लैंगिक वासना या दोन गोष्टींचे विडंबन आर्तोने या नाटकात केलेले आहे असे वाटते. एक आत्मिक भावना तर दुसरी शारीरिक गरज. आत्मिक भावनेची अभिव्यक्ती कृत्रिम वाटते, तर शारीरिक गरजेची अभिव्यक्ती उत्स्फूर्त. शेवटी सगळ्याच गोष्टी माणसांनी घृणास्पद बनवून टाकल्या आहेत. या नाटकाची प्रकृती वाईट स्वप्नासारखी आहे. अतिवास्तववादी घडण स्पष्टच आहे. त्याचबरोबर नाटकापेक्षा चित्रपटाच्या दृष्टीचा येथे आढळ होतो. पुढे आर्तोने चित्रपटांसाठी पटकथा लिहिल्या. चित्रपटमाध्यमातील 'गूढता' त्याला आकर्षित करणारी होती. परंतु चित्रपट सृष्टीतल्या प्रतिकूल अनुभवांमुळे चित्रपट या माध्यमाचाच तो तिरस्कार

करू लागला. अन्यथा अतिवास्तववादी चित्रपट निर्मितीत तो अग्रगामी ठरला असता.

१९२७ मध्ये प्रकाशित केलेल्या जाहीरनाम्यात आर्तो म्हणतो :

'गूढतेचे अंश, स्वप्नांचे चुंबकीय आकर्षण, संज्ञेचे काळोखे स्तर, आपल्या मनाच्या अंतर्गत जे झपाटून टाकणारे असे काही असते ते आम्ही रंगमंचावर प्रकाशित आणि स्थापित झालेले पाहू इच्छितो. या प्रयत्नात आम्ही खोल बुडू इच्छितो, अपयशाचे हसू होईल इतके आम्ही स्वत:ला उघडून ठेवणार आहोत. आमच्या मते रंगभूमी म्हणजे खरेखुरे इंद्रजाल. डोळ्यांना सुखवणे किंवा आत्म्याला आवाहन करणे हे आमचे उद्दिष्ट नाही. एक प्रकारच्या मानसशास्त्रीय भावना निर्माण करण्याचा आमचा प्रयत्न आहे. मग हृदयातील अत्यंत गुप्त हालचाली प्रकट होतील.'

याच जाहीरनाम्यात आरंभी आर्तोने म्हटले आहे :

'केवळ नाटके सादर करण्यासाठी आम्ही रंगभूमीची निर्मिती करीत नसून मनाचे दुर्बोध, लपलेले, अप्रकट भाग वास्तव, शारीरिक अभिव्यक्तीतून आम्हांला व्यक्त करायचे आहेत.'

१९२८ च्या जाहीरनाम्यात पुन्हा कार्यक्रम जाहीर केलेला आहे आणि ज्या नाटकांचा प्रयोग करावयाचा आहे त्यांची थोडक्यात ओळख करून दिली आहे.

१९२९ च्या जाहीरनाम्यात यापूर्वी केलेल्या आणि पुढे करावयाच्या नाटकांसंबंधी लिहिले आहे. त्यात जारीच्या 'राजा अुबु'चाही प्रयोग करण्याची योजना व्यक्त केली आहे.

याच जाहीरनाम्यात 'रंगभूमी म्हणजे थोर नाट्यकृतीचे संग्रहालय नव्हे' हे उद्गार आहेत. पुढच्या काळात या विचाराचा अधिक विकास झाल्याचे दिसून येते.

स्ट्रिंडबर्गच्या 'ड्रीमप्ले' विषयीच्या टिपणात आर्तो लिहितो :

'आज रंगभूमी जीवनाचे चित्रण करते. वास्तव नेपथ्य आणि प्रकाशयोजना यांच्या साहाय्याने जीवनविषयक सर्वसाधारण सत्ये जपण्याचा ती प्रयत्न करते. किंवा 'भ्रम' / 'आभास' निर्माण करते, जे खूपच वाईट आहे.

'जीवनातल्या साध्यासुध्या वस्तूंना आणि गोष्टींना एका नव्या मानसिक व्यवस्थेचा अर्थ आणि प्रत्यक्षता देणे महत्त्वाचे आहे.'

स्ट्रिंडबर्गच्या 'घोस्ट सोनाटा' च्या निर्मितीचा आराखडा आर्तोने तयार केलेला होता.

‘हे नाटक एक प्रकारची आंतरिक वास्तवता आपल्या प्रत्ययास आणते, मात्र ते अतिमानुष किंवा अमानुष होत नाही’, आरंभीच आर्तो सांगतो,‘या नाटकात वास्तव आणि अवास्तव एकमेकांत मिसळून जातात, जसे झोपलेल्याच्या मनात किंवा अचानक जागे झालेल्याच्या बाबतीत घडते.’

या नाटकाच्या निर्मितीच्या आराखड्यात आर्तोने नाटकाचे आशयसूत्र, नेपथ्य, प्रकाशयोजना, ध्वनी आणि अभिनय अशा सर्व अंगांचा विचार केलेला आहे. प्रयोगाच्या संदर्भात आर्तोने अयथार्थतेचे तत्त्व मांडले आहे. आर्तोच्या दिग्दर्शकीय आकलनामुळे, पुढे स्ट्रिंडबर्गकडेही नव्या दृष्टीने पाहिले जाऊ लागले, असे बेंटलीने नोंदवले आहे.

१९२८ च्या डिसेंबरमध्ये आल्फ्रेड जारी थिएटरने शेवटचा प्रयोग केला तो रॉजर वीत्राकच्या ‘व्हिक्टर’ या नाटकाचा आणि नंतर ते बंद पडले. रॉजर वीत्राकने आल्फ्रेड जारी थिएटरमधून अंग काढून घेतले आणि स्वत:च्या नाटकाचे प्रयोग तो स्वतंत्रपणे करू लागला. १९३१ पर्यंत थिएटर सुरू ठेवण्याचा आर्तोने प्रयत्न केला आणि नंतर तो प्रयत्न त्याला सोडून द्यावा लागला. त्यानंतर पुढली वर्षे पॅरीसच्या रंगभूमीवर नाटकाच्या दिग्दर्शनाची संधी मिळावी यासाठी वाट पाहण्यात गेली. १९२८ पासून १९३५ पर्यंत आर्तो चित्रपटांत विविध भूमिका करीत होता तरी त्याच्या विचारांचा विषय रंगभूमी हाच होता. १९३२ च्या ऑक्टोबरमध्ये ‘थिएटर ऑव्ह क्रूएल्टी’चा पहिला जाहीरनामा प्रकाशित झाला. १९३५ मध्ये नाटकाच्या दिग्दर्शनाची संधी आर्तोला मिळाली ती स्वत:च्याच ‘ले सॉंसी’ या नाटकाच्या संदर्भात.

‘ले सॉंसी’ ही शेली आणि स्तांधाल यांच्या कृतीचा आधार घेऊन लिहिलेली एक स्वतंत्र शोकात्मिका होती. तिच्या प्रयोगाच्या द्वारा आर्तोला रंगभूमिविषयक दृष्टी प्रकट करण्याची अमूल्य संधी प्राप्त झालेली होती. या नाटकाच्या तालमी सुरू करण्यापूर्वी आर्तोने फेब्रुवारी १९३५ मध्ये आंद्रे जीदला एक पत्र लिहिले. तालमी सुरू करण्यापूर्वी या नाटकाविषयी आर्तोला एक व्याख्यान द्यायचे होते, त्याप्रसंगी जीदने हजर राहावे अशी विनंती आर्तोने त्यात केली होती.

‘या शोकात्मिकेतले संवाद अत्यंत हिंस्र आहेत. आणि यात समाज, व्यवस्था, न्याय, धर्म, कुटुंब आणि देश यांच्याविषयीच्या जीर्णपुरातन धारणांवर कडाडून हल्ला केलेला आहे’, असे तो या पत्रात लिहितो. हा हल्ला सामाजिक स्तरावरून नव्हे तर आध्यात्मिक स्तरावरून केलेला आहे, असे तो पुढे

लिहितो. जीदने या व्याख्यानाला मुद्दाम हजर राहायचे आहे, म्हणजे कोणतेही गैरसमज होणार नाहीत. आर्तो म्हणतो, 'या नाटकात कुठल्याही गोष्टीविषयी आदर व्यक्त केलेला नाही.'

आर्तोला स्वत:ची ही निर्मिती महत्त्वाकांक्षी वाटत होती यात संशय नाही, परंतु ती प्रत्यक्षात येण्यात अनेक अडचणीही होत्या. 'नूवेल रेव्यू फ्रांसेझ' या प्रख्यात मासिकाचा संपादक आणि आर्तोचा मित्र ज्यां पॉल्हां यास त्याने 'प्रयोगापूर्वी चेंचीसंबंधी काही मजकूर छाप' म्हणून लिहिलेल्या पत्राच्या शेवटी एक वाक्य आहे : एन आर एफ मध्ये एक पानभर विनामूल्य प्रसिद्धी दिली तर बरे होईल कारण माझ्याजवळ फार थोडे पैसे आहेत.

आर्तो अतिशय मेहनतीने तालमी घेत होता. ओरडून ओरडून त्याचा घसा बसला होता, त्यामुळे पहिल्या प्रयोगाच्या वेळी आर्तोच्या तोंडून शब्दांचा उच्चार नीट होत नव्हता, अशी रॉजर ब्लिनने आठवण सांगितलेली आहे. आर्तोची ही सारी धडपड एका मुलाखतकारानेही नोंदवून ठेवली आहे. 'एको द पारी' च्या मुलाखतकाराला आर्तो सांगतो : 'या प्रयोगात अभिनयकृती, स्थिती, पात्रे आणि प्रतिमा या साऱ्या गोष्टी स्फुलिंगासारख्या झळाळून जाव्या असा पैलू प्राप्त व्हावा ही माझी इच्छा आहे. या प्रयोगाच्या द्वारा लोकांना अग्निस्नान घडले पाहिजे, अभिनयकृतीने ते विचलित झाले पाहिजेत आणि दृश्यबंधामुळे व गतिमान हालचालीमुळे घेरले गेले पाहिजेत.'

आर्तोने स्वत: प्रसिद्ध केलेल्या निवेदनात 'ले सॉंसी म्हणजे क्रौर्य-नाट्य नव्हे पण त्याची पूर्व तयारी होय' असे म्हटले आहे. त्यात त्याने संहितेप्रमाणेच आविर्भाव आणि हालचाली यांनाही महत्त्व असल्याचे ठसवले आहे. पूर्वप्रसिद्धी, निवेदन, मुलाखती आणि प्रयोगाच्या सर्व अंगांची तयारी झाली, ६ मे १९३५ रोजी 'ले सॉंसी' चा प्रयोग झाला. या प्रयोगाविषयी विविध प्रतिक्रिया प्रसिद्ध झाल्या.

'काल संध्याकाळी साऱ्या पॅरीसच्या जनतेसमोर क्रौर्यनाट्याचा जन्म झाला' असे शीर्षक एका वृत्तपत्राने दिले. त्याचा नाट्यसमीक्षक लिहितो, 'त्यांनी पॅरीसमधले सर्वांत घाणेरडे नाट्यगृह निवडले'. दुसऱ्या समीक्षकाने म्हटले आहे, 'नाटक विशेष क्रूर नव्हते पण नाटक पाहायला आलेली जनता मात्र निश्चितच क्रूर होती.' 'जमावाने दारे तोडली आणि तिकटे घेणाऱ्यांशी भांडणे केली' असे तिसऱ्या समीक्षकाने लिहिले आहे. एका प्रेक्षकाने आर्तोला पत्र पाठवले, त्यात तो लिहितो, 'माझ्या आजूबाजूचे प्रेक्षक वेड्यासारखे हसत होते.'

प्रेक्षकांचा प्रतिसाद मिळाला नाही. 'ले साँसी' चे केवळ सतरा प्रयोग झाले आणि ते बंद पडले. आर्तोच्या बाबतीत एक दिग्दर्शक म्हणून स्वत:ला स्थापित करण्याची संधी कायमची नष्ट झाली, पुढल्या नाट्य-निर्मितींची स्वप्ने धुळीस मिळाली. या दिवसांतील आर्तोविषयीचे आंद्रे फ्रँकचे उद्‌गार एस्‌लिनने दिले आहेत : 'आर्थिक अपयश, निरंतर समजून घेण्यातली अक्षमता यांनी त्याची नियती निश्चित केली होती : आर्तो, एक शोकात्म प्रतिभावंत, आर्तो, प्रेषक आणि जादूगार, आता अस्तित्वात आला होता.'

१९३१ च्या जुलैमध्ये आर्तोला बाली नर्तकांचा एक नृत्यप्रयोग पाहायला मिळाला. त्या प्रयोगाने तो अत्यंत प्रभावित झाला. प्रकाश, रंग आणि अ-शाब्दिक, ऐंद्रजालिक रंगभूमीची त्याची कल्पना इथे मूर्त झाली आहे, असे त्याला वाटले. बाली रंगभूमीविषयी त्याने एक लेख लिहिला. ही त्याच्या रंगभूमिविषयक तात्त्विक लेखनाची सुरुवात होती. या लेखनाचे आणि व्याख्यानांचे संकलित रूप - 'ल तेआत्र ए साँ' दूब्ल, (हे पुस्तक इंग्रजीत 'थिएटर अॅण्ड इट्स डबल' या नावाने उपलब्ध आहे.) या पुस्तकात पुढे दिलेले लेख आहेत :

प्रस्तावना : रंगभूमी आणि संस्कृती,

१. रंगभूमी आणि प्लेग २. अध्यात्म आणि नाट्यनिर्मिती ३. किमयागार रंगभूमी ४. बाली रंगभूमीविषयी ५. पौर्वात्य आणि पाश्चात्त्य रंगभूमी ६. बस झाल्या महान कलाकृती ७. रंगभूमी आणि क्रौर्य ८. क्रौर्यनाट्य-रंगभूमी पहिला जाहीरनामा ९. क्रौर्यविषयक पत्रव्यवहार १०. भाषाविषयक पत्रव्यवहार ११. क्रौर्यनाट्य-रंगभूमी-दुसरा जाहीरनामा १२. भावनात्मक व्यायाम १३. दोन टिपणे.

('थिएटर अॅण्ड इट्स डबल' या शीर्षकाचे मराठीत भाषांतर 'रंगभूमी आणि तिची अशरीरी प्रतिमा' असे करता येईल.)

'रंगभूमी आणि संस्कृती' या प्रस्तावनेत आर्तो म्हणतो:

'प्रत्येक यथार्थ प्रतिकृतीला एक छाया असते, ती तिची अशरीरी प्रतिमा असते. जेव्हा एखादा शिल्पकार म्हणतो की, त्याने एक प्रकारच्या छायेला मुक्त केले त्याक्षणी कला अवरुद्ध होते, अक्षम ठरतें. त्या छायेचे अस्तित्व मात्र त्याचे स्वास्थ्य नष्ट करणारे असते...

समर्पक बीजाक्षरांतून व्यक्त होणाऱ्या सर्व आभिचारिक संस्कृतींप्रमाणे खऱ्या

रंगभूमीला तिच्या छाया असतात आणि सर्व भाषांमध्ये आणि कलांमध्ये रंगभूमी हीच अशी एकमेव गोष्ट उरलेली आहे की जिच्या छायांनी स्वतःच्या मर्यादा ध्वस्त करून टाकल्या आहेत ... खरी रंगभूमी, जी जिवंत हालचाली करते आणि जिवंत साधनांचा उपयोग करते आणि जिथे जीवनाचा निरंतर शोध चाललेला असतो, तिथे छायांची सरमिसळ प्रत्यही सुरूच असते. अभिनेता तोच आविर्भाव दोनदा करीत नाही. तो आविर्भाव करतो, चलनवलन करतो, आणि जरी तो आकृतिबंधांची मोडतोड करीत असला तरी त्यामागे आणि त्या मोडतोडीमध्ये तो पुन्हा स्वतःला जुळवून घेतो आणि हे त्याचे जुळवून घेणे आकृतिबंधांच्या पलीकडचे आणि त्याचे सातत्य निर्माण करणारे असते...

रंगभूमी जी 'काहीही नाही' मध्ये असते, या प्रत्येक गोष्टीचा ती उपयोग करते-आविर्भाव, ध्वनी, शब्द, चीत्कार, प्रकाश, काळोख -

कारण मनाला आविष्कारासाठी एक भाषा हवी असते, याची तिला जाणीव झालेली असते. येथेच रंगभूमीला स्वतःचा शोध लागतो.'

आर्तोच्या दृष्टीने आविर्भाव, ध्वनी, शब्द, चीत्कार, प्रकाश, काळोख ही रंगभूमीची भाषा होय.

'अध्यात्म आणि नाट्यनिर्मिती' या लेखात तो विचारतो :

'पाश्चात्त्य रंगभूमी, रंगभूमीकडे, 'संवादाची रंगभूमी' या खेरीज दुसऱ्या दृष्टिकोनातून पाहतच नाही, हे कसे ?'

संवादाविषयी आर्तो म्हणतो, 'संवाद म्हणजे लिहिली जाणारी आणि बोलली जाणारी एक गोष्ट, तिचा रंगभूमीशी काही संबंध नाही, पुस्तकांशी आहे...'

पुढे तो रंगभूमीविषयी याच लेखात म्हणतो :

'रंगमंच हे प्रत्यक्षगत भौतिक असे स्थळ आहे. ते भरून काढणारी एक मूर्त भाषा, ज्या भाषेतून ते बोलू शकेल अशी वाचा आपण त्याला दिली पाहिजे. ही मूर्त भाषा, ही मूर्त शारीरिक, भौतिक भाषा हीच खरी रंगभूमीची भाषा होय. या भाषेतून व्यक्त होणारे विचार बोलल्या जाणाऱ्या भाषेच्या आवाक्याबाहेरचे आहेत,'

याच लेखात पुढे आर्तोने म्हटले आहे :

'भाषेच्या आधिपत्याखाली असलेल्या आपल्या रंगभूमीवर ही आविर्भाव आणि मुद्राभिनयाची भाषा, शब्दहीन मुद्राभिनय, अंगविक्षेप, अवस्था,

स्वरभेद-थोडक्यात जे जे सर्वस्वी रंगमंचीय आहे, त्यांना, संहितेपुढे बिनमहत्त्वाचे मानले जाते.'

'पौर्वात्य आणि पाश्चात्त्य रंगभूमी' या लेखातही हा विचार व्यक्त झालेला आहे :'पाश्चात्त्य रंगभूमी संहितानिष्ठ आणि संहितेच्या मर्यादांनी जखडलेली आहे. शब्द हे तिचे सर्वस्व आहे. रंगभूमी वाङ्मयाची एक शाखा आहे. नाटक म्हणजे संहितेचे भौतिक प्रतिबिंब.' या लेखात आर्तोने बाली रंगभूमीचे 'शारीरिक आणि अशाब्दिक रंगभूमी' असे वर्णन केले आहे.

'पाश्चात्त्य रंगभूमीवर भाषा वापरली जाते ती मनुष्य आणि दैनंदिन जीवनातील वास्तवतेसंबंधीच्या मानसिक संघर्षाची अभिव्यक्ती करण्यासाठी. रंगभूमी हे मानसचिकित्सेचे स्थळ नसून कल्पकता आणि भौतिकता यांचे आहे हे सांगितले पाहिजे.'

या निबंधसंग्रहात रंगभूमीच्या भाषेचा आर्तोने वारंवार उच्चार केलेला आहे.

ही व्याख्याने, जाहीरनामे आणि मासिकातले लेख म्हणजे मानसशास्त्रीय आणि वक्तृत्वपूर्ण, आलंकारिक नाटकांच्या परंपरेतील विश्वासक समाधानाच्या शांत जलाशयात टाकलेला दगड होय, अशा भाषेत पॅट स्कोअररने 'द थिएटर ॲण्ड इट्स डबल'चे वर्णन केले आहे. या पुस्तकाने शब्दाच्या सार्वभौमत्वा-विषयी प्रतिक्रियांची वर्तुळे उठविली.

रॉबर्ट ब्रस्टिनच्या मते, हे पुस्तक म्हणजे आजच्या युगातील एक अत्यंत प्रभावी आणि दाहक दस्तऐवज होय. एखाद्या दुर्बोध आणि वेडसर स्वप्नासारखे ते आहे.

'थिएटर ॲण्ड इट्स डबल' मध्ये समाविष्ट झालेला 'द थिएटर ॲण्ड द प्लेग' हा लेख मुळात सोरबॉन विद्यापीठात दिलेले व्याख्यान होय (१९३३). या व्याख्यानाचा वृत्तांत आने न्या (Anais Nin) या लेखिकेने तिच्या दैनंदिनीत दिलेला आहे.

ती म्हणते :

'त्याने मला पुढच्या रांगेत बसायला सांगितले. त्याला एक उत्कटता हवी आहे, जीवनाचे आणि अनुभूतीचे एक उन्नत रूप हवे आहे, असे मला वाटले. प्लेगसारख्या महान आपत्तीच्या काळात कलाक्षेत्रात आणि रंगभूमीवर उत्तम कृती निर्माण झाल्या याची तो आम्हांला आठवण करून देतो आहे का ? मृत्यूच्या भयाने मनुष्य अमरत्वाच्या मागे लागतो किंवा त्या भयापासून त्याला लांब पळायचे असते अथवा ते जिंकून टाकायचे असते, यातून या कलाकृती

घडल्या हे त्याला सांगायचे आहे ? नंतर त्याने विचारांचे सूत्र सोडून दिले आणि प्लेगने मरणाऱ्याचा तो अभिनय करू लागला. हे नेमके केव्हा सुरू झाले हे कुणालाच कळले नाही. तो त्याचे विचार समजावून सांगण्यासाठी वेदनेची अनुकृती करीत होता. परंतु त्या व्यासपीठावर चाललेल्या आर्तोच्या अभिनयाचे वर्णन कोणत्याही शब्दांत करता येत नाही. त्याला त्या विद्वत्सभेचा विसर पडला, रंगभूमी, त्याच्या स्वत:च्या कल्पना, डॉ. आर्येंदी तिथे बसले आहेत, याचाही विसर त्याला पडला, लोक, विद्यार्थी, प्राध्यापक या सर्वांना तो विसरून गेला. तो स्वत:च्याच मृत्यूचा अभिनय करीत होता. त्याचा चेहरा वेदनांनी पिळवटलेला, त्याच्या किंकाळ्या, ताणलेल्या नसा...

'लोक आधी चकित झाले, नंतर हसू लागले, नंतर त्याची चेष्टा करू लागले आणि शेवटी ते उठून गेले.'

१९३२ मध्ये आर्तो लुअी जूव्हे या दिग्दर्शकाकडे सहदिग्दर्शनाचे काम मागण्यासाठी गेला होता. पारंपरिक रंगभूमीला न परवडणाऱ्या चमत्कारिक कल्पना तिथे सांगून आर्तोने प्रस्थापित रंगभूमीवर पाय रोवण्याची संधी घालवली. जूव्हेच्या हाती असलेल्या नाटकात शेवटी जे स्वप्नदृश्य होते त्यासंबंधीच्या आपल्या कल्पना आर्तोने त्याला कळवल्या. शेवटच्या त्या स्वप्नदृश्यात कमीतकमी पंधरा फूट उंच अशा अवाढव्य बाहुल्यांत प्रवेश करावा, लष्करी संगीताच्या तालावर त्यांनी झुलावे, त्यात पौर्वात्य संगीत मिसळलेले असावे, त्याचवेळी त्यांच्या अवतीभवती बंगालचे बारूदकाम सुरू असावे. (बंगाल बारूदकाम म्हणजे पुढचे एक एक चित्र उजळत जाऊन एकातून एक अशा नव्या नव्या आकृती निर्माण होत जातात. जसे, घोडे एकामागून एक धावत असल्याचा आभास.)

आर्तो निरंतर एका नव्या भाषेच्या शोधात होता, अवतीभवतीच्या रंगभूमीहून काही वेगळी रंगभूमी त्याला मूर्त करायची होती. बाली रंगभूमीत त्याला या नव्या रंगभूमीचा साक्षात्कार झाला. आर्तोच्या रंगभूमीविषयीच्या लेखात 'बाली रंगभूमीविषयी' हा लेख केंद्रीय महत्त्वाचा आहे. त्याला बाली रंगभूमीवर गीत, नृत्य आणि मुग्धाभिनय यांचे मतिविभ्रमित आणि भयचकित करणारे मिश्रण आढळले. केवळ रंगभूमीची कल्पना बाली लोकांनी प्रत्यक्षात आणली आहे असे त्याला वाटले. आविर्भाव आणि स्वर यांच्या केवळ याच उपयोगाचे अध्यात्म त्यांना गवसले आहे हे त्याचे मत झाले. रंगमंचाचा सगळा अवकाश व्यापणाऱ्या हालचाली, शब्दांऐवजी चिन्हांवर आधारलेली एक नवीच

शारीरिक भाषा, त्यांच्या भौमितिक वेषांमुळे चलनवलन करणाऱ्या बीजाक्षरांसारखे वाटणारे नट, आविर्भाव आणि मूकाभिनय यांचा त्यांच्याजवळ असलेला विपुल संग्रह यांनी आर्तो प्रभावित झालेला होता.

'तरंग उठताहेत असे वाटायला लावणाऱ्या सांध्यांच्या हालचाली, बाहूंनी हातांशी केलेला संगीतमय कोन, पाऊल खाली येते, एक गुडघा वाकतो, हातापासून वेगळी झाली आहेत असे वाटणारी बोटे-हे सारे निरंतर चाललेल्या प्रतिबिंबांच्या नाट्याप्रमाणे वाटते. जिथे मानवी अवयव प्रतिध्वनींशी संवादी आहेत, वाद्यवृंदाच्या गतीशी मेळ साधताहेत, यात भर घालणाऱ्या सुषिर वाद्यांच्या कुजबुजीसारख्या हळुवार स्वरांमुळे एक अवाढव्य अदृश्य पिंजरा साकार होतो, ज्यात नट स्वत:च फडफडणारे पंख बनलेले आहेत.'

बाली रंगभूमीच्या दृश्यात्मकतेचे वरीलप्रमाणे वर्णन करून पुढे आर्तो म्हणतो : हालचाली, आकार, रंग, कंपने, वृत्ती, क्रंदन यांना इथे जो अर्थ मिळतो त्यापासून आपल्या रंगभूमीने बोध घेतला पाहिजे. रंगभूमीवरील या दृश्यांना पवित्र विधींचे गांभीर्य प्राप्त झाले आहे असे आर्तोला वाटले.

'हे यांत्रिक हालचाली करणारे जीव-त्यांचे त्यांचे आनंद आणि त्यांचे खेद त्यांचे स्वत:चे नाहीत तर कुणी महान अदृश्य शक्ती या प्राचीन विधींमधून आनंदाची आणि दु:खाची अभिव्यक्ती करीत आहे असे वाटून अंत:करणात एक दहशत दाटून येत होती. धर्मगुरूंसारख्या पोशाखाप्रमाणे दिसणाऱ्या वेशभूषेमुळे प्रत्येक नटाला दुहेरी शरीर आणि दुहेरी अवयव मिळाले आहेत आणि नर्तक जणू काही स्वत:चीच प्रतिकृती आहे असे वाटत होते.'

बाली रंगभूमीवरचे संगीत, स्त्रियांची शिरोभूषणे, विविधरंगी पिसे, मोती या सगळ्यांतून दैवी आविष्कार होतो आहे असे आर्तोला वाटते. 'ही खरी रंगभूमी, अनेक शतकांतून जपून ठेवलेली...' असे उद्गार त्याने पुढे काढलेले आहेत. बाली रंगभूमीवरील या प्रयोगाचा मनोरंजनाशी, कृत्रिम करमणुकीशी, एखादी संध्याकाळ मजेत घालवण्याशी काही संबंध नाही. आर्तोच्या मते, बाली रंगभूमीवरील निर्मिती पदार्थ, चैतन्य, वास्तवता यांच्या खोल गाभ्यातून आकार घेते. वास्तवतेचे भोंगळ अनुकरण, नाटकीपणा यांच्या कल्पनाही इथे मनात येत नाहीत. बाली रंगभूमीपासून आविर्भावांची, मुद्रांची एक भाषा, जी अवकाशात हळूहळू विकसित होत जाते आणि जिला रंगमंचाव्यतिरिक्त काही अर्थ नाही अशी भाषा आपल्याला मिळते, असे तो म्हणतो.

बाली रंगभूमीचा आर्तोने एवढा विचार का केला असावा, असा प्रश्न विचारून ॲलन कोकिच यांनी त्याचे पुढीलप्रमाणे उत्तर दिले आहे :

'बाली विधिनृत्यांतून एक नवी वास्तवता आकाराला येते, आख्यायिका किंवा कथेतून नव्हे, वेशभूषा किंवा दृश्यबंधातूनही नव्हे, तर हालचाली, आविर्भाव, विभ्रम यांच्या रूपबंधातून आणि त्या आविर्भावादिकांच्या परस्परांशी असलेल्या संबंधातून उदय पावणाऱ्या नव्या नव्या शक्यतांमधून. या नव्या वास्तवाची उपस्थिती आपल्या अस्तित्वासंबंधी प्रश्न निर्माण करते. एका अमूर्त स्तरावर बाली विधिनृत्याची भाषा कार्य करीत असते. तिच्या 'क्रौर्या'त आपल्या मनावरचे सारासारविवेकाचे पापुद्रे काढून टाकण्याची क्षमता असते, आणि ती आपल्या नग्न, अस्ताव्यस्त स्व-रूपापर्यंत आपल्याला घेऊन जाते. ती आपल्याला समर्पित व्हायला लावत नाही, तर आपण धारण केलेल्या आपल्या व्यक्तिमत्त्वाचा काल्पनिक विध्वंस करण्याची शक्ती प्रदान करते.'

'अध्यात्म आणि नाट्यनिर्मिती' हे आर्तोने १९३१ मध्ये दिलेले एक व्याख्यान होय. ते १९३२ मध्ये लेखरूपाने प्रकाशित झाले. लेखाच्या सुरुवातीला आर्तोने ल्युकास वान लेडन या चित्रकाराच्या 'द डॉटर्स ऑव्ह लॉट' या पेंटिंगचे सविस्तर वर्णन, विवेचन केलेले आहे. त्यानंतर तो म्हणतो, रंगभूमीने जसे असायला हवे आहे तसे हे पेंटिग आहे. रंगभूमीने तिची स्वत:ची भाषा वापरायला शिकले पाहिजे. पुढे तो म्हणतो, या मूर्त भाषेने संवेदनांची तृप्ती केली पाहिजे. भाषेत जसे काव्य असते तसे संवेदनांचेही काव्य आहे. ज्या मूर्त भाषेमुळे रंगभूमीचे वेगळेपण सिद्ध होते, ती भाषा कशाची बनलेली असते या प्रश्नाचे उत्तर म्हणून आर्तो पुढे लिहितो : 'रंगमंच व्यापून टाकणारे जे जे काही असेल, जे जे दृश्यरूपात व्यक्त करता येईल आणि ज्यांचे आवाहन मनाऐवजी संवेदनांना असेल अशा सर्व गोष्टींनी मिळून ही भाषा बनते. अवकाशात अभिव्यक्त होणाऱ्या या कवितेला अनेक पैलू आहेत. संगीत, नृत्य, चित्र, शिल्पकला, मूकाभिनय, विडंबन, अंगविक्षेप, स्वरभेद, स्थापत्य, प्रकाश, देखावे वगैरे. परंतु या गोष्टी रंगभूमीवर मूर्त झाल्या पाहिजेत, त्यांची प्रत्यक्ष उपस्थिती जाणवली पाहिजे. अवकाशातील ही कविता रेषा, आकार, रंग यांच्याखेरीज चिन्हांच्या भाषेतून निर्माण होते. ही भाषा शब्दांशिवाय असते, अविकृत मूकाभिनयात असते त्याप्रमाणे, प्रतीकात्मक मूल्य असलेली चिन्हे, आविर्भाव, भाववृत्ती यांची ही भाषा असते.

रंगभूमीच्या भाषेविषयी विवेचन करून नंतर आर्तो विचारतो : 'व्यक्तिरेखांचे विश्लेषण, प्रेम आणि कर्तव्य यांच्यातील संघर्षाची उकल, मानसशास्त्रीय स्वरूपाच्या समस्यांशी झुंज यांसाठी रंगभूमी निर्माण झाली आहे असे कोणी सांगितले?' आर्तो तत्कालीन रंगभूमीविषयी असंतुष्ट होता हे विविध ठिकाणी जाणवते. 'समकालीन रंगभूमी ऱ्हासशील आहे' असे तो म्हणतो. या ऱ्हासाची दोन कारणे त्याने दिलेली आहेत-एकीकडे गांभीर्याची जाणीव नाही तर दुसरीकडे हास्याची. आर्तोच्या मते, ही रंगभूमी गुरुत्वापासून, तात्काळ आणि दुःखद परिणामांपासून तुटलेली आहे. 'किमयागार रंगभूमी' मध्ये आर्तो म्हणतो की आपण (समकालीन) वास्तववादी, सामाजिक रंगभूमीविषयी बोलत नसून एका आर्ष, आदिम रंगभूमीची कल्पना मांडत आहोत. त्या रंगभूमीवर पदार्थ आणि मन, कल्पना आणि आकार, मूर्त आणि अमूर्त यांच्याकडील द्वंद्व नाहीसे होईल, एक संपूर्ण एकात्म अभिव्यक्ती अवतीर्ण होईल. बाली रंगभूमीने आर्तोला विचारप्रवृत्त केले हे उघडच आहे. त्याचबरोबर अप्पिअ, क्रेग, मेयरहोल्ड यांच्याही रंगभूमिविषयक विचारांचे संस्कार त्याच्यावर झालेले असतील. क्रेग आणि अप्पिअ यांच्या संदर्भात आर्तोने 'रंगभूमीचे मुक्तिदाते' असा उल्लेख केलेला आढळतो.

थिएटर ऑव्ह क्रूएल्टीचा पहिला जाहीरनामा १९३२ मध्ये प्रकाशित झाला आणि दुसरा जाहीरनामा १९३३ मध्ये.

पहिल्या जाहीरनाम्याच्या आरंभीच रंगभूमीला तिची स्वतःची भाषा प्राप्त करून देण्याची अपरिहार्यता आर्तो स्पष्ट करतो. रंगभूमीचे संहिता-दास्य संपविले पाहिजे आणि आविर्भाव व विचार यांच्यामधील एक विवक्षित भाषा मिळवली पाहिजे. आर्तोच्या मते, 'अवकाशातील अभिव्यक्ती' हीच रंगभूमीची खरी अभिव्यक्ती होय. वस्तू, गती, भाववृत्ती, आविर्भाव यांची दृश्य भाषा; मात्र त्यांचे अर्थ, त्यांच्या मुद्रा, त्यांचे संयोग यांच्यातून चिन्हे आकारास आली पाहिजेत आणि त्या चिन्हांची वर्णमाला तयार झाली पाहिजे. अवकाशातील ही भाषा, ध्वनी, क्रंदन, प्रकाश, अनुकार यांच्या भाषेची जाण आली की रंगभूमीने तिची वास्तविक बीजाक्षरांमध्ये संघटना केली पाहिजे.

आर्तो इथे बोलायच्या, लिहिण्याच्या भाषेहून रंगभूमीची भाषा वेगळी आहे, तिची वर्णमाला निराळी आहे, हे सांगतो आहे. या गोष्टीचा या

लेखनात त्याने वारंवार उच्चार केलेला आहे, त्यावरून ती त्याला फारच महत्त्वाची वाटते आहे हे दिसते. बीजाक्षरांच्या उल्लेखांवरून रंगभूमीची तो धार्मिक विधींशी एकात्मता पाहतो आहे हेही दिसून येते. पुढल्या परिच्छेदात तो वाणी, आविर्भाव आणि अभिव्यक्तीच्या अध्यात्माविषयी बोलतो त्यावरूनही हे स्पष्ट होते. अभिव्यक्तीच्या पौर्वात्य साधनांचा उल्लेख करून पुढे तो म्हणतो, शब्दांचा मंत्रोच्चारांसारखा उपयोग केला पाहिजे.

या जाहीरनाम्यात आर्तोने आपल्या रंगभूमिविषयक कल्पना दृश्यबंध, प्रयोगनिर्मिती, रंगमंचाची भाषा, संगीत, प्रकाश इत्यादींच्या संदर्भात स्पष्ट केल्या आहेत. दृश्यबंधात शरीरनिष्ठ घटक असतील असे तो म्हणतो. आक्रोश, चीत्कार, आभास, विस्मय, नाट्य, गूढ वेषभूषा, देदीप्यमान प्रकाश, वाणीचे मंत्रसौंदर्य, तालांचे सौंदर्य, वस्तूंचे रंग, हालचालींमधील लय, नव्या आणि चकित करणाऱ्या वस्तू, मुखवटे, अवाढव्य प्रतिकृती वगैरे गोष्टींचा त्याने दृश्यबंधात समावेश केलेला आहे. प्रयोगनिर्मितीच्या संदर्भात, लेखक आणि दिग्दर्शक यांच्यातले परंपरागत द्वंद्व इथे नाहीसे झालेले असेल असे तो सांगतो. त्या ऐवजी इथे एक 'रचनाकार' / क्रिएटर असेल. रंगमंचाच्या भाषेच्या संदर्भात आर्तो म्हणतो, बोलीभाषा दडपण्याचा प्रश्न नाही, तर स्वप्नात असते तसे शब्दांना महत्त्व द्यायचे आहे. संगीताचा एखाद्या पात्राप्रमाणे प्रवेश झाला पाहिजे आणि प्रकाशालाही बौद्धिक अर्थ देता आला पाहिजे.

वेषभूषेच्या संदर्भात, आधुनिक पोषाख वगळण्यात येईल, असे आर्तो सांगतो. त्याऐवजी धर्मविधींशी निगडित अशा वेशभूषेचे महत्त्व तो मांडतो. प्रेक्षागृहातील रंगमंच आणि प्रेक्षक यांच्यातील दूरत्व आर्तोला मान्य नाही. नाटक आणि प्रेक्षक यांच्यात सरळ संवाद साधता येईल अशा व्यवस्थेची निवड तो समजावून सांगतो. तत्कालीन नाट्यगृहांच्या बांधणीविषयी असमाधान व्यक्त करून नाट्यगृहाच्या स्थापत्याविषयी स्वत:च्या कल्पना मांडतो.नाट्यगृहाच्या मध्यभागी फिरत्या खुर्च्यांवर प्रेक्षक बसतील आणि त्यांच्या सभोवार दृश्ये घडत राहतील. अभिनयकृती वेगवेगळ्या स्तरांवर घडतील अशी सोय तिथे असली पाहिजे. एकाचवेळी अनेक प्रसंग, वेगवेगळे किंवा एकसारखे घडतील, त्यांच्यातली गती प्रकाशयोजनेच्या साह्याने निर्माण करता येईल. आर्तो चौकटीचा रंगमंच नाकारतो आहे. सबंध नाट्यगृह हे अभिनयकृतीचे सातत्य आणि आवर्तने यांनी भारले जाईल, त्यामुळे प्रेक्षक

आपोआपच नाट्यानुभवात सामील होईल, असे त्याला वाटत होते. नेपथ्य म्हणून काही वेगळे असणार नाही. प्रतीकात्मक पात्रे, विधिनाट्याची वेषभूषा या गोष्टी असतीलच.

संहितेच्या बाबतीत आर्तो म्हणतो, आम्ही लिखित नाटकांचे प्रयोग करणार नाही. कथासूत्र किंवा घटना घेऊन सरळ किंवा ज्ञात नाट्यकृतीचा प्रयोग करू. नटाच्या संदर्भात मनुष्य आणि साधन यांच्यात तो फरक करतो.

'प्रत्येक दृश्यबंधाच्या मुळाशी क्रौर्याचा घटक असल्याशिवाय रंगभूमी असंभवनीय आहे. आपल्या आजच्या मूल्यभ्रष्ट अवस्थेत अध्यात्माचा आपल्या त्वचेतूनच मस्तकात पुन:प्रवेश होईल.'

आर्तोने रंगभूमीच्या संदर्भात मांडलेला क्रौर्याचा हा विचार चर्चाविषय झाला. 'क्रौर्या'संबंधी तीन पत्रे या ग्रंथात दिलेली आहेत.

पहिल्या पत्रात आर्तो आपली क्रौर्याची कल्पना स्पष्ट करतो : हे 'क्रौर्य' सॅडिझम किंवा रक्तपाताशी निगडित नाही. 'क्रौर्य' हा शब्द व्यापक अर्थाने घेतला पाहिजे. आर्तो पुढे विचारतो : तात्त्विक अर्थाने 'क्रौर्य' म्हणजे काय? दृढता, अचल व्यग्रता आणि निर्णय, अपरिवर्तनीय आणि अंतिम संकल्प. 'क्रौर्य' या शब्दाचा निर्घृण रक्तपात अथवा निर्मम, अहेतुक शारीरिक छळ असा अर्थ करणे चुकीचे आहे ... क्रौर्य ही एक उज्ज्वल गोष्ट आहे, एकप्रकारे कठोर आत्मसंयमन आणि नियति-शरणता.

दुसऱ्या पत्रात आर्तो म्हणतो : कूरता ही असतेच, फक्त मला जाणीव व्हायला हवी असते.

'मी क्रौर्य या शब्दाचा वापर जीवनाची अभिलाषा, वैश्विक दृढता, दुराराध्य आकांक्षा या अर्थाने करतो. काळोखाला खाऊन टाकणारा चक्रवात, जिच्या अपरिहार्य अस्तित्वाखेरीज जीवनाचे सातत्य असणार नाही अशी वेदना, या अर्थाने मी हा शब्द वापरतो. शुभाची इच्छा केली जाते, ते कृतीचे फळ असते; अशुभ हे शाश्वत आहे.'

तिसऱ्या पत्रात आर्तो म्हणतो : 'प्रयास म्हणजे क्रौर्य, प्रयासांमधून अस्तित्व म्हणजे क्रौर्य. कालनिद्रेतून जागा होऊन स्वत:चा अनेक जीवांमध्ये विस्तार करणार ब्रह्मदेव यातना भोगतो ... कामेच्छेत क्रौर्य आहे, मृत्यूत क्रौर्य आहे, पुनर्जन्म म्हणजे क्रौर्य, रूपांतर म्हणजे क्रौर्य... या बंदिस्त अवकाशात जीवांचा स्वाहाकार चाललेला आहे... ही कत्तल म्हणजे पुनर्जन्म आणि आनंद...'

आर्तो आध्यात्मिक अर्थाने क्रौर्य या शब्दाचा वापर करतो आहे, रक्तपात या अर्थाने नव्हे. त्याने पुन्हा भाषाविषयक पत्रव्यवहारात, तिसऱ्या पत्रात हे स्पष्ट केले आहे. 'हे सगळ्या बंधनांच्या पलीकडे, छळणारे, सगळ्या गोष्टींना तुडवून टाकणारे जीवन. त्याची केवळ अपरिहार्य जाणीव म्हणजे क्रौर्य.' पुढे आर्तो म्हणतो, मी 'क्रौर्य' या शब्दाऐवजी 'आयुष्य' हा शब्द वापरला असता किंवा 'आवश्यकता'.

'थिएटर ऑव्ह क्रूएल्टी'च्या दुसऱ्या जाहीरनाम्यात क्रौर्याचा नैतिक शुद्धतेशी संबंध जोडलेला आहे.

दुसऱ्या जाहीरनाम्यात आर्तोने स्वत:ची रंगभूमिविषयक विचारसरणी अधिक विस्ताराने मांडली आहे. सुरुवातीला आपण कोणते विषय घेणार आहोत ते सांगितले आहे. मानसशास्त्रीय आणि सामाजिक मनुष्य या ऐवजी आपली रंगभूमी संपूर्ण एकात्म मनुष्यासाठी असेल असे तो म्हणतो. आपली विषयसूत्रे वैश्विक पातळीवरची असतील आणि ती मेक्सिकन, हिंदू, ज्युडाइक, इरानियन विश्वोत्पत्तिविषयक ग्रंथांतून घेतलेली असतील, त्याचप्रमाणे सामाजिक उत्थापने, लोक आणि वंश यांतील संघर्ष, नैसर्गिक शक्ती, योगायोग आणि नियतीची रहस्यमयता या गोष्टी हालचालींमधून अथवा पात्रांच्या आविर्भावांतून व्यक्त होतील, असे तो सांगतो.

आपल्या रंगभूमीच्या 'आशया' संबंधी हे विवरण करून नंतर आर्तो 'आकृतिबंधा' कडे वळतो. संहितेविषयीची रंगभूमीवर चालत आलेली रूढी आपण मोडणार आहोत आणि लेखकाची हुकूमशाही नष्ट करणार आहोत, असे आर्तो सांगतो. तो म्हणतो 'आणि याप्रमाणे आम्ही, भाषेच्या विकृतीकरणाशिवाय आणि वाणीच्या तटबंदीशिवाय जे अनुभवायचे असते अशा प्राचीन लोक-नाट्याशी आमचा संबंध जोडीत आहोत.'

रंगभूमीच्या अवकाशाविषयी बोलताना, विस्तार आणि घनता यांचा उपयोग तर आपण करूच, त्याचबरोबर अवकाशाचा 'अंतर्भाग' ही वापरू, असे तो म्हणतो. स्थूल अवकाशाच्या अंतर्गत जो सूक्ष्म अवकाश लपलेला असतो त्याचा वापर आर्तोला अभिप्रेत आहे.

या जाहीरनाम्याच्या शेवटी 'मेक्सिकोवर विजय' या दृश्यबंधाचा आराखडा आर्तोने दिला आहे. रंगभूमीवरील दृश्यबंधाऐवजी एखाद्या अतिवास्तववादी चित्रपटाची पटकथा वाटावी असे त्या आराखड्याचे स्वरूप आहे. आर्तोने चित्रपटात अभिनय केलेला आहे आणि काही पटकथाही त्याने लिहिलेल्या

आहेत. त्यांतून चित्रपट माध्यमाच्या अनेक शक्यता आर्तो शोधतो आहे असे दिसते.

'रंगभूमी आणि क्रौर्य' या लेखातही आर्तोने आपली क्रौर्य-नाट्य रंगभूमीची कल्पना स्पष्ट केली आहे. त्यातून एकात्म संपूर्ण रंगभूमिविषयक विचार व्यक्त झाले आहेत. विशेषत: विश्लेषणात्मक रंगभूमी आणि दृश्यकलांचे जग यांतील विभाजन याबाबत आर्तोने आपली नापसंती व्यक्त केली आहे. 'बस झाल्या महान कलाकृती' या लेखात आपण क्रौर्य-नाट्य रंगभूमीची कल्पना का मांडतो आहोत हे सांगताना तो म्हणतो : रंगभूमी परिवर्तनाच्या दृष्टीने प्रभावी ठरू शकते... आपल्या आत्मिक अराजकतेमुळे आणि बौद्धिक अव्यवस्थेमुळे सर्वप्रकारचे अराजक माजले आहे किंवा सर्व प्रकारची दुरवस्था या अराजकामुळे आहे. ही दुश्चिकित्सा, ही आकस्मिकता, हा व्यक्तिवाद, हे अराजक - हे सगळे थांबले पाहिजे.

आर्तो तत्कालीन युरोपच्या सांस्कृतिक विपन्नतेविषयी कठोरपणे बोलत असतो. त्या समाजव्यवस्थेतील दांभिकता आणि तिथल्या कलेची यांत्रिकता व्यक्त करतो. सगळा वाङ्मयव्यवहार टाकाऊ आहे असे तो 'मज्जेची मापं' मध्ये म्हणतो. जे भाषेचे स्वामी आहेत, ज्यांना शब्दांना अर्थ असतो असे वाटते, ते सगळे टाकाऊ आहेत; या शब्दांत त्यांचा तो धिक्कार करतो. 'शब्द म्हणजे दलदल, अस्तित्वाने स्पष्ट झालेली नव्हे तर माणसाच्या दु:खाने.' असे तो म्हणतो. 'कवी म्हणून जे शब्द मी ऐकतो त्यांचा विचारांच्या जगाशी संबंध नसतो. कारण जिथे मी आहे तिथे विचार म्हणून काही अस्तित्वातच नाही. स्वातंत्र्य ही एक रूढी आहे आणि गुलामगिरीपेक्षा अधिक असह्य आहे. आणि क्रौर्य प्रत्यक्षात आलेला विचार आहे... रंगभूमी म्हणजे एक शिलाखंड, वधस्थान, खंदक, किंवा मनोरुग्णालय. क्रौर्य, छिन्नविच्छिन्न शरीरे,' संपूर्ण लेखनाच्या संग्रहाला जोडलेल्या प्रस्तावनेत हे उद्गार आर्तोने काढलेले आहेत.

आर्तो व्याधिग्रस्त आहे, युरोप व्याधिग्रस्त आहे. या व्याधीमधून सुटका व्हावी, मुक्ती मिळावी म्हणून आर्तो एक वेगळीच रंगभूमी उभी करण्याचा प्रयत्न करतो आहे. या व्याधीचे भान त्याला सुरुवातीपासूनच आहे. १९२४ मध्ये जेक्स रिव्हिएंना लिहिलेल्या पत्रात त्याने लिहिले आहे : ही व्याधी कुठून उगवते, या युगाच्या वातावरणातच असे काही आहे. हवेत तरंगणारा चमत्कार, एक अशुभ वैश्विकउत्पात की एका नव्या जगाचा शोध, वास्तवाचा विस्तार?

'नाभिगत नरक' मध्ये तो म्हणतो : मी दु:ख भोगतो, कारण जीवनात 'मन' नाही आणि जीवन मन नाही. मी दु:ख भोगतो. कारण मन हे एक इंद्रिय आहे... दलाई लामाला उद्देशून लिहिलेल्या पत्रात आर्तो म्हणतो : आमच्या मनांना बदलून टाक, आणि जिथे मानवी मनांना कधीही दु:ख भोगावे लागणार नाही, अशा दिशेकडे वळव. मादक पदार्थांच्या नियंत्रकाला लिहिलेल्या पत्रात आर्तोने व्याधीचा आणि वेदनेचा उल्लेख केलेला आहे. वेदना हीच व्याधी आहे, वेदना जी माणसाला वेड लावते, आत्महत्या करायला लावते. वेदना, जी माणसांना नरकयातना भोगायला लावते, वेदना, जी जीवनाची नाळ खुडून टाकते...

अफू, धर्म, रंगभूमी-वेदनेतून मुक्ती मिळविण्याचे एकेक साधन.

'भावनात्मक व्यायामशास्त्र' हा लेख तांत्रिक स्वरूपाचा आहे. या लेखाच्या शेवटी आर्तोने ताजा कलम जोडला आहे तो असा : किंचाळावे कसे हे युरोपात कुणालाही ठाऊक नाही आणि विशेषत: समाधीत, तंद्रीत असलेल्या नटांना ओरडावे कसे हे ठाऊक नसते. त्यामुळे ते बोलण्याशिवाय दुसरे काही करीत नाहीत, आपल्याला शरीर आहे याचा रंगभूमीवर असताना त्यांना विसर पडतो...

या लेखात आर्तोने आपले लक्ष नटाच्या शरीरावर केंद्रित केलेले आहे.

नट हा एखाद्या मल्लासारखा असतो. अर्थात दोघांमध्ये एक महत्त्वाचा फरक असतो. नटाच्या बाबतीत शारीरिक कसरती आणि भावनात्मक अभिव्यक्ती परस्परपूरक असतात. आर्तो इथे 'मनो-शारीरिक' कृतींविषयी विचार मांडतो आहे. श्वास ही सर्वप्रथम महत्त्वाची गोष्ट आहे असे तो सांगतो. श्वासाच्या अंतर्गत प्रमाणाने बाह्य अभिव्यक्तीला बळ मिळते. शांत आणि संयत अभिव्यक्तीसाठी खोल आणि जड श्वासाची गरज असते...प्रत्येक जाणीव, प्रत्येक मानसिक कृती, मानवी भावनेची प्रत्येक उडी श्वासाशी निगडित असते ... मल्ल जसा आपल्या स्नायूंचा उपयोग करतो, तसा नटाला आपल्या भावनांचा उपयोग करायचा असेल तर त्याने मनुष्यजीवाकडे एक 'अशरीरी प्रतिमा' म्हणून पाहिले पाहिजे, एखाद्या अक्षय गूढ छायेप्रमाणे...

नटाच्या आत्म्याची स्पंदने त्याच्या शरीराच्या कंपनांतून व्यक्त झाली पाहिजेत, असे आर्तोला वाटते. 'आत्म्याच्या प्रवाही भौतिकतेवरील विश्वास हा नटाच्या कलेतील एक अपरिहार्य भाग आहे' असे सांगून पुढे आर्तोने

विकारांच्या भौतिक स्वरूपाबद्दल, त्यांच्या अस्थिरतेबद्दल विचार केला आहे. विकार म्हणजे काही अमूर्त गोष्टी आहेत असे न मानता त्यांच्या शक्ती ओळखणे हे नटाला प्रभावशाली करणारे असते, दु:खनिवारकाची योग्यता त्याला प्राप्त करून देणारे असते, असे तो पुढे म्हणतो.

आर्तोच्या रंगभूमिविषयक विचारात नटाचे शरीर, मनाने झपाटलेले शरीर ही महत्त्वाची गोष्ट आहे.

'रंगभूमी आणि प्लेग' हा या पुस्तकातील एक महत्त्वाचा लेख आहे. या लेखात आर्तोने रंगभूमीशी प्लेगचे साम्य कल्पिले आहे. बुद्धिविभ्रम आणि संप्रेषणीयता यांबाबतीत हे साम्य आहे असे त्याला वाटते. सामाजिक अव्यवस्था, इंद्रिय अव्यवस्था पूर्वी कधीही न अनुभवलेली, झपाटून टाकणारी अवस्था. प्लेगमध्ये टोकाचे आविर्भाव व्यक्त होतात आणि रंगभूमीवर देखील. खऱ्या रंगभूमीवर नाटक संवेदनांची शांतता नष्ट करते. दडपलेल्या अजागृत मनाला मुक्त करते. प्लेग आणि रंगभूमी यांच्यातील साम्य साक्षात्कारात आहे, प्लेगप्रमाणेच रंगभूमी ही देखील अशुभाची, दुष्ट शक्तींच्या विजयाची स्थिती आहे.

प्लेगचा उल्लेख आर्तो करतो तेव्हा त्याला एका भयानक विपत्तीची, असाध्य, दुर्गम सर्वव्यापी विनाशस्थितीची कल्पना मांडायची असते. या स्थितीत सर्वव्यापी संघर्ष असतो. पुढे तो म्हणतो, रंगभूमीदेखील प्लेगप्रमाणे एक रोग आहे, कारण प्लेगप्रमाणेच रंगभूमीवर विनाशानंतर समतोल साधला जातो. रंगभूमीचे विष सामाजिक शरीरात टोचले तर त्याचे विघटन होईल. प्लेग-रंगभूमीवर मुखवटे गळून पडतात, असत्ये उघड होतात, जगाची दांभिकता उघड होते, मुख्य म्हणजे मनुष्यातील दडलेली शक्ती उफाळून येते, नियतीच्या समोर मनुष्यांना श्रेष्ठ आणि उदात्त वृत्ती धारण करायला लावते.

आर्तोच्या या निबंधाचा आल्बेर कामूच्या 'कॅलिगुला', 'स्टेट ऑव्ह सीज' या नाटकांवर आणि 'प्लेग' या कादंबरीवर काही परिणाम झाला असल्याचे फ्रीमन यांनी नोंदले आहे. प्लेग ही विलक्षण प्रतिमा आर्तोला सुचलेली आहे. मनुष्याचे शरीर, त्याचे मन, मानवी व्यवहार यांचे क्रमश: कसे विघटन होत जाते, हे सांगून पुढे त्याने प्लेगचे रंगभूमीशी साम्य दाखवून दिले आहे.

'सुडासाठी सूड. गुन्ह्यासाठी गुन्हा. ते धमकावले गेले आहेत, त्यांचा छळ होतो आहे. पाठलाग केला जातो आहे, पारध होते आहे, संपले आहेत असे

आपल्याला वाटते आणि बळी म्हणून त्यांच्याविषयी आपल्याला दया वाटू लागते, त्याचवेळी त्यांना स्वत:चे सामर्थ्य कळते, भान येते आणि ते नियतीशी टक्कर द्यायला सिद्ध होतात.'

प्लेगमधली किंवा रंगभूमीवरील माणसे आर्तोला अशी दिसतात.

आर्तो प्लेगची प्रतिमा वैयक्तिक, सामाजिक आणि आत्मिक पातळीवर पाहतो. रंगभूमीकडेही तो याच त्रिस्तरीय पातळीवरून पाहतो आहे हे 'थिएटर अ‍ॅण्ड इट्स डबल' या पुस्तकातील लेखांमधून दिसते.

आर्तोच्या विचारांचा जागतिक रंगभूमीवर कोणता प्रभाव पडला हे पाहिल्याशिवाय प्रस्तुत विवेचन पूर्ण होत नाही. फ्रान्समध्ये बॅरो आणि ब्लिन हे काही काळ आर्तोच्या प्रभावाखाली होते. दोघेही स्वत:च्या रंगभूमिविषयक विचारांच्या वाढीत आर्तोचे योगदान महत्त्वाचे आहे असे मानतात. 'आर्तोविषयी बराच गोंधळ आहे,' रॉजर ब्लिन एका मुलाखतीत म्हणतो, 'आर्तोच्या विचारांच्या वेगवेगळ्या अवस्था आहेत. पौर्वात्य, बाली रंगभूमीपासून घेतलेल्या प्रेरणा, काही नृत्यांपासून आणि रंगभूमी म्हणजे एक विधिनाट्य या कल्पनेतून घेतलेल्या...आरंभी, रंगभूमी ही सौंदर्यात्मक शोधाची एक प्रयोगशाळा आहे या दृष्टीने तो पाहत असे.' शब्दांची अनुपस्थिती म्हणजे आर्तोचे अनुसरण नव्हे, असेही ब्लिन सांगतो.

ग्रोटोवस्कीने आर्तोबाबत म्हटले आहे : 'इतरांनी इतर ठिकाणी अशाच कल्पना मांडलेल्या आहेत, परंतु आर्तोने स्वत:च्या दु:खभोगातून घेतलेल्या शोधांचे महत्त्व कमी होत नाही. आणि त्याच्या देशाचा विचार करता त्याने जवळजवळ सगळ्याच गोष्टी नव्यानेच शोधल्या आहेत.'

फ्रान्सबाहेर 'थिएटर अ‍ॅण्ड इट्स डबल'च्या प्रकाशनानंतर (१९५८) आर्तोच्या विचारांचा व्यापक प्रभाव पडलेला दिसून येतो. पिटर ब्रुक आणि चार्ल्स मारोविज यांनी १९६४ मध्ये 'थिएटर ऑव्ह क्रूएल्टी'या नावाने काही प्रायोगिक नाटके सादर केली. त्यांत आर्तोच्या 'रक्ताची चिळकांडी'चा पहिला प्रयोग झाला.

या प्रयोगाविषयी पिटर ब्रुक म्हणतो : 'थिएटर ऑव्ह क्रूएल्टी' हे या उपक्रमाचे शीर्षक म्हणजे आर्तोला श्रद्धांजली, परंतु आर्तोची रंगभूमी उभी करणे हा याचा अर्थ नव्हता. आर्तोच्या विचारांपासून सुचलेले काही प्रयोग करणे एवढेच मर्यादित उद्दिष्ट होते. आर्तोची रंगभूमी उभी करणे हा आमचा उद्देश

नव्हता, असे मारोविजनेही लिहिले आहे. पुढे तो म्हणतो: आर्तो समजून घेण्याच्या प्रयत्नात ध्वनी, क्रंदन, चीत्कार आणि आविर्भाव यांच्यातील सामर्थ्यच केवळ लक्षात येते असे नाही, तर अगदी नव्याच प्रदेशांचा-जे कदाचित आर्तोलाही दिसले नसतील-शोध लागतो. 'आर्तोचे महत्त्व एखाद्या उच्छेद करणाऱ्या संशयात्म्यासारखे आहे, ज्याची निव्वळ मुद्रा आणि स्वर महत्त्वाकांक्षी उपलब्धींच्या सत्यतेविषयी प्रश्न करतात.' या शब्दांत मारोविज आर्तोच्या महत्तेचे मूल्यमापन करतो.

लॅटिन अमेरिकन नाटककार गॅम्बारो, हेयरमान्स, मार्कोस यांच्यावर आर्तोचा प्रभाव आहे. अमेरिकेत ज्युडिथ मॅलिना आणि ज्युलियन बेक यांचे 'लिव्हिंग थिएटर', जोसेफ चाइकिनचे 'ओपन थिएटर' आणि रिचर्ड शेखनरच्या 'परफॉर्मन्स ग्रूप' वर आर्तोच्या विचारांचा परिणाम झालेला आहे. तसेच 'ब्रेड अॅण्ड पपेट थिएटर', 'हॅपनिंग्ज' यांतूनही आर्तोच्या विचारांपासून घेतलेल्या प्रेरणा दिसून येतात. रॉबर्ट ब्रस्टिनच्या मते, ज्यां जेने हा खरा आर्तोचा वारस आहे. रॉजर ब्लिन वेगळे मत देतो. तो म्हणतो, जेनेची नाटके आर्तोच्या कल्पनांनी प्रभावित नाहीत, त्याच्या व्यक्तिमत्त्वावर आर्तोचा प्रभाव जरूर आहे.

निकोला कीरोमॉन्टी या इटालियन समीक्षकाच्या मते, आर्तोचे समकालीन शोधक ज्या रंगभूमीची कल्पना करताहेत ती कधीच अस्तित्वात नव्हती आणि ती प्रत्यक्षात आणण्याचा प्रयन्त केला तर तो कृत्रिम आणि अल्पजीवी असेल. आर्तोच्या संदर्भात तो म्हणतो, त्याला काय हवे होते, तर जी रंगभूमी कधीच अस्तित्वात नव्हती आणि जी कधी अस्तित्वात येऊही शकत नाही, रूपांतरांचे एक स्थळ-जिथे अंतोनी आर्तो स्वत:चीच भूमिका स्वत: करील, पोकळ शब्द रक्तामांसाने भरून काढेल, आणि अशा प्रकारे, त्याला ज्यांनी कोंडून ठेवले अशा छायांच्या जगातून स्वत:ची सुटका करून घेईल.

'आर्तोचे लेखन आपल्या गरजांप्रमाणे उपयुक्त ठरते, पण त्याचा उपयोग केला की ते नष्ट होते. जेव्हा आपल्याला आर्तोचा उपयोग करण्याचा कंटाळा येईल, तेव्हा आपण त्याच्या लेखनाकडे वळावे.' या शब्दात सुसान सोन्टॅग आर्तोच्या समकालीन प्रभावाचे वर्णन करते.

१९२३ मध्ये जेक्स रिव्हिए या संपादकाला लिहिलेल्या पत्रात आर्तो म्हणतो, 'मी एका भयंकर मानसिक रोगाने पछाडलेला आहे. माझे विचार मला प्रत्यही सोडून जातात... मी माझ्या बौद्धिक अस्तिवाच्या पाठलागावर सतत

असतो.' १९२४ मधल्या पत्रातही तो आपल्या 'आजारा'चा उल्लेख करतो. आत्म्याला जडलेला आजार, आध्यात्मिक जहर, पक्षाघात, भाषा आणि स्मृती लुटणारा आणि विचारांची मुळे उखडून टाकणारा. पुढे 'मज्जामापन' मध्येही आर्तो आपल्या विचारयंत्रणेतील अंतरांचा आणि अवरोधांचा उल्लेख करतो. 'नरकातील दैनंदिनी'मध्येही विचारांच्या स्खलनाविषयी तो लिहितो. सुसान सोन्टॅगच्या मते, स्वतःच्या संज्ञेपासून आपण तुटलेले आहोत ही धारणा हाच आर्तोच्या लेखनाचा विषय आहे. 'माझ्या विचारांखालची जमीन खचते आहे'असे आर्तो अनुभवतो. एक पक्षाघात आपल्याला मारून टाकतो आणि पुढे पाऊल टाकता येत नाही, कसला आधारच उरत नाही; अशी जाणीव त्याला होते.

'जेव्हा मी स्वतःचा शोध घेण्याचा प्रयत्न करतो, तेव्हा माझे विचार एकमेकांचा पाठलाग करीत नव्या अवकाशांच्या प्रदेशात जातात. म़ाझ्या मनाच्या गुहांमध्ये मी ग्रहांच्या गुरुत्वाकर्षणात भाग घेतो... जीवन सातत्याने विकसत जाईल, घटना घडत राहतील. आत्मिक संघर्ष सोडवले जातील, पण मी कशातही नसेन. नैतिक किंवा भौतिक, मी कोणत्याही गोष्टीकडून कसलीही अपेक्षा करू शकत नाही, सतत सुरू असलेली वेदना आणि काळोख हाच माझा वाटा आहे. रात्र आहे आत्म्यात पसरलेली, आणि मी आक्रंदनही करू शकत नाही... मी निवडला आहे हा प्रदेश वेदना आणि काळोख यांचा..'

आर्तोने 'एकात्म द्विमिती'ची कल्पना केली आणि सतत 'आत्म-विभाजन' अनुभवले. सतत तो स्वतःकडे वळतो. स्वतःचे शरीर, मन आणि आत्मा. अंतोनी आर्तो युरोप आहे, एक युग आहे, एक कलाकृती आहे - त्या युरोपचे, युगाचे आणि त्या 'जिवंत' कलाकृतीचे चलनवलन त्याच्या लेखनातून जाणवते.

मन, आत्मा आणि शरीर यांच्यातील द्वंद्व, भावना, जाणीव आणि भाषा यांच्यातील द्वंद्व यांत आर्तो सापडलेला दिसतो. शरीराच्या आणि भाषेच्या सापळ्यातून आत्म-अर्थाची सुटका रंगभूमीवरच होऊ शकते अशी जाणीव त्याला झालेली असावी, रंगभूमी मुक्तीचे साधन बनू शकते याचे भान त्याला असावे, त्यामुळे सतत तो रंगभूमीचे चिंतन करताना दिसतो. अपुरी साधने आणि अपरिपक्व प्रेक्षक अशा विपरीत स्थितीत रंगभूमीविषयीच्या संपूर्णपणे निराळ्या कल्पना घेऊन आर्तो वावरत होता. जवळजवळ सर्वच क्षेत्रांत तो

लौकिक अर्थाने अपयशी ठरला. परंतु आजही आर्तो हादरवून टाकतो, खेचून घेतो.

: १९२३ मध्ये प्रकाशित झालेल्या कवितांपैकी एक कविता : ''प्रार्थना''.

दे आम्हांला निखाऱ्यांनी फुललेली मस्तकं
मस्तकं जळालेली स्वर्गीय विजेच्या स्पर्शानं
उजळलेली मस्तकं, खरी मस्तकं
तुझ्या उपस्थितीची खूण असलेली.
आंतर आकाशात आम्हांला जन्माला घाल
खाईंनी गूढ झालेल्या,
आमची अस्तित्व गरगरून जातील
असा तळपता हात आमच्या वरून फिरू दे.
तृप्त कर आम्हांला, आम्हांला भूक आहे
आंतर-नक्षत्रीय विपत्तींची,
भरून टाक आमच्या नसांत तारकामय कीटक
आमच्या रक्ताऐवजी.
सोड आम्हांला मोकळं, दूर कर आम्हांला
तुझ्या चिरणाऱ्या पेटत्या हातांनी,
उघड हे जळते रस्ते
जिथं मरण असतं मरणाच्या पलीकडे.
आमचे मेंदू फिरू दे
त्यांच्या स्वत:च्याच खोल ज्ञानात,
हिरावून घे आमची बुद्धी
एका नव्या वादळाच्या पंजांनी.

आर्तो स्वत:च एक निखाऱ्यांनी फुललेले, जळणारे मस्तक घेऊन ५२ वर्षे या पृथ्वीच्या जळत्या रस्त्यांवर वावरत राहिला.

***

प्रस्तुत लेख आर्तोच्या रंगभूमिविषयक विचारांचा परिचय व्हावा म्हणून लिहिलेला आहे. त्यासाठी पुढील साधनांचा उपयोग करण्यात आला :

संदर्भ ग्रंथ

1. The Theatre and its Double, Antonin Artaud, Grove Press, New York, 1958.

2. Collected work, vol.I, Antonin Artaud, Calder and Boyars, London, 1968.

3. Collected works, vol.II, Antonin Artaud, Calder and Boyars, London, 1971.

4. Under the Sign of Saturn, Susan Sontag, Farrar, Straus, Giroux, New York,1980.

5. The Theatre of Revolt, Robert Brustein, Methuen, London, 1965.

6. Artaud, Martin Esslin, Fontana 1976.

7. In search of Theatre, Eric Bentley, Vintage Books, New York, 1957.

8. The Theory of the Modern Stage, Eric Bentley, Penguin, 1978.

9. The Empty space, Peter Brook, Penguin, 1982.

10. The Theatre of Albert Camus, E. Fueman, Methuen, London, 1972.

□□□

हयवदन

'हयवदन' हे नाटक पूर्वार्ध आणि उत्तरार्ध अशा दोन भागांत आहे. नाट्यलेखनाच्या प्रचलित पद्धतीप्रमाणे अंकांत विभागणी केलेली नाही. पूर्वार्धात सुरुवातीला खुर्चीवर श्रीगणेशाचा मुखवटा ठेवून प्रार्थना म्हटली जाते. त्यानंतर भागवत श्रोत्यांना उद्देशून बोलू लागतो. भागवत हा या नाटकातला कथक, निवेदक आणि सूत्रधार आहे. भागवताच्या सुरुवातीच्या वाक्यांतून या नाटकातील एका आशयसूत्राचा बोध होतो. श्रीगणेशदेवतेच्या प्रतिमेतील हत्तीचा चेहरा आणि मनुष्याचा देह यांचा निर्देश करून तो विचारतो. 'काय बरं संकेत असावा या अपूर्णतेचा?' 'गजवदनाची वंदना' करून मग तो नाटक खेळण्यासाठी सिद्ध होण्याची सूचना देतो. भागवत कथेचे निवेदन करू लागतो. धर्मपुरी नगरातील दोन युवक आजच्या या नाटकाचे नायक असल्याचे तो सांगतो. देवदत्त आणि कपिल. कोमल शरीर, गौर वर्ण, मदनासारखा सुंदर असा देवदत्त शास्त्रकलांमध्ये निपुण आहे. शरीराने बलदंड, मुष्टियुद्धात प्रवीण असा कपिल. हे दोघे आजच्या या नाटकाचे नायक असल्याचे भागवत सांगतो. त्या दोघांची अतूट अशी मैत्री आहे. त्या मैत्रीचे वर्णन करीत असताना निवेदनात एक विघ्न येते. नाटकातील एक नट धावत येतो. तो अतिशय भ्यायलेला आहे. त्याच्या भीतीचे कारण, मानवी भाषेत बोलणारा एक घोडा हे असते. एखादा घोडा माणसाच्या भाषेत बोलतो यावर भागवताचा विश्वास बसत नाही. थोड्या काळाने नटाच्या भीतीचे कारणच रंगमंचावर उपस्थित होते. 'तोंड बघाल तर घोड्याचं; शरीर आहे मनुष्याचं' अशा स्थितीतला तो

एक प्राणी असतो. हयवदन हे त्याचे नाव. तो आता रडत असतो. घोड्याचे तोंड आणि मनुष्याचे शरीर; अर्धा घोडा-अर्धा मनुष्य. नाटकाच्या सुरुवातीला श्रीगणेशाचे स्वरूप पाहून या अपूर्णतेचा संकेत काय असावा, हा प्रश्न भागवताला पडलेला असतो. आता हयवदन हाही अपूर्णतेचे उदाहरण आहे. तो पूर्ण मनुष्य किंवा पूर्ण घोडा नाही. आपल्या धडावर असलेली घोड्याची मुंडी निघून जावी, अशीच हयवदनची इच्छा आहे.

हयवदनची ही अशी अवस्था का झालेली आहे, असा प्रश्न भागवत विचारतो तेव्हा तो आपल्या जन्माची कथा सांगतो. हयवदनच्या आईने एका पांढऱ्या शुभ्र घोड्याशी लग्न केले होते. त्यांच्या 'अडाणी संभोगा'तून हयवदनचा जन्म झाला होता. हयवदनचा पिता हा एक शापित गंधर्व होता. पंधरा वर्षे घोड्याच्या जन्मात काढल्यानंतर तो मूळ रूप प्राप्त करून इंद्रलोकात गेला. त्याची आई त्या गंधर्वासोबत गेली नाही, तिला तो घोड्याच्या रूपातच हवा होता. तेव्हा गंधर्वाने तिला, कायमची घोडी होशील असा शाप दिला. घोड्याचे तोंड जावे म्हणून हयवदनने बरेच प्रयत्न केले. परंतु ते सगळे व्यर्थ ठरले. 'माझ्या अस्तित्वाचा अर्थ काय' असा प्रश्न तो विचारतो. त्याला नखशिखान्त मनुष्य व्हायचे आहे, पण ते कसे होणार ते त्याला कळत नाही. भागवत त्याला चित्रकूट पर्वतावरील महाकाली देवीचे दर्शन घ्यायला सांगतो. भागवत सांगतो, 'मोठं जागृत देवस्थान आहे ते. ऐकिवात आहे की, तुम्ही जे मागाल ते ती देते'. हयवदन तिकडे जायला निघतो.

नाटकाच्या सुरुवातीच्या भागात नाटककाराने मानवाच्या अपूर्णतेचा मुद्दा मांडून नाटकाचा उपन्यास केलेला आहे. भागवत म्हणतो,

'विधिलिखित अटळ आहे भाग्य नी कामना या
अपरिमित अपूर्णतेचा शाप मानवा या'

श्रीगणेशाच्या प्रतिमेच्या रचनेविषयी आम्हां अपूर्ण पामरांना, ईश्वराच्या साक्षात संपूर्ण स्वरूपाची कल्पना करता यावी असा त्या विचित्रतेमागचा उद्देश असावा, असे भागवत म्हणतो. परंतु मनुष्याच्या बाबतीत ही अपूर्णता, ना घोडा ना मनुष्य अशी हयवदनसारखी, एखाद्या शापासारखी होते.

भागवताने ज्या कथेचे निवेदन सुरू केलेले होते त्या कथेचा आणि अपूर्णतेच्या आख्यानाचा व हयवदन प्रसंगाचा संबंध आहे.

'हयवदन' हे अपूर्णतेचा निर्देश करणारे एक प्रतीक आहे. ते या नाटकातील

निवेदनाशी, कथानकाशी आणि आशयाशी एकजीव झालेले आहे, हे पुढे आपल्या लक्षात येते.

नाटकाचा पडदा उघडल्यापासून हयवदनच्या प्रसंगापर्यन्तची मांडणी पाहताना, एक गोष्ट ध्यानात येते ती ही की, या नाटकाची रचना अंक आणि प्रवेश अशी नाही, त्याचप्रमाणे यथार्थदर्शी नाटकाप्रमाणे नेपथ्याची रचना नाही. नाटक सुरू झाले की एकेक पात्र येते आणि त्या किंवा नंतर येणाऱ्या पात्राच्या अन्योन्यक्रियेतून प्रसंग घडतात असेही येथे नाही. भागवत या पात्राचे कथानिवेदन सुरू होते आणि नाटकमंडळीतील एक नट रंगमंचावर धावत येतो. त्याच्या पाठोपाठ हयवदन येतो. भागवत कथेचे निवेदन करीत असताना, त्यात व्यत्यय यावा, तसा हा प्रसंग घडतो असे दाखविले आहे. दुसरी गोष्ट म्हणजे हयवदन रंगमंचावर येण्यापूर्वी पडदा धरला जातो. त्यामागे हयवदन उभा असतो. नंतर तो पडदा हळूहळू खाली आणला जातो. तिसरी गोष्ट म्हणजे हयवदनने घोड्याचा मुखवटा लावलेला असावा, असे भागवताला प्रथम वाटलेले असते. नाटकात हयवदनची भूमिका करणाऱ्याने तो एक मुखवटाच लावलेला असतो. पण येथे तो मुखवटा नसून खरा चेहरा आहे असा आविर्भाव करण्यात येतो. चवथी गोष्ट म्हणजे हयवदन–घोड्याचा चेहरा असलेला माणूस, स्त्री आणि घोडा यांचा विवाह, घोड्याच्या ठिकाणी गंधर्व–या गोष्टी 'वास्तव' म्हणूनच स्वीकारलेल्या आहेत. एकीकडे 'हे नाटक आहे' हे भान आहे, तर दुसरीकडे त्यात दाखवल्या जाणाऱ्या गोष्टी, या 'खऱ्या' आहेत, असा आभास उत्पन्न केला जातो. आणखी एक गोष्ट केली जाते, ती म्हणजे नाटकातील पात्रांच्या द्वारा समकालीन समाजाची समीक्षा.

या नाटकाची रचना लोकनाटकासारखी केलेली आहे. अशा रचनेत काळाचा आणि स्थळाचा, एकंदर अवकाशाचा मुक्त वापर करता येतो. भागवत हा कथानिवेदक आहे. तो सांगत असलेली कथा नाटकाच्या रूपाने मूर्त होते. ती कथा सांगण्यापूर्वी हयवदनचा प्रसंग 'प्रत्यक्ष' घडलेला आहे असे दाखविलेले आहे. हयवदन खरा आहे, पुढे भागवत जे कथन करतो ती कथा आहे, असा आभास उत्पन्न केलेला आहे. कथा सांगायला त्याने सुरुवात केली होती. तेवढ्यात नट धावत येण्याचा, हयवदन उपस्थित होण्याचा प्रसंग घडतो. हा भाग भागवताच्या कथानिवेदनाच्या 'बाहेरचा' आहे. म्हणजे 'प्रत्यक्षा'तला आहे, तो 'वास्तव' जगातला आहे. घोड्याचे तोंड असलेला मनुष्य, ही एक घटना म्हणून, आपण स्वीकारतो.

हयवदन-प्रसंग संपल्यानंतर भागवत म्हणतो, 'आता आपण पुन्हा आपल्या कथाकीर्तनाकडे वळू.

यानंतर भागवताचे कथानिवेदन मूर्त अशा प्रसंगाचे रूप घेते.

सुरुवातीला असलेल्या या हयवदन-प्रसंगाचा नाटकाच्या उत्तरार्धात अखेरीस आलेल्या प्रसंगाशी संबंध आहे. पूर्वार्ध आणि उत्तरार्ध हयवदन-प्रसंगांनी जोडून घेतलेले आहेत. पूर्ण मनुष्य होण्यासाठी चित्रकूट पर्वतावरील महाकालीच्या दर्शनास गेलेल्या हयवदनला पूर्णत्व प्राप्त होते की नाही, हे नाटकाच्या उत्तरार्धात कळते.

हयवदन-प्रसंग हा भागवत सांगत असलेल्या कथेच्या बाहेरचा असला, तरी तो गिरीश कार्नाड यांनी लिहिलेल्या नाटकातील एक भाग आहे. त्यामुळे हयवदनच्या संदर्भातील पूर्वार्ध-उत्तरार्धातले प्रसंग जुळणारे आहेत की नाहीत, भागवतकथित कथेशी त्यांचा काही संबंध आहे की नाही, एकंदरीत नाटकाच्या विविध घटकांच्या एकसंध जुळणीत त्यांचे स्थान कोणते त्याचाही विचार करणे, आवश्यक आहे. लेखकाने या नाटकाचे नाव 'हयवदन' हे ठेवलेले आहे.

हयवदन प्रसंगाचा व्यत्यय येण्यापूर्वी भागवत धर्मपुरीतील देवदत्त आणि कपिल या मित्रांविषयी बोलत असतो. कथेचे अनुसंधान तो परत जुळवून घेतो. आता भागवताचे कथन बंद होते. त्याच्या कथेतील पात्रे रंगमंचावर येतात. देवदत्त बसलेला असतो. नंतर कपिल येतो. देवदत्त कुणा युवतीच्या प्रेमात पडलेला आहे, पण ती कोण, कुठली, आपल्याशी विवाह करील किंवा नाही, यांविषयी त्याला काहीही कल्पना नाही. कपिलशी बोलताना या गोष्टी कळत जातात. त्या अज्ञात तरुणीच्या आकर्षणात देवदत्त किती गुरफटलेला आहे, हे पुढील वाक्यावरून ध्यानी येते. तो म्हणतो, 'कपिल, अगदी तुझी शप्पथ घेऊन प्रतिज्ञा करतोय. या लावण्यरत्नाचा लाभ जर मला झाला, तर महाकाली देवीच्या चरणांवर माझे हात तोडून ठेवणार आहे मी. भगवान रुद्रांच्या गळ्यात हे मस्तक लटकवून देणार आहे.'

मित्राची ही अवस्था पाहून कपिल त्या मुलीची माहिती मिळवण्यासाठी जायला निघतो. जाताना तो म्हणतो, 'यापुढे हात आणि डोकं तोडण्याच्या गोष्टी एकदम बंद. महाकाली दुर्गाही नको आणि तो रुद्रही नको. मी एकटा पुरे आहे'. या वाक्यांना पुढे या कथेत आणखी एक अर्थ प्राप्त होतो. कपिल गेल्यानंतर देवदत्त स्वत:शी म्हणतो. 'कालीमाते, हे महादेव रुद्रा! मी माझ्या प्रतिज्ञेपासून तिळभरही मागं हटणार नाही. फक्त एक वेळ तिचं मुखकमल

ओझरतं जरी मला दिसलं, तरी दुर्गामाई माझे हात तोडून मी तुझ्या पायांवर ठेवीन. अहो तीर्थरूप महारुद्र, मी माझं मस्तक तोडून तुमच्या गळ्यात घालीन. नाही-नाही, मी माझं वचन विसरणार नाही.' तीनदा आलेल्या या वाक्यांचा या नाटकात पुढे घडणार असलेल्या प्रसंगाशी संबंध आहे. एकप्रकारे ही पुढच्या प्रसंगांबाबत पूर्वसूचना आहे.

कपिल देवदत्तच्या आकर्षणाचा विषय झालेल्या तरुणीच्या शोधात निघालेला आहे. पावनतीर्थ या व्यापाऱ्याच्या गल्लीत, देवदत्तने सांगितलेल्या खुणांना अनुसरून तो शोध घेत असतो. पद्मिनीला तो पाहतो, तिच्याशी बोलतो, देवदत्तच्या विवाहाचा प्रस्ताव तो मांडतो. पद्मिनीला पाहिल्यानंतर त्याची स्थिती देवदत्तसारखीच होऊन गेलेली आहे. तो स्वत:शी म्हणतो, 'मित्रा देवदत्ता, माझं मनसुद्धा अगदी अस्वस्थ होऊन गेलं रे.' या पहिल्याच दर्शनात, कपिलची पद्मिनीविषयी झालेली प्रतिक्रिया पुढील शब्दांत व्यक्त झालेली आहे : 'ही स्त्री सामान्य नव्हे बाबा. तळपणारी बिजलीच जशी काय. ही बिजली बांधून ठेवणं, तुला कसं काय जमणार?

या वाक्यांतूनदेखील पूर्वसूचना व्यक्त झालेली आहे. देवदत्त-कपिल-पद्मिनी या प्रसंगातील एक गोष्ट लक्षात घेतली पाहिजे : देवदत्तने पद्मिनीला दुरून पाहिले होते, तर कपिल तिला प्रत्यक्ष भेटलेला असतो. देवदत्तला तिच्या रूपाने भुरळ घातलेली असते, तसेच कपिललाही तिच्या लावण्याने आणि बोलण्याने भारलेले असते.

भागवत सांगत असलेल्या कथेतील तीन पात्रे रंगमंचावर आता आलेली आहेत. देवदत्त-पद्मिनीचा शुभविवाह झाल्याची माहिती भागवताच्या निवेदनातून कळते. कथेचे निवेदन पुढे सुरू करण्यापूर्वी भागवत म्हणतो : 'अघटित ऐशी प्रेमकहाणी फिरून घडणे नाही । सुजाण रसिका असेल कळले, यातुन जे घडले काही.' या पद्यातही या कहाणीतील पुढच्या प्रसंगाची गर्भित सूचना आहे.

विवाहाला सहा महिने उलटून गेल्यानंतरचा प्रसंग आहे. पद्मिनी गर्भवती आहे. देवदत्त, पद्मिनी आणि कपिल ही तिघे उज्जैनीच्या प्रवासाला निघायची आहेत. पद्मिनी कपिलची वाट पाहते आहे. देवदत्त आणि पद्मिनी यांच्या संवादातून पद्मिनीच्या मनात कपिलविषयी स्नेहभावाहून अधिक काही आहे हे समजते. परंतु आपल्या मनातील भाव देवदत्ताला समजू नये, असा प्रयत्न ती करते. देवदत्तही आपल्या मनात पद्मिनी-कपिल यांच्या संबंधाच्या संदर्भात

काही विपरीत भावना निर्माण होते आहे, हे झाकण्याचा प्रयत्न करतो. देवदत्त पद्मिनी यांच्या एकत्रपणात कपिल हा एक व्यत्यय आहे असे देवदत्ताला वाटते, तर कपिलसारख्या भोळ्याभाबड्या, रांगड्या जीवाची थट्टामस्करी करताना वेळ मजेत जातो म्हणून, तो आपल्या आसपास असावा, असे आपल्याला वाटत असल्याचे पद्मिनी सांगते. देवदत्ताच्या मनात संशय उत्पन्न झालेला आहे, पण कशाविषयीही खात्री नाही. पद्मिनी-कपिल यांच्या संदर्भातले प्रसंग आठवून, त्या दोघांमध्ये काहीएक नाजूक भावबंध निर्माण झालेला असावा का, अशी शंका, देवदत्तला आलेली आहे. देवदत्तच्या स्वगत भाषणात त्याच्या मनातली खळबळ उमटलेली आहे. तो म्हणतो : खरंच का ही अजाण आहे? की हिचे सगळे अजाणपणाचे विभ्रम लटकेच आहेत? उज्जैनीला आपण जाऊ नये, पद्मिनी आणि आपण घरीच राहावे, दोघांनीच काव्यशास्त्रविनोदात वेळ घालवावा, असे देवदत्तच्या मनात आहे. तो तसे सुचवतो. पद्मिनी बाह्यत: ते मान्य करते. 'उज्जैनीलादेखील आजच गेलं पाहिजे असं काही नाही' असे ती सांगते. कपिल आल्यावर देवदत्त त्याला उज्जैनीचा बेत रहीत झाल्याचे सांगतो. कपिल आतल्याआत अस्वस्थ होतो. देवदत्त त्याला निरोप देत असताना पद्मिनी घाईघाईने येते आणि म्हणते, 'अहो, उभे का राहिलात? जायचे नाही का आपल्याला? उशीर तरी केवढा झालाय!'

या प्रसंगातून पद्मिनी जे लपवण्याचा प्रयत्न करीत होती ते उघड होते.

तिघे उज्जैनीला जायला निघतात. कपिल बैलगाडी हाकतो आहे. वाटेत एका ठिकाणी गाडी थांबवली जाते. पद्मिनीला फुलांचे एक झाड दिसते. ती त्या फुलांचे नाव विचारते. कपिल सांगतो 'त्यांना सौभाग्यफुलं म्हणतात'.

कपिल ती फुले आणायला झाडावर चढतो. त्यावेळी पद्मिनी त्याच्याकडे पाहत असते. त्यावेळी तिच्या मनातल्या भावना, स्वगत-भाषणातून व्यक्त झालेल्या आहेत. ती म्हणते : 'त्याचा बांधा किती सुडौल आहे. पाठीवरचे स्नायू असे काही थरकताहेत, की वाटतंय समुद्रावर तरंगच उठलेत. अशा विशाल पाठीखाली, ही लवचीक कमर, जितकं पाहत राहावं तितकं मन कसं रोमांचित होऊन जातं. अंगा-अंगावर रोमांच उठतात.

देवदत्तही कपिलकडे पाहतो आहे. त्याच्याकडे पाहता पाहता, त्याला कपिल-पद्मिनी यांच्यातील अप्रकट अशा भावसंबंधाचा अर्थ उलगडतो. कपिल आणि पद्मिनी मनोमन एकमेकांवर अनुरक्त आहेत, याची जाणीव त्याला होते. ही जाणीव वेदनादायक असते. देवदत्तच्या मनात काय चालले असावे, याचा

अदमास पद्मिनीला येतो. 'दोघांची नजरानजर होते. पद्मिनी डोळे बाजूला फिरवते' या दृश्यातून देवदत्त आणि पद्मिनी या दोघांचेही अंतरंग व्यक्त होते. कपिल 'सौभाग्याची फुलं' घेऊन येतो. 'हे काय, मी तर एक फूल मागितलं आणि तुम्ही इतकी फुलं आणलीत?' असे पद्मिनी म्हणते. त्यातून तिची कपिलविषयक भावना दिसते. 'कपिल ओंजळभर फुलं पद्मिनीच्या समोर उधळल्याचा अभिनय करतो' या दृश्यातून कपिलची तिच्याविषयीची भावना व्यक्त झालेली आहे.

येथे 'सौभाग्याची फुलं' ही प्रतिमा वापरून देवदत्त आणि पद्मिनी यांच्यातील प्रकट नाते आणि पद्मिनी व कपिल यांच्यातील अप्रकट नाते, यांत ताण उत्पन्न केलेला आहे.

गाडी थांबलेली आहे त्या ठिकाणाच्या आसपास भगवान रुद्राचे मंदिर आहे, पहाडाच्या मागे कालीमातेचे मंदिर आहे, ही माहिती कपिल सांगतो. 'भगवान रुद्राचं मंदिर' हे शब्द ऐकल्यानंतर देवदत्तची तंद्री लागते.'पद्मिनीचा लाभ झाला तर महाकाली देवीच्या चरणावर हात तोडून ठेवणार आहे आणि भगवान रुद्राच्या गळ्यात मस्तक लटकवून देणार आहे' असे त्याने पूर्वी म्हटले होते. त्याचे स्मरण त्याला आता झालेले आहे. कपिल आणि पद्मिनीला रुद्राच्या मंदिराकडे पाठवून, तो महाकालीच्या मंदिराकडे जातो. पद्मिनी, कपिल गेल्यानंतर तो स्वत:शी म्हणतो, 'भगवान रुद्राच्या आशीर्वादाने सफळ व्हा .... एकत्र व्हा. त्यातच तुमचं सार्थक आहे.' तो मंदिरात जातो आणि स्वत:च्या हाताने शिरच्छेद करतो. प्रतिज्ञा केली होती, तसे आपण वागलो नाही ही एक टोचणी आहेच, त्याचबरोबर कपिल-पद्मिनीमधील भावबंधही, त्याच्या आत्महननाला कारण ठरलेले आहेत.

देवदत्त गाडीजवळ नाही असे पाहून कपिल त्याचा शोध घेत, महाकालीच्या मंदिरात येतो, तेथे शिरच्छेद करून घेतलेला देवदत्त त्याला दिसतो. देवदत्ताच्या या विपरीत अशा अंतामुळे, विशेषत: आपण त्याच्या या अंताला कारण झालो आहे, या जाणिवेमुळे दु:खी होऊन, कपिलही स्वत:चा शिरच्छेद करून घेतो.

काही वेळाने त्या दोघांचाही शोध घेत पद्मिनी मंदिरात येते. देवदत्त आणि कपिल मरून पडलेले आहेत हे दृश्य ती पाहते. ती देखील स्वत:चा अंत करून घ्यायला प्रवृत्त होते. परंतु देवी तिला रोखते.

येथे लेखकाने निद्रित अशी देवी हळूहळू जागी होते आहे, असे दाखवले

आहे. भक्त नाही, आरती नाही त्यामुळे देवीची जागृत राहायची सवय सुटलेली आहे.

पद्मिनी देवीची प्रार्थना करते. तेव्हा देवी त्या दोघांना जिवंत करण्याची युक्ती सांगते. तुटलेली मस्तके त्या त्या धडांना जोडायची आणि त्यांच्या मानांवर खड्गाचा भार द्यायचा. ते जिवंत होतील.

पद्मिनी घाईगडबडीने धडांना मस्तके जोडते. हे कृत्य करताना काय झालेले आहे, हे देवीला समजते. ती म्हणते, 'मुली, अखेर त्या सत्याच्या जगालाही एक सीमा असते. प्रारब्धयोग, दुसरे काय? झालं ते झालं.'

काय झालेले असते? ते हेतुत: झालेले आहे की निव्वळ योगायोगाने?

देवदत्तचे मस्तक कपिलच्या धडाला आणि कपिलचे मस्तक देवदत्तच्या धडाला जोडले गेले आहे. पद्मिनीच्या हे लक्षात येते, तेव्हा ती म्हणते, 'हे हे, मी काय केलं हे? काही तरीच केलं मी!' पद्मिनीच्या जाणिवेतून नव्हे तर नेणिवेतून हे विपर्यस्त कृत्य घडलेले आहे. पद्मिनीला पती म्हणून देवदत्त हवा आहे आणि कपिलही हवा आहे. 'त्या दोघांतून एकाला जरी जीवदान दिलं असतंस, तर मोठी कृपा झाली असती' असे तिने देवीला म्हटलेले आहे. दोघेही मरून गेले, याचा अर्थ : ते आपल्यासाठी लढले आणि मेले असा लोक अर्थ लावतील. तो प्रवादही तिला नको आहे. समाजासाठी देवदत्त आणि स्वत:साठी कपिल, असे दोघेही तिला हवे आहेत. तिच्याकडून घडलेल्या मस्तकांच्या अदलाबदलीत सुप्त मनाची ही प्रेरणा आहे.

नाटकाच्या सुरुवातीच्या भागात हयवदन आलेला होता. घोड्याचे तोंड आणि माणसाचे धड अशी त्याची विपरीत स्थिती होती. भागवत जी कथा सांगत आहे, त्या कथेतही अशी विपरीत स्थिती निर्माण झालेली आहे. शुभ्र घोडा आणि स्त्री यांच्या संयोगातून हयवदनचा जन्म झाला. देवदत्त, कपिल यांच्या अदलाबदलीत पद्मिनीचा सुप्त-असुप्त असा हेतू आहे.

मस्तकांची अदलाबदल झाल्याचे कळल्यानंतर देवदत्त आणि कपिल यांची सुरुवातीची प्रतिक्रिया विस्मयाची आणि आनंदाची आहे. 'इतकी वर्षे केवळ मैत्रीचेच संबंध होते आमचे, आता प्रत्यक्ष शरीरसंबंध जडले...रक्ताचे ऋणानुबंध.. ' असे देवदत्त म्हणतो. त्याच्या मते पद्मिनीने मूल्यवान नजराणा बहाल केलेला आहे.

प्रश्न पुढे उत्पन्न होतो. पद्मिनीने कुणासोबत राहायचे? देवदत्तचे मस्तक आणि कपिलचे धड असलेल्या व्यक्तीसोबत की कपिलचे मस्तक आणि

देवदत्तचे धड असलेल्या व्यक्तीसोबत? पद्मिनी देवदत्तची पत्नी असल्याने, तिने देवदत्तचे धड असलेल्या व्यक्ती सोबत जायला पाहिजे असे कपिल म्हणतो, तर देवदत्तचे मस्तक असलेली व्यक्ती म्हणजे देवदत्त असे सांगून, तिने आपल्यासोबत आले पाहिजे, असे देवदत्त सांगतो. त्या दोन्ही व्यक्ती देवदत्त अधिक कपिल अशा आहेत. अपूर्ण देवदत्त आणि अपूर्ण कपिल. मस्तक एकाचे तर धड दुसऱ्याचे. संपूर्ण देवदत्तशी पद्मिनीचे लग्न झालेले होते. देवदत्तचे धड मिळालेला कपिल म्हणतो की, त्याच्या (आताच्या) शरीराशी झालेले होते. कपिलदेहधारी देवदत्त म्हणतो, शरीराच्या सगळ्या अवयवांच्या उत्तमांगाचा अधिकार मस्तकाला मिळालेला असल्यामुळे, तो स्वत:च देवदत्त आहे आणि पद्मिनीला घेऊन जाण्याचा त्यालाच अधिकार आहे. पद्मिनीदेखील देवदत्तच्या म्हणण्याला अनुकूल असते. कपिल देवदत्तला विरोध करतो आणि पद्मिनीची निर्भर्त्सना करतो. वास्तविक पाहता कपिलच्या देहासोबत पद्मिनी जाते आहे, या घटनेचा कपिलला आनंद आणि देवदत्तला दु:ख व्हायला पाहिजे : तसे येथे होत नाही. मस्तक जरी कपिलचे असले तरी त्यावर देवदत्तच्या देहाचा प्रभाव आहे. तेच देवदत्तच बोलत असतो आणि देवदत्ताचे मस्तक असूनही कपिलची वृत्तिप्रवृत्ती व्यक्त होते. पुढे या नाटकात मस्तकाने देहाला वळण दिलेले आहे. आता मात्र देहभावाचा प्रभाव आहे. 'आपल्या प्रत्यक्ष पतीच्या शरीराची अदलाबदल करून, कपिलच्या शरीराशी उपभोग घेणे हे अक्षम्य आहे, हे वाक्य कपिल बोलत असला तरी, ते देवदत्तच्या देहाचे म्हणणे आहे.

प्रश्न उत्पन्न झालेला आहे, कपिल कोण? देवदत्त कोण? पद्मिनीने कोणासोबत जायचे?

प्रश्न उपस्थित करून पहिला अंक संपतो.

पहिल्या अंकाच्या सुरुवातीला भागवत हयवदनला संपूर्ण होण्यासाठी चित्रकूट पर्वतावरील महाकाली देवीचे दर्शन घ्यायला सांगतो. त्याच महाकाली देवीच्या मंदिरात, ही भिन्न प्रकारची अपूर्णता आणि विचित्र अशी संपूर्णता देवदत्त कपिलच्या वाट्याला येते. 'हयवदन'प्रमाणे आता देवदत्त-कपिल अशी एक प्रतिमा तयार झालेली आहे. नाटकातल्या प्रत्यक्षात हयवदन ही एक अपूर्णता आहे आणि नाटकातल्या भागवतकृत कथनात ही दुसरी अपूर्णता निर्माण झालेली आहे.

स्त्री आणि अश्व यांच्या विचित्र संयोगातून हयवदन अस्तित्वात आला.

पद्मिनीच्या जाणीव-नेणिवेतून कपिल-देवदत्त-कपिल अशी मिश्ररूपे तयार झालेली आहेत. नाटकाच्या आरंभापासून लेखकाचे मनुष्याच्या अपूर्णतेचे आणि विचित्र अशा जुळणीचे सूत्र अधोरेखित केलेले आहे. हयवदन जसा संपूर्ण घोडा नाही अथवा संपूर्ण मनुष्यही नाही, तसा देवदत्त किंवा कपिल संपूर्ण देवदत्त नाही अथवा संपूर्ण कपिल नाही. पात्र, प्रसंग आणि प्रतिमा यांच्या साहाय्याने ते सूत्र अभिव्यक्त झालेले आहे. दोन्हीकडे 'कर्म' हे कारण दाखवले आहे. भागवत म्हणतो, 'कर्माची गती गहन आहे', 'कर्म' या संज्ञेच्या मागे हयवदनची आई आणि पद्मिनी यांची इच्छा, हेही कारण दडलेले आहे. हयवदनच्या आईला राजपुत्राहून त्याचा पांढरा घोडा अधिक आवडला. पद्मिनीचे लग्न देवदत्तशी झालेले असले तरी कपिलविषयी तिच्या मनात आकर्षण निर्माण झालेले होते. देवदत्तची बुद्धी म्हणजे त्याचे मस्तक आणि कपिलचा बलदंड देह या दोन्ही गोष्टी तिला हव्या होत्या. कदाचित तिच्या मते 'आधीचे देवदत्त आणि कपिल हेच 'अपूर्ण' होते. तिच्या परीने तिने त्यांची नवी जुळणी केली आणि त्यांना 'पूर्णत्व' बहाल केले. या पूर्णत्वाने एक नैतिक पेच उपस्थित झालेला आहे.

नाटकाच्या आरंभी उत्पन्न झालेला हयवदनच्या संदर्भातला प्रश्न भागवताने उपाय सांगून सोडवला; परंतु पूर्वार्धाच्या शेवटी उत्पन्न झालेल्या प्रश्नाने, नाट्यात्म ताण निर्माण केलेला आहे. देवदत्तचे मस्तक आणि कपिलचा देह व कपिलचे मस्तक आणि देवदत्ताचा देह यांपैकी तिचा खरा पती कोण?

उत्तरार्धाच्या सुरुवातीला या प्रश्नाचे उत्तर दिले आहे. 'देवदत्तचं मस्तक ज्याच्या धडावर आहे तो देवदत्त ठरावा, आणि म्हणून पद्मिनी त्याचीच पत्नी ठरावी'-एका त्रिकालज्ञ ज्ञानवंताने हे उत्तर दिले आहे. या निर्णयामुळे देवदत्त आणि पद्मिनी या दोघांनाही आनंद होतो. कपिलच्या देहाला पद्मिनी प्राप्त झालेली आहे, तर बाह्यत: रूढ सामाजिक नीतीचा भंग अथवा उल्लंघन याचा दोष पदरी न पडता तिला कपिलचा देह मिळालेला आहे. देवदत्तच्या मस्तकाला आपण देवदत्त आहोत की नाही हा प्रश्न पडत नाही. पद्मिनीला त्या प्रश्नाशी काही कर्तव्य नाही. कपिल मात्र दु:खी होतो. भागवत त्याला जेव्हा विचारतो की कपिल, दु:ख कसलं करतोस वेड्या? त्यावर तो म्हणतो, कपिल? कोण? कोण कपिल? मी? का म्हणून मी कपिल? मी कसा असेन कपिल? कपिल हा त्याच्या देहामुळे कपिल होता. देवदत्तच्या देहावर कपिलचे मस्तक असले तरी तो स्वत:ला कपिल मानायला तयार नाही.

देवदत्त पद्मिनीसह नगराकडे जातो, कपिल अरण्यात निघून जातो.

उत्तरार्धात देवदत्त आणि पद्मिनी यांच्याशिवाय दोन बाहुल्यांचा पात्रे म्हणून प्रवेश झालेला आहे. त्या एकमेकींशी बोलतात, घटनाप्रसंगांवर भाष्य करतात.

उत्तरार्धात हळूहळू देवदत्तचे मस्तक असलेल्या कपिलच्या देहात बदल होत गेलेला दाखवला आहे. सुरुवातीला कपिलचा देह त्याच्यात असलेल्या सामर्थ्याचा प्रत्यय घडवतो. कुस्तीचा फड जिंकणे, द्वंद्वयुद्धात विजय मिळवणे, या गोष्टी देवदत्तला अगदी सहजसोप्या वाटतात. अजिंक्य बुद्धी आणि अजिंक्य देह यांचा संयोग येथे झालेला आहे, असे पद्मिनीलाही वाटते. मात्र देवदत्तने धारण केलेला कपिलचा देह बदलत चाललेला आहे, हे पद्मिनीच्या ध्यानात येते. त्याच्या अंगाला पूर्वीचा पौरुषाचा गंध येईनासा होतो, त्याच्या स्पर्शाने तिच्या पाठीवर शहारा उठतो. बाहुल्यांनाही त्याचा बदल जाणवतो. त्याचप्रमाणे आता पद्मिनीच्या मनात दुसऱ्याच कुणाची प्रतिमा उमटत असते, हेही त्यांना समजते.

अदलाबदल केली होती किंवा नकळत झाली होती. पण आता पुन्हा देवदत्ताच्या मस्तकाने त्याचा पूर्वीचा देह धारण केलेला असतो. 'देवदत्त बदलतो आहे. याचा अर्थ कपिलसुद्धा बदलतो आहे' हे पद्मिनीला जाणवते. अदलाबदल झाली होती. आता पुन्हा दुसऱ्यांदा अदलाबदल होते आहे. तिला मनातून कपिलची ओढ लागते. कपिल कुठे असेल, काय करत असेल, असे प्रश्न तिच्या मनात येतात.

देवदत्त नव्या बाहुल्या आणण्यासाठी उज्जैनीला गेलेला असताना पद्मिनी बाळाला घेऊन कपिलला भेटायला जाते. कपिल अरण्यातच आहे. आता त्यालाही त्याचे पूर्वीचे शरीर प्राप्त झालेले असते. आता तो दुसरा तिसरा कुणी नसून फक्त कपिल असतो. पद्मिनीचे बाळ हे तिचे आणि कपिलचे मस्तक असलेल्या देहाचे आहे. त्या देहावरची खूण बाळाच्या देहावर उमटली आहे. आता कपिलही बदलला आहे. 'मी कपिल आहे. सबंध शरीर आणि मस्तकसुद्धा धरून एक संपूर्ण कपिल' असे तो म्हणतो. परंतु येथेही एक अपूर्णता आहे. शेवटी ते बदललेले असले तरी मूळचे ते देवदत्तचे शरीर होते. त्या शरीराच्या स्वत:च्या आठवणी असतात. शरीर पूर्ववत झालेले असले तरी त्या आठवणी पूर्णपणे बुजलेल्या नसतात. देह आणि मस्तक यांतले अंतर मिटवून स्वत:चे मुळातले स्वरूप हुडकून काढण्यात, तो यशस्वी झालेला असला तरी या देहाशी निगडित असलेल्या विश्वाची संपूर्ण विस्मृती झालेली

नसते. पद्मिनीच्या आगमनाने त्या आठवणी परत जाग्या होतात.

पद्मिनी इथे आलेली आहे ती देवदत्तच्या देहाच्या ओढीने नव्हे. कपिलच्या देहाचा आणि तिचा संबंधच आला नसता तर कोणताच प्रश्न निर्माण झाला नसता. परंतु देवदत्तने धारण केलेले कपिलचे शरीर हळूहळू बदलत गेले, तसेतसे तिचे मन कपिलने धारण केलेल्या आणि आता बदलत गेलेल्या देहाकडे ओढ घेऊ लागते. मस्तकांची अदलाबदल करूनही शेवटी, पूर्वी होते तसेच सारे झाले.

पद्मिनी ही दोन देहांची अर्धांगिनी झाली. मस्तकांची अदलाबदल तिच्याच हातून झाली. पण देहांनी हळूहळू मस्तकाचे वर्चस्व स्वीकारले. मस्तकामुळेच कपिलचा देह असलेला देवदत्त ठरतो. सुरुवातीला देहाने आपापल्या प्रकृतीनुसार वर्तन केले. नंतर त्याच्यावरच्या मस्तकाने त्याला स्वत:च्या वृत्तिप्रवृत्तीनुसार घडविले. 'आपल्या हातून अदलाबदल घडली. तो वेंधळेपणा, आंधळेपणा होता' असे पद्मिनी म्हणते. बदल होता तो तात्पुरता होता. मस्तकानुसार देह जरी बदलत गेला तरी त्याच्या पूर्वायुष्यातील खुणा संपूर्णपणे नष्ट होऊन जात नाहीत. परक्याच्या शरीरातील वेगवेगळ्या संवेदनांचा अर्थ सुरवातीला न उमगल्याने, कपिल अतिशय त्रस्त होऊन गेला होता. त्याने म्हटलेले आहे : 'या मस्तकाच्या म्हणून जशा त्याच्या स्वतंत्र आठवणी आहेत, तशाच या त्वचेच्याही तिच्या स्वत:च्याही आठवणी आहेत. या त्वचेचंही तिचं स्वत:चं असं विश्व आहे. या स्मृती....आणि हे सगळे अनुभव घेताना, या शरीरावर हे मस्तक नव्हते. म्हणून माझं हे मस्तक, नेहमीच संभ्रमात पडायचं. कोणताच अर्थ, कोणतंच सूत्र त्याला पकडता येत नसे .'

आपली अपूर्णता दडपून टाकून मोठ्या प्रयासाने तो पुन्हा कपिल होतो. आता त्याला त्या जुन्या आठवणी नको आहेत. परंतु पद्मिनी म्हणते, 'या शरीराला का विसरू लावता हे सारे? केवळ मस्तक कोरडं राहावं म्हणून? तुमच्या मस्तकालाही त्या सुखाचा अनुभव घेऊ दे.... तरच तुम्ही संपूर्ण व्हाल. नाही तर सदैव असेच अपूर्ण राहाल'. पद्मिनी देवदत्तची पत्नी होती. नंतर ती कपिलचा देह असलेल्या देवदत्तची पत्नी झाली. आता देवदत्ताचा देह असलेल्या कपिलची पत्नी होते. मात्र आता त्या देहाला कपिलचे वळण लाभलेले आहे.

देवदत्त कपिल-पद्मिनीकडे येतो.

आता पुन्हा एक पेच निर्माण झालेला आहे. पद्मिनी कुणासोबत राहणार?

'आपण तिघंही एकत्र नाही राहू शकणार?' असे कपिल विचारतो. पद्मिनी यावर काही बोलत नाही. मग एकच उपाय उरतो. कपिल आणि देवदत्त द्वंद्वयुद्ध करतात. त्यात ते दोघेही मृत्यू पावतात.

पद्मिनी शांतपणे त्यांचे एकमेकांशी झुंजणे पाहते.

पूर्वार्धात देवदत्त स्वत:चा शिरच्छेद करून घेतो. आपला मित्र असा मृत्यू पावलेला पाहून कपिलही शिरच्छेद करून घेतो. आता दोघेही एकमेकांच्या विरोधात लढताहेत. पण कोण कुणाच्या विरोधात हे सांगता येत नाही. मस्तक देवदत्तचे धड कपिलचे आणि धड देवदत्तचे, मस्तक कपिलचे, अशी ही लढाई आहे. कपिल म्हणतो, 'त्या दिवशी महाकालीच्या मंदिरात ज्या हातांनी ज्या मस्तकाचा छेद केला, तेच हात, आज त्या मस्तकाचा विच्छेद करणार आहेत! हा विरोधाभास आहे. म्हणजे एका अपूर्णाची दुसऱ्या अपूर्णाशी चाललेली ती लढाई आहे. भागवताने कथेला सुरुवात करताना देवदत्त आणि कपिल यांच्यातील मैत्रीचे वर्णन केले होते : 'अभंग, अतूट, अथांग अशी मैत्री'.

महाकालीच्या देवळातला प्रसंग आणि कपिलच्या पर्णकुटीसमोरचा हा प्रसंग यांत विरोधी ताण आहे. महाकालीच्या देवळात पद्मिनी मस्तकांची अदलाबदल करते. 'आपल्यासाठी ते दोघे मित्र आपआपसांत लढून मेले' असे लोक म्हणतील, याचे भय तेव्हा पद्मिनीला वाटले होते. आता तिला त्या अदलाबदलीतील व्यर्थता कळलेली आहे. ती आपले बाळ भागवताच्या स्वाधीन करते आणि देवदत्त-कपिल यांच्या प्रेतांसोबत सती जाते. पद्मिनीला पूर्णतेची आस आहे. ती देवदत्त आणि कपिल यांना पूर्णत्व देण्याचा प्रयत्न करते. परंतु तिचे जगणे द्विधा असते. देवदत्तची पत्नी आणि कपिलची ओढ. मस्तक देहाला वळण देते हे खरे असले तरी, ती देहाला महत्त्व देते. विषादाने तिने म्हटलेले असते, 'मस्तकाचा नेहमी विजय होतो!' कपिलचे मस्तक आणि देवदत्तचा देह धारण केलेल्या कपिलला, ती आपल्या बाळाचे पितृत्व देते. 'कपिलच्या बाळाचा वनवासी भिल्ल, चांगल्या तऱ्हेनं सांभाळ करतील' असे ती म्हणते. बाळ कुणाचे? देवदत्तचे की कपिलचे?

पद्मिनी आपले बाळ भागवताच्या स्वाधीन करते या प्रसंगाने भागवत सांगत असलेल्या कथेचे प्रत्यक्षाशी नाते जोडले जाते.

उत्तरार्धाच्या शेवटी पुन्हा हयवदन-प्रसंग आहे. त्यापूर्वी एक पात्र पाच वर्षांच्या मुलाला पुढे घालून प्रवेश करते. लहान मुलाच्या हातात पद्मिनीकडून

भागवताला मिळालेल्या बाहुल्या असतात. त्या मुलाला हसवण्याचा प्रयत्न होतो, पण त्या मुलावर त्याचा काहीही परिणाम होत नाही. तो मुलगा पद्मिनीचा आहे, हे भागवताला खाणाखुणांवरून समजते.

नंतर हयवदन येतो. तो आता संपूर्णपणे घोडा झालेला असतो. मात्र अजून माणसाची भाषा त्याला टाकता आलेली नाही. घोडा हसतो, बोलतो हे पाहून तो मुलगाही हसायला लागतो. भागवत हयवदनला म्हणतो, 'आज तुझ्यामुळं हा हसायला लागला. खरं सांगतो, आज तू एक फार मोठं काम केलंयस'. आईबापाविना वाढलेल्या त्या मुलाचा, सगळ्या जगावर राग असल्याप्रमाणे आजपर्यन्त, तो बोलत नव्हता की हसत नव्हता की रडत नव्हता. आता हयवदनमुळे तो हसायला लागला. मानवी वाणी असलेला घोडा, या विचित्रतेमुळे त्याला हसू फुटलेले असावे.

हयवदन संपूर्ण मनुष्य बनायला गेला होता. मग तो संपूर्ण घोडा कसा झाला?

हयवदन कालीमातेच्या मंदिरात गेला होता. तेथे देवी त्याच्यावर प्रसन्न झाली. हयवदन तिला म्हणाला, 'आई दुर्गे, मला पूर्णांग करून टाक'. देवी म्हणाली, तथास्तु. 'मला मनुष्य कर' हे हयवदनचे शब्द त्याच्या ओठांतच राहिले. देवीने त्याचे घोड्याचे तोंड पाहिले आणि त्याला संपूर्ण घोडा बनवून टाकले! मात्र हयवदनला याचे दु:ख नाही. 'घोडा बनण्यातली मौजमजा तुम्हांला काय माहीत?' असे तो विचारतो. पूर्वार्धात घोड्याचा गंधर्व होणे, त्याला हयवदनच्या आईने 'परत घोड्याचं रूप घ्या' म्हणणे, गंधर्वाने तिला 'कायमची घोडी होशील' असा शाप देणे, हा भाग आलेला आहे. त्यावेळी हयवदनला घोड्याचे कपाळ नको होते. आता त्याला घोडा होण्यात आनंद वाटत होता. अडचण एकच आहे. 'ही मनुष्यवाणी गळ्याला अगदी घट्ट पकडून बसलेली आहे.' जोपर्यंत या मनुष्यवाणीतून आपण मुक्त होत नाही, तोपर्यन्त पूर्णत्व लाभलेले नाही, असे तो म्हणतो. घोड्यासारखे आपल्याला खिंकाळता येत नाही याचे त्याला अतिशय वाईट वाटते. मुलगा त्याचे सांत्वन करतो, रडायचे नाही. त्याला तो हसायला सांगतो. हसता हसता हयवदनला खिंकाळणे प्राप्त होते. तो आता खरोखरच एक 'संपूर्ण' घोडा झालेला असतो. भागवताचे भाष्य आहे : 'येन केन प्रकारेण पूर्णांग बनला आहे हयवदन.'

घोड्याचे तोंड आणि माणसाचे शरीर असलेल्या हयवदनला संपूर्ण मनुष्य

व्हायचे होते. त्याऐवजी तो संपूर्ण घोडा झालेला आहे. अशाप्रकारे ही पूर्णताच आहे, पण विपरीत स्वरूपाची.

'हयवदन' या संपूर्ण नाटकात हयवदन हे प्रतीक अर्थपूर्ण रितीने वापरलेले आहे. पूर्वार्धात हय अधिक वदन ही विचित्र अशी अपूर्णता, देवदत्त-वदन अधिक कपिल-देह आणि कपिल-वदन अधिक देवदत्त-देह अशी नैतिक प्रश्न निर्माण करणारी अपूर्णता पात्रे आणि प्रसंग यांच्या सहाय्याने व्यक्त झालेली आहे. उत्तरार्धात मस्तकाने देहाला लावलेले वळण दाखवले आहे. देवदत्त आणि कपिल यांचे देह बदलले. देह पुन्हा बदलतात. कपिलच्या मस्तकाखालचा देवदत्तचा देह कपिलच्या देहासारखा होतो आणि देवदत्तच्या मस्तकाखालचा कपिलचा देह, देवदत्तच्या देहासारखा होतो. हयवदनच्या बाबतीतही मस्तकच श्रेष्ठ ठरते. त्याचा उरलेला देह घोड्याचा होतो. जसे मस्तक तसा त्याचा देह, त्या देहाकडून घडणारे वर्तन हे सूत्र, उत्तरार्धात विशेष प्रभावी होते.

पूर्ण मनुष्य होण्याची आस असलेला हयवदन पूर्ण घोडा होतो आणि तसे होण्याचे त्याला वाईट वाटत नाही, आनंदच वाटतो. हा नाट्यात्म उपरोध आहे.

हयवदन या नाटकाची रचना लोककथेसारखी, लोकनाट्यासारखी आहे. नाटकाच्या आरंभापासून अखेरीपर्यन्त लोककथा-नाट्याचा रूपबंध विकसित झालेला दिसतो. प्रत्यक्षाकडून, कथनाकडे, कथनातील वास्तवाकडे, कथनातील वास्तवाकडून प्रत्यक्षाकडे, असा या नाटकाचा प्रवास आहे. भागवत सांगत असलेल्या कथेतील पद्मिनीचा मुलगा, शेवटी हयवदनला भेटतो. कथेतील धर्मपुरी प्रत्यक्षातील धर्मपुरी बनते. देवदत्त, कपिल, पद्मिनी ही कथेतील पात्रे राहत नाहीत, प्रत्यक्षातील माणसे ठरतात. नाटकाच्या सुरवातीला हयवदन भागवताच्या उपदेशानुसार कालिकामातेच्या दर्शनास निघतो. नंतर तो परत येतो. या मधल्या अवकाशात ही कथा नुसती 'सांगितली' जात नाही, 'घडते'. त्यामुळेच पद्मिनी कोण? असा प्रश्न हयवदन विचारतो तेव्हा भागवत म्हणतो, 'तिचा इतिहास तुला कुठला माहीत असायला?' हयवदन तिकडे पूर्णत्व प्राप्त करायला गेलेला असताना इकडे मधल्या अवकाशात, देवदत्त-कपिल-पद्मिनी यांची कथा घडते. त्या कथेतूनच पद्मिनीचा मुलगा प्रत्यक्षात येतो. म्हणजे कथनाचा काळ हाच घडण्याचा काळ आहे. 'हयवदन' आणि 'देवदत्त-कपिल-पद्मिनी' या दोन वेगवेगळ्या कथा आहेत. त्या अखेरीस परस्परांशी जोडल्या जातात. कथन आणि प्रत्यक्ष यांतले अंतर नाहीसे होते.

लोककथेच्या आणि लोकनाट्याच्या रूपबंधाचा स्वीकार येथे लेखकाने केलेला आहे. त्यामुळे दोन कथांचा मेळ घालून दोन गोष्टी साध्य करता आल्या. एक म्हणजे अद्भुत आणि वास्तव यांतील द्वंद्व पुसून टाकणे. 'घोड्याचे डोके असलेला मनुष्य-हयवदन' असू शकतो, देहांची अदलाबदल घडू शकते हे स्वीकारले जाते. या घटना अद्भुतरम्यतेसाठी येत नसून त्यांनी समस्यांचे रूप घेतलेले आहे. दुसरी गोष्ट म्हणजे ही कथा सांगितली, अभिनीत केली जात असताना वर्तमानावर भाष्यही केले जाते. नाटकाच्या पूर्वार्धात हयवदन म्हणतो, 'हे असं कपाळकरंटं एका घोड्याचं कपाळ घेऊन कुठल्या डोहात जाऊन उडी मारू? तरीसुद्धा स्वत:च्या वेदना विसरून या नागरिकांच्या जीवनात रस घेतोय. नागरिक धर्म, राष्ट्रभक्ती, राष्ट्रीय एकता, भारतीकरण, समाजवाद- सगळ्या सगळ्यांत भाग घेतोय. पण माझा समाज कुठला? माझ्या अस्तित्वाचा अर्थ काय?' वसाहत काळातील पाश्चात्त्य-पौर्वात्य संगमातून जन्मलेल्या पिढीचा इथे निर्देश केला जातो.

देवदत्त-कपिल कथेतून मस्तक श्रेष्ठ, देह कनिष्ठ हे तत्त्व आलेले आहे. येथे बुद्धिवादी आणि कष्टकरी यांच्यातील कृत्रिम विभाजनाचा निर्देश केलेला आहे. त्याचप्रमाणे ज्ञानजन्य आनंद उच्च आणि भावना-वासनात्मक आनंद हा कनिष्ठ यांतलेही द्वंद्व येथे अभिप्रेत आहे.

लोककथा-नाट्याच्या रूपबंधामुळे या नाटकाला वेगवेगळ्या पातळ्या लाभतात. या नाटकातील आशयसूत्र आणि लोकनाट्याचा बंध यांचे योग्य असे संयोजन झालेले असल्यामुळेच, हे विविध अर्थस्तर प्राप्त होतात.

लोककथा मुळातच रूपकात्मक असतात. त्यांतली वास्तवता ही रूपकात्मक असते. 'हयवदन' या नाटकात लेखकाने लोककथांचा आणि 'यक्षगान' या परंपरेने आलेल्या लोकनाट्यरूपाचाही सर्जनशील निर्मितीसाठी उपयोग केलेला आहे. कथांमध्ये रूपात्मक वास्तवता आहे, हे हयवदनच्या कथेतील आरंभीच्या आणि अखेरीच्या आणि देवदत्त-कपिल-पद्मिनी या कथेतील मस्तकांची अदलाबदल या प्रसंगांतून विशेष रितीने प्रकट होते. लेखकाने यक्षगान या नाट्यप्रकाराचा उपयोग करून 'हे नाटक आहे' याचेही भान सतत कायम ठेवलेले आहे. भागवताने कथन करणे, देवदत्त-कपिल यांच्या मृत्यूनंतर आपले बाळ पद्मिनीने भागवताकडे सोपवणे, दृश्यबदलासाठी पडदे वापरणे, देवदत्त आणि कपिल यांनी मुखवट्याचा वापर करणे या खरे तर क्लृप्त्याच आहेत. परंतु त्यांच्या उपयोजनाने नाट्यार्थाचा परिपोष होतो.

हे नाटक आहे याचे भान सतत राखून, त्या नाटकातील कथेतून उत्पन्न होणाऱ्या समस्या, प्रेक्षकांसमोर मांडल्या जातात.

या नाटकाचे आशयसूत्र, लोककथासदृश कथानक-रचना, लोकनाट्याच्या रूपविशेषांच्या साहाय्याने होणारी अभिव्यक्ती, पात्रे, प्रसंग, घटना, प्रतिमा आणि प्रतीके, लोककथांचा समकालीन जगण्याच्या संदर्भात लावलेला अन्वयार्थ, यांची एकात्म अशी संघटना 'हयवदन' मध्ये दिसते.

'हयवदन' या नाटकाच्या रचनेत एका वर्तुळाशेजारी दुसरे वर्तुळ, मुख्य कथानक आणि त्याच्या समांतर उपकथानक अशी पद्धती दिसते. हयवदनची कथा हे वर्तुळ, देवदत्त-कपिल पद्मिनी यांची कथा हे दुसरे वर्तुळ. ही दोन्ही वर्तुळे सांधली जातात ती हयवदन आणि पद्मिनीचा मुलगा यांच्या भेटीत. अंतिमत: मुख्य कथानक संपून उपकथानक उरते, आणि हयवदन हा प्रतिनायक उरतो.

सर्वांगाने मनुष्य व्हायला गेलेला हयवदन सर्वांगाने घोडा होतो. संपूर्ण घोडा होत नाही. मनुष्यवाणी अजून चिकटलेली असते. ती त्याला नको आहे. भाषा हे आता संवादाचे साधन राहिलेले नाही. कारण मनुष्या-मनुष्यांत संवाद नाही. राष्ट्रधर्म, राष्ट्रीय एकता हे पोकळ शब्द मात्र आहेत. हे शब्द उच्चारल्याने अथवा राष्ट्रभक्तिपर गायन केल्याने मनुष्यत्व प्राप्त होत नाही. मनुष्यवाणीतून सुटका व्हावी म्हणून तो राष्ट्रगीते म्हणण्याचा परिपाठ ठेवतो! मुक्तपणे हसता येत नाही. हसणे विसरून गेलेल्या मुलाला जेव्हा हसणे मिळते, स्वत्व लाभते तेव्हा त्याच्या आज्ञेने हसताहसता त्याला खिंकाळणे प्राप्त होते. द्विधाचित्त असलेल्या मागच्या पिढीने पुढच्या पिढीला मूक, निराधार बनवले होते. त्याचे हसणे-रुसणे काढून घेतले होते. हयवदन ते त्याला परत देतो, तेव्हाच त्यालाही एकप्रकारचे पूर्णत्व लाभते. ते विपरीतच आहे. पण अर्धवट माणूस असण्यापेक्षा पूर्ण घोडा असलेले बरे. हयवदनच्या आईनेही आपल्या पतीचे गंधर्वरूप नाकारून, घोड्याचे रूप धारण करीत असाल तर मी आपल्याबरोबर येईन असे म्हटले होते. पद्मिनीला मस्तकाचे श्रेष्ठत्व अमान्यच होते. मस्तक आणि देह यांचे द्वंद्व पद्मिनीला सोडवता येत नाही. हयवदन स्वत:च्या पातळीवर एकप्रकारे निद्रित देवतेच्या आशीर्वादाने ते द्वंद्व सोडवतो. मस्तक आणि धड यांतले निर्द्वंद्व हेच खरे पूर्णत्व होय. आध्यात्मिक वास्तवता (मेटॅफिजिकल रिॲलिटी) आणि भौतिक वास्तवता (फिजिकल रिॲलिटी) यांतल्या विरोधी ताणांनी, मानवी आयुष्य झाकळून गेलेले आहे. 'हयवदन'

मध्ये या ताणांचे चित्रण आहे. माणसाला हसणे मिळणे आणि घोड्याला खिंकाळणे गवसणे, हे पूर्णत्व आहे. या पूर्णत्वामधला विरोधाभास 'हयवदन' मध्ये अधोरेखित झालेला आहे.

नाटककाराने लोककथासदृश कथांची आणि लोकनाट्यरूपांची योजना करून, समकालीन जगण्यातली व्यस्तता, विपरीतता व्यक्त केलेली आहे.

'हयवदन' या नाटकाची बांधणी लोककथासदृश आहे. लोककथा म्हणजे पारंपरिक मौखिक गद्यात्म कथन. लोककथेची विशिष्ट, निश्चित अशी संहिता नसते. प्रत्येक कथकानुसार तिची नव्याने रचना होत जाते. लोककथा ही समूहमनाची निर्मिती असते. सामूहिक अचेतनाशी या कथेचे नाते असते. लोककथेतील प्रतिमा-प्रतीकांतून मानवाचे आदिम अनुभव व्यक्त झालेले असतात. सामूहिक अचेतनातील अमूर्त आदिबंध, लोककथेतील कल्पनाबंधातून मूर्त झालेले असतात. लोककथांचा उदय प्राक्कथांतून झाला असावा, असा एक तर्क आहे. धर्म आणि यातुविधी यांच्याशी प्राक्कथा निगडित असतात. लोककथा सार्वकालिक असते. तसेच ती प्रदेश, स्थल यांच्या मर्यादा ओलांडून जात असते. लोककथांमधला आशय आणि तो व्यक्त करणाऱ्या प्रतिमा, कल्पनाबंध सर्वच मानवांपर्यंत पोचणारे असतात. लोककथेमध्ये विश्व प्रत्यक्षाहून निराळे, कल्पनानिर्मित वाटणारे असले तरी त्यातून मानवाच्या प्रकृतीतील काही सनातन वृत्ति-प्रवृत्तींवर प्रकाश टाकलेला असतो. त्यामुळे लोककथा कोणत्याही मानवसमाजाच्या मौखिक कथनपरंपरेचा आणि संस्कृतीचा एक भाग बनलेली असते. प्रत्येक समाजात आणि प्रत्येक युगात, सांस्कृतिक प्रवाह हा नेणिवेतील प्रतिमा, प्रतीके आणि आदिबंध यांनी निर्धारित केलेला असतो. त्यातून देवता, आदर्श, तत्त्वे, अतिमानवी शक्ती, धार्मिक श्रद्धा यांची अभिव्यक्ती होत असते. लोककथेतील मूळ कल्पनाबंध कायम राहून आविष्काराच्या अंगाने काही रूपांतरे झालेली असतात. प्राक्कथा-लोककथा, कहाण्या-नीतिकथा, पुराणे, महाकाव्ये-कथा-कादंबऱ्या असा, हा एक प्रवास दाखवता येणे शक्य आहे.

आधुनिक सर्जनशील लेखकांनी लोककथांचा वापर केलेला आहे. 'हयवदन' मध्ये गिरीश कार्नाड यांनी लोककथांचा कलात्मक उपयोग केलेला दिसतो. या आविष्कारासाठी त्यांनी कर्नाटकात प्रचलित असलेल्या पारंपरिक 'यक्षगान' या लोकनाट्यबंधाचा स्वीकार केला आहे. यक्षगान या

नाट्यप्रकाराच्या सादरीकरणात सभालक्षण (पूर्वरंग), मुख्य: यक्षगान आणि भरतवाक्य अथवा उत्तररंग या तीन भागांचा समावेश होतो. यक्षगानात भागवत हे पात्र धान्याच्या खळ्यातील खांबाइतके महत्त्वाचे असते. सभालक्षणापासून उत्तररंगापर्यन्त भागवत कथन करीत असतो. 'हयवदन' या नाटकात यक्षगानाची ही लक्षणे आढळतात. नेपथ्य म्हणून पडद्यांचा उपयोग केलेला आहे. तसेच पात्रांनी मुखवटे धारण केलेले आहेत. विशिष्ट स्थळाचा निर्देश करणारा सेट नसल्याने, रंगमंचाचा वापर मुक्तपणे केला जातो. लोककथेच्या कथनासाठी आवश्यक अशा मुक्त स्थळकाळाची सहजच योजना झालेली आहे.

'हयवदन' या नाटकात दोन कथा आहेत. एक हयवदनची कथा आहे. दुसरी देवदत्त-कपिल-पद्मिनी यांची आहे. पहिल्या कथेचा अवकाश भागवत देवदत्त-कपिल-पद्मिनी यांची कथा सांगायला सुरुवात करतो तिथपासून हयवदन देवीचे दर्शन घ्यायला जातो तिथपर्यन्त आणि शेवटी भागवताचे कथाकथन संपल्यानंतर नाटकाच्या अखेरीपर्यन्त असा आहे. दुसरी कथा भागवताच्या कथनाबरोबर उदयाला येते. पद्मिनी सती जाते त्या बिंदूवर ती कथा संपते. हयवदनची कथा आणि देवदत्त-कपिल-पद्मिनी यांची कथा यांचा एकमेकींशी प्रत्यक्ष असा संबंध नाही. पुढे पद्मिनीचा मुलगा आणि हयवदन यांची भेट दाखवलेली आहे तिथे प्रत्यक्ष वास्तव आणि कथागत वास्तव यांचा मेळ घातलेला आहे. प्रत्यक्षातले घडणे, हे जसे घडणे आहे, तसेच कथेतलेही घडणेच आहे. एका अर्थी भागवत घडलेली कथा सांगतो आहे. हयवदनची कथा आता घडते आहे. परंतु नाटकात या दोन्ही कथा, एकाचवेळी घडत आहेत, असेच कल्पिले आहे.

हयवदनच्या कथेत लोककथांमध्ये आढळणारा एक कल्पनाबंध आहे. तो म्हणजे मानवी स्त्रीने पशुनराशी विवाह करणे. हयवदनची आई शुभ्र घोड्याशी लग्न करते. लोककथेतील कल्पनाबंधाप्रमाणे या कथेतही शुभ्र घोड्याशी संसारसुख घेतल्यानंतर, काही काळाने घोड्याच्या जागी गंधर्व उभा असतो. कुबेराच्या शापाने त्याचा जन्म अश्वयोनीत झाला होता. मानवी स्त्री त्याच्याशी प्रेमाने वागते, तेव्हा तो परत गंधर्व होतो.

मौखिक परंपरेने चालत आलेल्या या लोककथेला नाटककाराने एक वेगळे वळण दिले आहे. शापमुक्त झाल्यावर गंधर्व इंद्रलोकी जायला निघतो, तेव्हा हयवदनच्या आईला आपल्याबरोबर यायला सांगतो. ती त्याला परत घोड्याचे रूप घ्यायला सांगते.

मानवी स्त्रीने घोड्याशी (किंवा इतर प्राण्याशी) लग्न करणे, ही आदिबंधरूप प्रतिमा आहे. तीच लोककथांमधून अभिव्यक्त होते. प्राचीन काळी अश्वमेध यज्ञाच्या वेळी राजपत्नी आणि घोडा यांच्या समागमाचे नाटक केले जात असे. तेथेही ती सामूहिक असंज्ञ मनातील प्रतिमाच कार्यरत असे. घोडा हे सामर्थ्याचे, पौरुषाचे प्रतीक आहे. तसेच ते अति-अहम्‌चे नियंत्रण नसलेल्या असंज्ञ मनाचेही प्रतीक आहे. हयवदनची आई शुभ्र अश्वाशी विवाह करण्याची इच्छा करते, याचा अर्थ, अनियंत्रित कामाच्या प्रभावाखाली ती असते. भावना/वासना आहे, पण त्यावर नियंत्रण करणारा विचार नाही. मानवी संस्कृतीच्या प्रारंभावस्थेत मनुष्य हा प्राणी अथवा वृक्षाची संतती आहे, असे मानले जात असे. माणूस, प्राणी, वृक्ष यांत काही भेद आहे, हे त्या अवस्थेतील मानवी मनाला कळलेले नव्हते. संततीच्या उत्पत्तीच्या संदर्भात स्त्री-पुरुषसंबंधाचा तो परिणाम आहे, हेही ज्ञात नव्हते. त्यामुळे लोककथांतून पक्षी, सर्प, बैल यांच्याशी झालेल्या संयोगातून अथवा एखादे फळ खाल्ल्याने गर्भधारणा होते, असे दाखवलेले असते. हयवदनच्या कथेत त्याच्या आदिबंधाचे एक रूप आढळते.

आपला जन्म अडाणी संभोगातून झाला असल्याचे हयवदन सांगतो. अर्धा घोडा, अर्धा मनुष्य अशी त्याची स्थिती आहे. घोड्याचे तोंड त्याला बापाकडून मिळालेले आहे. आईकडून माणसाचे शरीर. त्याला पूर्ण मनुष्य व्हायचे आहे. त्याला घोड्याचे मस्तक मिळाले आहे ते आईच्या इच्छेमुळेच. आईच्या असंज्ञ मनातील अश्व प्रतिमेतून त्याची अशी घडण झालेली आहे. आता त्याला स्त्री-तत्त्वाच्या, मातृ-तत्त्वाच्या संज्ञेतून सुटायचे आहे. तो कठीण आणि यातनामय असा प्रवास आहे. आपला समाज कुठला? आपल्या अस्तित्वाचा अर्थ काय? हे प्रश्न त्याला पडतात. भागवत त्याला महाकाली देवीच्या मंदिरात जाऊन देवीचे दर्शन घ्यायला सांगतो. मातृकोशाकडे परत गेल्याशिवाय त्याचे रूपांतर होणे, त्याला त्याचे 'अविभाज्य व्यक्तित्व' मिळणे अशक्य आहे. हयवदन देवीला भेटायला जातो. परंतु ती 'जागृत' नसते. हयवदन संज्ञाशील व्हायला गेलेला असतो. मात्र मातेच्या अचेतनाच्या प्रभावातून पूर्णपणे सुटू शकत नाही. संज्ञेच्या पातळीवर त्याला यायचे असते, परंतु अचेतनाच्या मातृकोशातून तो बाहेर पडू शकत नाही. तो पूर्ण मनुष्य होण्याऐवजी पूर्ण घोडा होतो. त्याच्या आईने गंधर्वरूप प्राप्त झालेल्या आपल्या पतीला म्हटले होते, 'त्या घोड्याचं रूप जर आपण परत धारण करत असाल, तरच मी

आपल्याबरोबर येईन.' हयवदन मातृकोशातून सुटू न शकल्याने पूर्ण घोडा होतो.

आपल्याला हे घोड्याचे तोंड नको, असे हयवदन म्हणतो तेव्हा त्याला पितृप्रतिमा नको आहे, असाही अर्थ होतो. संज्ञाविकासासाठी धडपडत असताना 'घोड्यांचं कपाळ' हा पितृसंस्थेकडून आलेला वारसा त्याला अस्वस्थ करीत असतो. परंतु त्याची संज्ञा फारशी प्रभावी नसल्यामुळे तो घोडा होतो. आपण सर्वांगाने घोडा झाल्याने त्याला वाईट वाटत नाही. तो आता दु:खी आहे तो मानवी वाणी त्याच्या गळ्याला चिकटलेली आहे म्हणून. ती सुटल्याशिवाय तो खऱ्या अर्थाने पूर्ण घोडा होऊ शकत नाही. लोककथेतील पक्षी, प्राणी मानवी वाणी उच्चारतात, परंतु हयवदनला ही देणगी नको आहे. तो आपल्याला खिंकाळता यावे, यासाठी राष्ट्रगीते म्हणण्याचा परिपाठ ठेवतो.

हयवदनाला मानवी वाणी का नको? कारण ती निरर्थक ठरलेली आहे. तिच्यातली संवादक्षमता नष्ट झालेली आहे. प्राणिसदृश ध्वनींची अभिव्यक्ती ही त्याला अधिक नैसर्गिक वाटते. पद्मिनीचा मुलगा त्याला हसण्याची सक्ती करतो, तेव्हा हसता हसता त्याला खिंकाळणे सापडते.

अर्धमानव-अर्धपशू, जाणीव-नेणीव यांच्यातील द्वंद्व हयवदनच्या रूपाने व्यक्त झालेले आहे. गंधर्व झालेल्या बापाला, त्याच्या आईने पुन्हा घोड्याचे रूप घ्यायला सांगितले होते. बापाऐवजी मुलगा संपूर्ण घोडा झालेला आहे. बापाने स्वर्गात जाताजाता आईला शाप दिला होता, कायमची घोडी होण्याचा. मुलगा देवीच्या आशीर्वादाने पूर्ण घोडा बनतो.

लोककथेतल्या कल्पनाबंधाचे एक वेगळे आकलन गिरीश कार्नाड यांनी या नाटकातून प्रस्तुत केले आहे.

भागवताने सांगितलेल्या देवदत्त-कपिल-पद्मिनी या कथेचा आता विचार करायचा आहे.

देवदत्त आणि कपिल हे मित्र आहेत. देवदत्त दुबळा, अशक्त, तर कपिल धट्टाकट्टा आणि प्रसन्न. देवदत्तला काव्यात, साहित्यचर्चेत गोडी तर कपिलला आखाड्यात, मल्लविद्येत रस. देवदत्त एका युवतीला पाहतो आणि तिच्या प्रेमात पडतो. यापूर्वी तो 'पंधरा मुलींवर' भाळला होता. परंतु आता जी मुलगी त्याला दिसली तिच्या नखाचीही सर, त्या पंधरा जणींना नाही, असे त्याचे म्हणणे आहे. अतुलनीय अशा त्या लावण्यवतीला तो पाहतो आणि साक्षात

कालिदासाच्या काव्याचे रहस्य त्याला कळते. परंतु ही स्त्री आपल्याला लाभणार नाही असेही त्याला वाटते. कपिल त्याला धीर देतो आणि देवदत्ताच्या वतीने, देवदत्तसाठी त्या सुंदर युवतीला शोधायला जातो. देवदत्तने तिला ओझरतेच पाहिलेले असते, तरी तिच्यात त्याचे मन गुंतले आहे. तिचा लाभ आपल्याला झाला तर आपण कालीमातेला आपले हात तोडून देऊ, रुद्राच्या गळ्यात मस्तक तोडून घालू, अशी प्रतिज्ञा तो करतो. देवदत्ताच्या मनात जी काही स्त्री-प्रतिमा होती, तीच त्याला त्या सुंदर युवतीच्या रूपाने दिसली असावी.

कपिल त्या सुंदर युवतीची माहिती काढायला जातो. पद्मिनीची आणि त्याची भेट होते. कपिल तिला पाहतो तेव्हा त्याचीही स्थिती देवदत्तसारखीच होते. परंतु 'ही स्त्री सामान्य नव्हे', 'तळपणारी बिजली' आहे आणि देवदत्त तिला बांधून ठेवू शकणार नाही, हेही त्याला जाणवते. मित्रकर्तव्य म्हणून तो देवदत्त-पद्मिनी यांचे लग्न जुळवून देतो.

पद्मिनीने विवाहापूर्वी देवदत्ताला पाहिलेले नसते. कपिल तिला भेटायला आलेला होता. देवदत्तशी लग्न झाल्यानंतर काही काळाने तिचे मन, कपिलमध्ये गुंतत चालल्याचे लक्षात येते.

प्रत्येक पुरुष आपल्या आत एक ईव्ह वागवत असतो. तर प्रत्येक स्त्री एक ॲडम, असे युंग या मानसशास्त्रज्ञाने म्हटलेले आहे. युंग यांनी 'आत्म-प्रतिमा' (सोल- इमेज) हा शब्द वापरलेला आहे. पुरुषात अनिमा असते, तर स्त्रीत अनिमस. पुरुषाच्या सामूहिक अचेतनामध्ये ज्या स्त्रीसुलभ वृत्तिप्रवृत्ती असतात, त्या स्त्रीच्या प्रतिमेत प्रकट होतात. ते स्त्रीत्वाचे सनातन रूप होय. स्त्रीमनामध्ये पुरुषत्वाचे सनातन अंग असते. पुरुष त्याला दिसलेल्या, भेटलेल्या स्त्रीत अनिमा पाहतो, तर स्त्री आपल्याला भेटलेल्या मनुष्यात अनिमस पाहते. ताओवादातील 'यांग' आणि 'यिन' यांना युंगच्या विचारात; अनिमस (स्त्रीमधील यांग) आणि अनिमा (पुरुषातील यिन) ही नावे मिळालेली आहेत, हे सांगून, ॲन्थनी स्टीव्हन्स या मानसशास्त्रज्ञाने, पुढीलप्रमाणे वर्गवारी केलेली आहे:

१. **गतिशील यांग** : आक्रमक, संघर्षशील, वर्चस्वासाठी आणि आत्मप्रस्थापनेसाठी उद्यमशील.

२. **स्थितिशील यांग** : विवेक, चिंतन, तारतम्य, व्यवस्था, न्याय आणि शिस्त यांबाबत आदर, वस्तुनिष्ठा

३. **गतिशील यिन** : वस्तू अथवा अमूर्त कल्पनांहून प्रत्यक्ष व्यक्तीमध्ये गुंतण्याची प्रवृत्ती, आत्मनिष्ठ आणि अत्यंत व्यक्तिगत प्रेमदेवता

४. **स्थितिशील यिन** : अवैयक्तिक, अव्यक्तिगत, आणि सामूहिक मातृदेवता.

या लक्षणांच्या आधारे देवदत्तमध्ये स्थितिशील यांग आणि स्थितिशील यिनचे अंश, कपिलमध्ये गतिशील यिनचे अंश, तर पद्मिनीमध्ये गतिशील यिन आणि गतिशील यांगचे अंश आढळतात. देवदत्त अनिमा-प्रतिमेने अधिक प्रभावित आहे, तर पद्मिनी अनिमस-प्रतिमेने. पद्मिनीला देवदत्तचा स्वभाव एखाद्या बाईसारखा हळवा आहे असे वाटते. तर कपिल रांगड्या स्वभावाचा. कपिलला आरंभी आपल्या आत्मप्रतिमेची जाणीव नसते. पद्मिनीच्या सहवासात ती होते. देवदत्तला पद्मिनी काव्याची स्फूर्तिदेवता वाटते, तर कपिलला 'बिजली'. कपिल पद्मिनीच्या सहवासात आल्यानंतर आपल्या मनातील अनिमा-प्रतिमा तिच्यावर नकळत प्रक्षेपित करीत जातो. पद्मिनीदेखील कपिलवर आपली अनिमस-प्रतिमा प्रक्षेपित करते. प्रा. गंगाधर पाटील यांनी युंगचा विचार पुढीलप्रमाणे स्पष्ट केलेला आहे: 'पुरुष स्त्रीच्या प्रत्यक्ष सहवासात जगत असताना, अनुभव घेताना तिच्यावर आपल्या मनातील अनिमा-प्रतिमा, कळत नकळत प्रक्षेपित करीत असतो. परंतु हे प्रक्षेपण केवळ एकपक्षी नसते. तर तो ज्या स्त्रीच्या सहवासात अनुभव घेतो, ती स्त्रीही त्याच्या 'अनिमा'ला आपल्या जवळचे काहीएक देत असते. त्यामुळे या शारीरिक व मानसिक स्वरूपाच्या देवघेवीत, पुरुषमनातील अनिमा-प्रतिमा वाढत, विकसत जाते आणि त्याच्या मनातील या अनिमा-प्रतिमेबरोबर, त्याचे मन, त्याची संज्ञाही वाढत, उत्क्रांत होत असते. अशाच प्रकारची प्रक्रिया स्त्रीमनातील अनिमसच्या बाबतीत समांतरपणे होत असते.

देवदत्त आणि पद्मिनी यांचा विवाह होऊन सहा महिने उलटून गेल्यानंतरचा एक प्रसंग आहे. देवदत्त व पद्मिनी कपिलसह उज्जैनला जायचे असतात. पद्मिनी कपिलची वाट पाहते आहे. देवदत्तच्या बोलण्यावरून कळते की ती एरवीही दिवसभर कपिलच्या नावाचा 'जप' करीत असते. पद्मिनीला कपिलचे आकर्षण वाटते आहे आणि कपिलच्या मनात पद्मिनीविषयी प्रेमभाव असावा, असा संशय देवदत्तला येतो. तो बोलून दाखवत नाही. उज्जैनीचा बेत रद्द करून घरीच राहायचे, हे देवदत्तचे म्हणणे पद्मिनी मान्य करते. परंतु कपिलचा हिरमुसलेला चेहरा पाहून, ती तात्काळ प्रवासाला जायला तयार होते. 'या

घरच्या नववधूला पूर्वी कुणी लाजायला शिकवलं नव्हतं. आता शिकतेय ती-त्या रांगड्या माणसाची रीत बघून' हे पद्मिनीचे वाक्य, ती कपिलवर अनिमस-प्रतिमा प्रक्षेपित करीत आहे याचे निदर्शक आहे. प्रवासाचा बेत रद्द झाल्याचे कळताच कपिल अस्वस्थ होतो. मनात तो म्हणतो, 'हा बायकीपणा माझ्यात आला तरी कुठून?' 'ही त्याच्या आतली आत्म-प्रतिमा होय, ती पद्मिनीच्या सहवासात जागृत झाली. कपिलही नकळत आपल्या अनिमाचे प्रक्षेपण पद्मिनीवर करीत आहे. परंतु त्याच्या जागृत मनात ती देवदत्तची पत्नी आहे, हा विचार प्रबळ असतो. म्हणूनच 'कुठला ना कुठला अंकुश सतत जागा ठेव' ही सूचना तो आपल्या मनाला करतो.

तिघेही प्रवासात असताना एक प्रसंग आहे. वाटेत फुलांचे एक झाड दिसते. त्या फुलांना सौभाग्यफुले म्हणतात असे कपिल सांगतो आणि तत्परतेने ती तोडून आणायला निघतो. झाडावर चढत असलेल्या कपिलकडे पाहत असताना पद्मिनीच्या मनात येते: त्याचा बांधा किती सुडौल आहे. पाठीवरचे स्नायू असे काही थरकताहेत, की वाटतंय समुद्रावर तरंगच उठलेत... याची सहचरी मोठी भाग्यवान असेल, नाही? तळपणाऱ्या विजेलादेखील कवेत मिसळून टाकणारा याचा हा सुडौल बांधा!

कपिल ओंजळभर फुले आणतो आणि पद्मिनीच्या समोर उधळल्याचा अभिनय करतो.

अनिमस आणि अनिमा यांच्यामागे अधिक महत्त्वाचा आदिबंध असतो. तो म्हणजे कामभावनेचा आदिबंध, असे ॲन्थनी स्टीव्हन्स यांनी म्हटले आहे. त्यांच्या मते, कामवासनेची व्यामिश्रता, विश्वात्मकता, गूढता आणि तिचे सामर्थ्य लक्षात घेता; ती एक केवळ अंत:प्रेरणा आहे, असे म्हणण्यापेक्षा आदिबंधात्मक व्यवस्था आहे असेच म्हटले पाहिजे.

कपिल आणि पद्मिनी यांच्या पाहण्यात, बोलण्यात, वागण्यात 'काम' हा आदिबंध व्यक्त होतो. इथे 'काम' याचा अर्थ केवळ लैंगिक इच्छा नव्हे, तर 'स्वात्मीकरणा' च्या प्रक्रियेतील एक घटक असा आहे. विवाह हाही स्वात्मीकरणाचा एक मार्ग आहे, परंतु पद्मिनीचा विवाह देवदत्ताशी झालेला आहे.

देवदत्तला पद्मिनी-कपिल यांच्यातील परस्परानुरक्ती समजलेली आहे. तो स्वत:शी म्हणतो, 'एकत्र व्हा. त्यातच तुमचं सार्थक आहे.' विवाहाच्या बंधनातून पद्मिनीला मोकळे करण्याचा एक मार्ग होता. त्यानुसार तो आचरण

करतो. आपले मस्तक धडापासून वेगळे करतो. जीवन-चक्राची स्वाभाविक गती आणि धर्माज्ञेचा अडसर यांतले द्वंद्व तो नाहीसे करतो. देवदत्तने शिरच्छेद करून घेतलेला पाहून, कपिलही आपले मस्तक तोडतो. 'देवदत्ता, मी तुझ्याशिवाय जगूच शकणार नाही. कायमचा तुझ्याच पावलांचा मागोवा घेत तुझ्यामागून येतोच' हे त्याचे शेवटचे उद्गार आहेत.

देवदत्त आणि कपिल यांच्या मैत्रीच्या संदर्भात छायेचा आदिबंध कार्यरत झालेला दिसतो.

पद्मिनी मंदिरात येते आणि तिला देवदत्त आणि कपिल मृत्यू पावलेले आढळतात. महाकाली देवी जागृत होऊन 'तुटलेली मस्तकं धडांना जोडून दे' असे सांगते. पद्मिनी घाईगडबडीने त्या धडांना त्यांची मस्तके जोडते. असे करताना एक गफलत होते. देवदत्तचे मस्तक कपिलच्या धडाला आणि कपिलचे मस्तक देवदत्तच्या धडाला जुळवते.

कपिल तिला हवा आहे, पण लग्न देवदत्ताशी झालेले आहे. या पेचातून सोडवणारा हा मार्ग पद्मिनीला सुचतो.

ॲन्थनी स्टीव्हन्स यांनी 'काम' या आदिबंधाचे प्रकटीकरण मनुष्याच्या जीवनव्यवहारात कसेकसे होत असते हे सांगितले आहे. स्वात्मीकरणाच्या प्रक्रियेत कामभावनेला अतिशय महत्त्व असते. स्त्री आणि पुरुष यांचे मीलन केवळ शारीरिक नसते, तर स्वात्मीकरणाचा मार्ग ज्या लक्ष्याकडे जात असतो, त्या लक्ष्याचे ते एक प्रतीक असते. विवाह हेही आत्मशोधाचे, स्वात्मीकरणाचे रूप असते. मात्र विवाह हा एकमेव मार्ग नव्हे. पद्मिनी देवदत्तशी वैवाहिक बंधनात अडकलेली असली तरी, तिच्या मनातील अनिमसची ओढ नाहीशी झालेली नव्हती. मस्तक आणि धड यांची अदलाबदल करताना तिने व्यावहारिक धर्म आणि मानसिक ओढ यांचा समन्वय साधण्याचा प्रयत्न केला. कपिल म्हणतो, 'पद्मिनी, तुझं अंतरंग मी पुरतंच न्याहाळलेलं आहे. मनापासून तुला मोह पडला तो देवदत्तच्या बुद्धीचा, म्हणजेच त्याच्या मस्तकाचा. पण त्याच वेळी तुझ्या मनानं रुंजी घातली ती कपिलच्या बलदंड देहाभोवती'. देवदत्ताचे मस्तक आणि कपिलचे धड, हा तिने साधलेला समन्वय होता.

पद्मिनी एकाच वेळी सामाजिक प्रतिष्ठा आणि शारीरिक-मानसिक आनंद मिळवण्याचा प्रयत्न करते. परंतु या समाधानात ती फार काळ राहू शकत नाही. देवदत्तच्या मस्तकाखालचे धड हळूहळू बदलत जाते, तसतशी पद्मिनीच्या मनातली अनिमस-प्रतिमा स्पष्ट होत जाते. शीर्ष-देहाची

अदलाबदल केली होती, तिला काही काळानंतर काहीही अर्थ राहत नाही. पद्मिनी सातत्याने अनिमसच्या शोधात आहे. पण तिच्या मनातील 'आत्मप्रतिमा' कुणा एकाच पुरुषावर प्रक्षेपित करता येत नाही. 'संपूर्ण देवदत्त' अथवा 'संपूर्ण कपिल' असा कुठे नसतोच. कपिल स्वत:, आपण एक संपूर्ण कपिल आहोत, असे म्हणत असला तरी ते खरे नाही. देतदत्तच्या देहात बदल झालेला असला तरी त्या देहाच्या स्मृती, कपिलच्या मस्तकाला त्रस्त करीत असतात.

देवदत्त की कपिल याचे उत्तर देवदत्त आणि कपिल असेच आहे. परंतु समाजनियमांच्या दृष्टीने आणि स्वात्मीकरणाच्या प्रक्रियेत ते न बसणारे आहे. त्यामुळे देवदत्त आणि कपिल द्वंद्वयुद्ध खेळून मृत्यूचा स्वीकार करतात, तर पद्मिनी त्यांच्यासोबत सती जाते.

भागवताने सांगितलेल्या कथेचा अनुबंध नाटकात हयवदनच्या कथेशी जोडलेला आहे. पूर्ण मनुष्य होऊ इच्छिणारा हयवदन पूर्ण घोडा बनलेला आहे. त्याच्या मते, घोडा बनण्यातली मौजमजा माणसांना कळणे शक्य नाही. मनुष्यसंस्कृतीत घोडा प्रतीकरूपाने येतो. ते एकप्रकारे माणसाने आपले घोड्याशी असलेले नाते स्मरणात ठेवलेले आहे, याचे चिन्ह होय.

□□□

राजा ईडिपस

इसवी सनापूर्वी ४९७ ते ४०६ या काळात सॉफक्लीझ हा ग्रीक नाटककार होऊन गेला. त्याने १२३ नाटके लिहिली होती असे म्हणतात, परंतु त्यांतली केवळ सातच नाटके सापडलेली आहेत. सॉफक्लीझ हा श्रेष्ठ ग्रीक शोकांतिकाकर्ता म्हणून ओळखला जातो. त्याच्या प्रतिभेची निदर्शक म्हणून ही सात नाटके पुरेशी आहेत, असे वाङ्मयाच्या इतिहासकारांचे मत आहे. अजाक्स, ॲन्टिगनी, ईडिपस रेक्स, द ट्रॅकिनिअन विमेन, इलेक्ट्रा, फिलोक्रिटस आणि ईडिपस ॲट कलोनस ही ती नाटके होत.

ईडिपस रेक्स म्हणजे राजा ईडिपस हे सॉफक्लीझचे अत्यंत प्रभावी असे नाटक होय. ते इसवी सनापूर्वी ४२९ ते ४२५ या काळात लिहिले गेले. तेव्हापासून आजतागायत जगात सर्वत्र या नाटकाचे वारंवार प्रयोग होत आहेत, विविध भाषांमध्ये त्याची भाषांतरे झालेली आहेत, ॲरिस्टॉटलपासून रा. भा. पाटणकरांपर्यंत अनेक साहित्यसमीक्षकांच्या विचाराचा ते विषय झालेले आहे. मानसशास्त्रज्ञ, मानववंश आणि संस्कृतितज्ज्ञ, समाजशास्त्रज्ञ यांच्या अभ्यासाचे ते एक साधन झालेले आहे. याशिवाय जगातल्या अगणित वाचकांनी एक श्रेष्ठ वाङ्मयकृती म्हणून त्या नाट्यकृतीचा आस्वादही घेतलेला आहे.

सदानंद रेगे यांनी या नाटकाचे मराठी रूपांतर 'जयकेतु' या नावाने १९५९ साली प्रकाशित केले होते. परंतु रूपांतरात 'मुळातील संदर्भाचे अधिष्ठानच नष्ट झाले होते' म्हणून त्यांनी 'राजा ईडिपस' नाटकाचे हे भाषांतर १९७७ मध्ये प्रसिद्ध केले.

सदानंद रेगे (१९२३ ते १९८२) हे कवी आणि कथाकार होते, तसेच ते उत्तम अनुवादकही होते. त्यांची मायकोवस्की, व्हिटमन यांच्या कवितांची, इब्सेन, ओ'नील यांच्या नाटकांची, ऑरवेल, स्टाइनबेक यांच्या कादंबऱ्यांची भाषांतरे नावाजली गेलेली आहेत. रेगे यांना अनुवादाची उत्तम जाण होती हे 'राजा ईडिपस' या अनुवादावरून लक्षात येते. अर्थात हा अनुवाद मूळ ग्रीक भाषेतून केलेला नसून इंग्रजी अनुवादावरून केलेला आहे हेही लक्षात घेतले पाहिजे.

'राजा ईडिपस' या नाटकाचे विश्लेषण करण्यापूर्वी या नाटकाच्या कथानकाची रूपरेषा पाहूया.

थीब्ज ही नगरी डेल्फीच्या कौलानुसार कॅडमसने वसविली होती. ही नगरी वसविण्याचे कार्य सुरू असतानाच कॅडमसवर दुर्दैव कोसळले आणि या नगरीचे सुरुवातीचे रहिवासी अजगराचे भक्ष्य बनले. परंतु कॅडमसने त्या अजगराला ठार केले. त्या अजगराचे दात थीब्जमध्ये पुरण्याचा आदेश देवलोकातून आला. त्यातून भयानक राक्षसांचा उदय झाला, संहार झाला. त्यातून पाच लोक जिवंत राहिले. हे पाच लोक थीब्जचे पहिले नागरिक होत. कॅडमसचा पॉलिडोरस, पॉलिडोरसचा लाब्डाकस, लाब्डाकसचा लायस आणि लायस व त्याची पत्नी यांचा मुलगा ईडिपस. परंतु या मुलाचे नाव ठेवण्यापूर्वीच 'हा मुलगा आपल्या बापाचा खून करील आणि आईशी लग्न करील' अशी अपोलोची भविष्यवाणी झाली होती. लायस आणि त्याची पत्नी 'जूकास्ता' या मुलाला मारून टाकायचे ठरवतात, परंतु बालहत्येचे पातक आपल्या हातून घडू नये म्हणून ती दोघे त्या मुलाला एका मेंढपाळाच्या स्वाधीन करतात आणि त्याला सांगतात की, त्या मुलाला डोंगरावर टाकून दे. त्याने रांगत जाऊन आपला जीव वाचवू नये म्हणून त्याच्या पायात लोखंडी दाभण खुपसायला सांगतात. परंतु अपोलोची भविष्यवाणी खोटी कशी ठरणार? तो मेंढपाळ त्या मुलाला डोंगरावर टाकून देण्याऐवजी त्याला कॉरिंथच्या मेंढपाळाकडे सोपवतो. कॉरिंथचा मेंढपाळ आपल्या पुत्रहीन राजाकडे, पॉलिबसकडे त्या मुलाला घेऊन जातो. पॉलिबस त्याला स्वीकारतो आणि त्याचे नाव 'ईडिपस' (सुजलेल्या पायांचा) असे ठेवतो.

ईडिपस तिथे वाढतो, तरुण होतो, कॉरिंथचा लाडका राजकुमार म्हणून वाढतो; परंतु तिथे असताना ती भीषण भविष्यवाणी त्याच्या कानी पडते आणि आपल्या आईबापांपासून तो लांब पळत सुटतो. निरुद्देश भटकंती करीत

असताना तो थीब्जला येतो. राजा लायस हा मारला गेलेला असतो आणि थीब्ज नगरी स्फिंक्सच्या तावडीत सापडलेली असते. स्फिंक्सने कोडे घातलेले असते आणि ते न सोडवू शकणाऱ्या प्रत्येकाला ती नष्ट करीत असते. ईडिपस येतो, तो ते कोडे सोडवतो आणि थीब्जला स्फिंक्सच्या कचाट्यातून सोडवतो. थीब्ज नगरीचे रहिवासी त्याला आपला राजा म्हणून स्वीकारतात, तो जूकास्ताशी लग्न करतो, त्यांना अनेक मुले आणि मुली होतात. अशी पंधरा वर्षे जातात.

सॉफक्लीझच्या 'राजा ईडिपस' या नाटकाला आरंभ होतो तेव्हा राजगृहासमोरील प्रांगणात असलेल्या यज्ञवेदीभोवती नागरिक प्रार्थनेसाठी जमलेले असतात. नंतर राजा ईडिपस आतून येतो व त्यांना आज इथे यज्ञवेदीभोवती जमण्याचे कारण विचारतो. पुरोहित, नगरीवर कोसळलेल्या विविध आपत्तींची माहिती देतो. मागे ईडिपसने या नगरीला दु:शक्तीच्या विपत्तीतून कसे सोडवले होते ते सांगून आताही त्याने त्या नगरीला संकटातून सोडवावे, अशी विनंती करतो. राजा ईडिपसने शालक क्रिऑन याला यापूर्वीच देवलोकीचा कौल आणण्यासाठी पाठवलेले असते. थोड्याच वेळात क्रिऑन येतो आणि नगरीवर कोसळलेल्या आपत्तीचे कारण सांगतो. थीब्जचा पूर्वीचा राजा लायस याचा खून झाला होता, परंतु त्याचा मारेकरी अजून सापडलेला नाही. त्याला शासन झाल्याशिवाय या नगरीचे वैभव आणि सुख परत येऊ शकत नाही. राजा ईपिडस लायसच्या खुनाविषयी चौकशी करतो. कधी, केव्हा, कुठे त्याचा खून झाला, हे तो विचारतो. राजा लायस तीर्थाटनाला गेलेला असताना वाटेत कुणीतरी त्याचा खून केला असे क्रिऑनने सांगितलेले असते. राजा ईडिपस लायसच्या मारेकऱ्याचा कसून शोध घेण्यात येईल व त्याला कठोर शासन करण्यात येईल असे आश्वासन देतो. त्यानंतर तेरेसियासला बोलावण्यात येते. तेरेसियास हा या नगरीतील एक अत्यंत ज्ञानी पुरुष असून वार्धक्याने थकलेला आणि दृष्टिहीन आहे. सुरुवातीला तो काही बोलायला तयार होत नाही, पण ईडिपस त्याला डिवचतो, त्याचा अनादर करतो तेव्हा तो सांगतो : 'ज्याच्या शोधात तू आहेस, तो राजा लायसचा मारेकरी तूच आहेस', आणखी पुढे तो सांगतो: 'जिच्यावर तुझं अपार प्रेम आहे, तिच्याशी असलेले तुझे संबंध पापी स्वरूपाचे आहेत'. ईडि़पस हे ऐकून अत्यंत संतापतो. त्याला वाटते की, क्रिऑनने याला हाताशी धरले आहे. आपली राजपदावरून हकालपट्टी व्हावी यासाठी हे कुभांड रचले जात

आहे. परंतु जाताजाता तेरेसियास त्याला ऐकवतो : 'स्वत:च्या मातेचा तो झाला आहे पती, अन् त्याच्याच हातून घडली आहे, आपल्या पित्याची हत्या...'

ईडिपस क्रिऑनवर राजद्रोहाचा आरोप करतो आणि त्याला वधस्तंभावर चढवण्याची शिक्षा फर्मावतो. त्यावेळी पौरजन मध्यस्थी करतात. ईडिपसची पत्नी जूकास्ता येते आणि तीहि क्रिऑनच्या राजनिष्ठेविषयी शंका नसल्याचे सांगते. त्यानंतर ती राजा लायसचा खून आणि क्रिऑन किंवा तेरेसियास यांचा काहीही संबंध नसल्याचे निक्षून सांगते. त्याचवेळी ती जी माहिती देते त्याने ईडिपस अस्वस्थ होतो. 'माझ्यापासून जो पुत्र होईल त्याच्याच हातून लायसचा खून होईल, अशी भविष्यवाणी झाली होती. लायसने त्याच्या पायात खिळे ठोकून गावाबाहेरच्या टेकडीच्या पायथ्याशी निर्जन प्रदेशात टाकून दिले. लायसचा मृत्यू त्याच्या मुलाच्या हातून घडला नाही, तर एका चोरट्याच्या हातून झाला. तीन मार्ग एकत्र येतात अशा ठिकाणी'. ही माहिती ऐकून ईडिपसच्या चित्तात उलथापालथ होते. तो जूकास्ताला विचारतो की कुठल्या प्रदेशात ही हत्या झाली, कधी, राजा लायस दिसायला कसा होता, त्याचे वय, वगैरे. या साऱ्या प्रश्नांच्या उत्तरांनी ईडिपस अधिकच अस्वस्थ होत जातो. त्याला आतल्या आत काही गोष्टी स्पष्ट होत चालल्या आहेत. आता राजा लायसच्या हत्येच्या वेळी जो माणूस तिथे होता आणि इकडे जीव वाचवून परतला होता, त्याच्यावरच सगळे अवलंबून आहे असे त्याला वाटते. लायसची हत्या दरोडेखोरांच्या टोळीने केली की तो एकच माणूस होता, हे तोच सांगू शकेल.

जूकास्ता त्याच्या अस्वस्थतेचे कारण विचारते. तेव्हा ईडिपस स्वत:ची कथा सांगतो. कॉरिंथियाच्या पॉलिबसचा तो मुलगा. एकदा मित्र चेष्टेत त्याला सांगतात की, पॉलिबस हा काही तुझा खरा बाप नव्हे. तेव्हा ईडिपस देवतेचा कौल घेण्यासाठी जातो. तिथे त्याला भीषण भविष्यवाणी ऐकावी लागते : 'प्रत्यक्ष मातेशी तुझे लग्न होईल'. हे ऐकून तो तिथून पळत सुटतो. तेव्हा एका वृद्धाची हत्या घडते. तोच राजा लायस असेल तर...!

काही वेळाने कॉरिंथहून दूत येतो आणि ईडिपसचा पिता राजा पॉलिबस वार्धक्याने मृत्यू पावल्याचे सांगतो. आता ईडिपसकडे तिथले राजपद चालत आलेले आहे. आपल्या पित्याची हत्या आपल्याकडून घडली नाही याचे समाधान त्याला वाटत असतानाच मातेशी लग्न होईल काय, या भीतीचे

दडपण त्याच्यावर आहे. तेव्हा दूत त्याला या भीतीतूनही मुक्त करतो. तो सांगतो : 'कसलंच नातं नाही तुमचं नि पॉलिबसचं.' या दूतानेच ईडिपसला पॉलिबसच्या स्वाधीन केलेले असते. त्याला ईडिपस कसा सापडला याचेही तो वर्णन करतो. राजा लायसच्या सेवकांपैकी एका मेंढपाळानेच त्याच्या स्वाधीन त्याला केलेले असते. आता ईडिपसच्या जन्मरहस्याची उकल करण्यासाठी त्या मेंढपाळाला तिथे आणले पाहिजे. ईडिपस म्हणतो: 'माझ्या जन्माचं गूढ उकललं गेलंच पाहिजे.' आतापर्यंतचे बोलणे जूकास्ताने ऐकलेले असते. तिला बहुधा सगळी कल्पना आलेली आहे. ती हा शोध येथेच थांबवायला सांगते. 'काही असलं तरी आता काही विचारू नका. भीक मागते मी. असलं काही करू नका.' अशी ती याचना करते. परंतु ईडिपसचे उत्तर आहे: 'सत्याचा शोध केल्याशिवाय मला स्वस्थ बसवणार नाही.'

जूकास्ता आत निघून जाते. त्यानंतर मेषपाल येतो. कॉरिंथचा दूत, थीब्जचा मेषपाल आणि ईडिपस यांच्या संवादातून सत्य उघड होते. खिळे मारून टेकडीच्या पायथ्याशी टाकून दिलेले ते मूल म्हणजेच आजचा हा ईडिपस, हे स्पष्ट होते. ईडिपसने, कॉरिंथकडून थीब्जकडे येत असताना ज्या माणसाची हत्या केली होती तो त्याचा पिता लायस होता, स्फिंक्सचे कोडे सोडवल्यानंतर थीब्जचे राजपद स्वीकारताना ज्या स्त्रीला पत्नी म्हणून स्वीकारले ती जूकास्ता ही त्याची माताच आहे हे सर्वांना कळून चुकते. ईडिपस दु:खावेगाने आत निघून जातो. काही वेळाने आतून राजदूत येतो आणि 'आपली राणी मृत्यू पावली आहे' ही घोषणा करतो. तिने आत्महत्या केलेली असते. ईडिपस आपले डोळे फोडून घेतो.

क्रिऑन येतो. आपल्याला नगराबाहेर घालवून दे, असे ईडिपस त्याला सांगतो. तो म्हणतो, 'देवच सांगतील याविषयी काय करायचं ते.' आपल्या निष्कासनाला क्रिऑनची मान्यता आहे हे जाणून ईडिपस त्याच्या ईस्मिनी आणि अँटिगनी या दोन कन्यांसह निघून जाऊ पाहतो. त्यावर क्रिऑन त्याला म्हणतो, 'तू जाऊ शकतोस. मुलांना घेऊन जाता येणार नाही.' आता ईडिपसने आज्ञा द्यायच्या नसून पाळायच्या आहेत. क्रिऑन म्हणतो : 'तुझं राज्य संपलं.'

सॉफक्लीझच्या नाटकाची ही अखेर आहे, बऱ्याच काळानंतर ईडिपसच्या निष्कासनाची आज्ञा येते. ईडिपस आता वृद्ध झालेला असतो. तो अ‍ॅन्टिगनी या कन्येसह कायमचा वनवासात निघून जातो.

सॉफक्लीझच्या 'राजा ईडिपस' या नाटकाच्या कथानकाचा सारांश आपण पाहिला. 'राजा ईडिपस' ही एक महान शोकांतिका आहे असे म्हटले जाते. तेव्हा शोकांतिका म्हणजे काय ते प्रथम पाहू.

ॲरिस्टॉटलने 'काव्यशास्त्रा'त शोकांतिकेची व्याख्या आणि स्वरूपवर्णन केलेले आहे. त्याच्या मते, शोकांतिका ही गंभीर, स्वयंपूर्ण व विशिष्ट आकारमान असलेल्या कर्माची अनुकृती असते. तिची भाषा प्रत्येक जातीच्या कलात्मक भूषणाने सुशोभित असते. ती नाट्यरूप असते, निवेदनात्मक नसते. आणि ती करुणा व भीती ह्यांच्या साहाय्याने त्या भावनांचे योग्य ते विरेचन घडवून आणते. दृश्य साधने हे शोकांतिकेचे एक अंग असून त्यानंतर गीत व शब्दयोजना ही अंगे येतात. ॲरिस्टॉटलने शोकांतिकेची सहा अंगे सांगितलेली आहेत : कथानक, स्वभाव, शब्दयोजना, विचार, दृश्य व गीत. शोकांतिकेत प्रसंगांची रचना सगळ्यात महत्त्वाची असते. कारण शोकांतिका ही व्यक्तीची अनुकृती नसून एका कर्माची व जीवनाची अनुकृती असते. तेव्हा कथानक हेच आद्यतत्त्व आणि जणू काय शोकांतिकेचा आत्मा होय. स्वभावाचा अनुक्रम दुसरा आणि विचाराचा तिसरा. कथानक एकात्म असावे असे ॲरिस्टॉटल म्हणतो. त्यात एकाच आणि तीही सबंध कर्माची अनुकृती असावी. तसेच ते संभाव्यतेच्या किंवा अपरिहार्यतेच्या नियमाप्रमाणे असावे. कथानकाची तीन अंगे असतात. परावृत्ती, अभिज्ञान आणि दुःखभोगाचा प्रसंग. संभाव्यतेच्या किंवा अपरिहार्यतेच्या नियमानुसार कर्माला विरुद्ध दिशेकडे कलाटणी मिळते, त्या स्थित्यंतराला घटनेची परावृत्ती म्हणतात. अभिज्ञान म्हणजे अज्ञानापासून ज्ञानाकडे नेणारे स्थित्यंतर. रंगभूमीवरील मृत्यू, शारीरिक यातना इत्यादी दुःखद क्रिया म्हणजे दुःखभोगाचा प्रसंग.

ॲरिस्टॉटलने शोकांतिकेविषयीचे विवेचन करीत असताना 'राजा ईडिपस'चा पुष्कळदा उल्लेख केलेला आहे. नंतरच्याही काळात शोकांतिकेसंबंधी विवेचन करणाऱ्या विचारकांनी 'राजा ईडिपस'चा उल्लेख अपरिहार्यपणे केलेला आहे. सॉफक्लीझला नाट्यरचनेचे तंत्र चांगले अवगत होते असे नाट्यकृतीकरून दिसते. ईडिपस, जूकास्ता, क्रिऑन, तेरेसियास, पुरोहित, दूत, मेषपाल, राजदूत या पात्रांबरोबरच 'वृंद' हे एक पात्र सॉफक्लीझने निर्माण केलेले आहे. वृंद म्हणजे समूह. हा थीब्जच्या वरिष्ठ नागरिकांचा समूह आहे. 'वृंदसुद्धा एक नट आहे असेच समजावे. सबंध नाटकाचा तो एक विभिन्न विभाग असला पाहिजे.' असे ॲरिस्टॉटलने म्हटले आहे. घटनांची साखळी जोडणे, घडलेल्या

घटनांवर भाष्य करणे हे वृंदाचे काम. सॉफक्लीझच्या या नाटकात वृंदाचा उपयोग अतिशय प्रभावी आहे. त्यातून मानवी शोकात्मिकेकडे पाहणारी एक तटस्थ दृष्टीही आपल्याला सतत जाणवते. एकूणच कथानकाची कलात्मक रचना आणि मानवी जीवनाविषयीची खोल समज यांमुळे ही शोकांतिका श्रेष्ठ नाट्यकृती मानली गेलेली आहे.

सॉफक्लीझने 'राजा ईडिपस' हे नाटक त्या काळात प्रचलित असलेल्या एका प्राक्कथेवरून (मिथवरून) रचलेले आहे. अनेक ग्रीक नाटककारांनी या प्राक्कथेवरून नाटके रचली, परंतु सॉफक्लीझचे नाटक कालप्रवाहात टिकून राहिलेले आहे. या नाटकाचा आधार अशी प्राक्कथा आणि हे नाटक या दोन गोष्टींनी अनेक मानसशास्त्रज्ञांना, मानववंशशास्त्रज्ञांना, समाजशास्त्रज्ञांना आणि साहित्यमीमांसकांना सिद्धांत मांडण्याची प्रेरणा दिली.

डॉ. फ्रॉइड यांनी 'डेव्हलपमेंट ऑफ द लिबिडो ॲण्ड सेक्शुअल ऑर्गनायझेशन' या निबंधात 'ईडिपस कॉम्प्लेक्स' ही संज्ञा वापरलेली आहे. त्यांनी तेथे राजा ईडिपस या ग्रीक प्राक्कथेचा (मिथचा) आणि सॉफक्लीझच्या नाटकाचा संदर्भ दिलेला आहे. सॉफक्लीझच्या नाटकात ईडिपसच्या हातून घडलेली कृत्ये हळूहळू प्रकाशात येत जातात. ती कृत्ये केव्हाच घडून गेलेली आहेत परंतु अतिशय चातुर्याने केलेल्या प्रदीर्घ चौकशीतून ती आता निष्पन्न होत जातात, दरवेळी नवनवे पुरावे समोर येत राहतात. डॉ. फ्रॉइड यांच्या मते, मनोविश्लेषण आणि या नाटकाची रचना यांत साम्य आहे. कसे ते पाहूया :

१. लायसचा खून झालेला असून त्याच्या मारेकऱ्याला अजूनपर्यंत शासन झालेले नसल्याचे ईडिपसला कळते.

२. लायसचा खून होताना ज्याने पाहिलेले असते त्याचा शोध घेण्याचा आदेश.

३. तेरेसियासशी झालेल्या संभाषणातून ईडिपस हाच तो मारेकरी आहे, इतकेच नव्हे, तर बापाचा खून करून आईशी लग्न करणारा पापी मनुष्य म्हणजे ईडिपस हाच आहे, आणि या ईडिपसचा जन्मही याच भूमीत झालेला आहे हे कळणे.

४. ईडिपस, तेरेसियासच्या बोलण्याचा अर्थ क्रिऑन आपल्याविरुद्ध कट करतो आहे, त्यानेच आपल्या विरुद्ध मोहीम उघडण्यासाठी तेरेसियासला पुढे केलेले आहे, असा लावतो.

५. जूकास्ताकडून तिच्या व लायसच्या मुलाची हकीकत कळते. त्या मुलाच्या संदर्भातील भविष्यवाणी, मग त्याच्या पायात खिळे ठोकून त्याला टेकडीच्या पायथ्याशी टाकून देणे, इत्यादी.

६. जूकास्ताकडून राजा लायसचा खून कुठे, कधी झाला हे कळते. तसेच लायस दिसायला कसा होता वगैरे.

७. त्या मुलाबाबतची भविष्यवाणी आणि स्वत:च्या बाबतीतील भविष्यवाणी यांतले साम्य ईडिपसला जाणवते. तसेच कॉरिंथकडून थीब्जकडे येत असताना त्याच्या हातून घडलेली हत्या आठवते.

८. कॉरिंथहून दूत येतो, त्याने राजा पॉलिबसच्या वार्धक्याने झालेल्या मृत्यूची बातमी आणलेली असते, ती ऐकून इडिपस एका भीतीतून काही काळ मुक्त होतो, परंतु त्याच दूताकडून ईडिपसला जन्मरहस्यही कळते.

९. जूकास्ता चौकशी थांबवण्याचा प्रयत्न करते. तिला सगळी हकीकत स्पष्ट झालेली आहे.

१०. मेषपाल येतो. दूताने सांगितलेल्या हकीकतीचे पुरावे मिळतात. आता ईडिपसला संपूर्ण सत्य कळलेले असते.

ज्या भीतीच्या ग्रंथीने ईडिपसला पछाडलेले होते तिचे या चौकशीतून विश्लेषण झालेले आहे. याप्रकारे मनोविश्लेषण आणि हे नाटक यांत साम्य दिसते. मनोविश्लेषण या उपचारपद्धतीत मनोविश्लेषक रुग्णाला प्रश्न विचारतो, रुग्णाच्या उत्तरांतून तो व्याधीची 'लक्षणे' शोधून काढतो. येथेही विविध चौकशीतून ईडिपसच्या व्याधीकडे आपण येतो. बापाचा खून आणि आईशी लग्न या भीतीने पछाडलेल्या ईडिपसकडून या दोन्ही गोष्टी घडतात. त्या 'नकळत' घडतात आणि त्या घडलेल्या आहेत हे तो सुरुवातीला नाकारतो, लायसचा खून दरोडेखोरांच्या टोळक्याने केला, पॉलिबसचा मृत्यू वार्धक्याने झाला या गोष्टींनी त्याला हायसे वाटते. आपल्या हातून कोणतेही दुष्कृत्य घडलेले नाही असे त्याला वाटत राहते. परंतु अधिक चौकशीतून सगळे उघड होते. राजा ईडिपस हा रुग्ण नव्हे, ती प्रत्यक्षातील हकीकत नव्हे, ते नाटकातले पात्र आहे, सॉफक्लीझ लिखित शोकांतिका आहे, परंतु मनोविश्लेषण आणि ही नाट्यरचना यांतील साम्य दाखवण्यासाठी हा विचार केलेला आहे.

जूकास्ता ईडिपसच्या जन्मरहस्याची चौकशी थांबवण्याचा प्रयत्न करते. ती म्हणते, 'पुष्कळ लोकांचे स्वप्नामध्ये आपल्या आईशी मिलन होत असते', (सदानंद रेगे यांच्या अनुवादात, 'मेनी अ मॅन हॅज सफर्ड धिस बिफोर–बट

ओन्ली इन हिज ड्रीम्स' या वाक्याचे भाषांतर आढळत नाही.) डॉ. फ्रॉइड यांच्या दृष्टीने स्वप्ने अत्यंत महत्त्वाची असतात. विशेषत: काही खास स्वप्ने. जूकास्ता ज्या स्वप्नाविषयी बोलते आहे त्याचा आणि प्राक्कथेतल्या भीषण आणि धक्कादायक कथेचा निश्चितच संबंध आहे असे त्यांना वाटते.

ही शोकांतिका पाहणाऱ्या व्यक्तीला प्राक्कथेतील गूढ अर्थ आणि आशय जाणवतो. व्यक्ती आत्मविश्लेषण करते आणि स्वत:मधल्या 'ईडिपस कॉम्प्लेक्स' चा शोध घेते. ईश्वराची आज्ञा अथवा देववाणी या गोष्टी त्याच्याच असंज्ञ मनाची देखणी वेषांतरे होत. आपल्या वडिलांची जागा आपण घ्यावी, आईशी लग्न करावे, हा आपल्या मनात येऊन गेलेला विचार आठवतो, त्या विचाराचा त्याने तिरस्कार केला पाहिजे असे त्याला वाटते. नाटककार जणू सांगत असतो, तुम्ही आपली जबाबदारी व्यर्थ टाळता आहात, तुम्ही असल्या दृष्कृत्याविरुद्ध कसे लढलात याच्या घोषणा फोल ठरल्या आहेत. तुम्ही गुन्हेगार आहात, तुमच्या असंज्ञ मनात त्या इच्छा अजून वळवळत आहेत. यात मानसशास्त्रीय सत्य दडलेले आहे असे फ्रॉइड यांचे मत आहे. माणूस आपल्या विकृत वासना असंज्ञ मनात दडपून टाकतो आणि त्यांचा आपला काही संबंध नाही असे दाखवतो, तरी देखील अपराध-बोधाच्या रूपाने त्याला आपल्या जबाबदारीची जाणीव होत राहते.

डॉ. फ्रॉइड यांच्या मते, मज्जाविकारग्रस्त लोकांना छळणाऱ्या अपराध-बोधाचे मूळ ईडिपस कॉम्प्लेक्समध्येच असते. धर्म आणि नीतीचा उदय देखील या अपराध-बोधामधूनच झाला असावा आणि तो अपराध-बोध ईडिपस कॉम्प्लेक्समधून आला असावा.

डॉ. फ्रॉइड यांची ईडिपस कॉम्प्लेक्सविषयीची धारणा थोडक्यात येथेच पाहणे योग्य होईल. त्यांच्या मते, लहान मुलांच्या मनात आपल्या आईविषयी प्रेम आणि बापाविषयी मत्सर निर्माण होतो. ते मूल जसजसे वाढत जाते तसतशी ही भावना त्याच्या असंज्ञ मनात जाऊ लागते. लहान मूल आपल्या आईविषयीच्या कामभावनेचा वेगवेगळ्या रितीने आविष्कार करीत असते.

मातेशी व्यभिचार आणि बापाची हत्या हे ईडिपसकडून घडलेले दोन गुन्हे होत. मानवाच्या पहिल्या सामाजिक-धार्मिक संस्थेने याच दोन कृत्यांना निषिद्ध मानलेले आहे. मूल वाढत जाते तेव्हा या दोन गोष्टींच्या विचारातून स्वत:ला सोडवत जाते, पालकांपासून मुक्त होते. मज्जाविकारग्रस्त व्यक्तींना असे अलग होणे जमलेले नसते. ईडिपसच्या प्राक्कथेत मानवाच्या उच्छृंखल अंत:प्रेरणेची

खरीखुरी अभिव्यक्ती झालेली आहे. ओटो रँक या मानसशास्त्रज्ञाने तर असे म्हटले आहे की, वेगवेगळ्या काळांतल्या नाटककारांनी ईडिपस आणि अगम्यगमन-गंडामधून व त्यांच्या निरनिराळ्या रूपांमधून नाट्यसामग्री घेतलेली आहे.

ईडिपसची प्राक्कथा मानवाची दमित इच्छा अभिव्यक्त करणारी आहे, परंतु राजा ईडिपस ही शोकांतिका केवळ तेवढ्याच गोष्टीची अभिव्यक्ती करते असे म्हणता येत नाही. स्वप्नरचना आणि नाट्यकृती-रचना यांतले साम्य आपल्याला शोधता येईल. तसेच 'तत्' / 'असंज्ञ', 'अहम्' / 'सबोध' आणि 'अति अहम्' / 'विवेकशक्ती' हे मनाचे तीन भागही या नाट्यकृतीत कसे दिसतात हेही पाहता येईल.

'अप्रकट स्वप्न ज्या प्रक्रियेने प्रकट स्वप्नात रूपांतरित होते तिला स्वप्नरचना म्हणतात.' साहित्यकृतीच्या बाबतीतही म्हणता येईल की, 'अप्रकट' साहित्यकृती शब्दरूपाने प्रकट होते. स्वप्नरचनेप्रमाणे साहित्यकृतिरचनेतही 'संक्षेपक्रिया', 'स्थानांतर' आणि 'विचारांचे दृश्य प्रतिमांमध्ये रूपांतर' या गोष्टी असतात. सबंध 'राजा ईडिपस' ही नाट्यकृती संक्षेपक्रियेचे उदाहरण आहे. राजा ईडिपस आणि जूकास्ता हे मानवाचे प्रतिनिधी आहेत. ईडिपसच्या कृतीला व्यक्तिगत स्वरूप येत नसून ती विश्वात्मक बनते. नाट्यकृतीच्या सौष्ठवाचा विचार करून नाटककार अप्रकट घटक वगळतो किंवा काही अंशच प्रकट करतो. येथे राजगृहासमोरील प्रांगण हेच एक स्थळ असल्यामुळे सर्व घटना येथेच घडतात. त्या कृतीच्या, संभाषणाच्या, निवेदनाच्या अथवा भाष्याच्या रूपाने तो दाखवतो. एकीकडे ईडिपसकडून घडलेले अगम्यगमन आणि दुसरीकडे मानवावर वर्चस्व गाजवणारी नियती असे दोन परस्परांशी समांतर असे विचार या नाट्यकृतीतून प्रकट होतात. लायसच्या हत्येच्या शोधातून ईडिपसचे जन्मरहस्य हाती येणे या परस्परविरोधी अथवा विसंगत गोष्टीही इथे एकात्म रूपात येतात. 'स्थानांतरा'च्या प्रक्रियेसंबंधी असे म्हणता येईल की, लायसच्या हत्येमागे असलेल्या मारेकऱ्याला शासन झालेले नाही. त्यामुळे थीब्जवर आपत्ती कोसळलेली आहे हा महत्त्वाचा घटक. परंतु पुढे ईडिपसच्या जन्मरहस्याची उकल हाच महत्त्वाचा घटक बनतो. स्वप्नाचे केंद्र बदलते त्याप्रमाणे इथे नाट्यकृतीचे केंद्र बदललेले आहे. लायसची हत्या हा अप्रत्यक्ष संदर्भ आहे, त्यातून त्या घटनेशी ईडिपसचा प्रत्यक्ष संबंध असल्याचे नंतर निष्पन्न होते. नाटकाच्या सुरुवातीला लायसच्या खुन्याला आपण शोधून

काढू म्हणणारा ईडिपस हाच त्या हत्येला जबाबदार आहे असे पुढे सिद्ध होते.

मनाचे तीन भागही या नाटकात कसे व्यक्त होतात, ते पाहूया. ईडिपस हा 'तत्' किंवा असंज्ञ मनाचे प्रतीक आहे, ही चौकशी थांबवा असे म्हणणारी जूकास्ता ही 'अहम्' अथवा सबोध मनाची प्रतीक आहे आणि वृंद 'अति अहम्' अथवा विवेक शक्तीचे प्रतिनिधित्व करतो, या नाट्य कृतीत 'तत्'चा, असंज्ञ मनाचा प्रमाथी आविष्कार ईडिपसच्या रूपाने घडतो. जन्मरहस्याच्या चौकशीच्या संदर्भातला त्याचा अनावर आवेग जूकास्ताला सहन होत नाही, ती भयभीत होते. असंज्ञ मनाच्या इच्छांच्या आवेगांना 'अहम्' अथवा सबोध मन नियंत्रित करण्याचा प्रयत्न करते. येथे तो प्रयत्न यशस्वी होत नाही. मात्र ईडिपसच्या या आत्मविनाशाला वृंदामुळे/विवेक शक्तीमुळे एक निराळे परिमाण प्राप्त होते. अहंकारी मानवावर नियंत्रण करणारी एक अदृश्य नियती आहे, ती माणसाकडून कळत अगर नकळत घडलेल्या अपराधांना शासन करीत असते, मनुष्य तिच्यापुढे अगदी क्षुद्र आहे म्हणून माणसाने आपल्या 'अंताकडे' दृष्टी ठेवून असावे-असा विचार वृंद व्यक्त करतो.

डॉ. फ्रॉइड यांच्या 'ईडिपस कॉम्प्लेक्स' विषयक विचारधारेवर डॉ. एरिक फ्रॉम यांनी आक्षेप घेतलेला आहे. त्यांच्या मते, पुरुषाचे आपल्या मातेविषयीचे महत्त्व सहज लक्षात येण्याजोगे आहे. गर्भाशयातदेखील तीच त्याचे जग असते. तो तिचा अविभाज्य भाग असतो, ती त्याला भरवते, तिने त्याला वेढलेले असते आणि तीच त्याचे रक्षणही करते आणि जन्मानंतरही या स्थितीत फारसा बदल होत नाही. त्याचे जगणे तिच्यावर अवलंबून असते. त्याचे जगणे ती नष्टही करू शकते. सुरुवातीच्या तीन चार वर्षांत मुलाच्या आयुष्यात पित्याला काहीही स्थान नसते. आईविषयी महत्त्व वाटणे आणि तिच्यावर अवलंबून असणे हे एखाद्या व्यक्तीविषयी ममत्व वाटण्याहून कितीतरी वेगळे आहे. ती एक विशिष्ट अवस्था आहे, त्या अवस्थेत मुलाला संरक्षण असते, त्याला प्रेम मिळते आणि त्याच्यावर दुसरी कसली जबाबदारीही नसते. त्या अवस्थेची ओढ माणसाला सतत लागलेली असते. कारण मनुष्यही या अफाट जगात असहाय असतो. फ्रॉम यांच्या मते, लहान मुलाप्रमाणे प्रौढ मनुष्यही असहाय असतो. लहान मुलाला त्याची आई असते. प्रौढाभोवती मित्र, पत्नी, सामाजिक सुरक्षितता या गोष्टी असतात. तरीदेखील तो तितका निश्चिंत नसतो. त्यामुळे लहानपणच्या दुरावलेल्या जगाविषयी त्याला ओढ लागते. बालपणाचे ते जग आणि प्रौढ झाल्यानंतरचे जग यांत विरोध असतो.

या विसंगतीतून मज्जाविकृतीचा उदय होत असतो, असे फ्रॉम यांचे मत आहे. मुलाला मातेविषयी वाटणाऱ्या ममत्वात कामभावना असते, हा फ्रॉइड यांचा विचार फ्रॉम यांना चुकीचा आहे असे वाटते.

ईडिपस कॉम्प्लेक्समधल्या दुसऱ्या भागाविषयी म्हणजे पित्याविषयी वाटणाऱ्या शत्रुत्वाच्या भावनेविषयी देखील फ्रॉम यांचे मत वेगळे आहे. या भावनेचा मातेविषयी वाटणाऱ्या ममत्वाशी काही संबंध नाही असे ते सांगतात. पितृसत्ताक समाजात मुलाला पित्याच्या इच्छेनुसार वागावे लागते, मुलावर पित्याचे स्वामित्व असते आणि पिताच त्याचे नशीब घडवतो. या स्थितीत मुलगा पित्याच्या आज्ञा पाळतो, म्हणजेच स्वत:च्या इच्छांऐवजी पित्याच्या इच्छा पूर्ण करतो. यातूनच पित्याविषयी तिरस्कार निर्माण होतो. फ्रॉइड यांनी, मातेविषयीचे ममत्व आणि त्यामुळे पित्याविषयीचे शत्रुत्व, असे सांगून एकमेकींशी संबंध नसलेल्या दोन गोष्टी एकत्र आणलेल्या आहेत.

फ्रॉम यांनी फ्रॉइड यांच्या ईडिपस प्राक्कथेविषयीच्या विचाराचेही विश्लेषण केले आहे. ते म्हणतात, ईडिपस मिथचे सूक्ष्म निरीक्षण केले तर काही प्रश्न निर्माण होतात. जूकास्ता ही आपली आई आहे माहीत नसताना ईडिपसची आणि जूकास्ताची भेट होते, तो तिच्या प्रेमात पडतो आणि नंतर नकळत तो लायसचा खून करतो असे नाटकात दाखवलेले नाही. किंबहुना जूकास्ताचे त्याला आकर्षण वाटले अथवा तो तिच्या प्रेमात पडला याचा साधा उल्लेखदेखील नाटकात नाही. राजसत्तेबरोबर तिचाही त्याला स्वीकार करावा लागला. यावरून लक्षात येते की, आई आणि मुलगा यांच्यातील निषिद्ध कामसंबंधाचे प्रतीक म्हणून या प्राक्कथेकडे पाहता येत नाही, तर पितृसत्ताक कुटुंबव्यवस्थेत मुलाने बापाविरुद्ध केलेले बंड म्हणून पाहावे लागते. जूकास्ताशी त्याचे लग्न होणे हा दुय्यम घटक आहे.

फ्रॉम यांना ईडिपस मिथचे संपूर्ण रूप केवळ राजा ईडिपस या एकाच नाट्यकृतीवरून स्पष्ट होते असे वाटत नाही. सॉफक्लीझच्या 'ईडिपस ॲट कलोनस' व 'ॲन्टिगनी' या कृतीही लक्षात घ्यायला पाहिजेत, असे ते सांगतात. त्यांच्या मते, या प्राक्कथेच्या केंद्रस्थानी पितृसत्ताक आणि मातृसत्ताक संस्कृतींचा संघर्ष आहे. या प्राक्कथेच्या वेगवेगळ्या रूपांमध्ये ईडिपस हा भूमिदेवतांच्या संप्रदायाशी निगडित असलेला दाखवलेला आहे. तीनही नाटकांचा विचार केल्यानंतर फ्रॉमचा निष्कर्ष आहे: अगम्यगमन हे मुख्य कथासूत्र नव्हे. केवळ 'राजा ईडिपस' वाचून असा समज होऊ शकतो. परंतु

सॉफक्लीझला समता आणि लोकशाहीवर आधारलेले मातृसत्ताक तत्त्व आणि कायदा व सुव्यवस्थेचे हुकूमशाहीचे पितृसत्ताक तत्त्व यांतला विरोध दाखवायचा होता. मातृसत्ताक तत्त्वाचा प्रतिनिधी ईडिपस आणि पितृसत्ताक तत्त्वाचा प्रतिनिधी क्रिऑन या दोघांतल्या संघर्षाचे चित्रण करून सॉफक्लीझ हे साधतो.

ईडिपस प्राक्कथेतून अगम्यगमन-निषेध व्यक्त होतो. मानवाच्या सांस्कृतिक इतिहासातील ती एक अपरिहार्य अवस्था आहे. जेव्हा मनुष्याला 'नाते' ही संकल्पना ठाऊक नव्हती तेव्हा तो पशुवत वागत असेल. समाज आणि संस्कृती अस्तित्वात आली तीही मानवी अस्तित्वाच्या रक्षणासाठीच. काहीही नियम किंवा व्यवस्था नसलेल्या मानव समाजाला एक व्यवस्था देत असताना अगम्यगमन-निषेध हा एक निर्बंध अस्तित्वात आला असण्याची शक्यता आहे. तत्पूर्वी आदिम मानवात प्रचलित असलेल्या अनेक गोष्टी निषिद्ध ठरवून एका नव्या रितीचे पालन या व्यवस्थेने आवश्यक मानले असणार. आई आणि स्त्री या दोन गोष्टी वेगळ्या आहेत हे बिंबवण्याच्या प्रयत्नातून ही प्राक्कथा तयार झाली असणे ही देखील एक शक्यता आहे.

डॉ. फ्रॉइड यांच्या ईडिपस कॉम्प्लेक्स या संकल्पनेच्या साहाय्याने 'राजा ईडिपस' या नाट्यकृतीचे स्पष्टीकरण, अर्थनिर्णयन संपूर्णपणे होऊ शकत नाही, तसेच ईडिपस कॉम्प्लेक्सच्या संदर्भात डॉ. फ्रॉम यांचे आक्षेपही विचारात घेतले तर या नाट्यकृतीच्या चुकीच्या अर्थाकडे आपण जातो आहोत असेही ध्यानात येते.

'राजा ईडिपस' या नाट्यकृतीचा आधार एक प्राक्कथा आहे. प्राक्कथा समाजात वर्षानुवर्षे प्रचलित असतात, त्या वेगवेगळ्या रूपांमध्ये चालत आलेल्या असतात, समाजाच्या संस्कृतीचा त्या एक भाग असतात. प्राचीन मानवाने प्राक्कथेतून आपले भावविश्व अगर विचारविश्व आविष्कृत केलेले असते. सॉफक्लीझने या प्राक्कथेच्या कोणत्या रूपातून नाट्यलेखनासाठी प्रेरणा घेतली याची माहिती नाही. परंतु त्या प्राक्कथेतील आशय संपूर्णपणे नाट्यकृतीतून व्यक्त होतो, यात संदेह नाही.

सॉफक्लीझच्या नाटकाची सुरुवात थीब्जवर आपत्ती कोसळल्यामुळे पौरजन भयभीत आहेत आणि आपत्तिनिवारणासाठी ते ईडिपसकडे आलेले आहेत अशी होते. तत्पूर्वी कितीतरी वर्षांपासून ईडिपस आणि जूकास्ता थीब्जवर राज्य करताहेत. प्रत्यक्ष नाटकातल्या घटनांचा काळ एका दिवसाहून कमीच आहे. त्या घटनांमागचे मुख्य सूत्र लायसचा मारेकरी शोधणे हे आहे. क्रिऑनला

अपोलोचा कौल घेऊन येण्यासाठी पाठवणे, अंध तेरेसियासला विचारणे, दूत आणि मेषपाल यांच्याकडे चौकशी करणे आणि शेवटी ईडिपस हाच तो खुनी आहे हे कळणे-असा एकूण नाट्यकृतीमधल्या घटनांचा क्रम आहे. ईडिपसचा लायसच्या मारेकऱ्याचा शोध हा शेवटी त्याच्याच भूतकाळात दडलेल्या वास्तवाचा शोध ठरतो. मनोविश्लेषणामध्ये रुग्णाच्या मनात दडपलेल्या गोष्टी हळूहळू वर याव्यात, तसे हे घडते.

या नाट्यकृतीत एका शोकात्म कर्माची अनुकृती आहे. या अनुकृतीला आरंभ, मध्य आणि अंत आहे. लायसच्या मारेकऱ्याचा शोध घेणे या हेतूने इथल्या कृतीला आरंभ होतो, परंतु नंतर समोर येत चाललेल्या गोष्टींनी या हेतूला एक वेगळे वळण लागते, किंवा हेतूमध्ये बदल होतो. लायसच्या मारेकऱ्याचा शोध असे पूर्वीचे रूप न राहता ईडिपसच्या जन्मरहस्याचा शोध असे रूपांतर होते. मानवी स्थितीतल्या गूढतेची जाणीव पात्रांना होऊ लागते. त्यातल्या यातनांचा बोध त्यांना होतो. पात्रांच्या कृतीला शोकात्म लय प्राप्त होते. ही शोकात्म लयच नाट्यकृतीच्या आकृतिबंधाला घडवते. कृतीला प्राप्त होणारी शोकात्म लय हाच या नाट्यकृतीचा आशय होय, असे फ्रांसिस फर्ग्युसन यांनी म्हटले आहे. शोकात्म लयीतील कृती म्हणजे काय ते स्पष्ट करण्यासाठी त्यांनी ईडिपस आणि तेरेसियास यांच्यातील संवादाचे उदाहरण घेतलेले आहे. या संवादात हळूहळू ईडिपस आणि तेरेसियास यांच्यात एक ताण तयार होतो व तो वाढत जातो.

'ईडिपस: ऋषिवर्य, आपल्या बुद्धीच्या कक्षेबाहेर नाही कुठलंच ज्ञान याचं आम्हांला पूर्ण भान आहे.

डोळ्यांनी नसलं आपल्याला दिसत

तरी राज्यावर कोसळलेली आपत्ती प्रत्यक्ष पाहण्याचं सामर्थ्य खचितच आहे आपल्या अंतरचक्षूत.

ह्या संकटसमयी मार्गदर्शनाच्या अपेक्षेनं पाहात आहो आम्ही आपणांकडे.
दूत पाठविला होता मी देवाकडे, हे आलंच असेल आपल्या कानी.
त्या दूताकरवी बोलली आहे त्यांची वाणी.
ज्यांच्या हातून घडली आहे राजा लायसची हत्या
त्यांना शिक्षा दिल्यानंच, देहान्ताची का वनवासाची,
होणार आहे सुटका ह्या घोर आपत्तीतून राजाची.
आमच्या या कार्यात हवा आहे आम्हांला तुमच्या साहाय्याचा हात.

त्यात तुमचं कल्याण आहे तसंच राज्याचंही आहे.
जाणतच आहा आपण की, वेळप्रसंगी सर्व शक्ती एकवटून
देशबांधवांच्या साहाय्याला धावून येण्यासारखं
ह्या पृथ्वीतलावर दुसरं पुण्यकृत्य नाही.'

ईडिपसचे हे भाषण हा या दृश्याचा उपोद्घात होय. यातूनच त्या दोन व्यक्तींमधला संघर्ष उदयाला येतो.

ईडिपसच्या या भाषणानंतर तेरेसियास म्हणतो, 'जेव्हा एखादी गोष्ट कळून घेतल्याने काहीही निष्पन्न होणार नसते तेव्हा कळून घेणे हे किती भयंकर असते. या गोष्टी पाहण्याची दृष्टी आता माझ्याजवळ राहिलेली नाही. मी इथे यायलाच नको होते.' ईडिपसला तेरेसियासच्या या बोलण्याचा अर्थ कळत नाही. तो विचारतो, 'कसल्या गोष्टी...' यानंतरचा संवाद पुढीलप्रमाणे आहे:

तेरेसियास : मला आश्रमात परत जाऊ दे. तेच सोयीचं होईल तुलाही...

ईडिपस : ऋषिवर्य, नीट विचार करा. तुम्ही उत्तर द्यायचं टाळत आहात हे ध्यानात घ्या. राज्याबद्दल तुमच्या मनात निष्ठा नसल्याचा तर हा पुरावा नव्हे?

तेरेसियास : राजा, तुझ्या या बोलण्यातून काय निष्पन्न होणार आहे, ते मला स्पष्ट दिसत आहे अन् म्हणूनच एकेक शब्द मी जपून बोलतो आहे.

ईडिपस : तुम्हांला यातलं काही माहीत असेल तर स्पष्ट बोला. एवढी भिक्षा तुम्ही घालायलाच हवी आम्हां सर्वांना.

तेरेसियास : नाही... तुम्हां सर्वांच्या आत्म्याला ज्ञात असलेला अज्ञाताचा पेला उघडा करायची माझी इच्छा नाही. मी माझ्या आणि तुमच्या आत्म्यातली असह्य गुपिते सांगणार नाही.

ईडिपस : काय? जे आहे आपणांस ज्ञात, ते नाही तुम्ही आम्हांला सांगणार?

असा आमच्याशी विद्रोह करणार? असा या साम्राज्याचा सर्वनाश पाहणार?

तेरेसियास : राजा, तू अधिक काही विचारू नये नि मी काही सांगू नये. तुझा सर्वनाश होऊ नये तसाच तो माझाही मला होऊ द्यायचा नाही. निरर्थक आहे ते ... मी काही सांगणार नाही.

ईडिपस : काहीच नाही. उद्धटा, नीचा, पाषाणही उठेल चवताळून तुझे

हे उर्मट शब्द ऐकून. काहीच सांगणार नाहीस काय?

तेरेसियास : उगाच माझ्यावर ठपका ठेवू नकोस. आधी आपल्या पायाखाली काय जळतंय ते पाहा.

ईडिपस: राष्ट्राचा असा अपमान करू पाहणाऱ्याच्या औद्धत्यानं संतपुरुषांनासुद्धा संताप आल्याशिवाय राहणार नाही.

तेरेसियास : बोललोच नाही मी काही तरी जे घडू घातलंय ते घडणारच आहे.

ईडिपस : जे घडायचं आहे ते सांगणं हाच तर तुझा व्यवसाय आहे.

तेरेसियास : नाही, एक शब्दही नाही, माझ्या तोंडून बाहेर पडणार.

संतापायचं असेल तेवढं खुशाल संतापून घे.

यानंतर ईडिपस तेरेसियासवरच लायसच्या हत्येची जबाबदारी टाकतो. तो म्हणतो, 'माझं मन मला सांगतंय की राजा लायसच्या हत्याकांडात तुझा हात आहे.' यावर तेरेसियास उलटून आघात करतो. तो म्हणतो, 'या साम्राज्याला लागलेला एक कलंक आहेस तू!' यानंतर या दोन व्यक्तींमधील ताणाला उघड संघर्षाचे रूप येते.

तेरेसियास म्हणतो, 'इच्छेविरुद्ध बोलायला लावली आहेस मला तू ही अभद्र भाषा.' त्यावर ईडिपस त्याला पुन्हा बोलायला सांगतो.

ईडिपस : पुन्हा एकदा ऐकू दे... अदृष्टाची ती वाणी स्पष्टपणे ऐकू दे... मनातला संशय झडून जाऊ दे...

तेरेसियास : ऐक तर, ज्याच्या शोधात तू आहेस तो, राजा लायसचा मारेकरी तूच आहेस...

ईडिपस : पुन्हा एकदा तू हे बोलला आहेस. पण लक्षात ठेव, करावा लागेल तुला ह्याचा पश्चात्ताप.

तेरेसियास : आणखी काही ऐकायचं आहे? तुझ्या क्रोधाग्नीला काही खाद्य हवं आहे?

ईडिपस : बोल... बोल... खुशाल बोल, बोलायचं असेल तेवढं बोल...

तेरेसियास : जिच्यावर तुझं प्रेम आहे, तिच्याशी असलेले तुझे संबंध पापी स्वरूपाचे आहेत. केवळ अज्ञानामुळेच ह्या सर्वनाशाच्या भोवऱ्यात तू वावरतो आहेस.

पुढल्या संवादात ईडिपस संतप्त झालेला आहे. लायसची हत्या क्रिऑनने केलेली असावी अथवा तेरेसियासने, असे त्याला वाटू लागते. तो शोध

थांबवावा, तसेच ईडिपसची अपकीर्ती करून त्याला सिंहासनावरून खाली खेचावे असा क्रिऑनचा डाव असावा, असेही ईडिपसला वाटू लागते. तो म्हणतो, 'माझ्या राजपदाचा काटा तुला बोचतो आहे. तो काटा तुला काढून टाकायचा आहे. हा काटा काढल्याशिवाय नाही लागणार माझ्या सिंहासनाला क्रिऑनचे पाय.' ईडिपस आणि तेरेसियास, दोघेही असे टोकाला गेलेले असताना वृंद मध्यस्थी करतो आणि पूर्व हेतूची आठवण करून देतो. पुढल्या संवादात तेरेसियास ईडिपसच्या मुळाविषयी प्रश्न विचारतो. 'तू पुत्र आहेस पण तुझा पिता कुठं आहे? ...... तू कोण, तुझी मुलंबाळं कोण...' या प्रश्नांनी ईडिपस अस्वस्थ होतो. तो विचारतो, 'काय म्हणालास? मला ज्यांनी जन्म दिला, कुणी मला जन्म दिला?'

नंतर तेरेसियास जे बोलतो त्याने ईडिपस मुळापासून हादरून जातो.

तेरेसियास म्हणतो, 'स्वत:च्या मातेचा तो झाला आहे पती अन् त्याच्याच हातून घडली आहे आपल्या पित्याची हत्या...'

राग आणि भीती यांनी ईडिपस थरथरू लागतो. तेरेसियास निघून जातो. ईडिपस आणि तेरेसियास यांच्या संवादात शोकात्म लयीचा 'हेतू' हा भाग आहे, त्यांच्या संवादातल्या संघर्षस्थितीतून 'यातना' निर्माण होतात, त्यानंतर वृंदाच्या भाषणात 'नवे आकलन' दिसते. ईडिपस कदाचित खुनी असू शकेल अशी शंका प्रदर्शित केली जाते. वृंद म्हणतो, 'पूर्वी एकदा ईडिपसने अशाच एका आपत्तीतून या नगरीला वाचवून दाखविले आहे शौर्य आपल्या मनगटातले. मिळविली आहे उदंड कीर्ती. असे असता कशी करावी एखाद्याने ह्याच क्षणी त्याची अपकीर्ती.'

सॉफक्लीझने प्राक्कथेकरून नाट्यकृतीची कल्पना घेतलेली असली तरी, ती जशीच्या तशी मांडलेली नाही. तेरेसियासची व्यक्तिरेखा ही सॉफक्लीझची निर्मिती आहे. लायसच्या खुन्याचा शोध असे रूप या नाट्यकृतीला येत नाही, कारण सॉफक्लीझ एका शोकात्मिकेची बांधणी करीत आहे. ईडिपस व तेरेसियास यांच्या संवादातून एक शोकात्म ताण आपल्याला जाणवतो. स्वत:च्या कर्तृत्वाविषयी नि:शंक असलेल्या ईडिपसच्या मनात वरवर पाहता, 'राजपदाचे अस्थैर्य' आणि त्यामुळे निर्माण झालेली अस्वस्थता ही गोष्ट दिसत असली तरी त्याखाली स्वत:च्या अस्तित्वविषयक प्रश्नांनी तो व्याकूळ झालेला आहे. आपण कोण या प्रश्नाने त्याला ग्रासलेले आहे. यापुढे तो याच प्रश्नाचा शोध घ्यायला प्रवृत्त होईल याची गर्भित सूचनाही या संवाद प्रसंगात आहे.

प्राक्कथेला नाट्यकृतीचे रूप कसे प्राप्त होते हेही यासारख्या प्रसंगाच्या उदाहरणाने लक्षात येते.

ऋतुदेवतेच्या विधिनाट्यात 'राजा ईडिपस' चे मूळ असावे असे फ्रांसिस फर्ग्युसन यांना वाटते. या प्राचीन विधिनाट्याचा आकृतिबंध आणि आशय या नाट्यकृतीशी मिळता-जुळता आहे. म्हणजे दोन्ही ठिकाणी 'शोकात्म लय' आहे असे त्यांचे मत आहे. या विधिनाट्यातील पात्राप्रमाणेच येथेही ईडिपस हा अजाबली (स्केपगोट) म्हणून अथवा अवयवच्छेदित राजा म्हणून व्यक्त होतो. अजाबली म्हणजे साऱ्या समाजाची पापे पाठीवर लादलेला बळीचा बकरा. अथेन्समध्ये नाट्योत्सवाच्या आरंभी अजाबलीचा विधी होत असे. मानवाकडून कळत किंवा नकळत घडलेल्या पापांमुळे मानवाला दु:स्थिती प्राप्त होते अशी प्राचीन समाजातील लोकांची समजूत होती. त्यामुळे या पापातून सुटायचे असेल तर बळी दिला पाहिजे. राजा हा समाजाच्या स्वास्थ्याला जबाबदार असतो त्यामुळे त्यालाच बळी देण्याची प्रथा प्राचीन काळी असू शकेल.

'राजा ईडिपस' या नाट्यकृतीच्या आरंभी पौरजन जमलेले असतात ते थीब्जला आपत्तीतून सोडवावे, आपले गाऱ्हाणे त्याने ऐकावे यासाठी. थीब्जवर आपत्ती कोसळलेली आहे, मरणाच्या विराट लाटेच्या विळख्यात ही नगरी सापडलेली आहे, इथल्या कुरणाकुरणांवर मरणाचं आवरण पडलेलं आहे, स्त्रीवंशाच्या गर्भागर्भांतून मरणाचं सावट झुलत आहे- असे ते सांगतात. इथेही संघर्ष करण्याची गरज निर्माण होते, आणि संघर्ष म्हणजे अवयवच्छेदन, मृत्यू आणि पुनर्जीवन. या शोकात्म क्रमात या नाट्यकृतीचे सार आहे.

थीब्जवर कोसळलेल्या या आपत्तीला ईडिपस हा जबाबदार आहे, कारण तो त्यांचा राजा आहे, त्यामुळे त्यानेच या नगरीला आपत्तीतून सोडवावे अशी प्रार्थना पौरजन करतात. पुढे नाट्यकृतीमध्ये घडत जाणाऱ्या प्रसंगातून उघड होत जाते की, आपत्तीचे कारण, राजा लायसच्या मारेकऱ्याला शासन झालेले नाही हेच असते. या अमंगळ कृतीच्या मुळाशी 'जी कुणी व्यक्ती आहे. तिला घालवायचं नगरीच्या वेशीपार. तसं केलं तरच तीपासून मिळेल आपणास मुक्ती.' असे क्रिऑन सांगतो. या कृतीमध्ये आणि अजाबलीमध्ये साम्य आहे. थीब्जच्या आजच्या दु:स्थितीला ईडिपस जबाबदार आहे, एक राजा म्हणून त्याने आपली जबाबदारी मान्य केली पाहिजे, हा एक भाग. पुढे नाटकात उलगडत जाणाऱ्या घटनांमधून, तोच लायसचा मारेकरी आहे आणि त्यामुळे

या स्थितीला तो निश्चितच जबाबदार आहे हे सिद्ध होते. त्याचे निष्कासन अटळ ठरते.

प्राचीन प्राक्कथा आणि विधिनाट्य यांतली शोकात्म लय सॉफक्लीझला प्रभावित करणारी ठरली, मानवी जीवनाविषयीची एक खोल समज त्यात दिसून आली; म्हणूनच त्यांचा त्याने आपल्या नाट्यकृतीच्या बांधणीसाठी उपयोग केला.

शोधयात्रेची दिव्यकथा/क्वेस्ट-मिथ ही साहित्यातील मध्यवर्ती दिव्यकथा (मिथ, प्राक्कथा) आहे. राजा ईडिपस ही नाट्यकृती क्वेस्ट मिथचे एक रूप आहे असे दाखवता येईल. इथे नायक ईडिपस आरंभी लायसच्या मारेकऱ्याचा आणि नंतर स्वत:च्या जन्मरहस्याचा शोध घेताना दिसतो. या सबंध नाट्यकृतीला क्वेस्ट मिथचे रूप आले आहे, ते त्यामुळेच. नायकाची ही शोधयात्रा अतिशय खडतर आहे, वाटेत यातना आणि दु:खभोग आहे, शोधयात्रा थांबवावी असा आग्रहही आहे. परंतु नायक ही शोधयात्रा थांबवत नाही. ईडिपसच्या मिथमधून शोकात्म जीवनदृष्टी व्यक्त झालेली आहे. त्यामुळे ही शोधयात्रा यातनायात्रा ठरते आणि अंतिमत: आत्मनाश. जूकास्ता आत्मघात करून घेते, ईडिपस स्वत:चे डोळे फोडून घेतो आणि स्वत:च्या निष्कासनाची याचना करतो.

ईडिपस-मिथमधील शोकात्म जीवनदृष्टी संपूर्ण नाट्यकृतीतून व्यक्त होते. संकटात सापडलेली थीब्जनगरी, लायसच्या मारेकऱ्याला शासन झालेले नसणे, ईडिपस हाच तो खुनी असल्याचे तेरेसियासने सांगणे, ईडिपसचे एकाकीपण, जूकास्ताने शोध थांबवण्याचा आग्रह धरणे आणि नंतर आत्मघात करणे, ईडिपसने डोळे फोडून घेणे, थीब्जवरील त्याची सत्ता नाहीशी होणे. निसर्गचक्राशी समांतर अशी मानवी जीवनदृष्टी या 'शोधकथे' तून व्यक्त झालेली आहे.

आतापर्यंत आपण 'राजा ईडिपस' या नाट्यकृतीकडे मानसशास्त्रीय आणि आदिबंधात्मक दृष्टीने कसे पाहता येते ते शोधत होतो. नाट्यकृती कर्माची अनुकृती असते या दृष्टीनेही 'राजा ईडिपस' चा विचार करता येईल. लायसच्या मारेकऱ्याचा शोध ही घटना या नाट्यकृतीमधल्या कृतीला गती देणारा घटक आहे. हा शोध का घ्यायचा, तर नगरीवरील अरिष्टाशी त्याचा संबंध आहे म्हणून. म्हणजे मुख्य महत्त्वाचा मुद्दा नगरीवरील अरिष्ट दूर करणे हा आहे.

त्यातून कृतीचे चक्र सुरू होते. शेवट, लायसच्या मारेकऱ्याच्या शोधातच होतो. तो मारेकरी शोध घेणारा खुद्द ईडिपस हाच असतो. त्याला शासन निष्कासन, वनवास, म्हणजे आरंभापासून समाप्तीपर्यंत एक सातत्य आहे.

सॉफक्लीझ नाट्यकृतीच्या कथानकाची रचना करतो, म्हणजे प्रसंगांचा क्रम कसा असावा ते ठरवतो. त्या प्रसंगांत कोणत्या व्यक्ती याव्यात हे ठरवतो. त्या व्यक्तींच्या स्वभावाचा परिपोष होईल अशी कृती आणि संवाद त्यांना देतो. या संवादांतून नाट्याशय व्यक्त होईल अशी भाषा तो वापरतो.

सॉफक्लीझने घटना ज्या क्रमाने घडल्या तो क्रम अनुसरलेला नाही, तर घडून गेलेल्या घटनांमधले सत्य हळूहळू प्रकट केलेले आहे. म्हणजे सॉफक्लीझच्या दृष्टीने 'कथानक' महत्त्वाचे नाही तर, 'रचना' महत्त्वाची आहे. या रचनेतून तो 'शोकात्म जीवनदृष्टी' व्यक्त करतो. या नाटकात शारीरिक कृतीहून भाषिक कृतीला अधिक स्थान आहे. त्या त्या व्यक्तीच्या भाषणांतून नाट्यात्म परिणाम गडद करण्याकडे सॉफक्लीझचा कल स्पष्ट दिसतो. दुसरी गोष्ट म्हणजे ईडिपसची भाषणे आणि वृंदाची भाषणे यांत विरोध आहे, परंतु त्यामुळे नाट्यकृतीमध्ये संतुलन निर्माण झालेले आहे. ईडिपस आणि तेरेसियास, ईडिपस आणि दूत, ईडिपस आणि मेषपाल यांच्या संवादातली विरोधात्मकता वृंदाच्या भाष्यात्मक संवादाने संतुलित केली आहे.

या संपूर्ण नाट्यकृतीत एक विरोधात्मता (पॅरडॉक्स) दिसते. ईडिपस लायसच्या खुन्याचा शोध घ्यायला प्रवृत्त होतो. 'प्रत्यक्ष माझ्या पित्याच्या हत्येचा मी घेतला असता तसा सूड लायसच्याही मरणाचा घ्यायचं मी ठरवलं आहे.' असे तो म्हणतो. पुढे लायस हाच त्याचा पिता आहे आणि त्याचा मारेकरी तो स्वत:च आहे हे उघड होते. अपराधी आपणहून स्वाधीन झाला तर त्याला नगरीच्या वेशीबाहेर जावे लागेल एवढी कितीतरी कमी अशी शिक्षा होईल हे ईडिपस जाहीर करतो. प्रत्यक्षात खुनी जेव्हा 'सापडतो' तेव्हा त्याची पत्नी आत्मघात करते, तो स्वत: डोळे फोडून घेतो आणि नंतर स्वत:च निष्कासनाची शिक्षा मागून घेतो. ईडिपसच्या मूळ कथेतही विरोधात्मता आहे. तो 'बापाची हत्या आणि आईशी लग्न' या भविष्यवाणीपासून पळत सुटतो आणि नेमक्या त्याच गोष्टी त्याच्याकडून घडतात.

नियतीपुढे मानवाची अगतिकता हे तत्त्वही या नाट्यकृतीतून आविष्कृत झालेले दिसते. ईडिपसच्या बालपणी देवांनी वर्तवलेली भविष्यवाणी अटळपणे खरी ठरते. राजा लायस आणि त्याची पत्नी जूकास्ता यांनी त्या मुलाला दूर

सोडून दिलेले असले तरी तो जिवंत राहतो, वाढतो आणि ती दोन्ही पातके करतो. परंतु सॉफक्लीझच्या रचनेत मानवाच्या प्रत्ययाला येणारी अतर्क्यता अधोरेखित झालेली आहे. ईडिपसकडून ज्या गोष्टी घडतात त्या नकळतपणे, कदाचित लायसची हत्या त्याला टाळता आली असती. परंतु त्यावेळी 'माझा क्रोध आता माझ्या आवाक्यात राहिला नव्हता' अशी कबुली तो देतो. कदाचित लैंगिक वासनेमध्येही विवेक नसल्याने आपल्या मातेच्या बरोबरीच्या स्त्रीशी तो सहज संसार करू लागतो. म्हणजे ईडिपसच्या शोकांतिकेला तो स्वत:, त्याचे विकारांबरोबर वाहत जाणे हेही जबाबदार आहे असे दिसून येते. म्हणजे एक 'नीति-नाटक' म्हणूनही या नाटकाकडे बघता येते.

ईडिपसचे अज्ञान आणि शेवटी त्याला होणारे आत्मज्ञान या सूत्राच्या अनुरोधाने या नाट्यकृतीची संरचना तपासता येते.

सॉफक्लीझने 'राजा ईडिपस' ची रचना करताना ज्या कृतीला प्राधान्य दिले, त्या कृतीत ईडिपसचा 'ज्ञाना' साठी चाललेला संघर्ष निहित आहे. थीब्जनगरीवर कोणत्या दुष्ट शक्तीची काळी छाया पसरलेली आहे तिचा शोध घेणे, हे या संघर्षाचे सुरुवातीचे रूप असते. परंतु अंतिमत: हा संघर्ष आत्मज्ञानाचा ठरतो.

पौरजन प्रार्थनेसाठी जमलेले असताना ईडिपस त्यांना विचारतो: 'असली कसली वेदना भगभगते आहे तुमच्या मनाच्या कणाकणांतून? कसल्या गूढ दु:खाचा काटा फाडीत आहे तुमच्या हृदयाचा कोष?' पुढे तो त्यांना आश्वासन देतो: 'असेल शक्य तेवढं करीन मी तुमच्यासाठी.' त्यामागे 'अखंड कीर्ती तुमच्या ह्या राजाची' ही जाणीव देखील आहे. नागरिकांचाही त्याच्यावर विश्वास आहे. त्यांच्या मते, ईडिपस हा 'अतिमानवी दु:शक्तीशी झुंज देऊन। अजिंक्य राहणारा' नरपुंगव आहे. ईडिपसने क्रिऑनला देवलोकी पाठवलेले आहे, 'माझी कोणती कृती। करू शकेल मुक्त या नगरीला' हे विचारायला. क्रिऑन येतो आणि सांगतो: 'एक अमंगळ घटना या राज्याच्या भूमीत अंकुरली आहे.' येथल्या पूर्वीच्या राजाच्या मारेकऱ्याला अजून पकडले गेले नाही वा शासनही झालेले नाही. आता ईडिपससमोर प्रश्न निर्माण होतो: 'ह्या मारेकऱ्याला आता शोधायचं कुठ?' या प्रश्नाने नाटकातील कृतीला गती दिलेली आहे. 'लायसच्या मारेकऱ्याचा मागोवा घेण्यात। केवळ त्याच्यावरचाच कलंक नाहीसा करणार नसून। माझ्यावरचाही कलंक काढणार आहे मी धुऊन' हे या शोधाचे सूत्र आहे. तेरेसियास येतो आणि ईडिपससमोर सांगतो:

'ज्याच्या शोधात तू आहेस। तो राजा लायसचा मारेकरी तूच आहेस...' थीब्जमधल्या ज्येष्ठ नागरिकांचा या बोलण्यावर विश्वास बसत नाही, आणि त्याचा अव्हेरही करवत नाही. पण पुरावा काहीही नाही.

तेरेसियासच्या बोलण्यातली काही वाक्ये 'ज्ञान' / 'आत्मज्ञान' या आशयसूत्रावर प्रकाश टाकणारी आहेत. ईडिपस चिडून तेरेसियासच्या आंधळेपणाचा उल्लेख करतो. तेव्हा तेरेसियास म्हणतो: 'हसतोस तू माझ्या अंधत्वाला। पण डोळे असूनही दिसत नाही तुला तुझा सर्वनाश.' या नाटकात 'आंधळेपणा' आणि 'दृष्टी' या प्रतिमा विविध स्तरांवर कार्य करताना दिसतात. अज्ञान अथवा आंशिक ज्ञान हा ईडिपसचा आंधळेपणाच होय. पुढे तो डोळे फोडून घेतो. परंतु त्याला 'दृष्टी' आलेली असते, आत्मज्ञान झालेले असते. अज्ञान, आंशिक ज्ञान ते आत्मज्ञान असा या नाटकातील कृतींचा प्रवास आहे.

ज्ञान हेच या नाटकातील कृतींचे रूप आहे. ईडिपस या ज्ञानाच्या शोधात आहे. आपल्या या शोधापासून तो यत्किंचितही ढळत नाही. जूकास्ता हा शोध थांबवू पाहते. परंतु 'आपण हलक्या कुळातले आहोत याचे ज्ञान तिला व्हायला नको.'' असा तिच्या अडथळ्याचा अर्थ तो करून घेतो. सॉफक्लीझ यांनी अंशाअंशाने हे ज्ञान होईल अशीच नाट्यकृतीची रचना केलेली आहे. अज्ञानात अथवा आंशिक ज्ञान असताना ईडिपसचे मनोविकारही स्पष्ट होत राहतात. 'अहंकार' या विकाराने तो पछाडलेला आहे. अज्ञानाचेच ते एक रूप आहे. आत्मज्ञान होते तेव्हा त्याच्यातला अहंकार गळून पडतो. अज्ञान, आंशिक ज्ञान आणि ज्ञान, आत्मज्ञान यांतली तफावतच सॉफक्लीझने नाटकातून दाखवलेली आहे.

ईडिपस दुष्ट नाही. तो पराक्रमी आहे, बुद्धिमान आहे, यशस्वी आहे, त्याच्यात जबरदस्त आत्मविश्वास आहे. व्यक्तिगत महत्तेलाही तो अत्यंत महत्त्व देतो, 'मी ईडिपस तुमचा नृपती', 'सत्याचा शोध केल्याशिवाय। मला स्वस्थ बसवणार नाही.' इत्यादी उद्गारांतून स्वत:च्या थोरवीची जाणीव त्याला आहे हेही दिसते. लायसच्या मारेकऱ्याचा शोध घेण्यात त्याचा निर्धार दिसतो. तेही अज्ञानाचेच रूप आहे. ज्याचा आपण शोध घेत आहोत तो मारेकरी आपणच आहोत हा विचारही त्याच्या मनात येत नाही. तो या शोधातून हळूहळू आत्मज्ञानाकडे ओढला जातो. त्याच्यासमोर ते सत्य झळझळीत प्रकाशासह उभें राहते. सत्याचा हा उजेडच ईडिपसला सहन होत नाही. तो आपली ऐंद्रिय

दृष्टी मालवून टाकतो. आता तो आंधळा झालेला असला तरी त्याला दृष्टी आलेली आहे. आंधळा झालेल्या ईडिपसच्या प्रदीर्घ भाषणात दृष्टी आणि दृष्टिहीनतेचे वारंवार उल्लेख आहेत.

या नाटकात शोकात्म उपरोधाची योजनाही अर्थपूर्ण बनते. तेरेसियासला अंध म्हणून हिणवणारा ईडिपस पुढे स्वत:च अंध बनतो. लायसच्या मारेकऱ्याच्या शोधात निघालेला ईडिपस हा तो मारेकरी ठरतो. जूकास्ता ईडिपसच्या मनातले भय घालवण्याचा प्रयत्न करते. परंतु त्यामुळेच उलट ईडिपसच्या मनात अधिक भय निर्माण होते. आनंदवार्ता सांगायला आलेला कॉरिंथचा दूत प्रत्यक्षात भयंकर वार्ता सांगतो. उपरोधाची ही योजना म्हणजे नाटकातील क्लृप्ती नव्हे तर त्यातून मानवी ज्ञानाच्या मर्यादाच जाणवत असतात.

'ज्ञान' ते 'आत्मज्ञान' हे आशयसूत्र या नाटकातील कथानकाची रचना, पात्रांचा स्वभाव, त्यांचे संवाद, संवादांच्या भाषेतील प्रतिमासृष्टी, पात्रांच्या कृती, दृश्यबंधाची रचना या सर्व घटनांतून पुष्ट होत जाते. 'राजा ईडिपस' ही नाट्यकृती म्हणजे या घटकांनी मिळून बनलेली एकजिनसी संघटना आहे, एक सेंद्रिय समष्टी आहे, असे लक्षात येते.

□□□

नटसम्राट

'नटसम्राट' या नाटकाच्या पहिल्या अंकाचा पडदा उघडतो तेव्हा रंगमंचावर 'रंगामंचाचे' दृश्य असते. रंगमंचावरच्या या दृश्यात एका साध्या खुर्चीवर, एक म्हातारा झोपलेला असतो. पार्श्वसंगीताची लय वाढते, स्वर तीव्र होत जातात आणि कल्लोळ होऊन संगीत बंद पडते. तेव्हा तो म्हातारा धक्का दिल्याप्रमाणे जागा होतो. खुर्चीवर सावरून बसतो आणि प्रेक्षकांना उद्देशून बोलू लागतो.

रंगमंचावरचे हे दृश्य अन्य कोणत्या नाटकातले नसते; ते अप्पा बेलवलकर या नटाच्या मनातले असते, तो रंगमंचही बेलवलकरांच्या मनातला असतो. नाटककाराने 'नटसम्राट' या नाटकाचा रंगमंच आरंभीच बेलवलकरांच्या मनातल्या रंगमंचाशी एकरूप केलेला आहे. बेलवलकर हे 'नटसम्राट' या नाटकातले एक प्रमुख पात्र आहे, त्याच वेळी ते आपल्या मनातल्या रंगमंचावर एक नट म्हणून उभे राहतात. बेलवलकर आपल्या मनातल्या म्हणजेच 'नटसम्राट'च्या रंगमंचावर एक स्वगत भाषण करतात, आत्मनिवेदन करतात. या आत्मनिवेदनातून बेलवलकरांनी काही महत्त्वाच्या गोष्टी सांगितलेल्या आहेत. एक म्हणजे, चाळीस वर्षे ते रंगमंचावर वावरलेले आहेत आणि रसिकांचे प्रेम त्यांनी संपादन केलेले आहे. दुसरी गोष्ट ही की, वयाच्या पंधराव्या वर्षी ते घरातून बाहेर पडले आणि काही काळाने आपल्याला रंगभूमीवर आणि रंगभूमीसाठी जगायचे आहे, याचा त्यांना साक्षात्कार झाला. पुण्यात 'कांचनगडची मोहना'चा प्रयोग होता तेव्हा काकासाहेब खाडिलकरांचा आशीर्वाद लाभला. त्यादिवशी 'स्टेजवरचा प्रतापराव हजार प्रेक्षकांच्या

काळजात जाऊन दाखल झाला' आणि 'नटाचा जन्म झाला.' पुढे नाटकाचा पडता काळ आला तेव्हा वनवास पत्करावा लागला. रंगभूमी कोसळली होती. नट संपले होते. सारे काही उद्ध्वस्त झालेले होते. रंगमंचाच्या झगझगत्या प्रकाशात वावरणारे अप्पासाहेब 'प्रकाशाची धास्ती घेऊन, एका भुयाराच्या पाणथळीत' राहत होते. तिसरी गोष्ट ही की, रंगमंचाबाहेर फेकल्या गेलेल्या अप्पासाहेबांना रसिकांनी 'अडगळीतून' बाहेर काढले आणि त्यांचा सत्कार केला; चाळीस हजारांची भरभक्कम थैली दिली. चवथी गोष्ट म्हणजे, नटसम्राट अप्पासाहेब बेलवलकर आता आपल्या जीवनाविषयी कृतार्थ आहेत आणि आपल्याला लाभलेली मालमत्ता, थैली आपल्या दोन मुलांना देऊन टाकत आहेत. मुले मोठी झालेली आहेत, शिकून व्यवसायाला लागलेली आहेत. मुलगा नंदन एका मोठ्या कंपनीत मॅनेजर आहे. शारदा ही त्याची बायको. नलू अथवा नलिनी ही मुलगी, चांगली शिकलेली, सुधाकर कार्लेकर या इंजिनिअरशी तिचे लग्न झालेले आहे. मुलगा नंदा आणि मुलगी नलू या दोघांना आपली सारी मिळकत समप्रमाणात देऊन टाकून अप्पा आणि त्यांची पत्नी कावेरी काही दिवस मुलाकडे तर काही दिवस मुलीकडे राहणार आहेत. ते म्हणतात,'आम्ही दोघंही आता तुमचे झालो आहोत. सर्वस्वी तुमचे. आम्ही काही दिवस नंदूकडे राहू. त्याच्या नव्या फ्लॅटवर. काही दिवस नलूकडे राहू. तिच्या टेकडीवरच्या बंगल्यावर.' अप्पांच्या निरवानिरवीच्या या योजनेत संस्थांना साहाय्य हाही एक उपक्रम आहे. कावेरी अप्पांच्या निर्णयाला संमती देते. मात्र तिचे म्हणणे असते: 'आजच एवढी घाई कशाला करायला हवी होती? आणि माणसं वाईट नसली तरी म्हातारपण वाईट असतं. पुढचं वाढलेलं ताट द्यावं, पण बसायचा पाट देऊ नये माणसानं.' कावेरी विवेकाचे बोलणे बोलते, तर बेलवलकर विकारवश आहेत. पाचवी गोष्ट म्हणजे, अप्पा निवृत्तीची भाषा बोलत आहेत. ते म्हणतात, या पोरांच्या जिवावर खरोखरच रिटायर झालो. अगदी कायमचा'. त्यांनी आता रंगमंचाशी असलेला संबंध संपवला आहे. ते म्हणतात, 'बेलवलकर नट म्हणून संपला. आता फक्त बाप म्हणून उरला आहे.'

मुलांची प्रतिक्रिया अनुकूल अशीच आहे. नलू म्हणते, 'तुम्ही दोघांनी आमच्याकडे राहायला हवं कायमचं.' नंदा म्हणतो, 'सणासुदीला येतील ते तुझ्या घरी. एरव्ही इथंच माझ्याकडे.'

आपल्याला सफल आणि समाधानी म्हातारपण मिळालेले आहे, असे

बेलवलकर म्हणतात. आपल्या तुलनेत राजा लियरची दैवगती वेगळी होती. 'राजा लियरला जे मिळू शकले नाही ते आपल्याला मिळालेले आहे', असा एक अहंकारही या तुलनेत आहे. लियरचे भवितव्य बेलवलकरांना ठाऊक आहे. लियरचे काम करीत असताना प्रेक्षकांमधले म्हातारे जागच्या जागी कसे फुटत होते, हेही त्यांनी अनुभवलेले आहे. तरी देखील आता ते लियरप्रमाणे आपले सर्वस्व वाटून देत आहेत. शेक्सपियरच्या नाटकाने माणसापर्यंत काहीतरी पोचले असणारच अशी त्यांची खात्री असावी. त्याशिवाय, आपल्या मुलांविषयी वाटणाऱ्या जिव्हाळ्यातून ते शेक्सपियरच्या नाटकातील उग्र, दाहक वास्तव दूर ठेवत आहेत.

'माणसं वाईट नसली तरी म्हातारपण वाईट असतं.' हे कावेरीचे म्हणणे आणि त्यावर 'तुला काय वाटतं, ही पोरं आपल्याला रस्त्यावर काढतील?' हे अप्पासाहेबांचे म्हणणे, यांत विवेक आणि विकार हा भेद आहेच, त्याचबरोबर जीवनाच्या आकलनाचाही तो आविष्कार आहे. अप्पा नाटकाच्या जगात रमलेले असताना त्यांचा संसार कावेरीने केलेला आहे. नाटकाच्या पडत्या काळात वनवास पत्करावा लागला, तेव्हा पोरांची आबाळ झाली नाही तीही कावेरीमुळेच. अप्पांना याची जाण आहे. परंतु त्यांचा आपल्या मुलांबाबतचा विश्वास उदंड आहे. 'माझी सर्वांत मोठी मालमत्ता तुम्हीच आहात बाळांनो' या त्यांच्या उद्गारातूनही तोच ध्वनी आहे.

अप्पांच्या मनातले हे दृश्य मावळते. 'रंगमंच स्मरणातून वास्तवात आलेला आहे' असे कंसात म्हटलेले आहे. अप्पांच्या मनातला रंगमंच काळोखात गेलेला आहे. म्हणजे अप्पा स्मरणातून वास्तवात आलेले आहेत. बारा वर्षांपूर्वीच्या त्या घटना त्यांच्या मनोरंगमंचावर घडत होत्या. नाटकाला त्यांनी निरोप दिलेला असला तरी त्यांच्या मनातून नाटक अथवा रंगमंच गेलेला नाही. चाळीस वर्षे रंगमंचावर वावरल्याने त्यांचे आकलन रंगमंचाच्या परिभाषेतच होते. 'नट संपला' आणि 'बाप उरला आहे' हे खरे नाही. 'नट असणे' हा त्यांचा 'पर्सोना' नव्हता, तेच त्यांचे खरे व्यक्तिमत्त्व होते. नटाचा मुखवटा काढून बाप म्हणून ते जगायला लागतात, तेव्हाही ते आपले नटाचे व्यक्तिमत्त्व विसरू शकत नाहीत 'नट असणे' हे स्मरणात गेलेले आणि 'बाप असणे' हे वास्तव म्हणून सामोरे आलेले, अशी ही स्थिती आहे.

पहिल्या स्मरणदृश्यात अप्पासाहेब नट आहेत याचा अर्थ, वास्तवातही मनातून ते नाटकाच्याच जगात आहेत. वास्तव जगातही इतर माणसे मात्र

त्यांच्याकडे नट म्हणून पाहत नसून, एक वृद्ध म्हणून पाहाताहेत. खुद्द अप्पांनीच तसे घोषित केलेले होते. नव्या पिढीच्या दृष्टीने त्यांचे नट असणे हे इतिहासजमा झालेले, आणि त्यांचे वृद्ध असणे, हे खरे नित्य अनुभवास येणारे.

नाटकाच्या सुरुवातीच्या प्रवेशातील काही वाक्ये भवितव्यसूचक आहेत. सफल आणि समाधानी म्हातारपणाविषयी बोलत असताना अप्पा राजा लियरचे स्वगत म्हणतात. त्याला संदर्भ आहे तो 'दोन पोरींच्या रूपानं सारं जग सापासारखं' उलटण्याचा. कावेरी म्हणते, 'पुढचं वाढलेलं ताट द्यावं, पण बसायचा पाट देऊ नये'. तेव्हा अप्पा म्हणतात, 'तुला काय वाटतं, ही पोरं आपल्याला रस्त्यावर काढतील?'

'बेलवलकर नट म्हणून संपला. आता फक्त बाप म्हणून उरला आहे' ही मनोरंगमंचावर उच्चारलेली वाक्ये 'नटसम्राट' या नाटकाच्या दृष्टीने महत्त्वाची आहेत. बेलवलकर नट म्हणून आता कार्यरत नसले तरी आपल्या (भूतकाळात) नट असण्याचा अभिमान त्यांच्यात अजूनही आहे. 'म्हातारपणात थोडासा अहंकार हवा माणसाजवळ' असे ते त्याचे समर्थनही करतात. बसचा कंडक्टर आपल्याला नट म्हणून ओळखतो, याने त्यांना बरेच वाटते. लोक आपल्याला अडगळीतून काढून सत्कार करतात, यानेही ते सुखावलेलेच आहेत. रंगभूमीच्या पडत्या काळात, म्हातारपणातही त्यांनी जेवढे करायचे ते केले होते.

अप्पा स्मरणातून वास्तवात येतात तेव्हा ते बाहेरच्या जगासाठी नट नाहीत, तर एक वृद्ध आहेत. एकेकाळी त्यांनी रंगभूमी गाजवलेली असली आणि नटश्रेष्ठ म्हणून त्यांच्याविषयी आदर वाटत असला तरी लौकिक जगात आज ते एक वृद्ध आहेत. सध्या ते आपल्या मुलाकडे राहत आहेत. मुलाचा एक संसार. मुलाचेही लौकिक जगातले असे काहीएक विश्व आहे.

रंगमंच स्मरणातून वास्तवात येतो तेव्हा बारा वर्षे उलटून गेलेली आहेत. नंदू-शारदा यांच्या घरात सुहास ही छोटी मुलगी जन्माला आलेली आहे. अप्पांचा जीव तिच्यात गुंतलेला आहे. अप्पांनी आपल्या मुलांचे वाढणे तसे पाहिलेच नाही. ते रंगमंचावरच्या जगात मग्न होते. आता रंगमंच दूर गेल्यावर ते सुहासमध्ये रमताहेत. मात्र त्यांचे या घरातले वागणे, शारदा आणि नंदू यांना पसंत नाही. अप्पांनी सुहासच्या पातळीवर येणे हेही त्यांना आवडत नाही. घराची म्हणून कोणतीही शिस्त ते पाळत नाहीत. एखाद्या लहान मुलासारखे, हे म्हातारे झालेले अप्पा वागत असतात. खुद्द अप्पांमध्ये

बालवृत्ती उफाळून येत असली तरी आपले म्हातारपण ते विसरत नाहीत. सुहासचे बालपण आणि आपले म्हातारपण यांत संवाद साधण्याचा ते प्रयत्न करतात. या बारा वर्षांमध्ये अप्पा निष्क्रिय असे जीवन जगत असणार, हे स्पष्टच होते. रंगमंच नाही, नट म्हणून कार्यरत नाही. केवळ म्हातारपण आहे. लौकिक जगात वेगवेगळ्या उद्योगांत मग्न असलेल्या तरुणांच्या जगात, त्यांना प्रवेश नाही. त्यामुळे सुहास हेच त्यांच्या विश्वातील विरंगुळ्याचे ठिकाण आहे.

बारा वर्षे या घरात जगत असूनही अप्पा रंगमंचापासून आपण दुरावलो आहोत, ही गोष्ट विसरू शकत नाहीत; आपण केवळ एक म्हातारे गृहस्थ म्हणून उरलो आहोत, आणखी काही नाही, हेही ते स्वीकारू शकत नाहीत.

सुहासबरोबर बोलताना अप्पा एक गाणे म्हणतात : सूर म्हणतो साथ दे। दिवा म्हणतो वात दे.' या गाण्यात 'उन्हामधल्या म्हाताऱ्याला । फक्त तुझा हात दे' किंवा 'माळावरच्या म्हाताऱ्याला । फक्त तुझी गाणी दे' या प्रतिमा आलेल्या आहेत. 'उन्हामधला म्हातारा', 'माळावरचा म्हातारा' या प्रतिमांमधून अप्पा गृहहीनता अनुभवत आहेत. त्यांना आपल्या आवडत्या मुलाच्या घरी जगत असतानाही निराधार वाटते आहे, हे दिसते.

अप्पा स्वत: एका आंतरिक संघर्षातून जात आहेत; परंतु याची कल्पना नंदू किंवा शारदा यांना नाही, त्यांच्यासाठी ते एक वृद्ध गृहस्थ आहेत. आपले वडील अथवा सासरे आहेत. नटाचे जगणे तुटल्यानंतर अप्पांच्या जगण्यात काही आत्मिक, मानसिक उलथापालथ घडत असेल, याची त्यांना कल्पनाच येत नाही. नंदू अप्पांकडे 'बाप' म्हणून पाहतो, शारदा 'सासरा' म्हणून पाहते. आदर, माया या गोष्टी आहेत. परंतु हा आपला बाप अथवा सासरा कोणत्या जगातून तुटून, सगळे काही विसर्जित करून येथे आलेला आहे, याची त्यांना जाणीवच होत नाही. नंदू-शारदा किंवा पुढे नलू-सुधाकर यांच्या माध्यमातून, नाटककार एका असंवेदनशील समाजाचा निर्देश करीत आहे.

पहिल्या अंकातील 'रंगमंच स्मरणातून वास्तवात' आल्यानंतरच्या भागात विरोधी ताण निर्माण झालेले आढळतात. स्मरणामधल्या भागात शेवटी अप्पांनी विचारलेले असते, 'तुला काय वाटतं, ही पोरं आपल्याला रस्त्यावर काढतील?' वास्तवामधल्या एका क्रमाने घडलेल्या चार प्रसंगांच्या शेवटी, अप्पा आणि कावेरी नंदूच्या घरातून बाहेर पडतात.

अप्पा आणि सुहासची शिवाशिवी चालू असताना शारदा येते. तिने आपल्या आत साठवलेला मधल्या बारा वर्षांतला संताप बाहेर पडतो. ती

म्हणते: 'घरात राहून वनवास झालाय. उठल्यासुटल्या सर्वांना शिव्या घालायच्या, थोडं बिनसलं, उशीर झाला की आरडाओरड करून घर डोक्यावर घ्यायचं, वेळी अवेळी नाटकातली भाषणं म्हणून कान किटवायचे! शिष्टाचार नाही, सौजन्य नाही, सभ्यता नाही. हे काय घर आहे की नाटकमंडळीतल्या उडाणटप्पू लोकांची धर्मशाळा आहे!' तिला अप्पांचे घरातले वागणे असह्य झालेले आहे. अप्पांनी सुहासलाही आपल्यापासून तोडले आहे असे तिला वाटते. ती सुहासला ओढत फरफटत घेऊन जाते.

या प्रसंगाचे अप्पांच्या मनोरंगमंचावरील प्रवेशात रूपांतर होते. सुहासचे 'आजोबा, आजोबा' असे किंचाळणे आणि 'भाऊबंदकी' नाटकातील नारायणरावाचे 'काका, मला वाचवा' हे क्रंदन एकाकार होऊ लागते. अप्पा बाह्य घटना-प्रसंग नाटकाच्या, रंगभूमीच्या परिभाषेत ग्रहण करतात. अप्पांच्या आताच्या स्वगतात ते आजोबा आहेत आणि राघोबादादाही आहेत. सुहासला फरफटत घेऊन जाणे, आपल्यापासून तोडणे या घटनेचा त्यांच्या मनावर आघात झालेला आहे. आपले अस्तित्व, आजोबा म्हणून आणि एक नट म्हणूनही, निरर्थक ठरते आहे, याचा त्यांना प्रत्यय येतो. 'अहो, कोणीतरी नटसम्राट गणपतराव बेलवलकर मरून गेला म्हणून द्वाही फिरवा' या वाक्यानंतर 'त्याच्या नावाने कर्णे फुंका,.... त्याच्या मेलेल्या कानाच्या किंटाळ्या बसून आजोबा, आजोबा हे शब्द ऐकण्याची त्यांना शक्तीच राहू नये' हे वाक्य आहे. 'हे घर आहे की नाटक मंडळीतल्या उडाणटप्पू लोकांची धर्मशाळा आहे' या शारदेने उच्चारलेल्या वाक्याची ही मनोरंगमंचावरील तीव्र प्रतिक्रिया आहे. अप्पासाहेबांचे असणे हे 'नट असणे' आहे. त्यावरच शारदा आघात करते. त्यानंतरच्या प्रसंगात नंदा म्हणतो, 'तुमचा अधिकार कितीही मोठा असला तरी आम्ही राहतो ते घर आहे, सभ्य सुसंस्कृत वस्तीतील घर आहे, हे तुम्ही लक्षात घ्यायला हवं'. शारदा विचारते, 'कशाकरता घर केलंत हे? यांच्या अरबट म्हातारपणाच्या भट्टीत आमच्या आयुष्याचा एकेक दिवस जाळण्यासाठी?' नंदाला आपल्या जबाबदारीची, कर्तव्याची जाणीव आहे. घरात वागताना अप्पांनी आपल्या मर्यादा सांभाळल्या पाहिजेत, असे त्याला वाटते. 'आपली जगं वेगळी आहेत. आम्ही तरुण आहोत. तुमचं म्हातारपण झालं आहे... तुम्ही जमवून घेतलं पाहिजे' असे तो म्हणतो तेव्हा तो अप्पांचे फक्त म्हातारपणच लक्षात घेतो आहे, त्यांचे नट असणे तो विसरलेला आहे. त्याच्या मताने हा तारुण्य आणि म्हातारपण यांच्यातला विसंवाद आहे. खुद्द अप्पांनी,

आपल्यातला नट संपला, बाप उरला आहे असे जाहीर केलेले असले, तरी त्यांच्यातला नट संपलेला नाही. नंदा, शारदा त्यांच्याकडे बाप म्हणून पाहतात, त्यांचे वय झालेले आहे, ते तरुण मुलगा आणि सून यांच्या सोबत राहताहेत हे त्यांनी विसरून वागू नये, अशी अपेक्षा करतात. 'शारदा या घराची मालकीण आहे' म्हणजे हे घर 'आपले' आहे, याची जाणीव नंदा करून देतो.

अप्पांमध्ये जसा एक विशिष्ट पिढीतला नट म्हणून अहंभाव आहे तसाच त्याच पिढीतला एक माणूस म्हणूनही आहे. 'माझी पृथ्वी वेगळी होती. कवींच्या प्रतिभेने निर्माण केलेली, थिएटरमधील अंतराळानं तोलून धरलेली, चंद्रसूर्यानं नव्हे तर रंगमंचावरील दिव्यांनी प्रकाशित केलेली.' या जगात अप्पांनी 'नटावर प्रेम करणारे लोक नटासारखेच वेडे असतात' हे अनुभवलेले आहे. त्यांनी कधी पैशांची काळजी केली नाही, पैशांच्या मोहातही ते अडकले नाहीत. आपल्या मुलांमध्ये मालमत्तेची वाटणी करतात, तेव्हा ते 'ज्यांच्यासंबंधी आदर आहे' अशा संस्थांना विसरत नाहीत. अप्पा मूल्ययुक्त जीवन जगणाऱ्या पिढीचे प्रतिनिधी म्हणून इथे साकार झालेले आहेत, त्यांच्या तुलनेत आजूबाजूच्या वस्तीच्या धाकाने आपल्या वडिलांना मर्यादा सांगणारा नंदा उथळ वाटतो. त्यामुळे त्याने उच्चारलेले 'आम्ही तरुण आहोत. तुमचं म्हातारपण झालं आहे' हे शब्द अप्पांच्या कानात निनादत राहतात. नंदा, शारदा निघून गेल्यावर अप्पांचा मनोरंगमंच उजळतो. खुर्चीत बसलेले अप्पा एक स्वगत उच्चारतात. या स्वगतात ते कीटक आणि माणूस यांत फरक करतात. 'देहभोगाच्या आंधळ्या दलदलीतून माणूस उठून उभा राहिला' आणि त्याच्या आत्म-त्यागातून मर्कटांचे माणसांत रूपांतर झाले. माणसाला ईश्वर सापडला आणि अनिकेत ईश्वराला त्याचे स्वतःचे घर सापडले. अप्पा म्हणतात: 'या बापाला विसरा, पण त्या बापाला विसराल तर, पहाडापहाडांमध्ये दडून असलेली गिधाडं फडशा पाडतील निमिषार्धात, तुमचाच नव्हे तर, साऱ्या माणसाच्या जातीचा!' अप्पांच्या या स्वगतात, त्यांचा वास्तव सृष्टीतल्या मूल्यहीनतेचा अनुभव व्यक्त झालेला आहे. नंदा, शारदा यांच्या वागणुकीत त्यांना वर्तमान वास्तवातील तकलादू जीवनपद्धती दिसते. 'आपण कोणत्या वस्तीत राहतो आहोत, आपल्या घराची जगातली प्रतिष्ठा काय आहे' याची जाणीव अप्पांना नाही, असे शारदा म्हणते, किंवा 'आम्ही राहतो ते घर आहे, सभ्य सुसंस्कृत वस्तीतील घर आहे' हे अप्पानी लक्षात घ्यायला हवे, असे नंदा म्हणतो. या त्यांच्या बोलण्यातून त्यांची प्रतिष्ठेची कल्पना किती पोकळ आहे, हे लक्षात

येते. सर्जनशीलतेला, कर्तृत्वाला इथे महत्त्व नाही, आधीच्या पिढीतल्या कर्तृत्वशाली लोकांविषयी कृतज्ञतेची जाणीव नाही. केवळ स्वत:च्या आर्थिक क्षमतेला ही पिढी, प्रतिष्ठेचे नाव देते. अप्पांच्या स्वगतात या मूल्यहीनतेची प्रतिक्रिया व्यक्त झालेली आहे.

अप्पांच्या स्वगतानंतरच्या दृश्यात कावेरी एक ट्रंक आणि वळकटी घेऊन अप्पांच्या खुर्चीजवळ उभी असते. त्यांचा संवाद असा आहे.

'कावेरी : चलायचं म्हटलं.

अप्पा : चलायचं? कुठे?

कावेरी : या घराच्या बाहेर.

अप्पा : हे घर सोडून?

कावेरी : हो.' रंगमंच स्मरणात येण्यापूर्वीचे अप्पांचे वाक्य होते:'तुला काय वाटतं, ही पोरं आपल्याला रस्त्यावर काढतील?' या दोन स्थितींमध्ये असलेल्या विरोधी ताणांतून पहिला अंक घडतो. 'नटसम्राट'च्या कथानकात एक द्वंद्वात्मक प्रसंगाची निर्मिती झालेली आहे. आणखी एक प्रसंग आहे. स्मरणातल्या प्रसंगात अप्पांनी कावेरीसाठी चंद्रहार आणलेला असतो. तो हार ते स्वत:च्या हातांनी कावेरीच्या गळ्यात घालतात. पहिल्या अंकाच्या शेवटी त्या चंद्रहाराचा निर्देश आहे, पण तो वेगळ्या संदर्भात. 'नंदानं तुम्हांला पैसे द्यायचं नाकारलं तेव्हाच माझा चंद्रहार मी मोडून आणला' असे कावेरी सांगते. तो प्रसंग आणि हा प्रसंग यांतला विरोध चंद्रहाराच्या उल्लेखाने अधिकच तीव्र बनतो.

पहिल्या अंकाचा शेवट नाटककाराने 'नाट्यमय' केलेला आहे.

कावेरी सामान घेऊन पुढे होते. अप्पा काठी टेकीत जातात. नंतर सुहासच्या आजोबा, आजोबा अशा हाका.

पहिल्या अंकाच्या शेवटी अप्पांचे जग पूर्णपणे उलटे होऊन गेलेले आहे. मधल्या बारा वर्षांच्या काळात, जगाच्या दृष्टीने, एका नटसम्राटाचे रूपांतर वृद्धात झालेले आहे. अप्पांना त्याची जाणीव झालेली आहे. ते म्हणतात: 'आपली पोरं चांगली आहेत, सरकार. आपलं म्हातारपण वाईट आहे.' यावर कावेरी म्हणते : 'ठीक आहे. मागे जाऊन आपल्याला तरुण होता येत नाही, आणि पुढे जाऊन मरता येत नाही'. या कथानकाची शोकात्मता या अपरिहार्य अशा स्थितीत आहे. तरुण होता येत नाही, मरता येत नाही, म्हातारपण अटळपणे स्वीकारावे लागते. या म्हातारपणाचा स्वीकार समाजाने सहृदयतेने

केला तर शोकात्मता शिल्लक राहणार नाही. तसे येथे अप्पांच्या बाबतीत घडत नाही. वयाच्या पंधराव्या वर्षी घराच्या चारी भिंती चार बाजूंनी कोसळून पडल्या तेव्हा वाटचाल करू लागलेले अप्पा, आता काही काळ मुलाच्या घरात काढून, रस्त्यावर आलेले आहेत. कावेरीमध्ये याही स्थितीत जिद्द आहे. ती म्हणते, 'कुठेही रस्त्यावर झाडाखाली राहू. पण इथं नाही.' अप्पांना स्वतःच्या लुळेपांगळेपणाची, कफल्लकपणाची जाणीव आहे. कावेरी त्यांना हिंमत देते. तीच निग्रहाने सुहासला भेटण्याची इच्छा मोडून काढते. अप्पा सुहासमध्ये मनाने गुंतलेले आहेत, त्यातून स्वतःला बाहेर काढणे जमत नाही. अंकाच्या पूर्वार्धातले अप्पा आणि उत्तरार्धातले अप्पा यांत फरक पडलेला दिसतो. 'मुलांनो, जे आमचे होते ते तुमचं झालं आहे. आम्ही दोघंही आता तुमचे झालो आहोत. सर्वस्वी तुमचे' पूर्वार्धातली ही वाक्ये, आता निरर्थक ठरलेली आहेत. तरी एक धागा अजून तुटलेला नाही. 'नलू तशी नाही' या भावनेने अप्पा आणि कावेरी नलूकडे निघालेली आहेत.

पहिल्या अंकात कमीतकमी प्रसंगांच्या साहाय्याने विरोधी ताण, संघर्ष निर्माण केलेला आहे. तो ताण नाटकाचे जग-व्यवहाराचे जग, कलावंताचे जग-सामान्य माणसाचे जग, मूल्ययुक्त जगणे-मूल्यरहित जगणे, म्हातारपण-तरुणपण, बाप-मुलगा अशा विविध पातळ्यांमध्ये दिसतो.

दुसऱ्या अंकाची विभागणी तीन प्रवेशांमध्ये केलेली आहे. आधीच्या अंकातील घटना-प्रसंगांचे स्थळ नंदाचे घर हेच होते; काही प्रसंग अप्पांच्या मनो-रंगमंचावर घडतात. अंक दोन, प्रवेश एकमध्ये एक छोटे रेल्वे स्टेशन आहे, अप्पा स्थलांतरित आहेत. संक्रमणावस्थेत आहेत. नंदाकडून ते निघाले आणि आता नलूची वाट पाहताहेत. इथे अप्पांना एक पर्याय आहे. तो म्हणजे नलूची वाट न पाहणे आणि स्वतःचे मन व पाय सांगतील त्या दिशेने जाणे. तो पर्याय ते स्वीकारत नाहीत. ते म्हणतात: 'मला वाटतं सरकार, कुणी येणारच नाही. आपण उगाच तिष्ठत बसलो आहोत'. कावेरीच्या मनात आशा आहे. नलूने 'या' असे म्हटलेले आहे. ती घ्यायला आल्याशिवाय राहणार नाही. या प्रवेशात अप्पा जेव्हा म्हणतात की, 'इथंच राहणार आहोत आम्ही, कायमचे' तेव्हा नलूच्या चेहऱ्यावर चिंता दिसून येते. नलू पुढे म्हणतेही, 'तुम्ही इथं राहणार, कायमचे राहणार याचं खरंच मला फार फार समाधान वाटतंय'. अप्पांना इथेही एक पर्याय होता, काही दिवस राहण्याचा. प्रत्यक्षात ते म्हणतात: 'कायमचे राहणार'. अप्पा द्विधाचित्तवृत्तीचे आहेत असे नसून,

आपल्या शारीरिक आणि मानसिक पांगळेपणाची त्यांची जाणीव या वाक्यातून व्यक्त होते, असे म्हणता येईल. या प्रवेशाच्या शेवटी पहिल्या अंकातील सुहास-आजोबा प्रसंगाला सांधणारे वाक्य आहे. नलू विचारते, 'अप्पा, तुम्हांला हात देऊ?' अप्पांची अपेक्षा एवढीच आहे: 'उन्हामधल्या म्हाताऱ्याला, फक्त तुझा हात दे'.

दुसऱ्या अंकाच्या दुसऱ्या प्रवेशात अप्पा रंगमंचाचे जग विसरून एका म्हाताऱ्या बापाचे जगणे जगू पाहत आहेत. ते त्यांना शक्य होत नाही. ते विठोबाला म्हणतात, 'असं दांडगाई करून मला अकस्मात भूतकाळात रेटायचं नाही. सांगून ठेवतो. परत बाहेर यायला त्रास होतो.' विठोबा हा निमित्तमात्र आहे. अप्पा स्वत: भूतकाळातून बाहेर पडू शकलेले नाहीत. ते प्रयत्नाने ते जग आपल्यापासून दूर ठेवू पाहतात. कारण त्या जगात गेल्यानंतर रोजच्या जगात येणे त्यांना कठीण जाते. कवींनी निर्माण केलेल्या भव्य आणि उदात्त जगातून रोजच्या व्यावहारिक जगात येणे, याचा त्यांना त्रास होतो.

या प्रवेशात अप्पांच्या जावयाचे-सुधाकर कार्लेकरांचे साहेब कळवणकर हे येतात. कार्लेकरांच्या घरातला नोकर विठोबा नाटककंपनीत कामाला होता. कळवणकर 'हॅम्लेट' हे नाटक बसवताहेत. अप्पा बाहेरून भजी घेऊन आलेले आहेत आणि मजेने त्यांचा आस्वाद घेत आहेत. अप्पा कळवणकरांना विचारतात, भजी घेता का? ते नकार देतात. रस्त्यावरच्या कुठल्या तरी मळकट हॉटेलमध्ये तयार झालेली भजी खाणे, हे त्यांच्या प्रतिष्ठेच्या कल्पनेत बसत नाही. अप्पा आणि कळवणकर यांच्यातला भेद या प्रसंगातून व्यक्त होतो. अप्पा तथाकथित प्रतिष्ठा-कल्पनांपासून मुक्त आहेत, तसे कळवणकर नाहीत.

कळवणकर यांची रंगभूमी आणि नाटकाविषयीची मतेही अप्पांहून वेगळी आहेत. आपण काही नवे करतो आहोत, याचा कळवणकरांना अभिमान आहे. आपण 'हॅम्लेट' सबड्यूड टोनमध्ये बसवतो आहोत, प्रतीकात्मक नेपथ्य वापरतो आहोत, नाटकीपणाच्या साखळीतून नाटकाला मुक्त करीत आहोत, इत्यादी गोष्टींचा वाजवीपेक्षा जास्त असा गर्व, त्यांच्या बोलण्यातून व्यक्त होतो. गणपतराव, बालगंधर्व, केशवराव ही सगळी भाकड लीजेंड्स आहेत, ती एका विकृत, मॉर्बिड समाधानासाठी निर्माण झालेली आहेत, गणपतराव हे थोर नट तर नव्हतेच, चांगले नटही नव्हते, अशी एकूण त्यांची विचारधारा आहे. 'कलावंताला क्षमा करायला हवी' असे कळवणकरांचे वाक्य येते, तेव्हा

अप्पांची सहनशक्ती संपते आणि ते त्यांना चालते व्हायला सांगतात.

अप्पा दुखावले जातात ते केवळ त्यांच्या 'आकाशाच्या प्रत्येक तुकड्यावर गणपतरावांच्या नावाचा शिक्का आहे' म्हणून नव्हे. त्यांना कळवणकरांमधली अश्रद्धा आणि पोकळ डौल, या दोन्ही गोष्टी सहन होत नाहीत. खणखणीत कलामूल्यांच्या ऐवजी नकली कलामूल्यांना दिली जाणारी प्रतिष्ठा, हे त्यांच्यातील संतापाच्या उद्रेकाचे कारण आहे. गणपतरावांच्या पिढीतील माणसासमोर, ज्यांनी गणपतरावांना पाहिलेले नाही अशा पिढीतल्या माणसाने 'भाकड लीजेंड्स' म्हणून हिणवावे, हे त्यांच्या उफाळून उठण्याचे कारण आहे.

आपल्या नवऱ्याच्या साहेबाला आपल्या घरातून आपल्या बापाने हाकलून लावावे-हा या घटनेचा अर्थ नलू करते. बापाचे म्हणणे बरोबर आहे आणि आपण त्यांच्या बाजूने उभे राहिले पाहिजे अशी भावना, तिच्यात जन्मत नाही. तीदेखील नंदा-शारदाप्रमाणे व्यावहारिक प्रतिष्ठेला महत्त्व देणारी व्यक्ती आहे. तिच्या मनात एकच चिंता आहे: 'आपल्या घरात असा अपमान झाला त्यांचा. ती माणसं फार आढ्यताखोर आहेत. ती विसरायची नाहीत'. गणपतरावांविषयीचे क्षुद्र उद्गार काढून, कळवणकरांनी आपल्या अप्पांचा अपमान केलेला आहे, त्यांना दुखावलेले आहे, हे तिच्यापर्यंत पोचतच नाही. सुधाकरमध्ये थोडी समज दिसते. वेगळ्या दुनियेतली ती माणसे आहेत, आपल्या जगाशी जमवून घेणे त्यांना अवघड जाते, असे तो म्हणतो. म्हातारपण म्हणजे दुसरे बालपण असते, हेही आपण लक्षात घेतले पाहिजे, असेही तो सांगतो. 'घराचं घरपण' राखण्यासाठी नलू अप्पा आणि कावेरी यांची रवानगी, आऊटहाऊसमध्ये करते. 'ही माणसं जगणं असह्य करतात' या नंदाच्या म्हणण्याची तिला प्रचिती आलेली आहे.

अप्पा आणि कावेरी यांना आताही एक पर्याय खुला आहे. नलू-सुधाकरचे घर सोडून निघून जाणे.

दुसऱ्या प्रवेशातील अप्पा-कळवणकर प्रसंग नाटकाच्या संघर्षातील एक क्रियाशील घटक ठरतो, याचे कारण अप्पांची वृद्धावस्था आणि त्यातून येणारी अगतिकता हे आहे. नंदा-शारदा यांच्या घरातून ते बाहेर पडतात ते त्यांचा अपमान झाला म्हणून. आताही घरातून आऊटहाऊसमध्ये जाणे हाही अपमान आहे. आपण नंदा-शारदाच्या घरात राहू शकत नाही, तसे नलू-सुधाकरच्या घरातही राहू शकत नाही ही जाणीव व्हावी अशीच ही घटना आहे. म्हातारपण म्हणजे दुसरे बालपण असते असे सुधाकर म्हणतो. तेव्हा नलू विचारतो, 'पण

या दुसऱ्या बालपणाला आई कुठून आणायची?'

अप्पा ज्या स्थितीत आहेत त्या स्थितीतून त्यांना बाहेर काढण्याचा कोणताही मार्ग नाही. त्यांचे नट 'असणे' भूतकाळात गेलेले आहे, त्यांचे 'असणे' आहे, पण ते इतराना अवघड ओझ्यासारखे वाटते. तिसऱ्या प्रवेशात अप्पा आणि कावेरी या दोघांनाही ती जाणीव झालेली दिसते.

तिसऱ्या प्रवेशात कावेरी आणि अप्पा आऊटहाऊसमध्ये आलेले आहेत. कावेरी कॉटवर पडलेली आहे. काही दिवसांपासून तिची प्रकृती ठीक नाही. कावेरी म्हणते, 'आपण आपल्या गावी जाऊन राहू, मोरवाडीला'.पहिल्या अंकात सुरुवातीच्या भागात मोरवाडीचा उल्लेख आलेला आहे. रंगभूमी कोसळली तेव्हा अप्पा कावेरीसह मोरवाडीला जाऊन राहिलेले असतात. मुलांना सगळे देऊन टाकायचे, आपण निवृत्त व्हायचे ठरवतात, तेव्हा मोरवाडीची शेतीवाडी विकून टाकतात. आता दोन्ही मुलांकडे राहण्याचा विपरीत अनुभव घेतल्यानंतर कावेरीला मोरवाडीला जाऊन राहावेसे वाटते. इथे आपली तब्येत कधी सुधारायची नाही, असे ती सांगते. 'बाह्यात्कारी सगळं बरं आहे तोपर्यंत आपण दूर व्हावं' असा तिचा विचार आहे. अप्पांना तो विचार पटतो. 'आपण वाडीला गेलो तर सगळ्या गोष्टी सुरळीत आणि सुखाच्या होतील' असेच त्यांनाही वाटते. जो पर्याय आहे तो स्वीकारण्याची दोघांचीही तयारी आहे. नंतरच्या दोघांच्या संवादात वाडीच्या घराची, तिथल्या वास्तव्याची स्वप्ने आहेत. या संवादातून एकमेकांविषयीचे प्रेम व्यक्त होते तसा जगण्यावरचा विश्वास आणि त्यातला उत्साहही व्यक्त होतो. आपल्या स्थितीची जाणीव आणि त्याचवेळी स्वतंत्र होण्याची कल्पना, या दोन्ही गोष्टींमुळे त्यांच्यात उत्साह संचारलेला आहे. मोरवाडीच्या जगण्याची स्वप्ने पाहत असताना आधी विठोबा येतो आणि नंतर नलू आणि सुधाकर येतात. 'माझ्या विणायच्या सुया सकाळपासून सापडत नाहीत' म्हणत नलू सगळ्या सामानाची तपासणी करते. त्यानंतर विठोबाच्या बोलण्यावरून 'साहेबांचा सगळा पगार आज दुपारी चोरीला गेला' ही बातमी कळते. अप्पा सुन्न होतात. नलूच्या तपासणीचा अर्थ त्यांना उमगतो. नलू येते तेव्हा तिला विचारतात : 'नले, मी-मी चोरी केली असा संशय आला तुला?' नलू शांतपणाने 'हो' म्हणते. इतकेच नव्हे तर पुढे असेही म्हणते : 'त्यांचे पैसे होते ते. ते असे कपाटातून काढून घेण्याचा तुम्हांला काहीही अधिकार नव्हता.'

नलूने अप्पांवर असा आरोप करावा हे प्रस्थापित होण्यासाठी नाटककाराने

दुसऱ्या प्रवेशात नलूच्या तोंडी एक वाक्य दिलेले ते पैशांबाबत. 'अप्पांनी सुभेदारसाहेबांकडे दहा रुपये मागितले' आणि दुसरे वाक्य आहे 'परवा कपाटातला चंदनी हत्ती गायब झाला. घरभर शोधला तर अप्पांच्या उशाखाली सापडला'. तिथेच तिचे आणखी एक वाक्य आहे: 'या थराला गोष्टी आलेल्या आहेत.' आता घरात पैसे नाहीत, अप्पांच्या ट्रंकेत दिसताहेत. या आधारावर नलू त्यांनी चोरी केली हे ठरवते. अप्पा हे नटश्रेष्ठ आहेत किंवा नाहीत, ते नलूचे जन्मदाते आहेत किंवा नाहीत, ते वृद्ध आहेत किंवा नाहीत हा प्रश्न येथे नाही. हे ते आहेतच. एक माणूस म्हणून, मूल्यनिष्ठ माणूस म्हणून त्यांच्यावर चोरीच्या आरोपाचा आघात होतो. मी अप्पा बेलवलकर–नटसम्राट, लक्षावधीची मालमत्ता गुलाल–बुक्क्याप्रमाणे ज्यानं उधळून दिली, तो हा गणपतराव बेलवलकर चोर ठरला. आपल्या पोरांच्या घरांमध्ये! असे अप्पा म्हणतात तेव्हा, पहिल्या अंकातील त्यांच्या मनो–रंगमंचावरील स्वगताशी विरोधी संबंध निर्माण होऊन, या प्रसंगाला नाट्यात्मता प्राप्त होते.

याच प्रवेशातले अप्पा कावेरी यांच्यातले बोलणे आणि या प्रसंगानंतरचे बोलणे यांतही विरोधी ताण आहे. आऊटहाउसमध्ये आल्यापासून अप्पा–कावेरी यांच्यात 'एकमेकांचे होऊन जाणे, एकदुसऱ्याच्या अधिक निकट येणे, एकमेकांनी एकमेकांना समृद्ध करणे,' हे आता अधिकच उत्कट झालेले आहे. कावेरी म्हणते: 'सगळी दुनिया आपल्यासाठी संपली आहे आता. आपण दोघंच उरलो आहोत. आपण दोघंच. एकमेकांसाठी.' अप्पा चोरीच्या आरोपाच्या आघाताने बधिर झालेले आहेत. ते म्हणतात: 'मला काहीच समजत नाही, सरकार.' यातले जे 'समजत नाही' ते आपल्या मुलांचे वागणे, त्या वागण्यातून व्यक्त होत असलेले त्यांच्या भोवतालचे समकालीन जग हे असते. परंतु अप्पांचा म्हणून, मूल्यनिष्ठ माणसाचा म्हणून, काहीएक अहंकार आहे. मी रागवणार नाही आणि रडणारही नाही, असे ते म्हणतात. रागवावे आणि रडावे असे समोरच्या जगात काही नाही, याची जाणीव त्यांना झालेली आहे.

नंदाच्या घरातून निघताना स्वत: पुढे झालेली कावेरी आता बिछान्याला खिळलेली आहे. 'नंदाच्या घरून बाहेर पडले तशी तुम्हांला घेऊन या क्षणाला बाहेर पडले असते' असे ती म्हणते, परंतु आजारामुळे ती अगतिक झालेली आहे. त्यामुळे आजची रात्र इथे काढून उद्या सकाळीच मोरवाडीला जाऊ, असे ती सांगते. अप्पा आघातजन्य मनोवस्थेतून बाहेर पडत नाहीत. चोरीच्या

आरोपाने त्यांच्यातले माणूसपण निरर्थक ठरले आहे. 'अस्तित्वाच्या गाभाऱ्यात असलेल्या सत्त्वाची विटंबना' त्यांच्यात असह्य वेदना निर्माण करते. जीवनाचे एक नवे भान त्यांना येते.

काही काळाने पैशाचे पाकीट सापडलेले असते, नलू क्षमा मागायला येते. परंतु अप्पांचे फाटलेले मन सांधले जात नाही. त्यांचे सगळे दु:ख पुढील शब्दांत व्यक्त होते : आपला बाप चोर आहे, आई चोर आहे आणि मुख्य म्हणजे ती दोघं म्हातारडी आहेत, लुळीपांगळी आहेत, बेवारशी कुत्र्याप्रमाणे आपल्या आश्रयाला येऊन राहिलेली आहेत. त्यांच्या तोंडावर हे गलिच्छ आरोपाचं शेण फेकलं, तर ते काय आपलं वाकडं करणार आहेत? या भाषणात अप्पांचा दुखावलेला अहंकार स्पष्टपणे व्यक्त झालेला आहे, 'म्हातारपणात थोडासा अहंकार हवा माणसाजवळ. भोवतालची पोकळी जरा भरून काढता येते' असे पहिल्या अंकात सुरुवातीलाच अप्पांच्या वाक्यात आहे. आता अप्पा बोलताहेत ते पोकळी भरून काढण्यासाठी नव्हे, त्यांच्यातला अहंकारच काढून घेऊन त्यांना क्षुद्रत्व देणाऱ्या आरोपातील क्रूरता व्यक्त करण्यासाठी. याच भाषणात अप्पा 'बापा' चे कवच फेकून 'नटसम्राट' होतात. या भाषणात ते विचारतात : 'मराठी रंगभूमीचा हा सार्वभौम राजा नटसम्राट गणपतराव बेलवलकर, गणपतराव जोश्यांचा पट्टशिष्य, खाडिलकर गडकऱ्यांसारख्या दैवतांनी ज्यांच्या पाठीवर हात ठेवला; असा कलावंत, लक्षावधी रसिकांच्या आशीर्वादामुळे कुबेराहून श्रीमंत आणि इंद्रापेक्षा भाग्यवान झालेला रंगदेवतेचा पुजारी-त्याची तू अशी विटंबना करतेस? तो तुझा बाप झाला म्हणून? त्याच्याजवळ पैसे नाहीत म्हणून? म्हातारपणानं तो असहाय झाला म्हणून?'

हे प्रश्न केवळ नलूला विचारले गेलेले नाहीत; अप्पांनी गेल्या बाराचौदा वर्षांत जे अनुभवले, पाहिले त्या अनुभवातून ते नलूच्या एकंदर पिढीलाच विचारत आहेत. वर्तमान जगातली सगळी नाती, संबंध यांच्यात आच नाही, आतडे नाही म्हणून त्यांना आलेल्या निरर्थकतेचा उच्चार अप्पा पुढे करतात. ते म्हणतात : 'अंतराळात भटकणारा एखादा आत्मा, वासनेच्या जिन्याने पृथ्वीवरच्या मातीत उतरतो आणि आम्हांला वाटतं की आम्ही बाप झालो - आई झालो. पण खोटं, सगळं खोटं. आपण फक्त जिने असतो. फक्त जिने!'

सगळ्या संबंधांची निरर्थकता प्रत्यायाला येऊनच जणू काही कावेरी

जमिनीवर कोसळते. 'आपण दोघंच उरलो आहोत. आपण दोघंच. एकमेकांसाठी' असे म्हणणारी कावेरी आता नाही. 'मोरवाडीला गेल्यावर सुखासमाधानाचं देऊळ उभं करीन माझ्या देवासाठी' असे म्हणणारी कावेरी आता नाही. अंक दुसऱ्याच्या तिसऱ्या प्रवेशाच्या शेवटी अप्पांचे एवढेच शब्द आहेत : सरकार! सरकार! पहिल्या अंकातले अप्पांचे वाक्य निनादत राहते : आमची बायको-मी सरकार म्हणतो त्यांना-

दुसऱ्या अंकातील तीन प्रवेशांची मांडणी आपण पाहिली. पहिल्या अंकाच्या शेवटी अप्पा आणि कावेरी नलूकडे, राहीनगरला जावे म्हणून निघालेले असतात. अप्पांनी नाटकाच्या स्मरण-प्रवेशात व्यक्त केलेली अपेक्षा नंदाच्या घरी पूर्ण झालेली नसते. उलट 'तुम्ही जमवून घेतलं पाहिजे' असे नंदा अप्पांना सांगतो. अप्पा-कावेरी घराबाहेर पडतात. पहिल्या प्रवेशात रेल्वे स्टेशनचे दृश्य आहे. 'नलूची वाट पाहणे' एवढेच या प्रवेशाचे कार्य नाही. नंदाच्या घरातून निघताना झालेली सुहासची आणि त्यांची ताटातूट, त्या ताटातुटीचा अप्पांवरचा परिणाम येथे दाखवायचा आहे. पहिल्या अंकातले अप्पांचे वर्तन त्यांना नंदाच्या घरातून बाहेर पडायला भाग पडावे असे नाही. म्हणजे त्यांच्या विशिष्ट स्वभावामुळे त्यांनी तेथे अवघड अशी काही स्थिती निर्माण केलेली आहे, अशी कोणतीही कृती अप्पांकडून घडलेली आहे, असे दाखविलेले नाही. मात्र नंदाकडून त्यांचा अपमान होतो; तो त्यांच्या मर्यादा दाखवतो; शारदाला त्यांचे घरात राहणे असह्य झालेले असते या गोष्टी आलेल्या आहेत. अप्पा-कावेरी त्या घरातून बाहेर पडतात या कृतीला अप्पा-कावेरी यांचा स्वभाव, विशिष्ट मूल्यदृष्टी कारण आहेत. 'तुमचा अपमान एखादे वेळी तुम्ही सहन कराल, पण मी नाही करायची' असे कावेरीने म्हटलेले असते. अप्पांच्या व्यक्तिमत्त्वाला पूरक असे कावेरीचे वागणे आहे. नाटकात ती अप्पांच्या छायेप्रमाणे वावरत असते. नंदा-शारदा व अप्पा-कावेरी यांच्यातील संघर्षामुळे अप्पा-कावेरी घर सोडून बाहेर पडतात. तसे ते बाहेर पडत असताना सुहासमध्ये त्यांचा जीव अडकलेला असतो. दुसऱ्या अंकातील पहिल्या प्रवेशात अप्पांना सुहास दिसल्याचा भ्रम होतो असे दृश्य दाखविले आहे. अप्पांचे म्हातारपण, अपमानित होऊन घराबाहेर पडण्याचा प्रसंग, मानसिक थकवा यांमुळे त्यांनी भ्रमिष्ट होणे हे स्वाभाविक आहे. या प्रसंगातून नाटककाराला अप्पांची मानसिक विकलता दाखवयची आहे. शरीराने आणि मनाने विकल झालेल्या अप्पांना आता उबदार मायेची, निवांत घराची गरज

आहे, हेही यांतून प्रस्थापित होते. संवादांतून, प्रसंगांतून व्यक्तिरेखांचा विकास करीत असताना नाटककाराने अप्पा ही मध्यवर्ती, मुख्य व्यक्तिरेखा मानलेली आहे. कावेरीची व्यक्तिरेखा अप्पांच्या व्यक्तिरेखेला पूरक अशी दाखविलेली आहे. नंदा-शारदा या दुय्यम व्यक्तिरेखा आहेत. नंदा-शारदा यांच्या बोलण्यांतून त्यांच्या जगाविषयी किंवा जगण्याविषयी, जे काही सुचवले जाते, त्याचे चित्रण येथे केलेले नाही, तो या नाटकाचा उद्देशही नाही. अन्यथा अप्पा-कावेरी घरातून निघून गेल्यानंतर नंदा-शारदा आणि सुहास यांची स्थिती काय आहे, हे दाखवले गेले असते.

दुसऱ्या अंकाच्या पहिल्या प्रवेशात विठोबा ही व्यक्तिरेखा येते. विठोबा हा एक नट असतो. 'नटाला नटाची ओळख पटते' असे तो म्हणतो. अप्पा हेही नटच आणि आता विठोबाही. या दोन व्यक्तिरेखांमध्ये परस्परपूरक असे संबंध निर्माण केलेले आहेत, मात्र दोन्ही व्यक्तिमत्त्वांच्या पातळ्या भिन्न आहेत. 'नट असणे' हे त्यांच्यातले एक समान सूत्र आहे. ते पुढल्या प्रवेशामध्ये अधिक विकसित केलेले आहे. पुढे नलू-सुधाकर आणि अप्पा-कावेरी यांच्यात द्वंद्व उत्पन्न होते, तेव्हा विठोबा अप्पांच्या बाजूने असतो. प्रमुख पात्राच्या विरोधी अशा नंदा-नलू यांसारख्या व्यक्तिरेखा नाटककाराने निर्माण केलेल्या आहेत, तशीच विठोबाची संवादी व्यक्तिरेखाही निर्माण केलेली आहे. दुसऱ्या प्रवेशात नाट्यदिग्दर्शक कळवणकर आणि अप्पा, नाट्यदिग्दर्शक आणि विठोबा यांतल्या विरोधाला उठाव दिलेला आहे. कळवणकरांचाही नाटकाशी संबंध आहे. परंतु ते आत्मतृप्त, अहंमन्य आणि अश्रद्ध आहेत, कलावंताचे मोठेपण त्यांच्यात नाही. विठोबा सश्रद्ध आहे, कलावंत म्हणून तो मोठा नाही, पण माणसाचे मोठेपण त्याला कळते. दुसऱ्या प्रवेशातल्या अप्पा-कळवणकर संघर्ष-प्रसंगामुळे; अप्पा-कावेरी यांच्या अटळ अशा भवितव्याच्या दिशेने पुढील प्रसंग घडतात. अप्पांनी कळवणकरांवर रागवावे, संतापून चालते व्हा म्हणावे, हे त्यांच्या व्यक्तिरेखेशी सुसंगत असेच आहे. पहिल्या अंकाच्या स्मरण-प्रसंगाचे विश्लेषण करताना ते स्पष्ट झालेले आहे.

तिसऱ्या अंकातील 'चोरीचा आळ' हा प्रसंग या नाटकाच्या शोकात्म अखेरीला कारण ठरलेला आहे. सुभेदारसाहेबाकडे दहा रुपये मागितले किंवा कपाटातला चंदनी हत्ती अप्पांच्या उशाखाली सापडला, एवढ्या दोनच घटनांच्या उल्लेखामुळे नलूने अप्पांवर चोरीचा आळ घ्यावा यात संगती वाटत नाही. अप्पांच्या मनातले नलूचे चित्र आणि प्रत्यक्षातले नलूचे वागणे यांत

तफावत आहेच, पण नलू ही कसलाही विचार करता आपल्या बापावर चोरीचा आरोप करण्याइतकी उथळ आणि अविचारी असेल, असे नाटकात प्रस्थापित झालेले नाही. अप्पा-कावेरी यांचे आऊटहाऊसमध्ये राहणे, ते कसे अपमानकारक आहे हे त्यांना जाणवणे, स्वतःचे स्वतंत्र आयुष्य जगण्याविषयीचे त्यांनी बेत करणे, एवढे शोकात्म शेवटाच्या दृष्टीने पुरेसे न वाटल्याने, नलूकडून चोरीचा आळ हा प्रसंग घडवलेला आहे. अप्पांच्या स्वभावाशी, वागण्याशी या आरोपाचा काही संबंध नाही. मात्र त्यांच्या नाटकात विकसित केलेल्या स्वभावधर्माच्या दृष्टीने तो प्रसंग आघातासारखा ठरलेला आहे.

या नाटकातील व्यक्तिरेखांची उभारणी संवाद-विरोधतत्त्वावर झालेली आहे. प्रसंगांची रचना मात्र विरोधतत्त्वावरच आधारित आहे. व्यक्तिरेखांच्या संदर्भात एक गोष्ट सुरुवातीपासूनच जाणवते, ती ही की, अप्पांची व्यक्तिरेखा अधिक व्यापक, खोल असून नाटकातला त्यांचा वावर इतर व्यक्तिरेखांना झाकून टाकणारा आहे. अप्पांचे जग कवींचे, नाटककारांचे, भव्य-उदात्त अशा मूल्यांचे आणि इतर व्यक्तिरेखांचे जग त्यासमोर खुरटे ठरणारे, व्यवहाराचे असे चित्रित केलेले आहे. तिसऱ्या प्रवेशात अप्पा-कावेरी यांच्या मोरवाडीतल्या जगण्यातल्या स्वप्नाला पूर्ण छेद जाईल, असा प्रसंग घडतो. नलू अप्पांवर चोरीचा आळ घेते. या प्रवेशाच्या शेवटी कावेरीचा मृत्यू होतो. अप्पा आता पूर्णपणे एकाकी झालेले आहेत.

अंक तिसरा, प्रवेश दुसरा. (अप्पा नलूच्या घरातून निघून गेलेले आहेत. कुठे गेलेले आहेत याचा पत्ता नाही. शोध घेताहेत. या सगळ्या गोष्टी पहिल्या प्रवेशात आलेल्या आहेत.) कोठल्या तरी खेड्याच्या जवळ असलेले जंगल आहे. बारीक पाऊस पडत आहे, विजा चमकत आहेत. अप्पा येतात. ते एक गाणे म्हणताहेत. अप्पा आता या दृश्यात मनोरंगमंचावर नाहीत. ते स्मरणात नाहीत, वास्तवातच आहेत. अप्पा 'अडगुलं मडगुलं' हे गाणे म्हणताहेत. म्हणणारे ते आहेत आणि बाळही तेच आहेत. 'अशा या पावसात, वादळवाऱ्यात' जाऊ नकोस असे गाण्यात आहे, पण अप्पा खुद्द त्या पावसात, वादळवाऱ्यात आहेत. ती स्थिती आणि ते गाणे यांत शोकात्म विरोध आहे. ते गाणे अर्धवट सोडून देतात. मग फेरीवाल्यासारखे ओरडतात : 'कुणी घर देता का घर, एका तुफानाला, कुणी घर देता का घर?'

अप्पांचे हे स्वगतच आहे, पण ते रंगमंचावरचे स्वगत नाही. आता रंगमंच आणि वास्तव या दोन गोष्टी वेगळ्या राहिलेल्या नाहीत. परंतु अप्पा

रंगमंचापासून आणि वास्तवापासूनही तुटलेले आहेत. ते या दोनपैकी कुठेही नाहीत. रंगमंचाचे जग संपलेले आहे, वास्तवातल्या जगण्याने मानसिक आघात केलेले आहेत. ज्या जोडीदारासोबत एक वेगळे जग निर्माण करण्याचे स्वप्न पाहिले तो जोडीदारही आता नाही. अप्पा निराधार आहेत. म्हणून ते एका घराची मागणी करताहेत. रंगमंचापासून तुटल्यानंतर काही काळ ते होते, पुन्हा असणार होते. आता ते नाही. आता त्यांना घर हवे आहे ते 'पंख मिटून पडण्यासाठी.' जीवनाचे सगळे आघात-प्रत्याघात सहन केल्यानंतर एक विश्रांती घेता येईल, असे स्थान त्यांना हवे आहे. आधीच्या अंकातील नंदाच्या घरी, नलूच्या घरी त्यांची झालेली परवड पाहून, अप्पांना खरे घर अजून सापडलेले नाही, याची जाणीव वाचकप्रेक्षकांना झालेली असते. मग 'नटसम्राट' या एकंदरीत नाटकाचे काहीएक सूत्र, त्यांच्या लक्षात येते. ते सूत्रच अप्पांच्या या स्वगत-प्रकट भाषणातून लक्षात येते. अप्पा म्हणतात.

'एक तुफान भिंतीवाचून छपरावाचून
माणसाच्या मायेवाचून देवाच्या दयेवाचून
जंगलाजंगलात हिंडतं आहे
जेथून कुणी उठवणार नाही
अशा जागा धुंडतं आहे'.

पहिल्या अंकात स्मरणातल्या प्रसंगात अप्पांनी म्हटलेले असते 'ही पोरं आजूबाजूला बसली की अगदी रामपंचायतन घडल्यासारखं वाटतं.' अप्पांचे हे स्वप्न पुरे होत नाही. माणसांच्या मायेत घर असते. महाल, राजवाडा, पदवी, हार, थैली यांत घर नाही. घर म्हणजे एक निवांत जागा, जिथे हक्काने बसता येते. पण हवे असलेले ते घर, आता या पृथ्वीवर नाहीच मिळायचे. देवाने स्वतःचे घर मानले होते तो माणूस, आता झुरळात रूपांतरित झालेला आहे. तथापि अप्पांच्यामध्ये असलेली श्रद्धा नष्ट झालेली नाही. जनावरे मोकळी सुटलेली असली, तरी माणसाचे मूल सांभाळले पाहिजे, असे ते सांगतात. हे मूल सांभाळले पाहिजे. त्या मुलातून नवा माणूस घडेल. आणि माणूस हे अनिकेत ईश्वराला सापडलेले घर आहे.

दुसऱ्या प्रवेशातल्या या दोन्ही स्वगतांतून अप्पा मृत्यूची प्रतीक्षा करीत आहेत हे स्पष्ट होते. आता जे लहान घर त्यांना हवे आहे ते या पृथ्वीवरचे, भिंतीछपरांचे नाही; त्यांना अखेरचे विश्रांतिस्थान हवे आहे. चोरीच्या आरोपाचा आघात, कावेरीच्या मृत्यूचा आघात यांनी, त्यांची जीवनेच्छा मरून गेलेली

आहे. शरीर आणि त्या सोबतचे अस्तित्व शिल्लक आहे. तेही त्यांना आता नको आहे. मृत्यू आलेला नाही. ते बाहेर भरकटताहेत तसे आतही भरकटताहेत. सगळे चित्त केंद्रित करावे असा काही बिंदू नाही. शरीर आणि मनही पूर्णपणे खचलेले आहे. 'जेथून कुणी उठवणार नाही, अशी जागा' ते तुफान 'धुंडतं आहे'. नटसम्राट असणे, बाप असणे, वृद्ध असणे या कोणत्या गोष्टीला आता काही अर्थच राहिलेला नाही. 'काय आहे असं या पृथ्वीजवळ' की ज्यासाठी येथे राहावे? माणूस आहे असे वाटत होते, पण त्या माणसाचे झुरळ केव्हा झाले, हे त्या पृथ्वीलादेखील कळले नाही. माणसाचे झुरळ झालेले असणे अप्पांचा प्रत्यय आणि तो शोकात्म आहे. अंक २, प्रवेश ३ मध्ये शेवटी त्यांनी म्हटलेले असते:

'विधात्या, तू इतका कठोर का झालास
एका बाजूला, आम्ही ज्यांना जन्म दिला
ते आम्हांला विसरतात
आणि दुसऱ्या बाजूला, ज्यानं आम्हांला जन्म दिला
तो तूही आम्हांला विसरतोस'.

एक आधारहीन, अधांतरी असल्यासारखी अप्पांची अवस्था झालेली आहे. अप्पा मानसिक दृष्टीने दिवस मावळत्यावेळी, वाटा गुंडाळून ठेवलेल्या जंगलात अडकलेले आहेत. दिशाहीन, सैरभैर अशी त्यांची अवस्था तिसऱ्या अंकातल्या दुसऱ्या प्रवेशात दाखवलेली आहे.

तिसऱ्या अंकातल्या पहिल्या प्रवेशात विठोबा नोकरी सोडत असल्याचा प्रसंग आहे. तो अप्पासाहेबांचा शोध घेत गावोगाव फिरणार आहे. 'आमच्यापेक्षा तुला जास्त कळकळ आहे अप्पांच्या शोधाची?' असे नलू विचारते तेव्हा विठोबा म्हणतो, 'अप्पासाहेबांकडे आपण आपले वडील म्हणून पाहता, आम्ही आमच्या राज्याचे सम्राट म्हणून पाहतो त्यांच्याकडे'. इथे अप्पांशी संवादी जीवनदृष्टी विठोबा व्यक्त करतो. अप्पा, कावेरी, विठोबा यांचे एक जग आहे आणि नंदा, शारदा, नलू यांचे एक जग आहे. या दोन जगांतील तफावत, अंतर, विरोध नाटकात सुरुवातीपासून अधोरेखित केलेला आहे. विठोबाच्या या उद्गाराने तो गडद होतो. नाटकात सुरुवातीपासूनच अप्पांच्या नाटकाच्या जगाच्या समांतर व्यवहाराचे जग ठेवलेले आहे.

अंक तिसरा, प्रवेश तिसरा. अप्पा आता मुंबईत आले आहेत. एका नाट्यगृहाजवळचा परिसर आहे. बूटपॉलिश करणारा मुलगा आहे. तो अप्पांना

कट्ट्यावर बसवतो. हा रस्ता आहे, कुणाचे घर नाही. तो मुलगा, राजा, म्हणतो, 'हा रस्ता आहे. कुणाच्या बापाची खाजगी इस्टेट नाही. आपलं राज्य आहे हे बाबा.' अप्पा नंदाच्या, नलूच्या घरातून बाहेर पडले. हा मुलगा रस्ता हेच आपले हक्काचे घर समजतो आहे. वयाच्या पंधराव्या वर्षी घराच्या भिंती कोसळल्यानंतर बाहेर पडलेल्या अप्पांना, राजामध्ये आपला 'स्व' गवसला असेल. राजा हा नंदा-नलू यांच्या मध्यमवर्गातला नाही. तो रस्त्यावर राहतो, बूटपॉलिश करतो. त्याचीही एक मूल्यश्रेणी आहे.

अप्पा आता थिएटरजवळ आहेत आणि स्वत:जवळही आहेत. आताच्या या थिएटरमध्ये ऑथेल्लो आहे, उद्या ज्यूलियस सीझर आहे. अप्पा ज्या जगात वावरले त्याची आठवण देणारे आताही काही घडत आहे. परंतु पुढे प्रेक्षकांच्या प्रतिक्रिया दिलेल्या आहेत. गणपतराव बेलवलकरांची आठवण अजून काही लोकांच्या मनात आहे. परंतु पुढची पिढी मागच्या पिढीला 'वय' काढून हिणवते. काहीतरी खरोखर श्रेष्ठ अशा गोष्टी असतात, त्या मागच्या पिढीत झालेल्या असल्या तरी, नंतरच्या पिढीने त्यांतून काही घेतलेले असते. मात्र वर्तमानकाळात हा संबंधच उरलेला नाही, असे या नाटकात निरनिराळ्या संदर्भांत व्यक्त झालेले आहे. दोन प्रेक्षक आणि अप्पा यांच्या संवादातून ते दिसते. पहिल्या प्रेक्षकाला गणपतराव बेलवलकरांविषयी आदर आहे, दुसऱ्या प्रेक्षकाने बेलवलकरांना पाहिलेले नाही. दंतकथा ऐकलेल्या आहेत. समोर अप्पा बसलेले आहेत, पण तेच गणपतराव बेलवलकर असतील, अशी शंकाही त्यांना येत नाही. लोकांच्या मनात आदर असतो. स्मृती नसते. अप्पाही 'बेलवलकर मेला' म्हणून सांगून टाकतात. आपले नट म्हणून अस्तित्व मागेच संपले, नंतर बाप म्हणूनही संपले, माणूस म्हणून शिल्लक उरले नाही. लोकांच्या दृष्टीने आपण मेलेलेच आहोत, वाच्यार्थाने आणि लक्ष्यार्थानेही.

अप्पा आणि राजा या संवादी व्यक्तिरेखा आहेत. दुसऱ्या अंकाच्या शेवटी अप्पांनी म्हटलेले असते: 'अंतराळात भटकणारा एखादा आत्मा आमच्या वासनेच्या जिन्यानं पृथ्वीवरच्या मातीत उतरतो आणि आम्हांला वाटतं की आम्ही बाप झालो-आई झालो. पण खोटं, सगळं खोटं'. अप्पांना आलेल्या प्रत्ययातून हे वेदनामय उद्गार निघतात. या प्रवेशात राजा म्हणतो : 'देव माणसाला दुनियेत पाठवतो तो अमक्याचा बाप अन् तमक्याचा मुलगा अशा चिठ्ठ्या लावून पाठवीत नाही. काळजाच्या वाटेनं आपल्या वस्तीत येतील ते खरे. बाकी सब झूट!' राजाची वाक्ये, अप्पांच्या वाक्यांच्या संवादी आहेत,

पण त्यांतला स्वर वेगळा आहे. अप्पांच्या वाक्यांत आघातामुळे आलेली विव्हलता आहे, तर राजाच्या वाक्यांत अनुभवांतून आलेले शहाणपण आहे. आणखी एक विरोध आहे. अप्पा वयोवृद्ध आहेत, राजा लहान आहे. येथे राजा 'मोठा' होतो आणि अप्पा 'लहान'. राजा स्वतःच्या घरापासून तुटून इकडे आलेला आहे. (तो म्हणतो : 'तुला तुझ्या पोरांनी टाकलं, मला माझ्या आईबापानी टाकलं.) पण त्याने ते समजून घेतलेले आहे. 'आता आपण सेप्रेट' झालो असे तो सांगतो. अप्पा म्हणतात, 'हे सेप्रेट व्हायचं माणसाला जमलं पाहिजे.' अप्पांचा जीव, नंदा, नलू यांत गुंतलेला होता. ते 'पोरांच्या जिवावर' रिटायर झालेले असतात. काही दिवस नंदाकडे, काही दिवस नलूकडे राहू, असे त्यांनी ठरवले होते. आपले आपण, कावेरी आणि आपण असे राहू हे त्यांना नंदा-नलूकडच्या अनुभवांनंतर सुचते. ते सेप्रेट होत नाहीत, बायकोमुले-सूनजावईनातवंडे यांच्यासह राहावे असे त्यांना वाटलेले असते. राजाने हे सगळे 'झूट' आणि 'वैताग' ठरवून टाकले. अप्पा म्हणतात : 'तळघरातून बाहेर आल्यासारखं वाटतंय.'

राजा अप्पांना म्हणतो, 'काळजाचा करार आहे आपला. तू आता कुठे वणवण फिरायचं नाही. वेडंवाकडं खायचं नाही, ताळ सोडून बोलायचं नाही. आरामानं वस्तीवर राहायचं अन् मोठ्या हातानं वस्तीचा कारभार करायचा'. राजाच्या या बोलण्यात जिव्हाळा आहे, आदर आहे, महत्त्व आहे, मोठेपणाचा स्वीकार आहे आणि निर्बंधही आहेत. इथे माणसाच्या 'असण्या'ला अर्थ आहे, तो अर्थ नंदा आणि नलूकडे नव्हता. या ठिकाणी अप्पा आणि नंदा-नलू असा एक विरोध उत्पन्न होतो तसा नंदा-नलू आणि राजा असाही एक विरोध उत्पन्न होतो. दुसरा अप्पांच्या विरोधाशी संवादी आहे. याच प्रवेशात विठोबा अप्पांचा शोध घेत येतो आणि तो अप्पांच्या नंदा-नलू यांनाही घेऊन येतो. हे सगळे नातलग आलेले असताना राजा म्हणतो, 'आता जाऊ नकोस कुठं', अप्पा म्हणतात, 'मी आता कुठंच जाणार नाही'.

नंदाकडे, नलूकडे-कुठेही रहा, काहीही त्रास होणार नाही, असे आलेले लोक सांगतात. परंतु राजा म्हणतो, 'या म्हाताऱ्याला मी माझ्या घरी घेऊन जाणार आहे. तुम्ही सोडला, मला सापडला'. रस्त्यावरच्या एका पोराच्या आपल्याविषयी वाटणाऱ्या आत्मीयतेमुळे आणि आधीच्या वर्षामध्ये अनुभवलेल्या, स्वतःच्या संततीच्या दुराव्यामुळे, अप्पांना राजाशी आत्मिक संबंध आहे असे वाटते. नलूने आणि त्याआधी नंदाने अप्पांची 'आई होणे'

टाळलेले असते, राजा ते होतो. 'काळजाचा करार' हे शब्द नाटकाच्या सुरुवातीपासून शेवटपर्यन्त प्रतिध्वनित होत राहतात.

अप्पा राजाचीच बाजू घेतात. कारण त्याच्या ठिकाणी त्यांना नटसम्राटाची, वृद्धाची नव्हे तर माणसाची काळजी घेण्याची वृत्ती दिसते. अप्पा कोण आहेत, काय आहेत हे त्याला काहीही माहीत नाही. तो एक जाणतो, 'माणसं तगवली पाहिजेत.' ती आपल्या नात्याची असोत अगर नसोत, आलेल्यांना वाटते की, राजा अप्पांना घेऊन जातो आहे, ते लुबाडण्यासाठी. अप्पांजवळ लुबाडण्यासारखे आता आहे तरी काय ?

अप्पांजवळ पूर्वी होते, आणि अजूनही आहे ते नाटक. ते म्हणतात, 'नटाजवळ शेवटी शिल्लक राहतं ते फक्त नाटक.... मी नाटकाशिवाय काय देणार तुम्हांला?

याही स्थितीत नंदाला जन्माच्या बेअब्रूची काळजी आहे. अप्पांविषयीचे आतडे नाही.

अप्पांचे स्वगत आणि सर्वगत असे भाषण शेवटी आहे:

'अगणित माणसांच्या या दुनियेतदेखील असा एक माणूस मला माहीत आहे की, जो आपल्या जागेवर ठामपणानं उभा राहतो. आणि तो मी आहे. तो मी आहे ज्यूलियस सीझर- मी आहे ऑथेल्लो- मी आहे प्रतापराव, सुधाकर आणि हॅम्लेट. आणि मी आहे गणपतराव बेलवलकर, नटसम्राट.'

गणपतराव बेलवलकर ऊर्फ अप्पा नाटककारांनी निर्माण केलेल्या उत्तुंग पात्रांच्या संस्कारात जगले. ते सगळे महापुरुष आपल्या देहाच्या शामियान्यात घेऊन जगले. आणि आता ते मारेकऱ्यांच्या कट्यारींसाठी सिद्ध झालेले आहेत. (मधल्या बारा-चौदा वर्षांत त्यांनी मारेकऱ्यांच्या कट्यारीच खरे सोसल्या आहेत.)

अप्पा कोसळतात. कोसळताना म्हणतात : 'असं-नाटक असतं-राजा-असं-'

अप्पांसाठी नाटक हे नाटक नाही, ते जगणे आहे. मूल्ययुक्त जगणे आहे. लिहिलेला शब्द चरितार्थ करू इच्छिणारा तो नायक आहे. साहित्य, नाटक हा नुसता शब्दांचा खेळ नव्हे. माणसाच्या जगण्याला अर्थ देणारे ते साहित्य आहे. ते आपल्या वागण्या-बोलण्यात उमटले पाहिजे. अप्पा या जगातून ज्या जगात प्रवेश करतात तिथे असे काही नाहीच. ते नाटक आहे, नाटकातले शब्द आहेत, ते नाटक कोणत्याही तंत्राप्रमाणे बसवता येते- नव्या जगातल्या

या विचारांशी आणि प्रतिष्ठेच्या खोट्या कल्पनांशी- या विचाराशी अप्पा सहमत नाहीत. शब्द आणि सत्य या दोन गोष्टी अप्पा एकात्म मानतात. शब्दाने माणसाचे जगणे सुसंस्कृत आणि समृद्ध होते, ते करणारांविषयी कोणत्याही समाजाने निरंतर कृतज्ञच राहिले पाहिजे. हा एक भाग आहे. दुसरा भाग आहे तो म्हणजे माणसाच्या जन्मापासूनच्या इतिहासात काही टप्पे असतात, त्या प्रत्येक टप्प्यावर माणसाला सांभाळणारे, योग्य दिशा देणारे कोणीतरी असते. माणूस जेव्हा वृद्ध होतो, विकलांग होतो, भ्रमिष्ट होतो, तेव्हा त्याचे काय करायचे याचा विचार जर संस्कृतीत नसेल, तर ती अर्धवट, अपुरी संस्कृती आहे.

'नटसम्राट' या नाटकाच्या सुरुवातीचे वाक्य आहे : 'माफ करा, रसिक मित्रांनो, माफ करा. आपल्याला बरंच ताटकळत बसावं लागतं, याची जाणीव आहे मला. 'या नाटकातले शेवटचे वाक्य आहे : असं नाटक असतं राजा- असं-'

नटसम्राट या नाटकाच्या संहितेत 'घर' हा शब्द वेगवेगळ्या ठिकाणी, वेगवेगळ्या संदर्भांत आणि वेगवेगळ्या अर्थांनी आलेला आहे. नाटकाच्या सुरुवातीलाच अप्पांच्या स्मरणदृश्यातल्या भाषणात त्यांनी म्हटलेले आहे : 'वयाच्या पंधराव्या वर्षी घराच्या चारी भिंती चार बाजूला कोसळून पडल्या. डोक्यावर आकाशाचं छप्पर दिसायला लागलं. सराई नसलेल्या वाळवंटातून वाटचाल करायला लागलो. पायाला जाळीत होती जमीन आणि मस्तकाला जाळीत होतं आकाश. पण अदृश्यातून कोणीतरी गुराख्यासारखं मला सतत हाकारीत होतं. केव्हा आंजारून गोंजारून तर केव्हा चाबकाचे फटकारे मारून, या जळत्या प्रवासातच केव्हातरी साक्षात्कार झाला, की आपल्याला जगायचं आहे ते रंगभूमीवर आणि रंगभूमीसाठी'.

या परिच्छेदात भिंत कोसळलेले घर, आकाशाचे छप्पर, वाळवंटातून वाटचाल, गुराखी आणि त्यांचे हाकारणे अशा प्रतिमा आलेल्या आहेत. घर हे वाच्यार्थाने, कोसळले असे नाही, सर्वस्वी निराधार, अनाथ, पोरके झालो असे सुचवायचे आहे. दिशा नसलेले, खडतर असे जगणे, हे वाळवंटातील वाटचाल या शब्दांतून समजते. हाका घालणारा अदृश्यातला गुराखी कोण? हे स्वात्मरूप होय. वाळवंटातील वाटचाल ही संज्ञाविकासाची, स्वात्मसाधनेची वाटचाल होती. घराच्या भिंती कोसळल्याची जाणीव म्हणजे भेदाची, द्वैताची, दुसरेपणाची जाणीव आणि ती जाणीव झाल्यानंतर भय, चिंता इत्यादी भावांचा

उदय झाला. पुन्हा एकात्मता अनुभवण्याच्या दिशेने झालेला प्रवास हाच वाळवंटातला जळता प्रवास होय. या प्रवासात 'कांचनगडची मोहना' या नाटकाचा प्रयोग हा एक टप्पा होता. नाट्याचार्य खाडिलकरांचा आशीर्वाद लाभला. 'सगळ्या भयाचा निचरा झाला', अंतर्बाह्य प्रकाशाने निथळून जात असल्याची अनुभूती आली. 'नटाचा जन्म झाला'. हा एक पुनर्जन्म होता. लौकिक अर्थाने जन्म केव्हाच झालेला असला तरी नट म्हणून, व्यक्ती म्हणून हा नवा जन्म झाला. युंगने सांगितलेल्या पुनर्जन्माच्या प्रकारांतील 'रूपांतराच्या प्रक्रियेतील सहभाग' या प्रकारचा हा पुनर्जन्म होता. 'जीव भयंकर धास्तावून गेला होता माझा. वाटलं, आपलं कामच नव्हे, तर सारं आकाश कोसळून पडणार आज' अशी बेलवलकरांची स्थिती झालेली होती. 'तेवढ्यात काकासाहेब आत आले. पुढे झालो आणि पायाला मिठी मारली दोन मिनिटं. त्यांनी आशीर्वाद दिला. ओठांतल्या ओठांतच. पण दिशदिशांतून सदाशिवाच्या डमरूसारखा तो आवाज मला ऐकू आला. सगळ्या भयाचा निचरा झाला' हा अनुभव त्यांना येतो. काकासाहेबांच्या आशीर्वादाच्या कृतीने बेलवलकरांचा पुनर्जन्म झाला. 'अप्पा बेलवलकराला आपला दिवा सापडला'. अप्पासाहेबांच्या व्यक्तिमत्त्वाच्या अभिन्नीकरणाची प्रक्रिया पूर्ण झाली. एक स्वतंत्र, अभेद्य एकात्मता अथवा संपूर्णता याचा त्यांना प्रत्यय आला. स्वात्मसाधनेच्या खडतर वाटचालीनंतर अप्पासाहेबांना 'घर' मिळाले.

कालांतराने नाटकाच्या पडत्या काळात 'वनवास' पत्करावा लागला. अडगळीत जाऊन पडावे लागले. 'रंगभूमी कोसळली होती, नट संपले होते, सारं काही उद्‌ध्वस्त झालं होतं. प्रकाशाची धास्ती घेऊन, एका भुयाराच्या पाणथळीत राहत होतो- जखमी झालेल्या रानमांजरासारखा' या शब्दांत अप्पांनी आपली स्थिती सांगितलेली आहे. 'घर' दुरावले होते, हिरावून घेतले गेले होते. मानसिक अभिन्नता दुभंगली होती. पुन्हा बाहेरच्या परिस्थितीत फरक होतो, अप्पासाहेबांना आदराने रंगभूमीवर आणले जाते, त्यांचे सत्कार केले जातात. परंतु आतून ते घर हरवलेल्या पोरक्या मुलासारखेच असतात. नट म्हणून आता आपले आयुष्य संपले, आता निवृत्त झाले पाहिजे, ही वस्तुस्थिती, त्यांनी बाह्यत: स्वीकारलेली आहे 'आता मात्र या पोरांच्या जिवावर खरोखरच रिटायर झालो' असे ते म्हणतात, आपल्या सगळ्या मिळकतीची वाटणी करतात, भरलेपणा आणि तृप्ती अनुभवतात. परंतु त्यांच्या अबोध मनात गृहहीनतेच्या अनुभवाची प्रतिमा उमटलेली आहे. नटसम्राट

अप्पासाहेब बेलवलकर निवृत्तीनंतर आपल्या मुलांच्या लौकिक घरांत राहण्याची इच्छा व्यक्त करतात. ते स्वत: आणि त्यांची पत्नी कावेरी अशा दोघांचेच लौकिक घर अस्तित्वात नाही आणि तशा घराची कल्पनाही त्यांच्या मनात नाही. आपण आणि आपली मुले हेच आपले घर, असे त्यांना वाटते. लौकिक घराचा विरोधी पर्याय रस्ता हा आहे. अ-लौकिक घराचा विरोधी पर्याय वनवास हा होता. लौकिक घरात माणसांना काढले तर ती रस्त्यावर येतात, अ-लौकिक घर हिरावून घेतले तर वनवास भोगावा लागतो. पहिल्या ठिकाणी आश्रयाचा लोप आहे तर दुसऱ्या ठिकाणी व्यक्तिमत्त्वाचा, अस्तित्वाचा लोप आहे. अ-लौकिक घराचा अभाव दूर करण्यासाठी अप्पा लौकिक घराचा पर्याय स्वीकारतात. लौकिक घराचा त्याग करून आलेल्या अप्पांना रंगभूमी, हे अ-लौकिक घर मिळाले होते. आता त्या घरातून बाहेर पडल्यानंतर पुन्हा त्यांनी लौकिक घराचा स्वीकार केलेला आहे. बाह्यत: या लौकिक घरात ते सुखासमाधानाने राहिले असते. तसे होत नाही. लौकिक घरात सुख लाभू नये याची काही कारणे आहेतच, पण त्याहूनही मोठे म्हणजे अप्पा हे अ-लौकिक घरापासून दुरावलेले व्यक्तिमत्त्व आहे, याची जाणीव, या लौकिक घरात राहणाऱ्यांना नाही. पहिल्या अंकात, नंदाकडे राहत असताना अप्पा सुहासला जे गाणे ऐकवतात; त्यात 'उन्हामधला म्हातारा', 'माळावरला म्हातारा' या प्रतिमा आहेत. नंदाच्या लौकिक घरात राहूनही अप्पा आतून गृहहीनताच अनुभवत असतात. अप्पांमध्ये एक म्हातारा आणि एक नट या दोन्ही गोष्टी एकाचवेळी आहेत. मात्र त्यांची जाणीव आणि नेणीव यांच्यातली एकात्मता, संपूर्णता आत तडकलेली आहे. नंदाच्या घरात तिला आणखी तडे जातात.

अप्पासाहेब आपल्या आतल्या, अ-लौकिक घराला आचवलेले आहेत, तर सध्या ते ज्या नंदू-शारदा यांच्या लौकिक घरात राहत आहेत त्यांची घराविषयीची संकल्पना निराळी आहे. शारदा म्हणते: 'घरात राहून वनवास झालाय... हे काय घर आहे की नाटकमंडळीतल्या उडाणटप्पू लोकांची धर्मशाळा आहे! आपण कोणत्या वस्तीत राहतो आहोत, अवतीभवती कोणाची बिऱ्हाडं आहेत, आपल्या घराची जगातली प्रतिष्ठा काय आहे, कसलाही म्हणून विचार करायचा नाही!' हे ती अप्पांच्या वर्तनाविषयी म्हणते. शारदाची घराची कल्पना लौकिक घराशी, लौकिक प्रतिष्ठेशी निगडित आहे. घराचा आत्मिक अभाव तिला समजू शकत नाही. नंदूच्या बाबतीतही हेच होते. तो म्हणतो: 'आम्ही राहतो ते घर आहे, सभ्य सुसंस्कृत वस्तीतील घर

आहे, हे तुम्ही लक्षात घ्यायला हवं'. त्याच्या 'आम्ही तरुण आहोत' या वाक्याचे जे प्रतिध्वनी अप्पांच्या मनात उमटतात त्यांत शेवटी या ओळी येतात:

'तो ओरडला : कुणी आहे का?
दिशदिशांतून उत्तर आलं : मी आहे
आणि माझ्यातही तूच आहेस!
या आश्वासनाचा सोमरस पिऊन
सूर्याच्या चक्रावर त्यानं कातून काढलं
एक नवीन विश्व
ज्यात मर्कटांची झाली माणसं
अक्षरांचे झाले मंत्र, स्वरांचं झालं संगीत
आणि जनावरी जीवनाच्या खडकावर
उभं राहिलं एक विराट सुंदर देवालय
ज्यात माणसाला सापडला ईश्वर
आणि अनिकेत ईश्वराला सापडलं घर!

माणूस हेच ईश्वराचे घर आहे, पण त्यासाठी माणसाने देहभोगाच्या आंधळ्या दलदलीतून बाहेर पडले पाहिजे. नंदा-शारदा शारीरभागात आणि लौकिकात गुरफटलेली आहेत, असे अप्पांना वाटते.

नंदा-शारदा विरुद्ध अप्पा असे रूप येथे आलेले असले तरी ते वरवरचे आहे. अप्पांचे घरातले वागणे नंदा-शारदा यांना असह्य होते हे खरे आहे; आपले वागणे, विचार केला तर, बरोबरच आहे असे अप्पाही म्हणणार नाही. अप्पांचे आतूनच बिनसलेले आहे. आपण घरभर फिरतो, सगळ्या घराचा उकिरडा करून ठेवतो ही जाणीवच त्यांना नाही. नंदा-शारदा बाहेरून दिसणाऱ्या अप्पांना पाहत आहेत, त्यांच्या वर्तनाचा ते विचार करीत आहेत. रंगभूमीला अंतरलेल्या, जखमी रानमांजराप्रमाणे भुयाराच्या पाणथळीत राहणाऱ्या, प्रकाशाची धास्ती घेतलेल्या, दुभंग अप्पांना ते समजून घेऊ शकत नाहीत.

या घरात आपण राहू शकत नाही, हे कावेरीला कळते. ट्रंक-वळकटी घेऊन तीच पुढे येते आणि 'चलायचं' म्हणते. अप्पा आतून अ-लौकिक घराला अंतरलेले असले तरी, किंबहुना त्याचमुळे लौकिक घर सोडणे त्यांना जड जाते. एकेकाळी घराच्या भिंती कोसळलेल्या असताना, वाळवंटातून

वाटचाल करावी लागते. तेव्हा 'अदृश्यातून कोणीतरी गुराख्यासारखं' हाकारणारे होते. आता ते नाही. म्हणून स्वत:च्या लुळेपांगळेपणाची, कफल्लकपणाची आठवण होते.

अप्पांची लौकिक घराविषयीची देखील काहीएक कल्पना आहे. 'चार पैसे कनवटीला लागले आणि त्याचवेळी पोरांनी घराचं गोकूळ केलं' असे ते म्हणतात. निवृत्त झाल्यानंतर त्यांना अशा गोकुळात राहायचे आहे. म्हणूनच अप्पांनी म्हटलेले असते : 'मागणी ही की तुम्हां दोघांच्याही घरात आम्हांला किमान दोन दोन नातवंडं मिळायला हवीत.' अप्पा-कावेरी नलूकडे जातात तेव्हा सुधाकर सांगतो: 'पोरं दोघंच आहेत. पण ती कॉन्व्हेंटमध्ये असतात लोणावळ्याला.' यावर अप्पा म्हणतात: 'म्हणजे घर नाही नुसत्याच भिंती आहेत.'

अप्पांच्या लौकिक घराच्या कल्पनेत विविध माणसे, एकमेकांशी प्रेमाने वागणारी माणसे आहेत. लौकिक प्रतिष्ठा, सभ्यता यांहून माणसाच्या मायेला ते महत्त्व देतात. एकमेकांना हात देणारी माणसे हीच त्यांची लौकिक घराची कल्पना आहे. किंबहुना चार भिंती किंवा छप्पर यात घर नसून ते एकमेकांना हात देण्यातच आहे अशीच त्यांची जाणीव आहे. म्हणून नलू 'अप्पा, तुम्हांला हात देऊ' असे विचारते तेव्हा ते 'दे, दे' असे म्हणतात. 'उन्हामधल्या म्हाताऱ्याला' फक्त हात हवा आहे. तो मिळाला तर कदाचित त्याचे आतले घरही त्याला मिळेल किंवा त्याच्या अभावाची तडफड कमी होईल. त्याच्या रोधलेल्या सर्जनशीलतेचे रूपांतर आत्मविनाशी उजाडपणात होणार नाही.

बाह्यत: अप्पा सुखी-समाधानी, निवृत्त इत्यादी असले तरी आतून ते भुयाराच्या पाणथळीतच आहेत. त्यातून त्यांना निघायचे आहे. तेव्हाही बाह्यत: ते सुखीच होते. ते म्हणतात, 'तसं म्हटलं तर सुखात होतो मी. हवा निर्मळ होती, माणसं प्रेमळ होती, काळ्या जमिनीचं वात्सल्य अपार होतं.' पण 'घर' हरवले होते. आतल्या गृहहीनतेमुळे ते बाहेरच्या लौकिक घरात इतरांच्या अपेक्षेप्रमाणे वावरू शकत नाहीत. नलूच्या घरात काही दिवस काढल्यानंतर तीच परिस्थिती उत्पन्न होते. 'घराचं घरपण मला राखायचं आहे' असे म्हणून नलू अप्पा-कावेरी यांची रवानगी आऊटहाऊसमध्ये करते.

घर हे 'नटसम्राट' या नाटकातले मध्यवर्ती असे रूपक आहे आणि त्याने या नाटकातील प्रतीकात्मकता संघटित केलेली आहे. या नाटकाच्या कथानकातला महत्त्वाचा भाग म्हाताऱ्या अप्पा-कावेरी या आई-वडिलांनी

त्यांच्या नंदा-नलू या मुलांकडे राहणे या गोष्टीने व्यापलेला आहे. अप्पा-कावेरी यांना, मुख्यत: अप्पांना हे राहणे शक्य होत नाही. 'ही माणसं जगणं असह्य करतात', जगणं म्हणजे स्वत:चे नव्हे, इतरांचे, नंदा-शारदा, नलू-सुधाकर यांचे, हा त्यांचा अनुभव आहे. लौकिक घरांचे स्वामी नंदा-शारदा किंवा नलू-सुधाकर हे असल्यामुळे अप्पा-कावेरी यांना बाहेर पडावे लागते.

या वाटचालीत कावेरी हाच एक आधार आहे. नलू-सुधाकर यांच्या आऊटहाऊसमध्ये आल्यानंतर अप्पा-कावेरी स्वत:च्या, स्वतंत्र अशा लौकिक घराच्या स्वप्नाची रचना करतात. त्या संवादातून आपल्या ध्यानात येते की, अप्पांचे कावेरी हेही एक घर आहे. ते घरही अंतरले तर अप्पा लौकिक आणि अ-लौकिक अशा दोन्ही घरांना अंतरतील. अप्पांवर पैसे चोरल्याचा आरोप नलूने केल्यानंतर सगळे आंतरिक आवेग, आतच ठेवू पाहणारी कावेरी शेवटी कोसळते आणि अप्पांचे मानसिक घर कोसळून पडते. अप्पा आध्यात्मिक, मानसिक आणि लौकिक पातळ्यांवर गृहहीन होतात. तिसऱ्या अंकाच्या दुसऱ्या प्रवेशात अप्पांचे स्वगत आहे:

'कुणी घर देता का घर
एका तुफानाला
कुणी घर देता का घर?'

अप्पा लौकिक घराची मागणी करीत नाहीत. एक तुफान भिंतींवाचून छपरावाचून। माणसाच्या मायेवाचून देवाच्या दयेवाचून जंगलाजंगलात हिंडत आहे' हे त्यांच्या बाहेरच्या दिशाहीन भटकण्याचे केवळ वर्णन आहे असे नाही, त्यांचे आत चाललेले भटकणेही या ओळींतून व्यक्त झालेले आहे.

अप्पांच्या या आत्मगत भाषणात 'तुफान' आणि 'घर' अशा परस्परविरोधी वाटणाऱ्या प्रतिमा एकत्र आलेल्या आहेत. अप्पा अप्रत्यक्षपणे स्वत:चा 'तुफान' असा निर्देश करीत आहेत. मात्र हे तुफान आता खचलेले आहे, जळकेतुटके पंख पालवीत खुरडत खुरडत उडते आहे. आता 'पंख मिटून पडण्यासाठी एक लहान घर हवं आहे.' ते बाहेर कुठेही नाही. लौकिक घर हा या घराचा पर्याय नव्हे. 'कुणी घर देता का घर' असे कुणाला तरी संबोधून उच्चारलेली वाक्ये, बाहेरच्या कुणासाठी उच्चारलेली नाहीत; ती स्वत:शी आणि स्वत:लाच उद्देशून उच्चारलेली आहेत. एकाकीपण आणि पोरकेपण अनुभवणारे अप्पा, आपल्या आतच 'घरा'चा शोध घेत आहेत.

अप्पांना त्यांचे घर सापडते. नाटकाच्या अखेरीला असलेल्या अप्पांच्या

भाषणात आत्मप्रतीती व्यक्त झालेली आहे. 'अगणित माणसांच्या या दुनियेतदेखील असा एक माणूस मला माहीत आहे की, जो आपल्या जागेवर ठामपणानं उभा राहतो. आणि तो मी आहे. ज्यूलिअस सीझर-मी आहे ऑथेल्लो-मी आहे प्रतापराव, सुधाकर आणि हॅम्लेट , आणि मी आहे गणपतराव बेलवलकर, नटसम्राट. सगळे महापुरुष माझ्या देहाच्या शामियान्यात राहायला आले आहेत.

अप्पांना आपले 'घर' सापडलेले आहे. काकासाहेबांच्या आशीर्वादाने पूर्वी ते घर सापडले होते. मधल्या काळात ते हरवून गेले आणि अप्पांची दिशाहीन भ्रमंती सुरू झाली. आता ते खऱ्या अर्थाने आपल्या घरापर्यन्त पोचलेले आहेत. खरे तर त्यांचे घर त्यांच्याजवळच होते. परंतु रंगभूमीला वाईट दिवस आल्यानंतर त्यांना पराभूताचे लौकिक आयुष्य जगावे लागले. तेव्हाच त्यांची आणि त्यांच्या घराची फारकत झाली. आता आत्मसाक्षात्काराच्या एका क्षणी त्यांचे विभाजित झालेले व्यक्तिमत्त्व एकात्म, एकसंध होते. अप्पांच्या वैभवाच्या काळात ते रंगभूमीवरचे नटसम्राट होते.आता ते आपल्या देह-मनात रंगभूमी अनुभवत आहेत. नट असणे, वृद्ध असणे हे द्वंद्वही आता नाहीसे झालेले आहे.

'नटसम्राट' मधील घराच्या प्रतिमेविषयी गंगाधर पाटील यांनी म्हटले आहे:...ही एक कलावंताच्या मनाची अन् त्याच्या अस्मितेची प्रतिमा ठरते. ती मानवी मनातील मूलतम जीवनप्रेरणेला स्पर्श करते, तिचा आविष्कार करते. मात्र ही प्रतिमा 'सर्वतन असंज्ञानका'च्या गाभाऱ्यात शिरून तेथील गहनगूढ भावविश्वाला स्पर्श करीत नाही... ही घराची प्रतिमा स्वत:च्या व नाटकाच्या प्रकृतीशी एकनिष्ठ राहते... तिच्याशिवाय , घराशिवाय नाटकाचा नायक व खुद्द नाटकही पोरके होईल. इतकी ती नाटकाशी एकजीव झाली आहे.'

□□□

‘महानिर्वाण’ : अंक पहिला : एक चिकित्सा

सतीश आळेकर यांनी लिहिलेल्या ‘महानिर्वाण ’या संहितेची रचना इथे तपासायची आहे.‘महानिर्वाण’चा पहिला प्रयोग २२/११/१९७४ रोजी झाला. आजपर्यंत एकूण प्रयोग २०६ झाले. संहिता पुस्तकरूपाने प्रथम डिसेंबर १९७४ मध्ये प्रकाशित झाली. अंक पहिला व अंक दुसरा मिळून एकूण मुद्रित पृष्ठे ८८ आहेत.

‘‘महानिर्वाण’’ हे नाटक पाहिले किंवा ‘‘महानिर्वाण’’ हे नाटक वाचले असे आपण म्हणत असलो, म्हणजे दोन्ही ठिकाणी ‘‘नाटक’’ हाच शब्द वापरत असलो, तरी पहिल्या ठिकाणी नाट्यप्रयोग पाहिला व दुसऱ्या ठिकाणी नाट्यसंहिता वाचली असेच म्हणायचे असते. नाट्यप्रयोगात शब्द, आवाज, मुद्राभिनय, हावभाव, शारीरिक हालचाली , रंगभूषा, शिरोवेष, वेशभूषा, आवश्यक वस्तू, नेपथ्य, प्रकाशयोजना, संगीत यांचा प्रत्यक्ष अनुभव आपण घेतो. संहितेत वरील सर्व गोष्टींची भाषेत नोंद केलेली असते मूळ संहिताकाराने, म्हणजे नाटककाराने प्रत्येक क्षणाची नोंद घेऊन तपशिलासह सर्व गोष्टी स्पष्ट केलेल्या नसल्या, तर नाटकाचा दिग्दर्शक संहितेत भर घालतो, नट, नेपथ्यकार, प्रकाशयोजक हेही अशी भर घालतात. या सर्वांच्या नोंदींसह नाटकाची संहिता तयार होते. तथापि संहिताबरहुकूम नाट्यप्रयोग होतो असे नाही. शब्द, रंगभूषा, वेषभूषा, नेपथ्य या गोष्टी ‘स्थिर’ असल्या तरी मुद्राभिनय, आवाज, हावभाव, शारीरिक हालचाली, प्रकाश आणि संगीत या गोष्टी ‘अस्थिर’ आहेत. पूर्वमुद्रित संगीताचा समावेश ‘स्थिर’ गोष्टींत होईल.

मूळ संहिताकाराने लिहिलेली संहिता अपूर्ण असते. ही संहिता पूर्ण होते ती वरीलप्रकारे. ही पूर्ण संहिता म्हणजे नाट्यप्रयोग नव्हे. ती स्थापत्यविशारदाने काढलेल्या नकाशासारखी असते, तर नाट्यप्रयोग पुढे साकार झालेल्या वास्तूप्रमाणे. अशा या दोन वेगळ्या कोटीच आहेत. नाटककाराने लिहिलेली संहिता हा नकाशाचा पहिला खर्डा असतो. कोणत्याही परिस्थितीत ही संहिता अपूर्णच असते. त्यात सर्व गोष्टींची तपशीलवार नोंद केलेली असली तरी ती अपूर्णच असते. त्यामुळे एखाद्या नाटककाराने नुसते संवाद लिहून दिले, स्थळांची नोंद केली आणि पात्रांचे सर्वसाधारण विशेष सांगितले की नाट्यसंहिता तयार होते; किंवा एखाद्याने स्थळांची नोंद छायाप्रकाशासह केलेली असली, पात्रांच्या हालचाली सूक्ष्मपणे नोंदवलेल्या असल्या, त्यांच्या हावभावांमधल्या हव्या त्या जागा टिपलेल्या असल्या, विविध आवाजांचे निर्देश केलेले असले आणि संवाद अजिबात लिहिलेले नसले तरी ती नाट्यसंहिताच असते. या संहितेचा प्रयोग करायचा असेल व त्यावेळी संवाद आवश्यक वाटत असतील तर ते दिग्दर्शकाने किंवा पात्राने भरावे. परंतु आपल्याकडच्या बहुतेक नाट्यसंहिता संवाद असलेल्या व संवादालाच प्राधान्य दिलेल्या अशा आहेत. नाटककार म्हणजे संवादलेखक अशी चमत्कारिक धारणा असते, त्यातून नाटकात संवादांना टाळ्या, नाटककाराचे संवाद ऐकवण्यासाठी नटाचा खटाटोप अशा इतर गोष्टी निघतात. वास्तविक पाहता नाटककाराचे जीवनभाष्य किंवा अनुभवाची अभिव्यक्ती केवळ संवादातूनच व्हावी असे नाही. त्याने जी स्थिती निर्माण केलेली असते, त्या स्थितीत सापडलेली पात्रे उभी केलेली असतात, त्यांच्या आविर्भावांची कल्पना केलेली असते, हालचालींची सूचना दिलेली असते यांतूनही वरील गोष्टी व्यक्त होतातच. 'आकृतिबंध' मूळ संहिताकाराने दिलेला असतो हीच महत्त्वाची गोष्ट असते.

नाट्यसंहितेचा वाङ्मय म्हणूनही आपण विचार करीत असतो, त्यावेळी फक्त नाटककाराने लिहिलेली संहिता आपल्या डोळ्यांसमोर असते. ती एक स्वत:शी वाचायची गोष्ट ठरते. जशी कथा, कादंबरी किंवा कविता. तिचे वाङ्मयीन, तौलनिक असेही मूल्यमापन केले जाते. कथानक, पात्रपरिपोष, संवाद, संघर्ष, नाटकाचे सूत्र, लेखकाचे तत्त्वज्ञान या गोष्टी पाहिल्या जातात. तेव्हा ही संहिता एक 'परिपूर्ण' संहिता म्हणूनच आपण तिचा विचार करतो. त्याचवेळी ती संहिता स्वत: आपण रंगमंचासाठी आहोत असे सांगत असते. 'पडदा उघडतो तेव्हा', 'रस्त्याचे दृश्य आहे', 'रागाने थरथरत तो म्हणतो'

वगैरेमधून कथानकाचे सरळ निवेदन लेखक करीत नसून रंगमंचाच्या माध्यमातून करीत आहे हे सतत लक्षात घ्यावेच लागते. म्हणजे इथेही ही संहिता अपूर्णच असते. रंगमंचाचा संदर्भ जागवत आकारास आलेली वाङ्मयीन कृती असे तिचे स्वरूप असते. कादंबरीत रस्त्याचे शब्दांनी वर्णन केलेले असते, नाट्यसंहितेत 'रस्त्याचे दृश्य रंगमंचावर साकार व्हावे' अशी अपेक्षा असते. प्रत्यक्ष प्रयोगात नाटककाराने लिहिलेले संवादाचे शब्द 'शब्द' म्हणून राहतात. बाकी गोष्टींचे कृतीत रूपांतर होते.

'महानिर्वाण'च्या सुरुवातीला कंसात लिहिलेली वाक्ये: 'स्टेजवर मध्यभागी एक चटई अंथरलेली. त्यावर एकजण डोक्यावरून चादर घेऊन झोपलेला आहे. एक स्त्री. वय सुमारे ४५ पण देखणी. घर आवरत आहे. म्हणजे आवरत असल्याचा आविर्भाव करत आहे. जो माणूस झोपला आहे तो तिचा नवरा. उन्हे डोक्यावर आली तरी तो उठलेला नाही म्हणून ती चिडलेली आहे.'

नाट्यप्रयोगात पहिले, दुसरे, तिसरे वाक्य कृतीच्या रूपात आढळेल. वय सुमारे ४५ हे मुळीच नसेल, प्रेक्षकांना ती नक्की ४५ चीच वाटेल हे सांगणे कठीण आहे. तो तिचा नवरा हा भागही पुढे स्पष्ट होईल. म्हणजे त्यांच्यातल्या संबंधांची कल्पना आरंभीच येईल असे नाही. शेवटचे वाक्य अतिरिक्त समजुतीची अपेक्षा करणारे आहे. रंगमंचावरील स्त्री चिडण्याचा आविर्भाव करीत असेल, पण 'उन्हे' हे कारण या क्षणी कळणे शक्य नाही. म्हणजे ही संहिता 'वाचकां' साठीही आहे. आता 'घर आवरत...' पासून 'करत आहे.' ही दोन वाक्ये. 'घर आवरत आहे' हे एकच वाक्य पुरेसे नाही का? 'म्हणजे आवरत असल्याचा आविर्भाव..' हे कशासाठी? हा रंगमंच आहे, इथे प्रत्यक्षात कुणी घर आवरणार नाहीच, आविर्भावच करणार आहेत. तरी संहिताकार हे सांगतो आहे त्याचा अर्थ असा की, या रंगमंचावर घर, घरातल्या वस्तू नसतील, म्हणजे हा रंगमंच यथार्थवादी नाही. म्हणून ही स्त्री घर आवरण्याचा आविर्भाव करते आहे. घर नाही, तरी घर आहे आणि ती आवरत नाही, तरी ती आवरते आहे या 'चिन्हामधून' तो तिचा नवरा आहे, ती बायको आहे, तो आळश्यासारखा पडलेला आहे, ती गृहिणीची कर्तव्ये पार पाडते आहे, त्या दोन मनुष्यांमध्ये काही संबंध आहे इत्यादी अर्थाचा बोध होतो. दुसरी गोष्ट म्हणजे ही खरी माणसे नव्हेत, माणसाचे आविर्भाव आहेत, झोपण्याचे, चिडण्याचे आविर्भाव आहेत याचीही जाणीव होते. त्याचवेळी या मुद्रित

संहितेतच नव्हे तर नाट्यप्रयोगातही एक अश्राव्य स्वर आपल्याला ऐकू येतो. केवळ 'घर आवरत आहे' असेच वाक्य असते तर आणि प्रत्यक्षात घर आवरण्याचाच आविर्भाव असता तर हे झाले नसते.

पण हा प्रश्नच संभवत नाही. संहिताकाराने हे नाटक 'पपेट शो' म्हणून धारण केलेले आहे, 'नाटक' म्हणून नव्हे. 'पपेट शो' हेही एक प्रकारे 'नाटक' च असते, जिवंत व्यक्तींच्या हालचाली नियंत्रित करून 'पपेट' सारख्या भासवता येतात. इथे लेखक 'पात्रांना कठपुतळीसारखे नाचवतो' असे नाही, ही पात्रे कठपुतळ्याच आहेत, नव्हे, या पात्रांनी ज्या मनुष्यांचे आविर्भाव इथे आयोजिले आहेत ती माणसे कठपुतळ्या, पपेट्स आहेत. म्हणजे संहिताकार पात्रांना नाचवत नसून 'आविर्भावांना' नाचवत आहे. म्हणजे 'घर आवरत' नसून 'आवरण्याचा आविर्भाव' करीत आहे म्हणजे 'घर आवरण्याच्या आविर्भावाचा' हा 'आविर्भाव' आहे. 'पपेट शो' मध्ये काय घडते ? तो घडवणारा मधूनमधून भाष्य करतो किंवा गाणे म्हणतो आणि त्याचवेळी हालचाली सुरूच असतात. नाटकाचा मूळ पूर्वज 'पपेट शो' असावा. मनुष्याने मनुष्याचे अनुकरण करण्याचा प्रयत्न ही नक्कल, पण 'पपेट शो' मनुष्याच्या जीवनाच्या समांतर अशी सृष्टी आहे. नाटक ही जीवनाची अनुकृती नाही. जीवनात ज्या प्रमाणे अनेक प्रयोग आहेत, अनुष्ठाने आहेत, अनुकरणे आहेत, विधी आहेत, तशीच ती नाटकातही आहेत. मनुष्याचे सामाजिक जीवन म्हणजे एक परफॉर्मन्सच असतो. सर्व साधनसामग्री, मुद्रा, शब्द, आवाजाचे चढउतार. जन्म, लग्न, मृत्यू या घटना परफॉर्मन्सचे रूप घेतात. एकाने दुसऱ्याला उद्देशून जे बोलले जाते किंवा केले जाते त्यात 'परफॉर्मन्स' असतो. नाटकात यांचे अनुकरण नसते. नाटक हाही एक 'परफॉर्मन्स' असतो. झाडाच्या प्रत्येक पानात जशी सारखीच तत्त्वे असतात तशी मनुष्यजीवनाची सर्व तत्त्वे मनुष्यनिर्मित गोष्टीत आढळतात. आता प्रत्यक्ष मनुष्यजीवनात कृती घडत नसेल, कृतीचा आविर्भाव घडत असेल तर नाटकातही कृतीचा आविर्भावच दिसेल. दूरान्वयाने हा आविर्भावाचा आविर्भाव आहे.

पृष्ठ ३ वर पुरुष म्हणतो : थोडक्यात म्हणजे मी मेलेलो आहे.

लौकिक जीवनात कोणताही मेलेला माणूस 'मी मेलेलो आहे' असे सांगू शकत नाही. नाटकातही एखादा मनुष्य मेला आहे असे दाखवायचे असेल तर त्याने बोलणे, काही हालचाल करणे स्थगित करावे लागते. 'मेल्यासारखे' पडून राहावे लागते. इथला पुरुष बोलून सांगतो. दुसरे असे की, तो 'थोडक्यात'

हा शब्द वापरतो. एखादी गोष्ट पटवून द्यायची असली की हा शब्दप्रयोग केला जातो. 'मेलेले असणे' ही वादविवादाने, चर्चेने पटवून द्यायची गोष्ट नाही. सत्यासत्यतेची चिकित्सा मृत्यूच्या संदर्भात शब्दांनी होऊ शकत नाही, आणि मृत मनुष्याच्या शब्दांनी तर नाहीच. इथला पुरुष स्त्रीचा 'विश्वास' बसण्यासाठी एक कृती करतो.

पुरुष उठतो. फक्त कुणीतरी झोपले आहे असे वाटावे अशी शाल करून ठेवतो. आणि बाजूला आळस देत उभा राहतो. पण स्त्रीला हे दिसत नाही. तिला तो अजून तेथेच झोपला आहे असेच वाटते.

पुरुष बोलतो, स्त्री दचकते, पुरुष इथे झोपलेला आहे आणि आवाज भलतीकडून येतो म्हणून ती गोंधळते.

इथे 'पुरुष तिथेच आहे, आवाज मात्र भलतीकडून येतो' असे का घडवले नाही! पूर्वमुद्रित आवाजाच्या साह्याने हे करता आले असते. आळेकर तसे करीत नाहीत. ती स्त्रीच नव्हे तर चाळीतील एक माणूसदेखील शालीच्या ठिकाणी पुरुषाला, भाऊरावाला पाहतो. पुढे स्त्री शालीचे पांघरूण काढते, तिथे चटईशिवाय काही नाही, तरी पुरुष तिथे आहे आणि तो झोपलेला असेच तिला वाटते. प्रत्यक्ष भाऊराव, पुरुष बाजूला उभा आहे आणि तो मेलेला आहे असे तो सांगत आहे. या पुरुषाचे नाव भाऊराव आहे हे 'मी हा तुझा भाऊराव' या शब्दांनी कळते, आणि 'रमा' हे त्या स्त्रीचे नाव आहे हे भाऊरावाच्या संबोधनामुळे कळते. कुणीतरी सांगितल्याशिवाय कुणाचे नाव काय हे कधीही कळू शकत नाही. 'नामकरण' हा सामाजिक विधी आहे. नामकरणाचा कौटुंबिक किंवा सार्वजनिक समारंभही केला जातो. जन्म ही शारीरिक, नैसर्गिक गोष्ट असली तरी जन्माला आल्याबरोबर सामाजिक विधी, अनुष्ठान, प्रसंग, प्रयोग यांना सुरुवात होते. अंतिमत: जन्म हीसुद्धा एक सामाजिक घटनाच ठरते. तशीच मृत्यूदेखील. तर ही 'फॅण्टसी'' आहे का! नाही. ती स्त्री तिथे काहीही नसून तसे असल्याचा आविर्भाव करते आहे. पुरुष मेलेला असून बोलू शकण्याचा आविर्भाव करतो आहे. अवास्तवता इथे वास्तवतेचा आविर्भाव करते आहे. म्हणजे 'फॅण्टसी नाही' तर फॅण्टसी हीच रिॲलिटि आहे. कारण रिॲलिटी ही फॅण्टसी आहे.

दोरी-साप-न्यायात सापाचा भास होण्यासाठी दोरीची आवश्यकता असते. इथे दोरी किंवा साप नाही, परंतु दोन्ही गोष्टी प्रसंगानुरूप आहेत असे भासवता येते. भासवणारा असावा लागतो. म्हणजे रंगमंचावर कुणीतरी असावे

लागते. कुणीही नसताना कुणीतरी झोपले आहे असा आभास निर्माण करता येतो, पण कोणतातरी दुसरा घटक उपस्थित झाल्याशिवाय त्या दृश्याला 'अर्थ' प्राप्त होत नाही. इथे रमा नावाच्या स्त्रीच्या पाहण्यातून प्रेक्षक स्वत:चे 'पाहणे' अनुभवतात, त्याचवेळी रमेच्या 'पाहण्या' खेरीज ते पाहतात. म्हणजे वस्तुनिष्ठ वास्तवता म्हणून काही गोष्टच नाही. वास्तवतेकडे पाहण्याचे अनेक दृष्टिकोन असणे ही वास्तवताच होय. वरील दृश्यात एकाच वेळी दैनंदिन जीवनातील सर्वसाधारण वास्तवता पाहतो आणि दुसरीही एक वास्तवता, दुसरे जग पाहतो. पाहणारा दैनंदिन, लौकिक जीवनातील समस्यांपासून दूर जाऊन जाणिवेच्याच एका नव्या प्रदेशात प्रवेश करतो.

भाऊराव पुन्हा चादर पांघरून झोपतात. रमा त्यांना स्पर्श करते, तो थंडगार लागतो. तिसरे वाक्य वाचकांसाठी आहे, प्रेक्षकांसाठी नाही. घाबरणे, गदागदा हलवणे वगैरे रंगमंचावरील कृती, त्यांतून भाऊराव मेलेले असल्याची रमेला जाणीव. मग मेलेला भाऊराव जिवंत रमेचे सांत्वन करतो. ही भाऊरावाने कल्पिलेली वास्तवता नाही किंवा रमेने. सतीश आळेकरांनी वास्तवतेला वेगळ्या पातळ्या दिलेल्या आहेत.

आता 'मरणे' ही गोष्ट स्थापित झालेली आहे. यापुढे 'मृतासाठी शोक करणे' किंवा मृत्यूमुळे शोक करणे. दु:ख मनात असू शकेल, शोक 'व्यक्त' होतो किंवा 'करावा लागतो'.

रमा संगीतमय आक्रोश करते. चाल बदलून, ताल बदलून त्याच ओळी परत परत म्हणते.

हा शोक नव्हे, शोकाच्या आविर्भावाचा आविर्भाव आहे. शोक केला पाहिजे या जाणिवेतून केल्या जाणाऱ्या शोकाचा आविर्भाव. आळेकर सतत रूपांतरित वास्तवता, पर्यायी वास्तवता समोर ठेवतात. या रितीने तो शोक अवास्तव आणि हास्यास्पद ठरतो. अर्थात शोक ही समजूत हास्यास्पद ठरवायची आहे. सामाजिक यंत्रात माणूस सापडला की तो आविर्भावाच्या सवयीत गुरफटतो. तो सामाजिक आचार पाळतो. या रितीने तो स्वत:च आपल्या मूळ जाणिवा हास्यास्पद ठरवत नसून 'शोक केला पाहिजे ही समजूत' हास्यास्पद बनवत असतो. परंतु समूहात असताना सगळेच त्या वळणाने वागत असल्याने त्यातली हास्यास्पदता लक्षात येऊनही गांभीर्य कायम ठेवले जाते. एका अर्थी लौकिक जगणे दुहेरी वास्तवतेने बनलेले असते. ही दुहेरी वास्तवता रंगमंचावर व्यक्त होते आणि त्यांना तिसरी पातळी लाभते.

मादक द्रव्य शरीरात भिनल्यानंतर नेहमीच्या साध्या वास्तवतेतूनच एक वेगळी वास्तवता आकार घेते. माणसे अधिक उत्कट होतात. बोलायला लागतात किंवा अंतर्मुख होतात, उदास होतात. दृश्य वास्तवाविषयीच्या त्यांच्या कल्पना नव्हे तर दृष्टी बदलतात. रंगभूमी प्रेक्षकांच्या बाबतीत असेच कार्य करते. रंगभूमी हे मादक द्रव्य नव्हे, पण तसा परिणाम ती घडवू शकते. म्हणजे वास्तवतेच्या पातळ्या बदलणे, वास्तवतेचे अनेक पर्याय उपलब्ध करून देणे.

'महानिर्वाण' मध्ये भाऊराव मरण पावले या वास्तवतेकडे एक चाळकरी कसा पाहतो, 'भाऊराव गे...ले...' या त्याच्या मोठ्याने ठोकलेल्या आरोळीतून ही वास्तवता आनंददायक आहे, असाही एक दृष्टिकोन, नव्हे, त्याच्यासाठी हीच वास्तवता आहे. भाऊराव आणि रमा चाळकऱ्यांच्या संदर्भात कोण नि काय आहेत? भाऊराव झोपलेले पाहून 'रात्री प्रोग्राम झालेला दिसतोय. किंबहुना झालाच असावा' हे उद्गार आणि रमा भाऊरावांना गुदगुल्या करण्याच्या तयारीत असताना 'बघा...बघा...ह्याला म्हणतात प्रेम. दिवस डोक्यावर आलाय तरी पण ह्यांचा... अगदी तोंड न धुता पहिलाच चहा चाललाय.' या उद्‌गारांतून भाऊराव आणि रमा यांच्यातला लैंगिक संबंधच चाळकरी अधोरेखित करतात. स्त्री आणि पुरुष यांनी एकत्र असणे हे त्यांना लिंगसंबंधसूचक वाटते. तो मनुष्य मेलेला असू शकेल किंवा दुसऱ्या कोणत्या स्थितीची संभवनीयता या दृष्टीत नाही. आता यात भर घालणारा एका चाळकऱ्याचा उत्स्फूर्त आनंदनिदर्शक उद्गार, 'भाऊराव गे...ले...' हा लिंगसंबंधसूचक आहे. म्हणजे तो चाळकरी भाऊराव मरण पावल्याची बातमी सांगत नसून प्राप्त वस्तुस्थितीशी स्वत:चा कल्पित संबंध जोडतो. याप्रकारे आळेकर यांनी समाजातील लिंगसंबंधविषयक प्रवृत्तीचे निदर्शक असे एक चिन्ह इथे काढले आहे. दैनंदिन वास्तवता आणि रंगमंचाच्या अवकाशातील वास्तवता यांचा इथे संबंध जुळतो.

भाऊराव कीर्तनकाराच्या वेषात प्रवेश करतात.

अमुक हा नट आहे, तो समजा भाऊराव, अमुक हा भाऊराव आहे, तो समजा कीर्तनकार. याच प्रक्रियेतून भाऊरावाचे कीर्तनकार असणे प्रेक्षकांकडून स्वीकारले जाते. कीर्तनकार हा नटच असतो आणि त्याचे कीर्तन म्हणजे एकपात्री नाटकच. कीर्तनकार हाही एक परफॉर्मिंग आर्टिस्ट असतो. आणि

कीर्तन-एक परफॉर्मन्स. इथे परफॉर्मन्सचा परफॉर्मन्स आहे. एखादा मनुष्य कीर्तनकार वाटण्यासाठी वेष, वाणी, हावभाव लक्षात घेतले जातील, मेकॅनिक वाटण्यासाठी निळे कपडे, हात वंगणाने भरलेले, तोंडात पान आणि शिवराळ, असंस्कृत भाषा वगैरे-म्हणजे लौकिक वास्तवतेतील अशा व्यक्ती आणि कृतीशी साधर्म्य असल्याशिवाय त्या व्यक्ती कीर्तनकार अथवा मेकॅनिक म्हणून उभ्याच राहत नाहीत. परंतु कीर्तनकार किंवा मेकॅनिक इथे येतात ते कशाची तरी 'चिन्हे' म्हणून.

'मेकॅनिक' म्हटले की यंत्र, कामगार, कारखाने, भांडवलशाही, शहरीकरण, मालक-नोकरसंघर्ष, मार्क्सवाद, प्राथमिक पातळीवर जगणे वगैरे गोष्टी उलगडतात. इथे भाऊराव कीर्तनकार आहेत. आख्याने, पुराणे, वेद, उपनिषद, धर्म, ब्राह्मणी जीवन, याचक, लौकिक व्यवस्थेतील कीर्तनसंस्थेचे स्थान, शहरी-उद्योगप्रधान व्यवस्थेशी कीर्तन टिकवणाऱ्या ग्रामीण ब्राह्मणी आणि कृषिप्रधान व्यवस्थेचा ताण अशा अनेक गोष्टी भाऊराव कीर्तनकार असणे यातून सूचित होतात. हा कीर्तनकार भाऊराव महानिर्वाणाचे आख्यान लावायला इथे उपस्थित झालेला आहे. भाऊराव हिंदु ब्राह्मण आहे, मध्यमवर्गीय कीर्तनकार आहे, रमा ही त्याची बायको आणि नाना हा मुलगा. भाऊराव मरण पावले आहेत, आता धर्मानुसार त्याच्या देहावर अंत्यसंस्कार व्हायचे आहेत. भाऊराव त्या संस्काराची वाट पाहत आपल्या निर्वाणाचे नव्हे, तर आपल्या अंत्यसंस्काराचे आख्यान लावायला उभा झालेला आहे.

मानवाच्या देहाला अंत्यसंस्कार लागतो, तो कुणीतरी द्यावा लागतो.

अंत्यसंस्कार ही एक सामाजिक बाब आहे. धर्मानुसार त्याचे विधी आहेत. एकूणच मानवसमाजात 'मरण' या स्थितीसंबंधी विविध कल्पना आहेत, वेगवेगळ्या धारणा असलेल्या मानवसमूहाने चैतन्यहीन देहाची विल्हेवाट लावण्याचे वेगवेगळे मार्ग सांगितले आहेत. अतिप्राचीन काळी मनुष्याचा जन्म झाडातून होतो अशी समजूत होती, म्हणून तो मृत्यू पावला की त्याला झाडाच्या ढोलीत पुरण्यात येत असे. आणखी काही प्रश्न सर्वांनाच त्रास देत आलेले आहेत, ते म्हणजे, मनुष्य मरतो म्हणजे काय होते? त्याच्यातले चैतन्य कुठे जाते? मृत्यूनंतर जीवाची स्थिती कशी असते? 'पुढचा प्रवास' कसा असतो? पुढे काही असते का? यासंबंधी त्या त्या मानवसमूहांनी आपले विचार, कल्पना व्यक्त केलेल्या आहेत. मृत, चैतन्यहीन शरीराची काही व्यवस्था निश्चित केलेली आहे. कोणतीही व्यवस्था चूक किंवा बरोबर असे सांगता

येत नाही. एकाचवेळी पुरणे, जाळणे, भस्म करणे या पद्धती असू शकतात. हिंदु ब्राह्मण व्यक्ती मरण पावली की स्त्री, पुरुष, विवाहित, अविवाहित, जी काय असेल तशी तिची व्यवस्था लावली जाते. तसे विधी, क्रिया केल्या जातात. जीव गर्भात आकार घेऊ लागतो तिथपासून जीवहीन प्रेताची अंत्यक्रिया होईपर्यंत समाजाचा घटक असतो. अंत्यक्रिया हा देखील सामाजिक परफॉर्मन्स असतो. मनुष्य मृत घोषित झाल्यापासून त्याचे श्राद्ध होईपर्यंत असा या परफॉर्मन्सचा अवकाश असतो. भाऊराव इथे या परफॉर्मन्सचे निवेदन करीत आहे. एकाचवेळी त्या प्रयोगातला मध्यवर्ती घटक आहे आणि तटस्थ निवेदकही आहे. त्याचा मृत्यू ही कौटुंबिक घटनाही आहे. त्याच्यानंतर त्याच्या बायकोचे, मुलाचे भवितव्य काय ? हा एक प्रश्न. दुसरा, लोक आता त्याच्या बायकोकडे कसे, कोणत्या दृष्टीने पाहतील?

मी आता कायमचा नाहीसा झाल्यावर काय होईल या कल्पनेने मी बैचेन होत आहे.

भाऊराव नव्हे तर त्याच्यामागचा पपेटीअर बोलतो आहे. भाऊरावच्या समोर आत जे दृश्य दिसते आहे ते काल्पनिक आहे, तरीही ते भविष्यकाळातील वस्तुस्थितीसारखे त्याला वाटते आहे. प्रेक्षकांच्या समोर भविष्यकाळातील म्हणून येत नाही, भाऊरावांना दिसणारे दृश्य म्हणून वर्तमान वास्तवाचा एक भाग म्हणून येते. वर्तमान, भूत किंवा भविष्य असे काळ सरमिसळून जातात. कोणत्याही दोन काळांमधली सीमारेषा फार क्षीण असते.

स्टेजवर रमा मध्यभागी उभी राहते. केस मोकळे सोडलेले. मळवट भरलेला. ती सफरचंद खाते आहे.

रमा आता 'सेक्शुअल ऑब्जेक्ट' आहे. ती नेहमीच्या दैनंदिन रमेहून निराळी आहे. ती रमा नव्हेच, ती चाळकऱ्यांच्या उद्दीपनाचा विषय आहे.

येथे चाळकरी गाणे म्हणत आहेत असे दाखवले असले तरी मागचा पपेटीअर ते गाणे म्हणतो आहे आणि चाळकऱ्यांच्या हालचाली होताहेत. त्यांचे रंगरूप, व्यक्तिमत्त्व इथे काहीही नाही. फक्त स्वर उठून दिसणारा आहे. चाळकऱ्यांच्या गाण्याचा आविर्भाव देवीच्या जागरणाच्या गाण्याचा आहे. येथे देवीचे विकृतीकरण अथवा रमेचे उदात्तीकरण नाही. रमा ही चाळकऱ्यांच्या दडपलेल्या लैंगिक जाणिवेची अभिव्यक्ती आहे, त्यांच्यासाठी रमा हे एक प्रतीक आहे – 'मार्जिनल' व्यक्तीचे, कौटुंबिकांच्या चाकोरीपलीकडचे. ही रमा अवास्तव आहे, त्याचवेळी तिच्यातील उपभोग्यता वास्तव आहे, उपभोगाच्या

दृष्टीने ती आता 'योग्य' आहे...

भाऊरावांना हे दृश्य या 'फॉर्म' मध्ये दिसते, कारण ते कीर्तनकार आहेत. दुसरी गोष्ट ते पुरुष आहेत, तिसरी गोष्ट ते हिंदू आहेत, चौथी गोष्ट ते रमेकडे 'आत्ता' एक सेक्शुअल ऑब्जेक्ट म्हणूनच पाहत आहेत.

भाऊरावांचे हे सबंध भाषण रंगमंचावर भाऊराव उच्चारीत असले तरी ते आळेकर उच्चारीत आहेत. भाऊराव-सतीश आळेकर-पपेटीअर प्रेक्षकांना उद्देशून बोलत आहेत. हा पपेट शो नाही, नाटक आहे, म्हणून भाऊराव हा पपेटीअरचा पर्याय इथे योजिलेला आहे. रंगभूमीचे आणि पपेट शोचे अत्यंत जवळचे नाते आहे. रंगभूमी पपेट शोची तत्त्वे आत्मसात करू पाहते आणि पपेट शो रंगभूमीची. पुठ्ठ्याची, भुसा भरलेली, कापडाची बाहुली आणि अनियंत्रित हालचाली करू शकणारी मानवी पात्रे ही एकाच रेषेवर येऊ पाहतात.

भाऊराव मृत्यूमुळे इतका अस्वस्थ का? किंवा त्याची अस्वस्थता कोणत्या दिशेने व्यक्त होते?

'यत्न चालू असे जंगी/नानास भावंड व्हावे' अशी हिरवट आशा मनात ठेवून भाऊरावाने प्राण सोडलेला.

मृत्यू म्हणजे प्रजननक्षमतेचा अंत. संयोगातून निर्मिती, निर्माणांच्या संयोगातून निर्मिती, असे अनंत काळ. एखादा मरतो म्हणजे निर्मितीची आणि निर्माणाची साखळी त्याच्यापुरती थांबते. मनुष्याच्या लैंगिक निर्माणक्षमतेतूनच समाज आकार घेतो.या समाजाच्या धारणेच्या तत्त्वांनी लैंगिक निर्माणक्षमतेलाही स्वत:च्या अखत्यारात घेतले आणि आचारपद्धती बनवली. ही आचारपद्धती जन्माला आल्याबरोबर लागू होते आणि मृत्यूनंतरही अंमल गाजवते. मनुष्य मरण पावण्याच्या स्थितीत आला की इथले सगळेच मागे पडते. भाऊरावाच्या बाबतीत तसे होत नाही. म्हणजे हे एक 'चिन्ह' आहे. मनुष्य अतृप्त इच्छांनी मरतो. मनुष्यजन्मातच असे काही आहे की त्याच्या इच्छा अपुऱ्या राहाव्या.

भाऊरावाचे खरेच मरण झालेले आहे का? भाऊरावाच्या तोंडी 'अंत पाहतोय' असे शब्द आहेत. त्याचा अंत झालेला नाही, तो पाहतोय. कशाचा अंत? त्याचा, त्याच्या शरीराचा? कौटुंबिक जीवनाचा? सामाजिक स्थितीचा? परंपरांचा?

तो 'अंत' पाहतोय त्यामुळे 'अंत्यक्रिया'ही पाहणार. ही अंत्यक्रिया कशाचे चिन्ह आहे?

अक्षरांना स्वत:चे व्यक्तिमत्त्व असते पण अर्थ नसतो, अक्षरांनी बनलेल्या शब्दाला अर्थ असतो, त्या अर्थाची योग्यता इतर शब्दांच्या साहचर्याने सिद्ध होते. अशा रितीने एक वाक्य तयार होते. त्या वाक्याच्या संदर्भात दुसरे वाक्य आणि याप्रमाणे एक परिच्छेद. रंगभूमीवर एक एक वर्ण येताना आपण त्यांची संगती लावीत जातो आणि अर्थ भावतो. अक्षरे लिहीत असताना एका वळणाची लिहायची असतात, एखादे अक्षर लहान किंवा मोठे असे नाही, तसे सहेतुक होईल आणि त्यालाही अर्थ असेल. रंगभूमीवर अशा वर्णाचा आकारही सहेतुकपणे लहान किंवा मोठा असू शकेल. रंगभूमीचे रूपांतर 'भाषेत' केले की आपोआपच भाषेच्या नियमांचे साधर्म्य आपण रंगभूमीत पाहू लागतो. अक्षर आणि वर्ण असे दोन शब्द वापरीत असताना त्यांचे 'रूप' आणि 'नाद' असतो. रंगभूमी अक्षररचना, वर्णरचना आहे. या गोष्टी अध्याहृत आहेत.

'महानिर्वाण'मध्ये आळेकरांनी पपेट थिएटरची वर्णमाला वापरलेली आहे. पण ही संहिता संवादप्रधान, वास्तववादी संहितेच्या मर्यादांपासून पूर्ण मुक्त आहे असे नाही. संवादांची इंटरॲक्शन पहिल्या अंकात पुष्कळ प्रमाणात टाळलेली आहे. भाऊराव स्टेजवर उपस्थित आहे आणि स्टेजवरच तो बोलतो हे दाखवलेले असले तरी त्याची उपस्थिती आणि बोलणे 'ऑफ द स्टेज' आहे. त्याची उपस्थिती केवळ निवेदनासाठी आहे. पपेट शोमध्ये हे काम पपेटिअरने केले असते.

संहितेत 'भाऊराव' असे लिहून पुढे ओळी दिलेल्या असतात. या 'पात्राने बोलावयाच्या ओळी' असतात, त्यांना 'संवादा'चे रूप परफॉर्मन्समध्येच प्राप्त होते. या संवादांना भाषिक आणि वाङ्मयीन अर्थ असतो, तसेच ते कशाची तरी चिन्हेही असतात. म्हणजे परफॉर्मन्सच्या अवकाशात त्या शब्दांना काही एक अर्थही असतो, जसा तो प्रकाश, नेपथ्य, आविर्भाव इत्यादींना असतो. चिन्हे किंवा लक्षणे 'म्हणजे' आजार नव्हे, त्यावरून आजाराचे 'निदान' व्हायचे असते. सर्व लक्षणे पडताळल्याशिवाय अचूक निदान होऊ शकत नाही. संहिताकार विवक्षित अर्थाचे निदान व्हावे यासाठी विशिष्ट क्रमाने चिन्हे किंवा लक्षणे व्यक्त करीत जातो. येथे त्याने तंत्र कोणते वापरले आहे, कशाचा 'फॉर्म' घेतला आहे या गोष्टींची चर्चा करण्याचे कारण नाही. त्याने वापरलेल्या चिन्हांतून अर्थरचना कशी होत जाते हेच प्रेक्षक अनुभवत असतो.

चाळकरी, भाऊराव यांचे पृ.१७ ते १९ वरील एकमेकांना छेदणारे ओळींचे तुकडे म्हणजे पपेटीअरचे एक सलग भाष्य आहे, पण येथे ते दोन वेगवेगळ्या स्वरांतून आणि वेगळ्या पातळ्यांवरून येते. तरीही त्याची शाब्दिकता कायम राहते. संवादप्रधान, किंबहुना शब्दप्रधान रंगभूमीचे वर्चस्व इथे जाणवते. यानंतर ताटी बांधण्याचे दृश्य येते. हा सबंध प्रसंग मुद्दाम काढलेल्या मोठ्या अक्षरासारखा किंवा अकारण मोठ्याने ओरडलेल्या शब्दासारखा आहे. रंगीत काठ्या फिरवणे, दोऱ्यांनी वेढे देणे, फेर धरणे वगैरे पपेटसदृश हालचालींसोबत समूहस्वरांतले गाणे हे अर्थनिष्पत्ती करीत नसून शब्दांचा विशिष्ट नाद एकसुरीपणाने अधोरेखित करते. रंगीबेरंगी काठ्या, रंगीत दोरे, फुगे या गोष्टी ताटीसाठी वापरून आणि वरीलसारख्या हालचाली करून 'ताटी बांधण्याचे कृत्य' हास्यास्पद ठरवले आहे. वास्तविक अशी ताटीच हास्यास्पदतेची राजकीय प्रतिमा बनली असती. 'ताटी' या चिन्हाचा ध्वन्यर्थ संहिताकाराने लक्षात घेतलेला नाही, त्याने फक्त ताटी बांधण्याचे कृत्य हास्यास्पद ठरवले, ताटीतली सारेच हास्यास्पद ठरवण्याची स्फोटक शक्ती ध्यानात घेतली नाही. प्रेत हे प्रेतही असते आणि कशाचे तरी चिन्हही असते. तसेच ताटीचे. लगेच येणारे भाऊरावाचे वाक्य ताटीवर जोर देत नाही, तर बांधण्यावर देते: ताटी बांधलेली आहे, नव्हे करकचून आवळलेली आहे.

इथून पुढे, पृ.२१ ते २६ वर असलेली वाक्ये कशाचीही चिन्हे बनत नाहीत. चाळकऱ्यांचे संभाषण, गाण्याच्या भेंड्या वगैरे. एकच कृती अर्थपूर्ण आहे, ती म्हणजे हातांत शिडी घेऊन एक चाळकरी येतो, शिडीवर चढून दुर्बिणीतून पाहतो. सगळे लोक नानाची 'वाट' पाहताहेत. लक्षणेला इथे अभिधेच्या पातळीवर आणले आहे. ताटीप्रकरणापासूनच संहिताकार वाच्यार्थावर खिळलेला आहे.

नाना आलारे

नाना आट्यापाट्याचे सामने खेळून आलेला आहे. आता इथेही सांत्वन करणाऱ्या चाळकऱ्यांशी तो आट्यापाट्या खेळतो. आरंभी सगळे 'तबल्याच्या ठेक्या'वर नाचतात, काही काळानंतर 'पाश्चात्त्य सुरावटी'च्या गोंधळात नानाच्या अंगावर धावतात. संहिताकार आट्यापाट्या वापरतो, पण त्यातली अर्थपूर्णता पुसतो, 'नानाच्या क्रीडाकौशल्याचा खरा उपयोग, मी गेल्यावर झाला' या वाक्याने सारी सूचकताही घालवतो. 'सांत्वन' हास्यास्पद ठरवीत असताना आट्यापाट्याच्या 'दृश्यात्मकते' वर भर देतो. भाऊरावाच्या (म्हणजे

पपेटीअरच्या) मनातली सेक्शुअल इमेजरी परत येते; ती नाना आणि आईच्या भेटीच्या निमित्ताने. भाऊराव-पपेटीअर टिप्पणी करीत असतो. विषयातून विषय आणि विषयांतरही. भाऊराव हे रंगमंचावरचे एक पात्र नव्हे, अनेक पात्रांचा समावेश असलेले, रंगमंचाबाहेरचे ते पात्र आहे. म्हणजे पपेटीअरचे. उत्तरक्रिया हेच मध्यवर्ती पात्र होय आणि त्या उत्तरक्रियेशी समाजव्यवहार निगडित आहे तो चाळकऱ्यांच्या कृतींमधून जाणवतो; भाऊरावाचे मरण नाही. म्हणून ते प्रेत भाऊरावाचे नाही. काहीतरी मेलेले आहे आणि सगळे त्याच्या उत्तरक्रियेत मग्न आहेत. प्रेताच्या उत्तरक्रियेचा व्यवहारही सामाजिक मानसिकता व्यक्त करू शकतो. ताटीच्या संदर्भात प्रथेचा उल्लेख भाऊराव करतो, ही प्रथाशरणता कोणत्याही व्यवहारात दिसू शकते. समाजही विविध चिन्हे निर्माण करतो आणि त्या चिन्हांच्या आधारावर समाजाची घटना बांधतो. कालांतराने चिन्हे उरतात, त्यांतला अर्थ हरवलेला असतो. चिन्हे गिरवली जातात, एवढेच होत राहते. रंगमंचावर एखादे पात्र एकच कृती सतत करीत राहिले तर त्याला 'अर्थ' येतो, समाजव्यवहारात ती अर्थापासून दूर जात असते. संहितेतील 'अंत', 'प्रेत', 'ताटी' ही चिन्हे समाजव्यवहारातील चिन्हांच्या समांतर जातात, दोन्ही गोष्टी एक नव्हेत. रंगमंचावरील चिन्हांच्या प्रकटीकरणाने तत्सम लौकिकातील चिन्हांना इथे हास्यास्पद बनवले आहे. परंतु या संहितेत ही स्थिती चिन्हांच्या प्रकटीकरणातून कमी दिसते, भाऊराव-पपेटीअरच्या भाष्यातूनच ते अधिक होते. 'दृश्यात्मकते'वर 'श्राव्या'चे वर्चस्व ते हेच. म्हणजे या संहितेत 'ऐकायचा' भाग जास्त आहे, 'पाहायचा' कमी. भाऊरावाच्या रनिंग कॉमेंट्रीमुळे दृश्यांना अर्थपूर्ण करण्याचे कार्य वाचक/प्रेक्षक करतो. ताटी बांधण्याच्या दृश्यापासून आरंभी जाणवलेल्या शक्यता हळूहळू मावळत जातात, आणि या वाचायच्या/ऐकायच्या भागात वाङ्मयीन अर्थपूर्णता क्षीण होऊ लागते. पृ. ३४, ३५ वर चाळकरी भाऊराव-पपेटीअरसारखे बोलू लागतो.

'म्हणजे अगदी बघायला नको. अग्नी द्यायचा आणि कॉफी पीत कवटी फुटायची वाट बघत बसायचं' इत्यादी.

जुने स्मशान बंद केले असल्याची नोटीस आणि अत्याधुनिक स्मशान सुरू केलेले असल्याची सूचना. भाऊरावाच्या मते, ही प्रसंगाला अनपेक्षित कलाटणी मिळालेली.

'नाना, तू इथेच थांब' असे सांगून एकेक चाळकरी निघून जातो. हे वाक्य वारंवार उच्चारले जाते. आता फक्त नाना, आणि ताटीवर 'बांधलेले' प्रेत

एवढेच उरते. सगळेजण चाळीत अंघोळ करीत असतील, असे पुढे भाऊराव म्हणतो. म्हणजे चाळकऱ्यांच्या दृष्टीने, 'प्रेत पोचवले.' आता नाना काय ते बघून घेईल. म्हणून तो एकटाच उरलेला आहे. त्याच्या सोबतीला जे आहे ते 'प्रेत' आहे. भाऊराव खुणा करून ताटीवरून प्रेताला सोडवण्याचे नानाला सुचवतो. नाना ब्लेडने ताटी मोकळी करण्याचा आविर्भाव करतो. 'प्रेत' ताटीपासून सुटले. भाऊरावाचा स्वर्गात पोचल्याचा आविर्भाव वगैरे. भाऊराव हे एक पात्र असल्याचा आविर्भाव करण्यासाठी ही वाक्ये येतात. आतापर्यंत भाऊराव 'पात्र' बनलेले नाही. कीर्तनकाराचा वेष धारण केल्यानंतर प्रथमच भाऊरावाचे दुसऱ्या पात्राशी संभाषण होत आहे.

आता जी स्थिती निर्माण झालेली आहे ती अशी: जागा आहे. पण स्मशान नाही. स्मशान दुसरीकडे आहे, नवे आहे आणि विद्युत्‌भट्टीचे आहे, पण भाऊराव तेथे जळायला तयार नाही. 'जळीन तर येथेच जळीन' अशी प्रतिज्ञा तो उच्चारतो. प्रेताला जुन्या स्मशानात जळायचे आहे, पण जुने स्मशानच उरलेले नाही, नवे आहे, पण त्याचा स्वीकार करण्याची इच्छा नाही. नानाने काय करायचे आहे? त्याच्या हाती तसे काही नाही, तो कोणताही निर्णय घेऊ शकत नाही. आपली ही स्थिती लोकांनी पाहू नये म्हणून तो पहिल्या अंकाचा पडदा टाकण्याची विनंती करतो. कोणते स्मशान स्वीकारायचे, जुने की नवे? प्रेताचे ओझे तर जड झालेले आहे.

'अंता'पासून पहिला अंक सुरू होतो आणि 'स्मशाना'त संपतो. मृत्यू हीच या अंकातील वास्तवता आहे. ती अंत्यक्रियेच्या सामाजिक व्यवहारातून व्यक्त होते. मृत्यू ही सामाजिक घटना आहे, तशीच ती वैयक्तिक भावनाही आहे. सामाजिक घटनेचा व वैयक्तिक भावनेचा मृत्यू हे 'महानिर्वाण'. रंगमंचाच्या 'दृश्यात्मक भाषेचा अर्थपूर्ण उपयोग' या पहिल्या अंकात फारसा करण्यात आलेला नाही, परंतु तशा जागा आणि शक्यता शोधण्याचा या लेखात प्रयत्न केलेला आहे. संहितेतील प्रत्येक शब्दसमुच्चय आणि प्रयोगातील प्रत्येक वर्णरचना अर्थाची अभिव्यक्ती करीत असते, 'नाट्यबंधात व नाट्यप्रबंधात या दोन्ही गोष्टी सारख्याच महत्त्वाच्या असतात' या अनुरोधाने संहितेच्या पहिल्या अंकाची तपासणी केली.

□□□

महानिर्वाण

सतीश आळेकर १९६० नंतर उदयास आलेल्या पिढीतील एक महत्त्वाचे नाटककार आहेत. त्यांची 'मिकी आणि मेमसाहेब', 'महापूर', 'बेगम बर्वे', 'शनिवार-रविवार', 'दुसरा सामना' इत्यादी नाटके प्रसिद्ध आहेत. पुण्याच्या थिएटर ॲकॅडमी या नाट्यसंस्थेशी त्यांचा संबंध असून नाट्यलेखनाप्रमाणेच ते नाट्यदिग्दर्शनाच्याही संदर्भात प्रयोगशील आहेत. 'महानिर्वाण' या नाटकाचा पहिला प्रयोग १९७४ मध्ये झाला. त्याच वर्षी या नाट्यसंहितेची पहिली आवृत्ती प्रकाशित झाली.

'महानिर्वाण' हे दोन अंकी नाटक आहे. त्यातली प्रमुख पात्रे भाऊराव, रमा आणि नाना ही आहेत. भाऊराव हे नानाचे वडील आणि रमा ही त्याची आई. बाकी पात्रे चाळकरी आहेत. पहिल्या अंकाच्या सुरुवातीला स्टेजवर मध्यभागी अंथरलेल्या चटईवर एक माणूस झोपलेला असतो. त्याची बायको येते. ती त्याला उठवण्याचा प्रयत्न करू लागते. तो बधत नाही, म्हणून ती म्हणते, 'तुम्ही अगदी अंत पाहता माणसाचा.' यावर त्याचे उत्तर आहे, 'अंत पाहतोय.'

यानंतरच्या संवादातून कळते की, पुरुष मृत्यू पावलेला आहे. तो बोलू शकतो, त्याचे बोलणे त्याच्या बायकोला ऐकू येते, तिचेही त्याला ऐकू येते. आरंभी तिला ही सगळी चेष्टा चाललेली आहे असे वाटते. नंतर तो खरोखरच मेलेला आहे याचे ज्ञान तिला होते. ती आक्रोश करते. चाळकऱ्यांना ही बातमी कळते. मेलेल्या पुरुषाचे नाव भाऊराव असून त्याच्या बायकोचे नाव

रमा आहे हेही दरम्यान समजते. चाळकरी भाऊरावाच्या अंत्ययात्रेच्या तयारीला लागतात. ताटी बांधून तयार होते. परंतु भाऊरावांचा मुलगा नाना अद्याप आलेला नाही. तो आट्यापाट्यांच्या सामन्यांसाठी परगावी गेलेला आहे. त्याची सर्वजण वाट पाहू लागतात. नाना येतो. भाऊराव निवर्तल्याचे त्याला कळते. चाळकरी आणि नाना भाऊरावांचे प्रेत घेऊन स्मशानात जातात. तेथे, ते स्मशान बंद झाले असल्याची पाटी लागलेली असते. तेथे प्रेत जाळायला मनाई करण्यात आलेली असते. त्याऐवजी गावापासून लांब एक अत्याधुनिक स्मशान सुरू केलेले असते. तेथे या मंडळींना आता जावे लागणार आहे. या नव्या स्मशानात विद्युतभट्टीत प्रेते जाळायची सोय आहे. भाऊरावांना नव्या स्मशानात जायची इच्छा नाही. भाऊराव हट्ट धरतात : 'मी येणार नाही, नव्या स्मशानात जळणार नाही. जळीन तर येथेच जळीन. नाहीतर सडून जाईन.'

नानापुढे मोठाच पेच निर्माण होतो. जुन्या स्मशानात प्रेत जाळण्यास मनाई आहे. नव्या स्मशानात भाऊराव यायला तयार नाहीत, प्रेत तर जाळलेच पाहिजे, कारण ते सडत चालले आहे. शेवटी नाना कळवळून म्हणतो; 'जाळा, जाळा, माझ्या जड झालेल्या बापाला कुणी तरी पेटवा. त्याची कवटी काळीचारला फुटू द्या. मला सोडवा. कुणी तरी या. मला मदत करा. काहीच जर जमत नसेल तर निदान पहिल्या अंकाचा पडदा तरी टाका.'

येथे पहिला अंक संपतो.

आपल्यासमोर 'महानिर्वाण' या नाटकाची संहिता आहे. या संहितेत पात्रांचे बोलणे आहे. त्याला 'संवाद' म्हणू. काही मजकूर कंसात लिहिलेला आहे. त्याला 'पार्श्वसूचना' असे नाव देऊ. म्हणजेच 'संवाद' आणि 'पार्श्वसूचना' यांचे लेखन केलेली ही एक नाट्यसंहिता आहे. संवाद व पार्श्वसूचना यांतून पात्रे, ती कोणत्या स्थितीत आहेत ती स्थिती, त्यांच्या कृती, त्यांचे विचार, भावना व कल्पना, संवाद व कृती यांतून साकार होणारे प्रसंग, नाटकातील मध्यवर्ती समस्या अथवा विषय इत्यादी गोष्टी कळत जातात. नाट्यसंहिता नाट्यप्रयोगासाठी लिहिली जात असते. रंगमंचावर दृश्यांच्या माध्यमातून एक नाट्यकृती आकार घेत असते. या दृश्यांचाच भाग म्हणून पात्रांचे संवाद आणि कृती या गोष्टी येत असतात. येथे कादंबरीतल्याप्रमाणे सरळ निवेदनाला अगर प्रत्यक्ष वर्णनाला जागा नसते. तसेच पात्रांच्या मनातल्या भावांची, विचारांची अभिव्यक्ती संवाद अथवा कृती यांच्या द्वाराच करावी लागते. म्हणजे पात्रांकडून घडणाऱ्या कृती आणि त्यांचे

संवाद हाच नाट्यसंहितेचा महत्त्वाचा भाग असतो. काही नाटककार पात्रांच्या पोषाखाविषयी, स्थळाकाळाविषयी तपशीलवार सूचनाही करीत असतात. नेपथ्य आणि प्रकाशयोजना यांच्या संदर्भातल्या सूचनाही असतात. रंगमंचावर प्रत्यक्ष प्रयोग होताना त्यात कोणकोणत्या गोष्टी असाव्यात याची ती रूपरेषा असते. त्यामुळे नाट्यसंहिता वाचत असताना प्रत्यक्ष नाट्यप्रयोग पाहतो आहोत अशी कल्पना करता येते. 'पार्श्वसूचना' हा भाग प्रत्यक्ष रंगमंचावर होणाऱ्या 'कृतिरूप निवेदना'चा आराखडा असतो असे म्हणता येईल. एका मर्यादित अवकाशात दृश्यांचे अंग असलेले संवाद आणि कृती यांच्या द्वारा नाटककार एका अमर्याद स्थितीचे घनीभूत नाट्यात रूपांतर करतो. त्यासाठी तो 'विशिष्ट' स्थितीची निवड करतो. ही स्थिती 'नाट्यात्म' असते.

नाट्यप्रयोगात शब्द, आवाज, मुद्राभिनय, हावभाव, शारीरिक हालचाली, पात्रांचे पोषाख, रंगमंचावरील विविध वस्तू, रंगसंगती, पार्श्वसंगीत, प्रकाश, काळोख आणि स्तब्धता यांचा आपण प्रत्यक्ष इंद्रिय अनुभव घेत असतो. संहितेत वरील सर्व गोष्टींची केवळ नोंद केलेली असते.

'महानिर्वाण' या नाटकाची समीक्षा करीत असताना आपल्यासमोर केवळ संहिता आहे, त्या संहितेची आपण चिकित्सा करणार आहोत. म्हणजे 'पार्श्वसूचना' आणि 'संवाद' यांतून जो 'रूपबंध' आकारास येतो त्याचे स्वरूप पाहणार आहोत. पात्रे, स्थिती, दृश्ये, कृती, कल्पना, विचार, भाव, प्रतिमा व प्रतीकांचा अवलंब, विरोधाभास, संयोग, एकात्मता, केंद्र आणि संभवनीयता, वास्तव आणि अति अद्भुत कल्पनाविश्व हे 'रूपबंधा'चेच घटक होत. या विविध घटकांच्या संघटनेतून 'महानिर्वाण'चा 'रूपबंध' कसा साकार होतो ते पाहणार आहोत.

'महानिर्वाण' च्या पहिल्या अंकातच हे एक नाटक आहे असे नाटककाराने सांगितलेले आहे. सुरुवातीच्या पार्श्वसूचनेत 'एक स्त्री' वय सुमारे ४५ पण देखणी, घर आवरत आहे. म्हणजे आवरत असल्याचा आविर्भाव करीत आहे' अशी वाक्ये आहेत. शेवटी नाना, म्हणतो.. 'निदान पहिल्या अंकाचा पडदा तरी टाका.'

हे नाटक आहे, याचे दोन अर्थ होतात. एक, हे खरे नव्हे, प्रत्यक्ष जगातील ते दृश्य नव्हे. दोन, हे वास्तव नव्हे. हे संभवनीय नाही, हे फक्त कल्पनेत किंवा स्वप्नात घडणे शक्य आहे.

नाटकाची संहिता वाचत असताना अथवा नाटकाचा प्रयोग पाहत

असताना 'हे नाटक आहे.' याची जाणीव मुद्दाम करून देण्याची गरज काय?

नाटक म्हणजे ते 'वास्तववादी'च असले पाहिजे अशी जी एक सवय लागलेली असते ती तोडणे, हे एक उद्दिष्ट. 'सपाट, सांकेतिक वापरामुळे बधिर झालेल्या आपल्या संवेदनशीलतेला जाग आणणारी, नवी दृष्टी देणारी, परिचिताला अपरिचित बनवणारी, नवे रूप देणारी, ही जाणीव असते, ती आपणास सरावाचे पाहणे सोडून देण्यास लावते. 'ती आपल्या संवेदनशीलतेला नव्या तऱ्हेने अनुभव घेण्यास भाग पाडते,' हे रशियन रूपवादी समीक्षकांनी सांगितलेले 'अपरिचितीकरणाचे तत्त्व' या जाणिवेतून आढळते. 'हे नाटक आहे' याची जाणीव करून देणे ही अपरिचितीकरण साधण्यासाठी योजिलेली एक क्लृप्ती आहे. अर्थात क्लृप्त्यांमध्येही परिचितपणा, यांत्रिकता आली की त्यांचेही अपरिचितीकरण करावे लागते. 'महानिर्वाण' मध्ये हे कसे केले आहे ते पाहायचे आहे.

'हे नाटक आहे' याचा आणखी एक अर्थ असा की, 'हे वास्तववादी शैलीचे नाटक नव्हे'; जगात गोष्टी जशा घडतात तशा किंवा वास्तववादी नाटकात त्या जशा दाखवल्या जातात तशा इथे दाखवलेल्या नाहीत.

'महानिर्वाण' मध्ये सुरुवातीलाच, भाऊराव मेलेले असून बोलताहेत असे दाखवलेले आहे. हे वास्तव किंवा संभवनीय नाही. आळेकरांनी, 'स्वत:चा मृत्यू' पाहणारी एक व्यक्तिरेखा निर्माण केलेली आहे. मरणारा माणूस फक्त मरत असतो. लोक तो मेलाय हे कळल्यावर शोक करतात आणि त्याच्या उत्तरक्रियेची तयारी करतात. इथले भाऊराव मृत्यू पावलेले असूनही बायकोशी बोलतात, स्वत:चा मृत्यू झालाय हे सांगतात, चाळकऱ्यांनी त्यांच्या उत्तरक्रियेसाठी घेतलेल्या विविध जबाबदाऱ्यांची माहिती देतात. भाऊरावांच्या संवादातून त्यांच्याविषयीची माहिती देखील मिळते. भाऊराव आणि रमा हे जोडपे, त्यांना नाना हा एकुलता एक मुलगा आहे इत्यादी. ते कीर्तनकार असावेत. भाऊराव मृत्यू पावल्याची जाणीव रमेला होते, ती शोक करू लागते. नाटककाराने 'पुढे तिचा संगीतमय आक्रोश चालतो' असे या शोकाचे वर्णन केलेले आहे. इथेही, ही शोक करणारी स्त्री रमा नव्हे, नाटकातली रमेची भूमिका करणारी ती एक अभिनेत्री आहे हे ठसवायचे आहेच, त्याचबरोबर भाऊरावांच्या मृत्यूचा रमेने शोक करणे या कृतीत काहीतरी कृत्रिम आहे असे वाटते. नाटककार वास्तवाचे प्रातिनिधिक चित्रण करीत नाही, तर 'विरूपीकरण' करतो. पुढे चाळीतला एक शेजारी रमेचा आक्रोश ऐकून 'आनंदाने' आरोळी

ठोकतो : 'भाऊराव गे..ले..' यावरून हे नाटक वास्तववादी शैलीतले नाही हे जसे लक्षात येते, तसेच या दृश्यरचनेच्या मागे एक उपहासाचा स्वर आहे, हेही लक्षात येते.

पुढे भाऊराव कीर्तनकाराच्या वेषात प्रवेश करतात असे दाखवले आहे. हे दृश्य भाऊरावांच्या भूतकाळातले नाही. वर्तमानकाळातच ते 'मेलेले' असतानाच आता कीर्तनकाराच्या वेषात येत आहेत. याचा अर्थ, भाऊराव पेशाने कीर्तनकार असतील, किंवा नाटककाराला 'कीर्तनकार' ही भूमिका इथे नाट्याभिव्यक्तीसाठी वापरावयाची आहे. 'हे नाटक आहे' ही क्लृप्ती परिचित असण्याची शक्यता आहे, त्यामुळे त्या क्लृप्तीचे अपरिचितीकरण येथे केले जाते. परंतु 'कीर्तन' ही गोष्टसुद्धा तशी परिचितच आहे, तेव्हा इथे कीर्तनाचेही अपरिचितीकरण केले जाते. हे कीर्तन 'मेलेले' भाऊराव करताहेत आणि कीर्तनाचा विषय 'उत्तरक्रिया' हा आहे. ते पुढील साकी म्हणतच प्रवेश करतात:

'भरल्या वृक्षावरती जैसे मधुर फल लटकले
गोळे गोळे मांसाचे हे हाडावरती रचिले'

मग कीर्तनकाराच्या शैलीत ते म्हणतात, 'तर मंडळी, सांगायचं म्हणजे हे अशा रितीने माझा अंत झाला. भाऊराव नामे एक सद्गृहस्थ भरल्या संसारी किंवा भरल्या ताटावरून उठून गेला. परलोकवासी झाला.'

हे 'कीर्तन' नसून 'कीर्तनाची मोडतोड' आहे. रशियन रूपवाद्यांच्या भाषेत बोलायचे तर, यांत्रिक, गुळगुळीत, अभिव्यक्तिक्षमता गमावून बसलेल्या 'कीर्तन' या घटकाचे इथे 'विरूपीकरण' केलेले आहे. रशियन रूपवाद्यांनी सामान्य भाषेची मोडतोड तीन स्तरांवर केलेली आहे : १. शब्दांचे नादरूप. सामान्य भाषेतील शब्दांची नादरूपे कानांना जाणवत नाहीत. ही नादरूपे ठसठशीतपणे जाणवतील अशाप्रकारे शब्द वापरले जातात. २. पदान्वय. कर्ता-कर्म-क्रियापद असा सामान्य भाषेतला पदानुक्रम असतो. कवितेत हा क्रम बदललेला असतो. ३. शब्दांचा अर्थ. सामान्य भाषेत शब्दांचे अर्थ निश्चित असतात. काव्याची भाषा वेगळी असते. वेगळेपणावर रशियन रूपवाद्यांनी भर दिलेला आहे.

आता कवितेच्या संदर्भातील हे विवेचन नाट्यकृतीला लावता येईल का हे पाहूया. नाट्यकृतीची भाषा 'संवाद आणि कृती यांच्यासह साकार होणारे दृश्य' यांनी बनलेली असते. दृश्य, दृश्यबंध, दृश्यबंधाची रचना. 'दृश्य' हा

एक शब्द आहे अशी कल्पना करून पाहूया.

१. शब्दाला नाद असतो, अर्थ असतो. दृश्याला 'दृश्यमूल्य' असते आणि अर्थ असतो. नाटकात हे 'दृश्यमूल्य' ठसठशीतपणे जाणवावे अशी योजना केलेली असते.

२. कवितेत पदांचा तार्किक अनुक्रम नसतो. नाटकातील दृश्यांचा तार्किक अनुक्रम नसतो. एकानंतर येणारे दुसरे दृश्य यात तार्किकता नसते. 'मेलेला' भाऊराव पुढे कीर्तनकाराच्या वेषात येतो इथे तार्किक अनुक्रम नाही.

३. दृश्याचा अर्थ. नाटकातल्या दृश्यांना केवळ, 'वाच्यार्थ' नाही, तर 'व्यंग्यार्थ' असतो, एकाहून अधिक अर्थ असू शकतात. सामान्य व्यवहारातील दृश्यांहून नाटकातले दृश्य वेगळे असते. सामान्य व्यवहारातील शोक आणि या नाटकातील रमेचा शोक : दुसऱ्यात वेगळेपणा आहे.

नाटककाराने प्रचलित नाट्यप्रकाराचीही मोडतोड केलेली आहे, विरूपीकरण केलेले आहे, हे वर पाहिलेच आहे. या नाट्यकृतीत विविध दृश्यांतून तो मरण, शोक, अंत्यक्रिया यांचेही विरूपीकरण करतो. कारण या गोष्टी 'यांत्रिक', 'गुळगुळीत' आणि 'अभिव्यक्तिक्षमता' गमावून बसलेल्या आहेत. या दोन्ही गोष्टी एकावेळी आपल्या प्रत्ययाला येतात. म्हणजे 'विरूपीकरणा'च्या एकाच क्रियेतून आशय आणि अभिव्यक्ती यांच्यातील एकात्मता प्रत्ययाला येते.

'मेलेल्या' भाऊरावाला खरी चिंता आहे ती अंत्यसंस्काराची. 'वृक्ष पडला कुजत, तर कोणी एकत्र येत नाही. पण मानवाच्या देहाला अंत्यसंस्कार लागतो. तो कुणीतरी द्यावा लागतो... लोक जाळणार तेव्हा आपण जळणार.'

'अंत्यसंस्कार' ही एक अमर्याद स्थिती. तिचे 'महानिर्वाण' मध्ये एका 'विशिष्ट' स्थितीची निवड करून नाटककार घनीभूत रूपांतर करतो. हे रूपांतर 'वास्तववादी शैली'तले नाही, उपहासाची दृष्टी त्यामागे आहे. 'लहानपणी सुई टोचल्यावर मुक्तपणे रडायचे आणि मोठेपणी वेदना सहन करून अश्रू आनंदाश्रू दाखवायचे, वेदनांचे हास्यात रूपांतर करण्याची धडपड करायची. आपल्याला काही झाले नाही, होणार नाही, असे म्हणत राहायचे.' भाऊरावांच्या या उद्‌गारांत या नाटकाचा 'रूपबंध' काय आहे याची सूचना आहे. 'वेदनांचे हास्यात रूपांतर' हा रूपबंध होय. त्यासाठी नाटककाराने विरूपीकरण केलेले आहे. ही शोकांतिका नव्हे, अथवा सुखांतिकाही नव्हे, तर या दोन्ही नाट्यबंधांचे हे संयुक्त रूप होय. ट्रॅजिकॉमेडी, ट्रॅजिक फार्स असे 'महानिर्वाण' चे स्वरूप आहे.

सामान्य माणूस 'मरतो', महापुरुषांचे 'महानिर्वाण' होते. भाऊराव या सामान्य माणसाचे 'महानिर्वाण' म्हणजे त्याच्या मरण्याची चेष्टाच. ही चेष्टा अंत्यक्रियेमुळे होते. अंत्यक्रिया हा एक सामाजिक उपचार आहे. त्या उपचारात मृत्यू या गोष्टीविषयीच्या गांभीर्याचा लोप झाला की ती हास्यास्पद बनते. मानवी व्यवहारातल्या विविध गोष्टींना असे यांत्रिक, अभिव्यक्तिक्षमताहीन रूप प्राप्त झालेले आहे. नाटककाराने येथे 'अंत्यक्रिया' ही एक स्थिती निवडलेली आहे.

'अंत्यसंस्कार', 'उत्तरक्रिया', 'अंत्यक्रिया' या विविध नावांनी ओळखला जाणारा हा विधी म्हणजे एक नाटकच. विधिनाट्य होय. या विधिनाट्यातील 'आशय' हरवला की ते यांत्रिक, कृत्रिम बनते. 'महानिर्वाण' हे या विधिनाट्यातील कृत्रिमता, यांत्रिकता स्पष्ट करणारे नाटक आहे. हे नाटक वास्तववादी शैलीतले नसले तरी वास्तवलक्ष्यी आहे. वास्तवाकडे सूक्ष्म दृष्टीने पाहिले असता ते कसे दिसते, याचे चित्रण या नाटकात केलेले आहे.

हे नाटककार कसे करतो? उदाहरणार्थ, रमा संगीतमय आक्रोश करते. चाल बदलून, ताल बदलून त्याच ओळी परत म्हणते. हा शोक नव्हे, 'शोक केला पाहिजे' या सामाजिक जाणिवेतून केला जाणारा शोकाचा आविर्भाव आहे. त्यामुळे हा शोक अवास्तव आणि हास्यास्पद ठरतो. परंतु 'शोक' हास्यास्पद ठरवायचा नसून 'शोक केला पाहिजे' ही जाणीव कशी हास्यास्पद ठरली आहे किंवा माणसाने शोकाचाही उपचारासारखा वापर करावा ही गोष्ट हास्यास्पद ठरते. हे हास्य निर्भेळ नसते, त्यात वेदनेचा अंश असतो. 'महानिर्वाण'मध्ये भाऊराव मरण पावले या वास्तवाकडे एक चाळकरी आनंदाची गोष्ट म्हणून पाहतो. त्याच्या 'भाऊराव गे..ले..' या आरोळीतून तो आनंद निथळतो आहे. त्यामुळेच भाऊराव आपल्या मृत्यूनंतर रमेचे काय होईल या भावनेने बेचैन आहे. त्याने एक दृश्यच कल्पिले आहे. रमा मध्ये बसलेली. केस मोकळे सोडलेले. नाटककाराने 'पार्श्वसूचने'त काही तपशील सांगितलेला आहे. 'पांढरे नऊवारी लुगडे नेसलेली. केस मोकळे सोडलेले. मळवट भरलेला. स्टेजवर मध्यभागी उभी राहते. सफरचंद खाते आहे.' मग चाळकऱ्यांचे गाणे आहे : 'उदे ग रमे उदे। उदे ग रमे उदे।। आम्ही सज्जन चाळकरी। आम्ही तुपाशी खाणार पोळी' वगैरे. त्यातून चाळकऱ्यांची विधवा रमेविषयीची वैषयिक दृष्टी व्यक्त झालेली आहे. भाऊराव याच भावनेने बेचैन आहेत. समाजाच्या विविध वृत्तिप्रकृत्ती इथे 'विरूपीकरणा'तून व्यक्त होत राहतात.

भाऊराव स्वत:च्या मृत्यूमुळे अस्वस्थ आहेत. 'यत्न चालू असे जंगी। नानास भावंड व्हावे' अशी हिरवट आशा मनात ठेवून भाऊरावांनी प्राण सोडलेला. मरणाचा स्पर्श झालेला असला तरी माणसे हिरवट आशा ठेवून जगत असतात. 'आपल्याला काही झाले नाही, होणार नाही, असे म्हणत राहायचे' ही सर्वांचीच स्थिती आहे. त्यामुळे 'तर अशी ही कथा आमच्या नानाची, मंडळींची म्हणजे पर्यायाने माझी पण' असे भाऊरावांनी म्हटलेले असले तरी ही सर्वांचीच कथा आहे.

चाळकरी भाऊरावांच्या उत्तरक्रियेची व्यवस्था आपल्या ताब्यात घेतात. त्यातही हिशेबीपणा, व्यवहार या गोष्टींचे विस्मरण होत नाही. 'सामान टांग्यातून आणायचं, रिक्षातून नाही. कारण रिक्षात बांबू नीट बसत नाहीत. हातात धरतासुद्धा येत नाहीत' या मौलिक सूचना एक चाळकरी करतो. चाळकऱ्यांच्या या संवादातून सामाजिक नीतिमत्तेचे विरूपीकरण केलेले आहे. एखाद्याचा मृत्यू ही गोष्ट 'भावनात्मक' राहत नाही, तर 'व्यवहारात्मक' बनते. त्यामुळेच 'आणि गवऱ्या फार होतात म्हणून कमी केल्यास तर बघ. धग कमी होता कामा नये. आपण लवकर मोकळे झाले पाहिजे. नळ जाण्याच्या आत आंघोळी व्हायला हव्यात आपल्या, काय?' अशी सडेतोड व्यवहाराची जाणीव बोलून दाखवली जाते.

पुढे ताटी बांधण्याचे दृश्य येते. रंगीबेरंगी काठ्या, फुगे, पताका, झिरमिळ्या इत्यादींनी ताटी सजवण्याचे कार्य चालते. हा चाळकऱ्यांच्या मनातला आनंदच या गोष्टींतून व्यक्त होतो. ताटी बांधताना ते उत्साहात आहेत.

'एक तीळ होता सात जणांत वाटला.

एक होता मुडदा सात जणांनी जाळला' हे गाणे ताटी बांधणारी मंडळी गात आहेत. ताटी बांधून झालेली आहे. परंतु नाना आलेला नाही. प्रथेप्रमाणे पुत्राच्या हातून पित्याच्या शवाला अग्नी दिला गेला पाहिजे. असे का, तर प्रथाच तशी आहे हे उत्तर येईल. अंत्यक्रिया हा एक उपचार आहे आणि प्रथेनुसार चालत आलेला आहे. त्या संदर्भातले तपशील प्रथेनेच ठरवलेले आहेत. 'प्रथा' या शब्दातच ती सरावाची, नित्य परिचयाची गोष्ट आहे अशी छटा आहे. प्रथेच्या विरुद्ध जाणे सहसा शक्य नाही. कारण त्यातून निराळाच गोंधळ होणे, गहजब होणे याची शक्यता असते. समजा, नानाऐवजी जोश्यांच्या बंडूने अग्नी दिला तर कुणीतरी म्हणणार : 'जोश्यांच्या बंडूचा तोंडावळा हुबेहूब

भाऊरावांसारखा आहे.' भाऊराव म्हणतात : 'अग्निनारायणाशी भलत्या माणसाने लगट केली तर प्रचंड संशय निर्माण होतो. पण जनरीत ही अशीच असते.'

'शोक करणे' ही जनरीत, आणि 'अग्नी देणे' ही देखील जनरीतच, विधवा रमेविषयी आसक्ती बाळगणे आणि आता ती उपलब्ध होणार म्हणून आनंद करणे ही देखील जनरीतच, तशीच बंडू जोश्याच्या आईविषयी भाऊरावांच्या संदर्भात शंका घेणे हीसुद्धा जनरीतच. मुळातच या नाटकाच्या कक्षेतील मानवसमाज 'विरूपित' झालेला आहे आणि त्याची ही स्थितीच लेखक विविध युक्ती आणि कृती यांतून प्रक्षेपित करीत आहे. समाजाची विरूपित स्थिती ही एक अमर्याद स्थिती आहे. इथे 'विशिष्ट' स्थितीची निवड करून तिचा नाट्यात्म आविष्कार घडवून त्या अमर्याद स्थितीचा प्रत्यय आणून देतो आहे.

ताटी उचलली गेली, मंडळी स्मशानाच्या वाटेस लागली. परंतु थोड्या वेळाने ताटी खाली ठेवली जाते. पुढची माणसे मागे जातात, मागची माणसे पुढे येतात. हे 'ताटी फिरणे' होय. भाऊराव म्हणतात: 'काहीही झाले तरी ताटी फिरणे झालेच पाहिजे. कारण तशी प्रथा आहे. पुन्हा प्रथा म्हणजे ब्रह्मवाक्य. त्यापुढे कुणाचे काय चालणार?'

माणसे प्रथेच्या विळख्यात सापडली आणि मूळचा उत्स्फूर्तपणा गमावून बसली. तीच गोष्ट ती पुन्हा पुन्हा कसलाही विचार न करता गिरवू लागली. त्या गिरवण्यातून त्यांच्या कृतीमधली यांत्रिकता, अभिव्यक्तिक्षमतेचा अभाव स्पष्ट होतो.

मंडळी स्मशानाजवळ येते. परंतु 'प्रसंगाला अनपेक्षित कलाटणी' मिळते. जुने स्मशान बंद झालेले असून गावाबाहेर नवे स्मशान उघडलेले आहे असे कळते.

भाऊरावांना नव्या स्मशानात जळायचे नाही. ते म्हणतात: 'महानगर-पालिकेने पूर्वकल्पना तरी द्यायची म्हणजे मी नव्या जागेत जळण्याची पूर्वतयारी केली असती.' 'प्रथा'नुसारी मन 'प्रथे' बाहेरचे काहीही करावयास तयार नसते. मनाला एका विशिष्ट चाकोरीची सवय लागलेली असते, नकळत सवयीने त्या गोष्टी घडत राहतात. त्यापेक्षा वेगळे काही समोर आले की ते मन बावचळून जाते. आपल्या नित्याच्या सरावाच्या कृत्यातली अर्थहीनता जाणवते आणि म्हणूनच बदल नको असतो. भाऊराव 'जळीन तर येथेच जळीन' असा हट्ट करतात.

जुने स्मशान बंद झालेले आहे, नव्या स्मशानात जळायला जाण्याची भाऊरावांची इच्छा नाही, अशा स्थितीत नानापुढे पेच पडलेला आहे : करावे तरी काय? नाना जुने जाळायला आणि नवे स्वीकारायला तयार आहे, परंतु हे जुने संपूर्णपणे जात नाही आणि नवेही संपूर्णपणे स्वीकारावे असे वाटत नाही, अशा संदिग्ध स्थितीत तो आहे.

शवाला जाळायला स्मशानात आणलेले आहे, ते स्मशान बंद आहे, म्हणून दुसऱ्या स्मशानात जायचे आहे. तिथे विद्युतभट्टी आहे, पंचवीस मिनिटांत देहाची राख होते- परंतु खुद्द प्रेताला तेथे जळावे असे वाटत नाही. ते जुन्याच स्मशानाचा आग्रह धरीत आहे. हे काय आहे? अर्थातच हे वास्तववादी चित्रण नसून प्रतीकात्मक आहे. कीर्तनकार भाऊराव, चाळकरी यांच्या संवादातून एक विशिष्ट सामाजिक स्थिती सूचित झालेली आहे. 'प्रथांना कवळून बसलेला मध्यमवर्गीय हिंदु समाज', गतार्थ रूढींचे पालन करण्यातच धन्यता मानणारा समाज, आतून पोखरलेला, कोणतेही अधिष्ठान नसलेला असा समाज, आणि त्याच्या आशयहीन, यांत्रिक कृती. नाटककाराने विविध दृश्यांच्या साहाय्याने हे विरूपित वास्तवच साकार केलेले आहे.

प्रेत नव्या स्मशानात जळायला तयार नाही आणि नानाला काय करावे हे सुचत नाही, अशा स्थितीत पहिला अंक संपतो.

पहिल्या अंकातील मुख्य व्यक्तिरेखा भाऊराव आहेत, निवेदकही भाऊराव आहेत. त्यांनी 'महानिर्वाणाचे आख्यान लावलेले' आहे.

पहिला अंक संपतो तेव्हा भाऊराव आणि नाना यांच्यात एक संघर्ष निर्माण झालेला आहे

'नानास भावंड व्हावे' अशी इच्छा बाळगलेली असतानाच भाऊरावांचा मृत्यू झालेला, रमाविषयीचे लैंगिक आकर्षण कमी झालेले नसतानाच मरण आलेले, अग्नी देण्यासाठी नानाची वाट पाहत असलेले. नाना येतो पण जुन्या स्मशानात प्रेत जाळण्याची परवानगी नसल्याने सगळे थांबलेले, प्रेत तर जुन्याच स्मशानाचा हट्ट धरून बसलेले- 'फार वेळ मृतदेह ठेवू नये' हे नानाचे म्हणणे ऐका म्हणणारे, 'लवकर न्या, लवकर न्या... नाना आलाय, आता तरी मला न्या' असा आग्रह धरणारे भाऊराव जुन्या स्मशानासाठी आग्रह धरताहेत, 'जळीन तर येथेच जळीन. नाहीतर सडून जाईन' असा हटवादीपणा करताहेत, यातून भाऊराव आणि नाना, जुनी पिढी आणि नवी पिढी, बाप आणि मुलगा, गतानुगतिक समाज आणि परिवर्तनवादी समाज असा संघर्ष उभा राहतो.

दुसऱ्या अंकाच्या सुरवातीलाच 'हे नाटक आहे' याची जाणीव करून दिलेली आहे. भाऊराव म्हणतात, 'तिसरी घंटा झाली आहे। स्थानापन्न नीट होणे.' नाना म्हणतो : 'अंक सुरू होऊन इतका वेळ झाला. मी एकटा बडबडतो आहे. असं वाटतं की सरळ जावं विंगेत निघून ते येऊच नये.'

आता या अंकात 'महानिर्वाणाचे आख्यान' नाना लावतो आहे. नाना ही या अंकातली प्रमुख व्यक्तिरेखा. नाना म्हणतो : 'तर भाऊंचे आख्यान मला पुढे सुरू करावे लागते आहे. ही भाषा वेगळी असेल, तरी आख्यान तेच-महानिर्वाण'. नानाने भाऊंचा वसा घेतलेला आहे. पित्याकडून पुत्राला वारसा मिळालेला आहे. पहिल्या अंकातली भाऊंची भाषा येथे नाही, येथे नानाची भाषा आहे. भाऊराव जुन्या पिढीतले कीर्तनकार, नाना चित्रपटाच्या जगात वाढलेला. त्याच्या मूल्यसंकल्पनाही वेगळ्या असतील.

पहिला प्रसंग, भाऊराव वारल्यानंतरच्या दहाव्या दिवसाचा आहे. पिंडदानाचा दिवस. आईचा शोक अजून संपलेला नाही. नाना गोडीने बोलतो, रागावून बोलतो. मग आई कामाला लागते. पिंड तयार होतो. पिंडदान ही सुद्धा प्रथाच. विद्युतभट्टीत प्रेत जाळण्याची सोय झालेली असली तरी प्रथेतून सुटका नाही. नाटककाराने पुढे आपापल्या वडिलांसाठी पिंड घेऊन आलेले दोन पुरुष दाखवलेले आहेत. त्यांचे कपडे लहान मुलांसारखे आहेत. ही माणसे मोठी झालेली असली तरी अजून त्यांची बुद्धी लहान मुलाचीच आहे? की 'बापापासून' त्यांची सुटका झालेली नाही? या दोन्ही गोष्टी इथे अभिप्रेत असाव्यात. ही मुले-माणसे भांडतात, वादावादी करतात. त्यांच्यातल्या वृत्तीचा पोरकटपणा इथे अधोरेखित केलेला आहे. पुढे नानाच कावळा बनून येतो आणि त्यांनी आणलेल्या पिंडांना शिवतो. या सबंध दृश्यातून पिंडदानामागची भावना हरवलेली असताना केवळ एक उपचार म्हणून ती कृती करण्यातली हास्यास्पदता नाटककार व्यक्त करतो.

या नाटकात एकामागून एक येणाऱ्या दृश्यांमध्ये तार्किकता नाही, कार्यकारणसंबंध नाही. त्यामुळे पहिल्या दृश्यानंतर येणारे दुसरे दृश्य 'अपरिचित' असते, ते मग पहिल्याही दृश्याला 'अपरिचित' बनवते.

तिसऱ्या दृश्यात भाऊराव येतात. भाऊरावांना अजून अग्नी दिलेला नाही. ते विचारतात, 'कधी देणारा मला अग्नी?' पण नवीन स्मशानात त्यांना जळायचे नाही. 'टेंडर भरून बांधलेल्या सिलिकॉनच्या भट्टीत मला जळायचं नाही,' असे ते सांगतात. पुढे ते म्हणतात : 'हे नवीन स्मशान आमच्यासाठी

नाही. तुमच्यासाठी आहे.' दोन पिढ्या, दोन परंपरा यांतले वेगळेपण यांतून व्यक्त झालेले आहे.

भाऊराव जळून संपलेले नाहीत, ते सध्या घरीच माळ्यावर राहताहेत. 'आम्हांला अंधाऱ्या माळ्यात कोंडून ठेवलंस' असे ते नानाला सांगतात. त्यांना आता एकदातरी रमेला भेटायचे आहे.

भाऊराव रमेला भेटतात तेव्हा एक नवीनच गोष्ट लक्षात येते. रमा कुणा 'दुसऱ्याचे' स्वप्न पाहते आहे. 'सूट घातलेला, डोळ्यांवर काळा चष्मा लावलेला' असा कुणी तिला दिसत असतो. भाऊराव रमेशी बोलत असताना तिला तो दुसरा इसम आपल्याशी बोलतो आहे असे वाटते. नंतर ती तंद्री तुटते आणि भाऊराव दिसतात. ती किंचाळते. तेव्हा नाना 'ओरडायला काय झालंय' म्हणून विचारतो. रमा सांगते, 'प्रथम ते दिसले. मग कसला तरी कुजका वास आला आणि तुझे भाऊ दिसायला लागले.' भाऊरावांच्या मनात 'रमा' आहे, तिच्याविषयीची आसक्ती आहे, कुणा बंडू जोश्याच्या आईविषयीचीदेखील आसक्ती आहे. रमा भाऊरावाच्या मृत्यूनंतर शोक करते. त्याचवेळी तिच्या मनात कुणा व्यक्तीविषयीची ओढ निर्माण झालेली आहे. ती व्यक्ती भाऊरावांच्या प्रेतयात्रेच्या वेळी उपस्थित होती असे तिला वाटते. भाऊंच्या तेराव्याला सगळ्यांना बोलाव असे ती वारंवार सांगते. यातून 'त्यांना' बोलाव, हेही सूचित करते. हे 'ते' कोण, हा नानाला पडलेला प्रश्न. सूट आणि काळा चष्मा. भाऊराव नानाला म्हणतात, 'अरे, मी जाऊन दहा दिवसांच्या आत तुझ्या आईला सूट आणि काळा चष्मा घातलेला बाबा दिसायला लागला.'

यावर नाना म्हणतो, '... तुम्ही बाहेरचे आहात. मेलेले आहात. भूतकाळ आहात. वर्तमान आम्ही आहोत.' मेलेल्या माणसाने जिवंतांच्या आयुष्यात हस्तक्षेप करू नये. नानालाही अर्थातच हा प्रश्न पडलाय की 'ते' कोण? तो आईची उलटतपासणी घेतो. आई सांगते : 'पूर्वीपासून तिन्हीसांजेला डोळा लागला की एक रिकामी चौकट दिसायची. चेहरा अस्पष्ट दिसायचा. तो चेहरा स्पष्ट दहा दिवसांपूर्वी दिसला.' नाना भाऊरावांना म्हणतो : 'मला भीती वाटतीय भाऊ. माझा हॅम्लेट होणार.'

मेलेले भाऊराव जळायला तयार नाहीत, आईला दहा दिवसांपूर्वी कुणी 'ते' दिसतात आणि त्यांच्या विचारात ती असते. नानापुढे आता हा नक्कीच प्रश्न. ते कोण?

आई म्हणते त्याप्रमाणे भाऊंच्या तेराव्याला सगळ्यांना बोलावण्यात येते. त्यांत 'ते'ही असतील असे वाटलेले असते. परंतु आलेल्या मंडळींत 'ते' नाहीत. 'भाऊ वारले तेव्हा खांदा देताना 'ते' डावी कडून तिसरे होते.' ही माहिती आईकडून मिळते. परंतु 'भव्य प्रमाणात तेरावा करून खांदेकऱ्यांना बास्मतीची लाच देऊन काहीही उपयोग झाला नाही.' त्यात 'ते' नाहीतच.

आईचे मन त्यांच्यात गुंतलेले आहे. 'भाऊंच्या मागे मला एकटीला राहाणं जमणार नाही' असे ती सांगते. या 'डावीकडून तिसऱ्या' चा शोध नानाला घेतलाच पाहिजे. सूट आणि काळा चष्मा या शब्दांमुळे त्याला एक सूत्र सापडते. तो म्हणतो, 'खलास, भाऊ खलास. सूट आणि काळा चष्मा सापडला.' भाऊंना तो वेष करायला तो लावतो. आता भाऊच डावीकडून तिसरे. 'आईला दिसणाऱ्या रिकाम्या चौकटीत डावीकडून तिसरा म्हणून सूट आणि काळा चष्मा घातलेले तुम्हीच दिसत होता की काय' हेही कळेल.

आता जी स्थिती निर्माण झालेली आहे ती नानाच्या शब्दांत पुढीलप्रमाणे: 'आमच्या आईला जो पाहिजे होता तो कोण हे मला जाणून घ्यायचंय. म्हणून तात्पुरता 'तो' माझे मेलेले वडील झालेत. आणि सगळ्यात कहर म्हणजे आमच्या आईला वडिलांशी लग्न करायचे आहे. ह्या चक्रातून बाहेर पडावंसं वाटतं. पण 'तो' कोण हे कसं कळणार?'

'वेदनेचे हास्यात रूपांतर' करताना नाटककाराने ही स्थिती कल्पिली आहे. भाऊरावांचा मृत्यू झाल्याबरोबर आईला कुणीतरी 'ते' दिसणे, 'ह्या चाळीपासून माझा राजकुमार मला दूर दूर घेऊन जाईल' असे वाटणे, 'आईसाठी स्थळ बघणे'- या सर्वांतून नाटककार मध्यमवर्गीय मानसिकतेचे 'विरूपीकरण' अभिव्यक्त करतो आहे. एक जिवंत व्यक्ती आणि दुसरी मृत व्यक्ती यांचे मीलन घडवून आणण्याचे नाटक नाना करतो. 'डावीकडून तिसरा' कोण होता हे त्याला शोधायचे आहे. भाऊराव, काळा चष्मा आणि सूट घातलेले रमेला 'पाहायला' येतात. चित्रपटातले गाणे म्हणत ते रमेसोबत नृत्य करतात. कीर्तनकार भाऊरावाचा आता सिनेमातला हीरो झालेला आहे. सवंग, स्वस्त अशा प्रकारच्या जीवनाची दृश्ये नाटककार कल्पितो आणि 'नवे' म्हणून जे काही आलेले आहे ते किती उथळ आहे हे दाखवतो.

काळा चष्मा आणि सूट घातलेल्या भाऊरावांना पाहून आईला 'ते' भेटल्याचा आनंद होतो. 'आनंदी आनंद गडे' अशी तिची अवस्था होते. परंतु वास्तव काय आहे? नाना म्हणतो, 'अगं लग्न झालं की सूट आणि काळा

चष्मा ही कवचकुंडलं गळून पडणार आहेत आणि तुला एक सडका जीवघेणा वास भरून टाकणार आहे.'

आईबापांनी घातलेला घोळ निस्तरायचा तर बापाला अग्नी दिला पाहिजे त्याशिवाय नाना स्वतःच्या पायावर उभा राहू शकत नाही, मुक्त होऊ शकत नाही आणि प्रौढही होऊ शकत नाही. बापाच्या पिंडदानाच्या कक्षेत अडकलेले लोक वयाने प्रौढ झालेले असले तरी वृत्तीने 'बाल'च राहतात ते दुसऱ्या अंकातल्या दुसऱ्याच दृश्यातून व्यक्त झालेले आहे.

नाना भाऊरावांना घेऊन जुन्या स्मशानात येतो. तिथे ब्लॅकमध्ये मुडदे जाळण्याची सोय झालेली असते. भाऊराव आता ब्लॅकमध्ये का होईना जुन्या स्मशानात आनंदाने जळू शकतात. भाऊराव म्हणतात: 'प्रसंगच असा की काळ्या बाजारात जळावे लागते. पण जागा पूर्वीचीच असल्याने मनाला सात्त्विक समाधान आहे.' परंतु मरू घातलेल्या जगण्यातली आसक्ती अजून संपलेली नाही.

पहिल्या अंकाला 'कीर्तनाचा' आकृतिबंध आहे, तर दुसऱ्या अंकाला 'हिंदी चित्रपटाचा'. नाना म्हणतो: 'आपल्या घराचा होणारा हिंदी पिक्चर संपवणं म्हणजे भाऊंना अग्नी.' 'कीर्तन' ही संस्था गतार्थ झालेली आहे, कीर्तन हा कथनप्रकार ज्या समाजव्यवस्थेत होता, तीही गतार्थ झालेली आहे. तिच्याजागी कोणती व्यवस्था आलेली आहे? कीर्तनाऐवजी चित्रपट, बाजारू, गल्लाभरू, स्वस्त मनोरंजन करणारा कथनप्रकार. त्या कथनप्रकाराभोवतीची समाजव्यवस्था त्याच प्रकारची आहे. कीर्तनाची जागा घेणारा चित्रपट कीर्तनातले गांभीर्य गमावून बसलेला आहेच. तो उथळही आहे. एक व्यवस्था जाऊन दुसरी येते. पण ती पर्यायी ठरत नाही, दुसरे पर्याय शोधावे लागतात. जुने 'गतार्थ' म्हणून जाळावे, तर नवे 'भ्रामक' म्हणून नष्ट केले पाहिजे हे या दुसऱ्या अंकातील दृश्यभाषेतून व्यक्त होत जाते.

नाना जुन्या/नव्याच्या या संघर्षात मध्ये कुठेतरी दोलायमान अवस्थेत उभा असतो. भाऊरावांना अग्नी दिल्यानंतर आता त्याचे जगणे सुरू व्हायचे असते. त्याला कोणत्या तरी वाटेची निवड करायची असते.

'महानिर्वाण' या नाटकाच्या रूपबंधाची चिकित्सा आतापर्यंत केली. 'महानिर्वाण' हे नाटकाचे शीर्षक, 'एका माणसाचा मृत्यू', 'एका समाजव्यवस्थेचा मृत्यू', 'एका मूल्यपरंपरेचा मृत्यू' अशा अनेक अर्थांच्या पातळीवर फिरत राहते. भाऊरावांसारख्या सामान्याच्या मरणाला 'महानिर्वाण'

हा शब्द योजून त्या मरणातले केविलवाणेपण दर्शविले जाते. किंबहुना या नाटकातील नाट्यात्म स्थिती ज्या मध्यमवर्गीयांच्या जीवनचित्रणातून दाखवलेली त्या मध्यमवर्गीयांच्या जीवनालाच ते केविलवाणेपण प्राप्त झालेले आहे. कीर्तनाची भाषा जाऊन चित्रपटाची भाषा आली. यातून मूल्यऱ्हास सुचवलेला आहे. यातली पात्रे, त्यांची भाषा, त्यांच्या कृती यांतून त्या 'विरूपित' जीवनाची प्रतीती येते. नाटककाराने त्यासाठी नाटक या कलाप्रकाराचे 'विरूपीकरण' केलेले आहे. पहिल्या अंकातील निवेदक भाऊराव आणि दुसऱ्या अंकातील निवेदक नाना यांच्यातील ताणाने हे दोनही अंक तोललेले आहेत. नाटकातील पात्रांच्या युक्ती आणि त्यांच्या कृती या दोहोंतूनही नाट्यार्थ पुष्ट होत जातो. 'महानिर्वाण' हे मध्यवर्ती प्रतीक नाटकाच्या विविध घटकांतून कार्यरत असल्याचे दिसून येते.

'महानिर्वाण' कडे मानसशास्त्रीय दृष्टीने पाहिले तर त्यात 'ओडिपस कॉम्प्लेक्स'चे एक रूप दिसून येते असे म्हणता येईल. भाऊराव आणि नाना यांतला विरोधात्म ताण. रमेला स्वप्नात दिसणाऱ्या 'डावीकडून तिसऱ्या' विषयीची आसक्ती, भाऊरावांचा संताप, नानाने कावळ्याचे रूप घेताना वापरलेला काळा चष्मा आणि सूट आणि रमेला रिकाम्या चौकटीत दिसणारा काळा चष्मा आणि सूटवाला माणूस यांचा परस्परसंबंध लक्षात घेता येईल. भाऊरावांनी पहिल्या अंकात रमेकडे 'एक लैंगिक विषय' म्हणून पाहिलेले आहे. त्यातून त्यांची विषयाची आसक्ती आणि तिच्यावरची सत्ता स्पष्ट होते. त्यामुळेच डावीकडून तिसऱ्याविषयी मत्सर निर्माण होतो. 'सूट आणि काळा चष्मा' यांचे कोडे नानाला उलगडते. रमेला दिसणाऱ्या या चौकटीत कदाचित 'आपण' च आहोत, आपणच डावीकडून तिसरे आहोत. नानाने याप्रमाणे ते प्रक्षेपित केलेले असले तरी त्याची रमेविषयीची अप्रकट आसक्ती काही उद्गारांतून दिसते. उदाहरणार्थ, आपला हॅम्लेट होणार असे तो सांगतो. त्यामुळे 'डावीकडून तिसरा' हा त्याचा प्रतिस्पर्धी. हा डावीकडून तिसरा म्हणजे दुसरे तिसरे कोणी नसून आपणच, हे लक्षात येते तेव्हा तो मेलेल्या भाऊरावांना स्मृतिरूपाने जिवंत करतो. वडिलांपासूनच नव्हे तर आईपासूनही तुटल्याशिवाय नानाचे बालपण संपून तो प्रौढ होऊ शकत नाही. भाऊरावांना अग्नी दिल्यानंतरच नानाला ज्वालांच्या चौकटीत 'एका तरुणीचा चेहरा' आकार घेतो आहे, असे दिसू लागते. नाना प्रौढ होतो आहे.

'महानिर्वाण' मध्ये लैंगिक इच्छेची विविध रूपे दिसतात. भाऊरावांना रमेविषयी असलेली आसक्ती, बंडू जोश्याच्या आईविषयी असलेले आकर्षण, रमेला कुणा काळा चष्मा आणि सूटवाल्याविषयीचे आकर्षण, चाळकऱ्यांना रमेविषयी असलेली लैंगिक आसक्ती या गोष्टी नाटकातील विविध दृश्यांतून व्यक्त होतात. पहिल्याच अंकात भाऊरावांचे बंडू जोश्याच्या आईविषयीचे आकर्षण व्यक्त झालेले आहे. त्या संदर्भात ते म्हणतात : 'पण तसे मनातून वाटत असतेच की... अप्रत्यक्षरीत्या प्रत्यक्ष होणे हेच शेवटी खरं. मनाचे खेळ खेळले तर चालतात. मग रमाच कधी बंडूची आई समजायची आणि गृहस्थाश्रमाचे कर्तव्य पार पाडावयाचे. पण जनरीतीपुढे कोण काय बोलणार?' जनरीतीमुळे लोक आपल्या मनातल्या इच्छा व्यक्त करीत नाहीत, मग त्या कुजतात, त्यांना घाण वास येतो. दुसऱ्या अंकात भाऊराव विचारतात: 'माझं कुजणं खरंच थांबवता येणार नाही का रे?' नाना म्हणतो : 'नाही'. मन 'मेलेले' असले तरी आसक्ती नष्ट होत नाही. भाऊराव मेलेले असले तरी त्यांची हिरवट आशा कायमच आहे. पुन्हा पुन्हा रमेला भेटावे असे त्यांना वाटते. रमेच्याही मनात कुणा डावीकडून तिसऱ्याचे आकर्षण आहे. भाऊराव मेलेले आहेत आणि आपण एकटे राहू शकत नाही, असे ती सांगते. सूट आणि काळा चष्मा घातलेल्या मेलेल्या भाऊरावाच्या संगतीत तिला 'आनंदी आनंद' लाभतो. कुजल्याचा वास मधून मधून येत असला तरी 'अरे आज माझा आवाज लागला. मला सूर सापडला' अशी भाषा ती करते.

'महानिर्वाण' हे नाटक वास्तवाचे प्रतिरूप चित्रण करणारे नाही, त्यात अवतीभवतीच्या स्थितीचे हुबेहूब दर्शन नाही. माणसाच्या मनातल्या वृत्ति-प्रवृत्तींचे चित्रण त्यात केलेले आहे. ते स्वप्नातल्यासारख्या प्रतीकात्मक गोष्टींच्या साहाय्याने केलेले आहे. 'महानिर्वाण' हे एक दुःस्वप्न आहे.

□□□

मारा/साद – एक आधुनिक अभिजात नाट्यकृती

पडदा उघडला जातो तेव्हा रंगमंचावर स्नानगृहाचे दृश्य दिसते. हे शारेंताँ मनोरुग्णालयातील स्नानगृह आहे. पांढऱ्या टाइल्स लावलेल्या भिंती. बाथटब, शॉवर्स, बाके आणि मसाजटेबल्स. रुग्णांच्या स्नानांसाठी जागा. समोर वर्तुळाकार रंगपीठ. उजव्या बाजूला एक डायस, त्यावर बाथटब. डाव्या बाजूच्या डायसवर खुर्ची. डावीकडे, उजवीकडे उंचवट्यावर काही आसने. नाटक या स्नानगृहात व्हायचे आहे. मागे प्लॅटफॉर्मवर रुग्ण बसलेले किंवा पहुडलेले आहेत. परिचारक मसाजच्या आणि स्नानाच्या तयारीत मग्न आहेत. मनोरुग्णालयातील या स्नानगृहात ज्या नाटकाचा प्रयोग व्हायचा आहे, त्याचा लेखक आणि दिग्दर्शक मार्क्विस द साद नाटक सुरू होण्यापूर्वीच्या तयारीत मग्न आहे. साद खूण करतो तेव्हा मागच्या दारातून पात्रे येऊ लागतात. रुग्णालयाचा संचालक कोलमीअ, त्याची बायको आणि मुलगी, सिस्टर्स, पुरुषपरिचारक, पांढरे कापड गुंडाळलेला मारा, सिमोन, कोर्डे, दुपेरे, रू अशी पात्रे येतात. चार गायक येतात. चुण्याचुण्यांचा सैल झगा घातलेला आणि हातात दंड घेतलेला अग्रदूत येतो. त्याच्या टोपीला घंट्या आणि टिकल्या लावलेल्या आहेत. वेगवेगळा आवाज काढता येईल अशी काही साधने त्याच्या झग्यावर लटकवलेली आहेत, घंटा घणघणते आहे. आता रंगमंचावर आलेली सारी पात्रे त्या मनोरुग्णालयातील रुग्ण आहेत आणि त्यांनी रुग्णालयाचा पांढरा पोषाख केलेला आहे. त्यावर भूमिकेनुसार इतर पोषाख चढवलेला आहे. सादने लिहिलेले नाटक या स्नानगृहात हे मनोरुग्ण सादर करणार आहेत. त्यापूर्वी

रुग्णालयाचा संचालक प्रेक्षकांचे स्वागत करतो, नाटककाराचे आभार मानतो आणि रंगमंचावर उभ्या राहणाऱ्या या नवख्या नटमंडळीकडे कृपादृष्टीने बघावे अशी विनंती करतो. हे सारे मनोरुग्ण जे नाटक आता सादर करणार आहेत ते आहे- 'ज्यां पॉल मारा याचा छळ आणि त्याची हत्या.'

पीटर वाइसच्या, 'मार्क्विस द साद यांच्या दिग्दर्शनाखाली शारेंताँ मनोरुग्णालयातील परिजनांनी सादर केलेल्या 'ज्यां पॉल मारा यांचा छळ आणि हत्या' (संक्षिप्त 'मारा-साद') या नाटकाची ही सुरुवात आहे. जागतिक रंगभूमीवर गाजलेले, कोनरॅड स्विनारस्की, पिटर ब्रुक अशा विख्यात दिग्दर्शकांनी बसवलेले, ब्रेश्ट आणि आर्तो यांच्या रंगमंचविषयक विचारसरणीचा समन्वय असलेले, रंगमंच आणि नाटक यांतील नव्या शक्यतांचा शोध घेणारे, चर्चात्मक आणि चर्चेला प्रेरित करणारे असे हे नाटक आहे. या नाटकाचा लेखक पीटर वाइस हा मूळ जर्मन लेखक. नाझींच्या ज्यूविरोधी कारवायांमुळे त्याला १९३४ मध्ये देश सोडून परागंदा व्हावे लागले. १९३९ पासून तो स्वीडनमध्ये राहू लागला. १९१६ ते १९८३ हा त्याचा जीवनकाल. वाइसने साहित्य, चित्रकला, चित्रपट अशा विविध क्षेत्रांत काम केले. नाटककार म्हणून त्याची ख्याती अधिक आहे आणि जर्मनीतच त्याला सर्वप्रथम नाटककार म्हणून मान्यता मिळाली. 'नाइट विथ गेस्ट्स', १९६३ यानंतर १९६४ मध्ये त्याने 'मारा-साद' हे नाटक लिहिले. जर्मनीतल्या या प्रयोगाचे दिग्दर्शन स्विनारस्कीने केलेले होते. रंगमंचावरील नेपथ्य स्वत: वाइसने उभे केलेले होते आणि पात्रांची वेषभूषा वाइसच्या पत्नीने. (नेपथ्य आणि वेशभूषेसाठी करड्या राखाडी रंगाकडून पांढऱ्या रंगाकडे झुकणारी रंगसंगती योजिलेली होती. डोळ्यांसमोर मनोरुग्णालयातील स्नानगृह जसेच्या तसे साकार व्हावे हा उद्देश होता.) 'मारा-साद' नंतर 'दि इन्व्हेस्टिगेशन', 'डिस्कोर्स ऑन विएतनाम', 'ट्रॉट्स्की इन एक्झाइल', 'होल्डरलिन' ही त्याची नाटके इंग्रजीत आलेली आहेत. वाइसची बहुतेक नाटके मुक्तछंदसदृश शैलीत लिहिलेली, चर्चात्मक आहेत. परंतु दृश्यात्मकतेकडे त्याने दुर्लक्ष केलेले नाही. मूकाभिनय, मुद्राभिनय, देहविभ्रम, विविधांगी आविर्भाव, हालचाली या साऱ्यांचा त्याने कुशलतेने उपयोग केलेला आहे. तसेच रंगमंचावर असलेल्या पात्रांनी प्रसंगामध्ये सहभागी असणे, घटिताचा भाग बनणे हे त्याच्या नाट्यकृतीचे लक्षणीय वैशिष्ट्य आहे. मारा, साद, ट्रॉट्स्की, होल्डरलिन या लेखकांविषयी वाइसला विशेष आकर्षण आहे असे दिसते. या चारही ऐतिहासिक व्यक्तींवर त्याने लिहिलेली नाटके लेखक

आणि जग, कल्पना आणि प्रत्यक्ष यांच्यातील द्वंद्व साकार करणारी आहेत. 'मारा-साद' मध्ये ज्यां पॉल मारा आणि मार्क्विस द साद हे दोघे फ्रान्सच्या राज्यक्रांतीच्या काळातले विचारवंत समोरासमोर आणलेले आहेत. या दोघांच्या विचारातील भेद हा नाटकाचा संघर्षात्मक गाभा आहे. मारा शारेंताँच्या मनोरुग्णालयात कधीही नव्हता. परंतु त्वचारोगाच्या असह्य पीडेमुळे त्याला सतत बाथटबमध्ये बसून राहावे लागत असे. तसा तो बसलेला असतानाच त्याचा खून झाला, ही ऐतिहासिक घटना. दुसरी गोष्ट म्हणजे, माराच्या हयातीत मार्क्विस द सादची आणि त्याची ओळख होती किंवा नाही याविषयी माहिती नाही. परंतु १७९३ मध्ये माराची हत्या झाल्यानंतर त्याच्या शोकसभेत सादने भाषण केले होते, ही देखील ऐतिहासिक वस्तुस्थिती. मात्र साद शारेंताँच्या मनोरुग्णालयात होता आणि १८०१ ते १८१४ पर्यंतच्या वास्तव्यात त्याने तेथे नाटके बसविली होती. प्रस्तुत नाटक सादच्या त्या वास्तव्याच्या काळातच १३ जुलै १८०८ रोजी त्या शारेंताँ रुग्णालयात मनोरुग्णांच्या सहकार्याने साकार केले जात आहे अशी कल्पना पीटर वाइसने केलेली आहे. नाटकात नाटक आहे. फ्रान्सच्या राज्यक्रांतीचे वातावरण मनोरुग्ण साकार करताहेत. या साऱ्या व्यक्ती मानसिक रुग्ण आहेत आणि त्या कोणती तरी भूमिका करीत आहेत. मनोरुग्णालयाचे हे रूपक वापरून वाइसने अनेक गोष्टी साधलेल्या आहेत.

अग्रदूत पात्रांचा परिचय करून देतो. माराच्या महत्वाच्या भूमिकेसाठी जलचिकित्सेचा प्रयोग सुरू असलेल्या रोग्याला निवडले आहे. माराची हत्या करणाऱ्या कोर्डेची भूमिका निद्राव्याधी आणि खेदोन्माद जडलेल्या मुलीने केली आहे. ती मुलगी मध्येच आपली भूमिका विसरणार तर नाही, अशी अग्रदूताला काळजी. रुग्णाचा आणि त्याबरोबरच ते ज्या भूमिका करताहेत त्यांचाही परिचय अग्रदूत करून देतो आहे. हे नाटक आहे, आपण समोर चाललेल्या गोष्टींकडे नाटक म्हणून बघायचे आहे हे भान बाळगत असतानाच ह्या भूमिका करणारी माणसे मात्र मनोरुग्ण आहेत ही जाणीव ठेवायची आहे. रू या माजी धर्मोपदेशक व जहाल समाजवादी, माराच्या अनुयायाची भूमिका करणाऱ्या रुग्णाचे हात समोर बांधलेले आहेत. त्याला हातांच्या हालचाली करता येत नाहीत. शेवटी नाटकाचा लेखक आणि दिग्दर्शक साद याचा परिचय. 'कुप्रसिद्धीचा काळा तारा माथ्यावर घेऊन आलेला' साद.

दोनातिए अल्फॉन्स फ्रान्स्वा, मार्क्विस द साद इतिहासातील एक चमत्कारिक मनुष्य, विकृत म्हणून ओळखला गेलेला, अश्लील पुस्तके लिहिणारा, नीतिभ्रष्ट आणि वेडा इसम. तो तत्त्ववेत्ताही होता. 'सॅडिझम' ही संज्ञा त्याच्या नावावरूनच तयार झालेली. यातना देऊन लैंगिक सुख मिळवण्याच्या लैंगिक विकृतीला 'सॅडिझम' हे नाव आहे. सादनं आपल्या जीवनात आणि वाङ्मयात अशा लैंगिक विकृतीचे दर्शन घडवलेले आहे. साद हा क्रौर्य हा वाङ्मयाचा विषय बनवणारा पहिला लेखक. तो अनीतीचा, विकृतीचा, दुर्गुणांचा तत्त्ववेत्ता होता. त्याने स्वत:च्या अनुभवातून आणि निरीक्षणातून आपल्या काळातील विकृतींचे चित्रण केलेले आहे. महान क्रांतीच्या काळातील फ्रान्समधील मूल्यहीन जीवनाचे वैशिष्ट्यपूर्ण चित्रण त्याने केलेले आहे. न. चिं. केळकर यांच्या 'फ्रेंच राज्यक्रांती' या पुस्तकात १७९३ मधील हत्याकांडाविषयी माहिती दिलेली आहे. ते म्हणतात, 'रानटी समाजाच्या काळाप्रमाणे यावेळी फ्रान्सची स्थिती झाली होती. जो भेटेल तो शत्रू आणि जर तो आपला जीव घेणार तर आपणच त्याचा जीव आधी का घेऊ नये... देशाचे किंवा स्वातंत्र्याचे नाव घेऊन मग काय वाटेल ते दृष्कृत्य करावे, असा तो काळ येऊन गेला खरा. शिरच्छेदाची नेहमीची साधने अपुरी पडू लागली. म्हणून 'गिलोटीन' नावाचे डोकी तोडण्याचे यंत्र तयार करण्यात आले. चौकशी कमिटी आणि हे शिरच्छेदाचे यंत्र यांचे भयंकर कार्य सतत चौदा महिने सुरू होते...१७९३ च्या नोव्हेंबरपासून १७९४ मार्चपर्यंत दर महिन्यास सरासरी ६५. पहिल्या बावीस दिवसांत ३८१ व पुढील ४७ दिवसांत १३६६. पॅरिसमधील सॅमसन नावाच्या एकट्या मारेकऱ्याने आपल्या हाताने दोन हजार सहाशे पंचवीस लोकांची कत्तल केली. सादच्या पुस्तकांतून व्यक्त होणारे क्रौर्य आणि फ्रान्सच्या जनजीवनातून व्यक्त झालेले क्रौर्य यांच्यातील परस्परसंबंधांचे चित्रण 'मारा-साद'मध्ये झालेले आहे. साद जे जगला तेच त्याने आपल्या लेखनातून आविष्कृत केलेले आहे. १७९० मध्ये तुरुंगातून सुटल्यानंतर सादला न्यायाधीशाच्या जागेवर काही काळ काम करावे लागले होते. त्यावेळचा त्याचा अनुभव या नाटकातून व्यक्त झालेला आहे: 'ते होतं अमानुष, ते होतं कुरूप आणि चमत्कारिकपणे तंत्रकुशल.'

सादचा जन्म १७४० मधला तर माराचा १७४३ मधला. दोघेही समकालीन होते. साद सरदार घराण्यातला, देखणा. वयाच्या तेविसाव्या वर्षी त्याचे लग्न करून देण्यात आले. पण त्याला बायकोपेक्षा मेव्हणी अधिक

आकर्षक वाटली. इथूनच त्याच्या लैंगिक विकृतीच्या चाळ्यांना सुरुवात झाली. तो वेश्यावस्तीत जाऊ लागला, मुलींना भाड्याने घेऊन त्यांच्या निर्वस्त्र शरीरावर तो आसुडाचे फटकारे ओढायचा. या प्रकाराबाबत त्याला पहिला तुरुंगवास घडला तो १७६३ मध्ये. नंतर १७६८ मध्ये दुसऱ्यांदा तुरुंगवास. नंतर १७७८ ते १७८९ पर्यंत व्हिन्सेनीज आणि बॅस्टिलच्या तुरुंगात, एप्रिल १७९० पर्यंत शारेंताँच्या मनोरुग्णालयात तो होता. राज्यक्रांतीच्या गोंधळात तो सुटला. बारा वर्षांच्या या तुरुंगवासात त्याने कादंबऱ्या, निबंध इत्यादी साहित्य लिहिले, सतरा नाटके लिहिली. १८०१ मध्ये नेपोलियन विरुद्ध लेखन केल्यामुळे त्याला परत तुरुंगात धाडण्यात आले. दोन वर्षांनी त्याला शारेंताँच्या मनोरुग्णालयात हलवण्यात आले. आयुष्यातली अखेरची अकरा वर्षे त्याने तिथे काढली. १८१४ मध्ये तो मरण पावला.

माराचे वडील डॉक्टर होते. प्रॉटेस्टंट पंथाची दीक्षा घेतल्याने त्यांना फ्रान्स सोडून स्वित्झर्लंडमध्ये जावे लागले. मारा सोळाव्या वर्षी वैद्यकीय शिक्षणासाठी फ्रान्समध्ये आला. १७६२ मध्ये तो इंग्लंडला गेला. तेथे त्याने स्वखर्चाने स्वत:ची 'मनुष्याविषयी निबंध' आणि 'गुलामीच्या बेड्या' ही पुस्तके छापून प्रसिद्ध केली. १७७६ मध्ये तो पॅरिसमध्ये परत आला. कोम्त द आर्तोईकडे तो वैद्यकीय सल्लागार म्हणून नोकरीस होता. १७८३ मध्ये त्याला नोकरीवरून काढून टाकण्यात आले. 'लोकमित्र' नावाचे वृत्तपत्र त्याने काढले. त्यात राजवटीविरुद्ध कडक टीका असल्याने त्याच्या पकडीसाठी हुकूम निघाले. माराला लपूनछपून वावरावे लागत असे. त्यातच त्याला त्वचारोग जडला. साद आणि मारा या दोघांनाही बराच काळ एकांतवासात काढावा लागला हे या दोघांच्या आयुष्यातील साम्य. प्रस्तुत नाटकात दोन भिन्न प्रवृत्तींचे लेखक समोरासमोर आलेले आहेत. शारीरिक व आत्मिक यातनांच्या कोठडीत अडकलेला साद आणि सर्व प्रकारच्या कोठड्या विचारांनी व कृतींनी नष्ट करू इच्छिणारा मारा.

क्रांतीनंतर चार वर्षांनी म्हणजे १७९३ मध्ये या नाटकातली केंद्रवर्ती घटना म्हणजे माराची हत्या घडते. प्रस्तुत नाटकात या चार वर्षांतली आणि माराच्या हत्येनंतर नाटकाच्या प्रयोगकाळापर्यंतची म्हणजे १८०८ पर्यंतची स्थिती निवेदनातून व्यक्त होते. अग्रदूत हा सूत्रधार भाष्य करतो, कथानकाचा दुवा जोडून घेतो, पात्राला वाक्याचे स्मरण करून देतो आणि चार गायक व रुग्ण

वृंदाची भूमिका करतात. हा वृंद निवेदन करतो आणि दृश्यातील जनतेचा भागही बनतो. मारा, रू, कोर्डे, दुपेरे, सिमोन ही नाट्यकथेतली पात्रे. साद हा निर्माता, दिग्दर्शक, प्रेक्षक आणि एक पात्र म्हणूनही त्याचा सहभाग. ३३ दृश्यांतून ही नाट्यकृती साकार होते. वाइसने पात्रांच्या तोंडी असलेल्या शब्दांनाच नव्हे तर आवाज, मुद्राभिनय, हावभाव, शारीरिक हालचाली, रंगभूषा, शिरोभूषा, वेषभूषा, आवश्यक वस्तू, नेपथ्य, प्रकाश, संगीत या साऱ्यांनाच महत्त्व दिलेले आहे. नाटकाच्या आरंभी पात्रांचा परिचय करून देताना वाइसने त्यांची वैशिष्टचे नोंदवलेली आहेत. उदा. साद, दमेकऱ्यासारख्या जड हालचाली, कष्टाने श्वास घेतो. सिमोनविषयी : तिच्या शरीराची ठेवण वक्र, हालचाली विचित्र आणि जखडल्यासारख्या. कोर्डे झोपेत चालणाऱ्या माणसासारखी हालचाल करते इत्यादी.

पात्रांचा परिचय झाल्यानंतर व नाटकाचे मुख्य सूत्र सांगितल्यानंतर सारी पात्रे आपापल्या जागांवर स्तब्ध बसलेली असतात. चार गायक पुढे येतात आणि १७८९ च्या क्रांतीनंतरचे वातावरण उभे करतात. हे चार गायक व रुग्णांचा एक समूह तयार होतो. ही पॅरिसमधील जनता आहे. क्रांतीनंतर अजूनही दरिद्री आणि अभावग्रस्त राहिलेली ही जनता माराकडे आदराने आणि विश्वासाने पाहते आहे.

'मारा आम्ही खोदणार नाही आता आमचीच नतद्रष्ट थडगी.
मारा आम्हांला वस्त्र पाहिजे, अन्न पाहिजे.
मारा आम्ही कंटाळलोय गुलामासारखं राबून वेठकोडगी
मारा आम्हांला स्वस्त भाकरी मिळालीच पाहिजे'

ही जनतेची मागणी आहे आणि या जनतेने माराला आपला नेता म्हणून निवडले आहे.

'क्रांती आली आणि क्रांती गेली
असंतोषानं अशांतीची जागा घेतली'

क्रांतीमुळे काहीही साध्य झालेले नाही. गरीब गरीबच राहिलेले आहेत.

'आम्हांला पाहिजे आमची क्रांती. आत्ता, नंतर नाही' हा जनतेचा आग्रह आहे. मारा या चार वर्षांत जनतेच्या हक्कांसाठी लढतो आहे-पांढरपेशांशी, पुरोहितांशी, व्यापाऱ्यांशी, सैनिकी अधिकाऱ्यांशी. मारा कधी न्यायालयात, मारा कधी भूमिगत अशी त्याची स्थिती आहे. नवे राज्यकर्ते स्वत:चा स्वार्थ साधण्यात मग्न आहेत. ते अधिकारांविषयी बोलतात, पण त्यांची भाषा

कुणालाही कळत नाही. जनतेला अधिकार मिळाले आहेत ते उपासमारीने मरण्याचे, आणि काम मिळाले आहे कामासाठी वाट पाहण्याचे. माराकडे आपले गाऱ्हाणे सांगणारी मंडळी आहेत, तशीच माराच्या लेखनाने, त्याच्या विचारसरणीने दुखावलेली मंडळीही आहेत. कोर्डे-शार्लट कोर्डे ही जिरोंदिन पक्षातली मुलगी माराची हत्या करणार आहे. तिला वाटते, मारा लोकांना खून करण्यासाठी आणि लुटण्यासाठी उद्युक्त करतो आहे. त्या माराचा खून करून सारी मानवजात मुक्त करण्याचे स्वप्न ती पाहते आहे. कोर्डेची भूमिका करणारी रुग्ण मुलगी सदैव झोपेत असल्याप्रमाणे हालचाल करते, बोलते. मधूनच तिला जाग येते, काही वेळा तिला जागे करावे लागते. तिने असे झोपेत असणे, जागे होणे स्वप्नातून वास्तवात येण्यासारखे आहे. प्रत्यक्षातल्या कोर्डेची कृती, माराची हत्या ही देखील एक स्वप्नसदृश कृती आहे. मठात जोगीण असलेली ही साधी सरळ मुलगी बायबलमधल्या ज्युडिथचे स्वप्न मनात बाळगून क्रांतीच्या या लाटेत सामील झाली आहे. माराचा खून करण्यासाठी म्हणून जेव्हा ती पॅरिसमध्ये येते तेव्हा तिला काय दिसते याचे अत्यंत भेदक चित्रण दहाव्या भागात आलेले आहे. तिला या शहरात मुंडक्यांचे, धडांचे, कापलेल्या अवयवांचे ढीग दिसतात. लोक किंचाळताहेत, उड्या मारताहेत, भांडताहेत. लोक असे का वागताहेत ते तिला कळत नाही. या दहाव्या दृश्यात मूकाभिनयाच्या द्वारे रस्त्यावरील विविध दृश्ये साकार केली जातात. कोर्डे कट्यार घेण्यासाठी हिंडते आहे. वेगवेगळे दुकानदार, वेगवेगळ्या वस्तू. एक मूक मिरवणूक येते. घोडागाडीत अपराधी उभे आहेत, पुरोहित मंत्र म्हणतो आहे. गिलोटीन साकार केले जाते. फाशीची शिक्षा विद्रूप तपशिलासह अमलात आणली जाते. कोर्डे पॅरिसमधले हे वातावरण पाहते, गळून जाते. ती म्हणते:

'लवकरच हे सारे चेहरे मला घेरून टाकतील.
हे डोळे आणि ही तोंडं मला त्यांच्यात येण्यासाठी हाक मारतील.'

फाशीचे हे दृश्य अकराव्या दृश्यातही पुढे सुरू आहे. हात तोडणे, डोके उडवणे, डोके खाली पडल्यावर त्याचा चेंडू करून खेळणे, विजयोन्मादाने किंकाळ्या फोडणे अशा विविध हावभावांसह फाशीचे, शिरच्छेदाचे दृश्य साकार होत राहते. क्रांतीनंतरचे हिंसेचे थैमान या हालचालींतून व्यक्त होते. कोर्डेचे झोपेत चालणे, हळूहळू बोलणे आणि त्याच्या अगदी विरुद्ध समूहातल्या लोकांच्या उन्मादनिदर्शक हालचाली, अंगाला पिळे देणे, फेफरे आल्यासारखे

झटके देणे, ही ही हसणे, कण्हणे असा विरोध तयार होतो.

क्रूरतेच्या या पार्श्वभूमीवर मारा आणि साद यांचा संवाद सुरू होतो.

दृश्य बारावे. जीवन आणि मृत्यू यांसंबंधी संवाद. मारा सादला उद्देशून म्हणतो:

'मी वाचलं आहे साद तुझ्या पुस्तकात.
की साऱ्या जीवनाचा पाया आहे मृत्यू.'

यावर साद जे बोलतो त्यातून त्याचे तत्त्वज्ञान व्यक्त झाले आहे. त्याच्या मते कुठलेही मरणारे जनावर, रोपटे किंवा मनुष्य हे निर्सगाच्या दृष्टीने खत आहे. या खताशिवाय काही वाढू शकले नसते. मृत्यू जीवनाच्या प्रक्रियेचा एक भाग केवळ आहे आणि निसर्ग मृत्यूविषयी अगदी उदासीन आहे. संपूर्ण मानवजात नष्ट करून टाकली तरी निसर्ग निश्चलपणे पाहत राहील. पॅरिसमध्ये अहोरात्र चालत असलेले हे गिलोटीन किती दयाळू आहे असे त्याला वाटते. पण याचबरोबर त्यात काही भावना नाही, थरार नाही अशी त्याची तक्रारही आहे. यांत्रिकपणे हे हत्यासत्र सुरू आहे. पंधराव्या लुईचा खून करण्याचा अयशस्वी प्रयत्न करणाऱ्या डेमिअन्सच्या हत्येचे तो वर्णन करतो. डेमिअन्सची छाती, बाहू, मांड्या चिरून उघड्या केल्या आणि त्यात उकळते तेल, डांबर, लाख, गंधक ओतले. नंतर त्याचे हातपाय जखडून चार घोड्यांना त्याला बांधले आणि नंतर त्याचा एकेक अवयव कापला. वाइसने लिहिले आहे:

'आणि शेवटी त्याचं रक्ताळलेलं धड हलत्या डोक्याचं लटकत राहिलं
कण्हत आणि टक लावून पाहत क्रूसाकडे,
एका धर्मोपदेशकानं त्याच्यासमोर धरून ठेवलेल्या.'

सादच्या मते तो खरा उत्सव होता. हत्येचा उत्सव. आजचे उत्सव हे निव्वळ यांत्रिक आहेत. भावनाच नाहीत क्रांतीनंतरच्या हत्यांमध्ये. क्रांतीनंतरच्या वेडसर, अतर्क्य हत्यांवरचे हे भाष्य अतिशय प्रखर आहे. त्याआधी डेमिअन्सच्या हत्येत आनंद घेणाऱ्या जनसमूहाची मनोविकृती साद उघडी करतो. पंधराव्या दृश्यात माणसाच्या बेभरवशी वृत्तीबद्दल सादने आपला एक अनुभव सांगितला आहे. लोक एकाएकी बदलतात, निराळेच होऊन जातात आणि अनाकलनीय कृत्ये करू लागतात. एक सभ्य, सुसंस्कृत, तत्त्वचर्चेची आवड असणारा शिंपी एका शस्त्रसज्ज माणसाला खलास करतो आणि नंतर त्याची छाती फाडून त्याचे अजून धपापणारे हृदय गिळून टाकतो.

साद मनुष्याला उघडे करून त्यातल्या भयावह क्रूरतेचे दर्शन घडवतो.

सादचे हे बोलणे सुरूच असताना एक रुग्ण एक एक पाऊल टाकत येतो. कोलमीअकडे पाहत म्हणू लागतो:

'पागल जनावर

माणूस आहे एक पागल जनावर.'

फ्रान्समधल्या त्यावेळच्या हत्याकांडाविषयीच नव्हे तर केव्हाही कोणत्याही काळी जगात होत असलेल्या हत्याकांडाविषयीचे वाइसचे हे भाष्य आहे.

माराला सादचे विचार मान्य नाहीत.

'निर्सगाच्या स्तब्धतेविरुद्ध मी कृती वापरतो.

असीम उदासीनतेत मी अर्थ शोधत असतो.

मी अविचलित नुस्ता पाहत राहत नाही. मी मध्ये पडतो.

आणि सांगतो हे आणि हे चुकीचे आहे.'

ही त्याची भूमिका आहे. तेराव्या दृश्यात मारा जनतचे शोषण कसे चालत होते हे सांगतो. राजे हे आमचे मायबाप आहेत असे गिरवले जायचे आणि पुरोहित प्रेषिताचे चित्र उभे करायचे. गरिबांचे शोषण करणारे हे पुरोहित उपासमारीने हैराण झालेल्यांना म्हणत:

'सहन करा

सहन करा जसं त्यानं सहन केलं क्रूसावर.'

मारा ही वाक्ये उच्चारताना रुग्णांचा समूह स्वर ही वाक्ये उच्चारतो. रंगमंचावर गरीब, पीडित, अज्ञानी जनता साकार होते. तसेच चार गायक चर्चच्या अधिकारी गणांचे चित्रण करतात. झाडूंचा क्रॉस, बादली धुपाटण्याप्रमाणे हलवणे वगैरे. यांतूनच चर्चच्या पुरोहितशाहीचा उपहास साधलेला आहे. मुक्तछंदातील स्वगतांना अशी दृश्यांची जोड मिळाल्यामुळे नाटक निव्वळ शब्दप्रधान राहत नाही, मारा आणि साद यांच्यातल्या चर्चेचे केवळ नाटक राहत नाही. या दोन व्यक्तींच्या आसपास क्रांतीनंतरच्या काळातली जनता आहे याचे भान रुग्णांचा समूह करून देत असतो.

सादचे क्रांतीविषयीचे भाष्य अठराव्या दृश्यात येते.

'फ्रान्सच्या सन्मानासाठी ते सगळे मरायला तयार आहेत.

जहाल आणि मवाळ

त्या सगळ्यांना रक्ताची चव पाहायची आहे.'

सादच्या मते, त्यांची देशभक्ती म्हणजे निव्वळ पिसाटपण आहे. सादचा

कशावरही विश्वास नाही. तो म्हणतो : 'मी या देशाची मुळीच पर्वा करीत नाही.' त्याचा कुठल्याही त्यागावर विश्वास नाही. विसाव्या दृश्यात साद म्हणतो:

'आधी मला दिसली क्रांतीमध्ये एक संधी
सुडाच्या भयंकर उद्रेकाची
माझ्या स्वप्नांहून कितीतरी भयंकर'.

न्यायाधीश म्हणून सादची नेमणूक झाली तेव्हा त्याला फाशीची शिक्षा ठोठावणे जमले नाही याची तो कबुली देतो. भोवताली सुरू असलेल्या भीषण हत्याकांडाचे चित्रण तो करतो आणि म्हणतो:

'पातं खाली यायचं, वर उचललं जायचं रहाटासारखं पुन्हा खाली यायचं.
सारा अर्थच निघून गेला त्या सुडातला
ती बनली निव्वळ एक यांत्रिक प्रक्रिया!'

साद क्रांतीविषयी हे बोलत असताना त्याच्याच इच्छेनुसार कोर्डे त्याच्या उघड्या पाठीवर आसुडाचे फटके ओढत असते. साद जणू काही स्वत:मधल्या गुन्हेगाराला शिक्षा देतो आहे. साद या ठिकाणी गुन्हे करणाऱ्या माणसाचे प्रतिनिधित्व करतो. त्याच्या पात्रांच्या यातना स्वत: भोगणारा तो लेखक आहे. तो म्हणतो:

'गुन्हेगारांच्या समाजात
मी खणून काढला गुन्हेगार माझ्यातून बाहेर
म्हणून मी समजू शकलो माझ्यातल्या गुन्हेगाराला आणि समजू शकलो
हा काळ ज्यात आपण जगतो आहोत'.

साद हा विकृत, नीतिभ्रष्ट, वेडसर इसम असा इथे राहत नाही तर अत्यंत संवेदनशील लेखक म्हणून व्यक्त होत राहतो. साद क्रांतीची चेष्टा करतो.

'त्यांना दाढदुखी आहे'
आणि त्यांच्या दाढा त्यांना उपटून हव्या आहेत
त्यांचा रस्सा करपला
की ते ओरडतात चांगल्या रश्शासाठी'.

कुणाला वाटतं तिचा नवरा ठेंगणा आहे। तिला उंच हवाय तर एखाद्याला गुबगुबीत बायको हवी आहे. एकाला स्वत:चा जोडा चावतो, पण शेजाऱ्याचा चांगला बसतो.

'आणि मग ते क्रांतीमध्ये सामील होतात

त्यांना वाटतं की क्रांतीदेईल सारं काही'

पण क्रांतीने त्यांना काहीही दिलेले नाही. ते होते तसेच आहेत, तसेच राहणार आहेत.

मारा सादच्या विचारसरणीला विरोध करतो. पॅरिसमधल्या हत्याकांडाविषयी मारा म्हणतो:

'लोकांना सवय होती सारं काही सहन करण्याची

आता ते घेताहेत त्यांचा सूड'.

तुम्ही तो सूड पाहताहात आणि तुम्हीच त्यांना सुडात ओढलं आहे. आता निषेधाला काही अर्थ नाही. माराच्या मते, जनतेने सांडलेल्या रक्ताच्या तुलनेत अमीर-उमरावांचे रक्त विशेष मोलाचे नाही. मात्र क्रांती भरकटत चालली आहे याची तीव्र जाणीव माराला आहे.

'आम्ही शोधून काढली क्रांती

पण ती कशी चालू ठेवावी हे आम्हांला ठाऊक नाही'

लोक अजूनही भूतकाळातील गोष्टी जपताहेत. स्वत:पुरते पाहताहेत. 'प्रत्येकजण स्वत:पुरता लक्षाधीश' होण्याच्या प्रयत्नात मग्न आहे.

'आम्ही आहोत इथंच उभे अधिकच अन्यायाच्या ओझ्याखाली दबलेले

आरंभी होतो त्याहून

आणि त्यांना वाटतं की क्रांतीचा विजय झाला आहे.'

माराला भान आहे की, 'आता त्या राज्यकर्त्यांच्या जागा दुसऱ्या राज्यकर्त्यांनी घेतल्या आहेत' आणि 'क्रांती लढली गेली ती व्यापारी आणि दुकानदार यांच्यासाठी'. माराच्या या स्वगत भाषणासोबत चार गायक आणि रुग्ण शोषित जनतेचे चित्र उभे करतात. जेक्स रू हा माराचा कट्टर अनुयायी. माराच्या संयत आत्मस्वीकृतीनंतर जेक्स रूचा चेतावणारा, चिथावणी देणारा स्वर उमटू लागतो.

'उचला तुमची हत्यारं

झगडा तुमच्या हक्कांसाठी

हिसकावून घ्या जे तुम्हांला हवं आहे आणि हिसकावून घ्या आताच!'

जेक्स रू या पात्राची निर्मिती ही या नाटकातली एक लक्षणीय गोष्ट आहे. ज्या रुग्णाने ही भूमिका केलेली आहे त्याचे हात समोरच्या बाजूने बांधलेले आहेत. त्या तशा जखडलेल्या हातांनीच तो रुग्ण नाटकभर वावरतो.

त्याचे वेड अधिक हिंस्र, उन्माद अधिक भयानक. जेक्स रू हा माजी धर्मोपदेशक, नंतर जहाल समाजवादी. जनतेवर होणाऱ्या अन्यायाचा तो तीव्र निषेध करतो. नव्या राज्यकर्त्यांचा कडवट शब्दांत उपहास करतो. जनतेच्या भावना भडकतील अशी भाषणे चालू असताना परिचारक त्याला खेचत असतात. परंतु तो त्यांना न जुमानता आक्रमक असे बोलत राहतो. त्याचवेळी रंगमंचावर असलेले चार गायक परस्परांकडे बाटली फिरवत आहेत. थट्टामस्करी करताहेत. रुग्णालयाचा संचालक रूच्या भाषणाने अस्वस्थ होतो. परंतु अग्रदूत आणि साद स्वस्थ आहेत. 'पायघोळ झगा घालून क्रांतीचा प्रचार करणं' हे बरेच झाले आहे असे साद म्हणतो. रू आग ओकणारी भाषणे करतो पण कृतिशून्य आहे, हे अग्रदूताचे मत आहे.

शेवटी परिचारक रूला बाकाला बांधून ठेवण्यात यशस्वी होतात. रूचे बोलणे तरीही थांबत नाही. तो माराला आवाहन करतो:

'मारा
तुझा काळ आला आहे
आता प्रकट कर मारा स्वत:ला
ये बाहेर आणि लोकाचं नेतृत्व कर
ते वाट पाहताहेत तुझी.'

रूच्या या आवाहनावर सादची प्रतिक्रिया आहे:

'मारा, आज त्यांना तुझी गरज आहे, कारण तू दु:ख भोगणार आहेस त्यांच्यासाठी' आणि गरज संपली की ते विचारतील 'मारा, कोण होता मारा?'

माराची वैचारिक अनिश्चितता एकविसाव्या दृश्यात व्यक्त होते. त्याला 'अंधार साकळून आल्यासारखं वाटतंय', 'आपण मरणप्राय गोठतो आहोत की जळतो आहोत' हे त्याला सांगता येत नाही. त्याच्या समोरचे कागद त्याला दिसत नाहीत, लेखणी कुठे आहे हे तो सिमोनला विचारतो. 'इतका काळोख कसा झालाय' हे तो विचारतो. सिमोनचे यावरचे उत्तर आहे, 'एखादा ढग सूर्यावर आला असेल-अथवा कदाचित धूर-ते जाळताहेत प्रेते. शहरभर चालू असलेल्या वेडसर हत्याकांडाचा हा सूचक संदर्भ अत्यंत अर्थपूर्ण होऊन जातो, हे हत्येचे नाटक आहे. केवळ माराच्या हत्येचे नाही. क्रांतिकाळातील अमीरउमरावांच्या, क्रांतिकारकांच्या, सामान्य मनुष्यांच्या हत्येचेही ते आहे. क्रौर्य, हिंसा, मनुष्यहत्या हा यातल्या पात्रांचा चिंतनविषयक आहे. साद

मृत्यूविषयी उदासीन, मारा जनतेच्या सुडासंबंधी उदासीन, जेक्स रू जनतेच्या बदल्याच्या भावनेला भडकावणारा, कोर्डे पॅरिसमधल्या हत्याकांडाने अस्वस्थ, पण माराच्या हत्येसाठी उद्युक्त झालेली असा परस्परविरोधी ताणांचा पट येथे विणलेला आहे.

मारा बाथटबमध्ये बसलेला आहे. तेथेच त्याची हत्या व्हावयाची आहे. तो बाथटब नसून मृत्यूचा सापळा आहे. त्याची शवपेटी आहे. माराचा सर्वत्र शोध घेतला जात आहे. त्याचा छापखाना जाळून टाकला. आता त्याच्या घराचा, त्याच्या लपण्याच्या जागेचा शोध घेताहेत. मारा टबात बसून लिहिण्यात मग्न आहे. तो मधूनच अस्वस्थ होतो, थकून जातो. त्याच्या डोळ्यांसमोर त्याचे स्वत:चे आयुष्य तरळते. 'माराचे चेहरे' या भागात माराचे गतायुष्य, त्याच्याविषयीच्या इतरांच्या प्रतिक्रिया आलेल्या आहेत. एक पुरुष व एक स्त्री गाडी ओढत येतात. ते माराचे आईवडील. गाडीत विज्ञान, धर्म, सैन्य, नवश्रीमंत यांचे प्रतिनिधित्व करणारी माणसे. मारा टबात बसून स्वत:च्या आंतरिक विश्वात हरवलेला आहे. तेथे ही सारी माणसे त्याला दिसताहेत, त्यांचे बोलणे त्याला ऐकू येते आहे. त्यांतल्या बहुतेकांना माराविषयी यत्किंचितही आदर नाही. शाळामास्तर येतो आणि निंदाव्यंजक आवाजात बोलतो: 'लहानपणापासून हा मारा मित्रांच्या टोळ्या जमवायचा आणि आरडाओरड करीत ते धावून जायचे एकमेकांच्या अंगावर.' माराची आई तक्रार करते की, 'अन्न खायचा नाही धड, दिवसदिवस पडून राह्यचा- काही बोलायचा नाही, तळघरात कोंडून घातलं, पण काही उपयोग झाला नाही.' वडील म्हणतात, 'मी जेव्हा चावलो त्याला, तो उलट मला चावला.' माराला ताप चढला आहे आणि त्या भ्रमात तो बरळतो आहे असे सिमोनला वाटते. माराला दिसणारे त्याचे आयुष्य असे हे दृश्य योजून, मारा हा कुणालाच नीटसा समजलेला नव्हता हे वाइस दाखवू पाहत आहे. त्याचे लेखन, त्यांचे कार्य यांविषयी गैरसमज आहेत. तो जहाल क्रांतिकारक आहे, रक्तपिपासू आहे, असे त्याचे एक चित्र इतिहासात उभे राहिलेले आहे; परंतु वास्तवात माराची तळमळ काय होती, त्याचा ध्यास काय होता, त्याचे आंतरिक द्वंद्व काय होते हे वाइस स्पष्ट करू इच्छितो. माराने स्वत:चे पैसे खर्च करून छापलेल्या पुस्तकांविषयी शाळामास्तरांचा अभिप्राय आहे, 'चोरलेले विचार, वेडेचार, शिवीगाळ.' लष्करी प्रतिनिधीला वाटते की मारा मानमरातबांचा लोभी होता. शास्त्रज्ञांच्या मते मारा हा बूर्झ्वा वर्गाचाच प्रतिनिधी होता, श्रीमंतीची सारी

सुखे त्याला हवी होती. त्याला सभ्य समाजाने जेव्हा गावंढळ म्हणून हाकलून दिले तेव्हा तो गरिबांची बाजू घेऊन उभा राहिला. त्याची क्रांतीची आच खरी नव्हती तर आयुष्यातील वैफल्यामुळे तो क्रांतिकारकांमध्ये सामील झाला. 'शोषितांनी उठलंच पाहिजे' माराच्या या घोषणेतील 'शोषित' कोण तर 'मीच आहे शोषित' असेच त्याला म्हणायचे होते. समाजातील उच्चभ्रू वर्गातील हे विविध प्रतिनिधी माराच्या लेखनाची, त्याच्या कर्तृत्वाची अशी चेष्टा करतात. पण माराचा अनुयायी जेक्स रू याचे मात्र माराविषयी वेगळे मत आहे. तो म्हणतो,

'आणि तू वळलास एके दिवशी क्रांतीकडे कारण तुला झाली होती एक अत्यंत विलक्षण जाणीव

की आमच्या भोवतालची स्थिती मुळातच बदलली पाहिजे.'

२६ दृश्यांचा पहिला अंक इथे संपतो. साद, मारा व रू यांच्या विचारांशी आपला परिचय या अंकातून होतो. तसेच या पहिल्या अंकात कोर्डेने माराला दोनदा ठार करण्याचा प्रयत्न केलेला होता हेही दाखवले जाते. तिच्या पहिल्या प्रयत्नाच्या शेवटी दिग्दर्शक साद तिला सांगतो:

'आत्ताच नाही कोर्डे

तुला यायचं आहे त्याच्या दाराशी तीनदा'.

हे प्रत्यक्ष कृतींचे अंग नसून नाटक आहे याचे भान वेळोवेळी दिले जाते. संचालक मधून मधून उठून हा भाग आपण कापला होता, या ओळी गाळल्या होत्या असे सांगत असतो. अग्रदूत दाखवलेल्या भागाचे समर्थन करतो. यामुळे ब्रेश्टला अभिप्रेत असलेला अलिप्तता परिणाम साधला जातो.

कोर्डे आणि दुपेरे यांच्यातील संभाषणाचे प्रसंग पहिल्या अंकात आहेत. दुपेरे हा जिरोंदिस्त नेता. जो रुग्ण ही भूमिका करतो आहे तो एरॉटोमॅनिआने पछाडलेला आहे. कोर्डेचा प्रियकर म्हणून वावरत असताना त्याच्यातली कामुकता झळकत असते. दुपेरे सतत कोर्डेच्या मागेमागे असतो. तिच्या पाठीला हातांचा आधार देत, आलिंगन देत, शृंगारिक हावभाव करीत असतो. अग्रदूताला वारंवार हस्तक्षेप करावा लागतो आणि त्या रुग्णाला भूमिकेचे भान करून द्यावे लागते. क्रांतीच्या, हिंसेच्या, क्रौर्याच्या या वातावरणात दुपेरेची विषयासक्ती एक व्यत्यास साधते. अर्थात दुपेरेचे प्रेमप्रदर्शन आल्हाददायक नसून हास्यास्पद ठरते. आत्ममग्न, जवळजवळ झोपेत असलेली कोर्डे आणि तिला

वारंवार कवटाळणारा दुपेरे असे हे मिथुन आहे. दुपेरे आणि कोर्डे यांच्या प्रेमलीलांना आणखी एक अर्थ आहे. तो म्हणजे, काही काळाने यांचीही मस्तके धडावरून गळून पडायची आहेत. हिंसेच्या त्या वेडसर उद्रेकात प्रेम, विषयासक्ती या साऱ्याच गोष्टी अत्यंत केविलवाण्या ठरतात. दुपेरेचा आदर्शवादही हास्यास्पद ठरतो.

दुसऱ्या अंकात कोर्डे आणि माराच्या तिसऱ्या भेटीची सिद्धता आणि नंतर लगेच तिची तिसरी व अखेरची भेट आहे. पहिल्या अंकात पॅरिसमध्ये प्रवेश केल्यानंतर कोर्डेला जाणीव झाली होती की, आपल्यालाही कधीतरी फाशीच्या तख्तावर उभे राहावे लागणार आहे. ती येथे माराला मारून स्वत: हुतात्मा होण्यासाठीच जणू आलेली आहे. या नाटकात निद्राव्याधी जडलेल्या रुग्णाला माराच्या हत्येचे काम करायचे आहे. तिला जागे ठेवणे, नाटकाचे भान देत राहणे हे अग्रदूताचे कामच बनते. परिचारक तिला हलवतात, हाका मारतात, उठवून उभी करतात. डोळे मिटलेले असतानाच ती बोलते. गिलोटीनपुढे माणसांनी रांगा लावलेल्या आहेत. एक एक पुढे सरकतो, गुडघे टेकतो, मान खाचेत घालतो, मग पाते सरसरत खाली येते हे सारे दृश्य तिला आतल्या आत दिसत असते. 'जेव्हा डोकं वेगळं होतं धडावरून, हात पाठीमागे जखडलेले, पाय बांधलेले, मान उघडी, केस कापलेले, गुडघे फळीवर टेकलेले, डोकं आधीच ठेवलेलं धातूच्या खाचेत, पाहत खाली निथळणाऱ्या टोपलीत...' तिच्या उद्‌गारानंतर दुपेरे म्हणतो: 'जागी हो तुझ्या दु:स्वप्नातून.' यातला 'दु:स्वप्न' हा शब्द अनेक अर्थ व्यक्त करतो. क्रांती हेच एक दु:स्वप्न आता ठरलेले आहे. कोर्डेला या शहरात काय दिसले आहे: 'तुरुंग भरून गेलेले आहेत तुडुंब' आणि पहारेकरी शिरच्छेदाविषयी कोणत्या भाषेत बोलतात, 'आता ते बोलतात लोकांविषयी जसे माळी बोलतात जाळून टाकायच्या पानांविषयी.' मनुष्याचे अस्तित्व अर्थशून्य झालेले आहे. लहान लहान मुले गिलोटिनचे खेळणे बाळगताहेत. छोटी धारदार पाती असलेली छोटी छोटी गिलोटिने. 'कसली ही मुलं आहेत जी खेळू शकतात असल्या खेळण्याशी...' तिच्या मते माराच या साऱ्या प्रकारांना जबाबदार आहे. याची हत्या केली की सगळे नष्टचर्य संपेल. दुपेरे तिला हत्येपासून परावृत्त करण्याचा प्रयत्न करतो. पण तिचा निर्धार ठाम आहे. ती माराची हत्या करण्यासाठी त्याच्या दारात येते. मारा टबात बसून लिहितो आहे. ती त्याच्यासमोर उभी राहते. कट्यार उंच करते आणि हळूहळू खाली आणते. नाटकात या ठिकाणी तिची कृती

थांबवलेली आहे. माराला त्याच्या हत्येनंतरचा इतिहास ऐकवला जातो आणि नंतर हत्येची कृती पूर्ण होते.

दुसऱ्या अंकाच्या आरंभी 'राष्ट्रीय सभा'दाखवली आहे.जिरोंदिस्त आणि जॅकोबाअिट्स बसलेले. ही राष्ट्रीय सभा माराच्या मनातली आहे. त्याच्या मनातच निषेधाचे आणि जयजयकाराचे ध्वनी ऐकू येत आहेत. प्रेक्षकांना उद्देशून त्याने केलेले भाषण त्याच्या मनातले आहे. क्रांतीनंतरच्या राजवटीवर मारा टीका करतो आहे. क्रांतीनंतर सत्तेला आलेले व्यक्तिवादी, भांडवलवादी वळण तो दाखवतो आहे. फ्रान्सचा द्रोह करणाऱ्यांची नावे तो घेतो आहे. राजनिष्ठांची, परकीय सत्तेला सामील झालेल्यांची, क्रांतीशी द्रोह करणाऱ्या समकालीनांची नावे तो उच्चारतो. ज्या स्वातंत्र्यासाठी आपण लढलो ते स्वातंत्र्य आपल्याला मिळालेले नाही. उलट शोषण करणाऱ्यांचे फावले आहे. मारा म्हणतो:

'आपल्याला जनतेच्या खऱ्या प्रतिनिधीची आज गरज आहे
जो असेल भ्रष्टाचाराच्या पलीकडे
ज्याच्यावर आपला विश्वास बसेल.'

परंतु मारा गोंधळलेला आहे, त्याच्या विचारात स्पष्टता नाही, कृती आणि विचार यांत समन्वय नाही. काळाने जे आव्हान त्याच्यापुढे उभे केले आहे ते कसे स्वीकारावे हे त्याला समजत नाही. माराची ही शोकात्मिका आहे. हिंसेच्याविरुद्ध तो असून नव्या हिंसेला उत्तेजन देतो. हुकूमशाहीच्या तो विरोधात आहे पण त्याच्या विचारातून त्याला हुकूमशहा व्हायचे नाही हे स्पष्ट होत नाही. शारीरिक व्याधीने तो जेरीस आलेला आहे. मानसिक दृष्ट्याही तो त्रस्त झालेला आहे. त्याच्या विचारांची झेप मोठी आहे, परंतु ते विचार प्रत्यक्षात कसे आणावे हे त्याला उमगत नाही.

'का आहे आता सगळं काही इतकं गोंधळून गेलेलं
सारं काही मी लिहिलेलं अथवा बोललेलं होतं विचार करून केलेलं आणि खरं आणि आता संदेह
का वाटतयं सारं काही अगदी खोटं, भ्रामक'.

माराच्या या उद्‌गारांतून त्याची हताश, स्वत:वरचा विश्वास उडत चालला आहे ही जाणीव व्यक्त होते.

सादला तर माराच्या विचारात किंवा क्रांतीत, कशातही काही अर्थ वाटत नाही. लिहिणे हे त्याच्या दृष्टीने खरडणे आहे आणि त्याने काहीही साध्य

होत नाही हे त्याचे मत आहे. माराच्या दृष्टीने लिहिणे ही एक पूर्वतयारी होती. 'जेव्हा जेव्हा मी लिहिलं, मी नेहमी लिहिलं कृती मनात ठेवून', 'मी नेहमी लिहिलं एका ज्वरात, कृतीची गर्जना ऐकत.' पण आता कोणतीही आवाहने व्यर्थ आहेत. माराचा क्रांतीवरचा विश्वास सादला हास्यास्पद वाटतो. तो म्हणतो, 'पाहा या भटकलेल्या क्रांतिकारकांकडे.' रंगमंचावर चार गायक पसरले आहेत, स्वत:ला ओरबाडत, जांभया देत, रिकाम्या बाटलीत एखादा थेंब आहे का पाहत. सादच्या मते, 'साधायचं असतं काय, कुठल्याही क्रांतीमधून', तर, 'सार्वत्रिक मैथुन'. आपल्या आतल्या आत्म्याच्या कोठड्या दगडी अंधार कोठड्यांहून अधिक भयंकर आहेत आणि त्या जोवर बंद आहेत तोवर सारी क्रांती म्हणजे तुरुंगातले दडपून टाकले जाणारे बंड ठरते. वृंदाचा घोष उमटतो:

'साधायचं असतं काय
कुठल्याही क्रांतीमधून
सार्वत्रिक मैथुन
मैथुन मैथुन मैथुन'.

क्रांतीला सार्वत्रिक मैथुनाचे, यांत्रिक प्रक्रियेचे, भावनाहीन सुडाचे रूप आलेले आहे. मैथुन-घोषातच हे नाटक संपते. रंगमंचावर आरडाओरडा, गोंधळ, धावपळ-एक अराजक माजते. या अराजकाला छेद देणारा एक स्वर उमटतो तो जेक्स रू चा:

'कधी तुम्ही शिकाल पाहण्यासाठी
कधी तुम्ही शिकाल बाजू घेण्यासाठी'.

त्याचे हात जखडलेले आहेत. तो उडी मारून पुढे येतो आणि नेपोलियनचा जयघोष करणाऱ्यांच्यावर आवाज चढवून म्हणतो:

'कधी तुम्ही शिकाल...'

साद आपल्या खुर्चीवर उभा राहून मोठमोठ्याने हसत रंगमंचावर चाललेल्या गोंधळाकडे पाहत असतो. सादचा हा विजय आहे की पराजय हे प्रेक्षकांनी ठरवायचे.

हे नाटक म्हणजे फ्रेंच राज्यक्रांतीवरचे प्रखर भाष्य आहे. जग हे मनोरुग्णालय आहे आणि त्यातले मनोरुग्ण वेगवेगळ्या भूमिका करतात. क्रांतिकारकांच्या भूमिकाही हे रुग्ण कधी वठवतात. दुसरा अर्थ म्हणजे, क्रांतिकाळ हा असा वेडसरपणाचा काळ होता. शारेंताँमध्ये केवळ मनोरुग्णच

असत असे नाही तर राजकीय कैदीही असत. ज्यांच्यावर उघडपणे खटले चालवणे धोक्याचे ठरेल असे, प्रचलित राजवट आणि समाजव्यवस्था यांना विरोध करणारे लोक त्यात असत. क्रांतीनंतर तर अशा लोकांची संख्या वाढलीच असेल. शिवाय या काळातून गेलेल्यांची मानसिक स्थिती व्यवस्थित राहिली असेल असे नाही. १८०८ मध्ये क्रांतीनंतरच्या पंधरावीस वर्षांत अनेक उलथापालथी पाहिलेले लोक या रुग्णालयात असतील. क्रांतीच्या वेडसर वातावरणाचे चित्रण करायचे तर मनोरुग्णालयाखेरीज अन्य समर्पक रूपक सुचणार नाही. मूळचे हे सारे रुग्णच, वरून त्यांनी क्रांतिकारकांचे कपडे तेवढे घातलेले आहेत. वाइसने त्या पात्रांना त्यांच्या हॉस्पिटलच्या पोषाखावरच भूमिकांचे कपडे चढवलेले दाखवलेले आहे. क्रांती म्हणजे मनोरुग्णांच्या दडपलेल्या वासनांचा, विकारांचा, प्रक्षोभांचा अनिर्बंध उद्रेक.

'महत्त्वाची गोष्ट म्हणजे तुमचे केस धरून तुम्हांला उचलायचं.
तुम्हांला अंतर्बाह्य बदलून टाकायचं आणि साऱ्या जगाकडे स्वच्छ डोळ्यांनी पाहायला लावायचं.'

माराच्या ओळी देऊन हे नाटक असेच काही कार्य करते असे पीटर ब्रुक या दिग्दर्शकाने म्हटले आहे. त्याच्या मते या नाटकात, गंभीर आणि विनोदी, उदात्त आणि सवंग, काव्यात्म आणि ओबडधोबड, बौद्धिक आणि शारीरिक अशा गोष्टी एकापुढे एक ठेवल्या जातात. इथे अमूर्त गोष्टी रंगमंचीय प्रतिमेने स्पष्ट केल्या जातात, हिंसात्मकता बिचारांच्या शीतल उजेडाने उजळली जाते. अगदी लांबलचक शीर्षकापासून प्रत्येक गोष्ट प्रेक्षकांना धक्के देणारी ठरते आणि नंतर विचार करायला प्रवृत्त करते. ख्रिस्तोफर इनेसच्या मते या नाटकाचे यश त्याच्या गुंतागुंतीच्या रचनेत आहे. काळ, स्थळ आणि कृती यांना तीन वेगवेगळ्या पातळ्यांवर ठेवलेले आहे. १७९३ मधली माराची हत्या आणि १८०८ मधला मारा-साद संवाद, विवाद या दोन गोष्टी एकमेकांपासून वेगळ्या ठेवलेल्या आहेत. तसेच 'माराची हत्या' या कथेतली पात्रे आणि रुग्णालयातील मनोरुग्ण या दोहोंचेही भान कायम ठेवले आहे. संपूर्ण नाटक अलिप्त-परिणाम साधते ते कोलमीई वाइसच्या नाटकातील पात्र म्हणून येतो, तर सादच्या नाटकाबाहेर तो कायम राहतो आणि वारंवार त्या नाटकात तो हस्तक्षेप करतो, त्यामुळे. चार्ल्स मारोविझला हे नाटक आंतोनी आर्तोच्या

रंगमंचीय विचारसरणीच्या जवळचे वाटले. कथानक नसलेले, रंगमंचीय प्रतिमासृष्टीच्या दृष्टीने संपन्न.

मारा, साद, जेक्स रू, कोर्डे, दुपेरे या व्यक्तिरेखा, मारा आणि साद यांच्यातील वैचारिक द्वंद्व, चार गायक आणि रुग्ण यांनी निर्माण केलेला समूह, वृंद, विचारसंपन्न स्वगत भाषणांच्या समकाल उभी राहिलेली दृश्यात्मकता या साऱ्यांनीच या नाटकाला बळ दिलेले आहे. त्यामुळे रूढ अर्थाने कथानक नसून हे नाटक खिळवून ठेवते. नाटककाराने शब्द, ध्वनी आणि प्रतिमा या तिन्ही गोष्टींचा कलात्मकतेने उपयोग केलेला आहे. मारा, साद या ऐतिहासिक व्यक्तिरेखा न राहता कोणत्याही काळातील आत्मसंघर्ष अनुभवणाऱ्या व्यक्तिरेखांत त्यांचे रूपांतर होते, इथला समूह फ्रेंच राज्यक्रांतीच्या काळातल्या अभावग्रस्त जनतेचे प्रतिनिधित्व केवळ करीत नाही, तर कोणत्याही राजकीय-सामाजिक स्थितीतल्या जनतेचे प्रतिनिधित्व करतो. लेखनावर, कृतींवर विश्वास असलेला मारा आणि कशावरही विश्वास नसलेला साद या मनुष्याच्या मनातल्या दोन प्रवृत्ती आहेत असेही मानता येईल. नाटककाराने कोणत्याही प्रश्नाचे उत्तर दिलेले नाही. ते वाचक, प्रेक्षकांनी स्वत:च शोधायचे आहे. कुणाची बाजू घ्यायची की नाही, की या बाजू घेण्याच्या गोष्टीत काही अर्थ नाही हे स्वत:च पाहायचे आहे. आधुनिक रंगमंचावरील ही एक महत्त्वाची नाट्यकृती आहे, हे मात्र नि:संशय म्हणता येईल.

□□□

श्याम मनोहर : एक समकालीन

ख्यालीखुशालीत मग्न, आत्मकेंद्रित, सुखवाद अथवा चंगळवादाला बरकत येत चाललेली, शासनाची अस्थिरता, भांडवलदार, बागायतदार यांची शासनावरील पकड वाढत चालेली, महानगरांतील आणि ग्रामीण भागातील भयग्रस्तता, असुरक्षितता, वासाहतिक वारसा सांभाळणारी गुलाम मनोवृत्तीची नोकरशाही– एकूणच, समाज आणि सामाजिक संबंधविषयक प्रश्न यांनी ही पिढी त्रस्त झालेली होती. मार्क्सवादी, अस्तित्ववादी, अनुभववादी, बुद्धिवादी, गूढवादी विचारसरणींच्या प्रकाशात अस्तित्वाचा शोध, आपल्या मुळांचा शोध, आपली भूमी, आपली संस्कृती, इथली समाजव्यवस्था, जातिव्यवस्था, एकूणच मनुष्य म्हणून जगत असताना आवश्यक असलेली मूल्यवत्ता, जगण्याच्या अर्थाचा शोध यांतून ही पिढी जात होती. साठच्या दशकानंतर सत्तरऐंशीच्या दशकांत चहूवार अस्थिरता वाढत गेलेली दिसते. इथल्या आणि जागतिक स्तरावर घडणाऱ्या घडामोडींतून क्षणिकता, अनिश्चितता, अशाश्वती, अनंतता आणि निश्चितता, शाश्वती यांच्यातील द्वंद्व साहित्यातून उमटू लागले. यातूनच प्रचंड नैतिकतेचा आग्रह हा या नव्या साहित्याचा मुख्य स्वर झाला. कविता लिहिणे, कथा लिहिणे म्हणजे एक नैतिक विधान करणे, असे या पिढीने मानलेले आढळते. सुट्या सुट्या व्यक्ती, एखादा समूह, समाज या संदर्भात विचार करताना, त्यांना आतूनबाहेरून वेढून असणाऱ्या संस्कृतीचा विचार या साहित्याच्या केंद्रस्थानी आहे. त्यामुळे या साहित्याचे नामकरण करताना ''आत्यंतिक व्यक्तिवादी'' अथवा ''प्रखर समूहवादी'' अशा संज्ञा योजिल्या,

तर त्या चुकीच्या ठरतात, व्यक्तीचे शारीरिक, मानसिक, तसेच आत्मिक स्तर आणि समूहजीवनाचे सामाजिक, राजकीय, आर्थिक स्तर यांची गुंतागुंत या साहित्यात आढळते. विविध स्तरांवरच्या मानवी जीवनाच्या अंकनासाठी आवश्यक अशा भाषेचा शोध हा तर साठोत्तरी साहित्याचा एक लक्षणीय विशेषच मानला पाहिजे. दैनंदिन वापरातल्या बोलीभाषेपासून प्राचीन साहित्याच्या भाषेपर्यंत या साहित्याची भाषिक मुळे पसरलेली दिसतात.

'समकालीन' साहित्याविषयीच्या या संक्षिप्त रूपरेषेवरून येथे 'समकालीन' ही संज्ञा कोणत्या अर्थाने वापरलेली आहे हे स्पष्ट व्हावे.

श्याम मनोहर यांच्या 'हृदय' या नाटकाच्या पडताळणीनंतर ही संज्ञा अधिक स्पष्ट होईल.

'हृदय' हे नाटक एक मराठी नाटक आहे. मात्र यातली बरीचशी पात्रे मराठीतून — प्रमाण मराठी अगर मराठीच्या बोलीतून — बोलत नाहीत. त्यांची भाषा बोलीभाषाच आहे आणि ती विशिष्ट अशी बोलीभाषा आहे. त्या पात्रांच्या सामाजिक-आर्थिक स्तराशी मिळतीजुळती अशीच ती बोलीभाषा आहे. मात्र नाटककाराने वास्तववादी चित्रणाची गरज किंवा अपरिहार्यता म्हणूनच केवळ त्या भाषेची योजना केलेली नाही.

या नाटकातल्या प्रमुख पात्रांची बोलीभाषा इंग्रजीचे मिश्रण असलेली मराठी आहे. वसू, मोहन, सौ. दिंडे, श्री. दिंडे, विठ्ठल, तारा ही पात्रे मधून मधून मराठी शब्द असलेली वाक्ये उच्चारतात. आपण मराठी बोलत नाही, याची त्यांना जाणीव आहे असे नाही. उदाहरणार्थ,

'वसू : आय वंडर ... यू आर ॲन ॲक्ट्रेस इन मराठी ड्रामा अँड स्पीकिंग ऑल द टाईम इन इंग्लिश....

सौ. दिंडे : (खूप हसून) ओ. के. मी मराठीत बोलते.'

नंतर ती ज्या भाषेत बोलते त्यावर श्री. दिंडे म्हणतात,

'तू आता सेमीमराठीत बोलतेयस...'

भाषेबाबत जशी ही 'जाणीव' आहे आणि कदाचित 'जाणीवपूर्वक' ती भाषा वापरली जाते आहे, तशीच आपल्या वर्गाबाबतही आहे. 'आपल्या भारतात श्रीमंत वर्ग अल्पसंख्याक आहे. अल्पसंख्याकांची म्हणून जी नेहमीच कुचंबणा होत असते, ती आपल्यासारख्या श्रीमंतांचीही होतेच...' या वाक्यातून ती व्यक्त होते.

या श्रीमंतांची एक 'कल्चर' आहे. 'आपल्यासारख्या श्रीमंत लोकांचं एक

कल्चरल जर्नल असायला हवं.' या जर्नलमध्ये 'गॉसिप, हॅबिट्स, आपले प्रॉब्लेम्स, आपली सुखदु:खं, आपली संकटं' व्यक्त व्हावीत अशी त्यांची धारणा आहे. यातील 'आपल्यासारख्या श्रीमंत' म्हणजे पिढीजात श्रीमंत नव्हे, तर बराच काळ मध्यमवर्गीय जीवन घालवून नंतर श्रीमंत झालेले लोक. भाषेच्या संदर्भातच हे लोक भ्रष्ट – दुरावलेले, तुटलेले आहेत असे नव्हे, तर सामाजिक नीतिमत्ता आणि पर्यायाने संस्कृतीपासूनच दुरावलेले आहेत. भाषेत संस्कृती मिसळलेली असते. भाषेतून संस्कृती वेगळी काढता येत नाही.

'श्री. दिंडे : पीपल आर बिकमिंग रॅशनल डेमॉक्रॅटिक, रिच, प्लेझरसीकर्स, बट आर लूजिंग टेस्ट्स इन अर्थली मॅटर्स.

सौ. दिंडे : रादर ऑन द कॉंट्ररी, पीपल आर बिकमींग मोअर मटीरिॲलिस्टिक अँड लूजिंग स्पिरिच्युअल सेन्स.'

आधुनिक समाजातील 'आध्यात्मिक जाणिवेच्या' अभावाची माहिती त्यांना आहे, जाणीव नाही.

मध्यमवर्गातून उच्च वर्गात प्रवेश केलेल्या या पात्रांची भाषा किंवा राहणीच नव्हे, तर त्यांची मानसिक-सांस्कृतिक जडणघडणच बदलली आहे. आयुष्यातल्या करप्शनवर बोलायचे ठरवल्यानंतर घडलेला संवाद पुढीलप्रमाणे:

'श्री. दिंडे : मी इन्कमटॅक्स ॲडव्हायझर आहे.... एवढं म्हटलं, तरी मी माझ्या आयुष्यातल्या करप्शनवर बोलल्यासारखंच आहे.

मोहन : मी बिझनेसमन आहे... एवढं म्हटलं, तरी मी माझ्या आयुष्यातल्या करप्शनवर बोलल्यासारखंच आहे.

विठ्ठल : मी शासनात बांधकाम खात्याचा सेक्रेटरी आहे... एवढं म्हटलं तरी मी माझ्या आयुष्यातल्या करप्शनवर बोलल्यासारखंच आहे.

सौ. दिंडे : आम्ही बायका तुमच्या अनुक्रमे बायका आहो..एवढं म्हटलं, तरी आम्ही आमच्या आयुष्यातल्या करप्शनवर बोलल्यासारखंच आहे.'

हे संभाषण 'खेळकरपणे' चालते. संभाषण संपल्यावर सगळेच खूप हसतात. आपल्या आयुष्यातल्या करप्शनविषयीची त्यांना कोणतीही टोचणी, सल किंवा वेदना नाही. त्यांनी आपली एकूण मूल्यजाणीव बधिर केलेली आहे.

करप्शनविषयी बोलून झाल्यानंतर ही पात्रे आपल्या जीवनातल्या 'नॉनकरप्ट' घटना सांगू लागतात :

'मोहन : मी माझ्या शौर्याच्या जिवावर कर्नलपद मिळवलं होतं.

सौ. दिंडे : किती साली ?

मोहन : १९४३ साली.

विठ्ठल : मी फक्त एकच वर्ष ज्यूनिअर इंजिनिअर म्हणून काम केलं आणि केवळ एका वर्षात डेप्युटी इंजिनिअर झालो. माझ्या कामामुळं केवळ.

सौ. दिंडे : किती साली ?

विठ्ठल : १९४४ साली

श्री.दिंडे : मी एलएल.बी.ला पहिला आलो. तेव्हा सरकारी वकिलाची जागा माझ्याकडे चालून आली होती.. आय वॉज गोल्डमेडॅलिस्ट ॲट लॉ...

सौ. दिंडे : किती साली?

श्री. दिंडे : १९४४ साली.

सौ. दिंडे : (खूप हसून) : १९४३, १९४४, १९४४...

(गंभीरपणे) १९४७ नंतरचं बोला ... (ठणकावत)

हं बोला.. १९४७ नंतरचं.

(सगळे गप्प. विचारात पडलेले.)'

१९४७ ही एक जळती भेद-रेषा श्याम मनोहर यांनी इथे काढलेली आहे. वरील संभाषणाच्या समोर पुढे दिलेला परिच्छेद ठेवता येईल:

'१४ ऑगस्ट १९४७ ची रात्र. संसदभवन. देशाच्या विविध भागांतून आलेली माणसे मौन अपेक्षेत बसलेली. हा सर्वसाधारण क्षण नाही याची त्यांना जाणीव असलेली. आधुनिक इतिहासातल्या एका मोठ्या चळवळीची आता सांगता व्हायची आहे आणि त्याला ते साक्षी असणार आहेत. मध्यरात्र होऊ लागते तसा त्यांच्यातला एक सदस्य उठतो. आपल्या सहकाऱ्यांकडे वळून पंडित जवाहरलाल नेहरू म्हणतात: खूप वर्षांपूर्वी आम्ही नियतीशी भेटण्याची एक वेळ ठरविली होती, आणि आता ती वचन पाळण्याची वेळ येऊन ठेपलेली आहे. मध्यरात्रीच्या ठोक्याला, सारे जग झोपलेले असताना, भारत गुलामगिरीच्या झोपेतून जागा होईल आणि मुक्त होईल. इतिहासात असा क्षण क्वचितच येतो, आता आपण जुन्या जगातून नव्या जगात पाऊल ठेवणार आहोत. आता आमच्या राष्ट्राच्या दडपलेल्या आत्म्याला स्वत:चा उच्चार करता येईल.'

परतंत्र भारत आणि स्वतंत्र भारत यांच्यामध्ये १९४७ ही रेषा आहे. श्याम मनोहर यांना स्वतंत्र भारतातील उच्च मध्यमवर्गीय जीवनातील भ्रष्टाचाराविषयी केवळ बोलायचे नाही, त्यांच्या संस्कृतीविषयीचे त्यांचे भाष्य आहे. स्वतंत्रतेसाठी चाललेला संघर्षच येथे निष्फळ ठरतो एवढेच सांगायचे आहे असे

नाही, तर हजारो वर्षांची संस्कृती असलेल्या या भूमीत व्यक्तिगत आणि सामाजिक नीतिमत्तेचा लोप कसा झालेला आहे, याचे चित्रण त्यांना करावयाचे आहे.

स्वत:च्या आयुष्यातल्या भ्रष्टाचाराचे समर्थन ही पात्रे करतात. 'आजच्या जगात नॉनकरप्ट जीवन जगता येणंच शक्य नाही,' अशी त्यांची पक्की धारणा आहे. त्याचप्रमाणे, पूर्वी आपण करप्ट नव्हतो, कुठल्याही करप्शनशिवाय आपली पात्रता आपण सिद्ध केली आणि उच्च पदे मिळवली, करप्शन ही गोष्ट नंतर आली आणि त्याला आपण जबाबदार नाही, 'कमी पैशात जगणं मला तरी शक्यच नाही. आय नीड अँपल मनी,' असे इथल्या वसू आणि तारा म्हणतात; हा पैसा कुठल्या मार्गाने येतो याविषयीची कोणतीही खंत त्यांना वाटत नाही. यातला विठ्ठल म्हणतो, 'आय ॲम ॲडिक्टेड टू ब्राईब! मला पैसा नको, लाच हवी.' पुढे तो सांगतो, '१५ ऑगस्ट १९४७च्या मध्यरात्रीपासून मी लाच घेतोय...'

पंडित नेहरूंचा भारत गुलामगिरीच्या काळझोपेतून जागा झाला आणि नोकरशहांची नवीनच पहाट उगवली '१५ ऑगस्ट १९४७ ला भारत स्वतंत्र झाला. आणि एकाएकी सरकारी नोकरांना वाटायला लागलं, ज्यांचे नातेवाईक खासदार, आमदार किंवा मंत्री असतील, त्यांनाच उच्च जागा मिळणार' – विठ्ठलच्या या मीमांसेतून या समाजाची बदलत चाललेली नैतिकता व्यक्त होते.

तारा आणि विठ्ठल यांचा मुलगा प्रफुल्ल आता या नाटकाच्या काळात बी. ई. झालेला आहे, म्हणजेच या नाटकातला काळ साधारणपणे १९७२-७३ हा असावा. या काळाविषयीचे आशीष नंदी यांचे भाष्य देण्यासारखे आहे. ते म्हणतात, 'सत्तरच्या दशकाच्या आरंभी हा समाज असह्य अशा गोंधळाच्या प्रवेशद्वाराकडे वळलेला होता, एकप्रकारे मत्स्यन्यायाकडे. १९७२-७४ च्या चलनफुगवट्यापासून सामाजिक सेवाविभागातील कर्मचाऱ्यांनी–पोलिसांपासून ग्रामसेवकांपर्यंत, शासकीय कार्यालयातील कारकुनांपासून सार्वजनिक परिवहन सेवेतील निम्नवर्गीय सेवकांपर्यंत–सर्वांनीच सर्वसामान्य नागरिकांकडून आपापल्या करांची वसुली सुरू केलेली होती. सार्वजनिक जीवनातील अनैतिकता इतकी व्यापक, उघड आणि सर्वमान्य झालेली होती, की भ्रष्टाचाराला आणि भाई-भतीजावादाला रोखण्याचा कोणताही प्रयत्न केला तरी त्यात अधिकच वाढ होत असे. कुठलीही नवी संस्था निघाली, की लगेच ती वशिलेबाजीचे केंद्र

बनत असे. अशा स्थितीत भ्रष्टाचाराचा संपूर्ण नायनाट अशक्यच आहे, असे कित्येकांचे मत बनलेले होते.'

'हृदय' या नाटकातील वसू म्हणते : 'आजच्या जगात नॉनकरप्ट जीवन जगता येणंच शक्य नाही.'

मोहन, वसू, श्री. दिंडे, सौ. दिंडे, विठ्ठल, तारा, ताराचा भाऊ वसंता या पात्रांच्या समोर श्याम मनोहर यांनी विठ्ठल आणि तारा यांचा मुलगा प्रफुल्ल ही व्यक्तिरेखा ठेवलेली आहे. इतर पात्रांप्रमाणे प्रफुल्ल हे एक पात्र नाही. तारा, विठ्ठल, प्रफुल्लचा मित्र श्रीनिवास, सौ. दिंडे यांच्या स्मृतीत तो आहे, स्मरणोज्जीवित रूपातच तो भेटतो. या नाटकाच्या काळात तो हयात आहे, पण त्याची उपस्थिती नाही, तरीदेखील तो प्रत्येकाच्या मनात आणि संदर्भात उपस्थित आहे. तो सतत बाहेर भटकत असतो, त्याला स्वत:च्या बी.ई.च्या रिझल्टची काळजी नाही, घरी असला तरी असून नसल्यासारखा, कुणाशी बोलत नाही, त्याला काय झालेय तेही कुणाला कळत नाही. मात्र सगळी पात्रे त्याच्या संदर्भात चिंताग्रस्त झालेली आहेत. ती तशी चिंताग्रस्त झालेली आहेत, कारण तो त्यांच्या 'कल्चर' च्या वर्तुळाबाहेरचे असे काही वागतो आहे. उदाहरणार्थ, तो समाजवादी, आर. एस. एस., युवक काँग्रेस, नक्षलाईट मुलांबरोबर हिंडत असतो. प्रफुल्लला नेमके काय झालेले आहे यावर विचार करण्यासाठी सगळी पात्रे जमतात आणि चर्चा करतात. प्रफुल्लने समाजसुधारक ही 'करिअर' घेतली, तर बिघडले कुठे, असे एक मत आहे. त्याने क्रांतिकारक व्हायला हरकत नाही, असे दुसरे मत. समाजसुधारक किंवा क्रांतिकारक या गोष्टींकडे ही पात्रे एक 'करिअर' म्हणून पाहताहेत. मोठे होण्याचे जरा निराळे साधन. त्याने उच्च अधिकारीच व्हावे, हे ताराचे म्हणणे. परंतु स्वत: प्रफुल्लचे म्हणणे काय आहे, ते तुकड्यातुकड्याने येते. त्याने एकूणच जीवन जगण्याच्या पद्धतीविषयी मूलभूत प्रश्न विचारलेले आहेत. 'हुंडा देऊ नये किंवा घेऊ नये' असे सगळेच म्हणतात, तरी हुंडा देतात आणि घेतात. असं का होतं?', 'सगळ्यांना कळतंय की करप्शननं समाजात गोंधळ निर्माण होतोय, तरीही लोक करप्शन का करतात?', 'तुम्ही पंचवीसेक वर्षं सेक्शुअल लाईफ जगला आहात, कामवासनेविषयी तुम्हांला काय ज्ञान आहेय?', 'पैशाचं आयुष्यात स्थान कुठलं, मर्यादा किती, हे शोधावं.. असं कधी तुम्हांला पैसा मिळूनही सुचलं नाही.'

प्रफुल्ल ही या सगळ्यांच्या मनाला लागलेली टोचणी आहे. आपल्या

मुलाला गमवायचे नाही, या विचाराने विठ्ठल नोकरी सोडतो. परंतु विठ्ठल ती याच कारणाने सोडतो असेही नाही. करप्शनची चौकशी होऊ घातलीय, हेही एक कारण आहेच. नोकरी सोडल्यानंतरची स्थिती विठ्ठल आणि तारा या दोघांनाही झेपत नाही, असहाय वाटते. पुढे वसंताचा पेशंट रंगवाला हाच राज्यपाल होतोय म्हटल्याने सगळ्यांना हायसे वाटते. वसंता म्हणतो : 'विठ्ठलराव, भारतात पॉवरवर असताना किंवा पॉवरच्या जवळ असतानाच फक्त आयडेंटिटी येते.' पॉलिटिकल पॉवरशिवाय त्यांच्या आयुष्याला अर्थच येत नाही.

या पात्रांचे जग हे एक ''शिझॉइड'' (SCHIZOID), मनोविदल, समाजभीरू, आत्मकेंद्री जग आहे. या जगाहून वेगळ्या अशा जगाच्या शोधात प्रफुल्ल आहे. त्याने म्हटलेले असते: 'अधिकारपद मिळो न मिळो, मोक्याचे ठिकाण मिळो ना मिळो, पहिला नंबर येवो ना येवो, जीवनात अस्सल काम करता यायलाच पाहिजे, अशीच काही तरी जगायची पद्धत शोधून काढली पाहिजे.'

रंगवाला राज्यपाल झाल्याचे कळल्यानंतर वसंता, हर्षवायू झाल्यागत म्हणतो, 'चिअर्स फॉर हॅपी लाईफ, हॅपी फ्यूचर अँड करप्शन.'

प्रफुल्लचे सगळे वागणे, विचार करणे, मूलभूत प्रश्न विचारणे - सगळे वाया गेलेले आहे.

नाटकाच्या शेवटी पोलिस स्टेशनमधून फोन येतो. प्रफुल्लला सीरियस ॲक्सीडंट झाल्याची बातमी कळते. नाटककाराने कंसात वाक्य लिहिले आहे : 'सगळ्यांचा दूषित आनंद मावळतो.' सगळ्यांच्या अस्तित्वाला जबरदस्त हादरा बसल्याशिवाय हा दूषित आनंद नष्ट होणारच नाही, हेच नाटककाराने सुचवलेले आहे.

मागच्या पिढीने पुढच्या पिढीसाठी कोणता वारसा ठेवायचा असतो, कोणत्या संस्कृतीचे लोण पुढे पोचवायचे असते आणि समकालीन जगात कोणती संस्कृती चलनात आहे. याचे प्रखर भान आणून देणारे हे नाटक आहे.

'हृदय' हे एक शोकात्म प्रहसन आहे. त्याचा चित्रणविषय उच्च मध्यमवर्ग असला तरी सत्तेचाळीसनंतरची येथली सामजिक-राजकीय-आर्थिक स्थिती आणि तिचा संस्कृतीवर झालेला परिणाम हा चिकित्साविषय आहे. या नाटकाच्या माध्यमातून श्याम मनोहर यांनी एक गंभीर नैतिक असे विधान केलेले आहे.

'यकृत' आणि 'यळकोट' या नाटकांमध्ये श्याम मनोहर यांनी एक रूपकात्मक स्थिती साकार केलेली आहे आणि त्या त्या स्थितीचे विविध पैलू शोधत समाज आणि संस्कृतिचिकित्सा केलेली आहे.

'यकृत' मध्ये कनिष्ठ मध्यमवर्ग वाढत्या आर्थिक प्राप्तीबरोबर मजेच्या, आनंदाच्या, चैनीच्या चुकीच्या कल्पनांबरोबर वाहवत जातो आणि अंतिमत: स्वत:त दडून असलेल्या एकाकीपणाच्या धास्तीने थरथरू लागतो.

'हृदय' मधल्या सामाजिक वर्गाच्या बराच अलीकडचा हा वर्ग आहे. त्या वर्गात नसलेली एक महत्त्वाची गोष्ट इथे आहे, ती म्हणजे इतरांविषयी 'वाटणे'. भाऊ हा संत या त्याच्या मित्राच्या मरणाने हबकला आहे. त्याच्या मरणाची भीती त्याला वाटते. त्या भीतीत एकाकीपणाची, एकटे पडण्याची भीती मिसळून गेलेली आहे. संतसारखे दारू पिऊन मरायचे नसेल, तर संयम करायला हवा. पण संयम करायचा कसा? संयमाचा त्रास होतो. संयमाशी लढाई करून भाऊ थकून जातो. सगळीच माणसे वेगवेगळ्या परीने अस्वस्थ आहेत, परंतु हा अस्वस्थपणा घालवायचा कसा ते मात्र कुणालाही उमगलेले नाही. आर्थिक सुबत्तेने अभावग्रस्तता नाहीशी होते, पण अस्वस्थता जात नाही. या मध्यमवर्गीयांना खरा पेच पडला आहे तो हा. भाऊची बायको प्रभा म्हणते, 'आपण सगळी अस्वस्थ माणसं एकत्र येतो आणि सगळा गोंधळ करतो. कुणी कुणाला खरी मदत करीत नाहीय बघ...' या अस्वस्थतेची अनेक कारणे असू शकतील. आपल्या भोवतीच्या स्थितीपासून स्वत:च्या स्वभावापर्यंत. परंतु मूल्यभावयुक्त अशी स्थिर चौकटच नाहीशी झालेली आहे, हे या अस्वस्थतेमागचे खरे कारण आहे. चैनीच्या वस्तूंमध्ये वाढ म्हणजे मानवी प्रगती, असे चुकीचे गृहीतकृत्य बाळगल्याने कनिष्ठ मध्यमवर्गीयांत आत्मिक पोकळी निर्माण होते. त्या पोकळीत एकाकीपणाच्या भीतीशिवाय, अस्वस्थतेशिवाय दुसरे काही असू शकत नाही. 'यळकोट' मध्ये व्यक्तीच्या मनाबरोबरच भोवतीच्या पर्यावरणाचाही विचार येतो. पूर्ण शहरीकरण होऊन महानगरात रूपांतरित होऊ पाहणाऱ्या आधुनिक वस्त्यांमध्ये व्यक्तीला सर्व प्रकारच्या विकासासाठी आवश्यक त्या एकांताचाच अभाव असतो. याशिवाय आपल्या आवडीनिवडीविषयी काहीही कर्तव्य नसलेले भोवतीचे जग. 'यळकोट' मधील संघर्ष दुहेरी पातळीवरचा आहे. ज्या देशात एक वस्तू चांगली तर तीन खराब अशी स्थिती असते, तिथे मनुष्याचे लैंगिक जीवन तरी निर्मळ, निरोगी

असणे कसे शक्य आहे, आणि लैंगिक जीवनच निकोप नसेल तर माणसाचे एकूणच व्यवहार निकोप कसे असतील, या प्रश्नाचा वेध 'यळकोट' मध्ये घेतलेला आहे.

श्याम मनोहर यांच्या या तिन्ही नाटकांतून व्यक्ती- समाजसंबंधातून सांस्कृतिक विपन्नतेकडे निर्देश झालेला आहे.

ही सांस्कृतिक विपन्नता आधुनिकीकरणाच्या चुकीच्या समजुतीतून आली असण्याची दाट शक्यता आहे. पश्चिमेकडच्या सगळ्याच- ज्यांचे दारुण दुष्परिणाम पश्चिमेत उघड झालेले आहेत अशाही- गोष्टींचा निमूट आंधळेपणाने केलेला स्वीकार, हाही श्याम मनोहर यांच्या टीकेचा विषय आहे. वसाहतीची राजवट संपलेली असली, तरी वसाहती राजवटीत तयार झालेली मनोवृत्ती नष्ट झालेली नाही. 'हृदय' मधल्या उच्च मध्यमवर्गीयांच्या समोर पश्चिमेची, विशेषत: अमेरिकेची भुलभुलावण आहे. परदेशात जाणे हे त्यांच्या आयुष्यातले 'मर्म' आहे, धर्मकृत्य आहे. भारताशी, भारतातल्या गरिबीशी त्यांना काही कर्तव्य नाही. 'हृदय', 'यकृत' या दोन्ही नाटकांतून ही 'ॲपथी', भावहीनता, उदासीनता दिसते. 'यळकोट' मधल्या तीनही जोडप्यांना 'सेक्स' खेरीजचे अनेक प्रश्न पडत असतात, पण भंडावत नसतात. परस्परांविषयीची आत्मीयता ही सेक्सहून अधिक मूलभूत महत्त्वाची गोष्ट आहे, याची त्यांना जाणीव नाही. अर्थात ही जाणीव केवळ त्यांनाच नाही, असेही नाही. एक चांगली तर तीन गोष्टी वाईट, यातल्या तीन गोष्टी वाईट असण्यामागेही त्याच जाणिवेचा अभाव आहे. श्याम मनोहर यांच्या या तीनही नाटकांतून 'उदासीनता' आणि तिच्यातून जन्मणारी हिंसा अतिशय सूक्ष्म पातळीवरून व्यक्त होताना दिसते.

'वासू ऽऽ अमक्यातमक्या ठिकाणी ऐसपैस ऽ' या कथेत उदासीनता आणि हिंसेचे आणखी काही निराळे पैलू व्यक्त झालेले आहेत.

'वासू, अमक्यातमक्या ठिकाणी ऐसपैस' म्हणजे काय? वासूने कुठे असायचे आहे? अमक्यातमक्या ठिकाणी, म्हणजे कुठे? ऐसपैस म्हणजे काय? 'ऐसपैस' म्हणजे आसपास, आरामात की कुठेतरी की कुठेही नाही, ज्याचा थांगपत्ता लागत नाही अशा ठिकाणी? अमक्यातमक्या म्हणजे तरी नेमके कुठे?

या शीर्षकातून 'कुठेही नाही', अथवा 'गृहहीनता' (होमलेसनेस) हा अर्थ व्यक्त होतो. काहीही 'स्थान' नसलेला, कोणताही 'मुक्काम' नसलेला, वासू. सतत गतिमान असलेल्या या जगात कशाचीही निश्चिती नाही. व्यक्तीला सातत्याने निरनिराळ्या जगांत प्रवेश करावा लागतो आणि ही जगे त्याच्याशी

मिळतीजुळती असतीलच असेही नसते. व्यक्ती आपल्या मूळच्या सांस्कृतिक-सामाजिक परिवेशातून उखडली जाते आणि 'मुळे' रुजवता येतील असे 'स्वत:चे घर' तिला सापडत नाही. प्रत्येक व्यक्ती आपापल्या पातळीवर निरनिराळ्या अनुभवांतून जाताना पुन:पुन्हा 'घर' रचत असते, परंतु 'गृहहीनते'च्या झंझावाताने व्यक्तीने रचलेली ही घरे कोसळून पडतात.

'वासू' या कथेचे लेखन चरित्रकथनासारखे आहे. वासूच्या बाळपणातल्या सामान्य घटनेपासून या कथेची सुरवात होते. वासू यावेळी 'बारीकसारीक कामे करायच्या वयात आलेला' आहे. त्याला समज आलेली आहे, परंतु अनुभवाचे आकलन व्हावे अशी त्याची स्थिती नाही. सारांश, तो अजून 'संस्कारक्षम' अशा अवस्थेत आहे. दूधकेंद्रावर मवाली माणसाने उच्चारलेली 'पहाटेवर फोड आल्यासारखी' शिवी वासूच्या मनात खोल रुतून राहिली. 'पांढऱ्या कपड्यांत मन शुद्ध राहतं' म्हणून पांढरा शर्ट पांढरी चड्डी घालणारा मेहतांचा अर्जुन. वासूला त्याच्याविषयी सूक्ष्म असूया वाटत असावी. कारण वासूच्या चड्ड्या खाकी. वासूच्या गळ्यात सोन्याची साखळी घालणारी शांताक्का आत्या. प्रत्येक व्यक्ती आपल्या चरित्रात अत्यंत भिन्न भिन्न अशा सामाजिक जगातून प्रवास करीत असते. या प्रवासामागे अथवा प्रवासात काही सूत्र नसते, असलेच तर ते व्यक्तीला सापडतेच, असेही नाही. शांताक्का आत्याने संबंधांची एक साखळी तयार केली आणि हजार माणसे जोडली. 'आतापर्यन्त ती जेवढं जगली तेवढं आणि तसं न होण्यासाठी काय काय हवं होतं का नको होतं, ह्याचा हिशोब मांडता मांडता तिला इकडच्या सात, तिकडच्या सात पिढ्या आठवायच्या. प्रत्येक घटनेचं एक टोक दुसऱ्या घटनेत अडकलेलं. स्वत:त एक टोक तर दुसऱ्यात दुसरं टोक.' शांताक्का आत्या दोन्ही टोके पकडते. वासूला अजून अशी काही साखळी असते याची जाणीव नाही.

वासूचे चरित्र पुढे चालू आहे. वासू मॅट्रिक होतो आणि तो दाढी करायला लागतो. मॅट्रिक होणे आणि नोकरीवर लागणे, दाढी करणे आणि आपण आता लहान राहिलो नाही आहोत याची जाणीव होणे, आपण 'पुरुष' झालो आहोत, याचे भान येणे- व्यक्ती नुसत्या सामाजिकच नव्हे तर अत्यंत व्यक्तिगत, शारीरिक जगातूनही प्रवास करू लागते. अशी स्थलांतरे, स्थानांतरे हा व्यक्तीच्या जीवनाचा अपरिहार्य असा एक भागच आहे.

वासू मॅट्रिक झाल्यावर बँकेत नोकरी करू लागतो. घर ते शाळा हा एकेरी प्रवास संपून तो आता वेगळ्या वाटेवरून चालू लागलेला आहे. 'वासू

ऑफिसच्या कामात रुळला. घरात नोकरदार म्हणून रुळला. आळीत नोकरदार म्हणून रुळला. वाढत्या वयात नोकरदार म्हणून रुळला.' याशिवाय 'चांगुलपणाची व्याख्या केलेले' अनेक गुण त्याच्यात होते. वासूच्या चरित्रात अनेक प्रसंग यायचे आहेत. अनेक अनुभवांतून जात जात तो 'स्वत:चे घर' रचणार आहे. आपण इतरांसारखे वशिल्यानेच नोकरीला लागलेले असलो तरी 'आपले साहेब मला म्हणत होते, मी बँकेच्या परीक्षा दिल्या तर मला प्रमोशन पण लवकर मिळेल. माझी चिकाटी त्यांना आवडली,' या वाक्यांत, या वाक्यांतून व्यक्त होत असलेल्या अनुभवात तो 'घर करू पाहत आहे' हे दिसते. नंतर तो सदा पोटभरेच्या वडिलांच्या सेवेत घर करू पाहतो. नोकरी वशिल्याने, दुसऱ्याच्या कृपेने लागलेली असली तरी सदा पोटभरेच्या वडिलांच्या सेवेचा निर्णय त्याचा स्वत:चा आहे. सदाच्या वडिलांचे अर्धे अंग निकामी झालेले होते. ते जिवंत करण्यासाठी वासू आपली सगळी सहनशीलता वापरतो. परंतु सदाचे वडील बरे होत नाहीत, ते बरे होणार नाहीत याची जाणीव वासूला होते. वासूच्या चरित्रातल्या एकेका अनुभवासरशी त्याने रचलेले एकेक घर कोसळत जाते. पुढे आता अशी घरे बांधायची नाहीत, या जाणिवेपर्यन्त तो येतो. पण एक स्त्री स्वत:च्या मुलीच्या नोकरीबद्दल त्याला विचारते आणि वासू पुन्हा नवी घरे रचू लागतो. परंतु सरला वणकुद्रेच्या नोकरीच्या संदर्भात पहिल्यांदाच त्याला अनुभव येतो तो असा : 'चटका बसल्यासारखा तो घरी आला. पहिल्यांदाच त्याला घर अतिशय परकं वाटायला लागलं. त्या घरात किती काळ गोचडीसारख्या चिकटपणे गोठून बसलेल्या स्थिरतेचा घात करावा असं वाटायला लागलं.' दुसऱ्या दिवशी तो सदा पोटभरेला सांगतो : 'मला हे सगळं नवीन वाटतंय. माझं असं कधी झालं नव्हतं. घाबरल्यासारखं वाटतंय.' वासूला पहिल्यांदाच 'गृहहीनते' ची जाणीव झालेली आहे.

सगळ्या सामाजिक संबंधांच्या संदर्भातच वासूची नवी घडण होते. वासूचा मित्र सदा पोटभरे, सरला वणकुद्रेच्या नोकरीच्या संदर्भात मदतीचे आश्वासन देणारे आणि नंतर पाचशे रुपयांची लाच मागणारे विश्वासराव धायगुडे, आपले आईवडील, असहाय अशी सरला आणि तिची आई –सगळ्यांविषयी त्याला आतून संताप येतो. नंतर स्वत:ला आवरून दैनंदिन व्यवहारांशी तो जुळवून घेतो. परंतु पाचशे रुपयांची लाच देऊनही सरला वणकुद्रेला नोकरीचा कॉल येत नाही.

वासू हा विश्वासराव धायगुडे या सामाजिक कार्यकर्त्याची हत्या करतो. पाचशे रुपये घेऊन त्याने फसवले म्हणून तो ही हत्या करतो का? विश्वासराव पाचशे रुपये परत करायला तयार आहेत. मुळात पाचशे रुपये देणे, एका गरजू व्यक्तीला नोकरीवर लावण्यासाठी ते द्यावे लागणे हेच वासूच्या नैतिकतेत बसत नाही. आता निर्ढावल्यासारखे धायगुडे पाचशे रुपये परत करण्याची भाषा करीत आहेत. वासू कदाचित लहानपणापासूनच 'पहाटेवर फोड आल्यासारखी शिवी' हासडणाऱ्या मवाली माणसाविरुद्ध झगडत राहिला असेल. या लढाईत वासू दिवसेंदिवस एकटा पडत गेला. आपण बांधत गेलो ती सगळी घरे एकएक करून उद्ध्वस्त होत गेली, याचा प्रचंड प्रत्यय वासूला येतो आणि अत्यंत मूळ, आदिम प्रेरणेने तो स्टीलची चकचकीत फुलदाणी विश्वासरावाच्या मस्तकावर फोडतो.

वासू तुरुंगात जातो, तिथे अंग खाजवून खाजवून मरून जाणाऱ्या बंकूच्या साबणाने आंघोळ करतो, परिणामी वासूचे अंग खाजवू लागते.

या जगात असण्यासाठी शरीर असणे आवश्यक असते. या शरीरात मी राहतो आणि या शरीराच्या माध्यमातूनच मी वस्तूंचे, माणसांचे, प्राण्यांचे जग समजावून घेतो. या जगात सहभागी होण्याचे ते आपल्याजवळचे एक महत्त्वाचे साधन असते. अंतिमत: सगळी घरे नष्ट झाली तरी हे घर शिल्लक असते. वासूला हेही घर नको आहे, आणि आता निर्णय 'त्याचा' आहे. अतिशयच उलट्या अर्थाने वासूने आता 'निरंजनी' घर बांधलेले आहे. तिथेच तो आहे. वासू आता अमक्यातमक्या ठिकाणी ऐसपैस आहे.

नैतिकतेच्या संपूर्ण अभावातून एक हत्या आणि एक आत्महत्या घडते. श्याम मनोहर यांच्या गोष्टीचा गाभा हत्या अथवा आत्महत्या यात नाही, नैतिकतेचा अभाव यात आहे.

श्याम मनोहर यांच्या एकूण लेखनात विविध सामाजिक जगे एकमेकांसमोर येतात, सरमिसळतात, फटकून अलग होतात, एकदुसऱ्यांना झाकून टाकतात, समांतर राहतात, एकमेकांत अडकतात, एकमेकांची दखल घेतात अथवा एकमेकांना आत्मसात करतात

'हृदय' या नाटकाच्या शेवटी पोलिसस्टेशनमधून फोन येतो. प्रफुल्लला सीरियस ॲक्सीडंट झाल्याचे कळते. 'वासूऽऽ अमक्यातमक्या ठिकाणी ऐसपैसऽ' मध्ये शेवटी, सकाळी आंघोळ केली होती आणि अकरा वाजून गेले होते तरी वासूचे अंग खा-खाजत असल्याचे वर्णन येते.

प्रफुल्ल आणि वासू हे दोघेही नैतिक अव्यवस्थेचे बळी आहेत. एमिल दर्कहाइम (EMILE DURKHEIM) यांच्या शब्दांत सांगायचे, तर या ॲनॉमिक (ANOMIC) आत्महत्या होत. प्रमाणकशून्यता- ॲनॉमी (ANOMIE) म्हणजे नैतिक मूल्यव्यवस्थेचा अभाव असलेल्या समाजस्थितीचे त्रस्त करून टाकणारे भान. श्याम मनोहर यांच्या एकूणच लेखनातून हे भान समर्थपणे व्यक्त झालेले आहे. कधी ते सकारात्मक तर कधी नकारात्मक रितीने व्यक्त झालेले आहे. मूल्यव्यवस्थेचा अभाव असलेल्या जगाचे चित्रण करीत असतानाच त्या जगाशी जुळवता न आलेल्या, पराभूत अथवा आक्रमक वृत्तिप्रवृत्तींचेही चित्रण त्यांनी केलेले दिसते. माणसाने कसे वागायचे असते, स्वत:शी कसे वागायचे असते, इतरांशी कसे वागायचे असते, समूहजीवनात कसे वागायचे असते, यांविषयीचे अत्यंत मूलभूत आणि सूक्ष्म असे प्रश्न श्याम मनोहर यांच्या लेखनातून उच्चारले गेले आहेत. सामाजिक जीवनातील विविध 'स्थितींची' रचना करून अंतिमत: आजच्या मनुष्य जीवनातील आध्यात्मिक पोकळीचा ते निर्देश करतात. रूढ अर्थाने देव, धर्म इत्यादी नव्हे, मनुष्याने हजारो वर्षे निर्माण केलेली मानवी वागणुकीसंबंधीची मूल्ये त्यांना अभिप्रेत आहेत. 'जीवनात अस्सल काम करता यायलाच पाहिजे, अशीच काहीतरी जगायची पद्धत शोधून काढली पाहिजे,' असे 'हृदय' मधला प्रफुल्ल म्हणतो. 'माणसं चांगल्याशी चांगली होतात आणि वाइटाशी वाईट होतात. म्हणजे मुळात माणूस काही नसतोच की काय', असा प्रश्न 'यकृत' मधल्या राजाला पडलेला आहे. 'दुसऱ्या व्यक्तीला, तिसऱ्या व्यक्तीला, चौथ्या व्यक्तीला, हजारो जणांना, सगळ्या सृष्टीला जग असं म्हणण्यासाठी माझ्याजवळ मीपणापेक्षा आणखी काहीतरी भक्कम असायला नको?' असा पेच 'शीतयुद्ध सदानंद' मधल्या प्रकाशरावांना पडलेला आहे. 'सुखदेव, आत्माराम, काणे, जालिंदर, भोसले, पिशे, जाधवराव, कँटीनवाले जोशी, हणमंता, ईश्वरराव, पुरुषोत्तमराव, विअ, आणखी किती किती, ह्या सगळ्यांचं सुखाचं जुळायचं तर किती कोट्यवधी बारकावे भरले गेले पायज्येत', असे 'हे ईश्वरराव... हे पुरुषोत्तमराव...' मधल्या यार्दीला वाटते.

श्याम मनोहर यांच्या साहित्य विश्वातल्या या सर्वच व्यक्तिरेखा समकालीन प्रश्नांनी ग्रस्त आहेत. हे प्रश्न याच समाजात निर्माण झालेले आहेत, त्यांची उत्तरेही येथेच शोधायची आहेत.

साठोत्तरी पिढीने, स्वत:चे जगणे याच समाजात जगत असताना, हजारो

वर्षांची संस्कृती असलेल्या या समाजात सर्वसामान्य माणसाचे, सर्वसामान्य जगणे अशक्य का व्हावे, सतत असंतुष्ट होत, वृद्ध होत, तडजोड करीत, पराभव पावत, विद्रोह करीत, नाकारत, नाइलाजाने स्वीकार करीत का जगावे लागावे, येथल्या समाज व्यवस्थेत, बदलत्या काळानुसार बदलत चाललेल्या वृत्ति-प्रवृत्तींत, विचारसरणीत, आधुनिकतेच्या स्वीकारात, भौतिक समृद्धीत, मूलभूत मानवी घडणीतच अशा काही रिकाम्या जागा राहून गेलेल्या आहेत का, की असेच जगावे लागावे, याचा आपल्या लेखनातून वेध घेतलेला आहे. या प्रश्नांची मांडणी करणारे लेखन मोजकेच असावे यात आश्चर्य नाही. श्याम मनोहर, असे मोजके लेखन करणाऱ्या समकालीन लेखकांपैकी एक महत्त्वाचे लेखक होत.

□□□

श्याम मनोहर यांची नाटके

'गोष्ट' आणि 'विचार' यांत काय फरक आहे? गोष्टींत घटना, पात्र, प्रसंग असतात. स्थिती, मन:स्थिती असतात, काळ असतो, अवकाश असतो. जीवजंतू, वनस्पती यांच्या हालचाली असतात, माणसांचे हावभाव असतात. गोष्टीत मानवी प्राणी, वनस्पती, जड पदार्थ, आकारयुक्त आणि आकारहीन जग यांचे जग असते. 'विचारा'त काय असते? 'विचार' असतात, ते शब्दांत सांगितलेले असतात. उपमा, रूपके, दृष्टांत यांचा वापर केलेला असतो. विचार हे कोणत्यातरी 'स्थिती'त कुणाला तरी सुचलेले असतात किंवा सांगितलेले असतात. ती स्थिती पुसली जाते, गोष्ट काढून, गाळून टाकलेली असते. नुसतेच विचार शिल्लक ठेवलेले असतात. विचारांचा उद्गाता, प्रवक्ता अमूर्त असतो. विचारांना, ते ज्या शब्दांत सांगितलेले असतात त्यांना केवलता, निरंकुशता दिलेली असते. ज्या समाजात गोष्ट नसते, नुस्तेच विचार असतात, त्या समाजात विचारांना परम सत्तेचे स्वरूप येते. त्याखाली गोष्ट दबून जाते. 'देशासाठी कुणाला ना कुणाला त्याग हा करावा लागतोच' हा एक विचार आहे. हा विचार कोण कुणाला सांगतो आहे, म्हणजे त्यामागची 'गोष्ट' जर पाहिली तर इतरांच्या त्यागांवर ज्यांचा स्वार्थ आधारित आहे अशी माणसे दिसतील.

गोष्ट पुसून टाकून विचारच शिल्लक ठेवणारा समाज हा श्याम मनोहर यांच्या नाटकांचा विषय आहे. श्याम मनोहर यांची 'हृदय' (१९८५) आणि 'यकृत' (१९८७) ही प्रकाशित, 'तेव्हाच' आणि 'यळकोट' ही रंगभूमीवर

आलेली, पण पुस्तकरूपाने अप्रकाशित आणि 'दर्शन' व 'प्रेमाची गोष्ट' ही रंगभूमीवर अद्याप न आलेली, अप्रकाशित अशी एकूण सहा नाटके आहेत.

नाटकाच्या विषय संहितेत स्थळ, पात्र, रंगमंचावर कल्पिलेल्या अवकाशात पात्रांच्या हालचाली असतात. आपण नाटकाची संहिता वाचतो तेव्हा एक साहित्यकृती म्हणून आणि रंगमंचसापेक्ष कृती म्हणून तिचे वाचन करतो. नाटकाच्या संहितेतला जास्तीत जास्त भाग पात्रांच्या बोलण्याचा भाग म्हणजे 'विचार' व्यक्त करण्याचा असतो. परंतु ते विचार विविध स्थितींशी म्हणजे गोष्टींशी निगडित असतात. श्याम मनोहर एक किंवा अनेक स्थिती निर्माण करतात आणि स्थितीमधले पात्रांचे बोलणे किंवा वागणे दाखवतात. नाटकातल्या या स्थिती लौकिक जगातल्या स्थितीशी समांतर असतीलच असे नाही. किंबहुना श्याम मनोहर यांच्या नाटकातल्या स्थिती याच 'मूळ' स्थिती असतात. बाह्य जगातल्या स्थितीची ती यथार्थदर्शी अभिव्यक्ती नसते. नाटककारच या मूळ स्थिती आणि त्या स्थितींत सापडलेली पात्रे निर्माण करतो. स्थितीच पात्रांना वागायला, बोलायला, विचार करायला लावते. स्थितीतून विचार उत्पन्न होतात. विचार आधी आणि नंतर स्थिती असे नसते, तसेच कोणतीही स्थिती निरपेक्ष नसते. माणसाच्या वागण्याबोलण्यातून ती निर्माण होते. 'त्याच' माणसांच्या वागण्याबोलण्यातून निर्माण होते असे नाही, पण ती स्थितीत सापडतात आणि विचार करायला प्रवृत्त होतात. विचार करणे हाही त्या स्थितीचाच एक भाग असतो. 'यकृत'मध्ये संत नावाचा भाऊचा मित्र दारू सोडतो आणि मरतो. त्या मरणाने हादरून भाऊ अधिकाधिक पिऊ लागतो आणि नंतर भाऊला दारूपासून दूर ठेवण्याचा प्रयत्न सुरू होतो. 'भाऊला दारूची मनातून ओढ लागते. आणि ती ओढच गेली पाहिजे. मनाची ओढ गेली पाहिजे. मनाची ओढ ही घालवायची कशी?' ही स्थिती. या स्थितीतून किंवा स्वतंत्रपणे अनेक स्थिती निर्माण होतात, काही आधीच निर्माण झालेल्या असतात. प्रत्येक पात्र हे कोणत्या ना कोणत्या स्थितीत असतेच. नाटकातल्या या स्थिती लौकिक जगातल्या स्थितींना स्पर्श करतात. लौकिक जगातल्या बहुतेक स्थिती राजकीय, सामाजिक, सांस्कृतिक स्थितींशी निगडित असतात, त्याचबरोबर त्या स्थितींमधील व्यक्तींच्या मनोरचनांशीही निगडित असतात. त्यामुळे कोणत्याही स्थितीच्या उत्पत्तीचे एकच एक कारण सांगता येत नाही, तसेच त्यांचा परिणामही विशिष्टच होईल असेही सांगता येत नाही.

त्यामुळे कोणत्याही स्थितीचा शोध घेताना, विचार करताना, श्याम मनोहरांच्या नाटकात 'उत्तर/प्रत्युत्तर' असे स्वरूप असत नाही. ते 'विवादात्मक' असते. संवाद आणि विवाद, विवादात्मक संवाद अथवा संवादात्मक विवाद. श्याम मनोहर यांच्या नाटकाचा रूपबंध या दोन गोष्टींनी घडलेला आहे. त्यात स्थिती — स्थितीत राहून स्थितीचा, स्थितीतून बाहेर येण्याचा विचार करणे आणि तो विचार संवादी/विवादी असणे, या आहेत. अर्थात श्याम मनोहर यांच्या नाटकातील पात्रांना स्थितीचे आकलन झालेले आहे किंवा त्यातून सुसंगतपणे बाहेर पडण्याचे मार्ग उपलब्ध झालेले आहेत असे नाही. संताप घालवायचा कसा, मत्सर घालवायचा कसा, ओढ घालवायची कशी, भ्रष्टाचार घालवायचा कसा, शुद्ध आनंद मिळवायचा कसा, नॉनकरप्ट सेक्स जगायचा कसा, नको ते विचार, नको त्या भावना मनातून कशा काढून टाकायच्या, माणसाला कशात दंग होता येईल असे विविध प्रश्न वेगवेगळ्या स्थितींत जगत असताना पडतात. माणसे हिंपुटी होतात, प्रश्नांना उत्तरे मिळतातच असे नाही. 'संताप घालवा', 'मत्सर घालवा', 'ओढ घालवा' असे 'विचार' सांगितलेले असतात. त्या गोष्टी घालवायच्या कशा हे सांगितलेले नसते. 'विचारांची', 'गोष्टी' पासून फारकत झालेली असते.

जगायच्या पद्धतीतून बहुतेक प्रश्न निर्माण झालेले असतात. एक नाटककार म्हणून श्याम मनोहर यांना माणसांची जगायची पद्धत आणि तिने उत्पन्न केलेल्या स्थितीकडे गांभीर्याने पाहावेसे वाटते. 'यकृत'मध्ये जगायची 'पद्धत' काय आहे? उदाहरणार्थ, भाऊची बायको प्रभा म्हणते, 'तिसऱ्यांदा महागाई भत्ता वाढला तेव्हापासून ह्यांनी दारू प्यायला सुरुवात केली... पहिले दोन महागाई भत्ते वाढले, तेव्हा आमचं नीट भागून चार पैसे शिल्लक पडत होते. मग तिसरा महागाई भत्ता वाढला आणि 'हे' सुरू झालं. मग चौथा, पाचवा, सहाव्वा, तसं 'हे' वाढतच गेलं'. प्रभाच्या पुढच्या बोलण्यातून असे दिसते की, आर्थिक सुबत्ता आली की आहारविहारांत फरक पडतो. पूर्वी ज्या गोष्टी आवश्यक अथवा अपरिहार्य वाटत नव्हत्या त्या नंतर तशा वाटू लागतात. 'चहाबरोबर बिस्कीटं पायजेच वाटू लागलं. मग फ्रीजही पाहिजे वाटू लागला...' थोडक्यात 'खोट्या गरजा' निर्माण झाल्या. स्वार्थी तत्त्वांनी निर्माण केलेल्या खोट्या गरजांच्या माध्यमातून समाज नियंत्रित केला जातो. त्यामुळे 'आपल्या मूलभूत गरजा भागल्यानंतर आपण इतरांच्या मूलभूत गरजा भागविण्याकडं लक्ष का देत नाही' हा प्रश्न निरर्थक ठरतो. श्याम मनोहरांच्या

नाटकात मल्टिनॅशनल, इकॉनॉमिक लिबरलायझेशनचा उल्लेख जाणीवपूर्वक येतो. 'हृदय'मध्ये जगायची काय पद्धत आहे? वसू म्हणते, 'आपण आपल्या आयुष्यातल्या करप्शनवर बोलायचं.' श्री. दिंडे म्हणतात, 'मी इन्कमटॅक्स ॲडव्हायझर आहे.. एवढं म्हटलं, तरी माझ्या आयुष्यातल्या करप्शनवर बोलल्यासारखंच आहे. मोहन म्हणतो, 'मी बिझनेसमन आहे.. एवढं म्हटलं, तरी मी माझ्या आयुष्यातल्या करप्शनवर बोलल्यासारखंच आहे.' विठ्ठल म्हणतो, 'मी शासनात बांधकाम खात्याचा सेक्रेटरी आहे... एवढं म्हटलं, तरी मी माझ्या आयुष्यातल्या करप्शनवर बोलल्यासारखंच आहे.' सौ. दिंडे म्हणतात, 'आम्ही बायका अनुक्रमे तुमच्या बायका आहोत... एवढं म्हटलं, तरी आम्ही आमच्या आयुष्यातल्या करप्शनवर बोलल्यासारखंच आहे'

करप्शन हे स्वाभाविक जगणे आणि नॉनकरप्ट जगणे अस्वाभाविक.

'यळकोट'मध्ये जगायची पद्धत काय आहे? अशोक म्हणतो, 'सगळं मिळणाराय आपल्याला. सगळं मिळणाराय.' वनिता म्हणते, 'आपण लबाड आहोत. आपल्याला सगळं मिळतेय तरी आपण त्रागा करतोय. आपल्याला सगळं मिळणार आहे तरी आपण आकांडतांडव करतोय'. सुनंदा म्हणते, 'जे आपल्याला मिळतंय ते पदरात पाडून घ्यायचं. आणि आणखी मिळण्यासाठी आकांडतांडव करायचं.' श्रीधर म्हणतो, 'भुकेपेक्षा जास्त खायचं. शरीरात सेक्स असतो, त्यापेक्षा जास्त सेक्स एंजॉय करायचा'. अशोक म्हणतो, 'लबाडीनंच वागायचं. आत लबाडी करायची. बाहेर लबाडी करायची.' सार्वत्रिकीकरणाच्या बधिरीकरणातूनच व्यक्ती सुखी होऊ शकते.

'दर्शन' मधला देव म्हणतो, 'एके काळी भारतीय साहित्याला विश्वाचे कोडे सोडवण्याची ओढ होती. अलीकडे साहित्याचा हेतू म्हणजे फक्त कला, सौंदर्य, मूड निर्माण करणे, नाहीतर सामाजिक वास्तव रंगवणे.. हुडूत. लोकं मला नुसती कामं सांगताहेत हल्ली. कुणाला नोकऱ्या द्या. कुणाला मुलं द्या. कुणाला लॉटरी लावा. कुणाला निवडणुकीत यश द्या. उपपरमेश्वर केलंय तुम्ही मला'. माणसाने देवालाच नव्हे तर स्वत:लाही छोटे करून टाकलेले आहे. अशीच इथली जगायची पद्धत आहे. म्हणून गोष्ट पुसून टाकली जाते. 'नुसते' विचार शिल्लक ठेवले जातात.

तांत्रिक प्रगती करू पाहणाऱ्या विकसनशील, पण दमन-प्रवृत्तीचे वर्चस्व असलेल्या समाजातील मध्यमवर्गाचे विश्लेषण श्याम मनोहर यांच्या नाटकांतून आढळते. या समाजात जीवनप्रेरणा आणि मृत्युप्रेरणा यांची अशी काही

सरमिसळ झालेली असते की 'जगायच्या पद्धती' विषयी गोंधळ झालेला असतो. 'यकृत' मधला भाऊ म्हणतो, 'एकदा पटतंय, गरिबांना मदत केली पाहिजे. दुसऱ्यांदा पटतंय, गरिबांना कशाला मदत करायची? हा कन्फ्युजन आहे. गोंधळ आहे.' 'हृदय' मधले श्री. दिंडे म्हणतात, 'पीपल आर बिकमिंग रॅशनल. डेमॉक्रॅटिक, रिच, प्लेझरसीकर्स, बट आर लूजिंग टेस्ट्स इन अर्दली मॅटर्स.' सौ. दिंडे म्हणतात, 'रादर ऑन द कॉंट्ररी! पीपल आर बिकमिंग मोअर ॲन्ड मोअर मटिरिॲलिस्टिक ॲन्ड लूजिंग स्पिरिच्युअल सेन्स'. बाह्यत: या विधानांमध्ये गोंधळ दिसत असला तरी त्या विधानांच्या अंतरंगातून एक सर्वसाधारण बधिरावस्था दिसून येते. अशी बधिरावस्था असल्याखेरीज माणसांना सुख भोगता येणार नाही. 'हृदय' मधला वसंता म्हणतो, 'माणसाची विचारक्षमता वाढली, की शुद्ध आनंदच होत नसावा.' त्यामुळे स्वत:ची विचारक्षमता खुंटवून टाकणे आणि 'साधंसरळ जगता येत नाही म्हणून धुंदीच्या मागं धावणं' एवढेच माणसांकडे उरते. श्याम मनोहरांच्या नाटकातली बहुतेक मध्यवर्ती पात्रे सुखवादी, जडवादी आहेत. 'दर्शन' मधला कुमार म्हणतो, 'उदार आर्थिक धोरण आहे, तर धो धो पैसा आपल्याकडे आला पाहिजे.. सतत, अगदी मी मरेपर्यंत येत राहायला पाहिजे.. मी मेल्यावरही माझ्याकडे पैसा येत राहायला पाहिजे..'

सहज जीवनप्रेरणांनी प्राप्त होणारे सुख आणि हा सुखवाद/जडवाद यांत तफावत आहे. खरं तर 'अर्थली मॅटर्स' मधली चव राहिलेली नाही आणि 'स्पिरिच्युअल सेन्स' ही नाही. म्हणून 'बधिरावस्था' अपरिहार्य ठरते. विविध पात्रांप्रमाणे 'विकसनशील राष्ट्र' हे देखील एक महत्त्वाचे पात्र श्याम मनोहरांच्या नाटकात आहे. या विकसनशील राष्ट्रातल्या विशिष्ट स्थितीचा स्वत:च्या स्वार्थासाठी उपयोग करणारी सौ. दिंडे, मोहन, विठ्ठल यांसारखी मध्यमवर्गातून उच्च मध्यमवर्गात गेलेली माणसे आहेत. त्याचप्रमाणे 'विकसनशील राष्ट्र' म्हणजे काय ते माहीत असलेली, पण कोणताही स्वार्थ साधता न आलेली 'मीनाक्षी' सारखीही माणसे आहेत. 'विकसनशील राष्ट्रात प्रत्येकाला सर्व गोष्टी मिळत नाहीत' हे मीनाक्षीचे पालुपद आहे.

विकसनशील राष्ट्रात कुणालाच सगळ्या सोयी व सुखे मिळत नाहीत असे नाही. 'सगळी सुखं, सगळ्या सोयी मिळू शकतात. कुणाला? जो चलाख असेल, त्याला.' दिंडे, मोहन, विठ्ठल ही चलाख माणसे. स्वत:च्या आयुष्यातल्या भ्रष्टाचाराचेदेखील समर्थन ही पात्रे करतात. 'आजच्या जगात

नॉनकरप्ट जीवन जगता येणं शक्य नाही' अशी त्यांची धारणा असते. श्याम मनोहर यांच्या नाटकांतून सांस्कृतिक विषमतेचा निर्देश आढळतो. ही विषमता आधुनिकीकरणाच्या चुकीच्या समजुतीतून आलेली असावी. भावहीनता, उदासीनता, बधिरावस्था या गोष्टी सांस्कृतिक विषमतेतून निर्माण झालेल्या आहेत.

प्रत्येकाचे विकसनशील राष्ट्राविषयीचे काही आकलन आहे. 'यळकोट' मधल्या सुनंदा, वनिता यांना प्रणयासाठी सुंदर घरे हवी आहेत. सुंदर घरे नसल्यामुळे सुंदर प्रणय नाही. 'पिढ्यान्‌पिढ्या बेढब प्रणय करण्यात वाया जातायत. मग राष्ट्र पुढं येईलच कसं?' सुनंदा म्हणते. 'दर्शन' मधला कुमार म्हणतो, 'नुसता बीएस्सी होऊन मी काय मोठा होणार? नुसत्या बीएस्सीला कसली नोकरी मिळणार? आपल्या देशात कुणाला कसली नोकरी मिळते? नोकरीत चॉईस असतो? नोकरी मिळायची काही निश्चित पद्धत असते? कुठेतरी काहीतरी कसंतरी तिरपागडं विचित्र चालू राहातं..' 'हृदय' मधला वसंता म्हणतो, 'भारतात पॉवरवर असताना किंवा पॉवरच्या जवळ असतानाच फक्त आयडेंटिटी येते.'

श्याम मनोहर यांच्या नाटकातून या समाजाची समीक्षा विविध कोनांतून झालेली दिसते. देव, धर्म, क्रांती, प्रगती, साहित्य, सुखसुविधा इत्यादी मुद्द्यांची चिकित्सा आणि स्थितीशी निगडित, स्थितीमधून निर्माण झालेल्या प्रश्नांचे विश्लेषण या नाटकांतून आढळते. श्माम मनोहर आपल्या नाटकांतून एका स्थितीसमोर दुसरी स्थिती मांडतात तेव्हा त्यांतल्या विसंगतीतून विनोद निर्माण होतो. हा विनोद स्वभावनिष्ठ, प्रसंगनिष्ठ अथवा शब्दनिष्ठ या जातींमधला नसतो. तो 'स्थितिनिष्ठ' असतो. त्यातून सांस्कृतिक विषमताच धारदारपणे व्यक्त होते. औद्योगिक, तांत्रिक प्रगती म्हणजे विकास किंवा सुधारणा असे समजत असलेल्या समाजाचे आंतरिक स्वरूप त्यातून व्यक्त होते.

श्याम मनोहरांच्या 'हृदय' मध्ये १९४७ च्या आसपास तरुण असलेली पिढी आहे. तर त्यांच्या अलीकडच्या 'प्रेमाची गोष्ट' मध्ये १९४७ च्या आसपास जन्मलेली पिढी येते. पहिल्या पिढीचे नॉनकरप्ट जगणे १९४७ च्या अगोदरचे. त्यानंतर करप्शन हाच स्वभाव धर्म बनलेला. त्यातला तारा आणि विठ्ठल यांचा मुलगा प्रफुल्ल १९४८ साली जन्मलेला. १९४७ नंतरची तारा-विठ्ठलच्या आयुष्यातली एकमेव नॉनकरप्ट घटना. 'प्रेमाची गोष्ट' मधला

के.बी. पाटीलला म्हणतो, 'स्वातंत्र्याच्या आसपास जन्मलेली आपली पिढी आहे ना? ती पिढी पन्नाशीला आली आणि लक्षात काय आलं सांगू? स्वातंत्र्याच्या आसपास जन्मलेल्या पिढीचे आयुष्य एवढे चांगले नाहीय.. आपल्या पिढीला फार ताण पडला. शिक्षणाच्या धड सोयी नव्हत्या, आणिक शिक्षण घ्यायचा तर रेटा आला होता, ठिकठिकाणी नवनवीन कॉलेजं निघत होती. आणिक आपली आवड काय, काय शिकायचेय, पुढे काय करायचेय.. काहीही माहीत नव्हतं. काही तरी करत राहायचं... वयाचा फार ताण आला आपल्या पिढीवर...'

'हृदय' मधला वर्तमानकाळ १९७२-७३ चा मानला तर यावेळी 'प्रेमाची गोष्ट' मधली पात्रे पंचविशीतली होती. 'हृदय'मधली पात्रे नॉनकरप्ट जगणे शक्यच नाही म्हणत असताना विशीपंचविशीतली मुले 'नोकरी कसली मिळणार. धंदा काय...' याविषयीची अनिश्चितता घेऊन वावरणारी होती. या दोन स्थितींच्या समीप दर्शनातून काळा, कडवट विनोद निर्माण होतो. 'हृदय'मधली पात्रे हसत असतात. नॉनकरप्ट जगणे शक्य नाही म्हणताना हसतात, 'एवढं म्हटलं तरी आपल्या आयुष्यातल्या करप्शनवर बोलल्यासारखंच आहे' म्हणताना हसतात. परंतु त्यांचे हसणे खोटे असते. त्यांचे जगणे दूषित असते. दूषित आनंदाने भरलेले असते. 'प्रेमाची गोष्ट'मधला के.बी. वीसेक वर्षांनी एका ठिकाणी येतो. 'तिची शेवटची भेट झाली' त्या ठिकाणी. नाटकाच्या शेवटच्या भागात के.बी. न्यायाधीश मीनाच्या हातात हात घालून बसतो आणि त्या दोघांनाही मृत्यू तिथेच गाठतो. 'प्रेमाची गोष्ट' मधली प्रभा व जगदीश ही मुले के. बी. आणि नीना यांच्यातले जुने नाते ओळखून त्यांना जवळ आणण्याचा प्रयत्न करतात. के.बी. साठे, पाटील, आणि बी.सी. साठे विशीपंचविशीत असताना जगण्याबाबत, जीविकेबाबत साशंक होते. त्यांची मुले 'राजकारणात घुसायचं' म्हणताहेत. 'हृदय' मधली स्वातंत्र्यात अधिकारपदावर आलेली पिढी आपापल्या मुलांच्या करिअर्सचा विचार करणारी आहे.

'हृदय' ते 'प्रेमाची गोष्ट' या नाटकांतून तीन पिढ्या दिसतात. पहिली पिढी आपण काय वागतो आहोत ते समजून उमजून आणि समाजविषयक संवेदन बोथट करून जगली, तिसरी पिढी भाबडेपणातून राजकारण, सिनेमा अशा आकर्षणविषयांकडे वळते. मधली पिढी विविध गोष्टींनी ग्रासलेली आहे. तारुण्यात असताना मूल्यऱ्हास झालेल्या समाजाच्या चिंतेत आणि वृद्धपणाकडे

वाटचाल सुरू झालेली असताना शारीरिक व्याधींमध्ये ती सापडलेली आहे. प्रज्ञा, जगदीशच्या पिढीतला वाटणारा, पण मधल्या पिढीतल्यांशी समांतर असणारा 'कुमार' 'दर्शन'मध्ये आहे. तो जीनपँटवाला आणि पताकावाला यांच्या कात्रीत सापडलेला आहे. एक ढोबळ धर्मवादी तर दुसरा ढोबळ बिनधर्मवादी. कुमार निर्मितीसाठी तळमळतो, पण हातून निर्मिती होत नाही. तो ढोबळ धर्मवादी होतो. गोष्ट आकाराला येत नाही. नुस्तेच विचार. आसपासच्या स्थितीशी जुळवूनही घेता येत नाही आणि यातून अस्सल काही निर्माणही होत नाही अशा पेचात सापडलेल्या मधल्या पिढीचा नाटकातला वारस म्हणजे कुमार. ढोबळ धर्मवादी आणि ढोबळ बिनधर्मवादी यांच्या झगड्यात कुमारला मार बसतो. 'आमचं एकच घराणं आहे. तुला मारण्यासाठी आम्ही एक होऊ' हे त्यांचे म्हणणे आहे. कुमारला स्वत्वयुक्त जगायचे होते. स्वत्वयुक्त लिहायचे होते. दोन्हीही होत नाही. तो एक क्षुल्लक मरण मरतो. ही शोकांतिका. या नाटकाच्या रंगमंच रूपांतरात बहुतेक पात्रांच्या हालचाली कळसूत्री बाहुल्यांसारख्या असतील.

'हृदय' हे स्वातंत्र्यपूर्व जन्माला आलेल्यांचे शोकात्म प्रहसन आहे तर 'दर्शन' हे त्यानंतरच्या पिढीची प्रहसनात्मक शोकात्मिका आहे.

श्याम मनोहर यांच्या प्रत्येक नाटकात प्रहसन व शोकात्मिका याचे घटक सरमिसळून गेलेले आहेत. एकायामी जगणे हा निखळ प्रहसनाचा अथवा घनगर्द शोकात्मिकेचा विषय होत नसावा. श्याम मनोहरांच्या नाटकातील प्रहसनात्मक घटकामुळे नाटकातील घटनांशी, पात्रांशी, वाचक-प्रेक्षकांशी तादात्म्य होत नाही. उलट एक विचारप्रवर्तक अंतर तयार होते. पुष्कळदा नाटकातली पात्रेच आपल्या, इतरांच्या आणि आपल्या भोवतीच्या स्थितीविषयी मूलभूत प्रश्न निर्माण करतात. त्यामुळे श्याम मनोहर यांच्या नाटकांना 'नाटक आणि नाटकांविषयीचे नाटक' असे रूप येते.

नाटक हाही श्याम मनोहर यांच्या नाटकांचा एक विषय आहे. नाटक म्हणजे नाटक हा वाङ्मयप्रकार, एक आकृतिबंध, नाटक ही संकल्पना, नाटकाचे समाजातले स्थान, नाटकाची निर्मिती, नाटकाच्या निर्मितीशी निगडित कलाबाह्य गोष्टी, नाटकाच्या नव्हे तर कोणत्याही सर्जनात्मक व्यापाराशी जोडलेला व्यापारउदीम इत्यादी गोष्टींची चिकित्सा श्माम मनोहर यांच्या नाटकांतून केली जाते. जेव्हा एखादा नाटककार, लेखक, वाङ्मयप्रकाराविषयी, आकृतिबंधाविषयी बोलतो तेव्हा तो केवळ वाङ्मयप्रकाराविषयी बोलत नसतो.

'हृदय' मधली मराठी रंगभूमीवरील नामांकित नटी 'स्पीकींग ऑल द टाईम इन इंग्लीश' अशी असते. म्हणजे नाटक हे एक करिअर आहे. विशिष्ट वर्गाचे करीअर आहे इत्यादी गोष्टी तिथे स्पष्ट होतात. 'भाषा' ही गोष्ट 'वर्चस्वा'शीही निगडित आहे. उच्चभ्रू लोकांनी इंग्रजी-मराठी अशा संमिश्र भाषेत बोलणे आणि आपले सामाजिक स्थान इतर मराठी लोकांहून वेगळे आहे हे दाखवणे हे त्यातून सुचवले जाते. 'दर्शन' मध्ये 'नाटक' या गोष्टीचे विविध पैलू दिसतात. कुमारने 'बिएस्सी कर' म्हटले की देव आशीर्वाद देतो, 'नाटककार' कर म्हटले की देत नाही. कुमारला 'नाटककार' होण्यात स्वारस्य आहे. कुमारला 'प्राप्त' करण्याच्या गोष्टीपेक्षा 'सर्जनात्मक' गोष्टीत रस आहे असे वाटते. परंतु पुढे 'सर्जनात्मक' गोष्ट हीदेखील 'प्राप्त' करण्याच्या गोष्टीतली एक शिडीच आहे असे त्याला वाटत असावे हेही दिसते. नुसते सुचणे, नुसते कलात्मक गोष्टीत मग्न होऊन जाणे हे जणू काही बाद होऊन गेलेले आहे. आहे त्यांपैकी प्रत्येक गोष्टीने माणसाला काहीतरी मिळवून दिले पाहिजे - पैसा, प्रसिद्धी, अशीच काहीतरी जगाची रीती होऊन बसलेली आहे. लोक चांगली नाट्यसमीक्षा करीत नाहीत, नाटकाची सूत्रे शोधत नाहीत. वर्तमानपत्राचे नाट्यसमीक्षक होण्यात त्यांना धन्यता वाटते. मानले तर हेही एक रूपकच आहे. लोकांना अस्सल काही करायलाच नको आहे. चांगले नाव कमावल्यावर प्रायोगिक आणि व्यावसायिक दोन्ही नाटके लिहावी- त्या दोन गोष्टींमध्ये काही फरक नाही. सगळे करिअरशी निगडित. अवकाश म्हणजे काय? अर्थ म्हणजे काय यांपैकी समजून न घेता नुसते नाटककार व्हायचे- मग त्यासाठी इंग्रजीमधून मराठीत रूपांतरे करावी लागली तरी हरकत नाही. श्याम मनोहर यांनी मराठी नाटकाच्या वस्तुस्थितीवर नेमके बोट ठेवलेले आहे. मराठीतील ७५ प्रतिशत नाटके या ना त्या प्रकारे उसनी आहेत, तरीही 'थोर' मराठी नाटककार हा शब्द आहेच आणि मराठी माणसाला त्याविषयी अभिमानही आहेच.

श्याम मनोहरांच्या नाटकांतून 'सामाजिक संरचिते' उकलली, सोडवली जातात आणि त्यांच्यातली आशयहीनता दाखवली जाते. या सामाजिक संरचितांमध्ये जणूकाही अंगभूत अशी ताकद असते आणि त्यांच्या दडपणाखाली व्यक्ती वावरत असते.

एखादा समाज ऱ्हासशील असला तर त्यातले साहित्य दोन प्रकारचे असू शकते. एक म्हणजे ते ऱ्हासशील असते आणि दुसरे म्हणजे ते ऱ्हासशीलतेच्या

विरुद्ध असते. साहित्यातल्याच नव्हे तर सर्वच प्रकारातल्या ऱ्हासशीलतेविरुद्ध असते. श्याम मनोहरांच्या नाटकात ही 'ऱ्हासशीलता' चित्रित केली जाते. त्याचबरोबर त्या ऱ्हासशीलतेच्या विरोधातला स्वरही निनादत असतो. पाण्याचे दुर्भिक्ष्य असलेल्या खेड्यांमध्ये विदेशी नाममुद्रेचे शीतपेय विकणारी व्यवस्था आणि त्या व्यवस्थेला टक्कर देऊ पाहणारा एतद्देशीय कावा हे दृश्य श्याम मनोहरांच्या नाटकांखेरीज कुठे आढळेल असे वाटत नाही. तिथली पाणीवाली म्हणते, 'त्यान्ला फकस्त सोशल लेव्हलवरच कामं करता येतात. वैयक्तिक लेव्हलवर कायी जमत नाही. सर्जनशील कामाला दोघंबी एकदम कुचकामी...'

म्हणून मग श्याम मनोहरांच्या एका पात्राने उच्चारलेले एक वाक्य प्रतिध्वनित होते, 'जीवनात अस्सल काम करता यायलाच पाहिजे. अशीच काहीतरी जगायची अद्भुत पद्धत शोधून काढली पाहिजे,' नाटकासारख्या शाब्द्य आणि दृश्य माध्यमातून श्याम मनोहर यांना एक 'गोष्ट' सांगायची आहे, 'नुसते विचार' सांगायचे नाहीत. ही गोष्ट आमच्या समकालीन माणसाची आहे. तो महामानव नाही किंवा लघुमानव नाही, तर 'माणूस' म्हणजे काय आहे हे समजून घेऊन 'माणूस' असणे म्हणजे काय असले पाहिजे? या चिंतेत सापडलेला माणूस आहे.

□□□

आल्बेर कामू यांची दोन नाटके : कॅलिगुला आणि द जस्ट

(कॅलिगुला अँड थ्री अदर प्लेज : अनुवाद : स्टुअर्ट गिल्बर्ट : व्हिन्टेज बुक्स, १९५८ या पुस्तकात कॅलिगुला, द मिसअंडरस्टँडिंग, स्टेट ऑफ सीज आणि द जस्ट असॅसिन्स ही चार नाटके आहेत. या पुस्तकात ऑथर्स प्रिफेस (१९५७) आहे. कॅलिगुला अँड अदर प्लेज : पेंग्विन बुक्स, आवृत्ती २०१३ या पुस्तकात स्टुअर्ट गिल्बर्ट यांनी अनुवाद केलेली कॅलिगुला आणि क्रॉस पर्पज (द मिसअंडरस्टँडिंगचेच हे दुसरे नाव), हेन्री जोन्स यांनी अनुवाद केलेले द जस्ट (द जस्ट असॅसिन्सचे दुसरे नाव), आणि डोस्टोवस्कीच्या कादंबरीवर आधारित द पझेस्ड (अनुवाद : जस्टिन ओब्रिएन) ही चार नाटके आहेत. या पुस्तकाला जॉन क्रुकशांकलिखित आफ्टरवर्ड आहे.

प्रस्तुत लेख आल्बेर कामू यांच्या मूळ फ्रेंच नाटकांच्या वर दिलेल्या इंग्रजी अनुवादांवर आधारित आहे.)

आल्बेर कामू यांच्या नाटक आणि रंगभूमी या क्षेत्रातील कामासंबंधीचे तीन कालखंड ई. फ्रीमन यांनी द थिएटर ऑफ आल्बेर कामू या ग्रंथात केलेले आहेत. १९३५-१९३९; १९४४-१९४९; १९५०-१९६०. अल्जेरियात असतानाच कामू हे लेखन, अभिनय, दिग्दर्शन या त्रिविध नात्यांनी रंगभूमीशी निगडित होते. १९३५-१९३८ हा त्यांचा उमेदवारीचा, प्रयोगशीलतेचा काळ होता. या काळात त्यांनी विविध कादंबऱ्यांवर आधारित नाटके लिहिली आणि बसवली. कॅलिगुला या नाटकाचे पहिले प्रारूप याच काळात तयार झाले होते, परंतु ते रंगमंचावर आले नव्हते. १९४४ ते १९४९ हा त्यांच्या मौलिक

नाटकांचा काळ होता. या काळात त्यांनी क्रॉस पर्पज (१९४४), स्टेट ऑफ सीज (१९४८) आणि द जस्ट (१९४९) ही नाटके लिहिली, त्यांचे प्रयोग झाले. कॅलिगुला हे आधी लिहिलेले असूनही (१९३९) त्याचा प्रयोग (१९४५) क्रॉस पर्पजनंतर झाला. तिसरा कालखंड (१९५०-१९६०) पुन्हा आधारित, रूपांतरित नाटकांचा होता.

कामू यांचा जन्म १९१३ सालचा; पहिले महायुद्ध १९१४ साली सुरू झाले व १९१८ साली संपले. या युद्धात १९१४ सालीच कामू यांचे वडील ठार झाले होते. दुसरे महायुद्ध १९३९ साली सुरू होऊन १९४५ साली संपले. म्हणजे कामू यांच्या वयाच्या बत्तीस वर्षांत त्यांनी दोन महायुद्धे अनुभवली. या दोन्ही युद्धांत मनुष्यहानी अपार झाली. युरोपातील समाज विघटित झाले, राजकीय सत्तेची समीकरणे बदलली. विसाव्या शतकाच्या पहिल्या पाच दशकांमध्ये युरोपात स्टालिन, मुसोलिनी, सालाझार, हिटलर, फ्रँको यांसारखे हुकूमशहा सत्ता गाजवत होते. १९४१-१९४५ या काळात हिटलरने ज्यूंचा अभूतपूर्व संहार घडवला. त्यात एक कोटी दहा लाख लोक ठार झाल्याचे सांगण्यात येते. कामू यांनी राज्यसंस्थेच्या वृद्धिंगत होणाऱ्या सर्वंकष शक्तीविषयी बंडखोरीचे तत्त्वज्ञान (द रिबेल, १९५१) या पुस्तकातील राज्यसंस्थेचा दहशतवाद आणि विवेकविसंगत दहशत या प्रकरणात सविस्तर विवेचन केले आहे. युरोपातील आधुनिक औद्योगिक समाजाबरोबर शहरीकरण झपाट्याने वाढत गेले. व्यक्तीला शून्यत्व येण्याची ही स्थिती होती. याच काळात आधुनिकवाद ही तत्त्वप्रणाली उदयास आली. १९२० च्या दशकात साहित्य-कलांमधली अतिवास्तववादाची चळवळ आली. या काळात वसाहती देशांत स्वातंत्र्यासाठी चळवळी चाललेल्या होत्या. पाचव्या शतकापासून चाललेली ऐहिक उत्कर्षाची युरोपची धडपड एकोणिसाव्या शतकात उत्कर्षाला पोचली होती. आणि विसाव्या शतकाच्या पहिल्या पन्नास वर्षांतच दोन महायुद्धेही झाली.

कामू यांच्या नाटकांना युरोपमधील स्थितींचे संदर्भ आहेत. मात्र ही नाटके युरोपकेंद्री नाहीत. युरोपातील (अथवा पाश्चात्त्य समाजातील) राजकीय, नैतिक, तात्त्विक पेचांना सामोरी जात असताना एकंदरीत मानवाच्या सर्व प्रकारच्या पेचांना ती स्पर्श करतात. कामूसमोर कोणते पेच होते ते बंडखोरीचे तत्त्वज्ञान या पुस्तकाच्या प्रास्ताविकात व्यक्त झाले आहेत. सुरुवातीच्याच परिच्छेदात ते म्हणतात : भावनाविकारी गुन्हे असतात, तसेच तर्कशास्त्रीय असतात. त्यांना

विभागणारी रेषा स्पष्ट नसते. पण पूर्वचिंतित या उपयुक्त संकल्पनेने दंडसंहिता त्यांच्यातील भेद प्रदर्शित करते. आपण पूर्वचिंतनाच्या आणि ज्याचा मागमूस मागे राहत नाही अशा पटाईत गुन्ह्यांच्या युगात राहत आहोत. आजचे आमचे गुन्हेगार गुन्ह्यांचे समर्थन म्हणून प्रेमभावनेचे निमित्त पुढे करणारी ती असहाय्य बालके नव्हत. उलट ती प्रौढ माणसे आहेत; आणि आपल्या निर्दोषतेचा भक्कम पुरावा त्यांच्याजवळ आहे. तो म्हणजे तत्त्वज्ञान–ज्याचा उपयोग कशासाठीही करता येतो. खुन्यांचे न्यायमूर्तींत रूपान्तर करण्यासाठीही. आपला काळ समजून घेण्यासाठी कामू यांनी हे पुस्तक लिहिले आहे. त्यांच्या मते, आमच्या आजच्या शतकातील रक्तपात आणि कलह यांनी आपल्यापुढे उभ्या केलेल्या यक्षप्रश्नाचे स्पष्ट उत्तर आपणास द्यावयास हवेच. कारण, आपणास जाब विचारण्यात येत आहे. या परिच्छेदाच्या शेवटी त्यांचे वाक्य आहे. हत्या हाच आजचा प्रश्न आहे. कामू यांनी याच परिच्छेदात म्हटले आहे : ईश्वर ही एक फसवणूक आहे, माझ्यासकट सारे जग भामट्यांचे आहे, म्हणून मी मृत्यूची निवड करतो – तेव्हा आत्महत्या हाच काय तो प्रश्न होता. पण विचारप्रणाली, एक समकालीन चमत्कार, दुसऱ्या लोकांना नाकारण्यापुरतीच मर्यादित असते. हे दुसरे लोकच तेवढे भामटे आहेत या विचाराची हत्येत परिणती होते. (बंडखोरीचे तत्त्वज्ञान : प्रास्ताविक) हत्या आणि आत्महत्या हे कामू यांच्या चिंतनाचे विषय आहेत. कामू यांच्या नाटकांतूनही हे विषय आलेले आहेत.

१.

कॅलिगुला हे चार अंकी नाटक आहे. हे ऐतिहासिक नाटक नाही. म्हणजे रोमन सम्राट कॅलिगुला हे मध्यवर्ती पात्र येथे असले तरी त्या सम्राटाच्या जीवनाची विविध अंगे, त्याचे कार्यकर्तृत्व, त्याचे यशापयश यांचे चित्रण करणे हा या नाटकाचा उद्देश नाही. स्वीटोनिअस या रोमन इतिहासकाराने लिहिलेल्या बारा रोमन सम्राटांच्या चरित्रलेखनातून कामू यांनी कॅलिगुला हे पात्र निवडले. एरवी लोकांवर प्रेम करणारा, लोकांच्या जवळचा हा सम्राट एकाएकी बदलतो तो का व कसा याविषयी कामू यांना कुतूहल वाटले असावे, आणि कॅलिगुला व त्यांच्या स्वत:च्या आसपासच्या जगातील राज्यसंस्थेची सर्वंकष शक्ती ज्या व्यक्तींमध्ये एकवटलेली आहे अशा व्यक्ती यांच्यातील साम्य त्यांना जाणवले असावे. स्वीटोनिअसच्या लेखनात त्याच्या द्रुसिला या बहिणीचा (व प्रेयसीचा) मृत्यू झाल्यानंतर त्याच्यात हा बदल होतो असे सुचवले आहे. त्याने

तिच्या मृत्यूच्या सार्वजनिक शोकाचे फर्मान काढले होते. कुणी हसले तरी त्याला फाशी दिले जाईल अशी त्याची आज्ञा होती. याशिवाय स्नान करायला, कुटुंबीयांसोबत एकत्र जेवायला बंदी घातली होती. स्वीटोनिअसने लिहिलेल्या इतिहास-कथेवर आधारित या नाटकात कामूने विसाव्या शतकातले तात्त्विक प्रश्न उपस्थित केले आहेत. हा कॅलिगुला तंतोतंत स्वीटोनिअसच्या इतिहास-कथेतील नसून तो कामूनिर्मित आहे.

कामूने लिहिलेल्या नाटकाच्या सुरुवातीला दरबारी लोक कॅलिगुलाची वाट पाहाताहेत. तीन दिवसांपासून तो कुणालाही दिसलेला नाही. ते चिंतेत आहेत. ते लोक निघून गेल्यावर कॅलिगुला प्रकट होतो. त्याचे पाय चिखलाने बरबटलेले, कपडे घाणेरडे झालेले, केस भिजलेले असतात आणि तो दु:खी दिसतो. नंतर हेलिकॉन येतो आणि त्यांच्या संभाषणातून आपल्याला कळते की, कॅलिगुला चंद्र शोधायला गेला होता, तो त्याला हवा होता, पण मिळाला नाही. ती एक गोष्ट आपल्याकडे नाही म्हणून ती हवी आहे, असे तो सांगतो. आपल्याला वेड लागलेले नाही असे तो म्हणतो. (चंद्र ही रोमन पुराणात देवता मानली गेली आहे, त्याचबरोबर चंद्राचा वेडाशी संबंध सांगितला जातो.) त्यानंतर तो जे सांगतो ते या नाटकाच्या दृष्टीने महत्त्वाचे आहे. तो म्हणतो, जे अशक्य आहे त्याची मला ओढ लागलेली आहे. (I suddenly felt a desire for the impossible.) त्याचबरोबर त्याचे आणखी एक वाक्य महत्त्वाचे आहे. तो म्हणतो : आपले हे जग, ही विश्वरचना असह्य आहे. त्यामुळे मला चंद्र हवा आहे किंवा सुख किंवा शाश्वत जीवन-असे काहीतरी. या जगातले नाही असे काहीतरी. या संभाषणातच तो खुलासा करतो की, द्रुसिलाचा मृत्यू हा काही मुद्दा नाही. ते एका सत्याचे प्रतीक आहे. आणि कुठले सत्य ? माणसे मरतात; आणि ती सुखी नाहीत, हे. लोकांना या सत्याची पुरती जाणीव नाही, ती त्यांना करून दिली पाहिजे असेही तो म्हणतो. द्रुसिलाच्या मृत्यूने, नव्हे मृत्यू या गोष्टीने तो हादरलेला आहे. आपल्या शक्तीबाहेरच्या एका सत्याच्या साक्षात्काराने तो दुभंगलेला आहे.

नंतर कॅलिगुला निघून जातो व काही काळाने परत येतो. त्यावेळची त्याची वाक्ये, त्याच्यात मोठा बदल झालेला आहे हे सुचवणारी आहेत. राज्याच्या कोषागाराविषयी काही बोलायचे होते असे प्रशासक सांगतो. तेव्हा कोषागार ही अत्यंत महत्त्वाची गोष्ट आहे असे कॅलिगुला म्हणतो. आपली अर्थव्यवस्था, नीतिमूल्ये, परराष्ट्रीय धोरण, लष्करी सामुग्री आणि भूमिविषयक कायदे या

सर्वच महत्त्वाच्या गोष्टी आहेत. हे सगळे एखाद्या सुज्ञ राज्यकर्त्यासारखे तो बोलतो. दरबारी निघून गेल्यानंतर प्रशासकाला आपली योजना सांगतो. सगळ्या दरबाऱ्यांनी आपली सर्व संपत्ती राज्याच्या नावावर करणे ही त्यातली एक गोष्ट आहे आणि गरज पडेल त्याप्रमाणे त्यांना क्रमाक्रमाने ठार करायचे आहे, ही दुसरी गोष्ट आहे. हे ऐकत असताना प्रशासक बुचकळ्यात पडतो. त्यावर कॅलिगुलाचे म्हणणे आहे : कोषागाराला जर आत्यंतिक महत्त्व असेल तर, मानवी आयुष्य काहीच नव्हे. आपण अतिशय तर्कशुद्ध असे बोलतो आहोत, ते अमलात आणण्यासाठी सत्ता आपल्याजवळ आहे, असे तो सांगतो. हे बोलणे ऐकल्यानंतर कुसोनिया उद्गारते : तूच तो आहेस यावर माझा विश्वासच बसत नाही ! (आय कान्ट बिलीव्ह इट्स यू !) तिला वाटते हा सगळा विनोदच आहे. हा विनोद नसल्याचे तो सांगतो. त्यावर पुन्हा तिचा उद्गार आहे : हे अशक्य आहे! (इट्स इंपॉसिबल !) यावर तो आपले म्हणणे अधोरेखित करतो : तोच तर मुद्दा आहे. मी अशक्यातल्या शक्यता शोधतो आहे. अधिक अचूकपणे बोलायचे तर अशक्याला शक्य करायचे आहे. सर्वोच्च सत्तेचे काय उपयोग असतात ते आता मला समजले आहे. आपण अशक्याला चालना देऊ शकतो. इथे तो आपल्या स्वातंत्र्याची घोषणा करतो : माझ्या स्वातंत्र्याला सीमा नाही. चीरियाशी बोलताना तो सांगतो : या जगाला काडीचेही महत्त्व नाही. माणसाला हे एकदा कळले की तो आपले स्वातंत्र्य मिळवतो. कुसोनियाला त्याच्यातील बदलाचे आश्चर्य वाटते. द्रुसिलाचा मृत्यू त्याने इतका मनाला लावून घेऊ नये असेही ती सांगते. त्यावर तो म्हणतो की, प्रेम ही एवढी एकच गोष्ट आहे का की ज्यासाठी माणसे अश्रू ढाळतात ? माणसे रडतात. कारण हे जगच चुकीचे आहे. कुसोनियाशी बोलताना तो सांगतो की, या विश्वरचनेत काडीचाही बदल घडवण्याचे सामर्थ्य आपल्यात नाही. सूर्यास्त पूर्वेला घडवू शकत नाही, यातनांची मात्रा कमी करू शकत नाही किंवा मृत्यूच संपला आहे असे करू शकत नाही. एकंदरीत विश्वाचा जो व्यूह आहे, त्यात आपण काहीच नाही आहोत याची जाणीव त्याला झालेली आहे. आपण सत्ताधीश आहोत, पण खरेतर आपली कशावरही काडीचीही सत्ता नाही ही प्रखर जाणीव त्याला झालेली आहे. या जाणिवेतून तो आपल्याकडे असलेली सत्ता अजमावून पाहणार आहे. या अंकाच्या शेवटी आलेल्या होय... कॅलिगुला या त्याच्या उद्गारातून त्याच्यातला बदल आता पूर्ण झालेला आहे, हे आपल्याला समजते. स्वीटोनिअसच्या शब्दांत सांगायचे

तर, त्याच्यातला माणूस मावळून राक्षस उदयास आलेला आहे, हे लक्षात येते. या अंकाच्या सुरुवातीला कॅलिगुला आरशात पाहतो, स्वत:शीच काहीतरी पुटपुटतो. अंकाच्या शेवटी तो आपल्या हातातला लाकडी हातोडा आरशावर मारतो आणि कुसोनियाला म्हणतो, सगळं संपलेलं आहे. संस्कृतींचा अंत झाला आहे. आता यापुढे मुखवटे नकोत. काचेवर बोट ठेवून जेव्हा तो म्हणतो, होय... कॅलिगुला, तेव्हा त्याच्या आवाजाला आत्माभिमानाची धार असते.

या अंकात व्यक्त झालेला कॅलिगुला, लोकांना प्रिय होता तो कॅलिगुला, राहिलेला नाही. ड्रुसिलाच्या मृत्यूने आणि मृत्यू या अटळ सत्याने तो आतून दुभंगला आहे. सगळे जगच चुकीचे आहे, मृत्यूपुढे आपली सत्ता चालत नाही, त्यामुळे जे अशक्य आहे ते करायचे आहे या ध्यासाने तो आता पछाडलेला आहे. ड्रुसिलाचा मृत्यू किंवा तिच्याविषयीचे त्याचे प्रेम, तिच्या मृत्यूने त्याचे सैरभैर होणे हे जगाच्या दृष्टीने काहीच महत्त्वाचे नाही. राज्यकोश महत्त्वाचा. या सगळ्यातली ॲब्सर्डिटी त्याला जाणवते. आणि आपल्या हातातल्या सत्तेचा अमर्याद वापर करून त्यात क्रूर आनंद घ्यायचा हे त्याने ठरवले असावे; त्याचा प्रत्यय पुढे आपल्याला येतो.

दुसरा अंक सुरू होतो. तीन वर्षे उलटून गेलेली असतात. दरबाऱ्यांच्या बोलण्यावरून मधल्या गोष्टी कळतात. कुणाची तो भरसभेत चेष्टा करतो. त्याच्यामागे दरबाऱ्यांना धावायला लावतो. कुणाची संपत्ती त्याने हिसकावून घेतली आहे. कुणाच्या बायकोला त्याने बळकावले आहे आणि वेश्यालयात काम करायला पाठवले आहे. कुणाच्या बापाला ठार केले आहे तर कुणाच्या मुलाला. भीतीच्या सावटाखाली ते जगताहेत अणि आता ते त्यांना असह्य झाले आहे. त्याला ठार केल्याशिवाय हे नष्टचर्य संपणार नाही यावर त्यांचे एकमत झालेले असते. त्याला ते ठार करायला निघाले आहेत. चीरिया येतो आणि तो त्यांना शांत करतो, समजावून सांगतो. आपल्या शत्रूला तुम्ही अद्याप नीट ओळखलेले नाही, असे तो सांगतो. आपल्या अमर्याद सत्तेचा वापर करण्याच्या बाबतीत तो कुठलीही मर्यादा पाळणारा नाही. मानवजात आणि जग यांविषयी त्याला काहीही वाटत नाही. कॅलिगुला आपला सिद्धान्त टोकापर्यंत नेतो आहे. तो आपल्या तत्त्वज्ञानाचे रूपांतर प्रेतांमध्ये करतो आहे. त्याचे तत्त्वज्ञान आरंभापासून अंतापर्यंत तर्कशुद्ध आहे. कॅलिगुलाचा नि:पात करण्याची योग्य वेळ अद्याप आलेली नाही. चीरियाचे हे म्हणणे दरबाऱ्यांना

पटते. त्यानंतर थोड्याच वेळात कॅलिगुला, कुसोनिया आणि हेलिकॉन यांचा प्रवेश होतो. कॅलिगुला आरंभी काही बोलत नाही, निरीक्षण करतो, बाहेर निघून जातो. त्याला दरबाऱ्यांच्या कटाचा वास आलेला आहे. थोड्याच वेळात तो परत येतो. म्हणतो : मी शिरच्छेदाच्या एका कार्यक्रमासाठी चाललो आहे. वाटेत जेवायला इथे आलो आहे. त्याने एका सरदाराला फाशीची शिक्षा ठोठावली आहे. इथले कुणीच कसे विचारत नाहीत की त्याला ही शिक्षा का दिली याविषयी तो आश्चर्य व्यक्त करतो. नंतर तो स्वतःच म्हणतो की, एखाद्याला मरायला त्याने काही केले असलेच पाहिजे असे नाही. आणि ते तुम्हांला उमगले आहे याबद्दल मला तुमचा अभिमान वाटतो, असेही तो म्हणतो. कॅलिगुलाचे इथले सगळे वागणे अपमानास्पद, त्यांना कस्पटासारखे वागवणे आहे. तो हेतुपुरस्सर सगळ्यांशी उद्धटपणे, उर्मटपणे वागतो आहे. त्याच्या वागण्यात सुप्त अशी क्रूरता आहे. त्याच्या आसपास असलेल्या दरबाऱ्यांमधले भयही इथे व्यक्त होते. कॅलिगुलाला ते ठाऊक आहे. ते भितात याचा अर्थ ते त्याच लायकीचे आहेत असे तो समजतो. असे लोक नष्ट झाले तरी काही बिघडत नाही अशी त्याची धारणा आहे. लेपिडसच्या मुलाला त्याने ठार केलेले आहे आणि तो त्याला विनोदी गोष्ट सांग म्हणतो. तो नाही म्हणतो तर तो स्वतःच सांगतो आणि सगळ्यांना हसण्याची आज्ञा देतो. दरबाऱ्यांना जबरदस्तीने हसावे लागते. मी इथे आत येण्यापूर्वी तुम्ही माझ्याविरुद्ध कट रचत होता का, असेही तो विचारतो. म्युसिअसच्या बायकोला सर्वांसमोरून आतल्या खोलीत घेऊन जातो. काही वेळाने तो तिच्यासह बाहेर येतो, म्युसिअसला म्हणतो, तुझी बायको मी परत करीत आहे. त्याचे हे सगळे वागणे अतिशय संताप यावा असे आहे. कॅलिगुला हेतुपुरस्सर हे करतो आहे. आपल्या सत्तेचा अमर्याद वापर त्याला करायचा आहे, कोणत्याही प्रकारचे बंधन किंवा मर्यादा त्याला पाळायची नाही. शिवाय तर्कशुद्ध रितीने तो आपले वागणे बरोबरच आहे असे सांगू शकतो.

धान्याची कोठारे बंद ठेवण्याचे फर्मान तो काढतो. उद्यापासून दुष्काळ सुरू असे तो घोषित करतो. त्याने ठार मारण्याच्या शिक्षेविषयी एक आलेख तयार केला आहे. त्यातला काही भाग तो हेलिकॉनला वाचायला सांगतो. एखादा माणूस मरतो, कारण तो अपराधी असतो. तो अपराधी असतो, कारण तो कॅलिगुलाचा प्रजाजन असतो. सारे मानव कॅलिगुलाचे प्रजाजन आहेत, त्यामुळे ते अपराधी आहेत, त्यामुळे त्यांनी मेले पाहिजे, अशी वाक्ये त्या आलेखात

आहेत. त्यात एक तर्कशास्त्र आहे हे तो स्वत:च सांगतो. या तर्कशास्त्राचा वापर करून तो दम्यावरचे औषध घेत असलेल्या मेरियाला विष प्यायला लावून ठार करतो. तो दम्यावरचे औषध घेत नसून विषाचा उतारा होण्याचे औषध घेतो आहे, आणि याप्रकारे आपल्या सम्राटावर अविश्वास व्यक्त करतो आहे असा त्याचा विलक्षण तर्क असतो. तो दम्यावरचेच औषध घेत होता हे नंतर त्याला कळते. पण त्याला त्याचे काही वाटत नाही. कधी ना कधी शेवट येतच असतो असे त्याचे म्हणणे आहे. राज्यसंस्थेच्या अतीत काहीही नाही, राज्यसंस्थेच्या वरचे काही नाही, राज्यसंस्थाविरोधी काहीही नाही. मुसोलिनीच्या संदर्भात कामू यांनी लिहिलेली ही वाक्ये आहेत. हिटलरच्या संदर्भात त्यांनी लिहिले आहे : ज्यू लोकांची कत्तल धरून हिटलरच्या राजवटीतील एकूण गुन्हेगारी इतिहासात अभूतपूर्व अशीच आहे. इतिहासात अगदी प्रथमच एका देशाच्या राज्यकर्त्यांनी आपली अमर्याद सत्ता नीतिशास्त्रीय विचारांच्या मर्यादेपलिकडे असणारा एक गूढवाद प्रस्थापित करण्यासाठी उपयोगात आणली. कॅलिगुलाच्या व्यक्तिमत्त्वामध्ये समकालीन जगातल्या या सर्वंकषसत्तावाद्यांच्या छटा आढळतात. कॅलिगुला आतून अतिशय एकाकी आहे आणि त्याचा एकान्त ठार झालेल्या माणसांनी भरून गेलेला आहे, हेही आपल्याला याच अंकात समजते.

या सबंध अंकात कॅलिगुला जे काही वागतो आहे त्या त्याच्या वागण्याचा शेवट त्याच्या हत्येत व्हायचा आहे आणि कॅलिगुलाला ते ठाऊक आहे. लोकांच्या मधल्या भयाचीही त्याला कल्पना आहे. त्या भयातून कशाची निर्मिती होणार आहे याचा तो अंदाज करू शकतो. किंबहुना असे काही व्हावे ही जणू त्याचीच इच्छा आहे.हत्या करीत असताना तो स्वत:च्या हत्येकडे – आत्महत्येकडे चाललेला आहे. या अंकात कामू यांनी क्रौर्य आणि भय यांतल्या द्वंद्वाचे चित्रण केलेले आहे. अमर्याद सत्ता असलेले सर्वंकषसत्तावादी कसे तर्कशुद्ध पद्धतीने मानवसंहार करत असतात हेही येथे दिसते.

या दोन अंकांवरून ध्यानात येते की, या नाटकात संवादांना अतिशय महत्त्वाचे स्थान आहे. विशेषत: कॅलिगुलाचे बोलणे. कॅलिगुला ही मध्यवर्ती व्यक्तिरेखा आहे. इतर व्यक्तिरेखा दुय्यम आहेत. शब्दांना येथे विशेष महत्त्व असले तरी हावभाव, कृती यांची जोडही कामू यांनी दिलेली आहे. त्यांतून नाट्य प्रत्ययास येते. हे नाटक लेखकाचे आहे तितकेच ते नटाचे आणि दिग्दर्शकाचे आहे. रंगभूमीवर वावरणाऱ्या नटाच्या माध्यमातून कामू कॅलिगुला

या पात्राला प्रक्षेपित करतात आणि त्याच्या माध्यमातून, समकालीन जगात गवसलेले सत्य ते व्यक्त करतात. विचारांच्या अभिव्यक्तीसाठी नाटक हे एक प्रभावी माध्यम आहे याची कामू यांना जाणीव आहे. त्याचबरोबर कामू यांच्या या नाटकातला कॅलिगुला हा ग्रीक शोकात्मिकेतील धीरोदात्त नायक नाही याचे भान त्यांना आहे. किंबहुना कामू यांनी त्या पात्रात गांभीर्य आणि उथळपणा यांचे मिश्रण केले आहे.

तिसऱ्या अंकात कॅलिगुला व्हीनसचे रूप धारण करून येतो. व्हीनस ही प्रेम, सौंदर्य, काम, सुफलन, आणि समृद्धीची रोमन देवता आहे. ती रोमन लोकांची माता मानली जाते. व्हीनस ही विविध धार्मिक उत्सवांमध्ये महत्त्वाची देवता मानली जात असे. व्हीनस ही वेश्यांची देवताही मानली जात होती. चित्रविचित्र वेषभूषा केलेला कॅलिगुला रंगमंचावर येतो आणि म्हणतो : मी आज व्हीनस आहे. स्वीटोनिअसलिखित मूळ कथेचा येथे आधार आहे. परंतु कामू यांनी येथे त्याच्यातील क्रूरतेला अधिक गडद केलेले आहे. कुसोनियाच्या आज्ञेप्रमाणे सर्व दरबारी झुकून व्हीनसरूपी कॅलिगुलाला अभिवादन करतात, आणि कुसोनियाने उच्चारलेल्या शब्दांचा पुनरुच्चार करतात. उदाहरणार्थ, ती म्हणते : वेदना आणि आनंद यांची आमची देवता... सारे दरबारी ही ओळ उच्चारतात. याप्रमाणे ते व्हीनसस्तोत्राचा पुनरुच्चार करतात.

आपले मरण जवळ आलेले आहे हे कॅलिगुलाला समजले आहे. आपल्याजवळ आता फारसा वेळ उरलेला नाही, हे वाक्य तो दोनतीनदा उच्चारतो. हेलिकॉन त्याला त्याच्याविरुद्ध चाललेल्या कटाची माहिती देतो आणि चीरिया हा त्यांचा नेता असल्याचे सांगतो. एक म्हातारा दरबारी येतो. तोही त्याच्याविरुद्ध चाललेल्या कारस्थानाची माहिती देतो. ते गांभीर्याने घेण्यासारखे नाही असे तो म्हणतो. त्याचबरोबर ही माहिती देऊन तो दरबारी आपल्या मित्रांशी दगाबाजी करतो आहे, असेही त्याला पटवून देतो. तो दगाबाज नसल्यामुळे अशी गद्दारी करणार नाही. सबब कोणीही कोणतेही कारस्थान करीत नाही आहे, हा केवळ विनोद आहे असा युक्तिवाद कॅलिगुला करतो. त्यानंतर तो चीरियाला घेऊन यायला सांगतो. चीरिया येईपर्यंतच्या अवकाशात चाललेल्या कॅलिगुलाच्या स्वगतातले एक वाक्य महत्त्वाचे आहे. तो म्हणतो, पृथ्वीवरचा मीच एक असा मनुष्य आहे की ज्याला रहस्य कळलेले आहे. आपल्या नियतीच्या गूढ आवेगांपुढे संपूर्ण आत्मसमर्पण केल्याशिवाय सत्ता (पॉवर) पूर्णत्वाला पोचत नाही. नाही, आता परतीचा मार्ग

नाही. मी आता पुढेच चालत राहिले पाहिजे, पूर्णत्व प्राप्त होईपर्यंत.

चीरियाशी बोलताना कॅलिगुला स्वाभाविक रूपात आहे. तू माझा तिरस्कार का करतोस, असे कॅलिगुला चीरियाला विचारतो. तो म्हणतो, मी तिरस्कार करीत नाही. तू सुखी आहेस असे मला वाटत नाही, म्हणून मी तुझा तिरस्कार करीत नाही. मग मला ठार मारावेसे तुला का वाटते ? कॅलिगुला विचारतो. चीरिया म्हणतो, मला सुरक्षितता हवी आहे, आणि ती बहुतेकांना हवी आहे. कोणत्याही क्षणी धडधडीत वेडेपणाच्या कल्पनेचे वास्तवात रूपांतर होऊ शकते अशा जगात राहणे लोकांना आवडत नाही. मलाही उलट्यापालट्या जगात राहावेसे वाटत नाही. मला जगायचे आहे आणि सुखी व्हायचे आहे.

चीरियाच्या विरुद्ध जाणारा पुरावा कॅलिगुलाजवळ आहे. तो चीरियाच्या समोरच जाळून टाकतो. आपल्याविरुद्धच्या कटात चीरियाचा महत्त्वाचा सहभाग आहे हे ठाऊक असूनही तो चीरियाला शिक्षा करीत नाही अथवा त्याच्या विरोधात जाणारा पुरावाही शिल्लक ठेवत नाही. एकप्रकारे कॅलिगुलाने आपला शेवट स्वीकारलेला आहे.

चवथ्या अंकाच्या सुरुवातीला सैनिक दोन दरबाऱ्यांना घेऊन येतात आणि त्यांना बसवून ठेवतात. आपल्याला कशाला बोलावलेले आहे हे त्यांना कळत नाही. थोड्या वेळाने उजळलेल्या पडद्यावर बॅले डान्सरच्या वेषातला कॅलिगुला दिसू लागतो. तो येतो आणि नृत्य करून जातो. कुसोनिया येते आणि कॅलिगुलाचा हा नृत्याविष्कार कसा वाटला, ते ती विचारते. दरबारी त्या नृत्याची प्रशंसा करतात. काही वेळाने आणखी काही दरबारी येतात. कॅलिगुलाची प्रकृती बरी नसल्याचे त्यांना कळलेले असते. कुसोनिया सांगते, त्याचे पोट बिघडले आहे आणि त्याने रक्ताची उलटी केलेली आहे. त्याची प्रकृती सुधारली तर त्या आनंदाचे प्रतीक म्हणून राज्याच्या कोषागारात एक मोठी रक्कम टाकण्याचे वचन एक दरबारी देतो. दुसरा दरबारी त्याच्याऐवजी मला मरण येऊ दे असे म्हणतो. कॅलिगुला प्रकटतो आणि त्या दोघांच्याही दानाच्या इच्छा मान्य केल्याचे सांगतो. आपल्या जीवाचे दान देऊ इच्छिणाऱ्याला तो सैनिकांच्या स्वाधीन करतो. त्याला तो सांगतो, आपल्या जीवनाला जपले पाहिजे. तू पुरेसे त्याला जपले असतेस तर असला जुगार खेळला नसतास. चीरियाला येताना पाहून कॅलिगुला निघून जातो. कुसोनिया चीरियाला सांगते, कॅलिगुला मरण पावला आहे. सगळेच चकित, स्तंभित

होतात. कुणी काही बोलत नाही. कुसोनिया चीरियाला विचारते, तुला काहीच म्हणायचे नाही ? तो म्हणतो, हे आम्हां सगळ्यांचे दुर्दैव आहे. कॅलिगुला येतो, वेल प्लेड, चीरिया असे म्हणतो आणि जातो.

कॅलिगुलाने समयस्फूर्त काव्यवाचनाच्या स्पर्धेचा कार्यक्रम ठेवला आहे. विषय : मृत्यू. वेळ : १ मिनिट. एकेका कवीने यायचे, कविता म्हणायला सुरुवात करायची. कॅलिगुलाने शिट्टी वाजवली की थांबायचे. दुसऱ्या कवीने सुरुवात करायची. हा कार्यक्रम लवकरच आटपतो. कॅलिगुलाला कुणाचीही कविता आवडत नाही. कवींनीदेखील आपल्याला दगा दिला असे तो म्हणतो. कवींकडून आपल्या वागण्याचे समर्थन होईल असे काहीतरी मिळेल असे त्याला वाटले होते. ते सगळेच आलंकारिक, कृत्रिम भाषेत उथळ भावना व्यक्त करतात. शेवटी तो सिपियोला कविता म्हणायला सांगतो. ती तेवढी त्याला पसंत पडते. यानंतर कुसोनिया-कॅलिगुला हा प्रसंग आहे. हा या नाटकातला आत्यंतिक जवळिकीचा प्रसंग आहे. तिच्याशी बोलताना तो म्हणतो, मी जेव्हा कुणाला ठार करीत नाही, तेव्हा मला एकटे वाटते. जिवंतांच्या नव्हे तर मृतांच्या संगतीतच आपल्याला बरे वाटते असे तो सांगतो. कुसोनियाचा गळा आवळत असताना तो म्हणतो, मी जगतो, मी ठार करतो, मी विनाशकाची उन्मादी सत्ता अमलात आणतो. हे, हे खरे सुख आहे. मानवी जीवन चिरडून टाकणारे निर्दय तर्कशास्त्र, तेच तुलाही चिरडते आहे हे शब्द ते वापरतो. कुसोनियाचा गळा आवळल्यानंतर तो तिला अंथरुणावर टाकतो. त्यानंतरच्या त्याच्या स्वत:शी चाललेल्या बोलण्यात काही महत्त्वाची वाक्ये आहेत. आपण अपराधी असल्याचे तो सांगतो. पण या जगात मला शिक्षा कोण देणार, जिथे न्यायाधीश नाही, आणि कुणीही निष्पाप नाही. ज्या चंद्राचा आपण ध्यास घेतला तो चंद्र आपल्याला प्राप्त होणार नाही, कधीही नाही, कधीही नाही असे तो स्वत:ला सांगतो. जे अशक्य आहे ते शक्य होणारे नाही, याचीच ही जाणीव आहे.

त्याच्या हत्येपूर्वी तो काही क्षण आरशासमोर उभा राहतो. नंतर तो म्हणतो, माझ्याजवळ चंद्र असता, प्रेम पुरेसे असते, तर वेगळेच काही घडले असते. पण मी माझी तृष्णा कुठे भागवणार होतो ? मला जे अशक्य आहे ते हवे होते. पुढे तो म्हणतो, की मी चुकीचा रस्ता निवडला होता. जो रस्ता कुठेही जात नाही असा. इथे कामू यांनी शून्यतावादातली निरर्थकता दाखवून दिली आहे. नंतर मारेकरी येतात. ते त्याच्यावर वार करतात. पडता पडता

कॅलिगुला म्हणतो, मी अजून जिवंत आहे !

कॅलिगुलासारखे लोक जगात यापुढेही असणारच आहेत याचेच निदर्शक असे हे वाक्य आहे. कामू यांच्या मते, त्याला आणि मनुष्यजातीला जोडणारे जे तत्त्व आहे ते नाकारण्यात त्याची चूक दडलेली आहे. सारे काही नष्ट करू इच्छिणारा माणूस स्वत:ला वाचवू शकत नाही, त्यालाही नष्ट व्हावे लागते. कामू म्हणतात, कॅलिगुला ही उच्चतम आत्महत्येची कथा आहे. बाह्यत: लोकांनी त्याची हत्या केली असे दिसत असले तरी तो स्वत: जाणीवपूर्वक आपल्या हत्येकडे चालला होता. तो आपल्या मृत्यूचा स्वीकार करतो, कारण आपल्याला कोणीही वाचवू शकत नाही हे त्याला कळलेले आहे. कामू म्हणतात, दुसऱ्यांना किंमत चुकवावी लागल्याने आपण मुक्त होऊ शकत नाही.

कॅलिगुला ही आधुनिक शोकात्मिका आहे. ती एका व्यक्तीची शोकात्मिका नसून समाजाची, राष्ट्राची, मानवजातीची शोकात्मिका आहे. बंडखोरीचे तत्त्वज्ञानमध्ये कामू यांनी हिटलरविषयी म्हटले आहे : हिटलर महायुद्ध थांबवू शकला असता. परंतु खरोखर त्याला सार्वत्रिक आत्मनाश आणि जर्मन राष्ट्राचा भौतिक आणि राजकीय विनाश हवा होता. अगदी शेवटच्या कटू क्षणापर्यंत यश हेच त्याचे एकमेव मूल्य होते. ज्याअर्थी जर्मनीचा महायुद्धात पराभव झाला आहे त्याअर्थी ते राष्ट्र भेकड नि विश्वासघातकी असून मृत्युमुखी पडण्यासच पात्र होते, अशी हिटलरची धारणा होती. कॅलिगुला हे नाटक वाचत असताना विसाव्या शतकाच्या पूर्वार्धातील असंख्य तर्कशुद्ध हत्यांची आपल्याला आठवण होते, आणि ती घडवणाऱ्या निरंकुश सत्ताधीशांची. अशा हत्यांविषयी प्रश्न उपस्थित करणे हे या नाटकाचे मुख्य उद्दिष्ट होते.

२.

द जस्ट या नाटकातही हत्या हा विषय आलेला आहे. हत्या ही गोष्ट मुळात न्याय्य आहे काय, असल्यास कोणती हत्या न्याय्य आहे, कोणती अन्याय्य आहे हे प्रश्न या नाटकात उपस्थित केलेले आहेत.

द जस्ट या नटकातली घटना ऐतिहासिक घटनेवर आधारित आहे हे कामू यांनी प्रास्ताविकात सांगितले आहे. २३ मे १९०६ रोजी इवान कालिआयेव याला रशियन ग्रँड ड्यूक सर्गेइ अलेक्झांड्रोविच याची हत्या केल्याबद्दल फाशी देण्यात आले. तो सोशलिस्ट रिव्होल्यूशनरी पार्टीचा सदस्य होता. ग्रँड ड्यूक आपल्या बायकोमुलांसह असताना तो त्यांच्यावर बॉम्ब टाकत नाही. दोन

दिवसांनी तो ती हत्या करतो आणि पळून जाण्याचा अजिबात प्रयत्न करीत नाही. या हत्येबद्दल आपल्याला मृत्युदंड द्यावा अशी विनंती तो स्वत:च करतो. त्याने केलेली हत्या जरी न्याय्य असली तरी त्या गुन्ह्याबद्दल शिक्षा व्हावी अशी त्याची नैतिक भूमिका असते. त्याने आपल्या आईला लिहिले होते : मी माझं कर्तव्य केलं याचा मला आनंद आहे. मला जे साध्य करायचं होतं त्याचा मला आनंद झालेला असताना स्वत:चा जीव वाचवणं मला उचित वाटत नाही. मी माफीनाम्यावर सही केली नाही, कारण ते माझ्या तत्त्वाच्या विरुद्ध आहे. कामू यांना त्याच्या कृतीत आणि उक्तीत दहशतवादातली नैतिकता जाणवली. बंडखोरीचे तत्त्वज्ञानमध्ये कामू यांनी या घटनेचा विचार केलेला आहे. त्यांनी म्हटले आहे : ती उच्च तत्त्वांवर निष्ठा असलेली माणसे आहेत – आपल्या जीवनस्थितीचा अथवा जीवननाट्याचा कोणताही अंश नाकारणार नाहीत अशी बंडखोरीच्या इतिहासातील ही अखेरची माणसे. कालिआयेवविषयी त्यांनी म्हटले आहे : कालिआयेव आपल्या स्तंभित करणाऱ्या जीवनचरित्राद्वारे दहशतवादाच्या अत्यंत अर्थपूर्ण अवस्थेचे दर्शन घडवतो. कामू म्हणतात, कालिआयेव बंडखोरीची सर्वांत विशुद्ध प्रतिमा आहे. तो मृत्यू कवटाळण्यास सिद्ध असतो. प्राणास प्राणाचे मोल द्यावयाची त्याची तयारी असते. कामू यांच्या द जस्ट या नाटकात इवान कालिआयेव हा एका व्यक्तिरेखेच्या रूपात येतो. या पाच अंकी नाटकात कामू यांनी हत्या आणि तिच्याशी निगडित नैतिक प्रश्नांचा वेध घेतलेला आहे.

पहिल्या अंकात दहशतवाद्यांच्या फ्लॅटमध्ये बोरिस आणि डोरा यांच्याकडे स्टेपान येतो. तो तीन वर्षांनंतर आलेला आहे. मध्ये त्याने तुरुंगवास भोगलेला आहे. त्या तिघांच्या संभाषणातून कळते की, ग्रँड ड्यूकला ठार कण्याची योजना तयार झालेली आहे. महिन्याभरापासून त्याच्यावर पाळत ठेवण्यात आली होती आणि त्याच्या सर्व हालचाली समजून घेतल्या होत्या. स्टेपानला या योजनेत सामील करून घेतलेले आहे. बॉम्ब टाकण्याची कामगिरी आपण करू असे तो सांगतो. परंतु त्या कृत्याची जबाबदारी इवान कालिआयेववर टाकण्यात आली असल्याचे बोरिस त्याला सांगतो. इवान आणि स्टेपान यांच्या व्यक्तिमत्त्वांमध्ये बराच भेद आहे हे आपल्याला याच अंकात समजते. इवान कवी म्हणून ओळखला जातो. सर्व कविता क्रांतिकारक असतात असे त्याचे मतही बोरिस सांगतो. यावर स्टेपानचे उद्‌गार आहेत, फक्त बॉम्ब हेच क्रांतिकारक आहेत. थोड्या वेळाने इवान येतो. इवानने बरीच मेहनत घेतलेली

असते. तीन महिन्यांपासून तो रस्त्यावरच्या विक्रेत्याच्या, फेरीवाल्याच्या वेषात वावरत असतो. स्टेपानला बॉम्ब फेकायचा असतो, त्याच्या मते त्यासाठी अनुभव असणे आवश्यक असते. इवानला त्याचे म्हणणे पटत नाही. आपल्याविषयी काही शंका आहेत की काय असेही त्याला वाटते. तो म्हणतो, माझा हात थरथरणार नाही. आणि समजा माझा हात थरथरलाच तर मी ड्यूकच्या गाडीच्या घोड्यांपुढे स्वत:ला लोटून देईन. ग्रँड ड्यूकला मारणे हे काही विशेष नाही, याहून मोठे असे आपण काहीतरी केले पाहिजे. आणि आपण त्यात अयशस्वी ठरलो तर हाराकिरी करायची. आत्महत्येचा विचारसुद्धा करू नकोस असे बोरिस त्याला सांगतो. आत्महत्या करायला माणसाचे स्वत:वर अतिशय प्रेम असले पाहिजे, आणि खरा क्रांतिकारक स्वत:वर प्रेम करू शकत नाही असे स्टेपान म्हणतो. स्टेपानला इवानच्या सर्व गोष्टी मूर्खासारख्या वाटतात. केवळ कंटाळा आला म्हणून तो इकडे आला असे तो सुचवतो. यावर इवानचे उत्तर अतिशय मार्मिक आहे. तो म्हणतो, माझे जीवनावर प्रेम आहे, मी क्रांतिकार्यात सहभागी झालो कारण माझे जीवनावर प्रेम आहे. स्टेपान म्हणतो, मी जीवनावर प्रेम करीत नाही... माझे न्यायावर प्रेम आहे. कालिआयेवचे जीवनावर प्रेम आहे. डोराशी बोलतानाही तो याचा पुनरुच्चार करतो. तो म्हणतो, जीवन ही एक उच्च, उदात्त गोष्ट आहे. प्रेम, सौंदर्य आणि सुख. क्रांती ही जीवनासाठी आवश्यक आहे असे त्याचे मत आहे. आपण माणसांना ठार करतो आहोत, कारण आपल्याला जिथे माणसांना अजिबात ठार केले जाणार नाही असे जग उभारायचे आहे. त्याचे एक वाक्य महत्त्वाचे आहे. तो म्हणतो : गुन्हेगार म्हणून आपली भूमिका आहे हे आपण मान्य केले पाहिजे, या पृथ्वीवरील प्रत्येकजण निष्पाप असेपर्यंत... एका आदर्शासाठी तो आपला प्राण द्यायला तयार झालेला आहे.

सर्व तयारी झालेली आहे. ग्रँड ड्यूक थोड्याच वेळात थिएटरकडे निघताहेत. इवान आणि अलेक्सिस आपापल्या जागांवर आहेत. इवान पहिला बॉम्ब टाकणार. पाठोपाठ अलेक्सिस दुसरा बॉम्ब टाकणार. स्टेपान टेहळणी करतो आहे. आता कोणत्याही क्षणी ग्रँड ड्यूकची घोडागाडी येणार. स्टेपान खूण करतो आहे. डोरा आणि बोरिस बॉम्बस्फोटांचा आवाज ऐकायला उत्सुक झालेले आहेत. दर क्षणाला उत्कंठा वाढते आहे. स्फोट होत नाही. इवानला बॉम्ब फेकण्याच्या आधीच पकडले असावे अशी शंका त्यांना येते. अलेक्सिस येतो. काय झाले ते त्याला ठाऊक नाही. इवानने बॉम्ब फेकला नाही.

आयत्यावेळी योजनेत काही बदल झाला असावा असे अलेक्सिसला वाटते.

कालिआयेव येतो. त्याचा चेहरा अश्रूंनी भिजलेला आहे. तो म्हणतो, माफ करा... मी ते करू शकलो नाही. काय घडले, तू घाबरला होतास का असे बोरिस विचारतो. स्टेपान येतो आणि सांगतो. ग्रँड ड्यूकच्या गाडीत मुले होती. त्याचा पुतण्या आणि पुतणी. ग्रँड डचेसदेखील गाडीत होती. आपल्या कवीच्या दृष्टीने जरा जास्तच माणसे होती अशी पुस्तीही तो जोडतो. यानंतरचे कालिआयेवचे बोलणे अतिशय महत्त्वाचे आहे. तो म्हणतो, काही वेळापूर्वी आपण किती सुखी होतो, घोडागाडी दिसल्याबरोबर आपले हृदय आनंदाने कसे भरून आले होते, ते वेगाने धडधडू लागले होते, आपल्याला हवेत उंच उडावे असे वाटू लागले होते... आपण पुढे धावलो... त्यावेळी आपल्याला ती मुले दिसली. ती हसत नव्हती. एकटक बघत होती. किती उदास ती दिसत होती, उत्तम पोषाख केलेली, मांड्यांवर हात ठेवलेली, दोन लहान पुतळ्यांसारखी. मला ग्रँड डचेस दिसल्या नाहीत. मला फक्त ही मुले दिसली... मला काय झाले ते मला सांगता येत नाही, माझे हात गळून आले, पाय थरथरले...

माझे चुकले होते की बरोबर होते, तो विचारतो. ती मुलेही मरायला पाहिजेत असे तुम्ही म्हणाल तर मी परत जातो, थिएटरमधून ती बाहेर निघाली की मी बॉम्ब टाकेन. तुम्ही ठरवा. स्टेपान म्हणतो, संघटनेने ग्रँड ड्यूकला ठार करण्याचा आदेश तुला दिला होता. कालिआयेव म्हणतो, त्या मुलांना ठार मारण्याचा आदेश दिला नव्हता. स्टेपान आणि इतर यांच्यात वाद होतो. त्यातून दोन भिन्न प्रकारच्या विचारसरणी व्यक्त होतात. स्टेपान म्हणतो, दोन महिने निव्वळ वाया गेले. आठवडेच्या आठवडे अंतहीन संदेह, जागरणे... परत परत योजना ठरवणे, पुन्हा अशी संधी कधी येईल याची वाट पाहणे... डोरा स्टेपानला सरळच विचारते, तू तुझे डोळे उघडे ठेवून एखाद्या मुलाला थेट गोळी घालशील ? संघटनेने आदेश दिला तर मी नक्कीच तसे करेन, हे त्याचे उत्तर आहे. आपल्या बॉम्बने मुलांच्या चिंधड्या उडाल्या तर आपल्या संघटनेची शक्ती आणि प्रभाव कमी होईल असे डोरा म्हणते. माझे काळीज एवढे कोवळे नाही, स्टेपान म्हणतो, क्रांती यशस्वी होईपर्यंत आपण इतके भावविवश व्हायला नको आहे. तेव्हा तर सारी मानवजात आपल्या क्रांतीचा तिरस्कार करील हे डोराचे उत्तर आहे. स्टेपानला हे काहीही पटत नाही. यानंतर बोरिस एक महत्त्वाचा विचार मांडतो : सगळे काही समर्थनीय आहे असे तू

म्हणता कामा नये, तो म्हणतो, सगळे काही समर्थनीय नाही हे सिद्ध करण्यासाठी आपल्यातल्या हजारोंनी आपले प्राण गमावले आहेत. बोरिस विचारतो, या मुलांवर बॉम्ब टाकायचा की नाही टाकायचा हा मुद्दा आहे. स्टेपानचे यावरचे उत्तर भावनाविवशतेतून आलेले नसून तर्कातून आलेले आहे. तो म्हणतो, इवानने ती दोन मुले ठार केली नाहीत, आगामी वर्षांमध्ये हजारो रशियन मुले उपासमारीने ठार होणार आहेत. उपासमारीने मुलांनी मरणे म्हणजे काय हे तुम्हांला ठाऊक नाही. डोरा म्हणते, ग्रँड ड्यूकचा पुतण्या आणि पुतणी यांना ठार केल्याने उपासमारीपासून मुले मरायची थांबणार नाहीत. तुमचा क्रांतीवर विश्वासच नाही, स्टेपान म्हणतो. क्रांतीवर तुमचा विश्वास असेल तर सगळेच काही समर्थनीय असते, असे त्याचे मत आहे. कालिआयेवला त्याचे म्हणणे पटत नाही. एक भिन्न प्रकारची जुलूमशाही त्याच्या बोलण्यात त्याला दिसते. उद्या सत्ता हातात आली तर हे लोक कालिआयेवला खुनी ठरवतील. मी न्यायासाठी लढतो आहे असे तो म्हणतो. आपण खुनीच आहोत, स्टेपान म्हणतो. आपण खुनी नाही आहोत, मी खून रोखण्यासाठी मृत्यूचा स्वीकार करीत आहे. या मुलांना मारण्यातून आपला कुठलाही हेतू साध्य होणार नाही असे बोरिस सांगतो. परत आपल्याला तयारी केली पाहिजे. ग्रँड ड्यूक हा जुलमी सत्तेचा प्रतिनिधी आहे; त्याला ठार करायचे आहे; त्या निष्पाप मुलांनी काय केलेले आहे. कालिआयेवसारख्या दहशतवाद्याजवळ हा विवेक आहे. जुलमी सत्ता उलथून टाकायची आहे, ती कुणासाठी ? याच आणि यांसारख्या मुलांसाठी – ही कालिआयेवची दृष्टी आहे. त्यासाठी तो मारायला आणि मरायला तयार झाला आहे.

स्टेपान आणि कालिआयेव यांच्यातले हे द्वंद्व असले तरी त्यांच्या रूपाने या अंकात कामू यांनी हत्येच्या संदर्भातले दोन दृष्टिकोण व्यक्त केले आहेत. क्रांतीमध्ये हत्या अपरिहार्य असली तरी निष्पापांची हत्या कधीही समर्थनीय ठरत नाही, हा कालिआयेवचा विचार कामू यांनी अधोरेखित केला आहे.

तिसऱ्या अंकात दोन दिवसांनंतरची संध्याकाळ आहे. इवान ड्यूकवर बॉम्ब टाकण्यात यशस्वी होतो. डोराच्या डोळ्यांत अश्रू येतात. ती म्हणते : *आपण* त्याला ठार केलं आहे... *आपण* त्याला ठार केलं आहे. *मी* त्याला मारलं आहे. स्टेपान विचारतो : कुणाला आपण ठार मारलं ? यानेक ? (यानेक हे इवानचे संबोधन आहे.) डोरा म्हणते : ड्यूक ! या प्रश्नोत्तरांतून केवल ड्यूकलाच नव्हे तर इवानलाही ठार केले हे गर्भित आहे.

बॉम्बस्फोटानंतर इवान पकडला गेला. चवथ्या अंकात तो तुरुंगात आहे. मुख्य पोलीस अधिकारी त्याला भेटायला येतो. इवानने माफी मागावी असे तो सुचवतो. (आय ॲम गोईंग टू ऑफर यू अ पार्डन.) कालिआयेवला ते मंजूर नाही. त्यानंतर ग्रँड डचेस भेटायला येते. एका माणसाबरोबर पुष्कळ गोष्टी मरून जातात, ती म्हणते. मला त्याची जाणीव आहे, इवान म्हणतो. ती म्हणते, नाही... खुन्यांना ते कळत नाही, अन्यथा त्यांनी खून कसा केला असता ? इवानला तिच्याशी बोलायचे नाही. तथापि ती थांबते. गुन्ह्याबद्दल खुन्याशी नाही तर कुणाशी बोलणार, ती विचारते, इवान तिला सांगतो, कसला गुन्हा ? मला न्यायाची एक कृती तेवढी आठवते. पुढे तो म्हणतो, ड्यूक हा परम अन्यायाचे मानवी प्रतीक होता. ती त्याला पश्चात्ताप करायला सांगते. मुले असताना बॉम्ब टाकला जात नाही. मुलांची हत्या करायची की नाही याचा विचार केला जातो. तसाच कोणत्याही हत्येविषयी का केला जात नाही, असे डचेस विचारते. ग्रँड ड्यूकचा पुतण्या आणि पुतणी ही मुलेही आपल्या काकांइतकीच गुन्हेगार नाहीत का, असे ती विचारते. नाही, हे इवानचे उत्तर आहे. ती त्याला देवाला शरण जायला सांगते. इवान सांगतो, देवावर आपला विश्वास नाही. तुम्ही गुन्हेगारांहून अधिक काही आहात, ज्याला असे काही कृत्य करायचे नसते, त्याला तुम्ही गुन्हा करायला प्रवृत्त करता. तरीदेखील ती त्याला माफी मिळवून देईन असे सांगते. इवानला माफी मागणे अमान्यच आहे. तो मृत्यूला सामोरा जाणार आहे. त्याने माफी मागितली नाही, पश्चात्ताप केला नाही, आणि तो असाच वागेल याविषयी आपल्या मित्रांच्या मनात शंकाही येणार नाही याविषयी त्याला खात्री आहे.

पाचव्या अंकात साऱ्याच मित्रांना कळते की, तो अगदी निर्भयपणे फासाच्या दोराला सामोरा गेला. डोरा म्हणते, यानेक हा खुनी नाही हे सिद्ध झालेले आहे. नेमके काय काय झाले याविषयी तपशीलवारपणे तिला ऐकायचे असते. सारे ऐकल्यानंतर ती म्हणते. आजचा हा दिवस आपल्या दोषमुक्तीचा, आपण जे काही करतो आहोत ते न्याय्य असल्याचा दिवस आहे. ती बोरिसला म्हणते, पुढच्या वेळी तिला स्वत:ला बॉम्ब टाकायचा आहे. तिला यानेकचे मरण अनुभवायचे आहे. या अंकाचा आणि नाटकाचा शेवट तिच्या वाक्यांनी झाला आहे. ती म्हणते, मी बॉम्ब फेकेन.. त्यानंतर एक गारठलेली रात्र... (ती अनावर रडते) ओ, यानेक... होय... एक गारठलेली रात्र... तोच दोर... सगळं काही सोपं होईल... आता...

द जस्ट ही शोकात्मिका आहे का ? ते विचारद्वंद्वनाट्य आहे हे उघडच आहे. राजकीय आदर्श साकार करण्यासाठी हत्या करणे योग्य आहे का, सामाजिक न्याय प्रस्थापित करण्यासाठी हत्या ही न्याय्य गोष्ट आहे का या प्रश्नांचा वेध या नाटकात घेतलेला आहे. यातली पात्रे दहशतवादी संघटनेत काम करणारी असल्यामुळे हत्या, आत्महत्या, मृत्युदंड हे त्यांच्या कामाशी निगडित असलेले स्वाभाविक विशेष आहेत. भोवती जुलमाची राजवट असते. सामान्य प्रजाजनांचे शोषण होते, त्यांच्यावर अन्याय होतो, कायदा आणि सुव्यवस्थेच्या नावाखाली निष्पाप लोकांना बळी दिले जाते- तेव्हा प्रतिकारासाठी शस्त्र हाती घ्यायचे की नाही? म्हणजे अशा प्रसंगी हत्या न्याय्य ठरते का, ठरत असेल तर कुठलाही विवेक करण्याची गरज नाही. परंतु आपला नेमका शत्रू कोण आहे हे न ओळखता निष्पाप लोकांची हत्या करणे हे अविवेकी आणि सामाजिक न्यायाच्या विरोधात आहे हेही समजून घेणे महत्त्वाचे ठरते. या नाटकात कालिआयेव आणि त्याचे सहकारी मित्र असा विवेक पाळणारे आहेत. त्यामुळे ही शोकत्मिका ठरत नाही. पण गुन्हेगारांच्या जगात, गुन्हा करण्याची अजिबात इच्छा नसलेल्यांना गुन्हेगार व्हावे लागावे, चारचौघांसारखे जगता येऊ नये - ही कुणा एकाची नव्हे तर असंख्य सामान्यांची शोकात्मिका ठरते. माझ्या मते या अर्थाने द जस्ट ही शोकात्मिका ठरते.

कॅलिगुलामध्ये निरंकुश सत्तेचे क्रौर्यनाट्य आढळते. द जस्टमध्ये अशा प्रकारच्या निरंकुश सत्तेला विरोध करणाऱ्या, शस्त्राची जोड दिलेल्या विचारसरणीचे तांडव आढळते. कामू यांच्या नाटकांत शब्द हा अत्यंत महत्त्वाचा घटक आहे. त्यांतून त्यांनी विचार-भावनांचे द्वंद्व आपल्या नाटकात साकार केले आहे. या द्वंद्वातून त्यांच्या नाटकांत नाट्यात्म स्थिती आणि नाट्यात्म संघर्ष निर्माण होतो.

□□□

पुन्हा पुन्हा वेटिंग फॉर गोडो

वर्धा स्टेशन हे माझ्या वाचनाच्या इतिहासातलं एक महत्त्वाचं स्थान आहे. चंद्रपूरहून मुंबईकडे जाणाऱ्या ट्रेनमध्ये बसायचं असेल तर वर्धा हे अटळ स्टेशन होतं. मी आर्वीला असो, की हिंगणघाटला, की चंद्रपूरला, वर्धा स्टेशनवर मला कित्येक तास घालवावे लागत होते. चंद्रपूर हे दिल्ली-मद्रास / मद्रास-दिल्ली लाईनवर होतं आणि बडनेरा हे हावरा-मुंबई / मुंबई-हावरा लाईनवर. म्हणजे वर्ध्याला उतरा आणि मुंबईकडे जाणाऱ्या गाडीत बसा, इतकं हे त्या काळात (कदाचित अजूनही) सोपं नव्हतं. मला अमरावतीला जायचं असायचं होतं. त्यावेळी मुंबई-अमरावती / अमरावती-मुंबई ही ट्रेन नव्हती. तशीच मद्रास/ हैदराबाद-बडनेरा / अमरावती अशीही ट्रेन नव्हती. त्याचप्रमाणे हिंगणघाट-अमरावती, चंद्रपूर-अमरावती अशाही ट्रेन्स नव्हत्या. बसेस होत्या. अशा बसप्रवासानंतर लाल आणि काळ्या धुळीनं माखलेल्या मला आंघोळच करावी लागत असे. तर वर्धा स्टेशन महत्त्वाचं अशासाठी होतं की, त्या काळात (१९६० च्या दशकात) तिथल्या व्हीलर बुकस्टॉलवर उत्तमोत्तम पुस्तकं मिळायची. सार्त्र, काम्यू, काफ्का, जँ जेने, बेकेट, आयनेस्को, आल्बी... आताच्या पिढीला घेरी येईल की त्या काळात इतक्या मोठ्या लेखकांची पुस्तकं वर्ध्यासारख्या एका लहानग्या स्टेशनवरच्या पुस्तकाच्या दुकानात सहज उपलब्ध होती !

तर अशा या वर्धा स्टेशनवर माझे कित्येक तास वाट पाहण्यात गेले. वाट पाहणं सोपं जावं म्हणून मी तिथल्या बुकस्टॉलवर जाऊन पुस्तकं चाळत असे.

त्यातच एके दिवशी वेटिंग फॉर गोडो या नाटकाचं पुस्तक मिळालं. नाटककार सॅम्युएल बेकेट आणि त्याचं हे नाटक या दोन्ही गोष्टींविषयी मी ऐकलेलं होतं. १९४८-४९ मध्ये मुळात फ्रेंचमध्ये लिहिलं गेलेलं हे नाटक १९५३ मध्ये रंगमंचावर आलं आणि तेव्हापासून आजतागायत त्याचे हजारो प्रयोग झाले, जगातल्या अनेक भाषांमध्ये ते भाषांतरित झालं आणि विश्वसाहित्यातील महत्त्वपूर्ण साहित्यकृतींमध्ये त्याचा समावेश झाला.

हे नाटक मी वाचलं आणि त्यानं प्रभावित झालो; आजही ते पुन्हा वाचल्यानंतर, मला तितकंच प्रभावशाली वाटलेलं आहे. मी पहिल्यांदा वाचलं तेव्हा माझ्याजवळ त्या नाटकाची केवळ संहिता (पाठ्य, टेक्स्ट) होती, आताही संहिताच आहे-बेकेटच्या संपूर्ण नाटकांच्या संहितांच्या पुस्तकातली एक संहिता. मध्यंतरी मी बेकेटविषयी आणि त्याच्या या नाटकाविषयी थोडं वाचलं. या नाटकाचे वेगवेगळे अर्थ कसे लावले गेले आहेत ते पाहिलं.

या नाटकाच्या प्रभावातून आणि बेकेट घराण्यातील हॅरॉल्ड पिंटर आणि स्लावोमीर म्रोझेक यांच्या एकांकांच्या वाचनातून, आमच्या नाट्यधर्मीच्या मुलांसाठी, मी वेटिंग फॉर गोडो भाग दुसरा हा एकांक लिहिला. त्यात वेटिंग फॉर गोडोमधली पात्रं होती, संवाद मी लिहिलेले होते. त्या एकांकाचे खूप प्रयोग झाले, ते करणाऱ्यांना पुरस्कारही मिळाले. पुरातन भारतीय आणि ग्रीक साहित्यातली पात्रं जशी हाडामांसाची माणसं वाटायला लागतात, किंवा अर्वाचीन काळातील यमू (ह. ना. आपटे), सिंधू (रा. ग. गडकरी), रागिणी (वा. म. जोशी), बापू (श्री. ना. पेंडसे), बाजीराव (चिं. त्र्यं. खानोलकर), पांडुरंग सांगवीकर (भालचंद्र नेमाडे) ही पात्रं जशी आपल्या आसपासची वाटतात, तशी गोडोमधली गोगो, दीदी, पोझो, लकी ही पात्रं मला आपल्या जवळची वाटत होती. अर्थात नुसती जवळची वा खूप सलगीची नव्हेत, त्यांच्या तऱ्हेवाईकपणामुळे स्ट्रेंज, परकी अशीही ती वाटायची. पण तरीदेखील त्यांची स्थिती आणि आपली यांत काहीतरी जवळिकता आहे असं कायमच वाटत आलेलं आहे. अगदी अलीकडे, चिपळूण येथील ८६ व्या साहित्यसंमेलनात सूत्रं प्रदान करण्याच्या भाषणात वेटिंग फॉर गोडोचा सहज, अगदी आतूनच, उल्लेख झाला.

वेटिंग फॉर गोडो हे वाट पाहण्याचं, वाट पाहणाऱ्यांचं नाटक आहे. म्हणजे खरं तर आपल्या सगळ्याचंच ते नाटक आहे. माणसातल्या वाट पाहण्याच्या क्षमतेचं, तितिक्षेचं ते नाटक आहे. साध्या साध्या व्यावहारिक गोष्टींपासून

माणसाला भेडसावत असणाऱ्या आत्मिक, आध्यात्मिक प्रश्नांपर्यंत त्याची रेंज आहे. त्यामुळेच बहुधा या नाटकाची अनेक इंटरप्रिटेशन्स झाली.

या नाटकात सुरुवातीला आपल्याला दोन पात्रं भेटतात. ती नक्की कोण, काय आहेत, त्यांचं एकमेकांशी काय नातं आहे, ते मित्र आहेत की असेच कुठंतरी भेटलेले आहेत, त्यांच्यातला एकमेकांशी जखडण्याचा बंध कोणता आहे, खानाबदोश अवस्थेत भटकता भटकता एकत्र आलेले ते लोक आहेत, की आणखी काही. बेकेटनं त्यांचा चरित्रात्मक तपशील दिलेला नाही. त्याला या नाटकासाठी या तपशिलाची काही गरज वाटलेली नाही.

शहराच्या बाहेरचा रस्ता. एक झाड. संध्याकाळ : अशा नेपथ्यसूचना सुरुवातीला दिलेल्या आहेत. एस्त्रागॉन (गोगो) एका उंचवट्यावर बसलेला आहे. पायातला बूट काढण्याचा प्रयत्न करीत आहे. तो दोही हातांनी ओढतो, धापा टाकतो, सोडून देतो, थकतो, विश्रांती घेतो, पुन्हा प्रयत्न करतो. असं चाललेलं आहे. व्लादीमीर (दीदी) प्रवेश करतो. गोगो (थकून) म्हणतो : करण्यासारखं काहीही नाही. दीदी (एकेक पाऊल टाकत येतो) म्हणतो : मलासुद्धा आता हे पटलेलं आहे. आयुष्यभर मी स्वत:शी म्हणत आलो होतो, व्लादीमीर, जरा समजुतीनं घे, अजून सगळे प्रयत्न तू केलेले नाहीस. आणि पुन्हा मी झगडणं सुरू करायचो. (काही काळ तो विचारमग्न, मग एस्त्रागॉनकडे वळून म्हणतो) पुन्हा तू आलायस. गोगो म्हणतो : खरंच? यावर दीदी म्हणतो : तू परत आलायस यानं मला बरं वाटलं. मला वाटलं होतं की तू कायमचाच निघून गेलायस. गोगो म्हणतो : मलाही. दीदी : शेवटी पुन्हा आपण दोघं एकत्र ! हा क्षण आपण साजरा करायला पाहिजे. पण कसा? ऊठ आणि मला मिठी मार. यावर गोगो त्रासून म्हणतो : आता नाही, आता नाही.

त्यांचे हे संवाद अतिशय जवळच्या मित्रांसारखे, (काही अंशी जवळच्या / परक्या स्त्री-पुरुषांसारखे), आहेत. पुढे दीदी दुखावून थंडपणे विचारतो : महाशयांनी रात्र कुठं घालवली हे मी विचारू शकतो का? गोगो म्हणतो : गटारात. दीदी : गटारात ! कुठं? गोगो : त्या तिकडे. दीदी : आणि त्यांनी तुला पिटलं नाही? गोगो : पिटलं? नक्कीच पिटलं त्यांनी. दीदी : तेच लोक होते? गोगो : तेच? मला ठाऊक नाही. दीदी : मी कधीकधी विचार करतो... इतकी वर्षं... मी नसतो तर... तुझं काय झालं असतं...? (ठामपणे) या क्षणी तुझा हाडांचा एक लहानसा ढीग शिल्लक राहिला असता याबद्दल

काही शंकाच नाही. गोगो : आणि त्याचं काय? दीदी : एका माणसानं एवढं सोसणं खूपच झालं. मी म्हणतो, आता हिंमत हारून उपयोग काय? लाखो वर्षांपूर्वी आपण हा विचार करायला पाहिजे होता, नव्वदच्या दशकात.

नव्वदच्या दशकात म्हणजे १८९० च्या दशकात. छोट्या-मोठ्या लढाया, आर्थिक मंदी, संप, आर्थिक-औद्योगिक जगातली अशांती, चंगळवाद असा तो काळ होता. १८९० च्या दशकातच पहिल्या आणि दुसऱ्या महायुद्धांची बीजं होती. आणि बेकेटनं हे नाटक ज्या एकोणीसशे चाळीसच्या दशकाच्या शेवटी लिहिलं त्या चाळीसच्या दशकावर हिटलरच्या ज्यू-संहाराच्या आणि दुसऱ्या महायुद्धातील विनाशाच्या सावल्या पडलेल्या होत्या.

पुढे गोगोची एवढीच प्रतिक्रिया आहे : बडबड बंद कर आणि मला या घाणेरड्या गोष्टीतून सोडव.

गोगो आणि दीदी यांच्या सुरुवातीच्या या संवादातून त्यांचं एकमेकांशी असलेलं नातं नेमकं काय आहे हे आपल्या लक्षात येत नाही. पुढचा संवाद बुटाविषयी, पायाविषयी, बुटात अडकलेल्या पायाविषयी, त्यानं होत असलेल्या त्रासाविषयी आहे. या संवादाच्या तुकड्याचा शेवट व्लादीमीरच्या (दीदीच्या) एका वाक्यानं होतो : माणसाची अवलादच अशी, पायाचे दोष बुटावर लादणारी. काही काळ विचारात बुडून गेल्यानंतर तो म्हणतो : एका चोराला वाचवण्यात आलं. चांगली टक्केवारी अहे. मग तो गोगोला हाक मारतो आणि म्हणतो : आपण पश्चात्ताप केला तर, गोगो विचारतो : कशाचा पश्चात्ताप? दीदी : जास्त खोलात जाण्याची गरज नाही. गोगो म्हणतो : आपण जन्माला आल्याचा पश्चात्ताप? दीदी : आपण आता हसूदेखील शकत नाही. पुढं तो म्हणतो : फक्त स्मित. मग तो गोगोला विचारतो : तू कधी बायबल वाचलं आहेस का? गोगो सांगतो, बायबल... कधीतरी नजर टाकली असणारच. नंतर दीदी त्याला ख्रिस्तासोबत क्रूसावर चढवलेल्या दोन चोरांविषयी सांगतो. त्यांतल्या एकाला वाचवण्यात आलं असं शुभवर्तमानकर्त्यांपैकी एकजण म्हणतो; (मार्क, मॅथ्यू, ल्यूक, जॉन हे) चारही तिथं होते, त्यांतला एकच सांगतो की, एकाला वाचवण्यात आलं. असं का याविषयी दीदी आणि गोगो चर्चा करतात. (ती चर्चा अशी आहे : गोगो : हे सगळं कशाविषयी चाललं आहे? कोणी कोणाला शिव्या दिल्या? दीदी : आपल्या वाचवणाऱ्याला तारणाऱ्याला. गोगो : कारण की तो त्यांना वाचवणार नव्हता. गोगो : नरकापासून? दीदी : मूर्खा ! मृत्यूपासून. गोगो : मला वाटलं तू नरक

म्हणालास. दीदी : मृत्यूपासून, मृत्यूपासून.) मध्ये मध्ये गोगोच्या पायाची चौकशी दीदी करतो. शिपाई ख्रिस्ताबरोबर क्रूसावर चढवलेल्या चोरांचे पाय मोडून टाकतात, ख्रिस्त मृत्यू पावलेला होता म्हणून त्याच्या पायांवर ते आघात करीत नाहीत अशी कथा आहे. ती दीदीच्या अंतर्मनात असू शकते. यानंतर गोगो म्हणतो : निघूया. दीदी म्हणतो : आपण जाऊ शकत नाही. गोगो : का? दीदी : आपण गोडोची वाट पाहतो आहोत. गोगो हताश होतो, म्हणतो : तुला खात्री आहे, हीच ती जागा आहे? दीदी : कशाची? गोगो : जिथं आपल्याला वाट पाहायची होती. दीदी सांगतो की, त्यानं आपल्याला झाडाजवळ थांबायला सांगितलं होतं. ते झाड कशाचं आहे हे दोघांनाही माहीत नाही. त्याला पानं नाहीत. दीदी अ विलो असं झाडाचं नाव सांगतो. गोगो विचारतो, पानं कुठं आहेत. दीदी म्हणतो, ते मेलं असावं. यावर गोगो म्हणतो : नो मोअर वीपिंग. वीपिंग विलो हे विलोवृक्षांच्या एका प्रजातीचं नाव आहे आणि प्रतीकात्मक रितीनं मृत्यूशी जोडलेलं आहे. गोदोनं म्हटलं होतं की तो इथं येणार आहे. पण त्याविषयी त्यांना खात्री नाही. आणि तो आला नाही तर असं गोगो विचारतो. यावर दीदी म्हणतो, आपण पुन्हा उद्या येऊ. यावर गोगो म्हणतो, आणि उद्याच्या नंतर परवा. दीदीचं उत्तर आहे : शक्य आहे. आपण काल आलो होतो याविषयी त्यांना खात्री नाही. गोगोला वाटतं, आपण काल आलो होतो आणि इथंच आलो होतो. पण तरी आज आपण इथं यायचं होतं की नाही, याची त्याला खात्री नाही. दीदी सांगतो, त्यानं शनिवार म्हटलं होतं. गोगो विचारतो, कोणता शनिवार? आणि आज शनिवार आहे का? रविवार तर नाही किंवा सोमवार किवा शुक्रवार? गोगोच्या मनातल्या शंका संपत नाहीत. काल तो आला असेल आणि आपण इथं नसू. आणि त्यामुळे तो आज येणार नाही हे उघडच आहे, असं पुढे तो म्हणतो.

त्यांना कशाचीही खात्री नाही. काल आलो की नव्हतो, आज इथंच यायचं होतं का, याच वठलेल्या झाडाजवळ थांबायचं होतं का, याविषयी त्यांच्या मनात शंका आहेत. ते एकमेकांपासून दूर जाऊ शकत नाहीत, अलग होऊ शकत नाहीत, इथून निघून जाऊ शकत नाही. फक्त वाट पाहायची आहे. पण वाट पाहताना काय करायचं आहे?

वाट पाहताना दुसरं काही शक्य नाही हे त्यांना समजतं. गोडो येईपर्यंत वाट पाहायची. पण गोडोकडून आपल्याला काय हवं आहे. बस एक प्रार्थना, एक विनंती. आणि त्यानं काय म्हटलं होतं, तो बघेन म्हणाला होता.

आश्वासन देऊ शकत नाही. त्याला विचार करावा लागेल, घरी शांतपणे, आपल्या कुटुंबियांशी बोलावं लागेल, मित्रांशी, एजंटांशी, त्याच्या वार्ताहरांशी, त्याची पुस्तकं, बँक अकाऊंट. निर्णय घेण्यापूर्वी. हीच साधारण पद्धती आहे. तर ते गोडोची वाट पाहत आहेत. एकमेकांना आणि गोडोला जखडल्यासारखे. गोडो कोण, कसा दिसतो याची खरं तर त्यांना काहीच कल्पना नाही. तरी ते त्याची वाट पाहत आहेत.

ते आपल्या मुक्तीची वाट पाहताहेत का? नरकापासून? मरणापासून? की या जगण्यापासून? ते भटके आहेत, दरिद्री आहेत, भुकेकंगाल आहेत, त्यांचं घर असलेलं-कुटुंब असलेलं स्थिर आयुष्य नाही. गोगो कधीकाळी कवी असावा, आता त्यातलं काही शिल्लक राहिलेलं नाही. आता त्याला केवळ भयावह स्वप्नं दिसतात. बेकेटनं त्यांचा चरित्रात्मक तपशील दिलेला नाही. ते भटके आहेत असंही म्हटलेलं नाही. ते एकमेकांना जखडलेले आहेत, दूर जावं असं वाटतं पण दूर जाऊ शकत नाहीत, आणि ते गोडोची वाट पाहताहेत. कधीपासून वाट पाहताहेत, कालपासून की त्यापूर्वीही... कितीतरी काळापासून ते वाट पाहात असावेत. बेकेटनं या सुरुवातीच्या भागातच त्यांचं अनंतकाळचं वाट पाहणं अधोरेखित केलेलं आहे. ते एकमेकांशी, गोडोशी, वाट पाहण्याशी जखडलेले आहेत हे त्यांना उमजलेलं आहे. गावाबाहेरचा ओसाड रस्ता, वठलेलं झाड हेही त्यांच्या आयुष्यांसारखंच आहे. स्थिरचर जणू काही गोडोची वाट पाहताहेत.

या नाटकाच्या सुरुवातीलाच पहिलं वाक्य येतं : गोगो म्हणतो : नथिंग टू बी डन (करण्यासारखं काहीही नाही). काही वेळानंतर दीदी हेच वाक्य उच्चारतो. त्यावर गोगो म्हणतो : नथिंग. पुढे गोडोची वाट पाहण्याच्या, त्याच्याशी बांधलेलं असण्याच्या संदर्भात बोलणं झाल्यानंतरचा संवाद आहे : दीदी : नथिंग यू कॅन डू अबाउट इट (आपण काहीही करू शकत नाही). गोगो : नो यूज स्ट्रगलिंग (झगडण्यात काही अर्थ नाही). दीदी : वन इज व्हाट वन इज (आपण जे आहोत ते आहोत). गोगो : नो यूज रिगलिंग (वळवळ करण्यात काही अर्थ नाही). दीदी : दि इसेन्शीयल डजन्ट चेंज (मूळ गाभा तर बदलत नाही). यावर गोगो म्हणतो : नथिंग टू बी डन (करण्यासारखं काहीही नाही). नथिंग टू बी डन हे शब्द पहिल्या अंकातल्या दहा पानांत एखाद्या सूत्रासारखे पुन्हा पुन्हा येत राहतात. सगळंच निरर्थक आहे, कशाला काही ताळमेळ नाही, अतर्क्य आहे अशा विविध अर्थच्छटा त्यातून ऐकू येत राहतात.

करण्यासारखं काहीही नाही. गोडोची वाट पाहणं एवढंच उरलेलं आहे. त्यानंतर लकी आणि पोझो यांचा प्रवेश होतो. लकीच्या गळ्यात दोरी आहे, हातांत सामान आहे. दोरीचं टोक पोझोच्या हातात आहे. पोझो हाच गोडो आहे की काय असा संभ्रम दीदी आणि गोगो यांना होतो. पण पोझो ठणकावून आपण पोझो असल्याचं सांगतो. लकी त्याचा गुलाम आहे. कायम त्याच्या हातात पोझोच्या सामानाचं ओझं असतं.लकी पोझोच्या सर्व आज्ञा पाळतो. लकी त्याच्या आज्ञेत आहे. त्याच्या आदेशानं तो नाचतो, गातो, भाषण देतो. आता पोझो त्याला कंटाळलेला असल्यामुळे तो त्याला जत्रेत विकायला घेऊन चालला आहे. लकी-पोझो हा गुलाम-मालक असा संबंध आहे. गोगो विसराळू आहे. त्याला काही आठवत नाही. दीदीचं बोलणं बऱ्याच वेळा तो मान्य करतो. त्याचा विरोध सौम्य असतो. लकीला स्वत:चं मत नाही. त्याचं भाषण अर्थ न समजता पाठ केल्यासारखं आहे. पोझोशिवाय तो दुसऱ्या कुणाचंही ऐकत नाही. दीदीच्या बोलण्यात कधीकधी आज्ञेची छटा असते. गोगो-दीदी यांची व्यक्तिमत्त्वं वेगवेगळी आहेत, मात्र ती एका स्थितीत-वाट पाहण्याच्या - सापडलेली आहेत. लकी विचार करत नाही, त्याला स्वत:चं बोलणं नाही. पोझो त्याला कंटाळलेला असला तरी लकीवाचून त्याचं पावलोपावली अडतं याची जाणीव त्याला आहे.

लकी, पोझो निघून गेल्यानंतर गोगो म्हणतो, आता काय करायचं? दीदी म्हणतो, माहीत नाही. यावर गोगो म्हणतो, निघूया. दीदी म्हणतो, आपण निघून जाऊ शकत नाही. गोगो विचारतो, का बरं? दीदी सांगतो, आपण गोडोची वाट पाहत आहोत. लकी आणि पोझो यांना आपण पूर्वी भेटलो होतो याबद्दल दीदीला पूर्ण खात्री नाही, गोगोला तर काहीच आठवत नाही. पोझो हाच गोडो होता का याविषयीदेखील खात्री नाही. पोझो स्वत:च त्यांना सांगतो, तुम्ही इथंच थांबा. गोडो इथंच येणार आहे.

अंकाच्या शेवटी एक मुलगा येतो आणि तो सांगतो, गोडो आज येणार नाही, उद्या नक्की येणार आहे. मुलगा गेल्यानंतर दीदी म्हणतो, आता इथं करण्यासारखं काही राहिलेलं नाही. गोगो म्हणतो, आणि कुठंही नाही. यावर दीदी त्याची समजूत घालतो, उद्या सगळं काही ठीक होईल असं तो सांगतो. कशावरून गोडो उद्या येणार आहे, असं गोगो विचारतोच.

या अंकाच्या शेवटी दोघांच्या मधला संवाद आहे :

गोगो : थांब ! मला वाटतं, आपण एकेकटे बरे राहिलो असतो, अलग अलग. आपला दोघांचा रस्ता एकच नव्हता.

दीदी : नक्की सांगता येत नाही. गोगो : नाही, काहीच नक्की नाही. दीदी : आपण आताही वेगळे होऊ शकतो, जर तुला ते योग्य वाटत असेल तर. गोगो : आता काही उपयोग नाही. दीदी : नाही, आता काही उपयोग नाही.

(ते हलत नाहीत.)

गोगो-दीदीमधला हा संवाद दोन पुरुषांमधला आहे, तो एक पुरुष आणि एक स्त्री यांच्यामधलाही असू शकतो, दोन स्त्रियांमधलाही असू शकतो. वर्षानुवर्षे एकत्र राहिल्यानंतर जाणवलेलं वैफल्य या संवादातून व्यक्त झालं आहे.

दुसऱ्या अंकाच्या आरंभी नेपथ्यसूचना आहेत. गोगोचे बूट मध्येच पडलेले आहेत, लकीची टोपीही जिथल्या तिथं आहे. मात्र एक नवी गोष्ट घडलेली आहे : झाडाला चारपाच हिरवी पानं फुटलेली आहेत. दीदी येतो आणि तो बराच काळ झाडाकडे बघत राहतो. गोगो आल्यानंतर त्यालाही तो झाडाकडे पाहायला सांगतो. गोगो : झाड? दीदी : तुला काहीच आठवत नाही? गोगो : मी थकलो आहे. दीदी : पहा जरा. (दोघेही झाडाकडे पाहतात.) गोगो : मला काहीच दिसत नाही. दीदी : काल ते नंगबोडखं होतं. आणि आता त्याला पानं फुटलेली आहेत. गोगो : पानं? दीदी : एका रात्रीत.

मला ही नेपथ्यसूचना फार महत्त्वाची वाटते. खरं तर ते झाडदेखील या नाटकातलं एक पात्र झालेलं आहे. ही केवळ नेपथ्यसूचना नाही. ते हेच स्थळ होतं का, काल इथंच आलो होतो का अशी गोगो-दीदी यांची चर्चा चालते. हेच ते स्थळ असेल, नाहीतर यासारखं दिसणारं दुसरं कुठलंही स्थळ असेल. ते काल इथं होते की कधीतरी इथं होते. हे स्थळ तुझ्या ओळखीचं नाही का? असं दीदी गोगोला विचारतो, त्यावर तो वैतागून म्हणतो, ओळखीचं वाटावं असं इथं काय आहे? स्थळ-काळाच्या विचाराला बेकेटनं इथं एक वेगळा आयाम दिलेला आहे. अवकाश अनंत आहे असं गोगो म्हणतो. मुख्य म्हणजे वठलेल्या झाडाला पानं फुटली आहेत. ती वाट पाहण्याच्या जिद्दीची, आशेची पानं आहेत का? गोडो येत नाही तरी दीदी आणि गोगो त्याची निरंतर वाट पाहत आहेत. काल आपण आलो होतो का, इथंच आलो होतो का, काल काय केलं, कोण भेटलं - कशाचीही स्मृती राहू नये, फक्त आपण

गोडोची वाट पाहतो आहोत, तो आज नाही, उद्या येणार म्हणाला, त्याप्रमाणे तो येईलच अशी आस धरून वाट पाहणं चाललेलं आहे - वठलेल्या झाडालाही पानं फुटावीत असं ते वाट पाहणं आहे.

दुसऱ्या अंकातही गोगो म्हणतो, आपण वेगळे झालो तर बरं. यावर दीदी म्हणतो, तू नेहमीच तसं म्हणतोस आणि नंतर रांगत परत येतोस. यानंतर एक विलक्षण वाक्य येतं. गोगो म्हणतो, तू मला मारून टाक, इतरांप्रमाणे. दीदी म्हणतो, इतर? कोण इतर? गोगो म्हणतो, अब्जावधी इतर. इथं नाझी मानवसंहाराचा, युद्धांचा महायुद्धांचा संदर्भ असावा. यानंतरच्या संवादात या संहाराविषयीची अतिशय भेदक अशी टिप्पणी आहे. प्रत्येकजण आपापला क्रूस वाहतो, मरेपर्यंत, मग आपण सगळेच त्याला विसरून जातो असं दीदी म्हणतो. त्यात ख्रिस्ताची शिकवण आणि त्याचा विसर अभिप्रेत आहे. नंतर आपल्याला शांतपणे बोलायचं असतं, कारण आपल्याला गप्प राहणं शक्यच होत नाही, असं गोगो म्हणतो आणि त्याचं कारणही तो सांगतो, आपल्याला विचार करावा लागू नये म्हणून. आपल्याला दफन केलेल्यांचे आवाज ऐकू येऊ नयेत म्हणून आपण बोलतो, असं यात अंतर्निहित आहे. यानंतरचं त्यांचं बोलणं शब्दाला प्रतिशब्द दिल्यासारखं आहे. गोगो : सारे मृत आवाज. दीदी : ते पंख फडफडावे तसे आवाज करतात. गोगो : पानांप्रमाणे. दीदी : वाळूप्रमाणे. गोगो : पानांप्रमाणे. दीदी : ते पुटपुटतात. दीदी पुढं म्हणतो, ते सगळे एकाच वेळी बोलतात. गोगो म्हणतो : सर्व स्वत:शी. दीदी : ते काय म्हणतात? गोगो : आपल्या आयुष्याविषयी बोलतात. मरून जाणं त्यांना पुरेसं होत नाही, त्याविषयी बोलायलाही त्यांना आवडतं, असं तो म्हणतो.

१८९० पासून १९४५ पर्यंतचे युरोपातील सर्व प्रकारच्या हत्यांचे संदर्भ जागे होतात. मी इतिहासकार नाही, असं गोगो म्हणालेला असतो. तरीदेखील तो युरोपचा इतिहास सांगतोच. पण बेकेटचं हे नाटक युरोपातल्या रक्तरंजित इतिहासाविषयीचं नाही. ते एकूणच सगळ्याच हत्यासत्रांच्या विरोधातलं आहे. मानवहत्यांशिवाय दुसरं काहीच मिळत नसलेल्या हिंसाचाराविषयीचं, मानवसंहाराविषयीचं आणि अशा या वातावरणात चांगलं काहीतरी घडेल याची वाट पाहत असणाऱ्या दीनदुबळ्या मानवाविषयीचं आहे.

दुसऱ्या अंकातही लकी आणि पोझो यांचा प्रवेश आहे. गोडो आला आहे असं त्यांना वाटतं, पण तो पोझो असतो. पोझो आंधळा झालेला असतो,

तरी लकी तसाच गुलामासारखा सगळं सामान घेऊन उभा असतो. पोझोही म्हणतो, काल आपण भेटलो होतो की नाही काही आठवत नाही. लकी मुका आहे असं तो सांगतो. कधीपासून पोझो आंधळा आहे, कधीपासून लकी मुका आहे याला काही अर्थ नाही. एके दिवशी एवढंच पुरेसं आहे. बेकेटनं स्थळाप्रमाणे काळाच्या संकल्पनेवरही भाष्य केलेलं आहे. तुम्हांला निश्चित असा दिवस पाहिजे. एकदिवस म्हटल्यानं समाधान होत नाही. एक दिवस मी आंधळा झालो, एक दिवस लकी मुका झाला – पोझो संतापून बोलतो.

लकी–पोझो निघून गेल्यानंतरचं दीदीचं स्वत:शी बोलणं हा या नाटकातला अप्रतिम भाग आहे. तो म्हणतो : जेव्हा सगळी माणसं दु:ख भोगत होती तेव्हा मी काय झोपलो होतो? आताही मी झोपलेलोच आहे का? जेव्हा मी उद्या उठेन किंवा मी उठलो आहे असं मला वाटेल तेव्हा आजविषयी मी काय म्हणेन? की आपला मित्र गोगोसह रात्र होईपर्यंत गोडोची वाट पाहिली?

या अंकाच्या शेवटी एक मुलगा येतो. तो आधी आलेला नसतो. तो गोडोचा निरोप सांगतो, गोडो आज येणार नाही आहे, उद्या मात्र जरूर येणार आहे.

ते उद्या पुन्हा येणार आहेत, पुन्हा गोडोची वाट पाहणार आहेत.

ते दरवेळी म्हणतात, आपण एक चांगली दोरी आणू आणि या झाडाला बांधून फाशी लावून घेऊ. त्यांच्याजवळ तशी दोरी नाही. ते उद्या पुन्हा येणार, पुन्हा गोडोची वाट पाहणार. कारण त्यांच्याजवळ वाट पाहण्याशिवाय दुसरं काहीही नाही.

निरंतर वाट पाहणाऱ्या गांजलेल्या, त्रस्त, दु:खी, खिन्न, निराश माणसांविषयीचं हे नाटक आहे. त्यांचं वाट पाहणं थोर आहे असं मला वाटतं. माणसांचं वाट पाहणं हे किती चिवट असतं हे या नाटकातून जाणवतं.

म्हणून ते झाड फारच महत्त्वाचं आहे. पहिल्या अंकात वठलेलं, दुसऱ्या अंकात त्याला चारपाच पानं आलेली. ते तेच असेल, नाहीतर दुसरं असेल, गोडोची वाट पाहणं एकच एक असतं.

या वाट पाहण्याचे अनेक संदर्भ आपल्या मनात जागे होतात तेव्हा जाणवतं की, बेकेटनं केवढं महत्तम विधान १९४० च्या दशकातच केलेलं आहे. आजही ते माझ्या विचारविश्वाचा एक अविभाज्य असा भाग बनलेलं आहे, त्याच्या वाचनानं मी समृद्ध झालो आहे.

□□□

वसंत आबाजी डहाके यांना मिळालेले पुरस्कार व सन्मान

पुरस्कार

- राज्य शासनाचा हरी नारायण आपटे पुरस्कार (प्रतिबद्ध आणि मर्त्य या कादंबरीसाठी) १९८१.
- राज्य शासनाचा केशवसुत पुरस्कार (शुभवर्तमान या कवितासंग्रहासाठी) १९८७.
- गंगाधर गाडगीळ पुरस्कार (एकूण लेखनासाठी) २००३.
- महाराष्ट्र फाउंडेशनचा ग्रंथपुरस्कार (मराठी साहित्य इतिहास आणि संस्कृती या ग्रंथासाठी) २००६.
- जीवनव्रती पुरस्कार (विदर्भ साहित्य संघ, नागपूर एकूण लेखनासाठी) २००९.
- कविवर्य कुसुमाग्रज पुस्कार, मराठवाडा साहित्य परिषद, औरंगाबाद २००९.
- साहित्य अकादमी पुरस्कार (चित्रलिपी या कवितासंग्रहासाठी) २०१०.
- शांता शेळके पुरस्कार (मा. दीनानाथ मंगेशकर प्रतिष्ठान) २०१०.
- कविवर्य दामोदर अच्युत कारे पुरस्कार (गोमंत विद्या निकेतन) २०१०.
- सन्मानवृत्ती, महाराष्ट्र राज्य साहित्य संस्कृती मंडळ, २०१०.
- बालकवी ठोंबरे पुरस्कार, भवरलाल ॲण्ड कांताबाई जैन फाउंडेशन, जळगाव. २०११.
- चंद्रपुर भूषण, बाबासाहेब देशमुख स्मृती प्रतिष्ठान, चंद्रपूर, २०१३
- विंदा करंदीकर जीवन गौरव पुस्कार, महाराष्ट्र शासन, २०१४
- जनस्थान पुरस्कार, कुसुमाग्रज प्रतिष्ठान, नाशिक, २०१९.
- वाग्विलासिनी पुरस्कार, मा. दीनानाथ मंगेशकर प्रतिष्ठान, २०१९
- जीवनगौरव पुरस्कार, महाराष्ट्र फाऊंडेशन, २०२०
- सतीश काळसेकर स्मृती पुरस्कार, शिवाजी विद्यापीठ, कोल्हापूर, २०२२

सन्मान

- अध्यक्ष, विदर्भ साहित्य संमेलन, आकोट, २००५.
- अध्यक्ष, अखिल भारतीय मराठी साहित्य संमेलन, चंद्रपूर, २०१२.

इतर

निमंत्रक, मराठी भाषा विषय
महाराष्ट्र राज्य शिक्षण मंडळ (२००७-२०१३